ਬਾਲਾ ਪ੍ਰੀਤਮ

[ਨਾਵਲ]

ਲੇਖਕ ਦੇ ਹੋਰ ਨਾਵਲ :

ਗੁਰੂ ਘਰ :

ਲਹਿਣੇ ਪਾਈ ਨਾਨਕੋ, ਛਠਮੁ ਪੀਰ, ਮੀਰੀ ਪੀਰੀ, ਪਾਲਕੀ, ਅਨੂਪ ਕੌਰ, ਰਾਮਦਾਸ ਸਰੋਵਰ ਨ੍ਹਾਤੇ, ਅਕੱਥ ਕਥਾ, ਗੋਇੰਦਵਾਲ, ਲੋਹਗੜ੍ਹ, ਸ਼ਹਾਦਤ, ਸੀਸ ਰੀਜ, ਬਾਲਾ ਪ੍ਰੀਤਮ, ਅੱਧੀ ਘੜੀ, ਪੈਗ਼ਾਮ, ਸਿੱਖੀ ਦਾ ਧੁਰਾ, ਮਿੱਠਬੋਲੜਾ ਸੱਜਣ, ਸਤਲੁਜ ਅਜੇ ਜੇਰਾ ਕਰ, ਦੇਗ ਤੇਗ ਫ਼ਤਹਿ, ਦੇਹ ਸ਼ਿਵਾ ਬਰ ਮੋਹਿ ਇਹੈ, ਨਿਸਚੈ ਕਰਿ ਅਪਨੀ ਜੀਤ ਕਰੋ ।

ਇਤਿਹਾਸਕ :

ਹਰੀਆ ਰਾਗਲੇ, ਆਰਸੀ ਵਾਲਾ ਸਿੱਕਾ, ਜ਼ਰ-ਜ਼ੋਰੂ-ਜ਼ਮੀਨ, ਮੱਸਾ ਰੰਘੜ, ਬੇਗ਼ਮ ਹਜ਼ੂਰ, ਸ਼ਬ-ਏ-ਮਾਲਵਾ, ਗਲੀ-ਮਹੱਲੇ ਦੇ ਲੋਕ, ਬਾਬਾ ਸਾਹਿਬ ਸਿੰਘ ਬੇਦੀ, ਤੇਤੀਵਾਂ ਦੰਦ, ਤ੍ਰਿਸ਼ੰਕੂ, ਸਫੈਦ ਪੋਸ਼, ਪੱਥਕ, ਬਰਾਜ ਬਹੂ, ਮੰਝਲੀ ਦੀਦੀ, ਦੀਵਾ ਤੇ ਦਰਿਆ, ਧੂਣਾ, ਮੋਰਾਂ ਸਰਕਾਰ ।

ਹਿੰਦੀ, ਗੁਜਰਾਤੀ, ਮਰਾਠੀ, ਅੰਗਰੇਜ਼ੀ ਵਿਚ ਪੁਸਤਕਾਂ ਛਪੀਆਂ ਤੇ ਪੰਜਾਬ ਸਰਕਾਰ ਨੇ ਸ਼੍ਰੋਮਣੀ ਸਾਹਿਤਕਾਰ ਦੀ ਪਦਵੀ ਵੀ ਦਿੱਤੀ ।

ਬਾਲਾ ਪ੍ਰੀਤਮ

[ਨਾਵਲ]

ਹਰਨਾਮ ਦਾਸ ਸਹਿਰਾਈ

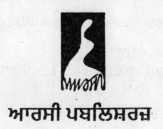

ਆਰਸੀ ਪਬਲਿਸ਼ਰਜ਼

BALA PRITAM (A Historical Novel)
by
Harnam Dass Seharai
W.X 79, BASTI NAU
JALANDHAR CITY
Phone : 0181-5080795
(M) 09988000795
ARSEE PUBLISHERS, Chandnl Chowk, Delhi-110006
Branch Office : 51 Parda Bagh, Darya Ganj, New Delhi-110002

ISBN-978-81-8299-281-8

Edition - 2013

© All rights reserved

ਪ੍ਰਕਾਸ਼ਕ : ਆਰਸੀ ਪਬਲਿਸ਼ਰਜ਼, ਚਾਂਦਨੀ ਚੌਕ, ਦਿੱਲੀ-6
ਫ਼ੋਨ : 23280657, 65966481
E-mail : arseepublishers@rediffmail.com

ਪ੍ਰਿੰਟਰ : ਰਚਨਾ ਪ੍ਰਿੰਟਰਜ਼, ਚਾਂਦਨੀ ਚੌਕ, ਦਿੱਲੀ-6

ਟਾਈਪਸੈਟਿੰਗ : ਤੇਗ ਕੰਪਿਊਟਰ
ਦਿੱਲੀ-110009

ਮੁੱਲ : 275/- ਰੁਪਏ

ਬਾਲਾ ਪ੍ਰੀਤਮ

ਗੁਰੂ ਗੋਬਿੰਦ ਸਿੰਘ ਜੀ ਦੀ
ਜੀਵਨ-ਕਥਾ ਤੇ ਆਧਾਰਤ
ਨਾਵਲ

ਹਮ ਇਹ ਕਾਜ ਜਗਤ ਮੋ ਆਏ ॥
ਧਰਮ ਹੇਤ ਗੁਰਦੇਵ ਪਠਾਏ ॥
ਜਹਾਂ ਤਹਾਂ ਤੁਮ ਧਰਮ ਬਿਥਾਰੋ ॥
ਦੁਸ਼ਟ ਦੋਖਿਅਨ ਤੇ ਪਕਰ ਪਛਾਰੋ ॥
ਯਹੀ ਕਾਜ ਧਰਾ ਹਮ ਜਨਮੰ ॥
ਸਮਝ ਲਯੋ ਸਾਧੂ ਸਭ ਮਨਮੰ ॥
ਧਰਮ ਚਲਾਵਨ ਸੰਤ ਉਬਾਰਨ ॥
ਦੁਸ਼ਟ ਸਬਨ ਕੇ ਮੂਲ ਉਪਾਰਨ ॥

(ਦਸਮ ਗ੍ਰੰਥ)

ਫੜੀਆਂ ਤੇ ਹੌਲੀ ਹੌਲੀ ਸਜਦੇ ਵਿਚ ਸਿਰ ਝੁਕਾਦਾ ਭੀਖਨ ਸ਼ਾਹ ਚਲ ਰਿਹਾ ਸੀ, ਜਿੱਦਾਂ ਕੋਈ ਹਾਜੀ ਮੱਕੇ ਦਾ ਹੱਜ ਕਰਨ ਜਾ ਰਿਹਾ ਹੋਵੇ। ਸਿਰ ਝੁਕਾਇਆ, ਅੱਖਾਂ ਬੰਦ ਕੀਤੀਆਂ ਸਜਦੇ ਵਿਚ ਗਿਆ ਤੇ ਆਪਣੇ ਦਿਲ ਵਿਚ ਆਖਣ ਲੱਗਾ, ਮੇਰੇ ਮਾਲਕ ਦਿਲ ਦਾ ਸ਼ੰਕਾ ਦੂਰ ਕਰਨਾ ਚਾਹੁੰਦਾ ਹਾਂ, ਭੇਟਾ ਪਰਵਾਨ ਹੋਵੇ।

—ਮੈਂ ਨੂਰਾਨੀ ਚਿਹਰੇ ਨੂੰ ਜ਼ਰਾ ਕੁ ਸਾਈਂ ਵੱਲ ਕੀਤਾ।

—ਅੱਲ੍ਹਾ ਤੇਰਾ ਸ਼ੁਕਰ, ਉਮੀਦ ਬਰ ਆਈ, ਫਿਰ ਸਿਰ ਝੁਕਾ ਦਿਤਾ।

—ਦੋਂਹ ਦਿਨਾਂ ਦਾ ਬੱਚਾ ਕੀ ਜਾਣੇ ਕਿ ਸਾਈਂ ਕੀ ਚਾਹੁੰਦਾ ਸੀ ਪਰ ਮੈਂ ਹੈਰਾਨ ਸਾਂ ਸਾਈਂ ਨੇ ਦੋਵੇਂ ਕੁਜ਼ੀਆਂ ਅੱਗੇ ਕਰ ਦਿੱਤੀਆਂ ਬਾਲਕ ਮੇਰੇ ਹੱਥਾਂ ਵਿਚੋਂ ਨਿਕਲ ਰਿਹਾ ਸੀ, ਮੈਂ ਕੋਸ਼ਿਸ਼ ਕੀਤੀ ਤੇ ਅੱਗੇ ਵਧਿਆ, ਦੋਵੇਂ ਹੱਥ ਬਾਲਕ ਨੇ ਬਾਹਰ ਕੱਢੇ ਤੇ ਦੋਹਾਂ ਕੁਜੀਆਂ ਤੇ ਹੱਥ ਧਰ ਦਿੱਤੇ। ਇਕ ਹੱਥ ਇਕ ਕੁਜੀ ਤੇ ਸੀ ਤੇ ਦੂਜਾ ਦੂਜੀ ਤੇ। ਇਹੋ ਜਿਹਾ ਕ੍ਰਿਸ਼ਮਾ ਮੈਂ ਜ਼ਿੰਦਗੀ ਵਿਚ ਅੱਗੇ ਕਦੀ ਨਹੀਂ ਸੀ ਵੇਖਿਆ।

—ਇਹ ਹੈਰਾਨ ਹੋਣ ਵਾਲੀ ਗੱਲ ਨਹੀਂ ਸ਼ਕਤੀਵਾਨ ਰੂਹਾਂ ਹਰ ਉਮਰ ਵਿਚ ਤੇਜ ਤਪ ਵਾਲੀਆਂ ਹੁੰਦੀਆਂ ਹਨ। ਸਾਹਿਬਜ਼ਾਦੇ ਨੇ ਨਿਗਾਹ ਭਰ ਕੇ ਫ਼ਕੀਰ ਵਲ ਤਕਿਆ। ਸੁੰਦਰ ਚਿਹਰੇ ਤੇ ਮਨ ਮੋਹਣੀ ਮੁਸਕਰਾਹਟ ਫੈਲ ਗਈ। ਫ਼ਕੀਰ ਨੂੰ ਇਉਂ ਮਹਿਸੂਸ ਹੋਇਆ ਜਿਵੇ ਹਜ਼ੂਰ ਖਾਮੋਸ਼ ਬੋਲੀ ਵਿਚ ਆਖ ਰਹੇ ਹਨ। ਐ ਸ਼ਰਧਾਵਾਨ! ਅਸਾਂ ਤੇਰੇ ਦਿਲ ਦੀ ਗੱਲ ਬੁਝ ਲਈ ਏ, ਇਹ ਵੇ ਤੇਰੇ ਦਿਲ ਦੇ ਪ੍ਰਸ਼ਨ ਦਾ ਜਵਾਬ। ਕੀ ਹੁਣ ਸ਼ੰਕਾ ਦੂਰ ਹੋ ਗਈ ਊ ਕਿ ਅਜੇ ਹੋਰ ਵੀ ਕੁਝ ਬਾਕੀ ਊ।

—ਹੁਣ ਦੋਵੇਂ ਹੱਥ ਪਿਛਾਂਹ ਹੋ ਗਏ ਸਨ ਤੇ ਮੈਂ ਬਾਲਕ ਨੂੰ ਰੁਮਾਲੇ ਵਿਚ ਫਿਰ ਲਪੇਟ ਲਿਆ ਸੀ।

—ਤੇ ਫ਼ਕੀਰ ਉਚੀ ਉਚੀ ਆਖ ਰਿਹਾ ਸੀ ਵਾਹ ਵਾਹ, ਮੇਰੇ ਮੁਰਸ਼ਦ! ਜਿਹਾ ਚਾਹਿਆ ਸੀ ਵੈਸਾ ਹੀ ਪਾਇਆ।

ਇਸ ਵੇਲੇ ਲੋੜ ਇਹੋ ਜਿਹੇ ਵਲੀ ਦੀ ਸੀ। ਜਿਹੜਾ ਸਾਰਿਆਂ ਨੂੰ ਇਕੋ ਜਿਹਾ ਜਾਣ ਕੇ ਸੀਨੇ ਨਾਲ ਲਾ ਲਵੇ। ਸਜਦੇ ਵਿਚ ਫਿਰ ਚਲਾ ਗਿਆ ਭੀਖਣ ਸ਼ਾਹ।

—ਜਦ ਸਾਰਿਆਂ ਇਹ ਕੌਤਕ ਵੇਖਿਆ ਤਾਂ ਸ਼ਰਧਾ ਨਾਲ ਸਿਰ ਝੁਕਣੇ ਹੀ ਸਨ। ਮੁਰੀਦਾਂ ਨੇ ਤਾਂ ਮਜਬੂਰਨ ਸਿਰ ਝੁਕਾਇਆ, ਸਾਹਿਬਜ਼ਾਦੇ ਨੂੰ ਅਸੀਂ ਅੰਦਰ ਲੈ ਗਏ।

—ਪੀਰ ਜੀ ਬਾਤ ਕੁਛ ਸਮਝ ਮੇਂ ਨਹੀਂ ਆਈ। ਤੁਸੀਂ ਆਪ ਹੀ ਏਨੇ ਕਰਨੀ ਵਾਲੇ ਹੋ। ਇਕ ਕੱਲ੍ਹ ਦੇ ਜੰਮੇ ਬਾਲਕ ਅੱਗੇ ਸਿਰ ਝੁਕਾ ਦਿੱਤਾ ਜੇ। ਕੀ ਇਹ ਕਸਰੇ ਸ਼ਾਨ ਨਹੀਂ। ਕੀ ਇਹ ਇਸਲਾਮ ਵਿਚ ਜਾਇਜ਼ ਏ। ਇਸਲਾਮੀ ਸ਼ਰ੍ਹਾ ਦੇ ਉਲਟ ਗੱਲ ਕੀਤੀ ਏ ਤੁਸਾਂ।

ਗੱਲ ਤੇ ਪੀਰ ਨੂੰ ਵੀ ਖਾ ਗਈ ਪਰ ਉਸ ਉਸੇ ਵੇਲੇ ਮੂੰਹ ਤੋੜ ਜਵਾਬ ਦਿੱਤਾ।

—ਇਹ ਰਮਜ਼ ਕੀ ਬਾਤੇਂ ਹੈਂ ਹਰ ਆਦਮੀ ਨਹੀਂ ਸਮਝ ਸਕਦਾ। ਬਾਤ ਕੋ ਸਮਝਨਾ ਹੈ ਤੋਂ ਸੁਨੇਂ, ਖ਼ੁਦਾ ਨੇ ਹਿੰਦੂ ਦੇ ਘਰ ਵਿਚ ਜਨਮ ਲੈ ਲਿਆ। ਤੁਸੀਂ ਆਖੋਗੇ ਕਿ ਖ਼ੁਦਾ ਤੇ ਹਿੰਦੂ। ਗੱਲ ਗ਼ਲਤ ਏ। ਪਰ ਨਹੀਂ ਇਹ ਠੀਕ ਏ ਮੇਰੀਆਂ ਅੱਖਾਂ ਨਾਲ ਵੇਖੋ,

ਮੇਰੇ ਦਿਲ ਵਿਚ ਸ਼ੱਕ ਸੀ ਕਿ ਇਹ ਮਹਾਂਬਲੀ ਹਿੰਦੂਆਂ ਦੀ ਰਕਸ਼ਾ ਕਰੇਗਾ ਤੇ ਮੁਸਲਮਾਨਾਂ ਨਾਲ ਵੈਰ ਖ਼ਰੀਦੇਗਾ ਪਰ ਇਹ ਗੱਲ ਵੀ ਅੱਜ ਸਾਫ ਹੋ ਗਈ ਏ। ਇਹ ਵਲੀ ਮੁਸਲਮਾਨਾਂ ਦਾ ਵੀ ਖੈਰ ਖਾਹ ਹੋਵੇਗਾ। ਇਹਦੇ ਲਈ ਦੋਵੇਂ ਬਰਾਬਰ ਹਨ। ਦੋਵੇਂ ਸੱਜੀਆਂ ਖੱਬੀਆਂ ਅੱਖਾਂ ਹਨ; ਐ ਦੁਨੀਆ ਦੇ ਲੋਕੋ ! ਇਹ ਇਲਾਹੀ ਨੂਰ ਹੈ ਸਭ ਦਾ ਸਾਂਝਾ ਪੀਰ ਏ। ਇਨਸਾਨੀਅਤ ਦਾ ਰਹਿਬਰ, ਮਨੁੱਖਤਾ ਦਾ ਗੁਰੂ ਹੋਵੇਗਾ, ਤਲਬਗਾਰਾਂ ਦੀ ਮਦਦ ਪੂਰੀ ਹੋਵੇਗੀ, ਝੋਲੀਆਂ ਅੱਡੋ ਤੇ ਪ੍ਰਸ਼ਾਦ ਲੈ ਕੇ ਭਰ ਲਵੋ, ਅੱਜ ਖ਼ਜ਼ਾਨੇ ਖੁਲ੍ਹੇ ਹਨ, ਜੋ ਜੀਅ ਚਾਹਵੇ ਮੰਗੋ, ਸਈਅਦ ਭੀਖਣ ਸ਼ਾਹ ਵਾਰ ਵਾਰ ਆਖ ਰਿਹਾ ਸੀ।

—ਸਾਰੇ ਮੁਰੀਦ ਇਕ ਵਾਰ ਝੁਕੇ ਤੇ ਫਿਰ ਵਾਰ ਵਾਰ ਝੁਕੇ।

—ਖ਼ੁਦਾ ਕਦੀ ਇਕ ਰੰਗ ਵਿਚ ਨਹੀਂ ਰਹਿੰਦਾ ਖ਼ੁਦਾ ਕਦੀ ਇਕ ਜਗ੍ਹਾ ਤੇ ਨਹੀਂ ਆਉਂਦਾ ਉਹਦੀ ਤੇ ਸਾਰੀ ਆਪਣੀ ਖੁਦਾਈ ਏ। ਜੇ ਖ਼ੁਦਾ ਦਾ ਇਕ ਜਗ੍ਹਾ ਤੇ ਟਿਕਾਣਾ ਹੋ ਜਾਏ ਤਾਂ ਲੋਕੀਂ ਖ਼ੁਦਾ ਨੂੰ ਮੰਨਣ ਨੂੰ ਮੁਨਕਰ ਹੋ ਜਾਣ। ਆਵਾਜ਼ ਅਜੇ ਵੀ ਉਭਰੀ ਹੋਈ ਸੀ।

—ਮਾਤਾ ਜੀ ਨੇ ਪਤਾਸਿਆਂ ਭਰੀ ਪਰਾਤ ਸਾਈਂ ਦੀ ਝੋਲੀ ਵਿਚ ਪਾ ਦਿੱਤੀ।

—ਸਾਡੇ ਸਮਝਣ ਵਿਚ ਗ਼ਲਤੀ ਸੀ, ਦੇਰ ਹੋਈ ਏ ਤੁਹਾਨੂੰ ਕਸ਼ਟ ਸਹਿਣਾ ਪਿਆ ਏ, ਇਹਦੇ ਲਈ ਸਾਨੂੰ ਖਿਮਾ ਕਰੋ।

—ਇਹ ਕੀ ? ਖ਼ੁਦਾ ਦੀ ਬਾਰਗਾਹ ਵਿਚ ਇਹ ਸ਼ਿਕਵਾ !

ਇਬਾਦਤਗਾਹ ਬਣ ਗਈ ਅੱਜ ਹਵੇਲੀ। ਇਹ ਆਪ ਦੇ ਕਰਮ ਕਾ ਸਦਕਾ ਹੈ। ਖ਼ੁਦਾ ਆਪ ਕੀ ਉਮਰ ਦਰਾਜ਼ ਕਰੇ। ਅੱਛਾ ਫਿਰ ਮਿਲੇਂਗੇ, ਖ਼ੁਦਾ ਹਾਫਜ਼ ! ਇਕ ਵਾਰ ਫਿਰ ਸਜਦਾ ਕੀਤਾ ਤੇ ਸਾਈਂ ਚਲਦੇ ਭਏ।

ਸਤਿਗੁਰ ਮੇਰੀ ਸਮਝ ਵਿਚ ਅਜੇ ਤਕ ਕੁਝ ਨਹੀਂ ਆਇਆ, ਮਾਮਾ ਕਿਰਪਾਲ ਚੰਦ ਦੇ ਸ਼ਬਦ ਸਨ। ਸਤਿਗੁਰਾਂ ਫ਼ਰਮਾਇਆ : ਇਹ ਫ਼ਕੀਰਾਂ ਦੀ ਰਮਜ਼ ਏ ਫ਼ਕੀਰ ਹੀ ਜਾਨਣ। ਅਸੀਂ ਗ੍ਰਿਹਸਤੀ ਲੋਕ ਹਾਂ ਅਸੀਂ ਇਥੋਂ ਤਕ ਨਹੀਂ ਪੁਜ ਸਕਦੇ।

ਸ਼ੁਕਰ ਸ਼ੁਕਰ ! ਲੱਖ ਲੱਖ ਸ਼ੁਕਰ !! ਉਸ ਕਰਤਾਰ ਦਾ ਜਿਸ ਸਾਡੇ ਘਰ ਖੁਸ਼ੀਆਂ ਬਖਸ਼ੀਆਂ ਨੇ, ਕਸਤੂਰੀ ਦੀ ਖ਼ੁਸ਼ਬੋ ਲੁਕੋਇਆਂ ਨਹੀਂ ਲੁਕਦੀ, ਸੱਤਾਂ ਪਰਦਿਆਂ ਵਿਚੋਂ ਬਾਹਰ ਨਿਕਲ ਆਉਂਦੀ ਏ ਕਸਤੂਰੀ।

ਇਕ ਜੋਤ ਜਗੀ ਏ, ਕਈ ਜੋਤਾਂ ਜਗਣਗੀਆਂ, ਦਿਨ ਚੜ੍ਹ ਆਇਆ ਸੂਰਜ ਨੇ ਸਾਰੇ ਪਟਨੇ ਦੇ ਬਨੇਰੇ ਸੋਨੇ ਰੰਗੇ ਕਰ ਦਿੱਤੇ।

ਹਮ ਫ਼ਕੀਰ ਸਦ ਸੰਕਟ ਸਹੈ, ਇਸ ਮਹਿ ਕੋਈ ਨਾ ਅਚਰਜ ਮਾਹੈ।\
ਦਿਖਰਾ ਵਹੁਮੇ ਦਰਸ਼ਨ ਕਹਿੰ ਹੈ, ਨਾ ਹਿ ਤੇ ਬੈਠੇ ਹਮ ਦਰ ਪਰ ਹੈ।\
ਪੂਰਨ ਹੋਹਿ ਕਾਮਨਾ ਜਬੈ, ਖਾਨ ਪਾਨ ਕਰਿਹ ਮੁਖ ਤਬੈ।\
ਦ੍ਰਿਢ ਨਿਸ਼ਚਾ ਹਮਰੇ ਮਨ ਏਮ, ਦੇਹਿ ਦਰਸ ਲਖਿਕੈ ਮਨਿ ਪ੍ਰੇਮ ॥

(ਗੁਰ ਪ੍ਰਤਾਪ ਸੂਰਜ)

★

ਕੰਙਣਾਂ ਦੀ ਜੋੜੀ ਮਾਤਾ ਜੀ ਨੇ ਸਾਹਿਬਜ਼ਾਦੇ ਦੇ ਹੱਥਾਂ ਵਿਚ ਪਾ ਦਿੱਤੀ ਤੇ ਉਹਨੂੰ ਦੋ ਵਾਰ ਚੁੰਮਿਆ। ਜਾਓ ਖੇਡੋ ਲਾਲ! ਇਹ ਗੱਲ ਮਾਤਾ ਨਾਨਕੀ ਸੁਣਾਉਣ ਲੱਗੀ ਸਤਿਗੁਰਾਂ ਨੂੰ।

ਨਿੱਕਾ ਜਿਹਾ ਬਾਲ ਨਿੱਕੀਆਂ-ਨਿੱਕੀਆਂ ਤੇ ਤੋਤਲੀਆਂ-ਤੋਤਲੀਆਂ ਗੱਲਾਂ। ਲੋਕੀਂ ਤੇ ਉਹ ਗੱਲਾਂ ਭੁਲ ਗਏ ਸਨ ਪਰ ਮੈਨੂੰ ਉਹ ਰਾਤ ਵੀ ਯਾਦ ਸੀ ਜਦ ਭੀਖਣ ਸ਼ਾਹ ਆਪਣਾ ਹੱਠ ਕਰਕੇ ਅੜਿਆ ਖਲੋਤਾ ਸੀ। ਚਲੋ ਉਹਦੀ ਮਿਹਰਬਾਨੀ ਉਹਨੇ ਸਰਿਆਂ ਦੀਆਂ ਅੱਖਾਂ ਖੋਲ੍ਹ ਦਿੱਤੀਆਂ।

ਦੋਂਹ ਸਾਲਾਂ ਵਿਚ ਹੀ ਮੁਖੜੇ ਤੇ ਨਿਖਾਰ ਆ ਗਿਆ, ਅੰਞਾਣਿਆਂ ਦੀ ਟੋਲੀ ਹੌਲੀ ਹੌਲੀ ਹਵੇਲੀ ਦੇ ਅੰਦਰ ਤਕ ਆਉਣ ਲੱਗ ਪਈ ਤੇ ਫਿਰ ਇਹ ਢਾਣੀ ਗੰਗਾ ਘਾਟ ਤਕ ਚਲੀ ਜਾਂਦੀ। ਭਾਵੇਂ ਸਾਡੀਆਂ ਨਜ਼ਰਾਂ ਉਹਨਾਂ ਉੱਤੇ ਹੀ ਜੰਮੀਆਂ ਰਹਿੰਦੀਆਂ ਸਨ ਪਰ ਇਹ ਸਾਡੀ ਅੱਖ ਤੋਂ ਉਹਲੇ ਐਵੇਂ ਹੀ ਹੋ ਜਾਂਦੇ ਤੇ ਆਖਦੇ ਅਸੀਂ ਹੁਣ ਜਵਾਨ ਹੋ ਰਹੇ ਹਾਂ। ਮਾਂ ਸਾਡੇ ਮਗਰ ਕਿੰਨਾ ਕੁ ਚਿਰ ਦੌੜਦੀ ਰਹੇਗੀ ਹੁਣ ਸਾਨੂੰ ਆਪਣੇ ਪੈਰਾਂ ਤੇ ਖਲੋਣ ਦਿਓ। ਜੇ ਅਸੀਂ ਜਾਚ ਨਾ ਸਿਖਾਂਗੇ ਫਿਰ ਕਦੋਂ ਲੋਕ ਸਾਨੂੰ ਗੱਭਰੂ ਆਖਣਗੇ।

ਨਵਾਬਾਂ ਦੇ ਪੋਤਰੇ ਵੀ ਮੇਰੇ ਮੁੰਡੇ ਨਾਲ ਖੇਡਦੇ। ਉਨ੍ਹਾਂ ਦੇ ਹੱਥਾਂ ਵਿਚ ਵੀ ਕੰਙਣਾਂ ਦੀਆਂ ਜੜੀਆਂ ਹੁੰਦੀਆਂ। ਖ਼ਬਰਦਾਰੀ ਤੇ ਉਹ ਵੀ ਰੱਖਦੇ ਸਨ ਪਰ ਸਾਨੂੰ ਕੁਝ ਜ਼ਿਆਦਾ ਹੀ ਖ਼ਿਆਲ ਰੱਖਣਾ ਪੈਂਦਾ ਸੀ। ਏਨੀ ਉਮਰ ਗਵਾ ਕੇ ਲਾਲ ਦਾ ਮੂੰਹ ਵੇਖਿਆ ਏ ਦਿਲ ਹਰ ਵੇਲੇ ਧੜਕੂ ਧੜਕੂ ਕਰਦਾ। ਬੋਲ ਮਾਤਾ ਨਾਨਕੀ ਦੇ ਸਨ।

ਮੇਰੀ ਨੂੰਹ ਰਾਣੀ ਨੂੰ ਤੇ ਕੁਝ ਪਤਾ ਹੀ ਨਹੀਂ ਉਹ ਤੇ ਵਿਚਾਰੀ ਰਾਹ ਤਕਦੀ ਰਹਿ ਜਾਂਦੀ। ਬਾਲਕ ਦੇ ਨਾਲ ਹੋਰ ਦੂਜੇ ਹੀ ਖੇਡਣ ਲੱਗ ਜਾਂਦੇ ਉਹਦੀ ਤੇ ਕਦੀ ਵਾਰੀ ਹੀ ਨਾ ਆਉਂਦੀ। ਮਾਂ ਨੇ ਤੇ ਕਦੇ ਪੁੱਤ ਦਾ ਮੂੰਹ ਚੁੰਮ ਕੇ ਹੀ ਨਹੀਂ ਸੀ ਵੇਖਿਆ।

ਇਕ ਦਿਨ ਦੀ ਗੱਲ ਏ, ਮਾਤਾ ਨਾਨਕੀ ਆਖਣ ਲੱਗੀ :

ਸਤਿਗੁਰਾਂ ਹੱਥ ਜੋੜ ਕੇ ਅਰਜ਼ ਕੀਤੀ : ਮਾਤਾ ਜੀ! ਮੈਂ ਅਜੇ ਜੀਅ ਭਰ ਕੇ ਮੁਖੜਾ ਵੀ ਨਹੀਂ ਵੇਖਿਆ। ਤੁਹਾਡੀਆਂ ਅਸੀਸਾਂ ਦਾ ਸਦਕਾ ਸਾਡੇ ਘਰ ਵਿਚ ਰੌਣਕਾਂ ਆਈਆਂ ਨੇ, ਢਾਣੀ ਛੱਡੇ ਤੇ ਸਾਹਿਬਜ਼ਾਦਾ ਸਾਡੇ ਕੋਲ ਬੈਠੇ।

—ਸਭ ਗੁਰੂ ਦੀ ਕ੍ਰਿਪਾ ਏ।

—ਅੱਛਾ ਤੇ ਫਿਰ ਉਸ ਦਿਨ ਕੀ ਹੋਇਆ।

—ਮੈਂ ਸੁਹਣੇ ਸੁਹਣੇ ਕਪੜੇ ਪਾਏ ਤੇ ਕੰਙਨਾਂ ਦੀ ਜੋੜੀ ਮੈਂ ਆਪਣੇ ਹੱਥੀਂ ਪਾ ਕੇ ਤੋਰਿਆ ਤੇ ਖੇਡਣ ਤੁਰ ਪਈ ਢਾਣੀ। ਮੁੰਡਿਆਂ ਤੋਂ ਤੇ ਸ਼ੈਤਾਨ ਵੀ ਡਰੇ। ਮੁੰਡੇ ਤੇ ਭਾਵੇਂ ਬੀਬੇ ਹੀ ਸਨ ਪਰ ਉਮਰ ਦਾ ਅਸਰ ਤੇ ਜ਼ਰੂਰ ਹੀ ਸੀ ਨਾ। ਸ਼ਰਾਰਤ ਕਰਨੋਂ ਕੋਈ ਨਾ ਮੁੜਦਾ। ਉਲਾਹਮਾ ਲੈ ਕੇ ਆਈ ਇਕ ਗਵਾਲਨ ਤੇ ਮੈਂ ਲੱਡੂਆਂ ਨਾਲ ਉਹਦਾ ਮੂੰਹ ਭਰ ਦਿਤਾ। ਝੋਲੀ ਭਰ ਦਿੱਤੀ ਗਵਾਲਣ ਦੀ ਪਤਾਸਿਆਂ ਨਾਲ।

ਢਾਣੀ ਗਈ ਏ ਗੰਗਾ ਘਾਟ ਵੱਲ, ਗਵਾਲਣ ਆਖਣ ਲੱਗੀ, ਬੜੇ ਨੈਣ ਬਾਵਰੇ ਹਨ ਬਾਲਕ ਦੇ ।

—ਨਜ਼ਰ ਨਾ ਲਾ ਦੇਵੀਂ ਗਵਾਲਣੇ ! ਸਾਡਾ ਬਾਲ ਅਜੇ ਬੜਾ ਹੀ ਭੋਲਾ ਹੈ ।

—ਮਾਤਾ ਜੀ ਇਹ ਗੋਕਲ ਦੀ ਨਗਰੀ ਨਹੀਂ, ਇਹ ਕਨ੍ਹਈਆ ਨਹੀਂ, ਗੋਬਿੰਦ ਏ, ਨਾਂ ਵਿਚ ਹੀ ਫ਼ਰਕ ਏ, ਰੂਪ ਦੋਵੇਂ ਇਕੋ ਹਨ । ਅਸੀਂ ਦੁਧ ਵੇਚਣ ਵਾਲੀਆਂ ਗਵਾਲਨਾਂ ਘਰ ਘਰ ਜਾਂਦੀਆਂ ਹਾਂ, ਘਾਟ ਘਾਟ ਦਾ ਪਾਣੀ ਪੀਂਦੀਆਂ ਹਾਂ । ਸਾਡੀਆਂ ਨਜ਼ਰਾਂ ਬੜੀਆਂ ਤਿੱਖੀਆਂ ਤੇ ਤੇਜ਼ ਹਨ, ਗੋਬਿੰਦ ਤੇ ਕ੍ਰਿਸ਼ਨ ਵਿਚ ਕੋਈ ਫ਼ਰਕ ਨਹੀਂ ।

—ਤੇਰੀ ਜ਼ਬਾਨ ਮੁਬਾਰਕ ਹੋਵੇ, ਮੈਂ ਵਾਰੀ ਮੈਂ ਸਦਕੇ ।

—ਗੰਗਾ ਘਾਟ ਢਾਣੀ ਪੁਜ ਗਈ ।

—ਗੰਗਾ ਦੀਆਂ ਲਹਿਰਾਂ ਉਠ ਉਠ ਕੇ ਕਿਨਾਰੇ ਚੁੰਮ ਰਹੀਆਂ ਸਨ । ਪਵਿੱਤਰ ਗੰਗਾ ਦੇ ਤੱਟ ਤੇ ਖੇਡੇ ਮੇਰਾ ਗੋਬਿੰਦ !

—ਮੈਂ ਜਾਣਦੀ ਨਹੀਂ ਕਿ ਉਥੇ ਇਸ ਢਾਣੀ ਨੇ ਕੀ ਕੀਤਾ । ਇਹਦੇ ਨਾਲ ਹਥੋ-ਪਾਈ ਹੋਈ ਇਹ ਤੇ ਰੱਬ ਹੀ ਜਾਣੇ । ਜਦ ਮੇਰਾ ਗੋਬਿੰਦ ਹਵੇਲੀ ਵਿਚ ਮੁੜਿਆ ਤਾਂ ਇਕ ਕੰਙਣ ਉਹਦੇ ਹੱਥ ਵਿਚ ਨਹੀਂ ਸੀ, ਸੱਖਣਾ ਹੱਥ ਭਾਂ-ਭਾਂ ਕਰਦਾ । ਕੰਙਨ ਕਿਥੇ ਗਿਆ ਲਾਲ ਜੀ ! ਮੈਂ ਪੁਛਿਆ ।

—ਬੋਲਿਆ ਨਹੀਂ ਮੇਰਾ ਗੋਬਿੰਦ, ਉਸ ਮੇਰੇ ਲੀੜੇ ਦੀ ਕੰਨੀ ਫੜ ਲਈ ਤੇ ਨਾਲ ਲੈ ਤੁਰਿਆ । ਮੈਂ ਪੁਛਿਆ ਕਿ ਕਿਥੇ ਚਲਿਆ ਏਂ ?

—ਗੰਗਾ ਘਾਟ ਤੇ ਕੰਙਨ ਦੱਸਣ ਕਿਥੇ ਐ ।

—ਮੈਂ ਇਸੇ ਲਈ ਨਾਲ ਚਲ ਪਈ ਸ਼ਾਇਦ ਕੰਙਣ ਧਰਿਆ ਮਿਲ ਜਾਊ । ਸ਼ਗਨਾਂ ਦਾ ਕੰਙਣ ਸੀ, ਗੰਗਾ ਦਾ ਕੰਢਾ ਆ ਗਿਆ । ਗੰਗਾ ਵੱਗ ਰਹੀ ਸੀ ਸ਼ਾਂਤ ਖਾਮੋਸ਼, ਕਿਸੇ ਰਿਸ਼ੀ ਦੀ ਸਮਾਧੀ ਵਾਂਗੂ ਨਿਰਮਲ ਜਲ ਵਿਚ ਪਵਿੱਤਰ ਆਤਮਾ ਵਰਗਾ, ਭਾਗੀਰਥ ਦੀ ਗੰਗਾ ਪੈਲਾਂ ਪਾਉਂਦੀ ਗਾ ਰਹੀ ਸੀ ।

—ਮਾਂ ਇਥੇ ਕੰਙਣ ਡਿੱਗਾ ਏ ।

—ਮੈਂ ਫਿਰ ਆਖਿਆ ਕਿ ਕਿਦਾਂ ਡਿੱਗ ਪਿਆ ?

—ਗੋਬਿੰਦ ਨੇ ਆਪਣਾ ਦੂਜਾ ਕੰਙਣ ਹੱਥੋਂ ਲਾਹਿਆ ਤੇ ਆਖਣ ਲੱਗਾ ਕਿ ਦੱਸਾਂ ਮਾਤਾ ਜੀ ਕਿਦਾਂ ਡਿੱਗ ਪਿਆ ? ਗੰਗਾ ਦੀਆਂ ਲਹਿਰਾਂ ਵਿਚ ਦੂਜਾ ਕੰਙਣ ਵਗਾਹ ਮਾਰਿਆ ਤੇ ਆਖਿਆ ਕਿ ਪਹਿਲਾਂ ਕੰਙਣ ਇਥੇ ਕਰਕੇ ਡਿੱਗਾ ਸੀ । ਭੋਲੇ ਜਿਹੇ ਗੋਬਿੰਦ ਦੇ ਮੂੰਹੋਂ ਏਦਾਂ ਹੀ ਨਿਕਲਿਆ, ਕੀਮਤੀ ਕੰਙਣਾਂ ਦਾ ਮੁਲ ਨਹੀਂ ਜਾਣਦਾ ਮੇਰਾ ਗੋਬਿੰਦ ! ਮੈਂ ਸੋਚ ਰਹੀ ਸਾਂ ਬੇਨਿਆਜ਼ ਆਤਮਾ ਏ ਮੇਰੇ ਗੋਬਿੰਦ ਦੀ, ਲਾਲਚ ਤ੍ਰਿਸ਼ਨਾ ਤੋਂ ਖਾਲੀ । ਮੈਨੂੰ ਅਫਸੋਸ ਤੇ ਸੀ ਪਰ ਮੈਂ ਆਪਣੇ ਗੋਬਿੰਦ ਦੀ ਦਲੇਰੀ ਵੇਖੀ ਤੇ ਮੇਰੇ ਮਨ ਦਾ ਖੇੜਾ ਖਿੜ ਪਿਆ ਤੇ ਮੈਂ ਗਦ ਗਦ ਹੋ ਉਠੀ । ਗੰਗਾ ਮਈਆ ਨੇ ਮੇਰੇ ਕੰਙਣ ਸਾਂਭ ਲਏ ਹਨ ਜਦ ਸਾਨੂੰ ਚਾਹੀਦੇ ਹੋਣਗੇ ਮਿਲ ਜਾਣਗੇ ! ਗੰਗਾ ਮਈਆ ਕਿਸੇ ਦੀ ਅਮਾਨਤ ਵਿਚ ਖਿਆਨਤ ਨਹੀਂ ਕਰਦੀ ।

—ਬਲਵਾਨ ਆਤਮਾਵਾਂ ਏਦਾਂ ਹੀ ਸੋਚ ਸਕਦੀਆਂ ਨੇ, ਮੈਂ ਇਕ ਵਾਰ ਆਪਣੇ

ਗੋਬਿੰਦ ਨੂੰ ਛਾਤੀ ਨਾਲ ਲਾਇਆ, ਪਿਆਰ ਕੀਤਾ, ਮੱਥਾ ਚੁੰਮਿਆ।

—ਮੇਰਾ ਗੋਬਿੰਦ ਮਾਇਆ ਦਾ ਧਨੀ ਹੋਵੇਗਾ। ਮਾਇਆ ਦੇ ਅੰਬਾਰ ਹੋਣਗੇ ਪਰ ਮਾਇਆ ਦੇ ਜਾਲ ਵਿਚ ਕਦੀ ਨਹੀਂ ਫਸੇਗਾ।

—ਖੂਬਸੂਰਤ ਕੰਙਣ ਗੰਗਾ ਦੀਆਂ ਲਹਿਰਾਂ ਵਿਚ ਤਰ ਉਠੇ, ਲੈ ਲਵੋ ਗੋਬਿੰਦ ਜੀ ਆਪਣੇ ਕੰਙਣ ਕੋਈ ਗੈਬੀ ਆਵਾਜ਼ ਸੀ। ਕੰਙਣ ਅੱਜ ਵੀ ਗੰਗਾ ਦੀਆਂ ਲਹਿਰਾਂ ਵਿਚ ਲੋਕਾਂ ਤਰਦੇ ਵੇਖੇ ਨੇ, ਗੋਬਿੰਦ ਦੇ ਕੰਙਣ ਕਿਸੇ ਲਾਲਚੀ ਲੋਭੀ ਦੀਆਂ ਅੱਖਾਂ ਤੋਂ ਉਹਲੇ ਹੀ ਹਨ।

—ਮਨ ਪਵਿੱਤਰ ਹੋਏ ਤੇ ਕੰਙਣਾਂ ਦੇ ਦਰਸ਼ਨ ਹੋਣ।

—ਮੁਸਕਰਾ ਪਏ ਸਤਿਗੁਰ ਤੇ ਮਾਤਾ ਆਖ ਰਹੀ ਸੀ ਬੇਪਰਵਾਹ ਏ ਮੇਰਾ ਗੋਬਿੰਦ!

★

ਬਾਲਾ ਪ੍ਰੀਤਮ ੭

ਉਹ ਜਗ੍ਹਾ ਏ ਦੋ ਪੱਟੇ ਘਸ ਗਈ ਸੀ ਜਿਥੇ ਰੋਜ਼ ਪੰਡਤ ਸ਼ਿਵ ਦੱਤ ਬੈਠ ਕੇ ਪੂਜਾ ਕਰਿਆ ਕਰਦਾ ਸੀ। ਉਮਰ ਲੰਘ ਗਈ, ਪਾਠ ਪੂਜਾ ਕਰਦਿਆਂ, ਪਰ ਮਨ ਨੂੰ ਸ਼ਾਂਤੀ ਨਾ ਮਿਲੀ। ਤੇ ਨਾ ਹੀ ਕਿਤੇ ਕਿਸੇ ਬ੍ਰਹਮ ਗਿਆਨੀ ਦਾ ਦੀਦਾਰ ਹੀ ਹੋਇਆ। ਪੰਡਤ ਆਸਤਕ ਹੁੰਦਿਆਂ ਹੋਇਆਂ ਵੀ ਨਾਸਤਕ ਹੁੰਦਾ ਜਾ ਰਿਹਾ ਸੀ। ਗੰਗਾ ਮਈਆ ਨੇ ਕੋਈ ਤਸੱਲੀ ਨਾ ਦਿੱਤੀ, ਫੋਕੀ ਚੌਧਰ ਬਣੀ ਹੋਈ ਸੀ, ਪੰਡਤ ਜੀ ਨੂੰ ਲੋਕ ਭਗਵਾਨ ਦਾ ਭਗਤ ਮੰਨਦੇ ਸਨ। ਕਈ ਵਾਰ ਉਹਦੀ ਜੀਭਾ ਵਿਚੋਂ ਨਿਕਲੀ ਸੁਭੋਂਕੀ ਗੱਲ ਕਰਾਮਾਤ ਬਣ ਜਾਂਦੀ। ਲੋਕਾਂ ਦਾ ਵਿਸ਼ਵਾਸ ਧੱਕੋ ਜ਼ੋਰੀ ਪੱਕਾ ਹੁੰਦਾ ਜਾ ਰਿਹਾ ਸੀ। ਪੰਡਤ ਸ਼ਿਵ ਦੱਤ ਅੰਦਰੋਂ ਅੰਦਰ ਖੁਰਦਾ ਜਾ ਰਿਹਾ ਸੀ। ਖ਼ਾਲੀ ਭਾਂਡਾ ਕਦ ਤਕ ਵਜੂ ਤੇ ਖਾਲੀ ਲਿਫਾਫੇ ਬਾਜ਼ੀ ਕਦ ਤਕ ਚਲੂ। ਕਾਗਜ਼ ਦੀ ਹਾਂਡੀ ਨੇ ਅੱਗ ਦਾ ਸੇਕ ਵੀ ਨਹੀਂ ਝਲਣਾ। ਮੇਰਾ ਸਾਰਾ ਪਾਜ ਖੁਲ੍ਹ ਜਾਣਾ ਏ, ਲੋਕ ਮੇਰਾ ਮੌਜੂ ਉਡਾਉਣਗੇ। ਸਾਰੀ ਉਮਰ ਵਿਹਾ ਦਿਤੀ ਗੰਗਾ ਘਾਟ ਤੇ। ਨਾ ਰਾਮ ਮਿਲਿਆ ਤੇ ਨਾ ਰਾਮ ਦੀ ਨਗਰੀ ਹੀ ਮਿਲੀ। ਚਾਰ ਦਿਨ ਦੀ ਹਯਾਤੀ ਏ ਫੇਰ ਦੇਵਤੇ ਨੇ ਵੀ ਭਜ ਜਾਣਾ ਹੈ ਤੇ ਆਪਾਂ ਦੀਆਂ ਅੱਖਾਂ ਦਾ ਨੂਰ ਵੀ ਜਾਂਦਾ ਰਹਿਣਾ ਹੈ। ਜਹੇ ਆਏ ਸਾਂ ਤਹੇ ਜਾਵਾਂਗੇ। ਗੰਗਾ ਮਈਆ ਤੇਰੀ ਸਤਿਆ ਕਿਥੇ ਗਈ ਏ। ਉਹ ਦੂਰ ਗੰਗਾ ਦੇ ਘਾਟ ਤੇ ਚਿਤਾ ਜਲ ਰਹੀ ਏ, ਇਕ ਦਿਨ ਏਸੇ ਵਿਚ ਅਸਾਂ ਵੀ ਭਸਮ ਹੋ ਜਾਣਾ ਏ ਤੇ ਫੇਰ ਗੰਗਾ ਮਈਆ ਦੀ ਗੋਦ ਵਿਚ ਸਮਾ ਜਾਵਾਂਗੇ, ਬਸ ਸਾਰੀ ਜ਼ਿੰਦਗੀ ਦੀ ਏਨੀ ਹੀ ਕਥਾ ਏ।

ਹਾੜ ਜਲੇ ਜਿਉਂ ਲਕੜੀ, ਕੇਸ ਜਲੇਂ ਜਿਉਂ ਘਾਸ,
ਸਭ ਕਾ ਜਲਨਾ ਦੇਖ ਕਰ ਭਏ ਕਬੀਰ ਉਦਾਸ।

ਮੂਰਤੀ ਦੇ ਸਾਹਮਣੇ ਬੈਠ ਕੇ ਘੰਟਿਆਂ ਬੱਧੀ ਧੂਪ ਬਾਲਦੇ, ਫੁਲ ਚੜ੍ਹਾਉਂਦੇ,

ਘੰਟੀਆਂ ਵਜਾ ਵਜਾ ਕੇ ਬਾਹਵਾਂ ਵੀ ਰਹਿ ਗਈਆਂ ਸਨ। ਸ਼ਾਇਦ ਭਗਵਾਨ ਅੱਜ ਮੂੰਹ ਖੋਲ੍ਹੇ ਤੇ ਮੇਰਾ ਪ੍ਰਸ਼ਾਦ ਸਵੀਕਾਰ ਕਰ ਲਵੇ, ਮੇਰੀ ਆਰਜ਼ੂ ਪੂਰੀ ਹੋ ਜਾਏ। ਨਾ ਮੂਰਤੀ ਹੀ ਬੋਲੀ ਨਾ ਭਗਵਾਨ ਹੀ ਬਹੁੜਿਆ। ਉਮਰ ਬੀਤ ਰਹੀ ਸੀ, ਗੰਗਾ ਦੇ ਕੰਢੇ ਬੈਠਿਆਂ ਬੁੱਢੇ ਹੋ ਗਏ ਸਨ।

ਅੰਦਰੋਂ ਆਵਾਜ਼ ਆਈ, ਅਜੇ ਵਕਤ ਨਹੀਂ ਆਇਆ, ਭਗਵਾਨ ਜ਼ਰੂਰ ਮਿਲਣਗੇ, ਧੀਰਜ ਰਖੋ, ਪੰਡਤ ਜੀ!

—ਇਕ ਦਿਨ ਗੁਰੂ ਤੇਗ ਬਹਾਦਰ ਜੀ ਹਵੇਲੀ ਵਿਚ ਆਸਣ ਤੇ ਬੈਠੇ ਹੋਏ ਸਨ ਤੇ ਸ਼ਿਵ ਦੱਤ ਆ ਗਿਆ, ਆਖਣ ਲੱਗਾ—ਮੇਰਾ ਬਾਲਾ ਪ੍ਰੀਤਮ ਕਿਥੇ ਹੈ? ਮੈਂ ਲੱਡੂ ਲਿਆਇਆ ਹਾਂ।

—ਆਵਾਜ਼ ਅੰਦਰੋਂ ਆਈ, ਮੇਰੇ ਹਿੱਸੇ ਦੇ ਲੱਡੂ ਪੰਡਤ ਜੀ?

—ਰਖੇ ਹਨ, ਭੋਗ ਲਾਓ।

—ਤੁਹਾਡੀਆਂ ਰਮਜ਼ਾਂ ਤੁਸੀਂ ਜਾਣੋ। ਸਤਿਗੁਰਾਂ ਫ਼ਰਮਾਇਆ।

—ਆਪਣੇ ਹਿੱਸੇ ਦੇ ਲੱਡੂ ਖਾ ਕੇ ਬਾਲਾ ਪ੍ਰੀਤਮ ਨੇ ਬਾਕੀ ਲੱਡੂ ਵੰਡ ਦਿੱਤੇ।

—ਬੁਢਾਪੇ ਵਿਚ ਇਕ ਅਵੱਸਥਾ ਉਹ ਵੀ ਆ ਜਾਂਦੀ ਏ; ਜਦ ਬੰਦਾ ਬਾਲਪਨ ਵਿਚ ਆ ਜਾਂਦਾ ਏ। ਮੇਰੀ ਤੇ ਬਾਲਾ ਪ੍ਰੀਤਮ ਦੀ ਦੋਸਤੀ ਕਿੱਦਾਂ ਹੋਈ, ਕਹਾਣੀ ਸੁਣੋਗੇ—ਸਤਿਗੁਰ।

—ਜ਼ਰੂਰ ਸੁਣਾਓ, ਪੰਡਤ ਜੀ ਕਥਾ, ਮਾਮਾ ਕ੍ਰਿਪਾਲ ਚੰਦ ਬੋਲਿਆ।

—ਇਕ ਦਿਨ ਗੰਗਾ ਦੇ ਘਾਟ ਤੇ ਬੈਠਿਆਂ ਮੈਂ ਜਦ ਆਰਤੀ ਕਰ ਕਰ ਕੇ ਹਾਰ ਬੈਠਾ। ਨਾ ਮੂਰਤੀ ਹੀ ਮੂੰਹੋਂ ਬੋਲੀ ਤੇ ਨਾ ਹੀ ਬੁਲ੍ਹ ਹਿਲੇ, ਪ੍ਰਸ਼ਾਦ ਮੂਰਤੀ ਅਗੇ ਪਿਆ ਹੋਇਆ ਸੀ, ਚਿੜੀਆਂ ਚੁਗ ਗਈਆਂ, ਤੇ ਸਾਨੂੰ ਖ਼ਬਰ ਤਕ ਨਾ ਹੋਈ।

ਗੰਗਾ ਦੀ ਲਹਿਰ ਉਠੀ, ਤੇ ਮੂਰਤੀ ਨੂੰ ਇਸ਼ਨਾਨ ਕਰਵਾ ਕੇ ਫੇਰ ਗੰਗਾ ਦੀ ਗੋਦ ਵਿਚ ਜਾ ਸਮਾਈ ਜਦ ਮੇਰੀ ਤਾੜੀ ਖੁਲ੍ਹੀ ਤਾਂ ਮੈਂ ਇਹ ਮੁਅੱਜਜ਼ਾ ਵੇਖਿਆ।

—ਘਰ ਆ ਗਿਆ, ਬਹੁਤ ਉਦਾਸ ਸਾਂ, ਨਿਰਾਸ਼ ਹੋ ਚੁਕਾ ਸੀ।

ਕਾਫਲੇ ਦੇ ਊਠਾਂ ਦੀਆਂ ਟੱਲੀਆਂ ਵੱਜ ਰਹੀਆਂ ਸਨ, ਕਾਫਲਾ ਚਲ ਰਿਹਾ ਸੀ। ਕਾਜ਼ੀ ਦੇ ਘਰ ਦਾ ਘੜਿਆਲ ਵਜਿਆ, ਵਕਤ ਬੀਤ ਰਿਹਾ ਏ, ਵਕਤ ਕਿਸੇ ਦਾ ਇੰਤਜ਼ਾਰ ਨਹੀਂ ਕਰਦਾ।

—ਇਕ ਦਿਨ ਮੈਂ ਘਰ ਵਿਚ ਹੀ ਬੈਠ ਗਿਆ, ਆਰਤੀ ਕਰੀ ਜਾ ਰਿਹਾ ਸਾਂ, ਪ੍ਰਸ਼ਾਦ ਮੂਰਤੀ ਅਗੇ ਰਖਿਆ ਹੋਇਆ ਸੀ, ਮੇਰੀਆਂ ਅੱਖਾਂ ਬੰਦ ਸਨ, ਮੈਂ ਸੋਚਿਆ, ਤੇ ਦ੍ਰਿੜ੍ਹ ਹਿਰਦੇ ਨਾਲ ਆਖਿਆ, ਅੱਜ ਪ੍ਰਸ਼ਾਦ ਛਕਣਗੇ ਭਗਵਾਨ ਤੇ ਫੇਰ ਹੀ ਅੰਨ ਦਾ ਭੋਰਾ ਮੂੰਹ ਵਿਚ ਪਾਵਾਂਗਾ, ਮੈਨੂੰ ਧੰਨੇ ਜੱਟ ਦੀ ਕਥਾ ਚੇਤੇ ਆ ਗਈ। ਅੱਜ ਭਗਵਾਨ ਜ਼ਰੂਰ ਆਉਣਗੇ। ਜੇ ਉਨ੍ਹਾਂ ਧੰਨੇ ਦੀ ਗੱਲ ਸੁਣ ਲਈ ਸੀ ਤਾਂ ਕੀ ਮੇਰੀ ਨਾ ਸੁਣੀ ਜਾਊ? ਮੈਂ ਕਿਸੇ ਦੇ ਮਾਂਹ ਥੋੜ੍ਹੇ ਮਾਰੇ ਹੋਏ ਨੇ। ਕੋਈ ਹੋਵੇ ਤੇ ਆਵਾਜ਼ ਦੇਵੇ, ਇਕ ਵਾਰ ਓਸ ਫੇਰ ਆਪਣੇ ਮਨ ਵਿਚ ਵਿਚਾਰਿਆ,—ਆਓ ਭਗਵਾਨ ਜੀ ਦੋਵੇਂ ਰਲ ਕੇ ਪ੍ਰਸ਼ਾਦ ਛਕੀਏ।

ਅੱਜ ਮੇਰਾ ਭਗਵਾਨ ਆ ਜਾਵੇ ਤਾਂ ਫੇਰ ਮੈਂ ਤੇ ਮੇਰਾ ਭਗਵਾਨ ਦੋਵੇਂ ਆਹਮੋ ਸਾਹਮਣੇ ਬੈਠ ਕੇ ਖਾਵਾਂਗੇ।

—ਇਸੇ ਉਤਾਰ ਚੜ੍ਹਾਅ ਵਿਚ ਦਿਨ ਚੜ੍ਹ ਗਿਆ। ਆਂਦਰਾਂ ਨੱਕੀ ਪੂਰ ਖੇਡਣ ਲੱਗ ਪਈਆਂ। ਥਾਲ ਵਿਚ ਪਏ ਲੱਡੂ ਮੁਸਕਰਾ ਰਹੇ ਸਨ। ਭਗਵਾਨ ਵੀ ਚੁਪ ਸੀ, ਤੇ ਮੂਰਤੀ ਵੀ ਖਾਮੋਸ਼। ਮੈਂ ਆਪਣੀ ਲਗਨ ਨਾ ਛੱਡੀ ਤੇ ਨਾ ਜ਼ਿੱਦ ਤੋਂ ਹੀ ਹਾਰਿਆ। ਦੁਪਹਿਰਾਂ ਚੜ੍ਹ ਆਈਆਂ, ਬਨੇਰੇ ਧੁਪਾਂ ਨਾਲ ਕਜੇ ਗਏ। ਮੈਂ ਭੁਖਾ ਸਾਂ, ਬੇਸੁਧ ਹੋ ਗਿਆ।

ਨਰਮ ਮੁਲਾਇਮ, ਰੇਸ਼ਮ ਵਰਗੇ ਕੂਲੇ ਹੱਥ, ਕਿਸੇ ਨੇ ਮੇਰੀਆਂ ਅੱਖਾਂ ਵਿਚ ਅੰਮ੍ਰਿਤ ਦੀਆਂ ਸਲਾਈਆਂ ਪਾ ਦਿੱਤੀਆਂ ਹੋਣ। ਮੈਂ ਬੁਢਾ, ਮੇਰੇ ਹੱਥ ਕਮਜ਼ੋਰ, ਝੁਰੜੀਆਂ ਪਈਆਂ ਹੋਈਆਂ। ਮੈਂ ਉਨ੍ਹਾਂ ਹੱਥਾਂ ਤੇ ਆਪਣੇ ਹੱਥ ਧਰ ਦਿੱਤੇ।

—ਆਵਾਜ਼ ਆਈ—ਮੇਰੀਆਂ ਅੱਖਾਂ ਨੂੰ ਓਸ ਹੋਰ ਦਬਾਇਆ, ਮੈਂ ਆਖਿਆ ਕੌਣ ਆਇਆ ਏ ਮੇਰੇ ਦਵਾਰੇ ?

—ਇਕ ਮੁਸਕਾਨ, ਮੁਸਕਾਨ, ਮਿਠੀ ਜਿਹੀ ਆਵਾਜ਼, ਪੰਡਤ ਜੀ।

—ਮੈਂ ਹੈਰਾਨ ਸਾਂ—ਕੌਣ ਏ, ਮੇਰੇ ਘਰ ਆਇਐ ? ਆਖ਼ਰ ਤੇ ਓਸ ਆਉਣਾ ਸੀ ਨਾ ਇਕ ਦਿਨ, ਇੰਤਜ਼ਾਰ ਦੀ ਵੀ ਕੋਈ ਹੱਦ ਹੋਣੀ ਚਾਹੀਦੀ ਏ ? ਵਿਸ਼ਵਾਸ ਨੇ ਆਖਿਆ ਤੇਰੇ ਪ੍ਰੀਤਮ ਆ ਗਏ, ਪੰਡਤ, ਹੁਣ ਕੇ ਖੁਸ਼ ਹੋ। ਅੱਜ ਦਾ ਦਿਨ ਬੜਾ ਭਾਗੀਂ ਭਰਿਆ ਏ, ਸਾਰੇ ਜਿਸਮ ਵਿਚ ਕਪਕਪੀ ਆਈ ਇਕ ਵਾਰ, ਆਸਣ ਡੋਲਿਆ।

ਮੈਂ ਇਕ ਵਾਰ ਫੇਰ ਆਖਿਆ, ਇਕ ਵਾਰ ਫੇਰ ਕਹੋ ਮੇਰੇ ਪ੍ਰੀਤਮ, ਮੇਰੇ ਗੋਬਿੰਦ, ਕੌਣ ਆਇਆ ਏ। ਏਸ ਨਿਮਾਣੇ ਦੇ ਘਰ।

—ਸ਼ਹਿਦ ਭਰੀ ਆਵਾਜ਼ ਨੇ ਫੇਰ ਆਖਿਆ, ਮੈਂ ਗੋਬਿੰਦ !

—ਮੈਂ ਖੁਸ਼ੀ ਵਿਚ ਪਾਗਲ ਹੋ ਗਿਆ ਸਾਂ।

—ਮੇਰਾ ਹਿੱਸਾ, ਅੱਜ ਪ੍ਰਸ਼ਾਦ ਤੁਸੀਂ ਕੱਲਿਆਂ ਨਹੀਂ ਖਾ ਸਕਦੇ, ਅਸੀਂ ਦੋਵੇਂ ਖਾਵਾਂਗੇ ਇਕੱਠੇ ਰਲ ਕੇ। ਮੈਂ ਜਦ ਅੱਖਾਂ ਖੋਲ੍ਹੀਆਂ ਤੇ ਮੈਂ ਜ਼ਰਾ ਪਿਛਾਂਹ ਵੱਲ ਮੁੜ ਕੇ ਵੇਖਿਆ, ਨੰਨ੍ਹਾ ਜਿਹਾ ਗੋਬਿੰਦ ਰਾਏ ਮੁਸਕਰਾ ਰਿਹਾ ਸੀ। ਮੈਂ ਸੀਨੇ ਨਾਲ ਲਾ ਲਿਆ, ਇਕ ਲੱਡੂ ਉਹਦੇ ਮੂੰਹ ਵਿਚ ਪਾਇਆ, ਅੱਧਾ ਲੱਡੂ ਉਸ ਖਾ ਲਿਆ, ਅੱਧਾ ਲੱਡੂ ਮੈਨੂੰ ਆਖੇ ਤੁਸੀਂ ਖਾਵੋ ਪੰਡਤ ਜੀ, ਇਹ ਤੁਹਾਡਾ ਹਿੱਸਾ ਏ। ਅੱਜ ਤੋਂ ਅਸੀਂ ਦੋਵੇਂ ਇਕ ਹੋ ਗਏ ਹਾਂ। ਮੇਰੇ ਕਲੇਜੇ ਠੰਡ ਪੈ ਗਈ। ਮੇਰੇ ਅੰਦਰ ਚਾਨਣ ਈ ਚਾਨਣ ਹੋ ਗਿਆ। ਮੈਂ ਉਦੋਂ ਕੀ ਵੇਖਿਆ, ਦਸ ਨਹੀਂ ਸਕਦਾ, ਦਸਿਆ ਵੀ ਨਹੀਂ ਜਾ ਸਕਦਾ, ਕੇਵਲ ਮਹਿਸੂਸ ਹੀ ਕੀਤਾ ਜਾ ਸਕਦਾ ਸੀ। ਮੈਂ ਚਰਨ ਚੁੰਮੇ, ਸੀਸ ਨਿਵਾਇਆ, ਤੇ ਬੜੀ ਦੇਰ ਆਖਦਾ ਰਿਹਾ—ਗੋਬਿੰਦ, ਗੋਬਿੰਦ, ਗੋਬਿੰਦ !

ਮੇਰੀ ਜ਼ਬਾਨ ਥੱਕਦੀ ਨਹੀਂ ਸੀ, ਮੇਰਾ ਵਿਸ਼ਵਾਸ ਜੰਮ ਗਿਆ ਸੀ, ਮੇਰੀ ਆਰਤੀ ਪੂਰੀ ਹੋ ਗਈ ਸੀ।

ਸਰਬਸ਼ਕਤੀਮਾਨ, ਸਰਬ ਅੰਤਰਯਾਮੀ, ਸਰਬ ਵਿਆਪਕ, ਪਰਮ ਪਿਤਾ, ਪਰਮ ਆਨੰਦ, ਪਰਮੇਸ਼ਵਰ, ਪਾਰਬ੍ਰਹਮ ਗੋਬਿੰਦ ਹੈ, ਮੈਂ ਸਾਰਿਆਂ ਨੂੰ ਦਸਿਆ। ਸਾਰੇ ਪਟਨੇ

ਵਿਚ ਹੋਕਾ ਦਿਤਾ, ਗੋਬਿੰਦ ਆ ਗਏ, ਗੋਬਿੰਦ ਆ ਗਏ ।

ਛੋਟਾ ਜਿਹਾ ਗੋਬਿੰਦ, ਮੇਰਾ ਬਾਲਾ ਪ੍ਰੀਤਮ, ਸਤਿਗੁਰੂ ਇਕ ਪਵਿੱਤਰ ਆਤਮਾ, ਤੁਹਾਡੇ ਘਰ ਦਾ ਨੂਰ, ਇਹ ਜਗਤ ਦਾ ਕਲਿਆਣ ਕਰੇਗਾ, ਇਹਦੀ ਲੀਲਾ ਇਹੋ ਈ ਜਾਣਦਾ ਏ, ਕਿਸੇ ਨੇ ਅੱਜ ਤਕ ਇਹਦਾ ਭੇਤ ਨਹੀਂ ਪਾਇਆ ।

ਬੋਲ ਸਤਿਗੁਰਾਂ ਦੇ ਸਨ, ਇਹ ਤੁਹਾਡਾ ਈ ਏ, ਸਾਡਾ ਕੀ ਏ, ਜਗ ਸਰਾਂ ਏ, ਇਕ ਮੁਸਾਫਰ ਗਿਆ, ਦੂਜਾ ਆਇਆ, ਇਹ ਪਾਣੀ ਦੀਆਂ ਟਿੰਡਾਂ ਏਸੇ ਤਰ੍ਹਾਂ ਚਲਦੀਆਂ ਰਹਿੰਦੀਆਂ ਨੇ, ਮੁਸਾਫਰ ਖਾਨਾ ਏ ਇਹ ਦੁਨੀਆ ।

ਇਕ ਵਾਰ ਕੋਈ ਮਾਂ ਤੇ ਆਖੇ ੮

ਪਟਰਾਣੀ ਤੇ ਰਾਜਾ ਫਤਿਹ ਚੰਦ ਦੋਵੇਂ ਜਣੇ ਸਤਿਗੁਰਾਂ ਦੇ ਦਰਸ਼ਨਾਂ ਨੂੰ ਆਏ । ਮਹਾਰਾਣੀ ਨੇ ਹੱਥ ਜੋੜ ਕੇ ਮੱਥਾ ਟੇਕਿਆ ਤੇ ਆਖਣ ਲੱਗੀ, ਸਤਿਗੁਰ ਮੈਂ ਦੱਸਾਂ ਆਪਣੀ ਹੱਡਬੀਤੀ, ਜੱਗ ਬੀਤੀ ਤੇ ਲੋਕ ਰੋਜ਼ ਸੁਣਾਂਦੇ ਹਨ । ਮੇਰੇ ਨਾਲ ਕੀ ਲੀਲ੍ਹਾ ਵਾਪਰੀ, ਮੈਂ ਦੱਸ ਤੇ ਨਹੀਂ ਸਕਦੀ ਪਰ ਜਿੰਨੀ ਕੁ ਮੈਨੂੰ ਚੇਤੇ ਹੈ, ਉਹ ਸੁਣ ਲਵੋ । ਬਾਲਾ ਪ੍ਰੀਤਮ ਨੂੰ ਜਾਂ ਪੰਡਤ ਸ਼ਿਵ ਦੱਤ ਜਾਣਦਾ ਏ, ਜਾਂ ਮੈਂ । ਗੱਲਾਂ ਉਡਦੀਆਂ ਮੈਂ ਨਵਾਬ ਰਹੀਮ ਬਖਸ਼ ਦੀਆਂ ਵੀ ਸੁਣੀਆਂ ਨੇ, ਕਰੀਮ ਬਖਸ਼ ਤੇ ਮੋਹਤ ਹੀ ਹੋ ਗਿਆ, ਬਾਲਾ ਪ੍ਰੀਤਮ ਨੂੰ ਕਿਸੇ ਨੇ ਸਮਝਿਆ ਨਹੀਂ । ਜਿਨ ਸਮਝਿਐ, ਉਸ ਦਸਿਆ ਨਹੀਂ । ਉਹਦੀ ਲੀਲ੍ਹਾ ਹੀ ਕੁਝ ਨਿਆਰੀ ਏ । ਜਦੋਂ ਜੀ ਕਰੇ, ਜਿਹਦਾ ਬੂਹਾ ਮਰਜ਼ੀ ਜਾ ਖੜਕਾਵੇ, ਕੋਈ ਰੋਕ ਨਹੀਂ ਕੋਈ ਟੋਕ ਨਹੀਂ । ਸਾਰਾ ਪਟਨਾ ਹੀ ਜਿਦਾਂ ਉਹਦਾ ਆਪਣਾ ਘਰ ਹੋਵੇ । ਨਿਕਾ ਜਿਹਾ ਬਾਲ ਤੇ ਕੌਤਕ ਏਨੇ ਵੱਡੇ । ਕਿਹੜੇ ਰੂਪ ਵਿਚ ਕਦੋਂ ਆਣ ਮਿਲਦਾ ਏ, ਕੋਈ ਨਹੀਂ ਜਾਣਦਾ ।

ਮੇਰੇ ਘਰ ਚਿੜੀਆਂ ਦਾ ਦੁਧ ਨਹੀਂ, ਬਾਕੀ ਸਭੇ ਨਿਆਮਤਾਂ ਨੇ । ਸਿਰਫ ਬਾਲ ਹੀ ਵਿਹੜੇ ਨਹੀਂ ਖੇਡਦਾ । ਨਾ ਕੁਖ ਫੁੱਟੀ ਤੇ ਨਾ ਬਾਲ ਨੇ ਚੌਂਕੇ 'ਚ ਚਰਨ ਪਾਏ । ਭਾਵੇਂ ਮਹਿਲੀ ਮਸ਼ਾਲਾਂ ਲੱਟ ਲੱਟ ਬਾਲਣ । ਜਿਹਦੇ ਘਰ ਬਾਲ ਨਹੀਂ ਉਹਦੇ ਅੰਦਰ ਵੀ ਹਨੇਰਾ ਤੇ ਬਾਹਰ ਵੀ ਹਨੇਰਾ । ਜਿਹਦੇ ਕਰਮਾਂ ਵਿਚ ਈ ਹਨੇਰਾ ਲਿਖਿਆ ਹੋਵੇ ਚਾਨਣ ਦੀ ਛਿਟ ਉਹਦੇ ਘਰ ਕਿਸ ਤਰ੍ਹਾਂ ਆਣ ਚਮਕੇ । ਇਹ ਮੈਂ ਆਪਣੇ ਘਰ ਦਾ ਹੀ ਨਕਸ਼ਾ ਦੱਸ ਰਹੀ ਹਾਂ । ਏਨਾ ਵੱਡਾ ਮਹਿਲ ਤੇ ਪਿਆ ਭਾਂ ਭਾਂ ਕਰੇ, ਕੋਈ ਆਵਾਜ਼ ਦੇਣ ਵਾਲਾ ਨਹੀਂ, ਕੋਈ ਆਵਾਜ਼ ਸੁਣਨ ਵਾਲਾ ਨਹੀਂ । ਨੌਕਰ ਚਾਕਰ, ਦਾਸੀਆਂ, ਬਾਂਦੀਆਂ, ਗੋਲੀਆਂ ਦੀਆਂ ਡਾਰਾਂ ਹੋਣ ਵੀ ਤਾਂ ਕੀ ਭਾਗ । ਕਿਸੇ ਨੇ ਦੁਖ ਥੋੜ੍ਹਾ ਵੰਡ ਲੈਣਾ ਏ, ਕਿਸੇ ਨੇ ਪੀੜ ਥੋੜ੍ਹਾ ਜਰ ਲੈਣੀ ਏ, ਜਦ ਵੀ ਪੰਘਰਦਾ ਆਪਣਾ ਲਹੂ ਹੀ ਪੰਘਰਦਾ ਏ । ਮਾਂਗਵੀਂ ਧਾੜ ਤੇ ਵੀ ਕਦੇ ਇਤਬਾਰ ਕੀਤਾ ਜਾ ਸਕਦੈ । ਘਰ ਵਿਚ ਪੁੱਤ ਭਾਵੇਂ ਅੰਨ੍ਹਾ ਹੀ ਹੋਵੇ, ਪੁਤ ਤੇ ਹੈ ਨਾ । ਜਿਸ ਮਾਂ ਦਾ ਪੁੱਤ ਨਹੀਂ ਉਹ ਅੱਖੋਂ ਅੰਨ੍ਹੀ ਏ, ਉਹਦੀ ਡੰਗੋਰੀ ਦਾ ਹੀ ਕੋਈ ਇਤਬਾਰ ਨਹੀਂ ਕਿ ਕਦ ਟੁਟ ਜਾਵੇ, ਕਦ ਫਿਸਲ ਜਾਵੇ । ਮਹਾਰਾਣੀ ਦੇ ਅੱਖੋਂ ਨੀਰ ਵਹਿ ਤੁਰਿਆ ।

—ਰਾਜ ਮਾਤਾ ਇਹ ਰਾਜ ਮਹੱਲ ਨਹੀਂ, ਇਹ ਗੁਰੂ ਦਾ ਦਰਬਾਰ ਏ, ਅੱਖਾਂ ਸੇਜਲ ਕਰਨੀਆਂ ਏਥੇ ਸ਼ੋਭਾ ਨਹੀਂ ਦਿੰਦੀਆਂ। ਇਥੇ ਟੁਟੀ ਜੋੜੀ ਜਾਂਦੀ ਏ। ਕਦੀ ਕੁਝ ਮੰਗ ਕੇ ਵੀ ਵੇਖਿਆ ਏ, ਇਕ ਗੋਲੀ ਨੇ ਆਖ ਹੀ ਦਿੱਤਾ।

ਸਤਿਗੁਰ ਮੈਂ ਆਪਣਾ ਹੀ ਰੋਣਾ ਲੈ ਕੇ ਬੈਠ ਗਈ ਹਾਂ। ਕਥਾ ਸੁਣਾ ਰਹੀ ਸਾਂ, ਕਥਾ ਇਕ ਪਾਸੇ ਰਹਿ ਗਈ, ਹੋਰ ਹੀ ਲੜੀ ਛੇੜ ਬੈਠੀ। ਕੁਲ ਪੁਰੋਹਿਤ ਪੰਡਤ ਸ਼ਿਵ ਦੱਤ ਤੋਂ ਪੁਛਿਆ, ਬ੍ਰਹਮ ਦੇਵਤਾ, ਕੀ ਨਿਰਾਸ਼ਾ ਵਿਚ ਹੀ ਜੀਵਨ ਲੰਘ ਜਾਊ। ਕੋਈ ਅਰਥੀ ਨੂੰ ਮੋਢਾ ਦੇਣ ਵਾਲਾ ਨਾ ਜੰਮੂ।

—ਮੰਗਣਾ ਏ ਤਾਂ ਭਗਵਾਨ ਤੋਂ ਮੰਗ, ਉਹੋ ਹੀ ਸਭ ਨੂੰ ਦੇਂਦਾ ਏ, ਉਹਦੇ ਘਰ ਵਿਚ ਕਿਸੇ ਕੰਮ ਦੀ ਕਮੀ ਨਹੀਂ। ਉਹ ਜਦੋਂ ਚਾਹੇ ਰੇਖ ਵਿਚ ਮੇਖ ਮਾਰ ਦੇਵੇ।

—ਸਾਨੂੰ ਤੇ ਭਗਵਾਨ ਹੀ ਨਹੀਂ ਮਿਲਿਆ।

—ਭਗਵਾਨ ਏ, ਬਾਜ਼ਾਰ ਥੋੜ੍ਹਾ ਵਿਕਦਾ ਏ? ਪੈਸੇ ਖਰਚ ਕੀਤੇ ਤੇ ਭਗਵਾਨ ਖ਼ਰੀਦ ਲਿਆਂਦਾ, ਰਾਜ ਮਾਤਾ! ਤਪੱਸਿਆ ਕਰਨੀ ਪੈਂਦੀ ਏ, ਧੀਰਜ ਨੂੰ ਕੰਨੀ ਬੰਨ੍ਹਣਾ ਪੈਂਦਾ ਏ। ਮੈਂ ਗੱਲ ਸੁਣੀ ਅਣਸੁਣੀ ਕਰ ਛਡੀ ਏ। ਜੰਤਰ ਮੰਤਰਾਂ ਦੇ ਗੇੜੇ ਵਿਚ ਪੈ ਗਈ ਹਾਂ। ਵੈਦ ਹਕੀਮ ਹਾਰ ਥੱਕੇ, ਧਾਗੇ ਤਵੀਤ ਵੀ ਕਰਕੇ ਵੇਖ ਲਏ। ਖ਼ਾਨਗਾਹੀ ਦੀਵੇਂ ਵੀ ਬਾਲਦੀ ਰਹੀ, ਮੈਨੂੰ ਤੇ ਕੋਈ ਵਲੀ ਨਹੀਂ ਪੁਕਰਿਆ, ਕਿਸੇ ਦੇਵਤੇ ਨੇ ਮੇਰੀ ਝੋਲੀ ਵਿਚ ਫੁਲ ਵੀ ਨਾ ਪਾਏ। ਇਕ ਪੁਤ ਹੋ ਜਾਂਦਾ ਤੇ ਦਰਵਾਜ਼ਾ ਤੇ ਖੁਲ੍ਹਾ ਰਹਿੰਦਾ। ਅੱਜ ਮਰੇ ਤੇ ਭਲਕੇ ਦੂਜਾ ਦਿਨ। ਸਾਡੀ ਤੇ ਮੜ੍ਹੀ ਤੇ ਕਿਸੇ ਨੇ ਪੋਚਾ ਫੇਰਨ ਨਹੀਂ ਜਾਣਾ। ਰਾਣੀ ਫੇਰ ਆਪਣੇ ਵਹਿਣ ਵਿਚ ਵਹਿ ਗਈ। ਅੱਖਾਂ ਭਰ ਆਈਆਂ। ਲੀੜੇ ਨਾਲ ਪੂੰਝੀਆਂ ਅੱਖਾਂ ਤੇ ਫੇਰ ਬੋਲੀ ਪਟਰਾਣੀ।

ਮੈਂ ਫੇਰ ਕੁਰਾਹੇ ਪੈ ਗਈ ਸਤਿਗੁਰ, ਢਿੱਡ ਦਾ ਦੁਖ ਬੁਰਾ ਏ। ਪੰਡਤਾ ਸਾਨੂੰ ਵੀ ਕੋਈ ਗੁਰ ਮੰਤਰ ਦੇ, ਸਾਡੇ ਵੀ ਹਿਰਦੇ ਠੰਡ ਪਵੇ। ਪੰਡਤ ਨੇ ਗੁਰ ਮੰਤਰ ਦਿੱਤਾ ਤੇ ਨਾਲ ਸ਼ਰਤ ਲਾ ਦਿੱਤੀ, ਹਰ ਰੋਜ਼ ਸੂਰਜ ਦੀ ਟਿਕੀ ਪੁੰਗਰਨ ਤੋਂ ਪਹਿਲਾਂ ਗੰਗਾ ਇਸ਼ਨਾਨ ਤੇ ਫੇਰ ਚੌਂਕੜੀ ਮਾਰ ਕੇ ਉਸ ਸਰਬ ਸ਼ਕਤੀਮਾਨ ਨੂੰ ਯਾਦ ਕਰਨਾ। ਮਾਲਾ ਇਕ ਫੇਰੋ ਤੇ ਭਾਵੇਂ ਦੋ, ਮਨ ਇਕਾਗਰ ਹੋਣਾ ਚਾਹੀਦਾ ਏ, ਚਿਤ ਟਿਕਿਆ ਹੋਵੇ ਨਾਗਾ ਨਹੀਂ ਪਾਉਣਾ, ਇਕ ਦਿਨ ਜ਼ਰੂਰ ਦਰਸ਼ਨ ਹੋਣਗੇ, ਉਹਦੇ ਘਰ ਵਿਚ ਹਨੇਰ ਨਹੀਂ ਦੇਰ ਏ।

ਪੰਡਤ ਨੇ ਮਾਲਾ ਫੜਾ ਦਿੱਤੀ, ਸਾਨੂੰ ਆਹਰੇ ਲਾ ਦਿੱਤਾ। ਬੜਾ ਚਿਰ ਅਸੀਂ ਇਸ ਆਹਰੇ ਲਗੇ ਰਹੇ ਪਰ ਕੋਈ ਪ੍ਰਾਪਤੀ ਨਾ ਹੋਈ। ਮੈਂ ਬੇਟੇ ਦੀ ਲਾਲਸਾ ਛੱਡ ਦਿੱਤੀ, ਮੇਰਾ ਜੀਅ ਚਾਹੁੰਦਾ ਸੀ ਕਿ ਮੈਨੂੰ ਕੋਈ ਇਕ ਵਾਰ ਮਾਂ ਕਹਿ ਕੇ ਪੁਕਾਰੇ, ਮੇਰੀ ਅੱਧੀ ਜ਼ਿੰਦਗੀ ਏਦਾਂ ਕੱਟ ਜਾਏਗੀ, ਮੈਂ ਸੁਪਨੇ ਵੇਖਦੀ ਵੇਖਦੀ ਖ਼ਿਆਲਾਂ ਦੀ ਭੌਣੀ ਵਿਚ ਭੌਂਦੀ ਰਹਿੰਦੀ। ਆਪਣੇ ਵਿਚਾਰਾਂ ਵਿਚ ਮਗਨ ਗੇੜੇ ਵਿਚ ਪੈ ਗਈ, ਮੇਰੇ ਨਾਲ ਸਵਾਮੀ ਵੀ ਜੁੜੇ ਹੋਏ ਸਨ। ਮੈਂ ਇਕ ਦਿਨ ਫੇਰ ਪੰਡਿਤ ਨੂੰ ਪੁਛਿਆ, ਭਗਵਾਨ ਕਿਥੇ ਹਨ, ਕਿਹੜੀ ਟੀਸੀ ਤੇ ਆਸਣ ਲਾਈ ਬੈਠੇ ਹਨ। ਉਨ੍ਹਾਂ ਦੀ ਸਮਾਧੀ ਕਦ ਖੁਲ੍ਹਦੀ ਏ।

ਬਹੁਤ ਖੋਜਿਆ, ਭਾਲ ਭਾਲ ਥੱਕੀ, ਕਿਤੇ ਮਿਲਿਆ ਨਹੀਂ, ਮੈਨੂੰ ਤੇ ਕਿਤੇ ਕੋਈ

ਦਸ ਵੀ ਨਹੀਂ ਪਈ ।

ਠਾਕਰ ਜੀ ਦੀ ਪੂਜਾ ਕਰ ਰਿਹਾ ਸੀ ਪੰਡਤ, ਉਹਦੇ ਦਿਲ ਵਿਚ ਤਸਵੀਰ ਸੀ, ਆਪਣੇ ਉਸ ਗੋਬਿੰਦ ਦੀ, ਜਿਹਨੂੰ ਉਹ ਬਾਲਾ ਪ੍ਰੀਤਮ ਆਖਿਆ ਕਰਦਾ ਸੀ । ਉਸ ਦੂਰ ਤਕ ਫੈਲੀ ਹੋਈ ਗੰਗਾ ਵੱਲ ਵੇਖਿਆ । ਬੜਾ ਵਿਸ਼ਾਲ ਹਿਰਦਾ ਸੀ ਗੰਗਾ ਮਈਆ ਦਾ । ਉਹ ਬੋਲਿਆ, ਬਹੁਤ ਖੋਜਿਆ, ਮਿਲਿਆ ਨਹੀਂ, ਕੀ ਇਹ ਸੱਚਾ ਏ ? ਜਦੋਂ ਉਹਦੀ ਕ੍ਰਿਪਾ ਹੋਈ ਮਹਾਰਾਣੀ ! ਉਹ ਆਪੇ ਚਲ ਕੇ ਤੁਹਾਡੇ ਵਿਹੜੇ ਵਿਚ ਆਏਗਾ । ਸੰਸਾਰ ਦੇ ਕਲਿਆਣ ਲਈ ਉਸ ਅਵਤਾਰ ਧਾਰ ਲਿਆ ਏ. ਉਸ ਛੋਟੇ ਜਿਹੇ ਬਾਲਕ ਦੇ ਰੂਪ ਵਿਚ ਤੇ ਉਹ ਵੀ ਪਟਨੇ ਨਗਰੀ ਵਿਚ । ਉਹਦਾ ਧਿਆਨ ਧਰੋ, ਕਿਸੇ ਵੇਲੇ ਕਿਸੇ ਵਕਤ, ਹਰ ਗੱਲ ਕਿਸੇ ਵੇਲੇ ਵੀ ਪੂਰੀ ਹੋ ਸਕਦੀ ਹੈ ।

ਅਸਾਂ ਫੇਰ ਪੰਡਤ ਦੀ ਗੱਲ ਮੰਨ ਲਈ । ਮੈਂ ਆਪਣੇ ਮਹੱਲਾਂ ਵਿਚ ਹੀ ਪੂਜਾ ਕਰਨੀ ਸ਼ੁਰੂ ਕਰ ਦਿੱਤੀ । ਗੰਗਾ ਇਸ਼ਨਾਨ ਕਰਨ ਤੇ ਜ਼ਰੂਰ ਜਾਂਦੀ ਤੇ ਅਰਾਧਨਾ ਆਪਣੇ ਘਰ ਬੈਠ ਕੇ ਕਰਦੀ । ਮਹੱਲ ਦੇ ਦਰਵਾਜ਼ੇ ਖੁਲ੍ਹੇ ਰੱਖੇ ਹੋਏ ਸਨ ਤਾਂ ਕਿ ਆਉਣ ਵਾਲੇ ਨੂੰ ਕੁੰਡੀ ਨਾ ਖੜਕਾਉਣੀ ਪਵੇ । ਉਸੇ ਦੇ ਧਿਆਨ ਵਿਚ ਮਗਨ ਸਾਂ । ਰੋਜ਼ ਪ੍ਰਭੂ ਨੂੰ ਧਿਆਉਂਦੇ, ਜਦ ਮਹਾਰਾਜ ਨਾ ਹੁੰਦੇ ਤਾਂ ਉਦੋਂ ਮੈਂ ਕੱਲੀ ਬੈਠ ਜਾਂਦੀ, ਆਖ਼ਰ ਮੈਂ ਪਰਾਰਥਨਾ ਨੂੰ ਏਥੇ ਆਣ ਕੇ ਰੋਕ ਲਿਆ । ਪ੍ਰਭੂ ਮੈਨੂੰ ਇਕ ਵਾਰ ਮਾਂ ਕਹਿ ਕੇ ਬੁਲਾਵੇ । ਬਸ ਮੈਨੂੰ ਕੁਝ ਨਹੀਂ ਚਾਹੀਦਾ । ਮੈਂ ਇਕ ਦਿਨ ਇਕੱਲੀ ਬੈਠੀ ਹੋਈ ਸਾਂ, ਐਡੇ ਵੱਡੇ ਮਹਲ ਵਿਚ, ਅੱਖਾਂ ਦੀਆਂ ਪਲਕਾਂ ਜੁੜੀ ਹੋਈਆਂ ਸਨ । ਅਥਰੂਆਂ ਦੀ ਝੜੀ ਲੱਗੀ ਹੋਈ ਸੀ, ਹੱਥ ਧੁਖਦੇ । ਸੁਕੜਦਾ ਦਿਲ ਖਾਮੋਸ਼ ਕਹਿ ਰਿਹਾ ਸੀ ਮੇਰੇ ਤੇ ਵੀ ਕਦੇ ਕਿਰਪਾ ਨਾ ਹੋਵੇਗੀ, ਮੇਰੀ ਪੁਕਾਰ ਤੁਸੀਂ ਕਦੇ ਵੀ ਨਾ ਸੁਣੋਗੇ । ਅਰਬ ਖਰਬ ਦੁਨੀਆ ਦੇ ਲੋਕ ਮੈਨੂੰ ਰਾਜ ਮਾਤਾ ਆਖਦੇ ਹਨ ਪਰ ਮੇਰਾ ਦਿਲ ਨਹੀਂ ਭਰਦਾ, ਤਸੱਲੀ ਨਹੀਂ ਹੁੰਦੀ । ਮੇਰਾ ਦਿਲ ਵੀ ਕਿਸੇ ਦੀ ਮਾਂ ਬਣਨ ਨੂੰ ਤਰਸਦਾ ਏ ! ਇਹਦੇ ਵਿੱਚ ਕੀ ਬੁਰਾਈ ਏ । ਕਰੁਣਾ ਦੇ ਸਾਗਰ, ਦਿਆਲੂ, ਹਿਮਾਲੀਆ ਵਰਗੇ, ਮੇਰੀ ਵਾਰੀ ਚੁਪ ਕਿਉਂ ਸਾਧ ਲਈ ਜੇ, ਬੋਲੋ, ਇਕ ਵਾਰ ਤੇ ਆਖੋ ।

ਏਥੇ ਆ ਕੇ ਬੰਦਾ ਮੁਨਕਰ ਹੋ ਜਾਂਦਾ ਹੈ ਤੇ ਏਥੇ ਹੀ ਆਣ ਕੇ ਨਾਸਤਕ, ਮੈਂ ਵੀ ਉਸੇ ਹਾਲਤ ਵਿਚ ਪੁਜਣ ਵਾਲੀ ਸਾਂ, ਖ਼ਾਮੋਸ਼ੀ ਸਾਰੇ ਮਹੱਲ ਵਿਚ ਛਾਈ ਹੋਈ ਸੀ । ਪੈਰਾਂ ਦਾ ਮੱਧਮ ਮੱਧਮ ਖੜਾਕ, ਮੱਧਮ ਮੱਧਮ ਆਵਾਜ਼, ਹੋਲੀ ਹੋਲੀ ਕੋਈ ਆ ਰਿਹਾ ਸੀ । ਮੈਂ ਮਹਿਸੂਸ ਕਰ ਰਹੀ ਸਾਂ, ਪਰ ਨਜ਼ਰ ਕੁਝ ਨਹੀਂ ਸੀ ਆਉਂਦਾ । ਮੈਂ ਸਮਝਿਆ ਕਿ ਇਹ ਮੇਰੇ ਦਿਲ ਦਾ ਵਹਿਮ ਏ । ਇਹੋ ਜਿਹੇ ਸੁਪਨੇ ਮੈਂ ਅੱਗੇ ਵੀ ਕਈ ਵਾਰ ਵੇਖੇ ਸਨ ਪਰ ਉਦੋਂ ਤੇ ਚੰਨ ਹੀ ਚੜ੍ਹ ਆਇਆ । ਮੇਰੇ ਗਲੇ ਵਿਚ ਛੋਟੇ ਛੋਟੇ ਹੱਥ, ਨਿੱਕੀਆਂ ਨਿੱਕੀਆਂ ਬਾਹਵਾਂ ਫੁਲ ਪੱਤੀਆਂ ਵਰਗੀਆਂ, ਕੋਮਲ, ਮਧੁਰ, ਮਿੱਠੀ, ਸੁਰੀਲੀ ਆਵਾਜ਼ ਵਿਚ ਕਿਸੇ ਨੇ ਪੁਕਾਰਿਆ 'ਮਾਂ' ! ਮੈਂ ਅਭੜਵਾਹੇ ਉਠੀ, ਜਿੱਦਾਂ ਕਿਸੇ ਨੇ ਅਭੜਵਾਹੇ ਕੱਚੀ ਨੀਂਦਰ ਵਿਚ ਹੁੱਜ ਮਾਰੀ ਹੋਵੇ । ਇਹ ਆਵਾਜ਼, ਇਹ ਸ਼ਬਦ, ਮਾਂ ।

ਮੈਂ ਪਿਛੇ ਮੁੜ ਕੇ ਵੇਖਦੀ, ਮੈਂ ਗਲ ਪਈਆਂ ਬਾਹਵਾਂ ਨੂੰ ਇਕਵਾਰ ਚੁੰਮਿਆ । ਗੋਬਿੰਦ ਰਾਏ ਨੇ ਫੇਰ ਆਖਿਆ, ਮਾਂ ।

—ਮੈਂ ਕਦੋਂ ਦਾ ਖਲੋਤਾ ਹੋਇਆ ਹਾਂ, ਮਾਂ ਤੂੰ ਬੋਲਦੀ ਨਹੀਂ, ਕੀ ਤੂੰ ਮੈਥੋਂ ਰੁਸ ਗਈ ਏਂ।

—ਮੈਂ ਰੁਸ ਗਈ ਹਾਂ, ਨਾ ਪੁੱਤ ਮਾਵਾਂ ਵੀ ਕਦੀ ਰੁਸਦੀਆਂ ਹਨ।

—ਮੈਂ ਓਸੇ ਵੇਲੇ ਉਹਨੂੰ ਕਲੇਜੇ ਨਾਲ ਲਾ ਲਿਆ। ਮੇਰੇ ਕੰਨਾਂ ਵਿਚ ਜਿੱਦਾਂ ਕਿਸੇ ਨੇ ਅੰਮ੍ਰਿਤ ਦੇ ਦੋ ਤੁਪਕੇ ਪਾ ਦਿੱਤੇ ਹੋਣ। ਮੇਰੀਆਂ ਛਾਤੀਆਂ 'ਚੋਂ ਨੀਰ ਵਗ ਤੁਰਿਆ। ਮੇਰੇ ਪੁੱਤ, ਮੇਰੇ ਚੰਨ, ਮੇਰੇ ਬਾਲਾ ਪ੍ਰੀਤਮ! ਤੂੰ ਆ ਗਿਆ ਹੈਂ, ਹੁਣ ਤੇ ਨਾ ਜਾਏਂਗਾ।

—ਮੈਂ ਕਿਥੇ ਜਾਣਾ ਏ, ਮਾਂ, ਰੋਜ਼ ਆਇਆ ਕਰਾਂਗਾ। ਮਾਂ ਜਦੋਂ ਤੂੰ ਯਾਦ ਕਰੇਂਗੀ, ਮੈਂ ਤੇਰੇ ਕੋਲ ਬੈਠਾ ਹੋਇਆ ਕਰਾਂਗਾ।

—ਬਸ ਸਤਿਗੁਰ! ਮੈਂ ਏਸ ਤੋਂ ਅਗੇ ਕੁਝ ਨਹੀਂ ਦੱਸ ਸਕਦੀ।

—ਏਸ ਤੋਂ ਅੱਗੇ ਹੋਰ ਦਸਿਆ ਵੀ ਨਹੀਂ ਜਾ ਸਕਦਾ, ਇਹ ਮੰਜ਼ਿਲ ਦੀ ਅਖ਼ੀਰ ਏ, ਇਹਨੂੰ ਮੰਜ਼ਿਲ ਦੀ ਟੀਸੀ ਆਖਦੇ ਨੇ, ਸਤਿਗੁਰਾਂ ਫ਼ਰਮਾਇਆ।

—ਰਾਜੇ ਫਤਿਹ ਚੰਦ ਨੇ ਹੱਥ ਜੋੜੇ ਤੇ ਅਰਜ਼ ਕੀਤੀ—ਸਤਿਗੁਰ ਜੋੜੀ ਰਲ ਜਾਏ ਤੇ ਮਹੱਲ ਵਿਚ ਰੌਣਕ ਆ ਜਾਏ।

—ਇਹ ਮੇਰੇ ਦਿਲ ਦੀ ਗੱਲ ਆਪੀ ਏ ਮਹਾਰਾਜ ਨੇ।

—ਜੋੜੀ ਰਲ ਜਾਊ ਗੁਰੂ ਦੀ ਕ੍ਰਿਪਾ ਨਾਲ, ਉਹੀ ਕਰਨ ਕਾਰਨ ਏ, ਇਹ ਸਾਡੇ ਵਸ ਦੀ ਗੱਲ ਨਹੀਂ, ਕਲਮ ਉਹਦੇ ਆਪਣੇ ਹੱਥ ਵਿਚ ਏ, ਜੋ ਲਿਖੇ, ਉਹ ਮਾਲਕ ਏ।

ਜੋੜੀ ਰਲੇ ਤੇ ਲੱਡੂ ਵੰਡਾਂ।

ਬਾਲਾ ਪ੍ਰੀਤਮ ਤੇਰਾ ਈ ਏ, ਤੂੰ ਏ ਸਾਂਭ, ਅਸੀਂ ਚਲੇ ਵਤਨਾਂ ਨੂੰ, ਫਿਰ ਮਿਲਾਂਗੇ।

ਸਤਿਨਾਮ......ਸਤਿਨਾਮ......ਸਤਿਨਾਮ!

★

ਦੋ ਲਹਿਰਾਂ ੯

ਪੰਜਾਂ ਦਰਿਆਵਾਂ ਦੀਆਂ ਵੰਡੀਆਂ ਪੈ ਗਈਆਂ। ਦੋ ਦਰਿਆ ਇਕ ਪਾਸੇ ਤੇ ਤਿੰਨ ਦਰਿਆ ਦੂਜੇ ਪਾਸੇ। ਕਦੀ ਪਾੜ ਪਿਆ ਨਹੀਂ ਸੀ ਤੇ ਹੁਣ ਪੈ ਗਿਆ। ਨਾ ਹਕੂਮਤ ਬਦਲੀ ਤੇ ਨਾ ਹੀ ਕੋਈ ਬਾਦਸ਼ਾਹ ਗੱਦੀਓਂ ਉਤਰਿਆ। ਦਿਲ ਦੇ ਦੋ ਟੋਟੇ ਕਰ ਦਿੱਤੇ। ਨਾ ਚਾਕੂ ਚਲਿਆ ਤੇ ਨਾ ਤਲਵਾਰ। ਭੋਰਾ ਕੁ ਲਹੂ ਦਾ ਤੁਪਕਾ ਵੀ ਜ਼ਮੀਨ ਤੇ ਨਾ ਡਿੱਗਿਆ ਪਰ ਟੋਟੇ ਜ਼ਰੂਰ ਦੋ ਹੋ ਗਏ—ਮਨ ਦੇ। ਅੱਖਾਂ ਟੱਡ ਕੇ ਵੇਖੀਏ ਤਾਂ ਨਜ਼ਰ ਕੁਝ ਨਾ ਆਏ। ਵਿੱਥ ਪੈ ਗਈ, ਤਰੇੜ ਪੈ ਗਈ, ਸ਼ੀਸ਼ੇ ਵਿਚ। ਮਜ਼ਹਬ ਦੀ ਵੰਡੀ ਪਈ—ਸ਼ੀਆ ਤੇ ਸੁੰਨੀ ਅੱਗੇ ਹੀ ਦੋ ਫਿਰਕੇ ਸਨ, ਇਕ ਹੋਰ ਨਿਕਲ ਆਇਆ ਸੂਫੀ ਤੇ ਚੌਥੇ ਨੇ ਵੀ ਸਿਰੀ ਕੱਢ ਲਈ ਜਿਹਨੂੰ ਪੰਜਾਬ ਵਿਚ ਸਖੀ ਸਰਵਰਾਂ ਦਾ ਗੜ੍ਹ ਆਖਦੇ ਸਨ—ਉਹ ਸੀ ਸਰਹੰਦ। ਅਲਫ ਮੁਅੱਜਦ ਸਾਨੀ ਦੇ ਚੇਲੇ ਚਾਟੜੇ, ਜਿਨ੍ਹਾਂ ਨੇ ਘਰ ਪ੍ਰਤੀ ਚੁੱਲ੍ਹਾ ਟੈਕਸ ਲਾ

ਦਿੱਤਾ ਸੀ । ਏਨੇ ਪੈਸੇ ਦੇਣੇ ਪੈਣਗੇ ਧੱਕੇ ਨਾਲ, ਬਦ ਦੁਆ ਦੇ ਕੇ, ਚਿਮਟੇ ਖੜਕਾ ਕੇ । ਹਿੱਕ ਦੇ ਜ਼ੋਰ ਨਾਲ । ਬਾਦਸ਼ਾਹ ਤੋਂ ਬੇਜ਼ੋਰੀ । ਚੰਗੇ ਡੰਕੇ ਵਜਾਏ, ਮਾਲਵੇ ਤੇ ਦੁਆਬੇ ਵਿਚ । ਪਹਾੜ ਦੀਆਂ ਜੂਹਾਂ ਤੱਕ ਬਾਂਗਾਂ ਦੇ ਦਿੱਤੀਆਂ । ਲੋਕਾਂ ਨੇ ਢੰਡੋਰਾ ਤੇ ਭਾਵੇਂ ਦਿੱਲੀ ਤਕ ਪਿੱਟਿਆ ਸੀ ' ਪਰ ਸਖੀ ਸਰਵਰਾਂ ਦੇ ਟੋਲੇ ਨੇ ਏਨੀ ਮਾਇਆ ਇਕੱਠੀ ਕਰ ਲਈ ਸੀ ਕਿ ਹਰ ਨਿੱਕੇ ਮੋਟੇ ਤੇ ਐਰੇ ਗੈਰੇ ਨੂੰ ਪੰਜ ਸੱਤ ਮੁਹਰਾਂ ਦੇ ਦਿੰਦੇ । ਮੂੰਹ ਬੰਦ ਕਰਨਾ ਤੇ ਜ਼ਬਾਨ ਤੇ ਪੱਟੀ ਬੰਨ੍ਹ ਦੇਣੀ । ਉਨ੍ਹਾਂ ਨੂੰ, ਏਨੇ ਕਮਾਲ ਨਾਲ ਚੁਪ ਕਰਵਾਇਆ ਕਿ ਉਹਦਾ ਕੋਈ ਮੁਕਾਬਲਾ ਨਹੀਂ ਕਰ ਸਕਦਾ । ਉਨ੍ਹਾਂ ਦਰਬਾਰ ਵਿਚ ਵੱਡੇ ਵੱਡੇ ਖੱਬੀ ਖਾਨਾਂ ਦੇ ਨੱਕਾਂ ਵਿਚ ਨਕੇਲਾਂ ਪਾਈਆਂ । ਕਈ ਵਾਰ ਹੁਕਮ ਹੋਇਆ, ਅਹਿਦੀਏ ਭੇਜੇ, ਕਈ ਵਾਰ ਦਬਿਆ ਵੀ ਗਿਆ । ਅਹਿਦੀਏ ਕਈ ਵਾਰ ਚੜ੍ਹੇ ਤੇ ਕਈ ਵਾਰ ਅੱਧ ਵਿਚੋਂ ਹੀ ਮੁੜ ਆਏ । ਕਾਜ਼ੀ ਦਾ ਹੁਕਮ ਸਿਰ ਮੱਥੇ ਪਰਨਾਲਾ ਓਥੇ ਦਾ ਓਥੇ । ਜ਼ਰਾ ਵੀ ਕਾਜ਼ੀ ਨੇ ਅੱਖ ਮੈਲੀ ਕੀਤੀ, ਚੂੰ ਚਰਾਂ ਦੀ ਜ਼ਰਾ ਕੁ ਆਵਾਜ਼ ਆਈ, ਦੋ ਚਾਰ ਥੈਲੀਆਂ ਕਾਜ਼ੀ ਦੇ ਘਰ ਪੁਜ ਗਈਆਂ, ਜ਼ਬਾਨ ਨੂੰ ਕੁੰਡੀ ਲੱਗ ਗਈ, ਪਰ ਜੇ ਫੇਰ ਵੀ ਛੜਾਂ ਮਾਰੇ ਤੇ ਤਲਵਾਰ ਦੀ ਨੋਕ ਨਾਲ ਕੰਨ ਵਿਚ ਪਾਉਣ ਜੋਗਾ ਕਰ ਦਿੰਦੇ । ਕਈ ਸਾਲ ਏਸੇ ਤਰ੍ਹਾਂ ਹੁੰਦਾ ਰਿਹਾ । ਕਈ ਵਾਰੀ ਗ੍ਰਿਫਤਾਰੀ ਲਈ ਹੁਕਮ ਹੋਇਆ ਤੇ ਫੇਰ ਰੱਦੂ ਬੱਦੂ ਹੋ ਗਿਆ । ਸਖੀ ਸਰਵਰਾਂ ਨੇ ਪੰਜਾਬ ਵਿਚ ਥਾਂ ਥਾਂ ਝੰਡੇ ਗੱਡੇ ਹੋਏ ਸਨ । ਮੁਸਲਮਾਨਾਂ ਨੇ ਪੀਰਾਂ ਨੂੰ ਚੂਰਮੇ ਚੜ੍ਹਾਉਣੇ ਹੀ ਸਨ ਪਰ ਹਿੰਦੂਆਂ ਨੇ ਰੋਟ ਪਕਾ ਕੇ ਚੜ੍ਹਾਉਣੇ ਸ਼ੁਰੂ ਕਰ ਦਿੱਤੇ । ਬੜੀ ਪੀਰੀ ਮੁਰੀਦੀ ਬਣ ਗਈ ਸੀ । ਪਿੰਡਾਂ ਦੇ ਪਿੰਡ ਸਖੀ ਸਰਵਰਾਂ ਦੇ ਚੇਲੇ ਬਣ ਗਏ ਸਨ । ਪਰ ਜਦੋਂ ਉਨ੍ਹਾਂ ਆਪਣਾ ਚੁਲ੍ਹਾ ਟੈਕਸ ਉਗਰਾਹੁਣਾ ਹੁੰਦਾ ਚੀਕਾਂ ਤਾਂ ਓਦੋਂ ਨਿਕਲਦੀਆਂ ਸਨ । ਡਰਦੇ ਲੋਕ ਉਭਾਸਰਦੇ ਨਹੀਂ ਸਨ ਪਰ ਸੂਫੀ ਲੋਕ ਮਣ ਮਣ ਦੇ ਫਕੜ ਤੋਲਦੇ, ਜ਼ਮੀਨ ਹਿਲਦੀ, ਆਸਮਾਨ ਕੰਬਦਾ, ਜਿੱਦਾਂ ਕਾਂ ਗੁਲੇਲੇ ਤੋਂ ਭੱਜਦਾ ਏ, ਵਿਗੜੇ ਤਿਗੜੇ ਡੰਡੇ ਤੋਂ ਭੱਜਦੇ । ਏਸੇ ਤਰ੍ਹਾਂ ਹੀ ਸੂਫੀ ਲੋਕਾਂ ਤੋਂ ਸਖੀ ਸਰਵਰ ਦੁੜਕੀ ਲਾ ਕੇ ਅਗੇ ਲੱਗ ਭੱਜ ਉਠਦੇ । ਹੋਰ ਸਖੀ ਸਰਵਰ ਖੁਦਾ ਤੋਂ ਵੀ ਨਹੀਂ ਸਨ ਡਰਦੇ । ਗੋਦ ਵਿਚ ਪਾਈ ਫਿਰਦੇ ਸਨ—ਇਨ੍ਹਾਂ ਕਾਜ਼ੀ, ਮੌਲਾਣਿਆਂ ਤੇ ਸ਼ਰ੍ਹਾ ਦੇ ਮੌਲਵੀਆਂ ਨੂੰ । ਉਨ੍ਹਾਂ ਦੀ ਖਲੜੀ ਵਿਚ ਡਰ ਨਾਂ ਦੀ ਕੋਈ ਚੀਜ਼ ਨਹੀਂ ਸੀ, ਉਹ ਤੇ ਸਿਟਫ਼ ਖਲ ਲਾਹੁਣਾ ਜਾਣਦੇ ਸਨ, ਬੁਚੜ ਸਨ, ਕਸਾਈ ਸਨ । ਉਨ੍ਹਾਂ ਦੀ ਇਕ ਤਰ੍ਹਾਂ ਦੀ ਹਕੂਮਤ ਸੀ ਪੰਜਾਬ ਦੇ ਅੱਧੇ ਹਿੱਸੇ ਵਿਚ । ਸਤਲੁਜ, ਬਿਆਸ ਤੇ ਰਾਵੀ ਅਤੇ ਨਾਲ ਲੱਗਦਿਆਂ ਘੱਗਰ ਤਕ ਮਾਰ ਕਰ ਲੈਂਦੇ । ਉਨ੍ਹਾਂ ਪੀਰ ਦੇ ਮਕਬਰੇ ਨੂੰ ਸੋਨੇ ਨਾਲ ਮੜ੍ਹਨਾ ਸ਼ੁਰੂ ਕਰ ਦਿੱਤਾ ਸੀ, ਪੀਰ ਭਾਵੇਂ ਅਜੇ ਮੋਇਆ ਨਹੀਂ ਸੀ ਪਰ ਪੀਰ ਦੇ ਮਕਬਰੇ ਦੀਆਂ ਤਿਆਰੀਆਂ ਉਨ੍ਹਾਂ ਪਹਿਲਾਂ ਹੀ ਸ਼ੁਰੂ ਕਰ ਦਿੱਤੀਆਂ ਸਨ । ਮਰਲਾ ਥਾਂ ਮਲਦਾ ਪੀਰ ਜਿਥੇ ਬਹਿੰਦਾ । ਉਹਦੀ ਪਾਲਕੀ ਅੱਠ ਬੰਦੇ ਚੁਕਦੇ । ਇਕ ਮੀਲ ਤਕ ਰੌਲਾ ਪੈ ਜਾਂਦਾ । ਪੀਰ ਆ ਰਿਹਾ ਏ । ਪਿੰਡ ਵਾਲੇ ਆਪਣਾ ਚੁੱਲ੍ਹਾ ਟੈਕਸ ਲੈ ਕੇ ਹਾਜ਼ਰ ਹੋਣ । ਜੇ ਕੋਈ ਪਿੰਡ ਦੇਣ ਤੋਂ ਇਨਕਾਰੀ ਹੁੰਦਾ ਜਾਂ ਉਨ੍ਹਾਂ ਦੇ ਪੱਲੇ ਰਕਮ ਓਸ ਵੇਲੇ ਤਿਆਰ ਨਾ ਹੁੰਦੀ ਜਾਂ ਸਰਪੰਚ ਨੇ ਰਕਮ ਇਕੱਠੀ ਕਰਨ ਵਿਚ ਸੁਸਤੀ ਕੀਤੀ ਹੋਵੇ ਤਾਂ ਫੇਰ ਬਸ ਸਰਪੰਚ ਦੀ ਚੰਗੀ ਗਿੱਦੜ ਕੁਟ ਹੁੰਦੀ । ਹੌਲੀਆਂ ਤੇ ਪੋਲੀਆਂ ਜੁਤੀਆਂ ਦਾ ਅੰਦਾਜ਼ਾ ਉਹ ਕਰਨ

ਲੱਗ ਪੈਂਦਾ। ਨਾਬਰ ਹੋਏ ਪਿੰਡ ਦੀ ਤਾਂ ਉਹ ਛੌਹੀ ਲਾ ਦੇਂਦੇ। ਉਂਗਲ-ਉਂਗਲ ਧੌਣੀ ਉਧੇੜ ਸੁਟਦੇ, ਪੁੱਠੀ ਖਲ ਲਾਹ ਦੇਂਦੇ ਸਰਪੰਚ ਦੀ। ਦਾਹੜੀਆਂ ਪੁੱਟ ਕੇ ਹੱਥ ਵਿਚ ਫੜਾ ਦੇਂਦੇ, ਮੁਛਾਂ ਪੁਟ ਪੁਟ ਕੇ ਅਗਲੇ ਦੀ ਜਾਨ ਤੰਗ ਕਰ ਦੇਣੀ। ਪੁਤ ਵੇਚੇ ਕੋਈ ਕੁੱਲਾ ਵੇਚੇ, ਧੀ ਗਹਿਣੇ ਪਾਵੇ, ਜਾਂ ਪੁਤ ਕਿਸੇ ਦਾ ਗੁਮਾਸ਼ਤਾ ਬਣ ਕੇ ਨੌਕਰ ਬਣੇ,ਉਨ੍ਹਾਂ ਨੂੰ ਦਮੜੇ ਚਾਹੀਦੇ ਸਨ। ਕਦੀ ਕੋਈ ਕੱਬਾ ਵੀ ਪੈ ਜਾਂਦਾ, ਰਪੋਟ ਵੀ ਦਿਓ ਤੇ ਗ੍ਰਿਫਤਾਰ ਕਰਕੇ ਦਰਬਾਰ ਵਿਚ ਹਾਜ਼ਰ ਵੀ ਕਰੋ। ਸੁਸਤੀ ਕਰਨ ਵਾਲਿਆਂ ਨੂੰ ਵੀ ਓਨੀ ਸਜ਼ਾ ਦਿੱਤੀ ਜਾਂਦੀ ਜਿੰਨੀ ਜੁਰਮ ਕਰਨ ਵਾਲਿਆਂ ਨੂੰ। ਮੁਸ਼ਕਾਂ ਬੰਨ੍ਹ ਕੇ ਹਾਜ਼ਰ ਕਰੋ ਦਿੱਲੀ ਵਿਚ। ਇਹ ਚੋਰਾਂ ਦਾ ਗਰੋਹ, ਇਹ ਡਾਕੂਆਂ ਦਾ ਜੱਥਾ, ਸਾਰੇ ਦਾ ਸਾਰਾ ਦਿੱਲੀ ਪੇਸ਼ ਕੀਤਾ ਜਾਵੇ। ਜੇ ਤੇਲ ਵਾਂਗੂੰ ਨਾ ਨਿਤਾਰ ਲਿਆ ਤਾਂ ਮੇਰਾ ਨਾਂ ਵੀ ਗੁਲਾਮ ਫ਼ਰੀਦ ਨਾ ਸਮਝਿਓ। ਇਹ ਦਿੱਲੀ ਸਰਕਾਰ ਦਾ ਇਕ ਅਹਿਲਕਾਰ ਸੀ।

ਜੇ ਮੈਂ ਇਨ੍ਹਾਂ ਦੇ ਕੰਨਾਂ ਵਿਚ ਮੁੰਦਰਾਂ ਨਾ ਪਾ ਦਿੱਤੀਆਂ ਤਾਂ ਫੇਰ ਮੈਂ ਦਿੱਲੀ ਦਰਬਾਰ ਵਿਚ ਨੌਕਰੀ ਕਾਹਨੂੰ ਕਰਨੀ ਹੋਈ। ਇਕ ਹੀ ਬੰਦੇ ਨੇ ਘਰ ਦੀਆਂ ਨਾਸਾਂ ਬੰਦ ਕਰ ਦਿੱਤੀਆਂ। ਕਾਗਜ਼ਾਂ ਤੇ ਜਦੋਂ ਨਾਂ ਆ ਗਿਆ ਤੇ ਫੇਰ ਕੋਈ ਕਿੰਨਾ ਕੁ ਚਿਰ ਹੇਰਾ ਫੇਰੀ ਕਰੇਗਾ। ਬਹਾਨੇ ਫੇਰ ਬਹੁਤੇ ਚਲ ਨਹੀਂ ਸਕਦੇ। ਇਕ ਦਿਨ ਤੇ ਹੱਥਕੜੀ ਲਾਉਣੀ ਹੀ ਪਊ। ਭਾਜੜ ਪਈ ਸਖੀ ਸਰਵਰਾਂ ਦੇ ਕਬੀਲੇ ਵਿਚ। ਡਰਿਓਂ ਭੱਜਣ ਲੱਗੇ ਨਵੇਂ ਮੁੰਨੇ ਜੋਗੀ।

ਇਹੋ ਜਿਹੀ ਲਹਿਰ ਇਕ ਹੋਰ ਚੜ੍ਹ ਰਹੀ ਸੀ ਜਿਹੜੀ ਰਾਵੀ, ਚਨਾਬ ਤੇ ਜਿਹਲਮ ਤਕ ਆਲੇ ਦੁਆਲੇ ਫੈਲੀ ਹੋਈ ਸੀ। ਇਸ ਲਹਿਰ ਦਾ ਜ਼ੋਰ ਬਿਆਸ਼ਾ ਤਕ ਵੀ ਸੀ। ਇਹਨੂੰ ਭਗਤੀ ਲਹਿਰ ਵੀ ਆਖਿਆ ਜਾ ਸਕਦਾ ਹੈ। ਦੂਜਿਆਂ ਦਰਿਆਵਾਂ ਵਿਚ ਹਵਾ ਗਰਮ ਵਗਦੀ ਪਰ ਇਨ੍ਹਾਂ ਤਿੰਨਾਂ ਦਰਿਆਵਾਂ ਵਿਚ ਹਵਾ ਠੰਡੀ ਤੇ ਮਿੱਠੀ ਜਿਹੀ ਸੀ। ਉਹ ਧੱਕੇ ਨਾਲ ਟੈਕਸ ਵਸੂਲ ਕਰਦੇ ਸਨ ਪਰ ਓਧਰ ਕਿਸੇ ਨੂੰ ਮਜਬੂਰ ਨਹੀਂ ਸੀ ਕੀਤਾ ਜਾਂਦਾ ਕਿ ਕੋਈ ਜ਼ਬਰਦਸਤੀ ਕੁਝ ਚੜ੍ਹਾਵਾ ਚੜ੍ਹਾਵੇ। ਇਹਨੂੰ ਤੁਸੀਂ ਜਜ਼ੀਆ ਆਖ ਸਕਦੇ ਹੋ ਜਾਂ ਦਸਵੰਧ। ਇਹਦੀ ਸ਼ਕਲ ਸੂਰਤ ਬਾਦਸ਼ਾਹਾਂ ਵਰਗੀ ਸੀ। ਤੇ ਇਹਦੀ ਰੂਪ ਰੇਖਾ ਫ਼ਕੀਰਾਂ ਵਰਗੀ ਸੀ ਪਰ ਜਾਹੋ ਜਲਾਲ ਇਨ੍ਹਾਂ ਨਾਲੋਂ ਕਿਸੇ ਹੱਦ ਤਕ ਘੱਟ ਨਹੀਂ ਸੀ। ਉਨ੍ਹਾਂ ਦੇ ਵੀ ਇਕੱਠ ਹੁੰਦੇ, ਬਹੁਤੀ ਗਿਣਤੀ ਹੁੰਦੀ, ਪਰ ਏਧਰ ਵੀ ਸੰਗਤ ਹੁਮ ਹੁਮਾ ਕੇ ਜੁੜਦੀ। ਰੌਣਕ ਮੇਲਾ ਏਧਰ ਵੀ ਕਾਫੀ ਹੁੰਦਾ। ਦੌਲਤ ਦੇ ਢੇਰ ਏਧਰ ਵੀ ਲੱਗਦੇ, ਚੜ੍ਹਾਵਾ ਏਧਰ ਵੀ ਖੂਬ ਚੜ੍ਹਦਾ ਉਹ ਧੱਕੇਸ਼ਾਹੀ ਤੋਂ ਕੰਮ ਲੈਂਦੇ, ਤੇ ਏਧਰ ਪਿਆਰ ਮੁਹੱਬਤ ਤੇ ਅਕੀਦਤ ਨਾਲ ਲੋਕ ਆਪ ਚੜ੍ਹਾਵਾ ਚੜ੍ਹਾਉਂਦੇ।

ਸਰਕਾਰੀ ਅਹਿਲਕਾਰਾਂ ਜਦ ਰਪੋਟ ਲਿਖੀ ਤਾਂ ਉਨ੍ਹਾਂ ਦੋਹਾਂ ਲਹਿਰਾਂ ਦੇ ਜਲਾਲ ਵੇਖੇ। ਉਨ੍ਹਾਂ ਦੋਵਾਂ ਦੇ ਬਾਰੇ ਇਕੋ ਜਿਹਾ ਫਤਵਾ ਲਾ ਦਿੱਤਾ। ਜੇ ਉਨ੍ਹਾਂ ਨੂੰ ਡਾਕੂਆਂ ਦਾ ਗਰੋਹ ਆਖਿਆ ਤਾਂ ਏਸ ਲਹਿਰ ਨੂੰ ਵੀ ਉਹਦੇ ਬਰਾਬਰ ਹੀ ਤੋਲਿਆ। ਜੁਰਮ ਦੋਹਾਂ ਵਾਸਤੇ ਇਕੋ ਜਿਹਾ ਸੀ। ਉਨ੍ਹਾਂ ਅਹਿਲਕਾਰਾਂ ਦੀ ਵੀ ਮਜਬੂਰੀ ਸੀ ਕਿ ਉਹ ਏਸ ਲਹਿਰ ਤੋਂ ਅਨਜਾਣ ਸਨ, ਸਭਿਅਤਾ ਤੋਂ ਕੋਰੇ ਸਨ। ਉਹ ਨਹੀਂ ਸਨ ਜਾਣਦੇ ਕਿ ਗੁਰੂ ਘਰ

ਵਿਚ ਦਸਵੰਧ ਕੱਢਣ ਦਾ ਰਿਵਾਜ ਬਹੁਤ ਪੁਰਾਣਾ ਸੀ ਤੇ ਉਹਨੂੰ ਧਰਮ ਦਾ ਇਕ ਹਿੱਸਾ ਮੰਨਿਆ ਗਿਆ ਸੀ। ਗੁਰੂ ਸੇਵਕ ਦਸਵੰਧ ਨੂੰ ਵੀ ਧਰਮ ਦਾ ਇਕ ਅੰਗ ਮੰਨਦੇ ਸਨ। ਜਿਹੜੇ ਸੱਜਣ ਦੂਰ ਬੈਠੇ ਹੋਏ ਸਨ, ਗੁਰੂ ਦੇ ਦਰਸ਼ਨ ਨਹੀਂ ਸਨ ਕਰ ਸਕਦੇ ਉਹ ਦਸਵੰਧ ਮਸੰਦਾਂ ਦੇ ਹੱਥ ਭੇਜਦੇ ਤੇ ਗੁਰਾਂ ਦੀਆਂ ਅਸੀਸਾਂ ਪ੍ਰਾਪਤ ਕਰਦੇ। ਇਹ ਲਹਿਰ ਪੰਜਾਬ ਵਿਚ ਬੜੀ ਤੇਜ਼ੀ ਨਾਲ ਸਾਹਮਣੇ ਆ ਰਹੀ ਸੀ।

ਹਕੂਮਤ ਨੂੰ ਇਨ੍ਹਾਂ ਦੋਵਾਂ ਲਹਿਰਾਂ ਤੋਂ ਬਹੁਤ ਡਰ ਲੱਗਦਾ ਸੀ। ਮੁਗਲ ਹਕੂਮਤ ਨੂੰ ਇਹ ਡਰ ਸੀ ਕਿ ਕਿਤੇ ਇਹ ਲਹਿਰਾਂ ਹਕੂਮਤ ਨਾਲ ਸਿੱਧੀ ਟੱਕਰ ਨਾ ਲੈਣ। ਇਸ ਲਈ ਹਕੂਮਤ ਨੇ ਇਨ੍ਹਾਂ ਲਹਿਰ ਦੀ ਸੰਘੀ ਘੁਟਣ ਦਾ ਪ੍ਰਬੰਧ ਕਰ ਲਿਆ ਸੀ।

ਸਖਤੀ ਨਾਲ ਦਬਾ ਦਿਓ, ਪਰ ਇਹ ਹੁਕਮ ਸਰਕਾਰੀ ਕਾਗਜ਼ਾਂ ਵਿਚ ਹੀ ਲਿਖਿਆ ਗਿਆ ਸੀ। ਪਾਬੰਦੀਆਂ ਤੇ ਭਾਵੇਂ ਲੱਗੀਆਂ ਸਨ, ਪਰ ਇਹਦੇ ਤੇ ਹਿਲ ਜੁਲ ਨਹੀਂ ਸੀ।

ਹਕੂਮਤ ਦਾ ਫਰਮਾਨ ਇਹ ਸੀ ਕਿ ਇਨ੍ਹਾਂ ਦੇ ਆਗੂਆਂ ਨੂੰ ਗਰਿਫਤਾਰ ਕਰਕੇ ਦਿੱਲੀ ਸਦਿਆ ਜਾਵੇ, ਇਹ ਲਹਿਰਾਂ ਆਪੇ ਹੀ ਖ਼ਤਮ ਹੋ ਜਾਣਗੀਆਂ।

ਲਹਿਰਾਂ ਇਹ ਦੋਵੇਂ ਧਾਰਮਕ ਸਨ, ਸਖੀ ਸਰਵਰਾਂ ਨਾਲ ਉਚੇ ਤਬਕੇ ਦੇ ਲੋਕ ਸਨ ਤੇ ਏਸ ਲਹਿਰ ਨਾਲ ਜਨਤਾ ਜੁੜੀ ਹੋਈ ਸੀ। ਇਸ ਨੂੰ ਤੁਸੀਂ ਲੋਕ ਲਹਿਰ ਵੀ ਕਹਿ ਸਕਦੇ ਸੀ। ਇਹ ਲਹਿਰ ਲੋਕਾਂ ਦੇ ਦਿਲ ਵਿਚ ਘਰ ਕਰ ਚੁਕੀ ਸੀ। ਨਾਲੇ ਪੰਜਾਬ ਵਾਲੇ ਏਸ ਲਹਿਰ ਨਾਲ ਏਸ ਤਰ੍ਹਾਂ ਜੁੜ ਗਏ ਸਨ ਕਿ ਇਨ੍ਹਾਂ ਨੂੰ ਇਸ ਤਰ੍ਹਾਂ ਤੋੜਿਆ ਜਾ ਨਹੀਂ ਸੀ ਸਕਦਾ। ਦੁਖੀ ਤੇ ਓਸ ਲਹਿਰ ਵਾਲੇ ਵੀ ਸਨ। ਉਨ੍ਹਾਂ ਦਾ ਕੀ ਸੀ, ਉਹ ਭੂਆ, ਮਾਮੇ ਤੇ ਮਾਸੀ ਤੇ ਭਰਾ-ਭਾਈ ਸਨ। ਇਸਲਾਮ ਦੇ ਝੰਡੇ ਥੱਲੇ ਇਕੱਠੇ ਹੋ ਜਾਂਦੇ ਸਨ। ਭਾਵੇਂ ਉਨ੍ਹਾਂ ਦੇ ਖ਼ਿਆਲ ਮਿਲਣ ਤੇ ਭਾਵੇਂ ਨਾ ਮਿਲਣ। ਰਾਹ ਬੇਸ਼ਕ ਵੱਖਰੇ ਹੋਣ ਪਰ ਉਨ੍ਹਾਂ ਦੀ ਜੜ੍ਹ ਤਾਂ ਇਕ ਸੀ। ਧਰਮ ਦਾ ਸਰੋਤ ਇਕ, ਪੈਗੰਬਰ ਇਕ, ਸੋਚਣ ਦਾ ਢੰਗ ਇਕ, ਸਿਰਫ ਵੱਖਰਾ ਪਨ ਸੀ ਦੌਲਤ ਇਕੱਠੀ ਕੀਤੀ ਜਾਵੇ ਤੇ ਉਹਨੂੰ ਸਰਹੱਦ ਦੇ ਪੀਰ ਹੀ ਛੱਕਣ। ਅਲਫ ਮੁਅੱਜਦ ਸਾਨੀ ਇਨ੍ਹਾਂ ਦਾ ਸਿਪਾਹ-ਸਾਲਾਰ ਸੀ।

ਸਰਕਾਰੀ ਕਾਰਵਾਈ ਪੂਰੀ ਕਰਕੇ ਅਹਿਲਕਾਰਾਂ ਰਪੋਟ ਜਾ ਦੱਸੀ। ਪੰਜਾਬ ਦੀ ਹਰ ਕਿਸਮ ਦੀ ਸਰਗਰਮੀ ਤੇ ਪਾਬੰਦੀ ਲਾ ਦਿੱਤੀ ਗਈ ਏ। ਕਿਸੇ ਲਹਿਰ ਨੂੰ ਸਿਰ ਨਹੀਂ ਉਠਾਉਣ ਦਿੱਤਾ ਜਾਵੇਗਾ।

★

ਵਿਸਾਖ ਦਾ ਜੋੜ ਮੇਲਾ

੧੦

ਵਿਸਾਖੀ ਦੇ ਨੇੜੇ ਤੇੜੇ ਗੁਰੂ ਤੇਗ ਬਹਾਦਰ ਆਨੰਦਪੁਰ ਪੁਜ ਗਏ ਸਨ। ਨਗਰ ਦੀ ਉਸਾਰੀ ਸਾਰੀ ਮੁਕੰਮਲ ਹੋ ਚੁਕੀ ਸੀ। ਹੁਣ ਤੇ ਸ਼ਹਿਰ ਦਾ ਟਾਕਰਾ ਕਰਨ ਲੱਗ ਪਿਆ ਸੀ ਆਨੰਦਪੁਰ। ਪਹਾੜ ਵਾਲਿਆਂ ਵਾਸਤੇ ਨਵੀਂ ਮੰਡੀ ਨੇ ਜਨਮ ਲੈ ਲਿਆ ਸੀ। ਸਾਰਾ

ਪਹਾੜ ਆਨੰਦਪੁਰ ਵਿਚ ਆ ਕੇ ਘਰ ਦਾ ਸੌਦਾ ਸਲਫ ਖਰੀਦਦਾ ਤੇ ਇਥੇ ਹੀ ਲੈਣ ਦੇਣ ਕਰਦਾ। ਦਿਨ ਬਦਿਨ ਕਾਰੋਬਾਰ ਨੂੰ ਚਾਰ ਚੰਨ ਲੱਗ ਗਏ ਸਨ। ਵਪਾਰ ਦਾ ਰੂਪ ਨਿਖਰ ਆਇਆ ਸੀ। ਧਨਾਢ ਵਪਾਰੀਆਂ ਨੇ ਆਪਣੀਆਂ ਠਾਰ੍ਹਾਂ ਇਥੇ ਬਣਾ ਲਈਆਂ ਸਨ। ਲਾਹੌਰ ਦੀ ਮੰਡੀ ਦੇ ਦਲਾਲ ਇਥੇ ਆਉਣ ਜਾਣ ਲੱਗ ਪਏ ਸਨ।

ਦਸੌਰ ਦਾ ਮਾਲ ਇਸੇ ਆਨੰਦਪੁਰ ਦੀ ਮੰਡੀ ਵਿਚ ਖਪਣ ਲੱਗ ਪਿਆ। ਪਰਦੇਸਾਂ ਦੇ ਸੌਦਾਗਰਾਂ ਦੇ ਦਿੱਲੀ ਵਿਚ ਪੜਾਅ ਤੇ ਸਨ ਹੀ। ਉਹ ਚਾਹੁੰਦੇ ਸਨ ਕਿ ਆਨੰਦਪੁਰ ਵਿਚ ਮਾਲ ਵੇਚਿਆ ਜਾਵੇ। ਨਵੀਂ ਨਵੀਂ ਮੰਡੀ ਸੀ ਏਸ ਲਈ ਨਫ਼ਾ ਵੀ ਆਪਣੀ ਮਰਜ਼ੀ ਨਾਲ ਹੀ ਮਿਲ ਜਾਂਦਾ। ਪਰ ਵਿਚੋਲੇ ਉਨ੍ਹਾਂ ਨੂੰ ਏਧਰ ਓਧਰ ਦੀਆਂ ਗੱਲਾਂ ਕਰਕੇ ਕਿਸੇ ਟਿਕਾਣੇ ਤੇ ਨਾਂ ਪੁਜਣ ਦੇਂਦੇ। ਕੁਝ ਤੇ ਇਹ ਗੱਲ ਵੀ ਕਰ ਕੇ ਡਰਾ ਦੇਂਦੇ ਕਿ ਸਿੱਖਾਂ ਦੀ ਨਵੀਂ ਆਬਾਦੀ ਏ ਜੇ ਰਕਮ ਡੁਬ ਗਈ ਤੇ ਕਿਥੋਂ ਵਸੂਲ ਕਰਾਂਗੇ। ਦਿੱਲੀ ਵਾਲੇ ਦਾਦ ਫਰਿਆਦ ਸੁਣਨ ਲਈ ਤਿਆਰ ਨਹੀਂ ਸਨ। ਤੁਸੀਂ ਆਪਣਾ ਹਾਣ ਲਾਭ ਵਿਚਾਰ ਲਵੋ। ਚਲੇ ਜਾਓ ਰਾਹ ਵਿਚ ਕੋਈ ਟਿਟਰਾਂ ਨਹੀਂ ਪੈਂਦੀਆਂ। ਬਘਿਆੜ ਨਹੀਂ ਬੈਠਾ ਰੋਕ ਕੇ ਰਾਹ। ਰਾਹ ਬਿਲਕੁਲ ਸਾਫ ਏ, ਕੋਈ ਖਤਰਾ ਨਹੀਂ, ਲੋਕ ਆਉਂਦੇ ਜਾਂਦੇ ਹਨ। ਤੁਸੀਂ ਵੀ ਕਿਸਮਤ ਅਜ਼ਮਾ ਕੇ ਵੇਖ ਲਵੋ ਸ਼ਾਇਦ ਵਾਰੇ ਨਿਆਰੇ ਹੋ ਜਾਣ।

ਆਨੰਦਪੁਰ ਦੇ ਗੁਰੂ ਬੜੇ ਮਿਹਰਬਾਨ ਹਨ, ਬੜੇ ਦਿਆਲੂ ਹਨ। ਘੋੜੇ ਲੈ ਕੇ ਜਾਈਦਾ ਹੈ। ਜ਼ਰਾ ਕੁ ਪਸੰਦ ਆਇਆ ਘੋੜਾ, ਉਸੇ ਵੇਲੇ ਟਕੇ ਗਿਣਵਾ ਲਵੋ, ਕੋਈ ਹੀਲ ਨਹੀਂ, ਕੋਈ ਹੁੱਜਤ ਨਹੀਂ। ਮੂੰਹ ਮੰਗੇ ਦਾਮ ਮਿਲਦੇ ਹਨ ਪਰ ਮਾਲ ਉਹ ਵੀ ਠੋਕ ਵਜਾ ਕੇ ਲੈਂਦੇ ਹਨ। ਘੋੜਿਆਂ ਦੇ ਬਹੁਤ ਸ਼ੌਕੀਨ ਹਨ। ਨਵੀਂ ਆਬਾਦੀ ਦੀ ਵਸੋਂ ਹੈ, ਵੱਡੇ ਵੱਡੇ ਧਨਾਢ, ਵਪਾਰੀ, ਆਣ ਕੇ ਵੱਸ ਰਹੇ ਹਨ। ਹਰ ਚੀਜ਼ ਵਿਕੇਗੀ। ਜੇ ਇਕ ਵੇਰ ਆਨੰਦਪੁਰ ਚਲੇ ਗਏ ਤੇ ਫੇਰ ਦਿੱਲੀ ਹੈਦਰਾਬਾਦ, ਲਖਨਊ, ਸਭ ਕੁਝ ਭੁਲ ਜਾਓਗੇ, ਸੁਚੇ ਲੋਕ, ਸੁਚਾ ਵਪਾਰ, ਨਾ ਆਪ ਝੂਠ ਬੋਲਣਾ ਤੇ ਨਾ ਅਗਲੇ ਨੂੰ ਬੋਲਣ ਦੇਣਾ। ਝੂਠ ਬੋਲਣ ਵਾਲੇ ਦੀ ਹਾਂਡੀ ਓਥੇ ਸਿਰਫ ਇਕ ਵਾਰ ਹੀ ਚੜ੍ਹ ਸਕਦੀ ਏ। ਦੂਜੀ ਵਾਰ ਫੇਰ ਉਹ ਬੰਦਾ ਓਥੇ ਮੂੰਹ ਨਹੀ ਵਿਖਾ ਸਕਦਾ। ਓਸ ਧਰਤੀ ਵਿਚ ਹੀ ਕੋਈ ਤਾਸੀਰ ਐਸੀ ਏ, ਬੰਦਾ ਆਪ ਵੀ ਉਨ੍ਹਾਂ ਦੇ ਸਾਂਚੇ ਵਿਚ ਢਲ ਜਾਂਦਾ ਹੈ। ਓਥੇ ਬੰਦੇ ਵਸਦੇ ਹਨ ਤੇ ਫਰਿਸ਼ਤੇ ਵੀ, ਉਹ ਜਗ੍ਹਾ ਹੀ ਜੱਨਤ ਏ, ਗੁਰਾਂ ਨੂੰ ਵੇਖੋ ਤੇ ਭੁਖ ਲੱਥਦੀ ਏ। ਅੱਲਾਹ ਦੇ ਦਰਸ਼ਨ ਕਰਨੇ ਹੋਣ ਤਾਂ ਆਨੰਦਪੁਰ ਜਾਓ। ਆਖਣ ਵਾਲਾ ਘੋੜਿਆਂ ਦਾ ਸੌਦਾਗਰ ਸੀ।

ਦਿੱਲੀ ਤੋਂ ਜੇਤਾ, ਉਦੇ ਸਿੰਘ ਰਾਠੌਰ, ਨਗਾਹੀਆ, ਨਨੂਆ, ਇਹ ਚਾਰ ਜੁਟ ਇਕੱਠੇ ਹੀ ਆਨੰਦਪੁਰ ਆਣ ਗੱਜੇ। ਪਹਿਲਾਂ ਸਤਿਗੁਰ ਦੇ ਆਣ ਸੀਸ ਨਿਵਾਇਆ, ਦੀਵਾਨ ਵਿਚ ਬਾਣੀ ਸਰਵਣ ਕੀਤੀ ਫੇਰ ਲੰਗਰ ਵਿਚ ਪ੍ਰਸ਼ਾਦ ਛਕਿਆ, ਫੇਰ ਗੁਰਾਂ ਦੇ ਹਜ਼ੂਰ ਆਣ ਹਾਜ਼ਰ ਹੋਏ।

ਇਹ ਗੱਲ ਦੂਜੀ ਵਿਸਾਖੀ ਦੀ ਏ, ਮੇਰਾ ਮਤਲਬ ਇਹ ਵੇ ਕਿ ਸਤਿਗੁਰਾਂ ਨੂੰ ਆਨੰਦਪੁਰ ਵਿਚ ਆਇਆਂ ਇਕ ਸਾਲ ਲੰਘ ਗਿਆ ਸੀ। ਦਿੱਲੀ ਵਿਚੋਂ ਕੋਈ ਇਹੋ ਜਿਹਾ

ਸੇਵਕ ਨਹੀਂ ਸੀ ਆਇਆ ਜਿਹੜਾ ਦਿੱਲੀ ਦਾ ਪੂਰਾ ਪੂਰਾ ਹਾਲ ਦੱਸ ਸਕੇ, ਸਰਕਾਰੇ ਦਰਬਾਰੇ ਜਿਹਦੀ ਕੋਈ ਪਹੁੰਚ ਹੋਵੇ, ਉਹੀ ਕੋਈ ਦਰਬਾਰ ਦੀ ਗੱਲ ਦੱਸ ਸਕਦਾ ਸੀ। ਉਦੈ ਸਿੰਘ ਰਾਠੌਰ ਕਾਫੀ ਮੇਲ-ਜੋਲ ਵਾਲਾ ਬੰਦਾ ਸੀ। ਨਨੂਆ ਰੋਜ਼ ਸ਼ਾਹੀ ਕਿਲ੍ਹੇ ਵਿਚ ਜਾਂਦਾ ਰਹਿੰਦਾ ਸੀ। ਨਿਗਾਹੀਆ ਸਿੱਖਾਂ ਦਾ ਤਾਂ ਉਥੇ ਵਪਾਰ ਸੀ। ਸਾਰੇ ਕਿਲ੍ਹੇ ਦੀ ਰਸਦ ਦੀ ਠੇਕੇਦਾਰੀ ਸੀ। ਸਾਰੀ ਦੀ ਸਾਰੀ ਨਿਗਾਹੀਆਂ ਦੇ ਹੱਥ ਵਿਚ ਸੀ। ਗੁਰਾਂ ਨਾਲ ਉਨ੍ਹਾਂ ਦੀ ਬੜੀ ਸਾਂਝ ਸੀ। ਸ਼ਰਧਾਲੂ ਸਨ। ਦਿੱਲੀ ਦੀਆਂ ਪਲ ਪਲ ਦੀਆਂ ਖ਼ਬਰਾਂ ਉਨ੍ਹਾਂ ਦੇ ਕੰਨਾਂ ਵਿਚ ਪਹੁੰਚ ਜਾਂਦੀਆਂ ਸਨ।

ਸਭ ਤੋਂ ਪਹਿਲਾਂ ਜੈਤਾ ਬੋਲ ਉਠਿਆ—ਸਤਿਗੁਰ ਮੁਗ਼ਲ ਦਰਬਾਰ ਨੇ ਇਕ ਗਸ਼ਤੀ ਫੌਜ ਬਣਾਈ ਏ, ਜਿਹੜੀ ਪੂਰੇ ਹਿੰਦੁਸਤਾਨ ਵਿਚ ਘੁੰਮੇਗੀ ਤੇ ਉਨ੍ਹਾਂ ਦੇ ਜ਼ੁੰਮੇ ਕੰਮ ਇਹ ਲਾਇਆ ਗਿਆ ਹੈ ਕਿ ਹਿੰਦੂਆਂ ਦੀਆਂ ਇਬਾਦਤਗਾਹਾਂ ਢਾਹ ਕੇ ਉਨ੍ਹਾਂ ਥਾਵਾਂ ਤੇ ਮਸਜਿਦਾਂ ਉਸਾਰੀਆਂ ਜਾਣ। ਜੇ ਉਥੋਂ ਦੇ ਵਸਨੀਕ ਕੁਝ ਹੀਲ ਹੁਜਤ ਕਰਨ ਤੇ ਫੇਰ ਫੌਜੀ ਤਾਕਤ ਇਸਤੇਮਾਲ ਕੀਤੀ ਜਾਵੇ। ਲਾਲਚ ਦੇ ਕੇ, ਜੁਤੀ ਵਿਖਾ ਕੇ, ਬੁਕ ਮੋਹਰਾਂ ਦਾ ਉਨ੍ਹਾਂ ਦੀ ਝੋਲੀ ਵਿਚ ਪਾ ਕੇ, ਹਰ ਵਸੀਲੇ, ਹਰ ਢੰਗ ਨਾਲ ਉਨ੍ਹਾਂ ਦਾ ਧਰਮ ਬਦਲਿਆ ਜਾਵੇ। ਜੇ ਉਹ ਆਪਣੇ ਧਰਮ ਵਿਚ ਆ ਜਾਣ ਤਾਂ ਫੇਰ ਫੌਰਨ ਉਨ੍ਹਾਂ ਨੂੰ ਨੌਕਰ ਰਖ ਲਿਆ ਜਾਵੇ। ਏਨੀ ਦੌਲਤ ਉਨ੍ਹਾਂ ਦੀ ਝੋਲੀ ਵਿਚ ਇਕੋ ਵਾਰ ਪਾ ਦਿਓ ਕਿ ਜਿਹਦੇ ਨਾਲ ਉਹ ਆਪਣਾ ਮਕਾਨ ਬਣਾ ਲੈਣ ਤੇ ਗ੍ਰਿਹਸਤੀ ਚੰਗੀ ਤਰ੍ਹਾਂ ਚਲਣ ਲਗ ਪਏ। ਉਨ੍ਹਾਂ ਦਾ ਫੇਰ ਕਦੇ ਖ਼ਿਆਲ ਵੀ ਨਾ ਆਵੇ ਆਪਣੇ ਧਰਮ ਵੱਲ ਵੇਖਣ ਨੂੰ। ਗਸ਼ਤੀ ਫੌਜ ਨੇ ਆਪਣਾ ਕੰਮ ਆਰੰਭ ਕਰ ਦਿੱਤਾ। ਸ਼ਾਇਦ ਉਹ ਛੇਤੀ ਪੰਜਾਬ ਵਿਚ ਪੁੱਜ ਜਾਵੇਗੀ। ਵਿਸਾਖੀ ਦਾ ਮੇਲਾ ਸੀ, ਭਾਂਤ ਭਾਂਤ ਦੇ ਬੰਦੇ ਇਕੱਠੇ ਹੋਏ ਸਨ, ਭਾਂਤ ਭਾਂਤ ਦੀਆਂ ਬੋਲੀਆਂ ਬੋਲਦੇ ਸਨ। ਹੁਣ ਜੈਤਾ ਚੁਪ ਸੀ।

ਉਦੈ ਸਿੰਘ ਰਾਠੌਰ ਨੇ ਆਪਣੀ ਜ਼ਬਾਨ ਖੋਲ੍ਹੀ—ਬਨਾਰਸ ਦਾ ਪ੍ਰਸਿਧ ਮੰਦਰ ਵਿਸ਼ਵਨਾਥ ਢਹਿ-ਢੇਰੀ ਕਰ ਦਿੱਤਾ ਗਿਆ ਏ, ਤੇ ਉਸ ਜਗ੍ਹਾ ਤੇ ਮਸਜਿਦ ਉਸਾਰੀ ਜਾ ਰਹੀ ਏ। ਗੋਪੀ ਨਾਥ ਦੇ ਮੰਦਰ ਨੂੰ ਜ਼ਮੀਨ ਦੇ ਬਰਾਬਰ ਕਰ ਦਿੱਤਾ ਏ। ਤੇ ਹੋਰ ਛੋਟੇ ਛੋਟੇ ਮੰਦਰ ਗਸ਼ਤੀ ਫੌਜ ਰਾਹ ਜਾਂਦਿਆਂ ਤੋੜਦੀ ਜਾਂਦੀ ਹੈ। ਉਨ੍ਹਾਂ ਸਾਹਮਣੇ ਕੋਈ ਟਿਕ ਨਹੀਂ ਸਕਦਾ। ਇਸ ਫੌਜੀ ਗਸ਼ਤੀ ਟੁਕੜੀ ਦਾ ਕਾਰਨਾਮਾ ਹੋਰ ਸੁਣ ਲਵੋ ਕਿ ਮਥਰਾ ਦਾ ਉਹ ਮੰਦਰ ਜਿਹਨੂੰ ਨਰ ਸਿੰਘ ਬੁੰਦੇਲੇ ਨੇ ਸਾਰੇ ਰਾਜਸਥਾਨ ਦੀ ਦੌਲਤ ਇਕੱਠੀ ਕਰਕੇ, ਲਾ ਕੇ ਬਣਾਇਆ ਸੀ, ਇਹੋ ਜਿਹਾ ਮੰਦਰ ਸ਼ਾਇਦ ਸਵਰਗ ਲੋਕ ਵਿਚ ਵੀ ਨਹੀਂ ਹੋਵੇਗਾ, ਉਹਨੂੰ ਵੀ ਢਾਹ ਕੇ ਜ਼ਮੀਨ ਵਿਚ ਦੱਬ ਦਿੱਤਾ ਗਿਆ ਤੇ ਉਹਦੀਆਂ ਮੂਰਤੀਆਂ ਨੂੰ ਚੁਕ ਕੇ ਨਾਲ ਲੈ ਗਏ ਹਨ। ਲੋਕ ਦੱਸਦੇ ਹਨ ਉਨ੍ਹਾਂ ਪਵਿੱਤਰ ਮੂਰਤੀਆਂ ਨੂੰ ਆਗਰੇ ਦੀਆਂ ਖ਼ੂਬਸੂਰਤ ਮਸਜਿਦਾਂ ਦੀਆਂ ਪੌੜੀਆਂ ਵਿਚ ਰੱਖ ਦਿੱਤਾ ਗਿਆ ਹੈ ਤਾਂ ਕਿ ਜਿਹੜਾ ਗਾਜ਼ੀ ਉਤੋਂ ਦੀ ਲੰਘੇ ਉਹਦੇ ਪੈਰ ਮੂਰਤੀ ਦੇ ਸਿਰ ਤੇ ਜ਼ਰੂਰ ਆਉਣ। ਨਵਾਬ ਕੁਦਸੀਆ ਬੇਗਮ ਦੀ ਮਸਜਿਦ ਜਿਹਨੂੰ ਖ਼ੁਦਾ ਦਾ ਘਰ ਆਖਿਆ ਜਾਂਦਾ ਹੈ, ਓਸ ਖੁਦਾ ਦੇ ਘਰ ਵਿਚ ਖ਼ੁਦਾ ਦੀ ਇਹ ਇੱਜ਼ਤ ਏ ਉਥੋਂ ਰੋਜ਼ ਨਵਾਂ ਫ਼ਰਮਾਨ ਜਾਰੀ ਹੁੰਦਾ ਹੈ। ਇਨ੍ਹਾਂ ਦਸਾਂ ਸਾਲਾਂ

ਵਿਚ ਜਿਹੜਾ ਮੰਦਰ ਨਵਾਂ ਬਣਿਆ ਏ ਉਹਨੂੰ ਗਿਰਾ ਦਿੱਤਾ ਜਾਏ, ਚਾਹੇ ਉਹ ਮਿੱਟੀ ਦਾ ਹੀ ਕਿਉਂ ਨਾ ਹੋਵੇ, ਚਾਹੇ ਉਹ ਪੱਥਰ ਦਾ ਹੋਵੇ, ਹੀਰਿਆ ਜੜਿਆ ਹੋਵੇ ਤਾਂ ਵੀ ਕੋਈ ਪ੍ਰਵਾਹ ਨਹੀਂ ।

ਮਥਰਾ ਦਾ ਨਾਂ ਇਸਲਾਮਾਬਾਦ ਰੱਖ ਦਿੱਤਾ ਗਿਆ ਏ । ਅਯੁਧਿਆ ਦਾ ਰਾਮ ਦਰਬਾਰ ਮੰਦਰ ਏਸ ਤਰ੍ਹਾਂ ਤੋੜਿਆ ਗਿਆ ਏ ਕਿ ਉਹਦੀ ਆਖਰੀ ਠੀਕਰੀ ਵੀ ਸਰਜੂ ਨਦੀ ਵਿਚ ਜਾ ਸੁਟੀ ਏ । ਉਹਦਾ ਖੋਜ ਖੁਰਾ ਈ ਉਡਾ ਦਿੱਤਾ ਗਿਆ ਏ । ਮਸਜਿਦ ਬਣ ਰਹੀ ਏ । ਬਾਦਸਾਹ ਝਰੋਖੇ ਵਿਚ ਬਹਿੰਦਾ ਸੀ, ਕੋਈ ਗਰੀਬ ਆਪਣੀ ਫਰਿਆਦ ਕਰ ਸਕਦਾ ਸੀ, ਉਹ ਵੀ ਬੰਦ ਕਰ ਦਿੱਤਾ ਗਿਆ ਏ । ਇਹ ਵੀ ਇਕ ਤਰ੍ਹਾਂ ਦੀ ਬੁਤ-ਪ੍ਰਸਤੀ ਏ । ਸਖਤੀ ਦੀ ਵੀ ਤੇ ਕੋਈ ਹੱਦ ਹੋਣੀ ਚਾਹੀਦੀ ਏ । ਕੋਈ ਮਿੱਟੀ ਦੀ ਬਾਵੀ ਤਕ ਨਹੀਂ ਸੀ ਬਣਾ ਸਕਦਾ । ਕੋਈ ਘੁਮਿਆਰ ਕਿਸੇ ਭਾਂਡੇ ਤੇ ਮਿੱਟੀ ਦੀ ਕੋਈ ਮੂਰਤੀ ਬਣਾ ਕੇ ਨਹੀਂ ਵੇਚ ਸਕਦਾ । ਜੇ ਕਿਸੇ ਨਕਸ਼-ਨਿਗਾਰੀ ਦੀ ਕੋਸ਼ਿਸ਼ ਕੀਤੀ ਤਾਂ ਉਹਦੀਆਂ ਉਂਗਲਾਂ ਵੱਢ ਦਿੱਤੀਆਂ ਜਾਣਗੀਆਂ । ਕੋਈ ਬੰਦਾ ਤਿਲਕ ਨਹੀਂ ਲਗਾ ਸਕਦਾ—ਆਖਣ ਲਗਾ ਨਿਗਾਹੀਆ ਸੇਵਕ ।

ਹੁਣ ਵਾਰੀ ਸੀ—ਨਨੂਏ ਦੀ ।

ਪਾਠਸ਼ਾਲਾਵਾਂ ਨੂੰ ਤੁੜਵਾ ਦਿਓ, ਜਿਥੇ ਧਾਰਮਕ ਪੁਸਤਕਾਂ, ਧਰਮ ਗਰੰਥ ਜੋ ਕੁਝ ਹੱਥ ਲੱਗੇ ਸਾੜ ਕੇ ਸਵਾਹ ਕਰ ਦਿੱਤੇ ਜਾਣ । ਕੁਝ ਰਹਿੰਦ ਖੂੰਹਦ ਵੀ ਨਾ ਰਹਿਣ ਦਿੱਤੀ ਜਾਵੇ । ਜਿਸ ਗਾਜ਼ੀ ਨੂੰ ਜਿਸ ਘਰ ਵਿਚੋਂ ਕੋਈ ਕੁੜੀ ਪਸੰਦ ਆ ਜਾਵੇ ਬੇਸ਼ਕ ਉਹ ਉਹਨੂੰ ਆਪਣੇ ਹਰਮ ਵਿਚ ਬੇਖਟਕੇ ਸ਼ਾਮਲ ਕਰ ਲਵੇ । ਪਰ ਸ਼ਰਤ ਇਹ ਬਹੁਤ ਜ਼ਰੂਰੀ ਏ ਕਿ ਉਸਨੂੰ ਇਸਲਾਮ ਕਬੂਲ ਕਰਨ ਤੇ ਮਜਬੂਰ ਕੀਤਾ ਜਾਵੇ । ਹਿੰਦੂ ਔਰਤਾਂ ਹਿੰਦੂ ਰਹਿ ਕੇ ਹਰਮ ਦਾ ਸ਼ਿੰਗਾਰ ਨਹੀਂ ਬਣ ਸਕਦੀਆਂ । ਅਸਲ ਵਿਚ ਇਹੋ ਫਸਾਦ ਦੀ ਜੜ੍ਹ ਹਨ । ਮੇਰੇ ਬਜ਼ੁਰਗਾਂ ਇਹੋ ਗ਼ਲਤੀ ਕੀਤੀ ਸੀ ਜਿਹਦੀ ਸਜ਼ਾ ਅਸੀਂ ਹੁਣ ਤਕ ਭੁਗਤ ਰਹੇ ਹਾਂ । ਏਸ ਕਾਨੂੰਨ ਦੀ ਕੋਈ ਦਾਦ ਫਰਿਆਦ ਨਹੀਂ, ਕੋਈ ਅਪੀਲ ਨਹੀਂ । ਮਨ ਮਰਜ਼ੀ ਕਰ ਰਹੇ ਹਨ ਗਸ਼ਤੀ ਫੌਜ ਵਾਲੇ । ਕੋਈ ਰਾਜਪੂਤ ਨਹੀਂ ਬੋਲਦਾ । ਮਰਹੱਟੇ ਬੋਲਣ ਦੀ ਜੁਰਅਤ ਕਰਦੇ ਹਨ ਪਰ ਉਨ੍ਹਾਂ ਨੂੰ ਤਲਵਾਰ ਦੀ ਨੋਕ ਨਾਲ ਦਬਾ ਦਿੱਤਾ ਜਾਂਦਾ ਹੈ ਪਰ ਧੰਨ ਹਨ ਮਰਹੱਟੇ ਜਿਨ੍ਹਾਂ ਨੇ ਆਪਣੇ ਇਲਾਕੇ ਵਿਚ ਇਹ ਗੱਲਾਂ ਨਾ ਹੋਣ ਦਿੱਤੀਆਂ ਨੇ ਅਤੇ ਨਾ ਹੋਣ ਦੇਣਗੇ । ਰਾਜਪੂਤ ਤੇ ਅਗੇ ਹੀ ਗੁਲਾਮ ਹਨ । ਹੁਣ ਵਾਰੀ ਤਾਂ ਪੰਜਾਬ ਦੀ ਏ । ਗਸ਼ਤੀ ਫੌਜ ਨ ਏਧਰ ਨੇ ਰੁਖ ਕਰ ਲਿਆ ਏ ।

ਸਤਿਗੁਰਾਂ ਫ਼ਰਮਾਇਆ, ਇਕ ਬੰਦਾ, ਇਕ ਬਾਦਸ਼ਾਹ, ਇਕ ਜਾਗੀਰਦਾਰ, ਜੇ ਚਾਹੇ ਕਿ ਮੈਂ ਕੁਦਰਤ ਦਾ ਨਿਜ਼ਾਮ ਬਦਲ ਦੇਵਾਂ, ਬਹੁਤ ਮੁਸ਼ਕਲ ਏ । ਕਿਸੇ ਧਰਮ ਦਾ ਅੱਜ ਤੱਕ ਵਜੂਦ ਖ਼ਤਮ ਨਹੀਂ ਹੋਇਆ । ਹਰ ਧਰਮ ਵਿਚ ਕੋਈ ਨਾ ਕੋਈ ਗੁਣ ਜ਼ਰੂਰ ਹੁੰਦਾ ਹੈ । ਹਰ ਧਰਮ ਵਿਚ ਨਾ ਕੋਈ ਨਾ ਕੋਈ ਵਿਸ਼ੇਸ਼ ਗੱਲ ਵੀ ਜ਼ਰੂਰ ਏ, ਏਸ ਲਈ ਤਲਵਾਰ ਦੇ ਜ਼ੋਰ ਨਾਲ ਨਾ ਕੋਈ ਧਰਮ ਮਿਟ ਸਕਦਾ ਏ ਤੇ ਨਾ ਹੀ ਕਿਸੇ ਨੇ ਜਬਰ ਅਗੇ ਸਿਰ ਈ ਝੁਕਾਇਆ ਏ । ਆਪਣਾ ਧਰਮ ਕਿਸੇ ਨੇ ਛੱਡ ਦਿੱਤਾ ਹੋਵੇ, ਇਹ ਵੀ ਨਹੀਂ ਕਿ

ਕੋਈ ਬੁਜ਼ਦਿਲ, ਥੋੜ੍ਹਦਿਲਾ ਕੁਝ ਸਮੇਂ ਲਈ ਧਰਮ ਦੀ ਚਾਦਰ ਬਦਲ ਹੀ ਲਵੇ ਪਰ ਉਹਦਾ ਮਨ ਨਹੀਂ ਬਦਲਦਾ, ਧਰਮ ਦਾ ਰਿਸ਼ਤਾ ਦਿਲ ਨਾਲ ਏ। ਜਿਹੜਾ ਵੱਸ ਕੀਤਿਆਂ, ਨਹੀਂ ਡੋਲਦਾ, ਬੰਦਾ ਮਜਬੂਰੀ ਵਿਚ ਉਤੋਂ ਭਾਵੇਂ ਹਾਂ ਕਰ ਦੇਵੇ ਪਰ ਉਹਦਾ ਅੰਦਰੋਂ ਮਨ ਨਹੀਂ ਕਰਦਾ। ਸਾਰੇ ਧਰਮ ਆਪੋ ਆਪਣੀ ਜਗ੍ਹਾ ਤੇ ਕਾਇਮ ਰਹਿਣਗੇ ਐਵੇਂ ਹਵਾ ਦੇ ਬੁੱਲੇ ਚਲ ਰਹੇ ਹਨ। ਇਕ ਅੱਧਾ ਮੀਂਹ ਪਿਆ, ਤੇ ਫੇਰ ਕੋਈ ਹਵਾ ਸਰਦ ਹੋਈ, ਰੁਤਾਂ ਬਦਲਦੀਆਂ ਰਹਿੰਦੀਆਂ ਨੇ, ਕਦੇ ਇਕ ਰੁਤ ਵੀ ਰਹੀ ਏ।

ਜੈਤਾ ਫੇਰ ਬੋਲਿਆ, ਗਰਮ ਹਵਾ ਦੇ ਬੁਲ੍ਹੇ ਜ਼ਰੂਰ ਪੰਜਾਬ ਵੱਲ ਰੁਖ਼ ਕਰਨਗੇ, ਕਿਉਂਕਿ ਦੂਜਿਆਂ ਸੂਬਿਆਂ ਵਿਚ ਉਨ੍ਹਾਂ ਨੂੰ ਮੂੰਹ ਦੀ ਖਾਣੀ ਪਈ ਏ। ਸਰਹੱਦ ਦਾ ਇਲਾਕਾ ਏ, ਏਥੇ ਜ਼ਰੂਰ ਉਨ੍ਹਾਂ ਦਾ ਜਲਵਾ ਉਭਰਨਾ ਚਾਹੀਦਾ ਏ। ਨਾਲ ਲੱਗਦਿਆਂ ਏਥੇ ਇਹੋ ਜਿਹੇ ਲੋਕ ਵੀ ਵਸਦੇ ਹਨ ਜਿਨ੍ਹਾਂ ਦਾ ਮੂੰਹ ਮੱਕੇ ਵੱਲ ਏ। ਜੇ ਉਨ੍ਹਾਂ ਨਾਲ ਇਨ੍ਹਾਂ ਦੀਆਂ ਜੱਫੀਆਂ ਪੈ ਜਾਣ ਤਾਂ ਫੇਰ ਤਾਕਤ ਦੂਣੀ ਹੋ ਜਾਏਗੀ। ਇਹ ਸਾਰੇ ਦਾ ਸਾਰਾ ਇਲਾਕਾ ਇਕ ਤਸਬੀ ਵਿਚ ਪਰੁੱਤ ਜਾਏਗਾ। ਅੱਲਾ ਹੂ ਅਕਬਰ ਦੀ ਅਜ਼ਾਨ ਜਦ ਕੋਈ ਕਾਜ਼ੀ ਮੱਕੇ ਤੋਂ ਦਏਗਾ ਤਾਂ ਉਹਦੇ ਮਗਰ ਸਾਰਾ ਪੰਜਾਬ ਹੱਥ ਖੜ੍ਹੇ ਕਰੇਗਾ। ਇਕ ਬਾਹੀ ਦੀ ਬਾਹੀ ਇਕ ਧਰਮ ਵਿਚ ਆ ਜਾਵੇਗੀ ਏਸ ਲਈ ਬਾਦਸ਼ਾਹ ਨੇ ਏਧਰ ਮੂੰਹ ਜ਼ਰੂਰ ਫੇਰਨਾ ਏ। ਸਾਨੂੰ ਸਤਿਗੁਰ ਇਹ ਹੁਣ ਸੋਚਣਾ ਹੀ ਪੈ ਗਿਆ ਏ ਕਿ ਅਸਾਂ ਇਸ ਸ਼ੇਰ ਦੇ ਬੱਚੇ ਨੂੰ ਪਿੰਜਰੇ ਵਿਚ ਕਿਸ ਤਰ੍ਹਾਂ ਪਾਉਣਾ ਏ।

ਦੜ ਵੱਟ ਜ਼ਮਾਨਾ ਕਟ ਭਲੇ ਦਿਨ ਆਵਣਗੇ। ਸਤਿਗੁਰਾਂ ਫ਼ਰਮਾਇਆ।

ਆਖ਼ਰਕਾਰ ਉਦੈ ਸਿੰਘ ਰਾਠੌਰ ਬੋਲਿਆ—ਮੈਂ ਹਜ਼ੂਰ ਅਜੇ ਆਪਣੀ ਗੱਲ ਪੂਰੀ ਨਹੀਂ ਸਾਂ ਕਰ ਸਕਿਆ ਵਿਚੇ ਜੈਤਾ ਬੋਲ ਪਿਆ ਸੀ, ਇਨ੍ਹਾਂ ਧਰਮ ਦੇ ਠੇਕੇਦਾਰਾਂ ਨੇ ਮਜ਼ਹਬ ਨੂੰ ਛੱਜ ਵਿਚ ਪਾ ਲਿਆ ਏ। ਪਏ ਛੱਟਦੇ ਫਿਰਦੇ ਨੇ। ਮਜ਼ਹਬ ਵੀ ਕਦੀ ਛੱਟਿਆ ਗਿਆ ਏ।

ਨੌਂ ਰੋਜ਼ ਦਾ ਜਸ਼ਨ ਬੰਦ, ਰਾਗ ਰਾਗਨੀ ਬੰਦ, ਨਾ ਕੋਈ ਮੰਦਰ ਬਣ ਸਕਦਾ ਏ, ਤੇ ਨਾ ਕੋਈ ਗੁਰਦਵਾਰਾ—ਆਖਣ ਲੱਗਾ ਉਦੈ ਸਿੰਘ ਰਾਠੌਰ।

ਗੁਰਦਵਾਰੇ ਬਣਨਗੇ, ਧਰਮਸ਼ਾਲਾ ਉਸਰਨਗੀਆਂ। ਊਠ ਅੜਾਂਦੇ ਹੀ ਲੱਦੀਦੇ ਹਨ। ਜਦੋਂ ਪਨੀਰੀ ਫੁਟਦੀ ਏ ਤਾਂ ਧਰਤੀ ਦਾ ਸੀਨਾ ਪਾੜ ਕੇ ਨਿਕਲਦੀ ਏ। ਉਹ ਪਰਵਾਹ ਨਹੀਂ ਕਰਦੀ ਝਖੜ, ਹਨੇਰੀ ਤੇ ਤੂਫਾਨ ਦੀ। ਵਗਣ ਵਾਲੇ ਵਗਦੀਆਂ ਵਾਹਰਾਂ ਵਿਚੋਂ ਵੀ ਨਿਕਲ ਜਾਂਦੇ ਹਨ। ਇਹਦਾ ਪੱਕਾ ਨਿਸ਼ਚਾ ਅਟੱਲ, ਸ਼ਰਧਾ ਗੁਰੂ ਤੇ, ਫੇਰ ਬੇੜੇ ਪਾਰ ਹਨ, ਸਚ ਨੂੰ ਕੋਈ ਆਂਚ ਨਹੀਂ, ਝੂਠ ਦੇ ਬੱਦਲ ਜ਼ਰੂਰ ਪਾਟਣਗੇ। ਸੂਰਜ ਉਦੇ ਹੋਵੇਗਾ ਦਿਨ ਚੜ੍ਹਨ ਦਾ ਇੰਤਜ਼ਾਰ ਕਰੋ, ਸਾਹਿਬਾਂ ਨੇ ਬਚਨ ਕੀਤਾ।

ਸਿਰ ਝੁਕ ਗਿਆ, ਅੱਗਾ ਨਜ਼ਰ ਆਉਣ ਲੱਗ ਪਿਆ, ਲੱਕ ਬੰਨ੍ਹ ਕੇ ਖਲੋ ਗਏ ਸੂਰਬੀਰ। ਆਨੰਦਪੁਰ ਦੀ ਧਰਤੀ ਫੁਲਾਂ ਨਾਲ ਖਿੜੀ ਪਈ ਸੀ। ਮਹਿਕ ਰਹੀ ਸੀ ਫੁਲਵਾੜੀ ਗੁਰਾਂ ਦੀ।

★

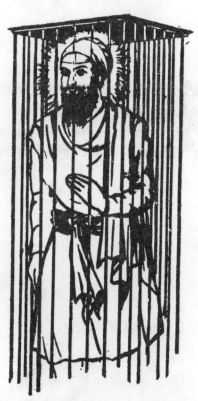

ਤੇਗ਼ ਬਹਾਦਰ ਬੋਲਿਆ

ਚਿਤ ਚਰਨ ਕਮਲ ਕਾ ਆਸਰਾ, ਚਿਤ ਚਰਨ ਕਮਲ ਸੰਗ ਜੋੜੀਐ।
ਮਨ ਲੋਚੈ ਬੁਰਿਆਈਆਂ, ਗੁਰਸਬਦੀ ਇਹ ਮਨ ਹੋੜੀਐ।
ਬਾਂਹ ਜਿਨ੍ਹਾਂ ਦੀ ਪਕੜੀਐ, ਸਿਰ ਦੀਜੈ ਬਾਂਹ ਨ ਛੋੜੀਐ।
ਤੇਗ਼ ਬਹਾਦਰ ਬੋਲਿਆ, ਧਰ ਪਈਐ ਧਰਮ ਨ ਛੋੜੀਐ।

—ਭੱਟ ਚਾਂਦ

ਰਾਜਿਆਂ ਦੇ ਪੁੱਤ ਰਾਜੇ, ਸ਼ਾਹੂਕਾਰਾਂ ਦੇ ਪੁੱਤ ਸ਼ਾਹੂਕਾਰ, ਜ਼ਿਮੀਂਦਾਰਾਂ ਦੇ ਪੁੱਤ ਜ਼ਿਮੀਂਦਾਰ, ਸੌ ਸੈਂਕੜਿਆਂ ਵਿਚੋਂ ਕਿਸੇ ਗ਼ਰੀਬ ਦਾ ਪੁੱਤ ਕਿਸਮਤ ਦਾ ਵਲੀ ਹੋਵੇ ਤੇ ਭਾਵੇਂ ਬਾਦਸ਼ਾਹ ਬਣ ਜਾਵੇ। ਦੱਬੀ ਦੇਗ ਆਪਣੇ ਵਿਹੜੇ ਵਿਚੋਂ ਨਿਕਲ ਆਏ ਤੇ ਸ਼ਾਹੂਕਾਰ ਬਣ ਬੈਠੇ। ਮਾਰ ਧਾੜ ਕਰਨ ਵਾਲਾ ਹੋਵੇ ਤੇ ਚਾਰ ਸਾਥੀ ਬਣ ਜਾਣ ਤੇ ਫੇਰ ਭਾਵੇਂ ਕਿਸੇ ਦੀ ਜ਼ਮੀਨ ਤੇ ਕਬਜ਼ਾ ਕਰ ਲੈਣ। ਇਹ ਤੇ ਉਦੋਂ ਹੁੰਦਾ ਏ ਜਦੋਂ ਹਕੂਮਤ ਬਦਲ ਰਹੀ ਹੋਵੇ। ਗ਼ਰੀਬਾਂ ਦੇ ਪੁੱਤਾਂ 'ਚੋਂ ਕਿਤੇ ਸੌ ਵਿਚੋਂ ਇਕ ਅੱਧੇ ਦਾ ਸ਼ਾਇਦ ਦਾਅ ਲੱਗ ਜਾਏ। ਪਰ ਰਾਜਿਆਂ ਦੇ ਪੁੱਤਾਂ ਵਿਚੋਂ ਨੱਬੇ ਨਾਲਾਇਕ ਤੇ ਬੇਵਕੂਫ਼ ਹੁੰਦੇ ਹਨ। ਨਿਕੰਮੇ ਹੁੰਦੇ ਹੋਏ ਵੀ ਰਾਜੇ ਬਣ ਜਾਂਦੇ ਹਨ। ਵਕਤ ਦੀ ਜੇ ਚਾਲ ਬਦਲੇ ਤਾਂ ਰਾਜਿਆਂ ਦੇ ਪੁੱਤ ਹੀ ਫ਼ਕੀਰ ਹੁੰਦੇ ਹਨ, ਗ਼ਰੀਬ ਤੇ ਅੱਗੇ ਹੀ ਗ਼ਰੀਬ ਏ ਓਸ ਹੋਰ ਕੀ ਫ਼ਕੀਰ ਹੋਣਾ ਹੋਇਆ। ਸ਼ਾਹੂਕਾਰ ਦੇ ਪੁੱਤ ਦੀ ਸੁਹਬਤ ਵਿਗੜੀ ਤੇ ਕੰਗਾਲ, ਜ਼ਿਮੀਂਦਾਰ ਦਾ ਪੁੱਤ ਆਲਸੀ ਹੋਇਆ ਤੇ ਜ਼ਮੀਨ ਚੌਪਟ, ਬਿਲਕੁਲ ਇਹੋ ਹੀ ਗੱਲ ਢੁੱਕਦੀ ਸੀ ਜਿਹੜੀ ਹੁਣ ਮੈਂ ਕਥਾ ਸੁਣਾਨ ਲੱਗਾ ਹਾਂ।

ਭਾਈ ਘਨੱਈਏ ਨੂੰ ਕੌਣ ਨਹੀਂ ਜਾਣਦਾ। ਜਿਹਨੂੰ ਪਾਣੀ ਦੀ ਤ੍ਰਿਹ ਲੱਗੀ ਓਸ ਭਾਈ ਘਨੱਈਏ ਦਾ ਨਾਂ ਲੈ ਲਿਆ। ਪਾਣੀ ਵਾਲਾ ਘਨੱਈਆ। ਕੋਈ ਕਿਸੇ ਜ਼ਾਤ ਦਾ ਕਿਉਂ ਨਾ ਹੋਵੇ, ਜਿਸ ਪਾਣੀ ਮੰਗਿਆ, ਪਾਣੀ ਹਾਜ਼ਰ। ਸਿਆਣੇ ਬਜ਼ੁਰਗ ਭਾਈ ਘਨੱਈਏ ਨੂੰ ਮੇਘਦੂਤ ਵੀ ਆਖਿਆ ਕਰਦੇ ਸਨ। ਏਸ ਸ਼ਖ਼ਸ ਨੇ ਪਾਣੀ ਵਿਚੋਂ ਪਾਈ ਆਪਣੀ ਕਾਇਆ। ਪਾਣੀ ਦਾ ਕਟੋਰਾ ਭਰ ਕੇ ਅਗਲੇ ਨੂੰ ਦਿੱਤਾ ਤੇ ਅਸੀਸਾਂ ਨਾਲ ਆਪਣੀ ਝੋਲੀ ਭਰ ਲਈ। ਕਿੰਨਾ ਸਸਤਾ ਸੌਦਾ ਏ, ਹਿੰਗ ਲੱਗੇ ਨਾ ਫਟਕੜੀ ਤੇ ਰੰਗ ਚੋਖਾ ਆਏ। ਵੇਖਣ ਨੂੰ ਤੇ ਕੋਈ ਕੰਮ ਨਹੀਂ ਪਰ ਕੰਮ ਬੜਾ ਕਠਨ ਏ, ਹਾੜ ਜਾਏ ਸਿਆਲ ਜਾਏ, ਕੱਕਰ ਪੈਣ, ਬਰਫ਼ ਵਰ੍ਹੇ, ਮੀਂਹ ਝੱਖੜ, ਗੜੇ, ਹਨੇਰੀਆਂ ਆਉਣ, ਤੂਫ਼ਾਨ ਗੱਜੇ, ਉਸ ਪਾਣੀ ਦੇ ਘੜੇ ਭਰੇ ਰੱਖਣੇ ਹਨ। ਮੋਢੇ ਤੇ ਲੱਜ, ਢਾਕੇ ਘੜਾ, ਹਰ ਵੇਲੇ, ਹਰ ਸਮੇਂ ਜਦੋਂ ਵੇਖੋ, ਉਹਨੂੰ ਭਾਈ ਘਨੱਈਆ ਆਖ ਸਕਦੇ ਹੋ। ਨਾਂ ਯਾਦ ਰੱਖਣ ਦੀ ਲੋੜ ਨਹੀਂ, ਪਾਣੀ ਵਾਲਾ ਬਾਬਾ ਘਨੱਈਆ।

ਏਡੀ ਵੱਡੀ ਪਦਵੀ ਜੇ ਕਿਸੇ ਨੇ ਪ੍ਰਾਪਤ ਕੀਤੀ ਏ ਤਾਂ ਉਹ ਸਿਰਫ਼ ਸੀ ਭਾਈ ਘਨੱਈਆ। ਪਾਣੀ ਭਰਨਾ ਕੋਈ ਕਾਰ ਏ, ਬਹੁਤ ਵੱਡੀ ਕਠਿਨ ਤਪੱਸਿਆ ਏ। ਕਿੰਨਿਆਂ ਸਾਲਾਂ ਵਿਚ ਪਾਈ ਤੇ ਕਿੰਨੇ ਜਫ਼ਰ ਜਾਲੇ ਬੱਸ ਇਹੋ ਹੀ ਕਹਾਣੀ ਏ ਤੇ ਇਹੋ ਹੀ ਕਥਾ ਏ। ਛੋਟੀਆਂ-ਛੋਟੀਆਂ ਗੱਲਾਂ ਕਿਸੇ ਵੇਲੇ ਬਹੁਤ ਵੱਡੀਆਂ ਬਣ ਜਾਂਦੀਆਂ ਹਨ ਤੇ ਵੱਡੀਆਂ-ਵੱਡੀਆਂ ਕਈ ਵਾਰ ਤੁਛ ਬਣ ਜਾਂਦੀਆਂ ਨੇ। ਜਿਹੜਾ ਇਨ੍ਹਾਂ ਦੀ ਰਮਜ਼ ਜਾਣਦਾ ਹੈ ਉਹੀ ਪਾ ਲੈਂਦਾ ਹੈ। ਏਸੇ ਨੂੰ ਫ਼ਕੀਰੀ ਕਹਿੰਦੇ ਹਨ ਤੇ ਏਸੇ ਨੂੰ ਸੇਵਕ, ਬੱਸ ਏਨੀ ਗੱਲ ਏ।

ਦਰਿਆ ਦੀ ਰੇਤ ਛਾਣਦਿਆਂ-ਛਾਣਦਿਆਂ ਕਦੀ ਸੋਨੇ ਦੀ ਕੰਕਰ ਮਿਲ ਜਾਂਦੀ ਏ ਤੇ ਕਦੇ ਕੀਮਤੀ ਹੀਰਾ ਵੀ। ਇਹ ਸਭ ਨਿਆਮਤਾਂ, ਉਹੋ ਹੀ ਪ੍ਰਾਪਤ ਕਰ ਸਕਦੇ ਹਨ ਜਿਹੜੇ ਮਨ ਮਾਰ ਕੇ ਲੱਗੇ ਰਹਿੰਦੇ ਹਨ ਆਪਣੀ ਧੁਨ ਵਿਚ। ਇਕ-ਇਕ ਪਉੜੀ ਚੜ੍ਹੀ

ਜਾਏ ਬੰਦਾ ਕਦੀ ਨਾ ਕਦੀ ਕੋਠੇ ਤੇ ਚੜ੍ਹ ਹੀ ਜਾਂਦਾ ਏ। ਰਾਹ ਓਸੇ ਦਾ ਈ ਮੁੱਕਣਾ ਏ ਜਿਨ ਹੌਲੀ-ਹੌਲੀ ਕਦਮ ਚੁੱਕੀ ਜਾਣਾ ਏ। ਮੰਜ਼ਲ ਤੇ ਉਹੀ ਪਹੁੰਚੇਗਾ ਜਿਨ ਉੱਦਮ ਕੀਤਾ ਜਿਨ ਬਾਂਹ ਸਿਰਹਾਣੇ ਦੇ ਕੇ ਅੱਖਾਂ ਮੀਟ ਲਈਆਂ, ਓਸ ਕਦ ਪੁੱਜਣਾ ਏ ਮੰਜ਼ਲ ਤੇ।

ਸ਼ਾਹੂਕਾਰ ਦਾ ਪੁੱਤ, ਨਾਂ ਘਨੱਈਆ—ਸੋਧਰੇ ਪਿੰਡ ਦਾ ਵਸਨੀਕ, ਮੁਗ਼ਲ ਸੈਨਾ ਨੂੰ ਰਸਦ ਪਾਣੀ ਸਪਲਾਈ ਕਰਨਾ, ਜ਼ਰਾ ਵਕਤ ਤੋਂ ਬੇਵਕਤ ਹੋਏ ਤੇ ਸ਼ਾਮਤ ਆ ਗਈ। ਜਿੰਨਾ ਚਿਰ ਖਾਂਦੇ ਰਹੇ ਮਿੱਠੇ ਚੌਲ, ਪੁਲਾਅ, ਜ਼ਰਦਾ ਤੇ ਜਦੋਂ ਕਿਸੇ ਮੁਗ਼ਲ ਅਫਸਰ ਦੀ ਨਜ਼ਰ ਮੈਲੀ ਹੋਈ ਤਾਂ ਫੇਰ ਘਰ ਬਾਰ ਵਿਚ ਕਿਸੇ ਦੀ ਜਾਨ ਵੀ ਨਹੀਂ ਛੁੱਟਣੀ। ਚਮੜੀ ਉਧੇੜ ਸੁੱਟਦਾ ਅਫ਼ਸਰ ਹਰ ਗੱਲ ਵਿਚ ਜੀਅ ਹਜ਼ੂਰੀ, ਹਰ ਗੱਲ ਵਿਚ ਜੀ ਹਾਂ, ਜੀ ਹਾਂ। ਏਸ ਠੇਕੇਦਾਰੀ ਵਿਚ ਉਹਨਾਂ ਨੇ ਬਹੁਤ ਧਨ ਕਮਾਇਆ ਸੀ ਤੇ ਸੁਖ ਨਾਲ ਪੁੱਤ ਘਨੱਈਆ ਵੀ ਜਵਾਨੀ ਚੜ੍ਹਨ ਲੱਗਾ ਓਸ ਬੋਝੇ ਵਿਚ ਕੌਡੀਆਂ ਪਾ ਲੈਣੀਆਂ ਤੇ ਲੋੜਵੰਦਾਂ ਨੂੰ ਦੇ ਕੇ ਆਪਣੇ ਮਨ ਦਾ ਰਾਂਝਾ ਰਾਜ਼ੀ ਕਰ ਲੈਣਾ। ਉਹਦਾ ਗਰੀਬਾਂ ਨਾਲ ਬੜਾ ਪਿਆਰ ਸੀ, ਬੜੀ ਹਮਦਰਦੀ ਸੀ ਉਨ੍ਹਾਂ ਮੁਸਾਫ਼ਰਾਂ ਨਾਲ, ਜਿਨ੍ਹਾਂ ਦੇ ਸਿਰ ਤੇ ਭਾਰੀ ਪੰਡ ਹੁੰਦੀ। ਚੁਰਾਹੇ ਤੇ ਖੜਾ ਹੋ ਜਾਂਦਾ ਤੇ ਹਰ ਆਉਣ ਜਾਣ ਵਾਲੇ ਮੁਸਾਫ਼ਰ ਦੀ ਪੰਡ ਇਕ ਮੀਲ ਤਕ ਛੱਡ ਆਉਣੀ। ਏਨੇ ਨਾਲ ਮੁਸਾਫ਼ਰ ਨੂੰ ਸਾਹ ਮਿਲ ਜਾਂਦਾ।

ਘਨੱਈਏ ਨੂੰ ਇਕ ਲਗਨ ਸੀ, ਉਹ ਹਰ ਇਕ ਦਾ ਦੁੱਖ ਵੰਡਣ ਲਈ ਤਿਆਰ ਖੜਾ ਰਹਿੰਦਾ ਸੀ ਜਦ ਪਿਤਾ ਝਿੜਕਦਾ ਤੇ ਫੇਰ ਮਾਂ ਕੋਲ ਆ ਜਾਂਦਾ ਤੇ ਆਖਦਾ—ਮਾਤਾ ਜੀ, ਲੋਕਾਂ ਦੇ ਘਰ ਬੌਰੇ ਪੁੱਤ ਵੀ ਤੇ ਹੁੰਦੇ ਹਨ, ਤੁਸੀਂ ਮੈਨੂੰ ਬੌਰਾ ਹੀ ਸਮਝ ਲਵੋ। ਦੁਨੀਆ ਤੇ ਹਰ ਇਕ ਨੂੰ ਬੌਰਾ ਆਖਦੀ ਫਿਰਦੀ ਏ। ਕੁਰਾਹੀਆ, ਭੂਤਨਾ, ਬੇਤਾਲਾ ਨਹੀਂ ਸੀ ਆਖਿਆ ਲੋਕਾਂ ਨੇ ਗੁਰੂ ਨਾਨਕ ਨੂੰ। ਜਦੋਂ ਗੁਰਾਂ ਨੂੰ ਦੁਨੀਆ ਨਹੀਂ ਬਖ਼ਸ਼ਦੀ ਤਾਂ ਅਸੀਂ ਕੀਹਦੇ ਪਾਣੀਹਾਰ ਹਾਂ।

ਆਖ-ਆਖ ਕੇ ਪਿਓ ਹਾਰ ਗਿਆ ਤੇ ਤਰਲੇ ਕਰ-ਕਰ ਕੇ ਮਾਂ ਪਰ ਘਨੱਈਏ ਦੀ ਆਦਤ ਵਿਚ ਮਾਂਹ ਦੇ ਦਾਣੇ ਜਿੰਨੀ ਸਫੈਦੀ ਜਿੰਨਾ ਵੀ ਫ਼ਰਕ ਨਾ ਪਿਆ। ਕਰਕ ਕਲੇਜੇ ਹੈ ਈ ਸੀ। ਇਕ ਲੋਅ ਲੱਗ ਗਈ। ਭਟਕੇ ਮੁਸਾਫ਼ਰ ਵਾਂਗੂ ਰਾਹ ਪੁੱਛਦਾ ਫਿਰੇ, ਪਿੰਡ ਦੇ ਇਕ ਸਿਆਣੇ ਨੇ ਆਖਿਆ ਜੇ ਕਾਕਾ ਤੂੰ ਮੁੜਨਾ ਨਹੀਂ ਤਾਂ ਫੇਰ ਜਾ ਕਿਸੇ ਸੂਫ਼ੀ ਦੇ ਡੇਰੇ। ਤੇਰੇ ਭਾਗਾਂ ਵਿਚ ਇਹ ਸ਼ਾਹੂਕਾਰੀ ਨਹੀਂ। ਮਾਪੇ ਤੈਨੂੰ ਕਿੰਨਾ ਚਿਰ ਡੱਕ-ਡੱਕ ਰੱਖਣਗੇ। ਟੱਕਰਾਂ ਮਾਰ ਕੇ ਵੇਖ ਲੈ, ਸ਼ਾਇਦ ਕੋਈ ਉਂਗਲੀ ਲਾ ਕੇ ਤੋਰ ਲਏ। ਮੱਛੀ ਜਦ ਤਕ ਪੱਥਰ ਨਹੀਂ ਚੱਟਦੀ ਤਦ ਤਕ ਨਹੀਂ ਮੁੜਦੀ। ਜਦ ਤਕ ਤੂੰ ਪੌਂਡੀ ਦਾ ਪਹੁ ਨਹੀਂ ਵੇਖ ਲੈਂਦਾ ਤੈਨੂੰ ਸਮਝ ਨਹੀਂ ਆਉਣੀ। ਤੂੰ ਓਨਾ ਚਿਰ ਘਰ ਨਹੀਂ ਬਹਿਣਾ, ਕਿਸੇ ਤਕੀਏ ਵਿਚ ਚਿਲਮਾਂ ਭਰ ਕੇ ਵੇਖ ਲੈ, ਬੱਚੂ ਜਦੋਂ ਚਾਰ ਦਿਨ ਭੁੱਖੇ ਰਹਿਣਾ ਪਿਆ, ਆਪੇ ਨਾਨੀ ਚੇਤੇ ਆ ਜਾਊ। ਘਰੋਂ ਜੁੱਤੀ ਪਾਈ, ਚਲਣ ਲੱਗੇ ਇਕ ਬੰਦੇ ਨੇ ਪੁੱਛਿਆ—

—ਕਿੱਥੇ ਹਲਿਆ ਏਂ ਕਾਕਾ!

—ਲਾਹੌਰ—ਓਥੇ ਸੂਫ਼ੀ ਲੋਕਾਂ ਦੇ ਡੇਰੇ ਹਨ, ਉਥੇ ਚਲਿਆ ਹਾਂ।

-ਕੱਲਿਆਂ ਨਹੀਂ ਜਾਈਦਾ ਪੁੱਤ!

—ਬੰਦਾ ਜਦੋਂ ਕੱਲਾ ਆਇਆ ਏ ਤਾਂ ਕੱਲਾ ਹੀ ਜਾਣਾ ਏ, ਕੋਈ ਸਾਥੀ ਨਹੀਂ ਬਣਦਾ ਓਸ ਵੇਲੇ ਰਾਹ ਦੀ ਧੂੜ ਫੱਕਦਿਆਂ, ਭੁੱਖਣ ਭਾਣੇ, ਪੈਂਡੇ ਨੇ ਮੱਤ ਮਾਰ ਦਿੱਤੀ, ਥਕਾਵਟ ਨੇ ਹੱਦ ਤੋੜ ਦਿੱਤੀ ਆਖ਼ਰਕਾਰ ਲਾਹੌਰ ਪੁੱਜ ਗਏ ਤੇ ਏਥੇ ਕਿਸੇ ਨੇ ਇਹ ਵੀ ਨਾ ਪੁੱਛਿਆ ਕਿ ਬੀਬਾ ਕਿਹੜੇ ਪਿੰਡ ਵਿਚੋਂ ਆਇਆ ਏਂ। ਸੂਫ਼ੀ ਦਾ ਡੇਰਾ ਪੁੱਛਦੇ-ਪੁੱਛਦੇ ਪੁੱਜੇ ਤੇ ਸੂਫ਼ੀ ਨੇ ਜਦ ਨਜ਼ਰ ਭਰ ਕੇ ਵੇਖੀ ਤਾਂ ਫ਼ਰਮਾਇਆ—ਮੰਜ਼ਲ ਬੜੀ ਔਖੀ ਏ, ਜਾਹ ਪੁੱਤ ਘਰ ਚਲੇ ਜਾਹ। ਖਾਂਦਿਆਂ, ਪੀਂਦਿਆਂ ਦੇ ਪੁੱਤ ਡੇਰਿਆਂ ਵਿਚ ਨਹੀਂ ਰਹਿ ਸਕਦੇ।

ਲੱਕ ਬੰਨ੍ਹ ਪੱਤਣਾਂ ਤੇ ਖੜੀਆਂ ਜਿਨ੍ਹਾਂ ਨੂੰ ਲੋੜ ਮਿੱਤਰਾਂ ਦੀ।

ਕਿੰਨਾ ਕੁ ਚਿਰ ਇੰਤਜ਼ਾਰ ਕਰਨੀ ਪਊ ਮਲਾਹ ਦੀ? ਜਦੋਂ ਘਰੋਂ ਆ ਹੀ ਗਏ ਹਾਂ ਫੇਰ ਦੇਰ ਸਵੇਰ ਦਾ ਕੀ ਕੰਮ ਕਦੀ ਨਾ ਕਦੀ ਤਾਂ ਉਹਦੀ ਮਿਹਰ ਹੋ ਈ ਜਾਊ ਇੰਨਾ ਬੇਦਰਦ ਤੇ ਨਹੀਂ ਹੁੰਦਾ ਸੱਜਣ। ਐਵੇਂ ਨਾ ਡਰਾਓ। ਘਰੋਂ ਹੀ ਸਾਰੇ ਸਿੱਖ ਕੇ ਨਹੀਂ ਆਉਂਦੇ, ਉਂਗਲੀ ਫੜ ਕੇ ਰਾਹੇ ਪਾਓ, ਕਦੀ ਨਾ ਕਦੀ ਯਾਰ ਦੇ ਦਵਾਰੇ ਪੁੱਜ ਜਾਵਾਂਗੇ।

ਬੜੀ ਕਠਨ ਡਗਰੀਆ ਏ ਬੇਟਾ, ਅਸਾਂ ਤੇ ਸਿਰ ਮੂੰਹ ਮੁਨਾ ਹੀ ਲਿਆ ਏ, ਤੂੰ ਕਿਉਂ ਸ਼ਕਲੋਂ ਬੇਸ਼ਕਲ ਹੋਣ ਲੱਗਾ ਏਂ?

—ਐਵੇਂ ਮਨ ਦਾ ਚਾਅ ਏ, ਮੈਂ ਆਖਿਆ ਲਾਹ ਕੇ ਵੇਖ ਹੀ ਲਵਾਂ।

—ਕੰਨ ਪੜਵਾ ਕੇ ਮੁੰਦਰਾਂ ਪਵਾਉਣੀ ਪੈਂਦੀਆਂ ਨੀਂ। ਘਰੋਂ ਬੇਘਰ। ਫੇਰ ਇਕ ਵਾਰ ਜੇ ਮੁੰਦਰਾਂ ਪਾ ਲਈਆਂ ਤਾਂ ਨਾ ਘਰ ਜੋਗੇ ਤੇ ਨਾ ਬਾਹਰ ਜੋਗੇ। ਘਰ ਵਾਲਿਆਂ ਮੁੜ ਕੇ ਘਰ ਵੜਨ ਨਹੀਂ ਦੇਣਾ। ਇਹ ਬੇਦਰਦ ਦੁਨੀਆ ਵਾਲਿਆਂ ਨੇ ਫੇਰ ਤੈਨੂੰ ਚੌਕੇ ਵਿਚ ਬਹਿਣ ਨਹੀਂ ਦੇਣਾ।

—ਸਾਰੀ ਦੁਨੀਆ ਹੀ ਚੌਂਕਾ ਏ। ਜਿਥੇ ਵੇਖੀ ਤਵਾ ਪਰਾਤ, ਉਥੇ ਕੱਟੀਏ ਦਿਨ ਤੇ ਰਾਤ।

—ਮੁੰਦਰਾਂ ਵਾਲਿਆਂ ਨੂੰ ਕੋਈ ਰਾਤ ਠਹਿਰਨ ਨਹੀਂ ਦਿੰਦਾ। ਮੰਗਿਆਂ ਵੀ ਖ਼ੈਰ ਨਹੀਂ ਪੈਂਦੀ। ਪਾਣੀ ਪੀ ਕੇ ਰਾਤ ਕੱਟਣੀ ਪੈਂਦੀ ਏ।

—ਪਾਣੀ ਪੀ ਕੇ ਰਾਤ ਲੰਘਾ ਲਵਾਂਗਾ, ਪਰ ਘਰ ਨਹੀਂ ਜਾਣਾ।

—ਜ਼ਿੱਦ ਨਹੀਂ ਕਰੀਦੀ ਬੱਚਾ! ਇਹ ਕੰਡਿਆਂ ਭਰਿਆ ਰਾਹ, ਸੂਲਾਂ ਨਾਲ ਪੈਰ ਪੱਛੇ ਜਾਂਦੇ ਹਨ।

—ਘਰੋਂ ਸੁਨੇਹਾ ਆ ਗਿਆ, ਪਿਤਾ ਜੀ ਚਲਾਣਾ ਕਰ ਗਏ ਹਨ।

—ਹੁਣ ਸੁਣਾ ਬੱਚੂ ਘਰ ਜਾਏਂਗਾ ਕਿ ਨਾ?

—ਜਾਵਾਂਗਾ ਪਰ ਫੇਰ ਮੁੜ ਆਵਾਂਗਾ।

ਘਰ ਆਏ, ਭਰਾ ਛੋਟੇ ਸਨ, ਉਹਦੇ ਗੇੜੇ ਵਿਚ ਫਸ ਗਿਆ। ਉਹੋ ਈ ਖੂਹ ਤੇ ਉਹੋ ਹੀ ਟਿੰਡਾਂ। ਭਾਵੇਂ ਪਿਤਾ ਪੁਰਖੀ ਧੰਦੇ ਵਿਚ ਲੱਗ ਹੀ ਗਏ ਸਨ ਪਰ ਮਨ ਨਾ ਲੱਗਾ। ਜ਼ਰਾ ਕੁ ਸਿਆਣਾ ਹੋਇਆ ਤੇ ਫੇਰ ਘਰੋਂ ਖਿਸਕ ਉੱਠਿਆ ਘਨੱਈਆ।

ਰਾਹ ਖੇੜੇ ਦਾ ਪਤਾ ਨਹੀਂ ਸੀ। ਇਕ ਭਾਈ ਨਨੂਆ ਰਲ ਪਿਆ, ਉਹਦੇ

ਕੋਲੋਂ ਬਾਣੀ ਸੁਣੀ, ਐਸੀ ਖਿੱਚ ਪਈ—ਕੋਈ ਜਨ ਹਰਿ ਸਿਉ ਦੇਵੈ ਜੋਰ—ਹੀ ਬੋਲਣ ਲੱਗ ਪਏ। ਕਈ-ਕਈ ਦਿਨ ਜੰਗਲ ਬੀਆਬਾਨਾਂ ਵਿਚ ਰਾਤਾਂ ਕੱਟੀਆਂ, ਪਰ ਗੱਲ ਦੀ ਗੁੰਝਲ ਫੇਰ ਵੀ ਨਾ ਖੁੱਲ੍ਹੀ। ਚਲਦਿਆਂ-ਚਲਦਿਆਂ ਰਾਹ ਵਿਚ ਇਕ ਭਲੇ ਪੁਰਸ਼ ਦਾ ਮੇਲ ਹੋ ਗਿਆ।

ਮੇਰੇ ਪਾਸ ਕੋਈ ਨੁਸਖ਼ਾ ਤੇ ਹੈ ਨਹੀਂ ਤੇ ਨਾ ਹੀ ਕੋਈ ਜਾਦੂ ਦੀ ਛੜੀ ਏ। ਪਰ ਮੇਰੇ ਵਿਚਾਰ ਵਿਚ ਤੇ ਗੋਬਿੰਦ ਦਾ ਮੇਲ ਗੋਬਿੰਦ ਦੇ ਲੋਕਾਂ ਨੂੰ ਮਿਲ ਕੇ ਹੀ ਹੋ ਸਕਦਾ ਏ। ਲੋਕਾਂ ਵਿਚ ਤੇ ਗੋਬਿੰਦ ਵੱਸਦਾ ਏ, ਤੁਸੀਂ ਲੋਕਾਂ ਦੇ ਵਿਚ ਤੇ ਜਾਂਦੇ ਨਹੀਂ। ਗੋਬਿੰਦ ਕਿੱਥੋਂ ਮਿਲੂ। ਸੋਨਾ ਮਿੱਟੀ ਵਿਚ ਪਿਆ ਹੋਇਆ ਏ, ਮਿੱਟੀ ਦਾ ਰੁੱਗ ਭਰਿਆ ਤੇ ਸੁੱਟ ਦਿੱਤਾ। ਸੋਨੇ ਨੇ ਵੀ ਤੇ ਉਹਦੇ ਨਾਲ ਹੀ ਚਲੇ ਜਾਣਾ ਹੈ। ਗੋਬਿੰਦ ਦੇ ਲੋਕਾਂ ਦੀ ਸੇਵਾ ਕਰੋ ਤੇ ਗੋਬਿੰਦ ਮਿਲ ਜਾਊ।

ਤੇ ਫੇਰ ਇਕ ਹੋਰ ਸੱਜਣ ਨੇ ਰਾਹ ਵਿਚ ਦੱਸਿਆ—ਕਾਮ ਕਰੋਧ, ਲੋਭ ਮੋਹ, ਹੰਕਾਰ ਜਿਸ ਤਿਆਗ ਦਿੱਤਾ, ਜਦੋਂ ਉਹਦੇ ਅੰਦਰੋਂ ਇਹ ਆਵਾਜ਼ ਆਉਂਦੀ ਏ, ਹਰੀ ਜਪੋ, ਬੰਦੇ, ਹਰੀ ਜਪੋ, ਬੰਦੇ, ਹਰੀ ਜਪੋ। ਤੇ ਫੇਰ ਬੰਦਾ ਆਪਣੇ ਸਰੀਰ ਨੂੰ ਵੀ ਤਿਆਗਣ ਦਾ ਯਤਨ ਕਰਦਾ ਏ ਤੇ ਫੇਰ ਸੇਵਾ ਦਾ ਜਜ਼ਬਾ ਫੁੱਟਦਾ ਏ। ਸੇਵਾ ਵਿਚ ਈ ਸਭ ਕੁਝ ਏ।

ਬੰਦੇ ਦੇ ਪ੍ਰਾਣ ਪਾਣੀ ਵਿਚ ਹਨ। ਅੰਨ ਬੰਦੇ ਨੂੰ ਜੇ ਨਾ ਵੀ ਮਿਲੇ ਅਤੇ ਪਾਣੀ ਦਾ ਕਟੋਰਾ ਮਿਲ ਜਾਵੇ ਤਾਂ ਵੀ ਬੰਦਾ ਨਹੀਂ ਮਰਦਾ। ਵਾਹਿਗੁਰੂ ਦਾ ਨਾਮ ਜਪਣ ਨਾਲ ਇਕ ਬੀਜ ਆਪਣੇ ਅੰਦਰ ਪੈਦਾ ਹੋ ਜਾਂਦਾ ਏ ਤੇ ਫੇਰ ਉਹ ਪੌਦਾ ਬਣਨਾ ਸ਼ੁਰੂ ਹੋ ਜਾਂਦਾ ਏ, ਹੌਲੀ-ਹੌਲੀ ਪੁੰਗਦਾ ਏ, ਫੁੱਲ ਵੀ ਲੱਗਦੇ ਹਨ ਤੇ ਫਲ ਵੀ।

—ਕੋਈ ਇਹੋ ਜਿਹਾ ਰੱਬ ਦਾ ਪਿਆਰਾ ਵੀ ਹੈ ਜੋ ਇਹ ਦੱਸੇ ਕਿ ਓਸ ਬੀਜ ਨੂੰ ਫਲ ਕਦੋਂ ਲੱਗਣਗੇ।

—ਸੇਵਾ ਤਪੱਸਿਆ ਤੇ ਸਾਧਨਾ ਨਾਲ ਹੀ ਫਲ ਲੱਗਦੇ ਹਨ।

—ਬੇਰੀ ਨਾਲ ਬੇਰ ਨਹੀਂ ਲੱਗਾ ਹੋਇਆ ਜਿਹੜਾ ਝਟ ਤੋੜਿਆ ਤੇ ਮੂੰਹ ਵਿਚ ਪਾ ਲਿਆ।

—ਫ਼ਕੀਰਾਂ ਦੇ ਡੇਰੇ ਤੇ ਦੱਸੋ, ਕਿਸੇ ਇਕ ਅੱਧੇ ਦਾ ਨਾਂ ਤੇ ਲਵੋ?

—ਅੱਜ ਕੱਲ੍ਹ ਆਨੰਦਪੁਰ ਵਿਚ ਕੁਝ ਰੱਬ ਦੇ ਪਿਆਰੇ ਜੁੜੇ ਬੈਠੇ ਹਨ, ਓਧਰ ਮਨ ਬਣਾ ਕੇ ਜਾ ਕੇ ਵੇਖੋ।

—ਹਾਂ ਆਨੰਦਪੁਰ, ਇਹ ਗੱਲ ਮੈਨੂੰ ਅੱਗੇ ਵੀ ਕਿਸੇ ਨੇ ਦੱਸੀ ਸੀ। ਆਨੰਦਪੁਰ, ਆਨੰਦਪੁਰ ਮੇਰੀ ਮੰਜ਼ਲ ਏ।

★

ਜਲ ਭਰੀ ਮਟਕੀ

ਦੀਵਾਨ ਸੱਜਿਆ ਹੋਇਆ ਸੀ, ਬਿਰਾਜੇ ਹੋਏ ਸਨ ਸਤਿਗੁਰ ਤੇਗ ਬਹਾਦਰ ਜੀ, ਘਨੱਈਆ ਸੰਗਤ ਦੇ ਨਾਲ ਹੀ ਆਨੰਦਪੁਰ ਆਇਆ ਸੀ। ਰਾਹ ਵਿਚ ਮੇਲ ਹੋਇਆ, ਭਰੱਪਣ ਪੈ ਗਿਆ। ਸਾਥੀ ਬਣ ਗਿਆ ਸੰਗਤ ਦਾ। ਰਾਹ ਵਿਚ ਇਕ ਖੂਹ ਆਇਆ, ਓਥੇ ਸਾਰੀ ਸੰਗਤ ਨੇ ਕੱਪੜੇ ਧੋਤੇ, ਅੰਨ ਪਾਣੀ ਖਾਧਾ, ਲੱਕ ਸਿੱਧਾ ਕੀਤਾ ਤੇ ਇਥੋਂ ਉਹਨਾਂ ਆਪਣਾ ਪੰਧ ਸ਼ੁਰੂ ਕਰਨਾ ਸੀ।

—ਗੁਰੂ ਦੇ ਵਿਹੜੇ ਜਾਣਾ ਏ, ਸਾਫ਼ ਸੁਥਰੇ ਹੋ ਕੇ ਈ ਜਾਣਾ ਚਾਹੀਦਾ ਏ।

—ਰਾਹ ਵਿਚ ਧੂੜ ਨੇ ਕੱਪੜਿਆਂ ਤੇ ਮੈਲ ਦੀ ਤਹਿ ਜਮਾ ਦਿੱਤੀ ਏ। ਕੀ ਕਰੇ ਬੰਦਾ ਕਿਧਰ ਜਾਏ ਜੇ ਕੱਪੜੇ ਧੋਵੇ ਨਾ।

—ਆਨੰਦਪੁਰ ਦੇ ਰਾਹ ਵਿਚ ਪਾਣੀ ਦਾ ਕੋਈ ਘਾਟਾ ਏ, ਜਿੱਥੇ ਬੈਠੋ, ਸਰੀਰ ਸਾਫ਼ ਕਰ ਲਵੋ ਤੇ ਕੱਪੜਿਆਂ ਦੀ ਮੈਲ ਵੀ ਲਾਹ ਲਵੋ ਤੇ ਜੇ ਬੰਦਾ ਸ਼ਰਧਾ ਵਿਚ ਆ ਜਾਏ ਤੇ ਆਪਣੇ ਆਪ ਨੂੰ ਬੰਦਾ ਬਣਾਨਾ ਚਾਹੇ ਤਾਂ ਦਿਲ ਦੀ ਮੈਲ ਵੀ ਉਤਰ ਸਕਦੀ ਏ।

ਅਜੇ ਦੀਵਾਨ ਸੱਜਿਆ ਨਹੀਂ ਸੀ, ਅਜੇ ਬਿਰਾਜੇ ਹੀ ਸਨ ਸਤਿਗੁਰ। ਦੂਰੋਂ ਵੇਖਿਆ, ਜ਼ਰਾ ਕੁ ਨਜ਼ਰ ਪਈ, ਸਤਿਗੁਰ ਬੋਲੇ—ਘਨੱਈਆ ਤੂੰ ਵੀ ਆ ਗਿਆ ਏਂ, ਤੇਰੀ ਲੋੜ ਸੀ। ਅੱਛਾ, ਜ਼ਰਾ ਪਾਣੀ ਦਾ ਘੜਾ ਭਰ ਕੇ ਤੇ ਲਿਆ।

ਸਾਰੀ ਸੰਗਤ ਹੈਰਾਨ ਸੀ ਕਿ ਸਤਿਗੁਰਾਂ ਨੂੰ ਇਹਦਾ ਨਾਂ ਕਿੱਦਾਂ ਪਤਾ ਏ। ਕਦ ਦੀ ਜਾਣ ਪਹਿਚਾਣ ਸੀ, ਕੀ ਪਾਣੀ ਦਾ ਘੜਾ ਇਹਨੇ ਹੀ ਲਿਆਉਣਾ ਸੀ, ਹੋਰ ਕੋਈ ਆਦਮੀ ਗੁਰੂ ਦੀ ਨਜ਼ਰੀਂ ਨਹੀਂ ਪਿਆ, ਇਹ ਹੁਕਮ ਘਨੱਈਆ ਲਈ ਕਿਉਂ ਸੀ।

ਸਤਿਗੁਰ ਦੀਆਂ ਸਤਿਗੁਰ ਹੀ ਜਾਣਨ।

ਇਕ ਵਾਰ ਕਾਂਬਾ ਜਿਹਾ ਆਇਆ ਘਨੱਈਏ ਨੂੰ। ਅੱਖਾਂ ਅੱਗੇ ਘੁੰਮਣ-ਘੇਰੀ ਜਿਹੀ ਛਾਈ। ਭੁਆਂਟਣੀ ਜਿਹੀ ਖਾਧੀ ਤੇ ਜ਼ਮੀਨ ਇਕ ਵਾਰ ਪੈਰਾਂ ਥੱਲਿਓਂ ਖਿਸਕੀ। ਕੋਈ ਜਵਾਬ ਨਾ ਦਿੱਤਾ, ਜੀਭ ਨਾ ਖੁੱਲ੍ਹੀ। ਬਗੈਰ ਕੁਝ ਸੋਚਿਆਂ ਸਮਝਿਆਂ ਹੀ, ਕੋਲ ਘੜਾ ਪਿਆ ਸੀ, ਚੁੱਕ ਲਿਆ ਤੇ ਕਿਸੇ ਨੂੰ ਇਹ ਵੀ ਨਾ ਪੁੱਛਿਆ ਕਿ ਖੂਹ ਕਿਧਰ ਹੈ? ਜਿਧਰ ਮੂੰਹ ਸੀ ਓਧਰ ਹੀ ਚਲ ਪਿਆ। ਦੂਰ ਤਕ ਘਨੱਈਆ ਚਲਾ ਗਿਆ, ਕੋਈ ਖੂਹ ਨਾ ਮਿਲਿਆ। ਓਥੋਂ ਫਿਰ ਮੁੜਿਆ ਤੇ ਫੇਰ ਉਸੇ ਥਾਂ ਤੇ ਆਣ ਕੇ ਖਲੋ ਗਿਆ, ਪੁੱਛਿਆ ਫੇਰ ਵੀ ਨਾ, ਦੂਜੇ ਪਾਸੇ ਮੂੰਹ ਭੌਂਆਂ ਲਿਆ। ਪੰਧ ਓਧਰ ਵੱਲੇ ਨੂੰ ਸ਼ੁਰੂ ਕਰ ਦਿੱਤਾ, ਓਧਰ ਵੀ ਕੋਈ ਖੂਹ ਨਾ ਮਿਲਿਆ, ਫਿਰ ਆਪਣੀ ਉਸੇ ਜਗ੍ਹਾ ਤੇ ਆ ਗਿਆ। ਤੀਜੇ ਪਾਸੇ ਫੇਰ ਮੂੰਹ ਕੀਤਾ ਫੇਰ ਤੁਰ ਪਏ ਘੜਾ ਲੈ ਕੇ, ਓਧਰ ਵੀ ਕੋਈ ਖੂਹ ਨਹੀਂ ਸੀ, ਚੌਥੀ ਦਿਸ਼ਾ ਵੱਲ, ਮੂੰਹ ਫੇਰਿਆ, ਜ਼ਰਾ ਕੁ ਦੂਰ ਗਏ ਤੇ ਖੂਹ ਨਜ਼ਰੀਂ ਪਿਆ। ਮਨ ਨੂੰ ਸ਼ਾਂਤੀ ਮਿਲੀ, ਧੀਰਜ ਹੋਈ, ਸਤਿਗੁਰਾਂ ਹੁਕਮ ਦਿੱਤਾ ਸੀ ਖਾਲੀ ਹੱਥ ਤੇ ਨਹੀਂ ਨਾ ਜਾਇਆ ਜਾਂਦਾ। ਹੱਥ ਖਾਲੀ ਬਹੁਤ ਸ਼ਰਮਿੰਦਗੀ ਸੀ। ਗੁਰ ਨੇ ਲਾਜ ਰੱਖ ਲਈ ਏ, ਪਾਣੀ ਦਾ ਘੜਾ ਭਰਿਆ ਤੇ ਸਿਰ ਤੇ ਚੁੱਕ ਲਿਆ ਤੇ ਤੁਰ ਪਿਆ ਘਨੱਈਆ ਗੁਰੂ ਦੇ ਦਵਾਰੇ ਵੱਲ।

—ਲੈ ਆਇਆ ਏਂ ਘੜਾ ਪਾਣੀ ਦਾ ਭਰ ਕੇ, ਸਾਬਾਸ਼!

ਸਤਿਗੁਰਾਂ ਘੜੇ ਵਿਚੋਂ ਪਾਣੀ ਕੱਢਿਆ, ਹੱਥ ਧੋਤੇ ਤੇ ਫੇਰ, ਪਾਣੀ ਦੀ ਚੁਲੀ ਭਰੀ ਤੇ ਬਾਕੀ ਦਾ ਘੜਾ ਡੋਲ੍ਹ ਦਿੱਤਾ। ਪਾਣੀ ਸਾਰਾ ਧਰਤੀ ਦੀ ਹਿੱਕ ਤੇ ਖਿੱਲਰ ਗਿਆ।

—ਘੜਾ ਖਾਲੀ ਹੋ ਗਿਆ ਏ, ਘਨੱਈਏ।

—ਮੈਂ ਫੇਰ ਭਰ ਕੇ ਲਿਆਉਂਦਾ ਹਾਂ।

—ਪਾਣੀ ਦੂਰ ਏ ਕਿਤੇ ?

—ਪਾਣੀ ਦੂਰ ਤੇ ਨਹੀਂ ? ਪਰ ਮੇਰੇ ਤੇ ਘੜੇ ਵਿਚ ਦੂਰੀ ਜ਼ਰੂਰ ਏ।

—ਹੌਲੀ-ਹੌਲੀ ਇਹ ਵੀ ਦੂਰ ਹੋ ਜਾਊ।

—ਐਤਕੀਂ ਭੁੱਲ ਨਹੀਂ ਹੋਣ ਲੱਗੀ।

ਫਿਰ ਉਹੋ ਰਾਹ, ਉਹੋ ਘੜਾ, ਉਹੋ ਘਨੱਈਏ ਦੇ ਹੱਥ।

ਲੱਜ ਲਮਕਾਈ, ਘੜਾ ਖੂਹ ਵਿਚ ਡੋਬਿਆ, ਜਦ ਕੱਢਿਆ ਤੇਂ ਉਹ ਊਣਾ ਸੀ, ਫਿਰ ਇਕ ਵਾਰ ਘੜੇ ਨੂੰ ਖੂਹ ਵਿਚ ਲਮਕਾਇਆ ਪਰ ਫੇਰ ਵੀ ਘੜਾ ਊਣਾ ਹੀ ਰਿਹਾ। ਇਕ ਵਾਰ ਫੇਰ ਕੋਸ਼ਿਸ਼ ਕੀਤੀ ਪਰ ਘੜਾ ਨਾ ਭਰ ਸਕਿਆ, ਸੋਚਿਆ, ਅਜੇ ਮੈਨੂੰ ਘੜਾ ਭਰਨ ਦੀ ਜਾਚ ਨਹੀਂ ਆਈ। ਹੌਲੀ-ਹੌਲੀ ਭਰੇਗਾ ਘੜਾ।

ਘੜਾ ਫੇਰ ਚੁੱਕ ਲਿਆ ਘਨੱਈਏ ਨੇ।

ਘੜਾ ਅਜੇ ਵੀ ਊਣਾ ਸੀ, ਊਣਾ ਈ ਚੁੱਕ ਲਿਆ।

—ਕੋਸ਼ਿਸ਼ ਕੀਤੀ ਏ, ਪਰ ਘੜਾ ਨਹੀਂ ਭਰਿਆ, ਅਜੇ ਵੀ ਊਣਾ ਏ।

—ਘੜਾ ਹੌਲੀ-ਹੌਲੀ ਭਰਦਾ ਏ। ਇਕ ਦਿਨ ਆਇਗਾ, ਆਪੇ ਈ ਭਰ ਜਾਊ।

ਸਤਿਗੁਰਾਂ ਘੜੇ 'ਚੋਂ ਪਾਣੀ ਲਿਆ, ਚਰਨ ਧੋਤੇ ਤੇ ਬਾਕੀ ਦਾ ਪਾਣੀ ਫੇਰ ਡੋਲ੍ਹ ਦਿੱਤਾ। ਘਨੱਈਆ ਵੇਖ ਰਿਹਾ ਸੀ ਲੀਲਾ ਸਤਿਗੁਰਾਂ ਦੀ।

—ਸਤਿਗੁਰਾਂ ਫੇਰ ਫ਼ਰਮਾਇਆ ਘੜਾ ਊਣਾ ਸੀ, ਭਰ ਕੇ ਲਿਆ ਫੇਰ।

ਘੜਾ ਫੇਰ ਸਿਰ ਤੇ ਚੁੱਕ ਲਿਆ, ਚਲ ਪਿਆ ਘਨੱਈਆ, ਓਸੇ ਖੂਹ ਤੇ। ਫੇਰ ਲੱਜ ਲਮਕਾਈ, ਘੜਾ ਖੂਹ ਵਿਚ ਲਮਕਾਇਆ, ਘੜਾ ਕੱਢਿਆ, ਘੜਾ ਫੇਰ ਊਣਾ ਸੀ। ਇਕ ਵਾਰ ਫਿਰ ਕੋਸ਼ਿਸ਼ ਕੀਤੀ ਪਰ ਘੜਾ ਊਣਾ ਹੀ ਰਿਹਾ। ਆਖ਼ਰਕਾਰ ਚੁੱਕ ਕੇ ਤੁਰਿਆ ਘਨੱਈਆ।

—ਘੜਾ ਭਰ ਲਿਆਂਦਾ ਈ।

—ਨਹੀਂ ਮਹਾਰਾਜ ਲੱਖ ਕੋਸ਼ਿਸ਼ ਕੀਤੀ ਘੜਾ ਊਣਾ ਈ ਰਿਹਾ, ਭਰਿਆ ਨਹੀਂ।

—ਭਰ ਜਾਇਗਾ ਧੀਰਜ ਤੇ ਠਰ੍ਹੰਮੇ ਨਾਲ।

ਬੁੱਕ ਭਰੇ ਘੜੇ ਵਿਚੋਂ ਤੇ ਦੋ ਛਿੱਟੇ ਅੱਖਾਂ ਤੇ ਮਾਰੇ ਤੇ ਬਾਕੀ ਦਾ ਘੜਾ ਫੇਰ ਰੋੜ੍ਹ ਦਿੱਤਾ।

—ਐਤਕੀਂ ਭਰਕੇ ਲਿਆਈਂ ਘੜਾ, ਸਿੱਖਾ ! ਹੁਣ ਤੇ ਜਾਚ ਆ ਜਾਣੀ ਚਾਹੀਦੀ ਏ।

ਘੜਾ ਭਰਨ ਫਿਰ ਤੁਰ ਪਿਆ, ਫਿਰ ਕੋਸ਼ਿਸ਼ ਕੀਤੀ, ਘੜਾ ਫਿਰ ਨਾ ਭਰਿਆ, ਅਜੇ ਵੀ ਊਣਾ ਸੀ।

ਤਿੰਨ ਮਹੀਨੇ ਏਸੇ ਆਹਰੇ ਲੱਗੇ ਰਹੇ ਘਨੱਈਏ ਹੋਰੀਂ, ਪਰ ਇਕ ਵਾਰ ਵੀ ਘੜਾ ਭਰਿਆ ਨਾ ਨਿਕਲਿਆ। ਰੋਜ਼ ਇਕ ਵਾਰ ਏਸੇ ਤਰ੍ਹਾਂ ਹੁੰਦਾ ਰਿਹਾ। ਰਾਸ ਲੀਲਾ ਪੈਂਦੀ ਰਹੀ। ਲੋਕ ਵੇਖਦੇ ਰਹੇ।

ਸਤਿਗੁਰ ਵੀ ਚੁੱਪ ਸਨ ਤੇ ਘਨੱਈਆ ਵੀ ਆਪਣੀ ਲਗਨ ਵਿਚ ਮਗਨ ਸੀ। ਇਕ ਦਿਨ ਅਚਾਨਕ ਘੜਾ ਭਰਿਆ ਨਿਕਲ ਆਇਆ। ਜਦ ਘਨੱਈਏ ਨੇ ਘੜਾ ਗੁਰਾਂ ਦੇ ਕੋਲ ਲਿਆਂਦਾ ਤਾਂ ਸਤਿਗੁਰਾਂ ਭਰਿਆ ਘੜਾ ਕੋਲ ਰੱਖ ਲਿਆ ਤੇ ਜ਼ਰਾ ਕੁ ਨਜ਼ਰ ਭਰ ਕੇ ਘਨੱਈਏ ਵੱਲ ਵੇਖਿਆ ਤੇ ਫਰਮਾਇਆ :

—"ਸਰੀਰ ਮਹਿ ਅਸਰੀਰ ਭਾਸ ਆਇਆ।"

—ਸਭ ਵਿਚ ਇਕੋ ਹੀ ਆਤਮਾ ਏ, ਪਾਣੀ ਲਿਆਉਣ ਵਿਚ ਤੇ ਪਾਣੀ ਪੀਣ ਵਾਲੇ ਵਿਚ। ਸਤਿਗੁਰਾਂ ਨੇ ਆਪਣੇ ਕੋਲ ਬਿਠਾ ਕੇ ਫ਼ਰਮਾਇਆ ਕਿ ਇਹ ਦਾਤ ਭਰੋਸਗੀ ਏ, ਜੋ ਤੈਨੂੰ ਮਿਲੀ ਹੈ ਹੋਰਨਾਂ ਨੂੰ ਵੀ ਵੰਡ। ਇਹ ਸੇਵਾ ਲੋਕਾਂ ਵਿਚ ਖਿੱਲਰੇ।

—ਜਲ ਪੀਵੋ ਤੇ ਜਲ ਪਿਆਵੋ; ਜਲ ਵਿਚ ਹੀ ਜੀਅ ਏ, ਜਲ ਵਿਚ ਹੀ ਜੀਵਨ ਏ, ਜਲ ਵਿਚ ਹੀ ਜ਼ਿੰਦਗੀ ਏ। ✱

੧੩ ਰੌਸ਼ਨਆਰਾ ਬੇਗ਼ਮ

ਔਰੰਗਜ਼ੇਬ ਦੀ ਭੈਣ ਸੀ ਰੌਸ਼ਨਆਰਾ ਬੇਗ਼ਮ, ਭਰਾ ਦੀ ਬੜੀ ਲਾਡਲੀ ਸੀ। ਖ਼ੂਬਸੂਰਤ ਜੁਨੱਖੀ ਨਾਰ ਸੀ। ਬੜੀ ਇਤਬਾਰੀ ਔਰਤ ਸੀ। ਰੱਬ ਦਾ ਹੁਕਮ ਭਾਵੇਂ ਔਰੰਗਜ਼ੇਬ ਟਾਲ ਦੇਵੇ ਪਰ ਭੈਣ ਦਾ ਆਖਿਆ ਓਸ ਕਦੇ ਨਹੀਂ ਸੀ ਮੋੜਿਆ। ਔਰੰਗਜ਼ੇਬ ਆਪਣੇ ਆਪ ਦੇ ਵਿਚ ਵਿਸ਼ਵਾਸ ਨਹੀਂ ਰੱਖਦਾ ਸੀ। ਉਹ ਇਤਬਾਰ ਕਰਨ ਵਾਲੇ ਦਿਨ ਜੰਮਿਆ ਹੀ ਨਹੀਂ ਸੀ। ਦਿੱਲੀ ਦੀ ਸਭ ਤੋਂ ਜ਼ਿਆਦਾ, ਧਨਾਢ, ਮਾਲਦਾਰ ਔਰਤ ਸੀ ਰੌਸ਼ਨਆਰਾ ਬੇਗ਼ਮ। ਕਈ ਸੂਬੇਦਾਰ ਵੀ ਇਹਦੇ ਤੋਂ ਖ਼ਮ ਖਾਂਦੇ ਸਨ। ਜਵਾਹਾਰਾਤ, ਨਗੀਨੇ, ਹੀਰੇ, ਜਾਗੀਰਾਂ, ਬਾਗ਼ ਸਭ ਤੋਂ ਜ਼ਿਆਦਾ ਰੌਸ਼ਨਆਰਾ ਦੇ ਸਨ। ਉਹ ਭਾਵੇਂ ਪਿਓ ਦੇ ਰਾਜ ਵਿਚ ਹੀ ਮਿਲੇ ਸਨ, ਭਰਾ ਦੇ ਰਾਜ ਵਿਚ ਉਨ੍ਹਾਂ ਵਿਚ ਬਹੁਤ ਵਾਧਾ ਹੋਇਆ। ਆਪਣੇ ਵੱਡੇ ਭਰਾ ਦਾਰਾ ਨੂੰ ਕਤਲ ਕਰਾਉਣ ਵਿਚ ਰੌਸ਼ਨਆਰਾ ਦਾ ਬਹੁਤ ਵੱਡਾ ਹੱਥ ਸੀ। ਉਹਦੇ ਬਦਲੇ ਜਿਹੜਾ ਇਨਾਮ, ਇਕਰਾਮ ਤੇ ਦੌਲਤਾਂ ਮਿਲੀਆਂ, ਉਨ੍ਹਾਂ ਦਾ ਕੋਈ ਅੰਦਾਜ਼ਾ ਨਹੀਂ ਸੀ ਤੇ ਕੁਝ ਭਰਾ ਨੇ ਖ਼ੁਸ਼ ਹੋ ਕੇ ਤੁਹਫ਼ੇ ਵਜੋਂ ਭੈਣ ਦੀ ਝੋਲੀ ਭਰ ਦਿੱਤੀ। ਪਰ ਇਕ ਦੂਜੀ ਭੈਣ ਵੀ ਸੀ ਜਹਾਂਆਰਾ ਬੇਗ਼ਮ ਜਿਹੜੀ ਬੜੀ ਨੇਕ ਬਖ਼ਤ, ਰਹਿਮ ਦਿਲ ਤੇ ਖ਼ੁਦਾ ਤਰਸ ਸੀ ਉਹਨੂੰ ਸਿਰਫ਼ ਏਸ ਗੱਲ ਦੀ ਸਜ਼ਾ ਮਿਲੀ ਕਿ ਉਹ ਬੁੱਢੇ ਬਾਪ ਦੀ ਖ਼ਿਦਮਤ ਕਿਉਂ ਕਰਦੀ ਏ। ਓਸ ਦਾਰਾ ਦਾ ਪੱਖ ਕਿਉਂ ਪੂਰਿਆ ਹੈ। ਦਾਰਾ ਭਾਵੇਂ ਆਪਣੇ ਈਮਾਨ ਤੇ ਅਟੱਲ ਸੀ, ਤੂੰਹਦੀ ਕਿਉਂ ਪਿੱਠ ਤੇ ਹੱਥ ਰੱਖ ਰਿਹਾ ਏ। ਉਹ ਜ਼ੁਲਮ ਦੇ ਖ਼ਿਲਾਫ਼ ਸੀ, ਉਸ ਦੀ ਸਜ਼ਾ ਉਹਨੂੰ ਇਹ ਮਿਲੀ ਕਿ ਪਿਓ ਦੇ ਨਾਲ ਹੀ ਨਜ਼ਰਬੰਦ ਕਰ ਦਿੱਤੀ ਗਈ। ਇਕ ਭੈਣ ਹੀਰਿਆਂ ਵਿਚ ਖੇਡੇ ਤੇ ਦੂਜੀ ਤਰਸੇ ਰੋਟੀ ਦੇ ਟੁੱਕਰ ਨੂੰ। ਬਾਦਸ਼ਾਹ ਦਾ ਹੁਕਮ ਸੀ, ਇਹਦੇ ਵਿਚ ਭਰਾ ਵਾਲੀ ਕੋਈ ਮੁਹੱਬਤ ਨਹੀਂ ਸੀ।

ਇਕ ਦਿਨ ਦਿੱਲੀ ਵਿਚ ਬੇਗ਼ਮ ਰੌਸ਼ਨਆਰਾ ਦਾ ਜਲੂਸ ਜਾ ਰਿਹਾ ਸੀ। ਸ਼ਾਨ ਸ਼ਾਹਾਨਾ ਹਾਥੀ ਘੋੜਿਆਂ ਤੇ ਸਵਾਰੀ ਜਾ ਰਹੀ ਸੀ, ਉਹਦੇ ਵਿਚ ਇਕ ਵੀ ਆਦਮੀ ਨਹੀਂ ਸੀ। ਸਾਰੀ ਦੀ ਸਾਰੀ ਢਾਣੀ ਖ਼ੂਬਸੂਰਤ, ਅੱਲ੍ਹੜ ਜਵਾਨ ਜਹਾਨ ਮੁਟਿਆਰਾਂ ਦੀਆਂ ਦੀ ਢਾਣੀ ਸੀ। ਇਕ ਬਰਮੀ ਹਾਥੀ ਤੇ ਬੇਗਮ ਸਵਾਰ ਸੀ ਜਿਹਦੇ ਦੋਹੀਂ ਪਾਸੀਂ ਵੱਡੀਆਂ ਸੋਨੇ ਦੀਆਂ ਘੰਟੀਆਂ ਲਮਕ ਰਹੀਆਂ ਸਨ। ਜਦ ਹਾਥੀ ਚਲਦਾ ਤਾਂ ਘੰਟੀਆਂ ਦੀ ਆਵਾਜ਼ ਸਾਰੀ ਦਿੱਲੀ ਵਿਚ ਸੁਣਾਈ ਦਿੰਦੀ। ਲੋਕ ਪਹਿਲਾਂ ਹੀ ਆਪਣਾ ਮੂੰਹ ਗਿਰੇਬਾਂ ਵਿਚ ਛੁਪਾ ਲੈਂਦੇ। ਔਰਤਾਂ ਤਾਂ ਪਹਿਲਾਂ ਹੀ ਬੁਰਕੇ ਪਾਉਂਦਿਆਂ, ਪਰ ਦਿੱਲੀ ਦੇ ਬਜ਼ਾਰ ਵਿਚ ਮਰਦ ਵੀ ਬੁਰਕੇ ਪਾਉਣ ਤੇ ਮਜਬੂਰ ਹੁੰਦੇ। ਕੋਈ ਬੰਦਾ ਚਲਦਾ ਨਜ਼ਰ ਨਹੀਂ ਸੀ ਆਉਂਦਾ, ਜੇ ਕੋਈ ਬੁਰੀ ਸ਼ਾਮਤ ਨੂੰ ਨਜ਼ਰੀਂ ਪੈ ਜਾਂਦਾ ਤਾਂ ਬੇਮੁਹਾਰੀਆਂ ਮੁਟਿਆਰਾਂ ਕੋਰੜੇ ਮਾਰ-ਮਾਰ ਕੇ ਚਮੜੀ ਉਧੇੜ ਸੁੱਟਦੀਆਂ। ਕੋਈ ਦਾਦ ਫ਼ਰਿਆਦ ਨਹੀਂ ਸੀ।

ਹੌਦੀ ਸੋਨੇ ਦੀ ਸੀ ਤੇ ਨੀਲਮ ਪੁਖਰਾਜ ਨਾਲ ਜੜੀ ਹੋਈ ਸੀ।

ਹੌਦੀ ਦੇ ਚੌਹੀਂ ਪਾਸੀਂ ਝਾਲਰਾਂ ਲੱਗੀਆਂ ਹੋਈਆਂ ਸਨ। ਤੇ ਪੱਟ ਦੀ ਜਾਲੀ ਨਾਲ ਢੱਕੀ ਹੋਈ ਸੀ ਹੌਦੀ। ਉਹਦੇ ਦੋਹੀਂ ਪਾਸੇ ਚੌਂਕੜੀ ਮਾਰ ਕੇ ਕਨੀਜ਼ਾਂ ਬੈਠੀਆਂ ਹੋਈਆਂ ਸਨ। ਮੋਰ ਛਲ ਝੱਲ ਰਹੀਆਂ ਸਨ। ਸ਼ਹਿਜ਼ਾਦੀ ਅੱਯਾਸ਼ ਤੇ ਆਸ਼ਕ-ਮਿਜ਼ਾਜ ਸੀ, ਪਰ ਕੋਈ ਡਰਦਾ ਮਾਰਾ ਅੱਖ ਝਮਕ ਕੇ ਨਾ ਵੇਖਦਾ। ਹਾਥੀ ਦੇ ਆਸੇ ਪਾਸੇ ਖਾਜਾ ਸਰਾ ਦੀਆਂ ਦੋ ਕਤਾਰਾਂ ਹੁੰਦੀਆਂ ਜਿਨ੍ਹਾਂ ਦੇ ਹੱਥਾਂ ਵਿਚ ਤਲਵਾਰਾਂ ਤੇ ਨੇਜ਼ੇ ਚਮਕਦੇ। ਕੀ ਲੋੜ ਸੀ ਉਨ੍ਹਾਂ ਨੂੰ ਨੇਜ਼ੇ ਤੇ ਤਲਵਾਰਾਂ ਦੀ। ਉਨ੍ਹਾਂ ਦੇ ਨੈਣ ਤਲਵਾਰਾਂ ਤੋਂ ਘੱਟ ਕਾਟ ਕਰਦੇ ਸਨ। ਕੀਮਤੀ ਪੁਸ਼ਾਕਾਂ ਪਾ-ਪਾ ਕੇ ਨਿਕਲੀਆਂ ਰੌਸ਼ਨਆਰਾ ਦੀਆਂ ਸਹੇਲੀਆਂ।

—ਚਾਂਦੀ ਦੀਆਂ ਬਲਮਾਂ, ਘੋੜਿਆਂ ਤੇ ਫ਼ੌਜੀ ਵਰਦੀਆਂ ਵਿਚ ਜਵਾਨ ਜਹਾਨ ਮੁਟਿਆਰਾਂ ਹੁੰਦੀਆਂ। ਬਹਿਸ਼ਤ ਵਿਚੋਂ ਜਿੱਦਾਂ ਹੂਰਾਂ ਨਿਕਲ ਰਹੀਆਂ ਹੋਣ। ਦਿੱਲੀ ਦਾ ਸਾਰਾ ਹੁਸਨ ਸਮੇਟਿਆ ਹੁੰਦਾ ਏਸ ਜਲੂਸ ਵਿਚ। ਅੱਲ੍ਹੜ ਮੁਟਿਆਰਾਂ ਦੀ ਇਕ ਟੋਲੀ ਅੱਗੇ-ਅੱਗੇ ਰਾਹ ਸਾਫ਼ ਕਰਦੀ ਜਾਂਦੀ। ਦਿੱਲੀ ਵਿਚ ਜਿਸ ਤਰ੍ਹਾਂ ਦੇਓ ਫਿਰ ਜਾਏ। ਆਦਮ-ਬੋ-ਆਦਮ ਦੀਆਂ ਆਵਾਜ਼ਾਂ ਆ ਰਹੀਆਂ ਸਨ। ਜਲੂਸ ਦੇ ਅੱਗਿਓਂ ਦੀ ਸ਼ਹਿਨਸ਼ਾਹ ਔਰੰਗਜ਼ੇਬ ਵੀ ਨਹੀਂ ਨਿਕਲ ਸਕਦਾ ਸੀ। ਬਹੁਤ ਕਰੜੀ ਸਜ਼ਾ ਸੀ, ਰੌਸ਼ਨਆਰਾ ਜੋ ਚਾਹੇ ਸਜ਼ਾ ਦੇ ਸਕਦੀ ਸੀ। ਉਹਦੀ ਕੋਈ ਅਪੀਲ ਨਹੀਂ ਸੀ। ਰਹਿਮ ਦੀ ਅਰਜ਼ੀ ਦਰਬਾਰ ਨਹੀਂ ਸੀ ਸੁਣ ਸਕਦਾ।

ਸ਼ਹਿਜ਼ਾਦੀ ਦੇ ਆਸ਼ਕ ਔਰਤਾਂ ਦਾ ਲਿਬਾਸ ਪਾ ਭਾਵੇਂ ਅੱਖ ਮਟੱਕਾ ਕਰ ਲੈਣ, ਉਹ ਵੀ ਬੇਗ਼ਮ ਦੇ ਰਹਿਮੋ ਕਰਮ ਨਾਲ। ਓਸ ਤਰ੍ਹਾਂ ਹਰਕਤ ਕਰਨ ਦੀ ਕੋਈ ਜੁਰਅੱਤ ਨਹੀਂ ਸੀ ਪੈਂਦੀ। ਬੇਗ਼ਮ ਦੇ ਨਿਕਾਹ ਦੇ ਵੀਹ ਜਗ੍ਹਾ ਤੇ ਵਾਅਦੇ ਕੀਤੇ ਹੋਏ ਸਨ। ਕਈ ਸ਼ਹਿਜ਼ਾਦੇ ਏਸੇ ਇਕਰਾਰ ਵਿਚ ਹੀ ਬੁੱਢੇ ਹੋ ਗਏ ਸਨ। ਇਕਰਾਰ ਹੀ ਇਕਰਾਰ ਸਨ। ਇਕ ਈਦ ਆਈ, ਇਕ ਈਦ ਗਈ, ਕਿਸੇ ਨਾਲ ਸ਼ਹਿਜ਼ਾਦੀ ਆਪਣੀ ਮਰਜ਼ੀ ਨਾਲ ਨਿਕਾਹ ਨਹੀਂ ਸੀ ਕਰ ਸਕਦੀ। ਵਾਅਦੇ ਭਾਵੇਂ ਵੀਹ ਕਰ ਲਵੇ। ਮੁਗ਼ਲ ਖ਼ਾਨਦਾਨ ਵਿਚ ਸ਼ਹਿਜ਼ਾਦੀਆਂ ਨੂੰ ਨਿਕਾਹ ਕਰਨ ਦੀ ਇਜਾਜ਼ਤ ਨਹੀਂ ਸੀ। ਹੁਸਨ ਕੋਰਾ ਹੀ ਰਹਿੰਦਾ ਤੇ

ਕਵਾਰਾ ਹੀ ਮਰ ਜਾਂਦਾ। ਇਹ ਜ਼ਿੰਦਗੀ ਮੌਤ ਤੋਂ ਘੱਟ ਨਹੀਂ ਸੀ। ਸਿਰਫ਼ ਚਾਂਦੀ, ਸੋਨੇ, ਹੀਰਿਆਂ, ਜਵਾਹਰਾਤਾਂ ਨਾਲ ਮਨ ਪਰਚਾਉਣਾ ਪੈਂਦਾ। ਸੱਠ-ਸੱਠ ਹਾਥੀਆਂ ਨਾਲ ਸ਼ਹਿਜ਼ਾਦੀਆਂ ਜਲੂਸ ਵਿਚ ਸ਼ਾਮਲ ਹੁੰਦੀਆਂ। ਕਿਸੇ ਦੂਰ ਖਿੜਕੀ ਵਿਚੋਂ ਜਾਂ ਸੁਰਾਖ਼ ਜਾਂ ਝਰਨੇ ਵਿਚੋਂ ਕੋਈ ਭਾਵੇਂ ਸ਼ਹਿਜ਼ਾਦੀ ਦਾ ਜਲੂਸ ਵੇਖ ਲਵੇ ਪਰ ਓਸ ਤਰ੍ਹਾਂ ਕਿਸੇ ਨੇ ਸ਼ਹਿਜ਼ਾਦੀ ਦਾ ਕੋਈ ਅੰਗ ਨਹੀਂ ਵੇਖਿਆ। ਕਿਸੇ ਨੇ ਭੁੱਲ ਵਿਚ ਸ਼ਹਿਜ਼ਾਦੀ ਦਾ ਸ਼ਿੰਗਾਰਿਆ ਹਾਥੀ ਵੇਖ ਲਿਆ ਹੋਵੇ।

ਜਲੂਸ ਇਕ ਦਿਨ ਰਾਜਾ ਰਾਮ ਸਿੰਘ ਦੇ ਮਹੱਲ ਦੇ ਕੋਲ ਦੀ ਲੰਘ ਰਿਹਾ ਸੀ। ਗੁਰੂ ਦੇ ਸੇਵਕ ਸਫ਼ੈਦ, ਬਲੌਰੀ ਕੱਪੜਿਆਂ ਵਿਚ ਖੜੇ ਮਾਲਾ ਜੱਪ ਰਹੇ ਸਨ। ਉਹ ਨਹੀਂ ਸਨ ਜਾਣਦੇ ਕਿ ਸ਼ਹਿਜ਼ਾਦੀ ਆ ਰਹੀ ਏ। ਯਕਦਮ ਹੁਸਨ ਦੀਆਂ ਦੇਵੀਆਂ ਨੇ ਕੋਰੜੇ ਹਵਾ ਵਿਚ ਲਹਿਰਾਏ। ਪੁੱਠੀ ਖੱਲ ਲਾਹ ਕੇ ਸੁੱਟ ਦਿਤੀ ਇਕ ਪਲ ਵਿਚ।

—ਰੋਕ ਦਿਓ ਹਾਥੀ, ਕੋਰੜੇ ਸਮੇਟ ਲਵੋ।

—ਹਾਥੀ ਰੁਕ ਗਏ।

—ਇਹ ਕੌਣ ਲੋਕ ਹਨ?

—ਗੁਰੂ ਦੇ ਸੇਵਕ, ਗੁਰੂ ਤੇਗ ਬਹਾਦਰ ਦੇ ਸਿੱਖ, ਆਸਾਮ ਤੋਂ ਵਾਪਿਸ ਮੁੜੇ ਹਨ।

—ਜਿਨ੍ਹਾਂ ਆਸਾਮ ਸੁਲਾਹ ਕਰਵਾਈ ਏ? ਤੇ ਮੁਗ਼ਲ ਹਕੂਮਤ ਦੇ ਝੰਡੇ ਗੱਡੇ ਹਨ।

—ਹਾਂ ਇਹ ਓਸੇ ਗੁਰੂ ਦੇ ਸੇਵਕ ਹਨ।

—ਯੇਹ ਫ਼ਰਿਸ਼ਤੇ ਹੈਂ, ਯੇਹ ਖ਼ੁਦਾ ਕੇ ਬੇਟੇ ਹੈਂ, ਮੈਂ ਇਨ ਕੋ ਸਲਾਮ ਕਰਤੀ ਹੂੰ।

ਦਸ ਦੁਸ਼ਾਲੇ, ਮੋਤੀਆਂ ਭਰੀਆਂ ਥਾਲੀਆਂ, ਨਜ਼ਰਾਨੇ ਵਜੋਂ ਸ਼ਹਿਜ਼ਾਦੀ ਨੇ ਦਿੱਤੀਆਂ ਤੇ ਆਖਿਆ ਮੇਰੀ ਤਰਫ਼ ਸੇ ਯੇਹ ਖ਼ਿਦਮਤ ਗੁਰੂ ਸਾਹਿਬ ਕੀ ਨਜ਼ਰ ਮੇਂ ਭੇਜ ਦੀ ਜਾਏਂ।

—ਅੱਲਾਹ ਦੇ ਲੋਕਾਂ ਤੋਂ ਕੀ ਪਰਦਾ?

—ਜਲੂਸ ਅੱਗੇ ਵਧ ਗਿਆ। ਇਹ ਗੱਲ ਸਾਰੀ ਦਿੱਲੀ ਵਿਚ ਫੈਲ ਗਈ।

—ਔਰੰਗਜ਼ੇਬ ਨੂੰ ਏਸ ਗੱਲ ਤੇ ਮਜਬੂਰ ਕਰ ਦਿੱਤਾ ਗਿਆ ਕਿ ਖ਼ੁਦਾ ਦੇ ਬੰਦਿਆਂ ਤੇ ਸਖਤੀ ਬੰਦ ਕਰ ਦਿੱਤੀ ਜਾਏ। ਖ਼ੁਦਾ ਦੇ ਪਿਆਰੇ ਨੂੰ ਸ਼ਾਹੀ ਇਹਤਰਾਮ ਨਾਲ ਨਿਵਾਜਿਆ ਜਾਵੇ। ਇਹ ਹੁਕਮ ਸ਼ਹਿਜ਼ਾਦੀ ਦਾ ਸੀ।

ਪਰ ਔਰੰਗਜ਼ੇਬ ਨੇ ਇਧਰੋਂ ਸੁਣੀ ਤੇ ਉਧਰੋਂ ਕੱਢ ਦਿੱਤੀ। ਆਖ਼ਰਕਾਰ ਰੌਸ਼ਨਆਰਾ ਬੇਗਮ ਨੇ ਭਰਾ ਦੀ ਬਾਂਹ ਫੜ ਕੇ ਆਖਿਆ ਕਿ ਅੱਛਾ ਨਹੀਂ ਕੀਆ ਆਪ ਨੇ ਭਾਈ ਸਾਹਿਬ! ਅੱਛਾ, ਇਨ ਕੀ ਬਦ ਦੁਆ ਲੇ ਡੂਬੇਗੀ। ਯੇਹ ਫ਼ਰਿਸ਼ਤੇ ਜ਼ਮੀਨ ਪਰ ਉਤਰੇ ਹੈਂ, ਭਾਈ। ਇਨ ਪਰ ਰਹਿਮ ਕਰੋ, ਕਹੀਂ, ਦਿੱਲੀ ਇਨ ਕੀ ਬਦਦੁਆ ਮੇਂ ਹੀ ਨਾ ਬਹਿ ਜਾਏ।

ਹਾਥੀਆਂ ਦੀਆਂ ਕਤਾਰਾਂ ਹੂਰਾਂ ਨੂੰ ਅਗਵਾ ਕਰ ਕੇ ਲਿਜਾ ਰਹੀਆਂ ਸਨ ਤੇ ਨਹਿਰੇ

ਬਦ ਤੋਂ ਬਚਾਉਣ ਲਈ ਪਰਦਿਆਂ ਵਿਚ ਲਕੋਈਆਂ ਸਨ ਹੁਸਨ ਦੀਆਂ ਪੁਤਲੀਆਂ।

ਦਿੱਲੀ ਦੇ ਸੀਨੇ ਵਿਚ ਰੋਸ਼ਨਆਰਾ ਬੇਗਮ ਦੇ ਬੋਲ ਗੂੰਜ ਰਹੇ ਸਨ। ਖ਼ੁਦਾ ਦੇ ਬੰਦਿਆਂ ਤੇ ਜ਼ੁਲਮ ਬੰਦ ਕਰੋ ਭਾਈ!

★

੧੪ ਵਗਦੇ ਪਾਣੀ

ਗੁਰੂ ਅਰਜਨ ਦੇਵ ਦੇ ਵੇਲੇ ਬਹੁਤੀ ਗਿਣਤੀ ਸਿੱਖਾਂ ਦੀ ਜ਼ਿਆਦਾਤਰ ਸ਼ਹਿਰ ਵਿਚ ਹੀ ਵੱਸਦੀ ਸੀ। ਪਰਚ਼ਾਰ ਦੇ ਕੁਝ ਸਾਧਨ ਵਧੇ, ਮਸੰਦਾਂ ਦੀ ਸਥਾਪਨਾ ਹੋ ਗਈ ਸੀ। ਮੰਜੀਆਂ ਦੀ ਗਿਣਤੀ ਦਿਨ-ਬਦਿਨ ਵਧ ਰਹੀ ਸੀ। ਪਰ ਗੁਰਾਂ ਨੇ ਮੰਜੀਆਂ, ਪਰੇਮ, ਪਰਵਾਹ ਨੂੰ ਧੱਕਾ ਨਾ ਲੱਗਣ ਦਿੱਤਾ। ਸਿਰਫ਼ ਮੰਜੀਆਂ ਦੇ ਨਾਲ ਮਸੰਦ ਹੋਰ ਜੋੜ ਦਿੱਤੇ ਤੇ ਮਸੰਦਾਂ ਨੂੰ ਪਿੰਡਾਂ ਨਾਲ ਜੋੜ ਦਿੱਤਾ। ਪਿੰਡ-ਪਿੰਡ ਵਿਚ ਜਦ ਗੁਰੂ ਘਰ ਦੇ ਮਸੰਦ ਫਿਰੇ ਤਾਂ ਸਿੱਖ ਧਰਮ ਵਿਚ ਸਿੱਖੀ ਦੀ ਜਾਗ ਲੱਗੀ। ਇਹ ਆਖ ਲਈਏ ਕਿ ਸਾਰਾ ਪੰਜਾਬ ਹੀ ਸੇਵਕ ਬਣ ਗਿਆ, ਕੋਈ ਝੂਠ ਨਹੀਂ ਸੀ। ਸ਼ਹਿਰ ਨਾਲੋਂ ਪਿੰਡਾਂ ਵਿਚ ਸ਼ਰਧਾ ਜ਼ਿਆਦਾ ਵਧੀ। ਪਿੰਡਾਂ ਵਾਲੇ ਦੁਖੀ ਸਨ, ਸ਼ਹਿਰਾਂ ਵਾਲੇ ਰਿਜ਼ਕ ਵਲੋਂ ਸੌਖੇ ਸਨ, ਕਾਰ ਵਿਹਾਰੇ ਲੱਗੇ ਹੋਏ ਸਨ। ਪਿੰਡਾਂ ਵਾਲੇ ਸਿਰਫ਼ ਜ਼ਮੀਨ ਤੇ ਹੀ ਆਸਰਾ ਰੱਖਦੇ ਸਨ। ਪੰਜਾਂ ਦਰਿਆਵਾਂ ਦੀ ਧਰਤੀ ਭਾਵੇਂ ਸੋਨਾ ਉਗਲਦੀ ਸੀ ਪਰ ਮਾਮਲਾ ਸਰਕਾਰ ਦਾ ਚੁਕਾਇਆ ਨਹੀਂ ਸੀ ਜਾਂਦਾ। ਜਦ ਕਦੀ ਕੁਦਰਤ ਦੀ ਕਰੋਪੀ ਹੁੰਦੀ, ਫ਼ਸਲ ਮਾਰੀ ਜਾਂਦੀ ਤਾਂ ਫੇਰ ਪਿੰਡ ਵਾਲੇ ਸ਼ਹਿਰ ਨੂੰ ਭੱਜਦੇ। ਸਰਕਾਰ ਅੱਗੇ ਹੱਥ ਪੈਰ ਜੋੜ ਕੇ ਮੁਆਮਲੇ ਦੀ ਮਾਫ਼ੀ ਕਰਵਾਈ ਜਾਂਦੀ। ਗੁਰੂ ਘਰ ਪਿੰਡ ਵਾਲਿਆਂ ਦੀ ਇਸ ਗੱਲ ਵਿਚ ਬਾਂਹ ਫੜਦਾ ਸੀ। ਜ਼ਮੀਨ ਤੋਂ ਬਗ਼ੈਰ ਹੋਰ ਕੋਈ ਸਾਧਨ ਨਹੀਂ ਸਨ ਆਮਦਨ ਦੇ। ਘਰ ਦੀ ਗ੍ਰਿਹਸਤੀ ਵੀ ਚਲਾਉਣੀ ਸੀ, ਸਾਕ ਸੰਬੰਧੀਆਂ ਨੂੰ ਵੀ ਮਿਲਣਾ ਸੀ, ਜ਼ਿੰਦਗੀ ਦੀਆਂ ਹੋਰ ਲੋੜਾਂ ਵੀ ਪੂਰੀਆਂ ਕਰਨੀਆਂ ਸਨ। ਜ਼ਰੂਰਤਾਂ ਇਥੋਂ ਹੀ ਪੂਰੀਆਂ ਹੋਣੀਆਂ ਸਨ। ਰਿਸ਼ਤਾ ਪਿੰਡ ਵਾਲਿਆਂ ਦਾ ਜਦ ਗੁਰਾਂ ਨਾਲ ਜੁੜਿਆ ਤਾਂ ਫੇਰ ਉਹਦੇ ਵਿਚ ਕਦੇ ਤਰੇੜ ਨਾ ਆਈ। ਪਿੰਡ ਵਾਲੇ ਭੋਲੇ ਸਿੱਧੇ ਸਾਦੇ ਲੋਕ ਸਨ। ਉਨ੍ਹਾਂ ਮੁੜ ਕੇ ਹੋਰ ਕਿਸੇ ਵੱਲ ਨਾ ਤੱਕਿਆ। ਮੁਸਲਮਾਨ ਵੀ ਏਸੇ ਲਈ ਹਮਦਰਦੀ ਬਣ ਗਏ ਸਨ।

ਧੀਆਂ ਵੀ ਘਰੋਂ ਤੋਰਨੀਆਂ ਸਨ, ਨੂੰਹਾਂ ਵੀ ਘਰ ਲਿਆਉਣੀਆਂ ਸਨ। ਵਿਆਹ ਸ਼ਾਦੀ ਦੇ ਖ਼ਰਚ, ਜ਼ਮੀਨ ਨਹੀਂ ਸੀ ਝੱਲਦੀ, ਮਜਬੂਰ ਤੇ ਦੁਖੀ ਪਿੰਡ ਵਾਲਿਆਂ ਨੂੰ ਜਦ ਹਕੂਮਤ ਕੋਈ ਲਾਲਚ ਦੇਂਦੀ ਤਾਂ ਕੋਈ ਕੱਚਾ ਪਿੱਲਾ ਆਦਮੀ ਆਪਣੀ ਪਰਾਤ ਚੁੱਕ ਕੇ ਉਨ੍ਹਾਂ ਦੇ ਚੌਂਕੇ ਵਿਚ ਜਾ ਬੈਠਦਾ। ਏਸ ਤਰ੍ਹਾਂ ਲੋਕ ਟਾਵੇਂ-ਟਾਵੇਂ ਆਪਣਾ ਧਰਮ ਬਦਲ ਲੈਂਦੇ। ਜਦੋਂ ਕੋਈ ਹਾਕਮ ਪਿੰਡ ਵਿਚ ਆਣ ਵੜਦਾ ਤਾਂ ਥਰ-ਥਰ ਕੰਬਦਾ ਸਾਹਾ ਪਿੰਡ। ਸਖ਼ਤੀ ਹਿੰਦੂਆਂ ਤੇ ਵੀ ਹੁੰਦੀ ਤੇ ਮੁਸਲਮਾਨ ਵੀ ਏਸ ਜਬਰ ਤੋਂ ਨਾ ਬਚ ਸਕਦੇ। ਮੁਸਲਮਾਨਾਂ ਦੀ ਸ਼ਾਮਤ ਜ਼ਿਆਦਾ ਆਉਂਦੀ। ਮਾਲਕੀ ਉਨ੍ਹਾਂ ਦੀ ਜ਼ਿਆਦਾ ਤੇ ਹਾਕਮਾਂ ਦਾ

ਸਾਰਾ ਖ਼ਰਚ ਮੁਸਲਮਾਨਾਂ ਤੇ ਪੈਂਦਾ। ਦਾਅਵਤਾਂ ਮੁਸਲਮਾਨਾਂ ਦੇ ਘਰ 'ਚ ਹੁੰਦੀਆਂ। ਦਸਤਰ ਖ਼ਾਂ ਉਨ੍ਹਾਂ ਦੇ ਘਰ ਵਿਚ ਹੀ ਵਿਛਦੇ, ਹਿੰਦੂ ਨਿਮਾਣੇ ਉਨ੍ਹਾਂ ਅੱਗੇ ਆਪਣੇ ਹੱਥ ਜੋੜ ਕੇ ਵਕਤ ਕੱਟ ਲੈਂਦੇ।

ਹਾਕਮ ਬਦਦਿਮਾਗ਼, ਅਥਰੇ ਤੇ ਜਾਬਰ ਸਨ, ਜਦ ਸਰਕਾਰੀ ਰਕਮ ਦਾ ਨਾਂ ਲੈਂਦੇ, ਹਾਕਮ, ਤਾਂ ਅੱਗੋਂ ਉਨ੍ਹਾਂ ਨੂੰ ਸਖਣਾ ਢਿੱਡ ਵਜਾ ਕੇ ਜ਼ਿਮੀਂਦਾਰ ਮਿਲਦੇ, ਪਰ ਉਨ੍ਹਾਂ ਦੀਆਂ ਅੱਖਾਂ ਵਿਚ ਲਹੂ ਉਤਾਰਿਆ ਹੁੰਦਾ, ਚੰਗੀ ਚਮੜੀ ਉਧੇੜ ਸੁੱਟਦੇ, ਇਹਦਾ ਬਿਆਨ ਕਰਨਾ ਕਿੰਨਾ ਮੁਸ਼ਕਲ ਸੀ, ਉਹ ਨਾ ਦੱਸਿਆ ਜਾ ਸਕਦਾ ਏ ਤੇ ਨਾ ਬਿਆਨ ਕੀਤਾ ਜਾ ਸਕਦਾ ਏ।

ਸਿੱਖ ਧਰਮ ਨੇ ਪਿੰਡਾਂ ਵਿਚ ਜਾਗਰਤੀ ਤਾਂ ਲੈ ਆਂਦੀ, ਉਹ ਆਪਣੀ ਅਰਜ਼ ਹਾਕਮ ਅੱਗੇ ਖੜੇ ਹੋ ਕੇ ਕਰਦੇ, ਅੱਧੀ ਪਚੱਧੀ ਗੱਲ ਨਿਪਟ ਜਾਂਦੀ, ਬਾਕੀ ਗੱਲ ਸ਼ਹਿਰਾਂ ਵਿਚ ਜਾ ਕੇ ਛੇੜੀ ਜਾਂਦੀ ਤੇ ਫੇਰ ਕਾਜ਼ੀ ਉਨ੍ਹਾਂ ਦੇ ਬੰਦ-ਖਲਾਸ ਕਰ ਦੇਂਦਾ। ਸਿਰਫ਼ ਇਹ ਜੁਰਅਤ ਗੁਰਾਂ ਨੇ ਪਾਈ ਸੀ ਪਿੰਡ ਵਾਲਿਆਂ ਦੇ ਦਿਲਾਂ ਵਿਚ। ਜਦ ਪਿੰਡ ਜਾਗੇ ਤੇ ਸ਼ਹਿਰ ਵਾਲਿਆਂ ਨੂੰ ਵੀ ਹੋਸ਼ ਆਈ, ਜਦ ਹਵਾ ਚਲੀ ਤਾਂ ਚੂਹੇ ਦੀ ਖੁੱਡ ਤਕ ਪੁੱਜੀ। ਪਰ ਨਿਕਲ ਆਏ। ਜਦ ਗੁਰਾਂ ਨੇ ਦੱਸਿਆ ਕਿ ਤੁਸੀਂ ਧਰਤੀ ਦੀ ਹਿੱਕ ਫੋਲੋ, ਮਿਹਨਤ ਕਰੋ, ਅਨਾਜ ਜ਼ਿਆਦਾ ਤੋਂ ਜ਼ਿਆਦਾ ਉਗਾਓ ਤੇ ਫ਼ਸਲ ਵੇਚਣ ਲਈ ਸ਼ਹਿਰ ਵਿਚ ਜਾਵੋ। ਮੰਡੀਆਂ ਵਿਚ ਗੁਰਾਂ ਦੇ ਸ਼ਰਧਾਲੂ ਸਨ, ਉਨ੍ਹਾਂ ਨੂੰ ਪੂਰੀ ਰਕਮ ਮਿਲਣ ਲੱਗ ਪਈ। ਏਸ ਤਰ੍ਹਾਂ ਪਿੰਡ ਵਾਲੇ ਕੁਝ ਸਿਆਣੇ ਹੋਣ ਲੱਗ ਪਏ। ਜਿਹੜਾ ਬੰਦਾ ਪਿੰਡ ਵਿਚੋਂ ਜਿਨਸ ਲੈ ਕੇ ਜਾਂਦਾ, ਵੇਚਦਾ ਤੇ ਦਸਵੰਧ ਕੱਢ ਕੇ ਗੁਰੂ ਦੇ ਦਰਬਾਰ ਵਿਚ ਚੜ੍ਹਾ ਆਉਂਦਾ, ਉਹਦੀ ਸ਼ਰਧਾ ਹੋਰ ਵਧਦੀ। ਗੁਰਾਂ ਨੇ ਉਨ੍ਹਾਂ ਦੇ ਖਾਣ ਰਹਿਣ ਤੇ ਇਸ਼ਨਾਨ ਦਾ ਇੰਤਜ਼ਾਮ ਆਪਣੇ ਜ਼ਿੰਮੇ ਲੈ ਲਿਆ। ਜਦ ਪਿੰਡ ਵਾਲਿਆ ਨੂੰ ਏਨੀਆਂ ਸਹੂਲਤਾਂ ਮਿਲ ਗਈਆਂ ਤਾਂ ਉਨ੍ਹਾਂ ਦਾ ਪਿਆਰ ਠਾਠਾਂ ਮਾਰਨ ਲੱਗ ਪਿਆ।

ਮੁਸਲਮਾਨ ਗੁਆਂਢੀ ਸਨ, ਜਦ ਵੀ ਉਹ ਫ਼ਸਲ ਵੇਚਣ ਸ਼ਹਿਰ ਆਉਂਦੇ, ਉਹ ਗੁਰੂ ਦੇ ਦੁਆਰੇ ਹੀ ਰਹਿੰਦੇ। ਦਿਲ ਉਨ੍ਹਾਂ ਦਾ ਵੀ ਗੁਰੂ ਦੇ ਨਾਲ ਜੁੜਨ ਲੱਗ ਗਿਆ। ਭਾਵੇਂ ਉਨ੍ਹਾਂ ਧਰਮ ਕਬੂਲ ਨਹੀਂ ਸੀ ਕੀਤਾ, ਪਰ ਹਮਦਰਦੀ ਉਨ੍ਹਾਂ ਆਪਣੇ ਪੱਲੇ ਜ਼ਰੂਰ ਬੰਨ੍ਹ ਲਈ ਸੀ। ਧਰਮ ਸ਼ਾਲਾਵਾਂ ਵਿਚ ਇਨ੍ਹਾਂ ਸਾਰਿਆਂ ਨੂੰ ਇਕ ਅੱਖ ਨਾਲ ਵੇਖਿਆ ਜਾਂਦਾ, ਇਕੋ ਸਫ਼ ਤੇ ਲੰਗਰ ਛਕਦੇ, ਹੱਸਦਾ ਖੇਡਦਾ ਪੰਜਾਬ ਗੁਰੂ ਦੀ ਝੋਲੀ ਵਿਚ ਪੈ ਗਿਆ। ਏਸ ਲਹਿਰ ਨੇ ਸਾਰੇ ਪੰਜਾਬ ਦੀ ਆਤਮਾ ਵਿਚ ਸਿੱਖੀ ਘੋਲ ਮੇਲ ਦਿੱਤੀ। ਹਰ ਬੰਦਾ ਗੁਰਾਂ ਵੱਲ ਤੱਕ ਰਿਹਾ ਸੀ। ਹਾਕਮ ਉਨ੍ਹਾਂ ਨੂੰ ਰੂਹਾਨੀ ਖ਼ੁਰਾਕ ਨਹੀਂ ਸਨ ਦੇ ਸਕਦੇ ਨਾ ਹੀ ਦੌਲਤ ਨਾਲ ਮਾਲਾ ਮਾਲ ਹੀ ਕਰ ਸਕਦੇ ਸਨ। ਹਾਕਮ ਦੀ ਕੋਈ ਬਹੁਤੀ ਇੱਜ਼ਤ ਨਹੀਂ ਸੀ ਸਮਾਜ ਵਿਚ।

ਜਿਹੜਾ ਇਨ੍ਹਾਂ ਲਈ ਅੱਯਾਸ਼ੀ ਦਾ ਸਾਮਾਨ ਪੈਦਾ ਕਰਦਾ ਉਨ੍ਹਾਂ ਦੀ ਝੋਲੀ ਵਿਚ ਉਹ ਭਾਵੇਂ ਦਸ ਵੀਹ ਮੁਹਰਾਂ ਪਾ ਦੇਵੇ, ਰਾਤੀਂ ਸੌ ਇਕਰਾਰ ਕਰਦੇ ਤੇ ਦਿਨੇ ਠੁੱਠ ਵਿਖਾ ਦੇਂਦੇ। ਏਸ ਤਰ੍ਹਾਂ ਕਰਨਾ ਉਹ ਆਪਣਾ ਹੱਕ ਸਮਝਦੇ ਸਨ। ਸ਼ਿਕਾਇਤ ਨਾ ਕਰਨ ਦੀ ਕੋਈ

ਜੁਰਅੱਤ ਕਰਦਾ ਤੇ ਨਾ ਉਨ੍ਹਾਂ ਦੀ ਅੱਗੋਂ ਕੋਈ ਫ਼ਰਿਆਦ ਸੁਣੀ ਜਾਂਦੀ। ਜਾਗਰਤੀ ਪੈਦਾ ਹੋ ਰਹੀ ਸੀ, ਝਾਕਾ ਲੱਥ ਰਿਹਾ ਸੀ। ਲੋਕ ਅਜੇ ਤਿਆਰ ਨਹੀਂ ਸਨ। ਉਨ੍ਹਾਂ ਦੇ ਦਿਲ ਅੰਦਰੋਂ ਡਰ ਲਾਹੁਣਾ, ਉਨ੍ਹਾਂ ਨੂੰ ਆਪਣੀ ਹੋਂਦ ਦੱਸਣੀ ਇਹ ਬਹੁਤ ਵੱਡੀ ਗੱਲ ਸੀ।

ਬਹੁਤੇ ਜ਼ਿਮੀਂਦਾਰਾਂ ਨੂੰ ਏਸ ਗੱਲ ਦੀ ਅਕਲ ਆ ਗਈ ਸੀ ਕਿ ਅਸੀਂ ਹੀ ਅਨ-ਦਾਤਾ ਹਾਂ, ਇਹ ਸਾਡੇ ਰਖਵਾਲੇ ਜ਼ਰੂਰ ਹਨ, ਇਨ੍ਹਾਂ ਦੀ ਤਲਬ ਤਨਖ਼ਾਹ ਅਸੀਂ ਦੇਂਦੇ ਹਾਂ, ਇਹ ਤਾਂ ਸਾਡੇ ਗੁਮਾਸ਼ਤੇ ਹਨ, ਜਦ ਏਨੀ ਗੰਡ ਖੁਲ੍ਹ ਗਈ ਤਾਂ ਫੇਰ ਸਾਰਾ ਪੰਜਾਬ ਉੱਠ ਖਲੋਵੇਗਾ। ਫੇਰ ਕੋਈ ਹਾਕਮ ਮਨਮਾਨੀ ਨਾ ਕਰ ਸਕੇਗਾ। ਏਸ ਜਦੋਜਹਿਦ ਵਿਚ ਵੱਡੀ ਸਰਕਾਰ ਦੀ ਗੱਲ ਸੁਣਨ ਲੱਗ ਪਈ ਸੀ। ਗੱਲ ਕਿਸੇ ਦੇ ਕੰਨੀਂ ਚੜ੍ਹੇ ਤੇ ਫ਼ੈਸਲਾ ਹੋਵੇ ਨਾ।

ਜਦ ਸ਼ਹਿਰਾਂ ਦੀ ਗੱਲ ਪਿੰਡਾਂ ਵਿਚ ਪੁੱਜਣ ਲੱਗ ਪਈ ਤੇ ਪਿੰਡ ਵਾਲਿਆਂ ਦਾ ਦੁੱਖ ਸ਼ਹਿਰ ਵਾਲਿਆਂ ਨੂੰ ਮਹਿਸੂਸ ਹੋਣ ਲੱਗ ਪਿਆ ਤਾਂ ਫਿਰ ਦੁਖ ਸੁਖ ਸਾਂਝਾ ਹੋ ਗਿਆ। ਤਾਕਤ ਦੂਣੀ ਹੋ ਗਈ। ਹਾਕਮ ਨੂੰ ਜਦ ਕੋਈ ਗੱਲ ਦੱਸਣ ਵਾਲਾ ਪੈਦਾ ਹੋ ਜਾਵੇ ਤਾਂ ਫੇਰ ਹਾਕਮ ਵੀ ਗੱਲ ਸੁਣ ਲੈਂਦੇ ਹਨ। ਹਾਕਮ ਦੀ ਅਗਾੜੀ ਤੇ ਘੋੜੇ ਦੀ ਪਿਛਾੜੀ ਤੋਂ ਬਚੋ। ਅੱਗੇ ਤੇ ਕੋਈ ਹਿੰਮਤ ਹੀ ਨਹੀਂ ਸੀ ਕਰਦਾ ਕਿ ਹਾਕਮ ਅੱਗੇ ਆਪਣੀ ਫ਼ਰਿਆਦ ਕਰ ਸਕੇ। ਏਸੇ ਲਈ ਹਾਕਮ ਅੱਖੋਂ ਅੰਨ੍ਹੇ ਤੇ ਕੰਨੋਂ ਬੋਲੇ ਸਨ। ਪੰਜਾਬ ਵਿਚ ਸਖ਼ਤੀ ਜ਼ਿਆਦਾ ਸੀ, ਪੰਜਾਬ ਵਿਚੋਂ ਹੀ ਫ਼ੌਜ ਨੂੰ ਜਵਾਨ ਮਿਲਦੇ ਤੇ ਰਕਮ ਦਾ ਬੋਬਾ ਵੀ ਇਥੋਂ ਹੀ ਲੱਭਦਾ, ਤਾਕਤਵਰ ਇਲਾਕੇ ਨੂੰ ਬਾਦਸ਼ਾਹ ਨਜ਼ਰ-ਅੰਦਾਜ਼ ਨਹੀਂ ਸੀ ਕਰ ਸਕਦਾ। ਸਰਹੱਦ ਦਾ ਇਲਾਕਾ ਸੀ ਏਸੇ ਕਾਰਨ ਏਥੇ ਫ਼ੌਜੀ ਤਾਕਤ ਦੀ ਪਰਦਰਸ਼ਨੀ ਕੀਤੀ ਜਾਂਦੀ। ਪੰਜਾਬ ਤੋਂ ਬਗ਼ੈਰ ਕਿਸੇ ਹਕੂਮਤ ਦਾ ਝੰਡਾ ਨਾ ਝੂਲ ਸਕਦਾ। ਤਖ਼ਤ ਦਾ ਜਾਹੋ-ਜਲਾਲ ਈ ਪੰਜਾਬ ਦਾ ਸੀ।

ਧਰਮ ਦੀ ਓਟ ਵਿਚ ਜਿਹੜੀ ਲਹਿਰ ਖ਼ਾਮੋਸ਼ੀ ਦੀ ਗਦ ਵਿਚ ਪੰਜਾਬ ਵਿਚ ਪਲ ਰਹੀ ਸੀ ਉਹ ਹਕੂਮਤ ਲਈ ਬੜੀ ਖ਼ਤਰਨਾਕ ਸੀ। ਹਾਕਮ ਸਮਝਦੇ ਸਨ, ਮਹਿਸੂਸ ਕਰਦੇ ਸਨ ਪਰ ਉਨ੍ਹਾਂ ਨੂੰ ਨਜ਼ਰੀਂ ਕੁਝ ਨਹੀਂ ਸੀ ਆਉਂਦਾ, ਉਹਨੂੰ ਬਗ਼ਾਵਤ ਨਹੀਂ ਸੀ ਆਖਿਆ ਜਾਂਦਾ। ਲੋਕ ਮਾਲਾ ਦੇ ਮਣਕਿਆਂ ਵਾਂਗੂ ਪਰੁੱਚੇ ਸਨ। ਕੰਮ ਵਿਚ ਰੁੱਝੇ ਬੰਦਿਆਂ ਦਾ ਕੋਈ ਚਿੰਨ੍ਹ ਹਾਕਮਾਂ ਨੂੰ ਨਹੀਂ ਸੀ ਰੜਕਦਾ, ਪਰ ਇਹ ਸਿਆਣੇ ਬੰਦੇ ਇਹ ਜਾਣਦੇ ਸਨ ਜਦ ਵੀ ਹਕੂਮਤ ਦਾ ਤਖ਼ਤਾ ਉਲਟਿਆ ਤੇ ਪੰਜਾਬ ਨੇ ਹੀ ਪਹਿਲ ਕਰਨੀ ਏ। ਹਾਕਮ ਏਸ ਲਈ ਚੁੱਪ ਸਾਧ ਲੈਂਦੇ ਕਿ ਹਰ ਬੰਦਾ ਖ਼ੁਦਾ ਤਰਸ ਹੁੰਦਾ ਹੈ ਫੇਰ ਉਹਦੀ ਜੁੰਡਲੀ ਉਹਨੂੰ ਵਿਗਾੜ ਕੇ ਰੱਖ ਦੇਂਦੀ ਏ। ਫੇਰ ਉਹਦੇ ਖ਼ਿਆਲ ਬਦਲਣੇ ਸ਼ੁਰੂ ਹੋ ਜਾਂਦੇ ਹਨ। ਧਰਮ ਦਾ ਵਾਸਤਾ ਦੇ ਕੇ ਲੋਕਾਂ ਨੂੰ ਵਰਗਲਾਇਆ ਜਾਂਦਾ। ਦੁਖੀ ਉਹ ਵੀ ਲੋਕ ਸਨ ਜਿਹੜੇ ਹਕੂਮਤ ਦੇ ਪੱਲੇ ਬੱਝੇ ਹੋਏ ਸਨ।

ਪੰਜਾਂ ਨਦੀਆਂ ਦੇ ਪਾਣੀ ਵੀ ਮਚਲਣ ਲੱਗ ਪਏ। ਲਹਿਰਾਂ ਵਿਚ ਅਣਖ ਜਾਗ ਪਈ। ਲਹਿਰਾਂ ਨੇ ਤਾਕਤ ਆਪਣੀ ਪਾਣੀ ਦੀ ਰਫ਼ਤਾਰ ਵਿਚੋਂ ਪੈਦਾ ਕਰ ਲਈ। ਤਾਕਤ ਅਗੇ ਹੀ ਜੁੱਸੇ ਵਿਚ ਹੈਸੀ, ਪਰ ਜਾਣੂੰ ਨਹੀਂ ਸਨ ਲੋਕ ਅਤੇ ਡਰਦੇ ਆਪਣੇ ਅੰਦਰ ਝਾਤੀ

ਨਹੀਂ ਸਨ ਮਾਰਦੇ। ਜਦ ਇਨ੍ਹਾਂ ਨੂੰ ਇਹ ਪਤਾ ਲੱਗ ਗਿਆ ਫੇਰ ਤੇਜ ਵੀ ਆਇਆ, ਤਾਕਤ ਵੀ ਉਭਰੀ, ਤੂਫ਼ਾਨ ਨੂੰ ਵੀ ਹੁਕਮ ਦੇਣ ਲੱਗ ਪਈਆਂ ਲਹਿਰਾਂ, ਮੱਛਰੀਆਂ ਲਹਿਰਾਂ ਕੰਢੇ ਤੋੜ ਕੇ ਰੱਖ ਦੇਂਦੀਆਂ ਉਨ੍ਹਾਂ ਤੇ ਕੋਈ ਕਾਬੂ ਨਾ ਪਾ ਸਕਦਾ, ਇਕ ਐਸੀ ਤਾਕਤ ਜਨਮ ਲੈ ਰਹੀ ਸੀ ਜੋ ਇਕ ਓਟ ਵਿਚ ਪਲ ਰਹੀ ਸੀ। ਹਕੂਮਤ ਦੀਆਂ ਅੱਖਾਂ ਵਿਚ ਸਿਰਫ਼ ਗੁਰਦੁਆਰੇ ਹੀ ਰੜਕਦੇ ਸਨ। ਨਿਗਰਾਨੀ ਭਾਵੇਂ ਕਰੜੀ ਸੀ ਪਰ ਸਬੂਤ ਨਾ ਮਿਲਣ ਕਾਰਨ ਉਹ ਮਜਬੂਰ ਹੋ ਜਾਂਦੇ। ਕੋਈ ਕਾਰਵਾਈ ਨਾ ਕਰ ਸਕਦੇ। ਸਰਕਾਰੀ ਕਾਗ਼ਜ਼ਾਂ ਵਿਚ ਗੁਰੂ ਏਸ ਲਹਿਰ ਦੇ ਆਗੂ ਮੰਨੇ ਗਏ ਸਨ।

ਪੰਜਾਬ ਵਿਚ ਧਰਮ ਦਾ ਪਰਚਾਰ ਵੀ ਜ਼ਿਆਦਾ ਸੀ ਤੇ ਪੰਜਾਬ ਵਾਲੇ ਧਰਮ ਤੋਂ ਮੁਨਕਰ ਵੀ ਬਹੁਤ ਸਨ। ਦਿਲ ਬਦਲੂ ਆਖ ਲਵੋ, ਚੱਕੀਰਾਹ ਸਨ, ਸਾਲ ਵਿਚ ਦੋ ਵਾਰਾਂ ਧਰਮ ਬਦਲ ਲੈਂਦਾ ਪੰਜਾਬ, ਇਕ ਵਾਰ ਜਦ ਫ਼ਸਲ ਘਰ ਆਉਂਦੀ ਤੇ ਦੂਜੀ ਵਾਰ ਜਦ ਫ਼ਸਲ ਤਾਰਨੀ ਹੁੰਦੀ ਸਰਕਾਰੀ ਖ਼ਜ਼ਾਨੇ ਵਿਚ। ਜਾਂ ਕੋਈ ਜੁੱਤੀ ਵਾਲਾ ਸਿਰ ਤੇ ਸਵਾਰ ਹੁੰਦਾ। ਪਰ ਏਸ ਨਵੀਂ ਲਹਿਰ ਦਾ ਪਰਚਾਰ ਪੰਜਾਬ ਵਿਚ ਹੀ ਹੁੰਦਾ ਗਿਆ। ਜਿਹੜੀ ਲਹਿਰ ਪੰਜਾਬ ਵਿਚ ਜੰਮ ਜਾਂਦੀ ਹੈ, ਉਹ ਸਾਰੇ ਹਿੰਦੁਸਤਾਨ ਵਿਚ ਫੈਲ ਜਾਂਦੀ ਏ। ਹਰ ਲਹਿਰ ਦੀ ਪਰਖ ਪੰਜਾਬ ਵਿਚ ਹੀ ਕੀਤੀ ਜਾਂਦੀ। ਅਰਬ ਵਿਚੋਂ ਕੋਈ ਨਾ ਕੋਈ ਹਾਫ਼ਿਜ਼ ਜ਼ਰੂਰ ਆਉਂਦਾ ਨਵੇਂ ਖਿਆਲ ਲੈ ਕੇ, ਉਹ ਆਪਣੀ ਗੱਠੜੀ ਏਥੇ ਹੀ ਆਣ ਕੇ ਖੋਲ੍ਹਦਾ। ਹਕੂਮਤ ਉਹਦੇ ਮਗਰ ਹੁੰਦੀ, ਜਦ ਉਨ੍ਹਾਂ ਨੂੰ ਝੁਕ-ਝੁਕ ਕੇ ਸਲਾਮ ਕੀਤੀ ਧਰਮ ਓਥੇ ਹੀ ਬਦਲਿਆ ਗਿਆ। ਓਪਰਾ ਧਰਮ ਹਨੇਰੀ ਵਾਂਗੂ ਆਉਂਦਾ ਤੇ ਹਵਾ ਦੇ ਬੁੱਲ੍ਹੇ ਵਾਂਗੂ ਉੱਡ ਜਾਂਦਾ।

ਪੰਜਾਬ ਦੇ ਲੋਕ ਜੇ ਕਦੀ ਗ਼ਲਤੀ ਨਾਲ ਧਰਮ ਬਦਲ ਵੀ ਲੈਂਦੇ ਤੇ ਝੱਟ ਦਰਿਆ ਵਿਚ ਇਸ਼ਨਾਨ ਕਰ ਕੇ ਮੁੜ ਕੇ ਆਪਣੇ ਧਰਮ ਵਿਚ ਆਣ ਵੜਦੇ, ਡੰਨ ਲੁਵਾ ਕੇ। ਚੌਂਕੇ ਚੜ੍ਹਨ ਦਾ ਜੁਰਮਾਨਾ ਤਾਰ ਦੇਂਦੇ। ਪੰਜਾਬ ਦਾ ਧਰਮ ਕੱਚੇ ਧਾਗੇ ਵਾਂਗ ਨਹੀਂ ਸੀ। ਹਰ ਨਵੀਂ ਲਹਿਰ ਦਾ ਸਭ ਤੋਂ ਪਹਿਲਾਂ ਪੰਜਾਬ ਹੀ ਸਵਾਗਤ ਕਰਦਾ। ਜੇ ਉਹ ਪਸੰਦ ਆ ਗਈ ਤੇ ਸਿਰ ਦਾ ਤਾਜ ਬਣ ਗਈ ਤੇ ਜੇ ਪਸੰਦ ਨਾ ਆਈ ਤਾਂ ਰੂੜੀ ਤੇ ਸੁੱਟਣ ਲੱਗਿਆਂ ਵੀ ਨਾ ਝਕਦਾ। ਧਰਮ ਬਦਲਣਾ ਤੇ ਧਰਮ ਵਿਚ ਫਿਰ ਆ ਜਾਣਾ ਇਹ ਮਾਮੂਲੀ ਗੱਲ ਸੀ ਪੰਜਾਬ ਵਾਲਿਆਂ ਲਈ। ਪਰ ਜਿਹੜੇ ਇਕ ਵਾਰ ਸਿੱਖ ਬਣ ਗਏ ਸਨ, ਜਾਂ ਸੇਵਕ ਬਣ ਕੇ ਗੁਰੂ ਅੱਗੇ ਮੱਥਾ ਟੇਕ ਦਿੱਤਾ ਸੀ ਉਹ ਆਪਣੇ ਧਰਮੋਂ ਨ ਡੋਲਦੇ। ਪੱਥਰ ਤੇ ਵਗਦੇ ਪਾਣੀ ਵੀ ਉਨ੍ਹਾਂ ਵਿਚ ਸੁਰਾਖ਼ ਨਾ ਪਾ ਸਕਦੇ।

ਨਵੀਂ ਰੁੱਤ ਬਦਲੀ, ਨਵਾਂ ਹਾਕਮ ਆਇਆ, ਜੇ ਉਹਦੀ ਸੁਰ ਮਿਲ ਗਈ ਤਾਂ ਓਸ ਫਿਰ ਆਉਣ ਵਾਲੀ ਰੁੱਤ ਦਾ ਆਨੰਦ ਮਾਣ ਲਿਆ, ਜੇ ਪੰਜਾਬ ਵਿਚ ਮੁੜਕਾ ਆਇਆ ਤਾਂ ਸਿਆਲ ਦੀ ਸਰਦੀ ਨੇ ਵੀ ਆਪਣਾ ਰੰਗ ਵਿਖਾਇਆ। ਨਾ ਇਹ ਸਖ਼ਤੀ ਝੱਲਣ ਤੇ ਨਾ ਹੀ ਨਰਮੀ ਵਿਚ ਹੀ ਕਾਬੂ ਆਉਣ। ਇਨਸਾਫ਼ ਪਸੰਦ ਹਾਕਮ ਹੀ ਏਥੇ ਚਾਰ ਦਿਨ ਕੱਟਦਾ, ਜ਼ਰਾ ਕੁ ਸਖ਼ਤੀ ਕੀਤੀ ਤਾਂ ਫਿਰ ਬਰਸਾਤ ਵਿਚ ਪੀਂਘਾਂ ਝੂਟੀਆਂ, ਚੁਮਾਸੇ ਦੇ ਦਿਨ ਆਏ ਤੇ ਹਜ਼ੂਰ ਦੀ ਸਵਾਰੀ ਗੁਜਰਾਤ ਵਿਚ ਜਾ ਨਿਕਲੀ, ਬਾਦਸ਼ਾਹ ਪੰਜਾਬ ਵੱਲ ਹੀ

ਵੇਖਦਾ ਰਹਿੰਦਾ ।

ਹਰ ਨਵਾਂ ਬਾਦਸ਼ਾਹ ਪੰਜਾਬ ਦੀ ਨੁਹਾਰ ਵੇਖ ਕੇ ਹੀ ਆਪਣੀ ਕਰਵਟ ਬਦਲਦਾ। ਜਦ ਵੀ ਕਦੀ ਹਕੂਮਤ ਨੇ ਪਾਸਾ ਪਲਟਿਆ ਤਾਂ ਉਹਦੇ ਵਿਚ ਪੰਜਾਬ ਦਾ ਸਭ ਤੋਂ ਵੱਧ ਹੱਥ ਹੁੰਦਾ । ਅੱਧੀ ਫ਼ੌਜ ਪੰਜਾਬ ਦੀ ਹੁੰਦੀ । ਪੰਜਾਬ ਨੇ ਆਪਣਾ ਸਭ ਕੁਝ ਭਾਵੇਂ ਗਵਾ ਲਿਆ ਹੋਵੇ ਪਰ ਏਸ ਆਪਣੀ ਅਜੇ ਤਕ ਅਣਖ ਨਹੀਂ ਸੀ ਵੇਚੀ ।

ਹਕੂਮਤ ਤਾਕਤਵਰ ਏਸ ਲਈ ਸੀ, ਕੋਈ ਸਿਰ ਨਹੀਂ ਸੀ ਚੁੱਕਣ ਦੀ ਹਿੰਮਤ ਕਰਦਾ । ਪਰ ਵਿਚੇ ਵਿਚ ਪੰਜਾਬ ਆਪਣੇ ਹੱਕ ਮੰਗਣ ਲਈ ਆਵਾਜ਼ ਬੁਲੰਦ ਕਰ ਰਿਹਾ ਸੀ । ਹਕੂਮਤ ਗੁਰੂਆਂ ਨੂੰ ਆਪਣਾ ਸਭ ਤੋਂ ਵੱਡਾ ਦੁਸ਼ਮਣ ਸਮਝਦੀ ਸੀ ਪਰ ਡਰਦੇ ਹੱਥ ਨਹੀਂ ਸੀ ਪਾਉਂਦੀ । ਬਹਾਨੇ ਤਰਾਸ਼ੇ ਜਾ ਰਹੇ ਸਨ । ਗੁਰਾਂ ਦੀ ਲਹਿਰ ਵਗਦੇ ਪਾਣੀ ਵਾਂਗ ਅੱਗੇ ਵਧ ਰਹੀ ਸੀ ।

★

ਰਾਹੇ ਰਾਹੇ ਤੁਰ ਰਾਹੀਆ ੧੫

ਜਦ ਭੜੋਲੀਆਂ ਕਣਕ ਨਾਲ ਭਰ ਜਾਂਦੀਆਂ ਹਨ, ਦਾਣੇ ਘਰ ਲੈ ਆਉਂਦਾ ਹੈ ਜੱਟ, ਫਿਰ ਯਾਤਰਾ ਵੱਲ ਤੁਰਦੇ ਯਾਤਰੀ । ਮੁਸਲਮਾਨ ਅਜਮੇਰ, ਕਲੀਅਰ ਸ਼ਰੀਫ਼ ਸਰਹੰਦ, ਦਾਤਾ ਗੰਜ ਬਖ਼ਸ਼ ਤੇ ਵਲੀ ਨਿਜ਼ਾਮੁਦੀਨ ਦੀ ਜ਼ਿਆਰਤ ਕਰਨ ਜਾਂਦੇ । ਹਿੰਦੂ ਪਰਿਵਾਰ ਹਰਿਦੁਆਰ, ਪਰਯਾਗ ਤੇ ਕਾਂਸ਼ੀ ਵੱਲ ਤੁਰ ਜਾਂਦੇ ਪਰ ਅੱਜ ਕੱਲ੍ਹ ਇਹ ਗੱਲ ਨਹੀਂ ਸੀ । ਪਿੰਡ ਵਿਚ ਪੰਚਾਇਤ ਇਕੱਠੀ ਹੁੰਦੀ, ਸਲਾਹ ਨਾਲ ਯਾਤਰਾ ਕਰਨ ਤੁਰਦਾ ਪੰਜਾਬ । ਜਦੋਂ ਵੀ ਪੰਜਾਬ ਦੇ ਕਿਸੇ ਪਿੰਡ ਵਿਚ ਯਾਤਰਾ ਦੀ ਚਰਚਾ ਚਲੀ ਤੇ ਉਨ੍ਹਾਂ ਨੇ ਆਨੰਦਪੁਰ ਦਾ ਨਾਂ ਲਿਆ । ਆਨੰਦਪੁਰ ਵੱਲ ਤੁਰ ਪਈਆਂ ਸੰਗਤਾਂ । ਵਹੀਰਾਂ ਘੱਤ ਕੇ ਤੁਰੀਆਂ ਟੋਲੀਆਂ ਗੁਰਦਰਸ਼ਨਾਂ ਨੂੰ । ਮੁਸਲਮਾਨ ਵੀ ਟਾਂਵੇਂ-ਟਾਂਵੇਂ ਨਾਲ ਹੁੰਦੇ, ਹਿੰਦੂਆਂ ਦੀ ਤੇ ਹੇੜ ਹੁੰਦੀ । ਦੇਵੀ ਦੇ ਦਰਸ਼ਨ ਤੇ ਹਰਿਦੁਆਰ ਦਾ ਇਸ਼ਨਾਨ ਵਿਚੇ ਹੀ ਰਹਿ ਜਾਂਦਾ । ਜਦ ਸਾਰੇ ਪਿੰਡ ਨੇ ਬੈਠ ਕੇ ਮਤਾ ਪਕਾ ਲਿਆ ਕਿ ਏਸ ਸਾਲ ਆਨੰਦਪੁਰ ਜਾਣਾ ਹੈ ਹੀ ਫੇਰ ਕੱਟੜ ਬ੍ਰਾਹਮਣ ਭਾਵੇਂ ਬਾਗ਼ੀ ਹੋ ਜਾਣ ਪਰ ਆਮ ਸਾਧਾਰਨ ਬੰਦਾ ਤੇ ਆਨੰਦਪੁਰ ਵੱਲ ਹੀ ਤੁਰ ਪੈਂਦਾ । ਲੋਕਾਂ ਨੂੰ ਤੇ ਸ਼ਾਂਤੀ ਹੀ ਚਾਹੀਦੀ ਸੀ ਤੇ ਏਸ ਲਈ ਆਨੰਦਪੁਰ ਵੱਲ ਹਰ ਇਕ ਦਾ ਕਦਮ ਉੱਠਦਾ । ਗੁਰਾਂ ਦੇ ਅਹਿਸਾਨ ਵੀ ਕੁਝ ਜ਼ਿਆਦਾ ਹੀ ਸਨ । ਪਿਆਰ ਵੀ ਰੱਜ ਕੇ ਮਿਲਦਾ, ਖੁੱਲ੍ਹਾ ਡੁੱਲ੍ਹਾ, ਸਿੱਧਾ ਸਾਦਾ, ਧਰਮ ਸਾਰਿਆਂ ਦੀ ਸਮਝ ਵਿਚ ਆ ਜਾਂਦਾ, ਕੋਈ ਬਹੁਤੀ ਪਾਬੰਦੀ ਨਹੀਂ ਸੀ । ਖਾਣ ਪੀਣ, ਰਹਿਣ ਦੀਆਂ ਸਾਰੀਆਂ ਸਹੂਲਤਾ, ਜਗ੍ਹਾ ਰਮਣੀਕ ਸੀ; ਬੰਦਾ ਦਿਲ ਦੀ ਭੜਾਸ ਕੱਢ ਸਕਦਾ ਸੀ, ਵਿਚਾਰਾਂ ਵੀ ਕੀਤੀਆਂ ਜਾ ਸਕਦੀਆਂ ਸਨ । ਧਰਤੀ ਦੇ ਰਾਜੇ ਹੁਣ ਮਾਲਕ ਬਣਨ ਦਾ ਖ਼ੁਆਬ ਵੇਖ ਰਹੇ ਸਨ । ਸਖ਼ਤੀ ਤੇ ਗ਼ੁਲਾਮੀ ਦਾ ਜੁੱਲ ਲਾਹੁਣਾ ਚਾਹੁੰਦਾ ਸੀ ਪੰਜਾਬ । ਪੰਜਾਬ ਵਿਚ ਔਰਤਾਂ ਦੀ ਘਾਟ ਸੀ ਏਸ ਲਈ ਉਹ

ਹਾਕਮਾਂ ਦੀ ਰੀਝ ਪੂਰੀ ਨਾ ਕਰ ਸਕਦੇ । ਫ਼ੌਜੀ ਆਪ ਬਾਹਰ ਤੋਂ ਔਰਤਾਂ ਲੈ ਆਉਂਦੇ ਅਤੇ ਆਪਣਾ ਘਰ ਵਸਾਉਂਦੇ । ਕੋਈ ਮੁਗ਼ਲ ਹਾਕਮ ਪੰਜਾਬ ਵਿਚ ਖੁੱਲ੍ਹ ਕੇ ਦਮਗਜਾ ਨਹੀਂ ਸੀ ਮਾਰ ਸਕਦਾ ਤੇ ਨਾ ਹੀ ਕਿਸੇ ਦੀ ਤੀਵੀਂ ਤੇ ਹੱਥ ਹੀ ਪਾ ਸਕਦਾ ਸੀ । ਮੁਸਲਮਾਨ ਦੀ ਆਪਣੀ ਅਣਖ ਸੀ । ਉਹ ਵੀ ਆਪਣੀ ਅਣਖ ਨੂੰ ਨਹੀਂ ਸੀ ਵੇਚਦਾ । ਨਜ਼ਰ ਕੌੜੀ ਹੋਵੇ ਵੀ ਤਾਂ ਕੀ, ਪੰਜਾਬ ਜ਼ਿੰਦਾ ਦਿਲ ਸੀ । ਜ਼ਿੰਦਾ ਦਿਲ ਵਾਂਗੂੰ ਜੀਣਾ ਚਾਹੁੰਦਾ ਸੀ । ਏਸ ਲਈ ਸਾਰੀ ਰੂਹਾਨੀ ਖ਼ੁਰਾਕ ਦਾ ਸੋਮਾ ਏਸ ਵੇਲੇ ਸਿਰਫ਼ ਆਨੰਦ ਵਿਚ ਹੀ ਸੀ । ਪੰਜਾਬੀ ਭਾਵੇਂ ਮੁਗ਼ਲਾਂ ਦੀ ਨੌਕਰੀ ਕਰਦਾ. ਜੀ ਹਜ਼ੂਰੀ ਵੀ, ਪਰ ਆਨੰਦਪੁਰ ਦਾ ਵੈਰੀ ਕਦੇ ਵੀ ਨਹੀਂ ਸੀ । ਭਾਵੇਂ ਉਹ ਸੂਬੇਦਾਰ ਵੀ ਕਿਉਂ ਨਾ ਹੋਵੇ, ਪੰਜਾਬ ਦੀ ਆਤਮਾ ਆਨੰਦਪੁਰ ਵਿਚੋਂ ਬੋਲਦੀ ਸੀ ।

ਪੰਜਾਬ ਨੇ ਆਪਣੀਆਂ ਮੁਹਾਰਾਂ ਮੋੜੀਆਂ, ਰੁਖ਼ ਬਦਲੇ, ਖਿਆਲਾਂ ਵਿਚ ਤਬਦੀਲੀ ਆ ਗਈ, ਨਵੇਂ ਖ਼ਿਆਲ ਤੇ ਨਵੀਆਂ ਰੁੱਤਾਂ, ਜਦ ਵਿਸਾਖੀ ਦਾ ਢੋਲ ਵੱਜਦਾ ਤੇ ਅਨਾਜ ਵਿਚੋਂ ਦਸਵੰਧ ਇਕੱਠਾ ਕੀਤਾ ਜਾਂਦਾ. ਸਾਰੇ ਪਿੰਡ ਵਾਲੇ ਉਹਦੇ ਵਿਚ ਹਿੱਸਾ ਪਾਉਂਦੇ । ਫ਼ਕੀਰਾਂ ਦਾ ਹਿੱਸਾ ਕੱਢਿਆ ਜਾਂਦਾ । ਪਰ ਗੁਰਾਂ ਦੇ ਹਿੱਸੇ ਦੀ ਕਣਕ ਮੁਸਲਮਾਨ ਵੀ ਦੇਣੋਂ ਨਾ ਝਕਦਾ । ਗੱਡੇ ਲੱਦੇ ਜਾਂਦੇ ਤੇ ਬਲਦਾਂ ਦੀ ਜੋੜੀ ਪਿੰਡ ਦਾ ਚੌਧਰੀ ਆਪ ਲੈ ਕੇ ਹਾਜ਼ਰ ਹੁੰਦਾ ਤੇ ਹੱਥ ਬੰਨ੍ਹ ਕੇ ਅਰਜ਼ ਕਰਦਾ ਮੇਰੀ ਵੀ ਹਾਜ਼ਰੀ ਲਵਾਇਓ । ਇਕ ਜੱਥਾ ਬਣਿਆ ਤੇ ਰਾਹ ਵਿਚ ਹੋਰ ਜੱਥੇ ਵੀ ਮਿਲ ਜਾਂਦੇ, ਕਾਫ਼ਲਾ ਬਣ ਗਿਆ । ਪੰਜਾਬ ਦੀਆਂ ਚਹੁੰ ਕੂੰਟਾਂ ਵਿਚ ਲੋਕ ਜੱਥੇ ਬੰਨ੍ਹ-ਬੰਨ੍ਹ ਕੇ ਜਾਂਦੇ, ਆਨੰਦਪੁਰ ਵਿਚ ਮੇਲਾ ਜਿਹਾ ਭਰ ਜਾਂਦਾ । ਦੀਵਾਨ ਸੱਜਦੇ, ਠੰਡ ਵਰਤਦੀ, ਹਕੂਮਤ ਦਾ ਚੌਧਰੀ ਵੀ ਭਾਵੇਂ ਦਮ ਭਰਦਾ । ਉੱਤੋਂ ਭਾਵੇਂ ਜਿੰਨਾ ਮਰਜ਼ੀ ਰੌਲਾ ਪਾਵੇ ਪਰ ਅੰਦਰੋਂ ਉਹ ਗੁਰਾਂ ਦੀ ਮਾਲਾ ਹੀ ਜਪਦਾ ਸੀ । ਸਖੀ ਸਰਵਰਾਂ ਦੇ ਮੰਤਰ ਹੁਣ ਥੋਥੇ ਪੈ ਗਏ ਸਨ । ਮੂੰਹ ਜ਼ੋਰ ਚੇਲੇ ਉਂਗਲੀ ਲਾ ਕੇ ਨਾ ਤੋਰ ਸਕੇ ਪੰਜਾਬ ਦੀ ਜਨਤਾ ਨੂੰ । ਸਰਹੰਦ ਵਾਲੇ ਲਾਗੇ-ਲਾਗੇ ਹੀ ਆਪਣੀ ਚੋਧਰ ਬਣਾਈ ਬੈਠੇ ਸਨ ।

ਜਦ ਅਨਾਜ ਜ਼ਿਆਦਾ ਹੋ ਜਾਂਦਾ, ਪੰਡ ਜਦ ਚੁੱਕੀ ਨਾ ਜਾਂਦੀ ਤਾਂ ਫੇਰ ਮਸੰਦਾਂ ਦੇ ਹਵਾਲੇ ਕਰ ਦਿੱਤੀ ਜਾਂਦੀ ਰਸਦ ਤੇ ਆਪ ਮਜ਼ੇ-ਮਜ਼ੇ ਆਪਣਾ ਪੰਧ ਮੁਕਾ ਲੈਂਦੇ । ਜਦ ਇਹ ਤਿਰਚੌਲੀ ਇਕ ਜਗ੍ਹਾ ਤੇ ਇਕੱਠੀ ਹੁੰਦੀ ਤਾਂ ਫੇਰ ਇਕ ਅਕੀਦਾ ਬਣ ਜਾਂਦਾ, ਇਕ ਸੋਚ,' ਇਕ ਵਿਚਾਰ, ਸ਼ਰਧਾ ਇਕ ਲੜੀ ਵਿਚ ਪਰੁਚ ਜਾਂਦੀ । ਸਾਰਿਆਂ ਦੀ ਆਵਾਜ਼ ਵਿਚ ਇਕੋ ਜਿਹਾ ਰਸ ਹੁੰਦਾ, ਇਕੋ ਜਿਹੀ ਤੜਪ, ਇਕੋ ਲਗਨ ਤੇ ਨਿਸ਼ਾਨਾ ਵੀ ਇਕੋ ਹੁੰਦਾ ।

ਗੱਡੇ, ਘੋੜੇ, ਰੱਥ ਤੇ ਗੜਬੈਲਾਂ ਵੀ ਕਾਫ਼ਲੇ ਦੇ ਨਾਲ ਹੁੰਦੀਆਂ । ਬੱਚੇ, ਬੁੱਢੇ, ਤੀਵੀਆਂ, ਬੁੱਢਿਆਂ, ਠੇਰਿਆਂ ਨੂੰ ਇਨ੍ਹਾਂ ਸਵਾਰੀਆਂ ਦਾ ਸਹਾਰਾ ਦਿੱਤਾ ਜਾਂਦਾ । ਜਵਾਨ ਜਹਾਨ ਨੂੰ ਕੋਈ ਆਖੇ ਵੀ ਤਾਂ ਉਹ ਸਵਾਰੀ ਕਬੂਲ ਨ ਕਰਦੇ । ਨੰਗੇ ਪੈਰੀਂ ਪੈਦਲ ਚਲ ਕੇ ਬਹੁਤ ਵੱਡਾ ਪੁੰਨ ਮੰਨਦੇ ਪੰਜਾਬ ਵਾਲੇ । ਯਾਤਰੀ ਭਾਵੇਂ ਕਿਸੇ ਤਰ੍ਹਾਂ ਦਾ ਵੀ ਹੋਵੇ, ਪਰ ਉਨ੍ਹਾਂ ਦੀ ਸ਼ਰਧਾ, ਪਰੇਮ ਵਿਚ ਰਤੀ ਭਰ ਵੀ ਫ਼ਰਕ ਨਾ ਪੈਂਦਾ । ਮਜਬੂਰੀ ਵਿਚ ਭਾਵੇਂ ਕੋਈ ਘੋੜੇ ਤੇ ਚੜ੍ਹ ਕੇ ਸਫ਼ਰ ਕਰੇ । ਕਾਫ਼ਲੇ ਦੀ ਰਫ਼ਤਾਰ ਵਿੱਚ ਫ਼ਰਕ ਨਹੀਂ ਪੈਣਾ

ਰਾਹੀਦਾ। ਦਿਨ ਜ਼ਿਆਦਾ ਨਾ ਲੱਗਣ ਰਾਹ ਵਿਚ। ਜਿਹੜਾ ਥੱਕ ਜਾਂਦਾ ਉਹ ਉਹਨਾਂ ਦੀ ਸ਼ਰਨ ਵਿਚ ਆ ਜਾਂਦਾ ਤੇ ਉਹਨੂੰ ਘੋੜੇ ਤੇ ਬਿਠਾ ਦਿੱਤਾ ਜਾਂਦਾ। ਇਨ੍ਹਾਂ ਟੋਲੀਆਂ, ਕਾਫ਼ਲਿਆਂ ਤੇ ਯਾਤਰੀਆਂ ਦੇ ਵਲਵਲੇ ਵੇਖ ਕੇ ਇਉਂ ਜਾਪਦਾ ਕਿ ਸਾਰੇ ਪੰਜਾਬ ਨੇ ਆਨੰਦਪੁਰ ਜਾਣ ਦੀ ਕਸਮ ਖਾ ਲਈ ਏ। ਨਵਾਂ ਤੀਰਥ ਉੱਭਰ ਰਿਹਾ ਸੀ ਆਨੰਦਪੁਰ।

ਸਤਲੁਜ, ਰਾਵੀ ਤੇ ਬਿਆਸ ਵਾਲਿਆਂ ਦੇ ਜੱਥੇ ਇਕ ਪਾਸੋਂ ਤੁਰਦੇ, ਜਿਹਲਮ ਚਨਾਬ ਦੇ ਵਸਨੀਕ ਨਿੱਕੀਆਂ-ਨਿੱਕੀਆਂ ਟੋਲੀਆਂ ਬਣਾ ਕੇ ਤੁਰੇ ਆਉਂਦੇ। ਰਾਹ ਵਿਚ ਟਿਕਾਣੇ ਮਿਥੇ ਹੋਏ ਸਨ। ਜੇ ਕੋਈ ਸਰਕਾਰੀ ਸਰਾਂ ਮਿਲ ਜਾਂਦੀ ਤਾਂ ਉਥੇ ਰਾਤ ਕੱਟ ਲਈ ਜਾਂਦੀ। ਜੱਥਾ ਵੱਡਾ ਹੁੰਦਾ ਤਾਂ ਉਨ੍ਹਾਂ ਦਾ ਜਿੱਥੇ ਵੀ ਜੀਅ ਕਰਦਾ ਡੇਰੇ ਲਾ ਲੈਂਦੇ, ਜੰਗਲ ਵਿਚ ਮੰਗਲ ਬਣ ਜਾਂਦਾ। ਜਿੱਥੇ ਚਾਰ ਜੀਅ ਇਕੱਠੇ ਹੋ ਜਾਂਦੇ ਰੌਣਕ ਲੱਗ ਜਾਂਦੀ। ਲੰਗਰ ਪਾਣੀ ਦਾ ਆਪੇ ਇੰਤਜ਼ਾਮ ਕਰ ਲੈਂਦੇ। ਜੇ ਕੋਈ ਲਾਗੇ ਪਿੰਡ ਹੁੰਦਾ, ਜ਼ਰਾ ਕੁ ਸੂਹ ਲੱਗਦੀ ਤਾਂ ਪਿੰਡ ਵਾਲੇ ਆਪ ਪਰੌਂਠੇ ਪਕਾ ਕੇ ਸੇਵਾ ਕਰਨ ਆਉਂਦੇ। ਇਹੋ ਜਿਹਾ ਉਤਸ਼ਾਹ ਪੰਜਾਬ ਵਾਲਿਆਂ ਵਿਚ ਸੀ। ਏਨਾ ਉਦਮ ਪਿੰਡਾਂ ਵਿਚ ਸੀ ਕਿ ਉਹ ਘਰੋਂ ਹੀ ਲੰਗਰ ਪਕਾ ਕੇ, ਥਹੀਆਂ ਲਾ ਕੇ, ਸਿਰ ਤੇ ਚੁੱਕ ਕੇ ਤੇ ਕੱਛੇ ਲੱਸੀ ਵਾਲੀ ਚਾਟੀ ਮਾਰ ਕੇ ਤੁਰਦੀਆਂ ਸਵਾਣੀਆਂ। ਮੱਖਣ ਨਾਲ ਭਰੇ ਛੰਨੇ, ਉਨ੍ਹਾਂ ਦੇ ਸਿਰਾਂ ਤੇ ਰੱਖੇ ਹੁੰਦੇ, ਬੜੇ ਪਿਆਰ, ਸ਼ਰਧਾ ਤੇ ਪਰੇਮ ਨਾਲ ਲੰਗਰ ਛਕਾ ਕੇ ਆਨੰਦ ਪਰਾਪਤ ਕਰਦੀਆਂ। ਇਹ ਗੱਲ ਹਰ ਘਰ-ਘਰ ਤੇ ਵਿਹੜੇ ਵਿਹੜੇ ਵਿਚ ਰੀਝ ਨਾਲ ਚਲਦੀ। ਲੰਗਰ ਦੀ ਘਾਟ ਨਾ ਆਉਂਦੀ, ਵਾਜਾਂ ਮਾਰ-ਮਾਰ ਕੇ ਲੰਗਰ ਛਕਾਉਂਦੀਆਂ ਰਕਾਨਣਾਂ। ਇਸ ਲਹਿਰ ਨੇ ਇਕ ਵਾਰ ਤੇ ਹਿਲਜੁਲ ਲਿਆ ਦਿੱਤੀ ਪੰਜਾਬ ਵਿਚ। ਸਰਕਾਰੀ ਅਫਸਰ ਬੜੇ ਪ੍ਰਭਾਵਤ ਹੋਏ: ਅੰਦਰੋਂ ਬੜੇ ਖ਼ੁਸ਼ ਸਨ। ਸਰਕਾਰੀ ਹੁਕਮ ਦੀ ਪਾਲਣਾ ਕਰਨੀ ਵੀ ਜ਼ਰੂਰੀ ਸੀ। ਸਖ਼ਤੀ ਨਾ ਵਰਤਦੇ, ਓਪਰੀ-ਓਪਰੀ ਸਖ਼ਤੀ ਤੇ ਝੂਠੀ ਮੂਠੀ ਦਾ ਵਿਖਾਵਾ. ਪਰ ਦਿਲੋਂ ਉਨ੍ਹਾਂ ਨਾਲ ਬੜੀ ਹਮਦਰਦੀ ਸੀ। ਦੁਖੀ ਤੇ ਉਹ ਵੀ ਸਨ ਕਿਉਂਕਿ ਹਕੂਮਤ ਕਿਸੇ ਨਾਲ ਵੀ ਰਿਆਇਤ ਨਹੀਂ ਸੀ ਕਰਦੀ ਜਿਹੜਾ ਵੀ ਉਨ੍ਹਾਂ ਦੀ ਦਾੜ੍ਹ ਥੱਲੇ ਆ ਜਾਂਦਾ ਉਹਨੂੰ ਚਿੱਥ ਸੁੱਟਦੇ। ਉਨ੍ਹਾਂ ਨੂੰ ਮੁਸਲਮਾਨਾਂ ਨਾਲ ਕੋਈ ਬਹੁਤੀ ਹਮਦਰਦੀ ਨਹੀਂ ਸੀ ਨਾ ਹੀ ਹਿੰਦੂਆਂ ਨਾਲ ਕੋਈ ਬਹੁਤੀ ਦੁਸ਼ਮਣੀ ਸੀ। ਗਵਾਂਢੀ ਹਿੰਦੂ ਤੇ ਮੁਸਲਮਾਨ ਸਨ, ਕੰਧਾਂ ਸਾਂਝੀਆਂ ਸਨ, ਤਿਉਹਾਰ ਸਾਂਝੇ ਰਲ ਕੇ ਮਨਾਉਂਦੇ, ਹਕੂਮਤ ਦੇ ਤੇਵਰ ਹੁਣ ਹੀ ਬਦਲੇ ਸਨ। ਪਹਿਲਾਂ ਦੁਫੇੜ ਵਾਲੀ ਕੋਈ ਗੱਲ ਨਹੀਂ ਸੀ। ਸਿਰਫ ਮਾਮਲੇ ਲਈ ਝਗੜਾ ਹੁੰਦਾ। ਆਮ ਲੋਕਾਂ ਨੂੰ ਹਕੂਮਤ ਨਾ ਛੇੜਦੀ, ਉਨ੍ਹਾਂ ਨਾਲ ਵਾਸਤਾ ਵੀ ਕੋਈ ਨਹੀਂ ਸੀ। ਅਹਿਲਕਾਰ ਬਦਲਦੇ ਸਨ। ਉਨ੍ਹਾਂ ਦੀ ਜਗ੍ਹਾ ਮੁਤੱਸਬੀ ਕਾਜ਼ੀ ਆ ਗਏ ਸਨ ਤੇ ਉਨ੍ਹਾਂ ਦਾ ਮੂੰਹ ਮੱਕੇ ਵੱਲ ਹੁੰਦਾ ਤੇ ਉਹ ਪਿਛਲੀ ਤਾਰੀਖ਼ ਦੁਹਰਾਉਣਾ ਚਾਹੁੰਦੇ ਸਨ। ਉਹ ਜਦ ਵੀ ਗੱਲ ਕਰਦੇ, ਮੱਕੇ ਤੋਂ ਛੋਂਹਦੇ ਤੇ ਖ਼ਤਮ ਕਰਦੇ।

ਕੀਰਤਪੁਰ ਜਦ ਜੱਥੇ ਪੁੱਜਦੇ, ਲੰਗਰ ਵਿਚ ਸੇਵਾ ਕਰਨ ਵੇਲੇ ਗੁਰੂ ਆਪ ਵੀ ਹਾਜ਼ਰ ਹੁੰਦੇ, ਆਮ ਬੰਦਾ ਤੇ ਗੁਰੂਆਂ ਦੀ ਸ਼ਕਲ ਤੋਂ ਵਾਕਫ਼ ਨਹੀਂ ਹੁੰਦਾ। ਸਾਰੇ ਪੰਜਾਬ ਨੇ ਗੁਰਾਂ ਦਾ ਦਰਸ਼ਨ ਨਹੀਂ ਸੀ ਕੀਤਾ ਹੁੰਦਾ। ਜੇ ਕਿਸੇ ਇਕ ਦੋ ਵਾਰ ਦਰਸ਼ਨ ਕੀਤੇ ਵੀ

ਹੋਣ ਤਾਂ ਏਨੀ ਭੀੜ ਵਿਚੋਂ ਕੌਣ ਪਛਾਣ ਸਕਦਾ ਏ ਤੇ ਫੇਰ ਕਾਫ਼ਲੇ ਦੇ ਨਾਲ ਹੀ ਸਤਿਗੁਰ ਵੀ ਪੈਦਲ ਹੀ ਚਲ ਪੈਂਦੇ। ਜਦ ਜੱਥਾ ਦੀਵਾਨ ਵਿਚ ਪੁੱਜਦਾ ਤਾਂ ਜੱਥੇ ਵਿਚੋਂ ਹੀ ਸਤਿ-ਗੁਰ ਨਿਕਲਦੇ ਤੇ ਆਸਣ ਤੇ ਬਿਰਾਜਦੇ ਤਾਂ ਸੰਗਤਾਂ ਮੂੰਹ ਵਿਚ ਉਂਗਲੀਆਂ ਪਾਉਂਦੀਆਂ ਤੇ ਧੰਨ ਗੁਰੂ, ਬੇਅੰਤ ਗੁਰੂ, ਜਪਦੇ। ਮਹਾਨਤਾ ਗੁਰੂ ਦੀ ਵਧਦੀ, ਸ਼ਰਧਾ ਦਾ ਹੜ੍ਹ ਵਗ ਤੁਰਦਾ। ਪੰਜਾਬ ਦਾ ਦਿਲ ਆਨੰਦਪੁਰ ਵਿਚ ਵੱਸਦਾ ਤੇ ਦੇਹ ਆਪਣੇ ਘਰ ਵਿਚ।

ਸਾਰਾ ਕਾਫ਼ਲਾ ਰਾਹ ਖੇੜੇ ਦਾ ਘੱਟਾ ਦਰਿਆ ਸਤਿਲੁਜ ਦੇ ਕੰਢੇ ਤੇ ਬੈਠ ਕੇ ਸਾਫ਼ ਕਰਦਾ। ਇਸ਼ਨਾਨ ਕਰ ਕੇ ਆਨੰਦਪੁਰ ਦੀ ਧਰਤੀ ਤੇ ਪੈਰ ਧਰਦਾ, ਪਵਿੱਤਰ ਹੋ ਕੇ ਹਰ ਕੋਈ ਜਾਂਦਾ ਆਨੰਦਪੁਰ ਵਿਚ। ਧਰਮ ਅਸਥਾਨ ਦੀ ਪੂਜਾ, ਦੇਵੀ ਦੇਵਤਿਆਂ ਵਾਂਗੂੰ ਹੋਣ ਲੱਗ ਪਈ ਸੀ। ਗੱਲ ਕੀ ਸਾਰੇ ਪੰਜਾਬ ਦਾ ਮੋੜ ਮੁੜ ਪਿਆ ਸੀ। ਸਾਰਿਆਂ ਦੀਆਂ ਅੱਖਾਂ ਆਨੰਦਪੁਰ ਵੱਲ ਲੱਗੀਆਂ ਹੋਈਆਂ ਸਨ। ਜਿਹੜਾ ਮਤਾ ਆਨੰਦਪੁਰ ਵਿਚ ਹੋ ਗਿਆ ਸਾਰਾ ਪੰਜਾਬ ਓਸ ਮਤੇ ਤੇ ਆਪਣੀਆਂ ਜਾਨਾਂ ਦੇਵੇਗਾ।

ਜਾਬਰ ਹਕੂਮਤ ਨਾਲ ਟੱਕਰ ਲੈਣ ਲਈ ਸਾਰੇ ਪੰਜਾਬ ਦੇ ਦਿਲ ਵਿਚ ਕਰਵਟਾਂ ਆਪਣਾ ਡਮਰੂ ਖੜਕਾ ਰਹੀਆਂ ਸਨ। ਪੰਜਾਬ ਤਿਆਰ ਹੋ ਰਿਹਾ ਸੀ। ਸਤਿਗੁਰ ਸਿੱਧੀ ਟੱਕਰ ਲੈਣ ਨਹੀਂ ਸਨ ਚਾਹੁੰਦੇ। ਪੰਜਾਬ ਨੂੰ ਤਿਆਰ ਕੀਤਾ ਜਾ ਰਿਹਾ ਸੀ ਤੇ ਉਨ੍ਹਾਂ ਨੂੰ ਧਰਮ ਦੀ ਪੱਠ ਦਿੱਤੀ ਜਾ ਰਹੀ ਸੀ। ਇਹ ਦਬੀ ਅੱਗ ਦੇ ਚੰਗਿਆੜੇ ਕਦੀ ਨਾ ਕਦੀ ਭੜਕਣਗੇ। ਪਰ ਸਤਿਗੁਰ ਬਾਣੀ ਦੀ ਵਰਖਾ ਕਰ ਕੇ ਉਹਨੂੰ ਠੰਡੀ ਭੁੱਬਲ ਵਿਚ ਦੱਬੀ ਰੱਖਦੇ।

ਪੰਜਾਬ ਕਰਵੱਟ ਲੈ ਰਿਹਾ ਸੀ, ਬਗ਼ਾਵਤ ਜਨਮ ਲੈ ਰਹੀ ਸੀ। ਟੱਕਰ ਸਖ਼ਤ ਸੀ, ਤਲਵਾਰਾਂ ਦਾ ਮੁਕਾਬਲਾ ਤਲਵਾਰਾਂ ਨਾਲ ਹੁੰਦਾ ਏ, ਪਰ ਏਥੇ ਤੇ ਤਲਵਾਰਾਂ ਵਾਲੀ ਕੋਈ ਗੱਲ ਹੀ ਨਹੀਂ ਸੀ। ਸ਼ਾਂਤੀ ਤੇ ਤਿਆਗ ਨਾਲ ਹੀ ਇਹ ਜੰਗ ਲੜੀ ਜਾਣ ਦਾ ਵਿਚਾਰ ਸੀ।

ਸ਼ਾਂਤੀ, ਵਰਤੀ ਹੋਈ ਸੀ ਪਰ ਹਕੂਮਤ ਦੀ ਸਖ਼ਤੀ ਦਿਨ-ਬ-ਦਿਨ ਵਧਦੀ ਜਾ ਰਹੀ ਸੀ। ਆਖ਼ਰ ਇਕ ਦਿਨ ਤੇ ਭਾਂਡਾ ਭੱਜਣਾ ਹੀ ਸੀ ਚੁਰਾਹੇ ਵਿਚ। ਅਜੇ ਵਕਤ ਨਹੀਂ ਸੀ ਆਇਆ, ਵਕਤ ਆਉਣ ਦਿਓ, ਵਕਤ ਦੀ ਇੰਤਜ਼ਾਰ ਕੀਤੀ ਜਾ ਰਹੀ ਸੀ।

ਭਗਤੀ ਦੇ ਨਾਲ-ਨਾਲ ਸ਼ਕਤੀ ਦਾ ਵੀ ਪਰਵੇਸ਼ ਹੋ ਰਿਹਾ ਸੀ। ਗੱਲ ਬਾਤ ਨਾਲ ਹੀ ਮਾਮਲਾ ਹੱਲ ਹੁੰਦਾ ਨਹੀਂ ਜਾਪਦਾ।

ਸ਼ਹਾਦਤ ਮੰਗ ਰਹੀ ਸੀ ਧਰਤੀ। ਸ਼ਹਾਦਤ ਹੀ ਕੌਮਾਂ ਵਿਚ ਜਾਨ ਪਾ ਸਕਦੀ ਏ, ਤਿਆਰੀਆਂ ਹੋ ਰਹੀਆਂ ਸਨ। ਭਾਂਬੜ ਬਲਦੇ ਵੇਖ ਕੇ, ਸਤਿਗੁਰ ਪਾਣੀ ਦਾ ਛੱਟਾ ਮਾਰਦੇ, ਭਾਂਬੜ ਮੱਠਾ ਪੈ ਜਾਂਦਾ।

ਭਾਂਬੜ ਮੱਚਣ ਵਾਲਾ ਸੀ, ਸਿਰਫ਼ ਹਵਾ ਦੇ ਬੁੱਲ੍ਹਿਆਂ ਦੀ ਲੋੜ ਸੀ।

★

ਬੁਲਾਵਾ

ਆਨੰਦਪੁਰ ਤੋਂ ਬੁਲਾਵਾ ਆਇਆ ਤੇ ਸਾਰੇ ਪਟਨੇ ਵਿਚ ਵੈਰਾਗ ਦੀ ਲਹਿਰ ਛਾ ਗਈ, ਬਹੁਤਾ ਦੁਖ ਤਾਂ ਗੋਬਿੰਦ ਰਾਏ ਦੇ ਹਾਣੀਆਂ ਨੂੰ ਹੋਇਆ। ਚਿੱਤ ਟੁੱਟ ਗਿਆ, ਜੁੱਟ ਵਿਚ ਤਰੇੜ ਪੈ ਗਈ, ਫਿਰ ਸਾਥ ਕਦ ਮਿਲੂ, ਵਿਚਾਰਾਂ ਆਂਢ ਗੁਆਂਢ ਵਿਚ ਪਈਆਂ, ਪਿਆਰ ਦੀਆਂ ਤੰਦਾਂ ਟੁੱਟਣ ਲੱਗੀਆਂ, ਅੱਖਾਂ ਅਥਰੂਆਂ ਨਾਲ ਭਰ ਗਈਆਂ। ਬੁਕ ਬੁਕ ਗਲੇਡੂ ਸੁੱਟਦੇ, ਨੈਣ, ਜਿਨ੍ਹਾਂ ਨੂੰ ਰੱਬ ਮਿਲ ਗਿਆ ਸੀ। ਉਨ੍ਹਾਂ ਦਾ ਕੀ ਹਾਲ ਹੋਵੇਗਾ। ਨਵਾਬ ਦੀ ਹਵੇਲੀ ਵਿਚ ਵਿਛੋੜੇ ਦੀ ਹਵਾ ਚਲੀ, ਫਤਿਹ ਚੰਦ ਮੈਣੀ ਦੀ ਰਾਣੀ ਦੇ ਕਲੇਜੇ ਵਿਚ ਸੱਲ ਪੈਣ ਲੱਗ ਪਏ। ਰਾਣੀ ਦਾ ਦਿਲ ਬੈਠਦਾ ਈ ਜਾਏ, ਕੋਈ ਤਸੱਲੀ ਦੇਣ ਵਾਲਾ ਨਹੀਂ ਸੀ, ਉਹਦੀਆਂ ਅੱਖਾਂ ਅਗੇ ਹਨੇਰਾ ਹੀ ਛਾ ਗਿਆ। ਉਹਨੂੰ ਜਾਪੇ ਜਿੰਦਾਂ ਉਹਦੀ ਦੁਨੀਆ ਹਨੇਰੀ ਹੋ ਗਈ ਏ। ਕੌਣ ਧੀਰਜ ਦੇਊ, ਕੌਣ ਮਾਂ ਆਖੂ, ਕਲੇਜੇ ਠੰਡ ਕਿਦਾਂ ਪਊ। ਫਤਿਹ ਚੰਦ ਦਾ ਲੱਕ ਹੀ ਟੁੱਟ ਗਿਆ। ਪੰਡਿਤ ਸ਼ਿਵ ਦੱਤ ਨੂੰ ਜਦ ਖ਼ਬਰ ਹੋਈ, ਇਕ ਭੁਆਟਣੀ ਜਿਹੀ ਆਈ ਤੇ ਹੱਥ ਗੋਡੇ ਤੁੜਵਾ ਬੈਠਾ। ਨਾ ਮਾਲਾ ਤੇ ਹੀ ਜੀਅ ਲੱਗੇ ਤੇ ਨਾ ਪੂਜਾ ਤੇ ਹੀ ਬੈਠ ਸਕੇ। ਗੰਗਾ ਦੀਆਂ ਲਹਿਰਾਂ ਵੱਢ ਵੱਢ ਖਾਣ ਲੱਗੀਆਂ। ਇਕ ਵਾਰ ਜੀਅ ਕੀਤਾ ਕਿ ਘਰ ਬਾਰ ਫੂਕ ਸੁਟੀਏ ਤੇ ਨਾਲ ਹੀ ਤੁਰ ਪੈਂਦੇ ਹਾਂ; ਆਨੰਦਪੁਰ ਵਿਚ ਆਪਣੀ ਬਾਕੀ ਦੇ ਜ਼ਿੰਦਗੀ ਦੇ ਦਿਨ ਕੱਟ ਲਵਾਂਗੇ।

ਬੁਲਾਵਾ ਆਇਆ ਸੀ, ਜਾਣਾ ਜ਼ਰੂਰ ਸੀ, ਘਰ ਵਾਲਿਆਂ ਘਰ ਹੀ ਤੇ ਜਾਣਾ ਹੋਇਆ, ਰੱਥ ਤਿਆਰ ਹੋਏ, ਘੋੜਿਆਂ ਤੇ ਕਾਠੀਆਂ ਪਾਈਆਂ, ਸਾਮਾਨ ਬੱਝ ਗਿਆ, ਦਿਨ ਚੜ੍ਹੇ ਕੂਚ ਸੀ, ਗੋਬਿੰਦ ਰਾਏ ਆਪਣੇ ਹਾਣੀਆਂ, ਮੇਲੀਆਂ ਗੇਲੀਆਂ ਨੂੰ ਮਿਲਣ ਆਪ ਗਏ ਫਤਿਹ ਚੰਦ ਦੇ ਮਹੱਲ ਵਿਚ ਜਦ ਕ਼ਦਮ ਰਖਿਆ ਤਾਂ ਰਾਣੀ ਭੁਬਾਂ ਮਾਰ ਮਾਰ ਰੋ ਉਠੀ। ਗਲ ਨਾਲ ਲਾ ਲਿਆ ਤੇ ਸਾਰਾ ਝੱਗਾ ਭਰ ਗਿਆ ਅਥਰੂਆਂ ਨਾਲ ਗੋਬਿੰਦ ਰਾਏ ਦਾ।

—ਮਾਂ ਏਨੀ ਉਦਾਸ ਕਿਉਂ ਏਂ, ਪਿਤਾ ਜੀ ਨੂੰ ਮਿਲਣ ਨੂੰ ਜੀਅ ਕਰਦਾ ਹੈ ਏਸ ਲਈ ਚਲੇ ਹਾਂ, ਜਦ ਯਾਦ ਕਰੇਂਗੀ ਮੁੜ ਆ ਜਾਵਾਂਗੇ, ਕੋਈ ਰਿਸ਼ਤਾ ਥੋੜ੍ਹਾ ਤੋੜ ਚਲੇ ਹਾਂ। ਮਾਂ ਪੁੱਤ ਦਾ ਰਿਸ਼ਤਾ ਵੀ ਕਦੇ ਟੁਟਾ ਏ ?

—ਬੇਟਾ ਜਦ ਦਾ ਸੁਣਿਆ ਏ, ਮੇਰੀਆਂ ਤੇ ਅੱਖਾਂ ਵਿਚੋਂ ਲੋਅ ਹੀ ਜਾਂਦੀ ਰਹੀ ਏ।

—ਮਾਂ ਪੁੱਤ ਜਵਾਨ ਹੋ ਜਾਏ ਤਾਂ ਓਸ ਕੁਝ ਕਮਾਉਣ ਵੀ ਸਿਖਣਾ ਹੋਇਆ, ਘਰ ਵਿਚ ਬੈਠਿਆਂ ਗੁਜ਼ਾਰਾ ਨਹੀਂ ਹੁੰਦਾ। ਇਹ ਦੁਨੀਆ ਬੜੀ ਵੱਡੀ ਏ।

—ਨਾ ਜਾ ਪੁੱਤ ਨਾ ਜਾ। ਮੇਰੇ ਘਰ ਬੜੀਆਂ ਦੌਲਤਾਂ ਨੇ, ਰੱਜ ਖਾਹ, ਤੈਥੋਂ ਨਹੀਂ ਮੁਕਦੀਆਂ।

—ਪਿਤਾ ਜੀ ਦਾ ਬੁਲਾਵਾ ਆਇਆ ਏ, ਮਾਂ ਤੂੰ ਹੀ ਦੱਸ, ਹੁਕਮ ਨਾ ਮੰਨਾਂ ?

—ਪਹਿਲਾਂ ਹੁਕਮ ਮੰਨੋ ਤੇ ਫੇਰ ਕੋਈ ਦੂਜੀ ਗੱਲ ਸੋਚੀਂ, ਫੇਰ ਦਰਸ਼ਨ ਕਦ

ਹੋਣਗੇ ?

—ਮਾਂ ਮੈਂ ਤੇ ਪੁੱਤ ਹਾਂ, ਸੋਂ ਜਦ ਯਾਦ ਕਰੇਗੀ ਮੈਂ ਹਾਜ਼ਰ ਹੋਇਆ ਕਰਾਂਗਾ। ਜਦ ਦੁੱਧ, ਛੋਲੇ ਤੇ ਪੂੜੀਆਂ ਮੇਰੇ ਹਾਣੀਆਂ ਵਿਚ ਮਾਂ ਵੰਡਦੀ ਹੋਵੇਗੀ ਤਾਂ ਮੈਂ ਉਨ੍ਹਾਂ ਵਿਚ ਬੈਠਾ ਖਾਂਦਾ ਹੋਇਆ ਕਰਾਂਗਾ। ਜ਼ਰਾ ਕੁ ਨੀਝ ਲਾ ਕੇ ਵੇਖਣ ਦੀ ਲੋੜ ਏ। ਜਿੰਨਾ ਪਿਆਰ ਮੈਨੂੰ ਇਥੋਂ ਮਿਲਿਆ ਏ, ਸਾਰੀ ਉਮਰ ਹਿੱਕ ਨਾਲ ਲਾ ਕੇ ਰਖਾਂਗਾ। ਮਾਂ ਤੇਰੀ ਯਾਦ ਮੈਂ ਕਦੇ ਨਹੀਂ ਭੁਲਣ ਲੱਗਾ, ਤੂੰ ਵੀ ਯਾਦ ਕਰੇਗੀ ਮਾਂ ਮੈਨੂੰ ? ਮੈਂ ਦਿਲ ਦੀ ਡੱਬੀ ਵਿਚ ਲੁਕੋ ਕੇ ਤੇਰਾ ਪਿਆਰ ਨਾਲ ਲਿਜਾ ਰਿਹਾ ਹਾਂ। ਮਾਂ, ਮੇਰੇ ਹਰ ਸਾਹ ਨਾਲ ਤੇਰਾ ਨਾਂ ਨਿਕਲੇਗਾ।

—ਸੁਖੀ ਵੱਸੇਂ, ਮੇਰਿਆ ਚੰਨਾ, ਮੇਰੀਆਂ ਅੱਖਾਂ ਦੇ ਲਾਲ, ਰੱਬ ਤੈਨੂੰ ਭਾਗ ਲਾਵੇ, ਛੱਤਰ ਝੂਲਣ, ਹਾਥੀ ਝੂਲਣ, ਘੋੜਿਆਂ, ਜੋੜਿਆਂ, ਚੌਂਕੀਆਂ ਝੰਡੇ, ਬੁੰਗੇ, ਕਿਲਿਆਂ ਦਾ ਮਾਲਕ ਹੋਵੇਂ, ਮਾਂ ਦੀਆਂ ਅਸੀਸਾਂ ਲੱਗਣ। ਕਦੀ ਕਦੀ ਮਾਂ ਨੂੰ ਚੇਤੇ ਕਰ ਲਿਆ ਕਰੀਂ ਪੁੱਤ।

—ਸਾਰੀ ਹਯਾਤੀ ਮੈਂ ਮਾਂ ਦਾ ਪਿਆਰ ਚੇਤੇ ਕਰਕੇ ਜੀਵਾਂਗਾ।

—ਗੋਬਿੰਦ ਰਾਏ ਫੇਰ ਨਵਾਬ ਰਹੀਮ ਖਾਂ ਦੀ ਹਵੇਲੀ ਵਿਚ ਆਪ ਆਇਆ ਤੇ ਅਸੀਸ ਮੰਗੀ।

—ਜਾਓ ਬੇਟਾ, ਪੰਜਾਬ ਜਾਓ, ਤੇਰੇ ਜ਼ਿੰਮੇ ਕੁਦਰਤ ਨੇ ਬੜੇ ਕੰਮ ਲਾਏ ਨੇ, ਉਨ੍ਹਾਂ ਨੂੰ ਤੂੰ ਹੀ ਪੂਰਾ ਕਰਨਾ ਏ, ਖ਼ੁਦਾ ਤੈਨੂੰ ਤੌਫੀਕ ਦੇਵੇ, ਹਿੰਦੁਸਤਾਨ ਨੂੰ ਲੋੜ ਏ ਇਕ ਐਸੇ ਯੋਧੇ ਦੀ ਜਿਹੜਾ ਮੁਰਦਾ ਦਿਲ ਲੋਕਾਂ ਵਿਚ ਰੂਹ ਫੂਕ ਸਕੇ, ਤੇ ਉਹ ਆਪਣਾ ਹੱਕ ਪਛਾਨਣ। ਜਵਾਨ ਗੱਭਰੂ ਹਵਾ ਦਾ ਰੁਖ ਮੋੜ ਦੇਂਦੇ ਹਨ। ਬੇਟਾ ਸਾਡਾ ਕੀ ਬਣੇਗਾ, ਪਿਆਰ ਪਾ ਕੇ ਤੁਰ ਚਲਿਆ ਏਂ, ਸਾਡੇ ਤੜਫਦੇ ਸੀਨੇ ਵਿਚ ਠੰਡ ਕਿੱਦਾਂ ਪਵੇਗੀ, ਨਵਾਬ ਰਹੀਮ ਬਖਸ਼ ਆਖਣ ਲੱਗਾ।

—ਜਦ ਨਵਾਬ ਸਾਹਿਬ ਜਪੁਜੀ ਸਾਹਿਬ ਦਾ ਪਾਠ ਸੁਣਦੇ ਹੋਇਆ ਕਰੋਗੇ ਮੈਂ ਤੁਹਾਡੇ ਕੋਲ ਬੈਠਾ ਮਿਲਿਆ ਕਰਾਂਗਾ।

—ਖ਼ੁਦਾ ਹਾਫ਼ਿਜ਼, ਫੇਰ ਮਿਲਾਂਗੇ।

—ਦੁਖ ਤੇ ਬੜਾ ਏ, ਪਰ ਆਨੰਦਪੁਰ ਪੁਜਣਾ ਵੀ ਜ਼ਰੂਰੀ ਏ, ਮੈਂ ਤੁਹਾਡੀਆਂ ਅਸੀਸਾਂ ਝੋਲੀ ਵਿਚ ਪਾ ਕੇ ਨਾਲ ਲਿਜਾ ਰਿਹਾ ਹਾਂ, ਜਦ ਵੀ ਕਦੀ ਮੁਸ਼ਕਲ ਬਣੀ ਤਾਂ ਤੁਹਾਡੀ ਨਸੀਹਤ ਯਾਦ ਕਰਿਆ ਕਰਾਂਗਾ।

—ਅੱਲਾਹ ਮੇਰੀ ਉਮਰ ਵੀ ਤੈਨੂੰ ਲਾਏ, ਬੇਟਾ ਹੋਵੇ ਤਾਂ ਐਸਾ, ਆਵਾਜ਼ ਰਹੀਮ ਬਖਸ਼ ਦੀ ਸੀ, ਭਰੀਆਂ ਭਰੀਆਂ ਅੱਖਾਂ ਅੱਥਰੂਆਂ ਨਾਲ ਗਲੇਫੀਆਂ ਗਈਆਂ।

ਪੰਡਿਤ ਸ਼ਿਵ ਦੱਤ ਨੂੰ ਦੰਦਲਾਂ ਪੈ ਗਈਆਂ ਸਨ, ਜਦ ਆਵਾਜ਼ ਦਿੱਤੀ ਤਾਂ ਪੰਡਿਤ ਏਸ ਤਰ੍ਹਾਂ ਤੜਪ ਉਠਿਆ ਜਿਸ ਤਰ੍ਹਾਂ ਕਿਸੇ ਨੇ ਕੱਚੀ ਨੀਂਦ ਵਿਚ ਹੁਜ ਮਾਰੀ ਹੋਵੇ।

—ਆ ਗਿਆ ਏ ਮੇਰਾ ਬਾਲਾ ਪ੍ਰੀਤਮ !

—ਰੋਜ਼ ਅੰਮ੍ਰਿਤ ਵੇਲੇ ਮੇਰੇ ਤੁਸੀਂ ਪ੍ਰਤੱਖ ਦਰਸ਼ਨ ਕਰ ਸਕਿਆ ਕਰੋਗੇ। ਗੰਗਾ ਤੱਟ ਮੈਂ ਆਪਣੇ ਹਾਣੀਆਂ ਨਾਲ ਖੇਡਦਾ ਤੁਹਾਨੂੰ ਜ਼ਰੂਰ ਮਿਲਿਆ ਕਰਾਂਗਾ। ਨਾ ਮੈਂ ਪਟਨੇ

ਨੂੰ ਭੁਲ ਸਕਾਂਗਾ ਤੇ ਨਾ ਗੰਗਾ ਘਾਟ ਨੂੰ । ਮੈਂ ਇਕ ਤੜਪ, ਇਕ ਪਿਆਰ, ਇਕ ਜਲਨ ਜਿਹੀ ਨਾਲ ਲੈ ਕੇ ਜਾ ਰਿਹਾ ਹਾਂ ਪੰਜਾਬ ਵਿਚ । ਇਹ ਮੈਨੂੰ ਰਾਤ ਨੂੰ ਸੌਣ ਨਹੀਂ ਦੇਣਗੇ, ਬ੍ਰਹਮ ਦੇਵਤਾ, ਮੈਨੂੰ ਅਸ਼ੀਰਵਾਦ ਦਿਓ ।

—ਭਗਵਾਨ ਤੈਨੂੰ ਚੜ੍ਹਦੀਆਂ ਕਲਾਂ ਵਿਚ ਰੱਖੇ, ਤੇਰਾ ਜਲਾਲ ਬੁਲੰਦ ਹੋਵੇ ।

ਸਾਥੀਆਂ, ਹਾਣੀਆਂ ਤੇ ਲੰਗੋਟੀਆਂ ਨੂੰ ਜੱਫੀਆਂ ਪਾ ਕੇ ਮਿਲਿਆ ਗੋਬਿੰਦ ਰਾਏ ।

—ਅੱਖਾਂ ਸਿੱਲੀਆਂ ਕਰਨ ਦੀ ਲੋੜ ਨਹੀਂ, ਮੈਨੂੰ ਖੁਸ਼ੀ ਖੁਸ਼ੀ ਤੋਰੋ, ਮੈਂ ਤੁਹਾਨੂੰ ਭੁਲਣ ਨਹੀਂ ਲੱਗਾ, ਬਚਪਨ ਦੀਆਂ ਗੱਲਾਂ ਜਵਾਨੀ ਵਿਚ ਚੇਤੇ ਨਹੀਂ ਰਹਿੰਦੀਆਂ, ਸੁਦਾਮੇ ਨੂੰ ਕ੍ਰਿਸ਼ਨ ਵੀ ਭੁਲ ਗਿਆ ਸੀ । ਇਕ ਸਾਥੀ ਨੇ ਆਖਿਆ ।

ਸੁਦਾਮੇ ਦਾ ਪਿਆਰ ਇਕ ਪਾਸੇ, ਪਟਰਾਣੀਆਂ ਇਕ ਪਾਸੇ, ਸਖੀਆਂ ਇਕ ਪਾਸੇ, ਉਹਦੇ ਵਿਚ ਸੁਦਾਮੇ ਦਾ ਪਿਆਰ ਭਾਰਾ ਸੀ, ਸਾਰੀ ਤਰਲੋਕੀ ਉਹਦੀ ਝੋਲੀ ਵਿਚ ਪਾ ਦਿੱਤੀ ਸੀ ਨਾ ? ਯਾਰ ਯਾਰ ਨੂੰ ਕਦੇ ਨਹੀਂ ਭੁਲਦਾ, ਯਾਰ ਹੀ ਤੇ ਜ਼ਿੰਦਗੀ ਦੀ ਜਾਇਦਾਦ ਏ । ਸੁਖੀ ਵੱਸੋ ਮੇਰੇ ਬਚਪਨ ਦੇ ਸਾਥੀਓ, ਮੈਂ ਤੁਹਾਡਾ ਪਿਆਰ ਸਾਰੇ ਪੰਜਾਬ ਨੂੰ ਜਾ ਕੇ ਦੱਸਾਂਗਾ ।

ਢਾਕੇ ਦੀ ਸੰਗਤ ਨੇ ਜਿਹੜੀ ਪਾਲਕੀ ਸੋਨੇ ਨਾਲ ਮੜ੍ਹੀ ਭੇਜੀ ਸੀ, ਆ ਗਈ ਤੇ ਵਿਚ ਬੈਠਾ ਗੋਬਿੰਦ ਰਾਏ, ਪਾਲਕੀ ਦੀਆਂ ਬਾਹੀਆਂ ਫੜੀ ਬੈਠੇ ਸਨ ਹਾਣੀ ।

—ਮੈਨੂੰ ਦੁਖੀ ਕਰਕੇ ਨਾ ਤੋਰੋ, ਮੇਰਾ ਦਿਲ ਤੜਫਦਾ ਨਾ ਰਹੇ, ਮੈਂ ਦੱਸ ਨਹੀਂ ਸਕਦਾ, ਮੇਰੀ ਮਜਬੂਰੀ ਨੂੰ ਵੇਖੋ, ਮੈਨੂੰ ਹੱਸ ਹੱਸ ਕੇ ਤੋਰੋ । ਮੇਰਾ ਰਸਤਾ ਖੁਸ਼ੀਆਂ ਨਾਲ ਬੀਤੇ, ਤੁਹਾਡੀਆਂ ਅੱਖਾਂ ਵਿਚ ਅਥਰੂ ਵੇਖ ਕੇ ਮੇਰਾ ਕਲੇਜਾ ਡੋਲ ਰਿਹਾ ਸੀ ।

ਪਾਲਕੀ ਚਲੀ, ਮਗਰ ਹੀ ਰੱਥ, ਮਗਰ ਮਗਰ ਘੋੜੇ, ਰੋਂਦੇ ਪਟਨੇ ਨੂੰ ਛੱਡ ਚਲਿਆ ਗੋਬਿੰਦ ਰਾਏ ।

ਦਿਲ ਪਟਨੇ ਦੀਆਂ ਗਲੀਆਂ ਵਿਚ ਛੱਡ ਕੇ ਪਾਲਕੀ ਤੋਰੀ ਕਹਾਰਾਂ, ਗਲੀਆਂ ਦੇ ਕੱਖ ਰੋਂਦੇ ਸਨ, ਬਨੇਰਿਆਂ ਨਾਲ ਲੱਗੀਆਂ ਸੁਆਣੀਆਂ ਨੇ ਅੱਥਰੂਆਂ ਨਾਲ ਭਰ ਦਿੱਤੇ ਬਨੇਰੇ । ਪਟਨੇ ਦੀਆਂ ਮਾਵਾਂ ਦਾ ਇਕ ਪੁੱਤ ਜਾ ਰਿਹਾ ਏ ਜਿਨ੍ਹਾਂ ਦੀ ਗੋਦ ਵਿਚ ਆਨੰਦ ਮਾਣਿਆ ਸੀ ਗੋਬਿੰਦ ਰਾਏ ਨੇ ।

ਪਿਆਰ ਦੀ ਤੰਦ ਟੁਟੀ, ਪਾਲਕੀ ਤੁਰੀ ਪਟਨੇ ਦੇ ਬੰਧਨ ਤੋੜ ਕੇ । ਦੂਰ ਦੂਰ ਤੱਕ ਲੋਕ ਪਾਲਕੀ ਵੱਲ ਵੇਖਦੇ ਰਹੇ । ਅੱਜ ਵੀ ਪਟਨੇ ਵਾਲੇ ਪਛਤਾਉਂਦੇ ਹਨ, ਪਾਲਕੀ ਤੋਰ ਕੇ ।

★

ਲੰਮਾ ਸਫ਼ਰ ਤੇ ਰਾਹ ਵਿਚ ਕਈ ਬਖੇੜੇ, ਹਜ਼ਾਰਾਂ ਦੁਸ਼ਮਣ, ਲੱਖਾਂ ਸੱਜਣ, ਹਕੂਮਤ ਦੀ ਕਰੜੀ ਨਿਗਰਾਨੀ, ਜੱਥਾ ਛੋਟਾ ਜਿਹਾ, ਭਾਵੇਂ ਸਾਦਾ ਕੱਪੜੇ ਸਨ, ਪਰ ਚੱਟਕ ਮਟੱਕ ਵਿਖਾਵਾ ਤਾਂ ਰਾਜਿਆਂ ਵਰਗਾ ਸੀ। ਭਾਵੇਂ ਵੇਖਣ ਨੂੰ ਤਾਂ ਸੰਤ ਸਨ ਪਰ ਸ਼ਾਹੀ ਠਾਠ ਬਾਠ ਵੇਖ ਕੇ ਐਵੇਂ ਸ਼ੱਕ ਪੈ ਜਾਂਦਾ।

ਸਤਿਗੁਰਾਂ ਭਾਵੇਂ ਟਿਕਾਣੇ ਬਣਾਏ ਹੋਏ ਸਨ। ਥਾਂ ਥਾਂ ਤੇ ਸ਼ਰਧਾਲੂਆਂ ਦੇ ਡੇਰੇ ਸਨ ਪਰ ਖਤਰਾ ਫੇਰ ਵੀ ਸਿਰ ਤੇ ਕੂਕਦਾ ਸੀ। ਇਕ ਤੇ ਸ਼ਰੀਕ ਦੁਸ਼ਮਣ ਸਨ ਤੇ ਦੂਜੀ ਹਕੂਮਤ ਵੈਰੀ। ਸਾਹਿਬਜ਼ਾਦਾ ਸਹੀ ਸਲਾਮਤ ਲੈ ਜਾਣਾ ਏਨਾ ਵੱਡਾ ਪੰਧ ਕੱਟ ਕੇ ਬਹੁਤ ਮੁਸ਼ਕਲ ਕਾਰ ਸੀ। ਇਕ ਸਫ਼ਰ ਲੰਮਾ ਤੇ ਦੂਜਾ ਪ੍ਰਦੇਸ, ਨਾ ਕੋਈ ਜਾਣੇ ਨਾ ਕੋਈ ਬੁਝੇ, ਮਾਮਾ ਕਿਰਪਾਲ ਚੰਦ ਦੀ ਨਿਗਰਾਨੀ ਵਿਚ ਜੱਥਾ ਟੁਰਿਆ ਤੇ ਟੁਰਦਾ ਜਾ ਰਿਹਾ ਸੀ।

ਸੰਗਤਾ ਭਾਈ ਜੈਤੇ ਦਾ ਸੱਕਾ ਭਰਾ ਜੱਥੇ ਦੇ ਨਾਲ ਹੀ ਸੀ ਤੇ ਨਾਲ ਹੀ ਉਹਦੀ ਮਾਤਾ, ਸੰਗਤਾ ਸ਼ਕਲ ਸੂਰਤ, ਡੀਲ ਡੌਲ ਵਿਚ ਸਾਹਿਬਜ਼ਾਦੇ ਨਾਲ ਮਿਲਦਾ ਸੀ। ਹਾਣ ਪ੍ਰਵਾਨ ਵੀ ਵੇਖਣ, ਚਾਖਣ ਨੂੰ ਵੀ ਕੋਈ ਪਹਿਚਾਣ ਨਹੀਂ ਸੀ ਸਕਦਾ। ਪੁਸ਼ਾਕ ਵੀ ਸਾਹਿਬਜ਼ਾਦੇ ਵਰਗੀ ਹੀ ਸੀ। ਦੋਹਾਂ ਵਿਚ ਰਤੀ ਜਿੰਨਾ ਵੀ ਫ਼ਰਕ ਨਹੀਂ ਸੀ। ਭਾਵੇਂ ਰੱਥਾਂ ਵਿਚ ਮਾਤਾਵਾਂ ਖਿਰਾਜੀਆਂ ਹੋਈਆਂ ਸਨ। ਗੋਬਿੰਦ ਰਾਏ ਨੂੰ ਗੜਬੈਲ ਵਿਚ ਬਿਠਾ ਦਿੱਤਾ ਤੇ ਬਾਹਰ ਪਰਦੇ ਸੁਟ ਦਿੱਤੇ। ਸੰਗਤੇ ਨੂੰ ਸਾਹਿਬਜ਼ਾਦਾ ਆਖ ਕੇ ਸੰਗਤਾਂ ਨੂੰ ਦਰਸ਼ਨ ਕਰਵਾਏ, ਭੇਟਾ ਵੀ ਸੰਗਤੇ ਨੂੰ ਹੀ ਮਿਲੀਆਂ ਤੇ ਮੱਥੇ ਵੀ ਸੰਗਤ ਨੇ ਸੰਗਤੇ ਨੂੰ ਹੀ ਟੇਕੇ। ਉਮਰ ਵਿਚ ਇਕ ਦਿਨ ਛੋਟਾ ਸੀ ਸੰਗਤਾ ਸਾਹਿਬਜ਼ਾਦੇ ਤੋਂ। ਬਾਹਰ ਦੀ ਹਵਾ ਨਾ ਲਗਣ ਦਿੱਤੀ ਸਾਹਿਬਜ਼ਾਦੇ ਨੂੰ। ਫੁਲਾਂ ਵਾਂਗੂ ਗੜਬੈਲ ਵਿਚ ਬਿਠਾਈ ਰਖਿਆ। ਇਹ ਕਾਢ ਮਾਮਾ ਕ੍ਰਿਪਾਲ ਚੰਦ ਦੀ ਸੀ।

ਰਾਤ ਕੱਟੀ ਤੇ ਪਹਿਲਾਂ ਹੀ ਸੇਵਕ ਅਗੇ ਚਲੇ ਗਏ। ਪੂਰਾ ਪ੍ਰਬੰਧ ਕਰਕੇ ਫੇਰ ਪੜਾਅ ਕੀਤਾ ਜਾਂਦਾ ਬੜੀ ਸਮੱਸਿਆ ਸੀ ਤੇ ਜ਼ਿੰਮੇਦਾਰੀ ਏਨੀ ਵੱਡੀ ਕਿ ਕੌਣ ਨਿਭਾਏ। ਮਾਮਾ ਕ੍ਰਿਪਾਲ ਚੰਦ ਨੇ ਇਹ ਸਾਰਾ ਕੰਮ ਆਪਣੇ ਜ਼ਿੰਮੇ ਲੈ ਲਿਆ। ਸਾਹਿਬਜ਼ਾਦੇ ਨੂੰ ਗੜਬੈਲ ਵਿਚੋਂ ਸਿਰਫ ਰਾਤ ਨੂੰ ਹੀ ਕਢਿਆ ਜਾਂਦਾ ਬਾਕੀ ਖੁਲ੍ਹੇ ਦਰਸ਼ਨ ਸੰਗਤੇ ਦੇ ਹੀ ਹੁੰਦੇ। ਦਾਨਾ ਪੁਰ, ਆਰ, ਬਕਸਰ ਤੋਂ ਜਾਂਦੇ ਹੋਏ ਛੋਟੇ ਮਿਰਜ਼ਾ ਪੁਰ ਰੁਕੇ, ਉਥੇ ਚਾਰ ਦਿਨ ਟਿਕਾਣਾ ਕੀਤਾ ਤੇ ਪੰਜਵੇਂ ਦਿਨ ਬਨਾਰਸ ਆਣ ਕੇ ਇਸ਼ਨਾਨ ਕੀਤਾ। ਗੁਰੂ ਦਾ ਬਾਗ ਤੇ ਨੀਚੀ ਬਾਗ ਵਿਚਲੇ ਟਿਕਾਣਿਆਂ ਵਿਚ ਜੱਥਾ ਵੰਡ ਕੇ ਰਿਹਾ। ਸਾਹਿਬਜ਼ਾਦੇ ਨੂੰ ਓਪਰੇ ਓਪਰੇ ਬੰਦਿਆਂ ਵਾਂਗੂ ਜਥੇ ਦੇ ਨਾਲ ਤੋਰ ਕੇ ਗੰਗਾ ਮਈਆ ਤੇ ਆ ਕੇ ਇਸ਼ਨਾਨ ਕਰਨ ਲਈ ਆਖਿਆ। ਸਾਧਾਰਨ ਯਾਤਰੀਆਂ ਵਾਂਗੂ ਸਾਹਿਬਜ਼ਾਦੇ ਨੇ ਬਨਾਰਸ ਪ੍ਰਕਰਮਾ ਵੀ ਕੀਤੀ ਗੰਗਾ ਘਾਟ ਵੇਖਿਆ ਤੇ ਝੱਟ ਹੀ ਪਟਨਾ ਚੇਤੇ ਆ ਗਿਆ। ਹਾਣੀ ਕਿਥੋਂ ਲੱਭਣ, ਦਾਨ ਪੁੰਨ ਕੀਤਾ, ਆਮ ਯਾਤਰੀਆਂ ਵਾਂਗੂ। ਸੇਵਕਾਂ ਦੀ ਤਾਂ ਸਿਰਫ ਨਿਗਰਾਨੀ ਹੀ ਸੀ ਬਾਕੀ ਦੋ ਚਾਰ ਬੰਦੇ ਤੇ ਸਾਹਿਬਜ਼ਾਦੇ ਨਾਲ ਜ਼ਰੂਰ ਸਨ ਪਰ ਉਹ ਵੀ

ਯਾਤਰੂਆਂ ਵਾਂਗੂ ਨਾਲ ਚਲਦੇ ਰਹੇ ਕਰੜੀ ਨਿਗਰਾਨੀ ਮਾਮਾ ਕ੍ਰਿਪਾਲ ਚੰਦ ਕਰ ਰਿਹਾ ਸੀ। ਜੌਨ ਪੁਰ ਦੀਆਂ ਸੰਗਤਾਂ ਨੇ ਜ਼ਿੱਦ ਕੀਤੀ ਤੇ ਉਨ੍ਹਾਂ ਨੂੰ ਵੀ ਸੰਗਤੇ ਦੇ ਚਰਨੀਂ ਲੁਆਇਆ। ਹੁਣ ਸੰਗਤਾ ਗੋਬਿੰਦ ਰਾਏ ਦੇ ਨਾਂ ਨਾਲ ਯਾਦ ਕੀਤਾ ਜਾਂਦਾ ਸੀ, ਕੋਈ ਸੰਗਤਾ ਨਾਂ ਆਖਦਾ। ਲੁਕਣ ਮੀਚੀ ਖੇਡਦੇ ਇਲਾਹਾਬਾਦ ਆਣ ਪੁਜੇ। ਕਾਫਲੇ ਦੀ ਰਫ਼ਤਾਰ ਕਾਫ਼ੀ ਤੇਜ਼ ਸੀ। ਨਿਸ਼ਾਨਾ ਸਿਰਫ ਇਕੋ ਸੀ ਕਿ ਜਲਦੀ ਆਨੰਦਪੁਰ ਪੁੱਜਿਆ ਜਾਏ।

ਅਯੁਧਿਆ ਤੇ ਉਥੋਂ ਲਖਨਊ ਪੁਜੇ, ਥਕਾਵਟ ਲਾਹੀ ਤੇ ਫੇਰ ਹਰਦਵਾਰ ਦਾ ਰਾਹ ਫੜ ਲਿਆ। ਇਸ਼ਨਾਨ ਧਿਆਨ ਕੀਤਾ, ਘਰਦਿਆਂ ਜੀਆਂ ਨੇ ਫੇਰ ਚਾਲੇ ਪਾ ਦਿਤਾ ਜੱਥਾ। ਬੂੜੀਆਂ, ਲਾਡਵਾਂ ਤੇ ਓਥੋਂ ਅੰਬਾਲੇ ਆ ਗਏ। ਦਰਸ਼ਨਾਂ ਨੂੰ ਲੋਕਾਂ ਆਉਣਾ ਹੀ ਸੀ ਆਏ, ਰਸਮੀ ਤੌਰ ਤੇ ਅਸੀਸਾਂ ਦਿੱਤੀਆਂ ਮਾਤਾ ਜੀ ਨੇ ਫੇਰ ਲਖਨੌਰ ਆਣ ਪੁਜੇ ਆਪਣੇ ਡੇਰੇ ਤੇ। ਅੱਗੋਂ ਹੁਕਮ ਨਹੀਂ ਪੁਜਾ ਤੇ ਇਸ ਲਈ ਅੱਗੇ ਜਾਣਾ ਠੀਕ ਨਹੀਂ। ਦੂਜੇ ਦਿਨ ਗੁਰਾਂ ਦੇ ਬੰਦੇ ਆ ਗਏ ਤੇ ਫੇਰ ਉਨ੍ਹਾਂ ਨਾਲ ਜਾਣ ਦੀ ਸਲਾਹ ਬਣਾਈ। ਗੋਬਿੰਦ ਰਾਏ ਦੇ ਨਾਨਕੇ ਸਨ ਜਿਹੜੇ ਲਖਨੌਰ ਵਿਚ ਹੀ ਰਹਿੰਦੇ ਸਨ। ਮਾਮਿਆਂ ਤੇ ਮਾਮੀਆਂ ਨੇ ਇਥੇ ਕੁਝ ਦਿਨ ਰਖਿਆ, ਤਿਆਰ ਕੀਤਾ ਪਰ ਕਿਸੇ ਇਕ ਨੇ ਵੀ ਗੋਬਿੰਦ ਰਾਏ ਨੂੰ ਨਾ ਪਛਾਣਿਆ, ਸੰਗਤੇ ਦੇ ਚਾਅ ਮਲ੍ਹਾਰ ਕਰਦੀਆਂ ਰਹੀਆਂ ਮਾਮੀਆਂ। ਏਥੇ ਭੀਖਣ ਸ਼ਾਹ ਫੇਰ ਆਰਿਫ ਖਾਂ ਨੂੰ ਨਾਲ ਲੈ ਕੇ ਆਇਆ। ਦਰਸ਼ਨ ਕੀਤੇ ਤੇ ਦਿਲ ਦੀ ਪਿਆਸ ਬੁਝਾਈ। ਪਰ ਪਿਆਸ ਬੁਝੀ ਨਾ ਭੀਖਣ ਸ਼ਾਹ ਆਖਣ ਲੱਗਾ। ਮੁਲੱਮਾ ਸੋਨੇ ਦੀ ਆਭ ਨਹੀਂ ਮਾਰ ਸਕਦਾ। ਸੋਨਾ ਸੋਨਾ ਈ ਏ। ਸਾਨੂੰ ਮਾਹਿਬਜ਼ਾਦੇ ਦੇ ਦਰਸ਼ਨ ਕਰਾਓ।

ਮੈਲਿਆਂ. ਕੁਚੈਲਿਆਂ ਕੱਪੜਿਆਂ ਵਿਚ ਗੋਬਿੰਦ ਰਾਏ ਨੂੰ ਭੀਖਣ ਸ਼ਾਹ ਦੇ ਮੱਥੇ ਲਾਇਆ ਤੇ ਨਾਲ ਹੀ ਹੌਲੀ ਜਿਹੀ ਆਖਿਆ ਕਿ ਇਹ ਗੱਲ ਰਾਜ਼ ਵਿਚ ਹੀ ਰਹੇ।

ਭੀਖਣ ਸ਼ਾਹ ਦਾ ਦਿਲ ਖਿੜ ਕੇ ਗੁਲਾਬ ਹੋ ਗਿਆ ਤੇ ਆਖਣ ਲੱਗਾ ਕਿ ਅੱਜ ਰਬੀ ਇਲਮ ਦੇ ਖਜ਼ਾਨੇ ਦੀ ਕੁੰਜੀ ਏਸ ਬਾਲਕ ਦੇ ਹੱਥ ਵਿਚ ਏ। ਇਹ ਇਸਲਾਮ ਦਾ ਹਮਦਰਦ ਵੀ ਓਨਾ ਹੀ ਮੈਨੂੰ ਜਾਪਦਾ ਏ ਜਿੰਨਾ ਆਪਣੇ ਧਰਮ ਨਾਲ ਇਹਨੂੰ ਇਸ਼ਕ ਏ। ਰੱਬ ਦੇ ਬੰਦੇ ਕਿਸੇ ਨਾਲ ਵੈਰ ਨਹੀਂ ਰਖਦੇ। ਮੈਂ ਦਰਸ਼ਨ ਕੀਤੇ ਹਨ, ਮੇਰੇ ਅੰਦਰ ਚਾਨਣ ਦੀ ਝਲਕ ਚਮਕ ਉਠੀ ਏ। ਅੱਲਾ ਰਹਿਮਤਾਂ ਦਾ ਭੰਡਾਰ ਇਹਦੀ ਝੋਲੀ ਵਿਚ ਪਾਏ ਤੇ ਇਹ ਵੰਡੇ ਮੁਠੀਆਂ ਭਰ ਭਰ।

ਬਾਬਾ ਸੂਰਜ ਮਲ ਨੇ ਆਪਣੇ ਬੰਦੇ ਭੇਜੇ। ਬੜੇ ਸਤਿਕਾਰ ਨਾਲ ਆਪਣੇ ਕਾਫਲੇ ਨੂੰ ਕੀਰਤਪੁਰ ਆਂਦਾ।

ਮਾਮਾ ਕਿਰਪਾਲ ਚੰਦ ਨੇ ਏਥੇ ਵੀ ਗੋਬਿੰਦ ਰਾਏ ਨੂੰ ਬਾਬਾ ਜੀ ਦੇ ਸਾਹਮਣੇ ਨਾ ਕੀਤਾ। ਸੰਗਤਾਂ ਹੀ ਗੋਬਿੰਦ ਰਾਏ ਦੇ ਰੂਪ ਵਿਚ ਬਾਬਾ ਜੀ ਦੇ ਚਰਨੀਂ ਲੱਗਾ। ਤਿੰਨ ਦਿਨ ਦਾਅਵਤਾਂ ਹੁੰਦੀਆਂ ਰਹੀਆਂ, ਮਾਖੋਵਾਲ ਵੀ ਖਬਰਾਂ ਪੁਜ ਗਈਆਂ। ਸਾਰਾ ਪਰਿਵਾਰ ਕੀਰਤਪੁਰ ਪੁਜ ਗਿਆ ਏ। ਬੜਾ ਆਨੰਦ ਮਾਣਿਆ ਗੁਰੂ ਦੀਆਂ ਸੰਗਤਾਂ ਨੇ। ਤਿੰਨਾਂ ਦਿਨਾਂ ਵਿਚ ਵੀ ਗੁਰੂ ਜੀ ਨੂੰ ਕਿਸੇ ਨੇ ਨਾ ਪਛਾਣਿਆ। ਸੰਗਤੇ ਨੇ ਬਾਬਾ ਜੀ ਦਾ ਮਨ

ਪ੍ਰਸੰਨ ਕਰ ਦਿਤਾ। ਸੋਹਣੇ ਕੱਪੜੇ ਬਣਵਾ ਕੇ ਦਿਤੇ, ਦਾਨ ਪੁੰਨ ਵੀ ਕਰਵਾਇਆ, ਪਰ ਕੋਈ ਇਹ ਗੱਲ ਨਾ ਜਾਣ ਸਕਿਆ ਕਿ ਸੰਗਤਾ ਝੂਠੀ ਮੂਠੀ ਦਾ ਗੋਬਿੰਦ ਰਾਏ ਬਣਿਆ ਹੋਇਆ ਏ।

ਧੰਨ ਸਨ ਮਾਮਾ ਕਿਰਪਾਲ ਚੰਦ ਜਿਨ੍ਹਾਂ ਕਿਸੇ ਕੋਲ ਇਹ ਗੁੰਝਲ ਨਾ ਖੁਲ੍ਹਣ ਦਿਤੀ। ਇਹ ਗੁੰਝਲ ਆਪਣੇ ਟਿਕਾਣੇ ਜਾ ਕੇ ਹੀ ਖੁੱਲ੍ਹੇ ਤਾਂ ਹੀ ਆਨੰਦ ਏ। ਪੰਧ ਮੁਕ ਚੁੱਕਾ ਸੀ। ਆਨੰਦਪੁਰ ਦੀਆਂ ਪਹਾੜੀਆਂ ਸਿਰ ਕੱਢੀ ਨਜ਼ਰ ਆ ਰਹੀਆਂ ਹਨ।

ਆਨੰਦ ਮੰਗਲਾਚਾਰ ਕਰਦੇ ਕੀਰਤਪੁਰ ਤੋਂ ਜੱਥਾ ਚਲਿਆ। ਬਾਲਕ ਨੇ ਜਦ ਆਪਣਾ ਪਿਤਾ ਪੁਰਖ ਅਸਥਾਨ ਵੇਖਿਆ, ਸਾਖੀਕਾਰ ਆਖਦੇ ਹਨ ਜਦ ਮਾਖੋਵਾਲ ਦੀ ਜੂਹ ਵਿਚ ਪੁਜੇ ਤਾਂ ਸਾਹਿਬਜ਼ਾਦੇ ਨੂੰ ਪਾਲਕੀ ਦੀ ਜੂਹ ਵਿਚੋਂ ਕਢਿਆ। ਸਾਹਿਬਜ਼ਾਦੇ ਨੇ ਜਦ ਰਮਣੀਕ ਜਗ੍ਹਾ ਨੂੰ ਵੇਖਿਆ ਤਾਂ ਸਭ ਤੋਂ ਪਹਿਲਾਂ ਮੱਥਾ ਟੇਕਿਆ ਤੇ ਧੰਨ ਗੁਰੂ ਆਖਿਆ।

ਪੰਜ ਪੌੜੀਆਂ ਆਨੰਦ ਸਾਹਿਬ ਦੀਆਂ ਪੜ੍ਹੀਆਂ ਤੇ ਸਾਹਿਬਜ਼ਾਦੇ ਦੇ ਮੂੰਹ ਵਿਚੋਂ ਸੁਭੌਕੀ ਨਿਕਲਿਆ, ਇਹ ਤੇ ਆਨੰਦ ਦੀ ਨਗਰੀ ਏ, ਜੇ ਇਹਨੂੰ ਆਨੰਦਪੁਰ ਆਖਿਆ ਜਾਏ ਤਾਂ ਕਿੰਨਾ ਸੋਹਣਾ ਏ ?

ਜਦ ਸਤਿਗੁਰਾਂ ਨੇ ਸਾਹਿਬਜ਼ਾਦੇ ਦੇ ਬਚਨ ਸੁਣੇ ਤਾਂ ਬਹੁਤ ਪ੍ਰਸੰਨ ਹੋਏ।

ਹੋਣਹਾਰ ਬਿਰਵਾ ਦੇ ਚਿਕਨੇ ਚਿਕਨੇ ਪਾਤ !

—ਸਾਹਿਬਜ਼ਾਦੇ ਦੀ ਪਹਿਲੀ ਮੰਗ ਏ, ਪੂਰੀ ਕੀਤੀ ਜਾਏ। ਅੱਜ ਤੋਂ ਏਸ ਨਗਰੀ ਦਾ ਨਾਂ ਆਨੰਦਪੁਰ ਰੱਖਿਆ ਜਾਏ। ਗੋਬਿੰਦ ਰਾਏ ਬਹੁਤ ਖੁਸ਼ ਹੋਇਆ, ਝਟ ਗੁਰਾਂ ਦੀ ਚਰਨੀਂ ਸੀਸ ਜਾ ਰੱਖਿਆ। ਹੱਥ ਜੋੜੇ, ਪਰਣਾਮ ਕੀਤਾ ਤੇ ਗੁਰੂ ਮਹਾਰਾਜ ਨੇ ਸੀਨੇ ਨਾਲ ਲਾ ਲਿਆ। ਦੋ ਰੁਤਾਂ ਮਿਲ ਰਹੀਆਂ ਸਨ, ਦੋ ਯੁਗ ਮਿਲ ਰਹੇ ਸਨ, ਦੋ ਆਤਮਾਵਾਂ ਮਿਲ ਰਹੀਆਂ ਸਨ, ਇਕ ਨਵੀਂ ਜੋਤ ਪ੍ਰਗਟ ਹੋ ਰਹੀ ਸੀ।

ਠੰਡ ਪੈ ਗਈ, ਸਾਰੀ ਨਗਰੀ ਨੇ ਸ਼ਗਨ ਪਾਏ, ਮੁਬਾਰਕਾਂ ਦਿੱਤੀਆਂ, ਆਨੰਦ ਹੀ ਆਨੰਦ ਛਾ ਗਿਆ ਸਾਰੀ ਨਗਰੀ ਵਿਚ। ਇਕ ਆਵਾਜ਼ ਉਭਰੀ—

ਗਗਨ ਦਮਾਮਾ ਬਾਜਿਉ, ਪਰਿਉ ਨਸਾਨੇ ਘਾਉ।
ਖੇਤ ਜੁ ਮਾਂਡਉ ਸੂਰਮਾ ਅਬ ਜੂਝਨ ਕੌ ਦਾਉ।

★

ਕਸ਼ਮੀਰ ੧੯

ਜਿਨ ਇਕ ਵੇਰ ਵੀ ਕਸ਼ਮੀਰ ਵੇਖ ਲਿਆ ਏ, ਉਹਨੂੰ ਫੇਰ ਜੰਨਤ ਵੇਖਣ ਦੀ ਲੋੜ ਨਹੀਂ। ਜੰਨਤ ਵਿਚ ਇਸ ਤੋਂ ਵੱਧ ਹੋਰ ਕੀ ਹੋਵੇਗਾ। ਦੁੱਧ ਦੀਆਂ ਨਹਿਰਾਂ, ਨਾ ਕਦੇ ਕਿਸੇ ਵੇਖੀਆਂ। ਪਾਣੀ ਸਾਫ, ਸ਼ੀਸ਼ੇ ਦੇ ਬਲੌਰ ਵਰਗਾ ਹੋਵੇਗਾ ਤੇ ਕਿਸੇ ਕਵੀ ਨੇ ਮੌਜ ਵਿਚ ਆ ਕੇ ਵੇਖਿਆ ਤੇ ਆਖ ਦਿੱਤਾ ਹੋਣੈ ਦੁਧ ਦੀ ਨਹਿਰ ਵੱਗ ਰਹੀ ਏ। ਦੁੱਧ ਦੀ ਵੀ ਕਦੀ ਨਹਿਰ ਵਗੀ ਏ, ਬਾਕੀ ਰਹੀ ਹੂਰਾਂ ਦੀ ਗੱਲ, ਉਹ ਕਸ਼ਮੀਰ ਵਿਚ ਹੀ ਹਨ। ਹੁਸਨ,

ਜਵਾਨੀ ਅਲ੍ਹੜਪਣ, ਇਹੋ ਤੇ ਹੂਰਾਂ ਨੇ। ਇਹੋ ਤੇ ਜੰਨਤ ਏ, ਫਰਿਸ਼ਤੇ ਏਥੇ ਈ ਵੱਸਦੇ ਹੋਣੇ ਨੇ ਅੱਜ ਕੱਲ ਫਰਿਸ਼ਤਿਆਂ ਨੇ ਸ਼ਾਇਦ ਆਪਣੀ ਜਗ੍ਹਾ ਕੋਈ ਹੋਰ ਬਣਾ ਲਈ ਹੋਣੀ ਏ। ਇਹ ਮੈਂ ਆਖ ਨਹੀਂ ਸਕਦਾ ਵੈਸੇ ਜੰਨਤ ਇਹੋ ਈ ਏ।

ਬੁਧੀਵਾਨ, ਬ੍ਰਾਹਮਣ, ਉਚ ਜਾਤੀ ਉਤਮ ਲੋਕ ਹਿੰਦੂ ਕੌਮ ਦੇ ਦੇਵਤੇ ਸਾਰੇ ਕਸ਼ਮੀਰ ਵਿਚ ਈ ਵੱਸਦੇ ਨੇ। ਜਿੰਦਾਂ ਇਨ੍ਹਾਂ ਨੇ ਹੁਕਮ ਦਿੱਤਾ ਸਾਰੇ ਹਿੰਦੁਸਤਾਨ ਨੇ ਮੰਨ ਲਿਆ। ਮੁਗ਼ਲਾਂ ਨੇ ਏਸੇ ਲਈ ਪਹਿਲ ਕੀਤੀ ਸੀ।

ਸੂਬੇਦਾਰ ਮਹੀਨੇ ਵਿਚ ਦੋ ਵਾਰ ਬਦਲੇ, ਕਸ਼ਮੀਰ ਦੇਵਤਿਆਂ ਦੀ ਭੂਮੀ ਏ, ਏਸ ਲਈ ਕਿਸੇ ਦਾ ਜੀਅ ਨਹੀਂ ਕਰਦਾ ਦੇਵਤਿਆਂ ਨੂੰ ਦੁਖ ਦੇਣ ਤੇ। ਜਿਹੜਾ ਸੂਬੇਦਾਰ ਆਇਆ ਜਦ ਓਸ ਜਿਹਲਮ ਦਾ ਪਾਣੀ ਪੀਤਾ ਓਸ ਹਥਿਆਰ ਸੁਟ ਦਿੱਤੇ। ਜੰਨਤ ਵਿਚ ਕਤਲੇ ਆਮ ਕਰਨਾ ਖ਼ੁਦਾ ਦੀ ਬੇਅਦਬੀ ਏ। ਬੰਦਾ ਖ਼ੁਦਾ ਤੋਂ ਡਰਦਾ ਈ ਏ। ਖ਼ੁਦਾ ਦੀ ਖ਼ੁਦਾਈ ਵਿਚ ਏਨੀ ਸੀਨਾ-ਜ਼ੋਰੀ ਨਾ ਕਰਦਾ। ਖ਼ੁਦਾ ਨਰਾਜ਼ ਨਾ ਹੋ ਜਾਏ। ਕਸ਼ਮੀਰ ਇਬਾਦਤ ਕਰਨ ਦੀ ਜਗ੍ਹਾ ਏ, ਇਹਨੂੰ ਨਾਪਾਕ ਨਾ ਕੀਤਾ ਜਾਵੇ। ਬਾਦਸ਼ਾਹ ਦੇ ਦਿਲ ਦੀ ਖਾਹਿਸ਼ ਅਗੇ ਤੁਰਦੀ ਨਾ। ਸਰਦ ਹਵਾਵਾਂ, ਗਰਮ ਤੇ ਜੋਸ਼ੀਲੇ ਬੰਦਿਆਂ ਨੂੰ ਠੰਡਾ ਠਾਰ ਕਰ ਦੇਂਦੀਆਂ। ਜ਼ਾਲਮ ਰਹਿਮਦਿਲ ਬਣ ਜਾਂਦਾ ਜਦ ਕਸ਼ਮੀਰ ਦੀ ਵਾਦੀ ਤੇ ਪੈਰ ਧਰਦਾ। ਸੈਫ਼ ਖਾਂ ਗਵਰਨਰ ਨੇ ਆਪਣੀ ਆਦਤ ਨਾ ਬਦਲੀ ਤੇ ਉਹ ਬਾਦਸ਼ਾਹ ਦੇ ਸਾਂਚੇ ਵਿਚ ਨਾ ਢਲਿਆ। ਕਸ਼ਮੀਰੀ ਸੈਫ ਖ਼ਾਂ ਦਾ ਨਾਂ ਲੈ ਕੇ ਰੋਟੀ ਦਾ ਭੋਰਾ ਮੂੰਹ ਵਿਚ ਪਾਉਂਦੇ ਸਨ ਤੇ ਦੁਆਵਾਂ ਦੇਂਦੇ ਅੱਲਾਹ ਉਹਦੀ ਗਵਰਨਰੀ ਬਣਾਈ ਰੱਖੇ ਜਿਹਦੇ ਰਾਜ ਵਿਚ ਸੁਖ ਨਾਲ ਰੋਟੀ ਮਿਲਦੀ ਏ। ਖ਼ੁਦਾ ਉਹਦਾ ਰੁਤਬਾ ਬੁਲੰਦ ਕਰੇ। ਦਿੱਲੀ ਦੀ ਹਕੂਮਤ ਨੂੰ ਇਹ ਗੱਲ ਪਸੰਦ ਨਹੀਂ ਸੀ। ਉਹਦੀ ਜਗ੍ਹਾ ਬੁਲੰਦ ਖਾਂ ਨੂੰ ਭੇਜਿਆ ਪਰ ਉਹ ਵੀ ਉਨ੍ਹਾਂ ਦੀ ਕਸਵੱਟੀ ਤੇ ਪੂਰਾ ਨਹੀਂ ਉਤਰ ਸਕਿਆ ਤੇ ਆਖ਼ਰਕਾਰ ਛੱਟਿਆ ਫੂਕਿਆ, ਬਦਨਾਮ ਗਵਰਨਰ ਕਸ਼ਮੀਰ ਵਿਚ ਭੇਜਿਆ ਗਿਆ ਜਿਹਦਾ ਨਾਂ ਸੀ ਇਫਤਿਆਰ, ਖਾਂ, ਉਹਨੂੰ ਸ਼ੇਰੇ ਅਫਗਾਨ ਦੀ ਉਪਾਧੀ ਦੇ ਕੇ ਕਸ਼ਮੀਰ ਦੀ ਜੰਨਤ ਨੂੰ ਓਸ ਬੇਰਹਿਮ ਦੀ ਝੋਲੀ ਵਿਚ ਪਾ ਦਿੱਤਾ ਗਿਆ। ਉਹਦੇ ਕੰਨ ਵਿਚ ਫੂਕਾਂ ਮਾਰੀਆਂ ਗਈਆਂ।

ਮਾਲ ਗੁਜ਼ਾਰੀ ਦੇ ਮਹਿਕਮੇ ਵਿਚ ਦੋ ਬਜ਼ੁਰਗ ਹਿੰਦੂ ਹਨ, ਉਨ੍ਹਾਂ ਦੀ ਥਾਂ ਤੇ ਮੁਸਲਮਾਨ ਰੱਖੇ ਜਾਣ।

ਨਵਾਂ ਭਰਤੀ ਹੋਣ ਵਾਲਾ ਨੌਜਵਾਨ ਜਦ ਸੂਬੇਦਾਰ ਦੇ ਸਾਹਮਣੇ ਹਾਜ਼ਰ ਹੁੰਦਾ, ਉਹਨੂੰ ਇਕ ਸਵਾਲ ਕੀਤਾ ਜਾਂਦਾ? ਮਾਲ ਗੁਜ਼ਾਰੀ ਦੇ ਮਹਿਕਮੇ ਵਿਚ ਭਰਤੀ ਹੋਣ ਦਾ ਲਾਭ ਦੌਲਤ ਹੀ ਏ ਨਾ? ਹਾਂ, ਪੜ੍ਹੇ ਲਿਖਿਆਂ ਮੁੰਡਿਆਂ ਤੋਂ ਖੇਤੀ ਕਿਥੇ ਹੁੰਦੀ ਏ।

ਜ਼ਮੀਨ ਲਵੋ, ਧਨ ਲਵੋ, ਨੌਕਰੀ ਲਵੋ, ਸਿਰਫ ਇਕ ਵਾਰ ਕਲਮਾ ਪੜ੍ਹ ਲਵੋ, ਮਨਜ਼ੂਰ ਏ?

ਭੁੱਖੇ ਗ਼ਰੀਬ ਕਈ ਝਾਂਸੇ ਵਿਚ ਆ ਜਾਂਦੇ ਤੇ ਕਈ ਆਖਦੇ ਘਰ ਵਾਲਿਆਂ ਤੋਂ ਪੁਛ ਕੇ ਦਸਾਂਗੇ।

ਪਹਿਲੀ ਆਰਥਕ ਸੱਟ ਮਾਰੀ ਮੁਸਲਮਾਨ ਵਪਾਰੀਆਂ ਨੂੰ ਸਰਕਾਰੀ ਚੂੰਗੀ ਚੌਥਾ

ਹਿੱਸਾ ਜੇਕਰੀ ਪੈਂਦੀ ਤੇ ਹਿੰਦੂਆਂ ਨੂੰ ਚਾਹ ਗੁਣਾ ਚੂੰਗੀ ਦੇਣੀ ਪੈਂਦੀ ਤੇ ਫੇਰ ਕੁਝ ਦਿਨਾਂ ਵਿਚ ਸਾਰੀ ਚੂੰਗੀ ਵੀ ਮਾਫ਼ ਕਰ ਦਿੱਤੀ ਜਾਂਦੀ ਦੀਨੀ ਭਰਾਵਾਂ ਨੂੰ। ਇਹਦੇ ਨਾਲ ਹਿੰਦੂਆਂ ਦੇ ਵਪਾਰ ਨੂੰ ਬਹੁਤ ਵੱਡੀ ਸੱਟ ਵਜੀ। ਕਈ ਝੂਠੀ ਮੂਠੀ ਦਾ ਕਲਮਾ ਪੜ੍ਹ ਲੈਂਦੇ, ਉਹਨਾਂ ਨੂੰ ਬਰਾਦਰੀ ਨੇ ਚੌਕੇ ਚੋਂ ਛੇਕ ਦਿੱਤਾ, ਆਖਰਕਾਰ ਉਹਨਾਂ ਨੇ ਮਜਬੂਰਨ ਕਲਮਾ ਪੜ੍ਹ ਲਿਆ। ਨਿਕਾਹ ਵਿਚ ਉਨ੍ਹਾਂ ਨੂੰ ਔਰਤਾਂ ਮਿਲ ਗਈਆਂ, ਬਣੇ ਮਕਾਨ ਲੱਭ ਗਏ ਨੌਕਰੀ ਉਸੇ ਦਿਨ ਪੱਕੀ ਹੋ ਗਈ। ਜਿਨ੍ਹੇ ਇਨਕਾਰ ਕੀਤਾ, ਉਹ ਦਰ ਦਰ ਦੀਆਂ ਠੋਕਰਾਂ ਖਾਣ ਜੋਗਾ ਰਹਿ ਗਿਆ। ਜਦੋਂ ਰੋਟੀਓਂ ਆਤਰ ਹੋ ਗਏ ਤਾਂ ਢਿੱਡ ਦੀ ਅੱਗ ਬੁਝਾਉਣ ਲਈ ਉਨ੍ਹਾਂ ਵੀ ਸ਼ਰਤ ਮੰਨ ਲਈ ਤੇ ਮੌਜ ਬਹਾਰਾਂ ਉਡਾਉਣ ਲੱਗੇ। ਗੁਲਛੱਰੇ ਉਡਦੇ ਵੇਖਕੇ ਕਈ ਸ਼ੌਂਕਣ-ਪਿੱਟੀਆਂ ਇਸਲਾਮ ਦੇ ਵਿਹੜੇ ਆਣ ਵੜੀਆਂ। ਤੇ ਫੇਰ ਹਿੰਦੂ ਨਾ ਬਣ ਸਕੀਆਂ। ਇਹ ਉਹ ਲੋਕ ਹਨ ਜੋ ਹਿੰਦੂਆਂ ਤੋਂ ਛੇਕੇ ਹੋਏ ਸਨ, ਵੈਸ਼ ਜਾਂ ਸੂਦਰ, ਬ੍ਰਾਹਮਣ ਭੁੱਖਾ ਰਹਿ ਸਕਦਾ ਏ ਪਰ ਉਸ ਕਿਸੇ ਵੀ ਸ਼ਰਤ ਤੇ ਹਾਂ ਨਾ ਕੀਤੀ।

ਵਿਦਵਾਨ, ਬੁਧੀਜੀਵੀ, ਏਸ ਲਈ ਉਨ੍ਹਾਂ ਇਨਕਾਰ ਕੀਤਾ, ਹਕੂਮਤ ਦੀ ਸਖਤੀ ਵਧੀ ਤੇ ਉਸ ਭਿਆਨਕ ਸ਼ਕਲ ਅਖਤਿਆਰ ਕਰ ਲਈ। ਕੋਈ ਅਰਬੀ ਘੋੜੇ ਤੇ ਸਵਾਰੀ ਨਹੀਂ ਕਰ ਸਕਦਾ। ਜਿਥੇ ਇਸਲਾਮੀ ਭਰਾ ਬੈਠੇ ਹੋਣ, ਉਨ੍ਹਾਂ ਦੇ ਕੋਲ ਦੀ ਕੋਈ ਜੱਤੀ ਪਾ ਕੇ ਲੰਘ ਨਹੀਂ ਸਕਦਾ। ਪੱਗ ਬੰਨ੍ਹ ਕੇ, ਮਹੱਲੇ ਵਿਚ ਫਿਰਨਾ ਕਾਨੂੰਨੀ ਜੁਰਮ ਸੀ। ਨੰਗੇ ਪੈਰੀਂ ਫਿਰਦੇ ਕਸ਼ਮੀਰੀ। ਜਿਸ ਬ੍ਰਾਹਮਣ ਨੂੰ ਫੜਦੇ ਕੰਨ ਵਿੰਨ੍ਹ ਦਿੰਦੇ, ਉਨ੍ਹਾਂ ਵਿਚ ਮੁੰਦਰਾਂ, ਮੁਰਕੀਆਂ ਪਾ ਦਿੱਤੀਆਂ ਜਾਂਦੀਆ ਚਾਂਦੀ ਦੀਆਂ। ਇਕ ਤੇ ਜਲਦੀ ਪਛਾਣ ਹੋ ਜਾਂਦੀ ਤੇ ਦੂਜੇ ਜਿਦੇ ਕੰਨਾਂ ਵਿਚ ਮੁਰਕੀਆਂ ਪਾਈਆਂ ਜਾਂਦੀਆਂ ਉਨ੍ਹਾਂ ਨੂੰ ਕੱਚੀ ਨੌਕਰੀ ਤੇ ਰਖਿਆ ਜਾਂਦਾ। ਕਈ ਹਜ਼ਾਰ ਜਵਾਨ ਮੁੰਡੇ ਏਸ ਤਰ੍ਹਾਂ ਵੀ ਨੌਕਰ ਹੋ ਗਏ ਤੇ ਕੁਝ ਚਿਰ ਪਿਛੋਂ ਫੇਰ ਐਲਾਨ ਹੋਇਆ। ਮੁਰਕੀਆਂ ਵਾਲੇ ਨੌਕਰਾਂ ਨੇ ਇਕ ਵਾਰ ਕਲਮਾ ਪੜ੍ਹ ਲਿਆ ਏ, ਉਹ ਹੁਣ ਨਿਕਾਹ ਕਰਾਉਣ ਲਈ ਮੁੱਲਾਂ ਕੋਲ ਜਾ ਕੇ ਇਕ ਵਾਰ ਫੇਰ ਕਲਮਾ ਪੜ੍ਹਨ। ਡੋਲੀ ਵੀ ਘਰ ਲੈ ਕੇ ਜਾਣ, ਜ਼ਮੀਨ ਦਾ ਪਾਟ ਵੀ ਤੇ ਨਾਲ ਧਨ ਦੀਆਂ ਥੈਲੀਆਂ ਵੀ। ਲੋੜ ਦੇ ਮੁਤਾਬਿਕ ਉਹ ਹਰ ਰੋਜ਼ ਖਜ਼ਾਨੇ ਤੋਂ ਧਨ ਲੈ ਵੀ ਸਕਦੇ ਹਨ। ਇਹਦਾ ਪਰਚਾਰ ਤੇ ਬਹੁਤ ਹੀ ਕੀਤਾ ਗਿਆ। ਘਰ ਵਾਲਿਆਂ ਨੇ ਉਨ੍ਹਾਂ ਨੂੰ ਵੀ ਚੌਂਕੇ ਵਿਚ ਰਹਿਣ ਨਾ ਦਿੱਤਾ। ਭਾਵੇਂ ਉਨ੍ਹਾਂ ਵੀਹ ਵਾਰ ਕੰਨਾਂ ਨੂੰ ਹੱਥ ਲਾਏ ਪਰ ਹਕੂਮਤ ਦਾ ਐਲਾਨ ਕਿੱਦਾਂ ਝੂਠਾ ਹੋ ਸਕਦਾ ਏ। ਕਲਮਾ ਪੜ੍ਹ ਕੇ ਉਨ੍ਹਾਂ ਨੌਕਰੀ ਲਈ ਏ, ਅਗੇ ਅੱਗੇ ਅੱਧੇ ਮੁਸਲਮਾਨ ਸਨ ਤੇ ਹੁਣ ਪੂਰੇ ਹੋ ਗਏ।

ਮੰਦਰਾਂ ਦੇ ਦਰਵਾਜ਼ੇ ਬੰਦ ਕਰ ਦਿੱਤੇ ਤੇ ਓਥੇ ਜੰਦਰੇ ਮਾਰ ਦਿੱਤੇ, ਵੱਟੀ ਵੱਟੀ ਭਰ ਦੇ। ਕੋਈ ਤਿਲਕ ਨਹੀਂ ਸੀ ਲਾ ਸਕਦਾ, ਜਿਹਦੀ ਦੀਵਾਰ ਤੇ ਕਿਸੇ ਕਿਸਮ ਦੀ ਤਸਵੀਰ ਵਾਹੀ ਹੁੰਦੀ ਉਹਦੇ ਉਤੇ ਪੋਚਾ ਫੇਰ ਦਿੱਤਾ ਜਾਂਦਾ। ਭੁਲੇਖੇ ਵਿਚ ਕਈ ਬੰਦੇ ਕਤਲ ਵੀ ਹੋ ਜਾਂਦੇ। ਸੂਬੇਦਾਰ ਨੇ ਅੱਤ ਨੂੰ ਹੱਥ ਲਾ ਦਿੱਤਾ। ਉਹਦੇ ਸਾਹਮਣੇ ਜੇ ਖ਼ੁਦਾ ਵੀ ਆ ਗਿਆ ਤਾਂ ਉਸ ਉਹਨੂੰ ਵੀ ਮੁਸਲਮਾਨ ਬਣਾ ਲਿਆ। ਜਿਹੜੀ ਔਰਤ ਟੇਟੇ ਚੜ੍ਹ ਜਾਂਦੀ, ਪਹਿਲਾਂ ਉਹਦੇ ਮੂੰਹ ਵਿਚ ਹੱਡ ਦਿੰਦੇ, ਸਾਰੀ ਰਾਤ ਉਹਦੇ ਨਾਲ ਖੇਹ ਖਰਾਬੀ ਕਰਦੇ ਤੇ ਜਦ ਉਹ

ਆਪਣੇ ਘਰ ਜਾਂਦੀ ਦਿਨ ਚੜ੍ਹੇ ਤੇ ਅਗੋਂ ਉਹਨੂੰ ਘਰ ਵਾਲੇ ਦਹਿਲੀਜ਼ ਨਾ ਟੱਪਣ ਦਿੰਦੇ ਤੇ ਉਹ ਫੇਰ ਹਾਰ ਕੇ ਇਸਲਾਮ ਦੇ ਝੰਡੇ ਬਰਦਾਰਾਂ ਦੇ ਘਰ ਦਾ ਸ਼ਿੰਗਾਰ ਬਣ ਜਾਂਦੀ।

ਅੱਥੇ ਕਸ਼ਮੀਰ ਨੇ ਕਲਮਾ ਪੜ੍ਹ ਲਿਆ ਸੀ।

ਕੌਮ ਦੇ ਆਗੂ ਅਮਰ ਨਾਥ ਦੀ ਗੁਫਾ ਵਿਚ ਜਾ ਬੈਠੇ। ਸਾਖੀਕਾਰ ਆਖਦੇ ਹਨ, ਕਿਰਪਾ ਰਾਮ ਨੇ ਸ਼ਿਵ ਦੀ ਉਪਾਸ਼ਨਾ ਕੀਤੀ। ਸ਼ਿਵਲਿੰਗ ਵਿਚੋਂ ਸ਼ਕਤੀ ਪੈਦਾ ਹੋਈ ਤੇ ਤੀਸਰਾ ਨੇਤਰ ਖੁਲ੍ਹਾ, ਹੱਥ ਜੋੜੇ। ਪ੍ਰਾਰਥਨਾ ਕੀਤੀ।

—ਅਸੀਂ ਬੜੇ ਦੁਖੀ ਹਾਂ, ਸਾਡਾ ਹਿੰਦੂ ਧਰਮ ਨਸ਼ਟ ਹੋ ਰਿਹਾ ਏ, ਜੇ ਇਹੋ ਹਾਲ ਰਿਹਾ ਤਾਂ ਤੁਹਾਡੀ ਪੂਜਾ ਕਰਨ ਵਾਲਾ ਇਕ ਵੀ ਬੰਦਾ ਨਹੀਂ ਰਹੇਗਾ।

—ਧਰਮ ਕਦੇ ਨਸ਼ਟ ਨਹੀਂ ਹੋਇਆ। ਜ਼ਾਲਮ ਮਿਟ ਜਾਂਦੇ ਹਨ ਪਰ ਧਰਮ ਆਪਣੀ ਜਗ੍ਹਾ ਤੇ ਕਾਇਮ ਰਹਿੰਦਾ ਹੈ।

—ਪਰ ਸਾਡੀ ਕੌਣ ਬਾਂਹ ਫੜੇ, ਕੌਣ ਮਦਦ ਕਰੂ ਏਸ ਚੜ੍ਹੀ ਹਨੇਰੀ ਵਿਚ।

—ਹਨੇਰੀਆਂ ਚੜ੍ਹਦੀਆਂ ਹਨ ਤੇ ਫੇਰ ਲੱਥ ਵੀ ਜਾਂਦੀਆਂ ਹਨ। ਜ਼ੁਲਮ ਦੇ ਬੱਦਲ ਚੜ੍ਹਦੇ ਤੇ ਬੜੇ ਜ਼ੋਰੀ ਹਨ, ਗਜਦੇ ਹਨ ਪਰ ਵਰ੍ਹਦੇ ਨਹੀਂ। ਥੋੜ੍ਹੀ ਜਿਹੀ ਬੂੰਦਾ ਬਾਂਦੀ ਹੁੰਦੀ ਏ, ਉਹ ਵੀ ਕਈ ਬੰਦੇ, ਮਰ ਵੀ ਜਾਂਦੇ ਹਨ, ਕਈਆਂ ਦੇ ਘਰ ਵੀ ਉਜੜਦੇ ਹਨ ਪਰ ਇਹ ਥੋੜ੍ਹਾ ਸਮਾਂ ਹੀ ਰਹਿੰਦਾ ਏ, ਫੇਰ ਠੰਡ ਵਰਤ ਜਾਂਦੀ ਏ।

—ਏਸ ਜ਼ੁਲਮ ਦਾ ਮੂੰਹ ਕਿਸ ਤਰ੍ਹਾਂ ਭੰਨਿਆ ਜਾਏ।

—ਲਹੂ ਦੀ ਹੋਲੀ ਖੇਡ ਕੇ, ਇਹ ਜ਼ੁਲਮ ਬਲੀ ਮੰਗਦਾ ਏ।

—ਇਕ ਬੰਦੇ ਦੀ ਬਲੀ ਦੇਣ ਨਾਲ ਕੀ ਠੰਡ ਪੈ ਜਾਊ ?

—ਹਾਂ ! ਸਿਰਫ ਇਕ ਬੰਦੇ ਦੀ ਬਲੀ ਨਾਲ, ਪਰ ਸ਼ਰਤ ਇਹ ਕਿ ਉਹ ਮਹਾਂ ਪੁਰਸ਼ ਚਾਹੀਦਾ ਏ। ਜ਼ੁਲਮ ਦੀਆਂ ਤਲਵਾਰਾਂ ਦਾ ਜ਼ੋਰ ਮੱਠਾ ਹੋ ਜਾਏਗਾ। ਇਹ ਵੀ ਹੋ ਸਕਦਾ ਏ, ਫੇਰ ਬਲੀਆਂ ਤੇ ਬਲੀਆਂ ਦਿੱਤੀਆਂ ਜਾਣ, ਜ਼ਾਲਮ ਨੂੰ ਖ਼ੁਦ ਸ਼ਰਮ ਆ ਜਾਏਗੀ।

—ਸਾਨੂੰ ਰਾਹ ਦੱਸੋ ?

—ਆਨੰਦਪੁਰ ਜਾਓ, ਉਥੇ ਰਾਹ ਮਿਲੂ।

—ਆਨੰਦਪੁਰ ਦੇ ਗੁਰੂ ਏਸ ਤਲਵਾਰ ਦੀ ਧਾਰ ਨੂੰ ਮੋੜ ਸਕਦੇ ਹਨ ?

ਚਲੋ ਆਨੰਦਪੁਰ ਚਲੀਏ, ਸਾਰਿਆਂ ਸਲਾਹ ਕਰ ਲਈ। ਕਿਰਪਾ ਰਾਮ ਆਗੂ ਬਣਿਆ ਸਾਰੇ ਜੱਥੇ ਦਾ ਤੇ ਡੰਡੀ ਪੈ ਗਏ ਗਏ ਆਨੰਦਪੁਰ ਦੀ। ਆਨੰਦਪੁਰ ਕੋਈ ਦੂਰ ਨਹੀਂ। ਹਿੰਮਤ, ਹੌਸਲੇ ਅਗੇ ਕੁਝ ਦੂਰ ਨਹੀਂ।

★

ਝੁੱਕ ਮੋਹਰਾਂ ਦਾ   ੧੯

ਇਕ ਹੂਕ ਉਠੀ, ਹਨੇਰੀ ਝੂਲੀ, ਝੱਖੜ ਅਸਮਾਨੀਂ ਚੜ੍ਹਿਆ, ਜ਼ਿੰਦਗੀ ਜਿਊਣੀ ਦੂਭਰ ਹੋ ਗਈ, ਘਰ ਵੱਢ ਵੱਢ ਖਾਣ ਲੱਗ ਪਏ, ਸਵਾਣੀਆਂ ਵਿਹੜਾ ਸਿਰ ਤੇ ਚੁੱਕ ਲਿਆ, ਬੱਚੇ ਵਿਲ੍ਹੂੰ ਵਿਲ੍ਹੂੰ ਕਰਦੇ ਵੇਖੇ ਨਾ ਜਾਂਦੇ। ਲੀੜੇ ਪਾਟੇ ਤੇ ਕੋਈ ਬਰਦਾਸ਼ਤ ਕਰ ਲਏ ਪਰ ਢਿੱਡ ਨੂੰ ਝੁਲਕਾ ਦੇਣਾ ਤੇ ਜ਼ਰੂਰੀ ਸੀ, ਫਿਕਰ ਸਿਰਫ਼ ਓਸ ਦੀ ਸੀ। ਸਾਰਿਆਂ ਦੀਆਂ ਠਾਹਰਾਂ ਟੁਟ ਗਈਆਂ, ਹਟਵਾਣੀਆਂ ਅੱਖਾਂ ਫੇਰ ਲਈਆਂ, ਘਰ ਦੀਆਂ ਕੰਧਾਂ ਦੁਸ਼ਮਣ ਬਣ ਗਈਆਂ। ਰੋਟੀ ਦੇ ਲਾਲੇ ਪੈ ਗਏ। ਉਚ ਕੋਟੀ ਦੇ ਪੰਡਤ ਜਿਨ੍ਹਾਂ ਨੂੰ ਘਰ ਬੈਠੇ ਦੱਛਣਾ ਮਿਲ ਜਾਇਆ ਕਰਦੀ ਸੀ ਉਨ੍ਹਾਂ ਨੂੰ ਹੱਥ ਟੱਡ ਕੇ ਮੰਗਣਾ ਮੌਤ ਤੋਂ ਮਹਿੰਗਾ ਸੌਦਾ ਜਾਪਿਆ, ਮੁਸੀਬਤਾਂ ਦੇ ਪਹਾੜ ਟੁਟ ਪਏ, ਆਪਣੇ ਵੀ ਵੈਰੀ ਬਣ ਗਏ। ਇਕ ਪਾਸੇ ਹਕੂਮਤ ਦੀ ਤਲਵਾਰ ਸਿਰ ਤੇ ਲਟਕਦੀ ਸੀ ਤੇ ਦੂਜੇ ਪਾਸੇ ਢਿੱਡ ਖਾਣ ਨੂੰ ਮੰਗਦਾ ਸੀ। ਖੇਤੀ ਉਜਾੜ ਦਿੱਤੀ ਸੂਬੇਦਾਰ ਨੇ। ਵਗਾਰ ਆਮ ਹੋ ਗਈ ਸੀ।

—ਬਾਹਮਣੀ ਬੜੀ ਖੂਬਸੂਰਤ, ਸੁੱਚੀ ਬਾਹਮਣੀ ਭੁਖੀ ਕਿਉਂ ਮਰਦੀ ਏ, ਆ ਜਾਏ ਹਰਮ ਵਿਚ ਲਹਿਰਾਂ ਬਹਿਰਾਂ ਹੋ ਜਾਣਗੀਆਂ, ਅਰਕਾਂ ਤੀਕ ਚੂੜਾ ਪਾਵੇ ਤੇ ਹੰਢਾਵੇ, ਰਾਂਗਲੇ ਪੀੜ੍ਹਿਆਂ ਤੇ ਬੈਠੇ, ਪੱਟ ਹੰਢਾਏ, ਪਟਰਾਣੀਆਂ ਵਾਂਗੂ ਹੁਕਮ ਚਲਾਏ, ਪੰਜ ਦਾਸੀਆਂ ਆਸੇ ਪਾਸੇ, ਇਹ ਅਕਲਮੰਦੀ ਕਿਥੋਂ ਦੀ ਏ ਕਿ ਆਪਣੇ ਘਰ ਦੀ ਚਾਰ ਦੀਵਾਰੀ ਅੰਦਰ ਬੈਠੀ, ਅਥਰੂ ਕੇਰਦੀ, ਜਵਾਨੀ ਖੋਰ ਬੈਠੇ। ਜਵਾਨੀ ਹੰਢਾਉਣ ਦੀ ਚੀਜ਼ ਏ ਚਾਰ ਦਿਨ ਦੀ ਜ਼ਿੰਦਗੀ ਏ, ਮੌਜ ਮੇਲਾ ਕਰਕੇ ਕੱਢੇ, ਜਾਹ ਆਹ ਲੈ ਪੰਜ ਮੁਹਰਾਂ ਤੇ ਉਹਦੇ ਘਰ ਪਹਿਲਾਂ ਦੇ ਦੇ ਤੇ ਫੇਰ ਦੂਜੇ ਦਿਨ ਕਦੀ ਵਕਤ ਕੱਢ ਕੇ ਆ ਜਾਇਆ ਕਰੇ ਹਰਮ ਵਿਚ। ਦੋ ਘੜੀਆਂ ਬੈਠੀ ਤੇ ਫੇਰ ਘਰ ਚਲੀ ਗਈ। ਹੌਲੀ ਹੌਲੀ ਆਦਤ ਪੈ ਜਾਊ, ਸੁਭਾ ਵੀ ਬਦਲ ਜਾਊ, ਪਲੱਸ਼ ਦੇ ਵਿਛਾਉਣੇ ਸਭ ਓਸੇ ਲਈ ਹਨ। ਇਕ ਜਗੀਰਦਾਰ ਨੇ ਆਖਿਆ ਇਕ ਚਲਾਕ ਬਾਂਦੀ ਨੂੰ।

—ਹਜ਼ੂਰ ਮੈਂ ਅੱਜ ਹੀ ਉਹਦੇ ਘਰ ਜਾਵਾਂਗੀ, ਹੱਥਾਂ ਤੇ ਪਾਉਣ ਦੀ ਕੋਸ਼ਿਸ਼ ਕਰਾਂਗੀ, ਜੇ ਉਹ ਹੱਥਾਂ ਤੇ ਪੈ ਗਈ ਤਾਂ ਕੱਲ ਹਜ਼ੂਰ ਦੀ ਗੁਲਜ਼ਾਰ ਵਿਚ ਇਕ ਨਵਾਂ ਫੁਲ ਖਿੜ ਜਾਵੇਗਾ, ਬਾਂਦੀ ਨੇ ਅਰਜ਼ ਕੀਤੀ।

—ਪੰਜ ਮੁਹਰਾਂ ਸਾਈ ਵਜੋਂ ਲਈ ਜਾ।

—ਸਤ ਬਚਨ, ਮੈਂ ਸ਼ੀਸ਼ੇ ਵਿਚ ਜ਼ਰੂਰ ਉਤਾਰਾਂਗੀ, ਹਜ਼ੂਰ ਫਿਕਰ ਨਾ ਕਰਨ, ਬਲੌਰੀ ਰੰਗ ਵਰਗੀਆਂ ਕੱਚ ਦੀਆਂ ਵਾਲੀਆਂ, ਸੋਹਲ ਮਲੂਕ ਰੰਨਾਂ ਬਾਹਮਣਾਂ ਦੇ ਘਰ ਹੀ ਜੰਮਦੀਆਂ ਹਨ।

—ਸ਼ਾਬਾਸ਼, ਦੱਸ ਮੋਹਰਾਂ ਤੂੰ ਪਹਿਲਾਂ ਲੈ ਜਾ, ਕੰਮ ਪੂਰਾ ਹੋਣ ਤੇ ਤੈਨੂੰ ਮੂੰਹ ਮੰਗੀ ਮੁਰਾਦ ਮਿਲੇਗੀ।

—ਮੋਹਲਤ ਇਕ ਹਫਤੇ ਦੀ।

—ਫੇਰ ਤੇਰੀ ਕਾਹਦੀ ਉਸਤਾਦੀ ਹੋਈ, ਅੱਜ ਜਾ ਕੇ ਕੱਲ ਪਲਟ ਕੇ ਲੈ ਆਵੀਂ

ਬੁਰਕੇ ਵਿਚ ਪਾ ਕੇ। ਕਿਸੇ ਨੂੰ ਖ਼ਬਰ ਤਕ ਨਹੀਂ ਹੋਣ ਲੱਗੀ, ਭਾਵੇਂ ਚੋਰੀ ਆਏ ਤੇ ਚੋਰੀ ਚਲੀ ਜਾਏ, ਅਸਾਂ ਕੀ ਲੈਣਾ ਹੈ, ਇਹ ਚਾਰ ਸਰਦ ਸਿਆਲੀਆਂ ਰਾਤਾਂ ਜ਼ਰਾ ਰੰਗ ਵਿਚ ਲੰਘ ਜਾਣਗੀਆਂ। ਬਾਹਮਣੀ ਚਨਾਬ ਦੇ ਪਾਣੀ ਵਾਂਗ ਰੰਗੀਨ ਏ। ਜਾਹ ਜਲਦੀ ਜਾਹ ਤੇ ਮੁੜਦੇ ਪੈਰੀਂ ਆਣ ਕੇ ਜਵਾਬ ਦੇ—ਜਾਗੀਰਦਾਰ ਦੀ ਆਵਾਜ਼ ਸੀ।

—ਹਜ਼ੂਰ ਮੈਂ ਗਈ ਤੇ ਆਈ।

ਘਰ ਇਕ ਬ੍ਰਾਹਮਣ ਦਾ ਸੀ, ਬਾਂਦੀ ਦਾ ਆਉਣ ਜਾਣ ਸੀ, ਮਹੱਲਾ ਇਕ, ਗਵਾਂਢ ਮੱਥਾ, ਰੋਜ਼ ਲੈਣ ਦੇਣ, ਬਾਂਦੀ ਦੀ ਸਾਰਾ ਮਹੱਲਾ ਕਸਮ ਖਾਂਦਾ ਸੀ, ਬੜੀ ਨੇਕ ਦਿਲ, ਸ਼ਰੀਫ਼, ਇੱਜ਼ਤਦਾਰ, ਸਿੱਧੀ ਸਾਦੀ ਲਕਸ਼ਮੀ ਬਾਹਮਣੀ ਦੇ ਘਰ ਚਲੀ ਗਈ, ਬਿਨਾਂ ਝਿਜਕ।

—ਰਾਮ ਸੱਤ ਲਛਮੀਏ, ਅੱਜ ਤੇਰਾ ਚਿਹਰਾ ਉਤਰਿਆ-ਉਤਰਿਆ ਕਿਉਂ ਏ? ਕਿਤੇ ਝਗੜਾ ਤੇ ਨਹੀਂ ਹੋਇਆ ਪੰਡਤ ਨਾਲ।

—ਚੌਂਕੇ ਵਿਚ ਚਾਰ ਭਾਂਡੇ ਹੋਣ ਤਾਂ ਕਦੇ ਨਾ ਕਦੇ ਖੜਕ ਹੀ ਪੈਂਦੇ ਹਨ, ਜ਼ਨਾਨੀ ਮਰਦ ਦਾ ਕਾਹਦਾ ਝਗੜਾ, ਲੜਾਈ ਤਾਂ ਢਿੱਡ ਦੀ ਏ, ਪੰਡਤ ਹੁਰਾਂ ਦਾ ਸੁਭਾਅ ਵੀ ਤੇ ਕੁਝ ਤਿੱਖਾ ਏ। ਘਰ ਵਿਚ ਭੁੱਖ ਹੋਵੇ ਤਾਂ ਬੰਦੇ ਨੂੰ ਆਪਣਾ ਸੁਭਾਅ ਬਦਲ ਹੀ ਲੈਣਾ ਚਾਹੀਦਾ ਏ।

—ਚਲ ਛੱਡ ਭੈਣ, ਇਹ ਇੱਟ ਖੜੱਕਾ ਸਾਰਿਆਂ ਦੇ ਘਰ ਵਿਚ ਹੁੰਦਾ ਹੀ ਰਹਿੰਦੈ, ਕਿਸੇ ਘਰ ਵਿਚ ਘੱਟ ਤੇ ਕਿਸੇ ਵਿਚ ਵੱਧ। ਮੇਰੇ ਮੀਏਂ ਨੇ ਵੀ ਮੇਰੀ ਜਿੰਦ ਅਜ਼ਾਬ ਵਿਚ ਪਾ ਛੱਡੀ ਸੀ। ਇਕ ਜ਼ਨਾਨੀ ਭੁਖ ਕਟੇ ਤੇ ਦੂਜਾ ਹੱਡ ਤੁੜਾਵੇ ਇਹ ਕਿਥੋਂ ਦਾ ਇਨਸਾਫ ਏ, ਮੈਂ ਤਾਂ ਨੌਕਰੀ ਕਰ ਲਈ ਏ, ਜਾਗੀਰਦਾਰ ਦੀ। ਬੜਾ ਚੰਗਾ ਬੰਦਾ ਏ, ਨੇਕ ਦਿਲ, ਇਹੋ ਜਿਹਾ ਬੰਦਾ ਤੇ ਚਿਰਾਗ ਲੈ ਕੇ ਢੂੰਡਿਆਂ ਵੀ ਨਹੀਂ ਮਿਲਦਾ। ਰੱਬ ਦਾ ਨਾਂ ਲੈਣ ਵਾਲੇ ਬੰਦੇ ਤਾਂ ਕਸ਼ਮੀਰ ਵਿਚੋਂ ਮੁਕ ਹੀ ਗਏ ਨੇ, ਪਰ ਨਹੀਂ ਜੇ ਨੇਕ ਬੰਦੇ ਏਸ ਦੁਨੀਆ ਵਿਚ ਨਾ ਹੋਣ ਤਾਂ ਕਿਆਮਤ ਆ ਜਾਏ। ਭਲੀਏ ਲੋਕੇ, ਪੰਜੇ ਉਂਗਲਾਂ ਇਕੋ ਜਿਹੀਆਂ ਥੋੜ੍ਹਾ ਹੁੰਦੀਆਂ ਨੇ। ਚੰਗਿਆਂ ਬੰਦਿਆਂ ਤੋਂ ਇਹ ਧਰਤੀ ਕਦੇ ਖਾਲੀ ਨਹੀਂ ਹੋਈ। ਇਨ੍ਹਾਂ ਦੇ ਸੱਤ ਤੇ ਹੀ ਦੁਨੀਆਂ ਕਾਇਮ ਹੈ। ਬਾਂਦੀ ਮਿੱਠੀਆਂ-ਮਿੱਠੀਆਂ ਗੱਲਾਂ ਕਰ ਰਹੀ ਸੀ।

ਲਕਸ਼ਮੀ ਨੇ ਰੁਗ ਅੱਥਰੂਆਂ ਦਾ ਭਰਿਆ ਅੱਖਾਂ ਵਿਚ, ਸੱਚ ਆਖਦੀ ਹਾਂ; ਭੈਣ ਏਸ ਬੰਦੇ ਨੇ ਤਾਂ ਮੇਰੀ ਜੂਨ ਹੀ ਖ਼ਰਾਬ ਕਰ ਦਿੱਤੀ ਏ। ਘਰ ਵਿਚ ਬੁੱਕ ਚੌਲਾਂ ਦਾ ਨਹੀਂ, ਬਾਲ ਵਿਲ੍ਹੂੰ ਵਿਲ੍ਹੂੰ ਕਰਦੇ ਪਏ ਨੇ, ਫੋਕਾ ਪਾਣੀ ਪਿਆ-ਪਿਆ ਕੇ ਕਿੰਨਾ ਚਿਰ ਕੱਟਿਆ ਜਾ ਸਕਦਾ ਏ?

—ਅੱਧਾ ਦਿਨ ਨੌਕਰੀ ਕਰ ਲੈ, ਜਾਗੀਰਦਾਰ ਕਿਹੜਾ ਓਪਰਾ ਬੰਦਾ ਏ, ਕਸ਼ਮੀਰੀ ਭਰਾ ਏ। ਬਿਪਤਾ ਵੇਲੇ ਲੋਕ ਗਧੇ ਨੂੰ ਵੀ ਪਿਓ ਆਖ ਲੈਂਦੇ ਸਨ।

—ਸਾਨੂੰ ਹਿੰਦੂਆਂ ਨੂੰ ਨੌਕਰੀ ਕੌਣ ਦਿੰਦਾ ਏ।

—ਜਾਗੀਰਦਾਰ ਦੇ ਦਿਲ ਵਿਚ ਹਿੰਦੂ ਮੁਸਲਮਾਨ ਵਾਲਾ ਕੋਈ ਵਿਤਕਰਾ

ਨਹੀਂ, ਉਹ ਤੇ ਦੋਹਾਂ ਨੂੰ ਇਕੋ ਅੱਖ ਨਾਲ ਵੇਖਦਾ ਏ। ਘਰੋਂ ਨਿਕਲ, ਦੂਜੇ ਮਹੱਲੇ ਵਿਚ ਗਈ, ਉਥੋਂ ਬੁਰਕਾ ਪਾਇਆ ਤੇ ਹਰਮ ਵਿਚ ਜਾ ਵੜੀ। ਅੱਧੀ ਦਿਹਾੜੀ ਖਿਦਮਤ ਕੀਤੀ. ਬੁਰਕਾ ਪਾਇਆ ਤੇ ਘਰ ਆ ਗਈ। ਬੁਰਕਾ ਰੱਖਣ ਦਾ ਟਿਕਾਣਾ ਹੀ ਚਾਹੀਦਾ ਏ ਨਾ? ਮੇਰੇ ਘਰ ਰੱਖ ਆਇਆ ਕਰ। ਬੁਰਕਾ ਮੇਰਾ ਪਾ ਲਿਆ ਕਰ।

—ਭੁੱਖੇ ਰਹਿਣ ਨਾਲੋਂ ਨੌਕਰੀ ਕਰਨੀ ਕੋਈ ਪਾਪ ਨਹੀਂ। ਚੋਰੀ ਯਾਰੀ ਨੂੰ ਤੇ ਮਿਹਣਾ ਹੋਇਆ ਕੰਮ ਕਰਦਿਆਂ ਨੂੰ ਕਾਹਦੀ ਸ਼ਰਮ। ਅੱਛਾ ਪਾਂਧੇ ਹੁਰੀਂ ਆਉਂਦੇ ਹਨ ਤਾਂ ਸਲਾਹ ਕਰ ਲੈਂਦੇ ਹਾਂ, ਲਛਮੀ ਬੋਲੀ।

—ਇਹੋ ਜਿਹੇ ਕੰਮ ਖਸਮ ਦੀ ਸਲਾਹ ਨਾਲ ਨਹੀਂ ਹੁੰਦੇ, ਐਵੇਂ ਇਕ ਦਿਨ ਦੀ ਸ਼ਰਮ ਏ, ਝਕ ਲੱਥ ਗਿਆ ਤਾਂ ਫੇਰ ਕੀ ਏ, ਜਦ ਰੋਟੀ ਖਾਣ ਨੂੰ ਮਿਲਣ ਲੱਗ ਪਈ, ਆਪੇ ਹੀ ਸਾਰੇ ਠੰਡੇ ਮੱਠੇ ਹੋ ਜਾਣਗੇ, ਮੈਂ ਵੀ ਹੌਸਲਾ ਕੱਢਿਆ ਤੇ ਨੌਕਰੀ ਕਰ ਲਈ, ਹੁਣ ਸਾਰਾ ਘਰ ਰਾਜ਼ੀ ਏ। ਮੇਰੀ ਸੱਸ ਦੁੱਧ ਦਾ ਕਟੋਰਾ ਭਰ ਕੇ ਦੇਂਦੀ ਏ ਰੋਜ਼, ਘਰ ਆਈ ਦੌਲਤ ਨੂੰ ਕੌਣ ਧੱਕੇ ਮਾਰਦਾ ਏ। ਚੰਗਾ ਮੈਂ ਚਲਾਂ? ਮੈਂ ਕਲ੍ਹ ਆਵਾਂਗੀ। ਤੈਨੂੰ ਹਰਮ ਵਿਖਾ ਲਿਆਵਾਂਗੀ ਤੇਰਾ ਜੀਅ ਕਰੂ ਤਾਂ ਕੰਮ ਕਰੀਂ ਨਹੀਂ ਤੇ ਸੈਰ ਸਪਾਟਾ ਹੀ ਸਹੀ, ਬਾਂਦੀ ਜ਼ਰਾ ਚੁੱਪ ਹੋਈ।

—ਜਿੰਦਾਂ ਤੇਰੀ ਮਰਜ਼ੀ ਭੈਣ, ਮੈਂ ਤੇ ਇੱਜ਼ਤ ਤੋਂ ਜ਼ਰਾ ਕੁ ਡਰਦੀ ਹਾਂ। ਬਰਾਦਰੀ ਕੀ ਆਖੂ ਕਿ ਪਰੋਹਿਤ ਦੀ ਜ਼ਨਾਨੀ ਨੇ ਹਰਮ ਵਿਚ ਨੌਕਰੀ ਕਰ ਲਈ ਹੈ?

—ਇਹ ਤੇ ਰੌਲਾ ਰੱਪਾ ਦੋ ਦਿਨ ਪੈਣਾ ਹੈ, ਲੋਕ ਆਪੇ ਹੀ ਚੁੱਪ ਹੋ ਜਾਂਦੇ ਹਨ, ਬਾਬਾ ਮੌਤੋਂ ਭੁੱਖ ਬੁਰੀ, ਆਹ ਲੈ ਪੰਜ ਮੁਹਰਾਂ, ਸ਼ਗਨ ਤੇ ਪਾਉਣਾ ਹੀ ਹੋਇਆ ਨਾ। ਕਲ੍ਹ ਤਿਆਰ ਰਹੀਂ, ਰਾਸ਼ਨ ਪਾਣੀ ਪਾ ਲੈ ਅੰਞਾਣੇ ਕਾਹਨੂੰ ਭੁੱਖੇ ਰਹਿਣ। ਜੀਅ ਕਰੂ ਤੇ ਨੌਕਰੀ ਕਰ ਲਵੀਂ ਨਹੀਂ ਤੇ ਤੂੰ ਆਪਣੇ ਘਰ ਰਾਜ਼ੀ ਤੇ ਮੈਂ ਆਪਣੇ ਘਰ। ਅੱਛਾ ਰੱਬ ਰਾਖਾ!

—ਦੋ ਮੁਹਰਾਂ ਖ਼ਰਚ ਕੇ ਸਵਾਣੀ ਨੇ ਸਾਰੇ ਘਰ ਦਾ ਰਾਸ਼ਨ ਲੈ ਆਂਦਾ, ਪੰਡਤ ਨੇ ਜਦ ਘਰ ਦੇ ਭਾਂਡੇ ਭਰੇ ਵੇਖੇ ਤੇ ਜ਼ਰਾ ਕੁ ਹੈਰਾਨ ਹੋਇਆ।

—ਕਿਹੜਾ ਜਜਮਾਨ ਬਹੁੜਿਆ ਏ?

—ਯਾਤਰੀ ਆਏ ਸਨ, ਤੁਹਾਡਾ ਨਾਂ ਪੁੱਛਦੇ ਤੁਹਾਡੇ ਘਰ ਆ ਗਏ। ਦੋ ਮੁਹਰਾਂ ਦੇ ਗਏ ਹਨ, ਆਖਦੇ ਸਨ ਅਮਰ ਨਾਥ ਦੀ ਯਾਤਰਾ ਤੇ ਚਲੇ ਹਾਂ, ਮੁੜਦੇ ਹੋਏ ਫੇਰ ਆਵਾਂਗੇ, ਪੰਡਤ ਹੁਰਾਂ ਨੂੰ ਆਖਿਓ ਘਰ ਰਹਿਣ। ਲਛਮੀ ਆਖਣ ਲੱਗੀ।

—ਕਿਸੇ ਦੇ ਘਰ ਨੂੰ ਚੋਰਾਂ ਨੇ ਸੰਨ੍ਹ ਲਾਈ ਸੀ, ਸੰਨ੍ਹ ਲਾਉਣ ਵਾਲਿਆਂ ਨੂੰ ਆਖਿਆ ਸ਼ਾਬਾਸ਼! ਤੇ ਦੂਜੇ ਪਾਸਿਆਂ ਨੂੰ ਆਖ ਦਿੱਤਾ ਕਿ ਤੁਹਾਡੀ ਕੰਧ ਚੋਰਾਂ ਪਾੜ ਦਿੱਤੀ ਏ। ਲਛਮੀਏ ਗਵਾਂਢਣਾਂ ਘਰ ਪੁੱਟ ਦਿਆ ਕਰਦੀਆਂ ਨੇ।

—ਮੈਂ ਚੌਕਸ ਹਾਂ ਸਵਾਮੀ, ਪਰ ਢਿੱਡ ਦੀ ਅੱਗ ਬਹੁਤ ਬੁਰੀ ਬਲਾ ਏ।

ਦੂਜੇ ਦਿਨ ਬਾਂਦੀ ਆਈ ਤੇ ਉਹ ਲਛਮੀ ਨੂੰ ਹਰਮ ਵਿਚ ਲੈ ਗਈ ਤੇ ਇਕੋ ਦਿਨ ਵਿਚ ਸੁੱਚੀ ਬਾਹਮਣੀ ਛੱਪੜ ਦੇ ਪਾਣੀ ਵਾਂਗੂ ਹੰਗਾਲੀ ਗਈ। ਬੁੱਕ ਮੁਹਰਾਂ ਦਾ ਘਰ ਜ਼ਰੂਰ ਲੈ ਆਈ। ★

ਹਾਹਾਕਾਰ ਤੇ ਹਿੰਦੁਸਤਾਨ ਦੀਆਂ ਚਹੁੰ ਕੂੰਟਾਂ ਵਿਚ ਮੱਚੀ ਹੋਈ ਸੀ। ਦੁਖੀ ਬ੍ਰਾਹਮਣਾਂ ਦੀ ਮੰਡਲੀ ਦਿੱਲੀ ਇਕੱਠੀ ਹੋਈ ਤੇ ਫੇਰ ਉਨ੍ਹਾਂ ਕਸ਼ਮੀਰ ਵੱਲ ਮੂੰਹ ਕੀਤਾ, ਓਥੇ ਪਰਿਆ ਬੈਠੀ ਸੀ। ਪੰਜ ਸੌ ਬੰਦਿਆਂ ਦੀ ਟੋਲੀ ਨੇ ਫ਼ੈਸਲਾ ਕੀਤਾ ਕਿ ਆਨੰਦਪੁਰ ਚਲਿਆ ਜਾਏ। ਉਨ੍ਹਾਂ ਕਿਰਪਾ ਰਾਮ ਮਟਨ ਵਾਲੇ ਨੂੰ ਆਪਣਾ ਆਗੂ ਚੁਣ ਲਿਆ। ਇਹ ਜੱਥਾ ਠੇਡੇ ਠੋਡੇ ਖਾਂਦਾ ਆਨੰਦਪੁਰ ਪੁੱਜ ਗਿਆ। ਇਹ ਸਾਰੇ ਬ੍ਰਾਹਮਣ ਨਹੀਂ ਸਨ ਸਗੋਂ ਸਾਰੇ ਹਿੰਦੂ ਸਮਾਜ ਦੇ ਪਤਵੰਤੇ ਸਨ। ਵੱਖ-ਵੱਖ ਜਾਤੀਆਂ ਵਿਚੋਂ, ਇਹ ਇਕ ਸਮਾਜ ਦੀ ਫ਼ਰਿਆਦ ਸੀ। ਇਕ ਜਾਤੀ ਦੀ ਤਕਲੀਫ਼ ਲੈ ਕੇ ਇਹ ਜੱਥਾ ਨਹੀਂ ਸੀ ਆਇਆ ਸਗੋਂ ਸਾਰੇ ਹਿੰਦੁਸਤਾਨ ਦੇ ਮਜ਼ਲੂਮਾਂ ਦੀ ਆਵਾਜ਼ ਇਕ ਜਗ੍ਹਾ ਤੇ ਇਕੱਠੀ ਹੋ ਗਈ। ਓਸ ਫ਼ਰਿਆਦ ਨੂੰ ਦੱਸਣ ਲਈ ਕਿਰਪਾ ਰਾਮ ਮੋਹਰੀ ਸੀ ਕਿਉਂਕਿ ਕਿਰਪਾ ਰਾਮ ਦਾ ਗੁਰੂ ਘਰ ਨਾਲ ਸਬੰਧ ਅੱਗੇ ਹੀ ਜੁੜਿਆ ਹੋਇਆ ਸੀ।

ਇਕ ਪਹਾੜ ਤੋਂ ਦੂਜੇ ਪਹਾੜ ਤਕ, ਇਕ ਆਬਾਦੀ ਤੋਂ ਦੂਜੀ ਆਬਾਦੀ ਤਕ, ਮੀਲਾਂ ਦੀ ਵਿੱਥ, ਕੋਹਾਂ ਦਾ ਪਾੜ, ਨਾ ਰਾਹ ਨਾ ਖੇੜਾ, ਟੇਡੀਆਂ ਮੇਢੀਆਂ ਪਹਾੜੀ ਪਗ-ਡੰਡੀਆਂ, ਖੁਰਦਰੇ ਰਾਹ, ਏਨਾ ਕਸ਼ਟ ਸਹਾਰਦੀ ਉਹ ਮੰਡਲੀ ਓਸ ਜਗ੍ਹਾ ਤੇ ਪੁੱਜ ਗਈ ਜਿੱਥੇ ਗੁਰਾਂ ਦੀ ਨਗਰੀ ਵੱਸਦੀ ਸੀ।

ਵਿਦਵਾਨ, ਬੁੱਧੀਜੀਵੀ ਬ੍ਰਾਹਮਣਾਂ ਦਾ ਜੱਥਾ ਜਦ ਆਨੰਦਪੁਰ ਆਇਆ ਤਾਂ ਸਭ ਤੋਂ ਅੱਗੇ ਕਿਰਪਾ ਰਾਮ, ਹੱਥ ਵਿਚ ਖੜਤਾਲਾਂ ਫੜੀਆਂ ਹੋਈਆਂ, ਗਾ ਰਿਹਾ ਸੀ ਤੇ ਮਗਰ ਸਾਰੀ ਮੰਡਲੀ ਸੀ, ਆਵਾਜ਼ ਉਭਰ ਰਹੀ ਸੀ—"ਗੁਰੂ ਤੇਗ ਬਹਾਦਰ ਸਿਮਰਿਐ, ਘਰ ਨਉ ਨਿਧਿ ਆਵਹਿ ਧਾਇ।" ਟੋਲੀ ਵਧਦੀ-ਵਧਦੀ ਦੀਵਾਨ ਤਕ ਪੁੱਜ ਗਈ। ਦੀਵਾਨ ਇਕ ਵਾਰ ਚੌਂਕਿਆਂ, ਕੌਣ ?

—ਕੌਣ ? ਵਿਦਵਾਨ ਪੰਡਤ, ਕਸ਼ਮੀਰ ਦੀ ਧਰਤੀ ਦੇ। ਧੰਨ ਭਾਗ !

—ਆਓ ਬ੍ਰਾਹਮਣ ਦੇਵਤਾ, ਯਾਤਰੀਆਂ ਅੱਜ ਏਧਰ ਕਿਸ ਤਰ੍ਹਾਂ ਰੁਖ਼ ਕੀਤਾ ਏ, ਫ਼ਰਮਾਇਆ ਸਤਿਗੁਰਾਂ ਨੇ।

—ਧਰਮ ਡੋਲਿਆ, ਧਰਤੀ ਨੂੰ ਕਾਂਬਾ ਛਿੜਿਆ, ਹਵਾ ਦੀ ਬੁੱਕਲ ਵਿਚ ਤੂਫ਼ਾਨ ਗੂੰਜਿਆ, ਮੌਤ ਡਮਰੂ ਖੜਕਾਉਣ ਲਗ ਪਈ, ਬ੍ਰਹਮਾ ਡੋਲਿਆ, ਇੰਦਰ ਦੇ ਆਸਣ ਦਾ ਇਕ ਪਾਵਾ ਹਿੱਲਿਆ, ਭੂਚਾਲ ਆਇਆ, ਸੰਧੂਰ ਪੂੰਝਿਆ ਜਾਣ ਲੱਗਾ, ਤਿਲਕ ਨੇ ਉਡਾਰੀ ਮਾਰੀ, ਨਾ ਵੇਦਾਂ ਨੇ ਬਾਂਹ ਫੜੀ ਤੇ ਨਾ ਪੁਰਾਣਾਂ ਨੇ ਹੀ ਧੀਰਜ ਦਿੱਤਾ। ਗੀਤਾ ਤੇ ਆਖਦੀ ਸੀ, ਸੰਭਲੋ, ਹਿੰਮਤ ਨਾ ਛੱਡੋ, ਬੁਜ਼ਦਿਲ ਨਾ ਬਣੋ, ਸ਼ਕਤੀ ਤੁਹਾਡੇ ਆਪਣੇ ਅੰਦਰ ਏ, ਜ਼ਰਾ ਕੁ ਟੁੰਬਣ ਦੀ ਲੋੜ ਏ, ਪਰ ਸਾਡੇ ਛੋਟੇ ਦਿਲ ਵਾਲੇ ਬ੍ਰਾਹਮਣ, ਧਰਮ ਦੇ ਰਖਵਾਲੇ ਦਿਲ ਛੱਡ ਬੈਠੇ। ਰਾਜਪੂਤ ਤੇ ਅੱਗੇ ਹੀ ਬੇਈਮਾਨ ਹੋਏ ਬੈਠੇ ਸਨ। ਸ਼ਿਵਾ ਜੀ ਬਹੁਤ ਦੂਰ ਏ, ਉਹ ਅਜੇ ਆਪਣੀ ਹਕੂਮਤ ਬਣਾਉਣ ਵਿਚ ਰੁੱਝਾ ਹੋਇਆਏ, ਫੇਰ ਕਿਹੜਾ ਏ ਜਿਹੜਾ ਸਾਡੀ ਗੱਲ ਸੁਣੇ। ਮਜਬੂਰ ਬੰਦਾ ਕੋਈ ਨਾ ਕੋਈ ਰਾਹ ਲੱਭਦਾ ਏ, ਡੁੱਬਦੇ ਨੂੰ ਤਿਨਕੇ ਦਾ

ਸਹਾਰਾ ਹੀ ਬਹੁਤ ਹੁੰਦਾ ਏ। ਇਹ ਘਬਰਾਏ, ਉਦਾਸ ਬ੍ਰਾਹਮਣ ਆਪਣੀ ਫਰਿਆਦ ਲੈ ਕੇ ਆਏ ਹਨ। ਰਾਹ ਵਿਚ ਸਾਡੀ ਸੁਣਨ ਵਾਲਾ ਕੋਈ ਨਹੀਂ ਮਿਲਿਆ। ਕਿਸੇ ਨੇ ਇਹ ਨਹੀਂ ਪੁੱਛਿਆ ਭੜੂਏਓ ਕਿੱਥੋਂ ਆਏ ਓ ਤੇ ਕਿੱਥੇ ਚਲੇ ਹੋ, ਆਖ਼ਰਕਾਰ ਅਸੀਂ ਆਨੰਦਪੁਰ ਆ ਗਏ। ਆਖਣ ਲੱਗਾ ਕਿਰਪਾ ਰਾਮ।

ਦੀਵਾਨ ਵਿਚ ਇਕ ਵਾਰ ਚੁੱਪ ਜਿਹੀ ਛਾ ਗਈ।

—ਸਤਿਗੁਰ ਬੋਲੇ, ਧੀਰਜ ਕਰੋ, ਸਾਹ ਲਵੋ, ਅੰਨ ਪਾਣੀ ਛੱਕੋ, ਆਰਾਮ ਕਰੋ, ਘਬਰਾਇਆਂ ਕੁਝ ਨਹੀਂ ਬਣਦਾ, ਸੋਚਿਆਂ ਵਿਚਾਰਿਆਂ ਕੋਈ ਰਾਹ ਲੱਭ ਸਕਦਾ ਏ, ਨਾਨਕ ਦਾ ਦਰਬਾਰ ਏ, ਤੁਹਾਡੀ ਗੱਲ ਸੁਣੀ ਜਾਏਗੀ।

—ਥੱਕਿਆ ਬੰਦਾ, ਹੋਸ਼ ਹਵਾਸ ਗਵਾ ਬੈਠਦਾ ਏ, ਭੁੱਖੇ ਭਾਣੇ ਬੰਦੇ ਕੋਈ ਗੱਲ ਦੱਸ ਨਹੀਂ ਸਕਦੇ, ਇਸ਼ਨਾਨ ਕਰੋ ਤੇ 'ਪਰਸ਼ਾਦ ਛਕੋ, ਏਥੇ ਕੋਈ ਡਰ ਨਹੀਂ। ਸਤਿਗੁਰੂ ਤੇਗ ਬਹਾਦਰ ਫ਼ਰਮਾਉਣ ਲੱਗੇ।

—ਸਾਹ ਲਓ, ਮੇਰੇ ਸਾਥੀਓ, ਭੋਜਨ ਪਾਓ, ਇਸ਼ਨਾਨ ਕਰੋ, ਪੂਜਾ ਪਾਠ ਕਰੋ, ਸ਼ਕਤੀ ਮਿਲੂ, ਠੰਡ ਪਵੇਗੀ। ਵਿਚਾਰਾਂ ਕਰੋ, ਹੱਲ ਨਿਕਲ ਆਵੇਗਾ। ਗੁਰੂ ਦਰਬਾਰ ਏ, ਆਨੰਦ ਪ੍ਰਾਪਤ ਕਰੋ, ਹੁਣ ਤੁਹਾਡੀ ਮੁਸ਼ਕਲ ਟਲ ਗਈ ਏ। ਕਿਰਪਾ ਰਾਮ ਆਪਣੇ ਸਾਥੀਆਂ ਨੂੰ ਸਮਝਾ ਰਿਹਾ ਸੀ।

ਇਸ਼ਨਾਨ ਧਿਆਨ ਕਰਨ ਮਗਰੋਂ ਪਰਸ਼ਾਦ ਛਕ ਲਿਆ ਤੇ ਫੇਰ ਆਰਾਮ ਕੀਤਾ, ਮਸਾਂ ਸੂਰਜ ਡੁੱਬਣ ਵੇਲੇ ਸੁਰਤ ਆਈ। ਰਾਤੀਂ ਫੇਰ ਆਰਾਮ ਕਰਨ ਦੀ ਸਲਾਹ ਦਿੱਤੀ ਕਿਰਪਾ ਰਾਮ ਨੇ, ਉਹਦੇ ਹੁਕਮ ਤੇ ਫੇਰ ਛੂੱਲ ਚੜ੍ਹਾਏ, ਵਿਦਵਾਨ ਲੋਕਾਂ। ਅੱਧੀ ਰਾਤੀਂ ਕਈ ਬਰੜਾ-ਬਰੜਾ ਕੇ ਉੱਠ ਰਹੇ ਸਨ, ਪਰ ਕਿਰਪਾ ਰਾਮ ਫੇਰ ਥਾਪੜ ਕੇ ਸਵਾਂ ਦਿੰਦਾ, ਪੱਟਾਂ ਵਿਚ ਖੱਲੀਆਂ ਪਈਆਂ ਹੋਈਆਂ ਸਨ, ਥਕਾਵਟ ਉਤਰੀ, ਸਰਘੀ ਵੇਲੇ ਫੇਰ ਇਸ਼ਨਾਨ ਕੀਤਾ, ਆਸਾ ਦੀ ਵਾਰ ਦਾ ਪਾਠ ਹੋ ਰਿਹਾ ਸੀ ਦੀਵਾਨ ਵਿਚ। ਪੰਜ ਸੌ ਬੰਦਿਆਂ ਦੇ ਪੂਰੇ ਦਾ ਪੂਰਾ ਜੱਥਾ ਦੀਵਾਨ ਵਿਚ ਆਣ ਬੈਠਿਆ। ਸਤਿਗੁਰ ਮਗਨ ਸਨ ਬਾਣੀ ਵਿਚ, ਆਨੰਦ ਵਰਤ ਰਿਹਾ ਸੀ।

ਜਦ ਆਸਾ ਦੀ ਵਾਰ ਦਾ ਭੋਗ ਪੈ ਗਿਆ ਤਾਂ ਫੇਰ ਲੋਕਾਂ ਆਸੇ ਪਾਸੇ ਵੇਖਿਆ। ਚਹੁੰ ਪਾਸੇ ਪਹਾੜ ਤੇ ਬੰਦੇ ਹੀ ਬੰਦੇ ਸਨ।

—ਬ੍ਰਹਮ ਦੇਵਤਾ ਆਓ, ਹੁਣ ਦੱਸੋ, ਕੀ ਤਕਲੀਫ਼ ਏ, ਏਨਾ ਪੰਧ ਕਰਨ ਦੀ ਕਿਉਂ ਲੋੜ ਪਈ?

—ਫ਼ਰਿਆਦ ਲੈ ਕੇ ਆਏ ਹਾਂ, ਅਸੀਂ ਕਸ਼ਮੀਰ ਦੀ ਵਾਦੀ ਵਿਚੋਂ, ਇਹ ਬੰਦੇ ਸਾਰੇ ਕਸ਼ਮੀਰੀ ਨਹੀਂ ਸਗੋਂ ਪੂਰੇ ਹਿੰਦੁਸਤਾਨ ਦੇ ਪਤਵੰਤੇ ਗਿਣੇ ਚੁਣੇ ਲੋਕ ਹਨ, ਇਹ ਆਵਾਜ਼, ਇਹ ਫ਼ਰਿਆਦ, ਪੂਰੇ ਹਿੰਦੁਸਤਾਨ ਦੇ ਦੁਖੀ ਲੋਕਾਂ ਦੀ ਚੀਕ ਪੁਕਾਰ ਏ, ਕਿਰਪਾ ਰਾਮ ਆਖ ਰਿਹਾ ਸੀ।

—ਇਹ ਗੁਰੂ ਨਾਨਕ ਦਾ ਦਰਬਾਰ ਏ, ਏਥੇ ਹਰ ਕੋਈ ਆਪਣਾ ਦੁੱਖ ਦੱਸ ਸਕਦਾ ਏ, ਖੁੱਲ੍ਹ ਕੇ ਆਪਣੇ ਦਿਲ ਦਾ ਗੁਬਾਰ ਕੱਢੋ, ਜੇ ਸਾਡੀ ਮਦਦ ਦੀ ਲੋੜ ਪਈ ਤਾਂ

ਅਸੀਂ ਵੀ ਤੁਹਾਡੇ ਨਾਲ ਦੁੱਖ ਝੱਲਾਂਗੇ। ਸਾਹਿਬ ਗੁਰੂ ਤੇਗ ਬਹਾਦਰ ਨੇ ਫ਼ਰਮਾਇਆ।

ਇਕ ਫ਼ਰਿਆਦੀ ਬੋਲਿਆ :

ਤਬ ਮੁਗਲ ਚੁਗਤਾ, ਦਹਿਲੀ ਪੱਤਾ, ਭਇਓ ਕੁਪੱਤਾ ਮਦ ਮੱਤਾ,
ਨਾ ਜਾਨੀ ਸੱਤਾ ਇਕ ਅਲਵਤਾ ਗਾਹੀ ਕੁ ਕਤਾ ਮਨਮੱਤਾ।
ਚਾਹੀ ਉਨ ਕਰਨ ਸਰਾਈ ਧਰਨੀ ਦੀਨ ਸੁ ਵਰਨੀ ਤੁਰਕਾਨੀ।
ਮੰਦਿਰ ਬਹੁ ਗਾਰੇ, ਦੇਵਲ ਕੇਰੇ, ਬਿਨਹੀ ਡੇਰੇ ਅਭਿਮਾਨੀ।
ਕਿਛੂ ਲੋਭ ਦਿਖਏ, ਜ਼ੁਲਮ ਕਮਾਏ, ਤੁਰਕ ਬਨਾਏ ਬਹੂ ਹਿੰਦੂ।
ਜੇ ਤਿਲਕ ਲਗਾਵੇ, ਜੰਜੂ ਪਾਵੇ, ਤਿਹ ਸੰਤਾਵੇ ਤੁਰਕਿੰਦੂ।

(ਪੰਥ ਪ੍ਰਕਾਸ਼)

ਯਕਦਮ ਓਸ ਫ਼ਰਿਆਦੀ ਦੀ ਆਵਾਜ਼ ਬੰਦ ਹੋ ਗਈ, ਡੌਰ-ਭੌਰ ਗਿਆ, ਸੰਘ ਵਿਚੋਂ ਆਵਾਜ਼ ਨਾ ਨਿਕਲੇ, ਖ਼ਾਮੋਸ਼ ਹੋ ਗਿਆ।

—ਤੇ ਫੇਰ ਅੱਗੇ ਕੀ ਹੋਇਆ ?

ਫ਼ਰਿਆਦੀ ਚੁੱਪ ਸੀ, ਡਰ ਗਿਆ ਸੀ, ਮਤਾਂ ਜ਼ਬਾਨ ਨਾ ਖਿੱਚੀ ਜਾਏ ਹਲਕ ਵਿਚੋਂ ।

—ਮੈਂ ਅੱਗੋਂ ਦੱਸ ਨਾ ਸਕਾਂਗਾ, ਮੇਰੀ ਹਿੰਮਤ ਜਵਾਬ ਦੇ ਗਈ ਏ। ਸਾਡੇ ਆਗੂ ਹੀ ਦੱਸਣਗੇ।

ਕਿਰਪਾ ਰਾਮ ਨੇ ਗਲ ਵਿਚ ਪੱਲਾ ਪਾ ਲਿਆ ਤੇ ਆਖਣ ਲੱਗਾ, ਜਿਹੜੀ ਹਨੇਰੀ ਝੁੱਲੀ ਹੋਈ ਏ ਉਹਦੇ ਤੋਂ ਤੁਸੀਂ ਸਾਰੇ ਜਾਣੂੰ ਹੀ ਹੋ। ਇਹ ਮੁਸੀਬਤ ਦਾ ਪਹਾੜ ਕਸ਼ਮੀਰ ਤੇ ਆਣ ਕੇ ਟੁੱਟਾ ਏ। ਰੋਜ਼ ਜਨੇਊ ਲਾਹੇ ਜਾਂਦੇ ਹਨ, ਤਿਲਕ ਪੂੰਝ ਦਿੱਤੇ ਜਾਂਦੇ ਹਨ। ਬੋਦੀਆਂ ਮੁਨਾ ਦੇਂਦੇ ਹਨ ਹਾਕਮ, ਦਾੜ੍ਹੀ ਕੋਈ ਰੱਖ ਨਹੀਂ ਸਕਦਾ। ਹਿੰਦੂਆਂ ਨੂੰ ਜ਼ਬਰ-ਦਸਤੀ ਮੁਸਲਮਾਨ ਬਣਾਇਆ ਜਾ ਰਿਹਾ ਏ, ਸਾਰਾ ਕਸ਼ਮੀਰ ਡੋਲ ਗਿਆ ਏ। ਸਾਡੀ ਕੋਈ ਦਾਦ ਫ਼ਰਿਆਦ ਨਹੀਂ ਸੁਣਦਾ, ਅਸੀਂ ਮਜਬੂਰ ਹਾਂ। ਸਾਡਾ ਧਰਮ ਨਸ਼ਟ ਹੋ ਰਿਹਾ ਏ, ਕਸ਼ਮੀਰ ਵਿਚ ਕੋਈ ਬੰਦਾ ਹਿੰਦੂ ਨਾਂ ਦਾ ਨਹੀਂ ਰਹੇਗਾ। ਇਸਲਾਮ ਦਾ ਨਾਂ ਲਵੋ ਤੇ ਜੀਓ, ਵਰਨਾ ਕਤਲ ਕਰ ਦਿੱਤੇ ਜਾਓਗੇ, ਸਾਡੇ ਸਾਰੇ ਧਰਮ ਅਸਥਾਨ ਅਪਵਿੱਤਰ ਕਰ ਦਿੱਤੇ ਗਏ ਹਨ। ਗਊ ਮਾਤਾ ਨੂੰ ਕਤਲ ਕਰ ਕੇ ਮੰਦਰਾਂ ਨੂੰ ਇਸ਼ਨਾਨ ਕਰਵਾਇਆ ਜਾ ਰਿਹਾ ਏ। ਸਾਨੂੰ ਤਿਲਕ ਤੇ ਜਨੇਊ ਦੀ ਰਾਖੀ ਦੀ ਲੋੜ ਏ, ਅਸੀਂ ਇਹ ਫ਼ਰਿਆਦ ਲੈ ਕੇ ਆਏ ਹਾਂ।

ਦੂਜਾ ਫ਼ਰਿਆਦੀ ਆਖਣ ਲੱਗਾ :

ਦੁਖੀ ਬਿਪਰ ਜੁ ਚਲ ਕੇ ਆਏ ਪੁਰੀ ਅਨੰਦ।
ਬਾਹ ਅਸਾਡੀ ਪਕੜੀਏ ਗੁਰ ਹਰਿਗੋਬਿੰਦ ਕੇ ਚੰਦ।
ਤੇਗ ਬਹਾਦਰ ਜਗਤ ਗੁਰ ਸੁਨ ਇਮ ਹਾਹਾਕਾਰ।
ਰਛਕ ਗਊ ਗਰੀਬ ਕਾ ਕਲਜੁਗ ਕਾ ਅਵਤਾਰ।
ਹਾਥ ਜੋਰ ਕਹਯੋ ਕਿਰਪਾ ਰਾਮ

ਹਮਰੇ ਖਲ ਅਬ ਰਹਯੋ ਨਹਕਾਈ
ਤੇ ਗੁਰੂ ਤੇਗ ਬਹਾਦਰ ਰਾਏ।

(ਗੁਰ ਬਿਲਾਸ)

ਕਿਰਪਾ ਰਾਮ ਦੀ ਆਵਾਜ਼ ਵੀ ਮੱਠੀ ਪੈ ਗਈ ਤੇ ਓਸ ਫੇਰ ਚੁੱਪ ਸਾਧ ਲਈ।

—ਸਤਿਗੁਰ ਫੇਰ ਬੋਲੇ, ਗੱਲ ਬਹੁਤ ਗੰਭੀਰ ਏ, ਵਿਚਾਰਨ ਦਿਓ, ਹਿੰਦੂ ਧਰਮ ਕਦੇ ਨਹੀਂ ਮੁੱਕ ਸਕਦਾ, ਤੁਸੀਂ ਨਾਨਕ ਦੇ ਦਰ ਤੇ ਆਏ ਹੋ, ਖ਼ਾਲੀ ਹੱਥ ਨਹੀਂ ਜਾਣ ਲੱਗੇ। ਜੇ ਏਸ ਹੜ੍ਹ ਨੂੰ ਰੋਕਿਆ ਨਾ ਗਿਆ ਤਾਂ ਇਹ ਮਗਰਮੱਛ ਸਾਰੀ ਜਾਤੀ ਨੂੰ ਨਿਗਲ ਜਾਏਗਾ।

ਤੁਸੀਂ ਆਰਾਮ ਕਰੋ, ਇਹਦਾ ਫ਼ੈਸਲਾ ਕੱਲ੍ਹ ਹੋਵੇਗਾ।

★

ਚਾਰ ਘੜੀਆਂ

੨੧

ਚਾਰ ਘੜੀਆਂ ਤੇ ਲੰਘ ਹੀ ਗਈਆਂ। ਵਿਥ ਤੇ ਮਗਰੋਂ ਜਹੀ ਘੜੀਆਂ ਦੀ ਹੋਰ ਸੀ। ਇਕ ਰਾਤ ਦੀ ਮੋਹਲਤ, ਸੂਰਜ ਦੀ ਟਿੱਕੀ ਪੁੰਗਰਨ ਪਿਛੋਂ ਫੈਸਲਾ ਤੇ ਦੇਣਾ ਹੀ ਪੈਣਾ ਸੀ। ਏਨੇ ਚਿਰ ਵਿਚ ਤੇ ਕਾਜ਼ੀ ਵੀ ਫੈਸਲਾ ਨਹੀਂ ਦੇਂਦਾ। ਜੇ ਕਿਤੇ ਦਰਬਾਰ ਵਿਚ ਅਰਜ਼ੀ ਦੇਣੀ ਪੈ ਜਾਏ ਤਾਂ ਚਹੁੰ ਘੜੀਆਂ ਵਿਚ ਦਰਬਾਨ ਦਹਿਲੀਜ਼ ਵੀ ਨਹੀਂ ਲੰਘਣ ਦੇਂਦਾ, ਫੈਸਲਾ ਤੇ ਫੇਰ ਅੱਲਾਹ ਦੇ ਹੱਥ ਵਿਚ ਏ। ਜਦੋਂ ਬਾਦਸ਼ਾਹ ਦਾ ਚਿੱਤ ਕੀਤਾ ਦਰਬਾਰ ਲਾਇਆ ਤੇ ਅਰਜ਼ੀ ਸੁਣ ਲਈ ਤੇ ਫੈਸਲਾ ਜਦੋਂ ਜੀਅ ਕੀਤਾ ਸੁਣਾ ਦਿੱਤਾ। ਕੀ ਏਨੀ ਜਲਦੀ ਫੈਸਲਾ ਪਰਮਾਤਮਾ ਵੀ ਕਰ ਲੈਂਦਾ ਏ ? ਇਹ ਨਾਨਕ ਦਾ ਦਰ ਏ। ਏਥੇ ਫੈਸਲੇ ਬਹੁਤ ਜਲਦੀ ਕੀਤੇ ਜਾਂਦੇ ਨੇ। ਨਾ ਏਥੇ ਰਿਸ਼ਵਤ, ਨਾ ਏਥੇ ਕਿਸੇ ਦੀ ਸਿਫਾਰਸ਼। ਏਥੇ ਜਿੰਨੇ ਵੀ ਫੈਸਲੇ ਹੋਏ, ਜਿੰਨੇ ਫੈਸਲਿਆਂ ਦਾ ਹੁਕਮ ਦਿੱਤਾ ਗਿਆ ਉਹ ਫੈਸਲੇ ਸਾਰੇ ਹੱਕ ਤੇ ਕੀਤੇ ਜਾਂਦੇ ਨੇ। ਹੱਕ ਵਾਲਿਆਂ ਨੂੰ ਹੱਕ ਦਿੱਤਾ ਜਾਂਦਾ ਏ। ਨਾਨਕ ਦੇ ਦਰ ਤੋਂ ਕੋਈ ਖਾਲੀ ਹੱਥ ਨਹੀਂ ਜਾਂਦਾ।

ਫਰਿਆਦ ਕਸ਼ਮੀਰ ਪੰਡਤਾਂ ਦੀ ਸੀ, ਸੁਣੀ, ਵਿਚਾਰ ਵਿਚ ਪੈ ਗਏ ਸਤਿਗੁਰੂ, ਇਕਾਂਤ ਵਿਚ ਬੈਠੇ ਹੋਏ ਸਨ। ਇਹ ਫਰਿਆਦ ਨਿਰੀ ਕਸ਼ਮੀਰ ਦੇ ਪੰਡਤਾਂ ਦੀ ਨਹੀਂ। ਇਹ ਦੁੱਖੜਾ ਕਸ਼ਮੀਰ ਦਾ ਨਹੀਂ। ਬਲਕਿ ਸਾਰੇ ਹਿੰਦੁਸਤਾਨ ਦਾ ਏ। ਇਹ ਇਕ ਜਾਤੀ ਦੀ ਸਮੱਸਿਆ ਨਹੀਂ, ਸਗੋਂ ਸਾਰੇ ਸਮਾਜ ਦਾ ਦੁੱਖ ਏ। ਇਹ ਜ਼ਹਿਰ ਬਹੁਤ ਜਲਦ ਸਾਰੇ ਹਿੰਦੁਸਤਾਨ ਵਿਚ ਫੈਲ ਜਾਏਗਾ, ਦਰਿਆ ਜ਼ਹਿਰੀਲੇ ਬਣ ਜਾਣਗੇ। ਦੁਖੀ ਜਨਤਾ ਧਾਂਹੀਂ ਮਾਰੂ ਬਾਹਾਂ ਵਿਚ ਸਿਰ ਰੱਖ ਕੇ, ਇਕ ਕਤਲ ਨਹੀਂ ਹੋਏਗਾ, ਕਈ ਮਾਵਾਂ ਦੇ ਪੁੱਤ ਤਲਵਾਰਾਂ ਦੀ ਭੇਟ ਚੜ੍ਹ ਜਾਣਗੇ। ਲਹੂ ਦੀਆਂ ਛਪੜੀਆਂ ਲਗਣਗੀਆਂ ਥਾਓਂ ਥਾਈਂ। ਚੂੜੇ ਭੱਜਣਗੇ ਤੇ ਮਾਂਗਾਂ ਵਿਚੋਂ ਸੰਧੂਰ ਪੂੰਝਿਆ ਜਾਏਗਾ। ਮੰਦਰਾਂ ਨੂੰ ਮਸਜਿਦਾਂ ਦਾ ਬੁਰਕਾ ਪਾ ਦਿੱਤਾ ਜਾਏਗਾ, ਮਾਲਾ ਫੇਰਨ ਵਾਲੇ ਹੱਥ, ਤਸਬੀ ਤੇ ਗੇੜ ਨਾ ਸਕਣਗੇ.

ਮੂਰਤੀ ਪੂਜਾ ਕਰਨ ਵਾਲਿਆਂ ਨੂੰ ਆਖੋ ਕਿ ਮਸੀਤੀਂ ਜਾ ਕੇ ਨਿਮਾਜ਼ ਪੜ੍ਹ ਲੈਣ, ਇਹ ਨਾਮੁਮਕਿਨ ਏ। ਜ਼ਬਰਦਸਤੀ ਗੁਗਾ ਨਹੀਂ ਪੂਜਿਆ ਜਾਂਦਾ, ਹਿੰਦੂ ਜਾਤੀ ਦਾ ਨਾਸ਼ ਹੋ ਜਾਊ, ਰਾਮਾਇਣ, ਗੀਤਾ, ਪੜ੍ਹਨ ਵਾਲਾ ਕੋਈ ਨਾ ਲੱਭੂ, ਸਾਰੇ ਭਾਰਤ ਵਰਸ਼ ਵਿਚ ਕੀ ਸਾਰੇ ਕੁਰਾਨ ਖੋਲ੍ਹ ਕੇ ਤਲਾਵਤ ਕਰਨ ਲੱਗ ਪੈਣਗੇ, ਗਊ ਮਾਤਾ ਦੀ ਪੂਜਾ ਕਰਨ ਵਾਲੇ ਕੀ ਆਪਣੇ ਹੱਥੀਂ ਬੁੱਚੜ ਬਣ ਜਾਣਗੇ, ਕਦੇ ਨਹੀਂ, ਇਹ ਖ਼ਾਬ ਝੂਠਾ ਏ, ਐਵੇਂ ਸ਼ੇਖੀ ਏ, ਸ਼ਹਿਨਸ਼ਾਹ ਨੂੰ ਐਵੇਂ ਸਬਜ਼ ਬਾਗ ਵਿਖਾਏ ਗਏ ਹਨ। ਇਹ ਕੁਝ ਨਹੀਂ ਹੋਣਾ। ਹਿੰਦੂ ਧਰਮ ਨਸ਼ਟ ਹੋ ਜੂ, ਐਵੇਂ ਸ਼ੇਖ-ਚਿੱਲੀ ਦੀਆਂ ਕਹਾਣੀਆਂ ਨੇ। ਭਾਰਤ ਵਰਸ਼ ਵਿਚ ਅੱਗੇ ਵੀ ਕਈ ਵਾਰ ਇਹੋ ਜਿਹੇ ਤਜਰਬੇ ਹੋਏ, ਪਰਵਾਨ ਨਾ ਚੜ੍ਹੇ, ਕੁਦਰਤ ਦੀ ਇਹੋ ਜਿਹੀ ਗਰਮ ਹਵਾ ਤੇ ਹਨੇਰੀ ਝੁੱਲੀ, ਝੁੱਗੀਆਂ ਨੇ ਤੇ ਉਡਣਾ ਹੀ ਸੀ, ਮਹੱਲ ਵੀ ਉਡਾ ਕੇ ਲੈ ਗਈ, ਨਾ ਬਾਦਸ਼ਾਹ ਰਹੇ ਤੇ ਨਾ ਵਜ਼ੀਰ, ਕਿਸੇ ਕਾਜ਼ੀ ਦਾ ਪਤਾ ਨਾ ਲਗਾ ਤੇ ਨਾ ਹੀ ਕਿਸੇ ਜਲਾਦ ਦੀ ਹੀ ਦੱਸ ਪਈ। ਸਭ ਕੁਝ ਰੁੜ੍ਹ ਗਿਆ, ਢਹਿ ਢੇਰੀ ਹੋ ਗਏ ਸ਼ੀਸ਼ ਮਹੱਲ, ਜ਼ੁਲਮ ਦੀ ਤਲਵਾਰ ਚੁੱਕਣ ਵਾਲੇ ਆਪ ਹੀ ਨਾ ਰਹੇ। ਇਸਲਾਮ, ਇਸਲਾਮ ਕੂਕਣ ਵਾਲੇ ਕੂਕਦੇ ਰਹਿਣਗੇ। ਮੰਦਰਾਂ ਵਿਚ ਆਰਤੀ ਹੋਵੇਗੀ, ਨਾ ਤਿਲਕ ਹੀ ਪੂੰਝਿਆ ਜਾਏਗਾ ਤੇ ਨਾ ਵੇਦੀ ਦੀ ਕੋਈ ਗੰਢ ਹੀ ਖੋਹਲੂ, ਇਹ ਯੁੱਗ ਏਸੇ ਤਰ੍ਹਾਂ ਹੀ ਚਲੂ, ਜਿੱਦਾਂ ਤੁਰਿਆ ਆਉਂਦਾ ਏ।

ਇਹ ਚਾਰ ਦਿਨਾਂ ਦੀ ਗਰਮ ਹਵਾ ਏ, ਚਲ ਲੈਣ ਦਿਓ, ਏਸ ਆਪੇ ਮੱਠੀ ਪੈ ਜਾਣਾ ਏ, ਮੁੱਗਲਾਂ ਵੀ ਅੱਤ ਚੁੱਕੀ ਹੋਈ ਏ, ਪਾਪ ਦਾ ਘੜਾ ਭਰ ਰਿਹਾ ਏ। ਘੜੇ ਭਰੇ ਹੋਏ ਹੀ ਟੁੱਟਦੇ ਹਨ। ਇਨ੍ਹਾਂ ਦੇ ਸਿਰ ਤੇ ਮੌਤ ਕੂਕ ਰਹੀ ਏ। ਇਨ੍ਹਾਂ ਪੁੱਠੀਆਂ ਚੁੱਕੀਆਂ ਹੋਈਆਂ ਨੇ। ਇਸਲਾਮ ਆਖਦਾ ਏ ਕਿ ਤੁਸੀਂ ਦੂਜੇ ਦੇ ਮਜ਼ਹਬ ਵਿਚ ਦਖਲ ਦਿਓ? ਕਿਸੇ ਦਾ ਧਰਮ ਬਦਲੋ? ਤੁਸੀਂ ਆਪਣੀ ਇਬਾਦਤ ਕਰੋ ਤੇ ਦੂਜਿਆਂ ਨੂੰ ਆਪਣੀ ਪੂਜਾ ਕਰਨ ਦਿਓ, ਤੁਹਾਨੂੰ ਅੱਲਾਹ ਨੇ ਹਕੂਮਤ ਬਖਸ਼ੀ ਏ, ਖ਼ੁਦਾਈ ਨਹੀਂ ਤੁਹਾਡੇ ਨਾਂ ਲਾ ਦਿੱਤੀ। ਅੱਲਾਹ ਦਾ ਆਪਣਾ ਕਾਨੂੰਨ ਏ, ਉਹਦੇ ਵਿਚ ਲੱਤ ਨਾ ਅੜਾਓ। ਕੁਦਰਤ ਦਾ ਰੰਗ ਆਪਣਾ ਏ, ਰਿਆਇਆ ਦੇ ਤੁਸੀਂ ਮਾਂ ਪਿਓ ਹੋ, ਆਪਣੇ ਬੱਚਿਆਂ ਤੇ ਏਨੀ ਸਖਤੀ, ਸ਼ਾਹ ਨੂੰ ਕਿਸੇ ਨੇ ਗ਼ਲਤ ਰਸਤੇ ਤੇ ਪਾ ਦਿੱਤਾ। ਮਸਜਿਦ ਨੂੰ ਮਸਜਿਦ ਦੀ ਜਗ੍ਹਾ ਤੇ ਰਹਿਣ ਦਿਓ। ਮੰਦਰ ਨੂੰ ਪੁਜਾਰੀ ਦੇ ਹਵਾਲੇ ਹੀ ਰਹਿਣ ਦਿਓ। ਤੁਸੀਂ ਨਮਾਜ਼ਾਂ ਪੜ੍ਹੋ ਤੇ ਇਨ੍ਹਾਂ ਨੂੰ ਆਰਤੀ ਕਰਨ ਦਿਓ। ਤੁਹਾਡੀ ਹਕੂਮਤ ਦੇ ਇਹ ਖ਼ੈਰਖ਼ਾਹ ਹਨ, ਫੇਰ ਕਿਉਂ ਢਿੱਡ ਅੜੀਆਂ ਲਈਆਂ ਜਾਂਦੀਆਂ ਹਨ। ਇਹ ਉਨ੍ਹਾਂ ਕਾਜ਼ੀਆਂ ਦੇ ਫ਼ਿਤਨੇ ਉਠਾਏ ਹੋਏ ਹਨ, ਜਿਨ੍ਹਾਂ ਹੱਥੀਂ ਤੇ ਕੋਈ ਕੰਮ ਕਾਜ ਕਰਨਾ ਨਹੀਂ, ਵਿਹਲੇ ਬੈਠ ਕੇ ਤੁਖਣੀਆਂ ਦੇਣੀਆਂ ਨੇ। ਤੇ ਆਪਣੀ ਤਜੋਰੀ ਭਰਨ ਵਾਸਤੇ, ਇਹੋ ਜਿਹੇ ਸ਼ੋਸ਼ੇ ਛੱਡਣੇ ਹਨ। ਇਹ ਜ਼ੁਲਮ ਏ, ਬੇਇਨਸਾਫੀ ਏ, ਕੌਣ ਸ਼ਾਹ ਨੂੰ ਸਮਝਾਏ। ਮਜ਼ਹਬ ਦੇ ਨਾਂ ਤੇ ਖੂਨੀ ਲਿਸ਼ਕਣੀਆਂ ਤਲਵਾਰਾਂ ਦਾ ਜੇ ਮੂੰਹ ਨਾ ਭੱਜੂ ਤਾਂ ਇਹ ਤਲਵਾਰਾਂ ਧਰਮ, ਕਰਮ ਨਸ਼ਟ ਕਰ ਦੇਣਗੀਆਂ। ਤਿਲਕ ਜੰਞੂ ਪਰ ਲਾ ਕੇ ਉਡ ਜਾਊ, ਵੇਦ, ਗਰੰਥ, ਗੀਤਾ, ਨਾ ਕੋਈ ਪੜ੍ਹ ਸਕੂ ਤੇ ਨਾ ਕਿਸੇ ਨੂੰ ਰੱਖਣ ਦੀ ਇਜਾਜ਼ਤ ਹੋਵੇਗੀ, ਫੇਰ ਧਰਮ ਕਿਥੇ ਜਾਏਗਾ? ਕੀ ਇਹ ਗੰਗਾ

ਜਮਨਾ ਦੀਆਂ ਨਦੀਆਂ ਹੰਗਾਲੀਆਂ ਜਾਣਗੀਆਂ ? ਕੀ ਇਨ੍ਹਾਂ ਨੂੰ ਨੀਲ, ਦਜਲਾ ਬਣਾ ਦਿੱਤਾ ਜਾਊ, ਮੱਕਾ ਵੀ ਹਿੰਦੁਸਤਾਨ ਵਿਚ ਚੁੱਕ ਕੇ ਲੈ ਆਊ ਸ਼ਹਿਨਸ਼ਾਹ ? ਏਦਾਂ ਵੀ ਕਦੇ ਹੋਇਆ ਏ । ਜੇ ਮੱਕਾ ਏਥੇ ਆ ਨਹੀਂ ਸਕਦਾ ਤਾਂ ਫੇਰ ਇਹ ਨਦੀਆਂ ਏਸੇ ਤਰ੍ਹਾਂ ਏਥੇ ਰਹਿਣਗੀਆਂ । ਇਸਲਾਮ ਤਲਵਾਰ ਦੇ ਜ਼ੋਰ ਨਾਲ ਫੈਲ ਨਹੀਂ ਸਕਦਾ, ਕਦੀ ਧਰਮ ਵੀ ਤਲਵਾਰ ਦੇ ਜ਼ੋਰ ਨਾਲ ਫੈਲੇ ਹਨ ? ਇਹ ਤੇ ਗੱਲ ਪਿਆਰ, ਮੁਹੱਬਤ ਤੇ ਸ਼ਰਧਾ ਦੀ ਹੈ । ਆਤਮਾ ਦੀ ਆਵਾਜ਼ ਏ, ਇਹ ਪਵਿੱਤਰ ਵਸਤੂ ਏ, ਪਤਾ ਨਹੀਂ ਬਾਦਸ਼ਾਹ ਨੂੰ ਕਿਸ ਪੁੱਠੀ ਮੱਤ ਦਿੱਤੀ ਏ, ਉਹ ਅੱਥਰਾ ਹੀ ਬਣ ਬੈਠਾ ਏ ।

ਕਦੀ ਜ਼ੁਲਮ ਨਾਲ ਵੀ ਕੋਈ ਬੰਦਾ ਆਪਣਾ ਧਰਮ ਛੱਡ ਕੇ ਦੂਜੇ ਧਰਮ ਵਿਚ ਆਇਆ ਏ, ਕਦੀ ਨਹੀਂ । ਮਜ਼ਹਬ ਨੂੰ ਛੱਡ ਕੇ ਦੂਜੇ ਮਜ਼ਹਬ ਵਿਚ ਪਰਵੇਸ਼ ਕਰਨਾ ਬੰਦੇ ਦੀ ਇਕ ਤਰ੍ਹਾਂ ਮੌਤ ਏ । ਤੁਸੀਂ ਆਪਣੇ ਮਜ਼ਹਬ ਦੇ ਗੁਣ ਦੱਸੋ, ਸੇਵਾ ਭਾਵ ਵਿਖਾਓ, ਕਿਸੇ ਗ਼ਰੀਬ ਬਿਮਾਰ ਦੀ ਸੇਵਾ ਕਰੋ, ਭੁਖੇ ਨੂੰ ਦੋ ਰੋਟੀਆਂ ਖਵਾਓ, ਏਨਾ ਪਿਆਰ ਦਿਓ ਕਿ ਅਗਲਾ ਬੰਦਾ ਮਜਬੂਰ ਹੋ ਜਾਏ ਸੋਚਣ ਤੇ, ਜਿਉਂ ਜਿਉਂ ਪਿਆਰ, ਮੁਹੱਬਤ ਦੇ ਸੋਮੇ ਫੁਟਣਗੇ, ਬੰਦਾ ਆਪੇ ਮੋਹਿਤ ਹੋ ਜਾਏਗਾ, ਧਰਮ ਦਿਲ ਦੀ ਆਵਾਜ਼ ਏ, ਆਤਮਾ ਦੀ ਖੁਰਾਕ ਏ, ਇਹ ਕੋਈ ਵਿਖਾਵਾ ਥੋੜ੍ਹਾ ਏ, ਪੁਰਾਣੇ ਕਪੜੇ ਲਾਹੇ ਤੇ ਨਵੇਂ ਪਾ ਲਏ, ਇਹਨੂੰ ਤੇ ਚੋਲਾ ਬਦਲਣਾ ਆਖਿਆ ਜਾ ਸਕਦਾ ਏ, ਧਰਮ ਨਾਲ ਇਹਦਾ ਕੋਈ ਸੰਬੰਧ ਨਹੀਂ, ਕਿਤੇ ਦੂਰ ਦਾ ਵੀ ਕਈ ਰਿਸ਼ਤਾ ਨਹੀਂ, ਹਿੰਦੂ ਧਰਮ ਸਾਡੀਆਂ ਰਗਾਂ ਵਿਚ ਰਚਿਆ ਏ, ਇਹ ਕਿਸ ਤਰ੍ਹਾਂ ਛੱਡਿਆ ਜਾ ਸਕਦਾ ਏ । ਸ਼ਹਿਨਸ਼ਾਹ ਆਖਦਾ ਏ ਕਿ ਰਾਤੋ ਰਾਤ ਹੀ ਸਾਰਾ ਹਿੰਦੁਸਤਾਨ ਮੁਸਲਮਾਨ ਬਣ ਜਾਏ, ਦਾਰ-ਉਲ-ਇਸਲਾਮ ਬਣਾ ਕੇ ਆਪ ਖ਼ਲੀਫ਼ਾ ਬਣ ਬੈਠੇ ਸ਼ਹਿਨਸ਼ਾਹ, ਇਹ ਗੱਲ ਕਦੇ ਨਹੀਂ ਹੋਣ ਲੱਗੀ । ਹਵਾ ਵਿਚ ਫੋਕੀਆਂ ਤਲਵਾਰਾਂ ਮਾਰ ਰਹੇ ਨੇ, ਬਾਦਸ਼ਾਹ ਨੂੰ ਜਨੂੰਨੀ ਬਣਾਇਆ ਜਾ ਰਿਹਾ ਏ, ਜਨਤਾ ਦੁਖੀ ਏ, ਫਰਿਆਦ ਲੈ ਕੇ ਕਿਸਦੇ ਕੋਲ ਜਾਏ, ਕੌਣ ਸੁਣਦਾ ਏ, ਮੱਠ ਮੰਦਰ, ਆਸ਼ਰਮਾਂ ਦੇ ਬੂਹੇ ਬੰਦ ਹੋਣ ਵਾਲੇ ਹਨ । ਜਦ ਤਕ ਇਨ੍ਹਾਂ ਵਿਚੋਂ ਆਵਾਜ਼ ਨਹੀਂ ਉੱਠਦੀ, ਜਦ ਤਕ ਲੋਕ ਤਕੜੇ ਨਹੀਂ ਹੁੰਦੇ, ਜਦ ਤਕ ਬਗ਼ਾਵਤ ਦੀ ਬਾਂਹ ਨਹੀਂ ਫੜਦੇ ਲੋਕ, ਬਾਦਸ਼ਾਹ ਨੂੰ ਉਨਾ ਚਿਰ ਅਕਲ ਨਹੀਂ ਆਉਣੀ, ਇਹੋ ਜਿਹੀਆਂ ਗੱਲਾਂ ਹੀ ਤੇ ਬਗ਼ਾਵਤ ਨੂੰ ਜਨਮ ਦੇਂਦੀਆਂ ਹਨ । ਲੋਕ ਆਪਣੇ ਧਰਮ ਦੀ ਰੱਖਿਆ ਕਰਨ ਲਈ ਜਦ ਆਵਾਜ਼ ਕੱਢਦੇ ਹਨ, ਤੇ ਹਕੂਮਤ ਆਖਦੀ ਏ ਕਿ ਲੋਕ ਬਾਗ਼ੀ ਹੋ ਰਹੇ ਹਨ । ਆਮ ਲੋਕਾਂ ਨੂੰ ਕੀ ਵਾਸਤਾ ਏ, ਕਿ ਬਾਦਸ਼ਾਹ ਕੌਣ ਏ, ਉਨ੍ਹਾਂ ਨੂੰ ਤੇ ਉਹੋ ਹੀ ਰੋਟੀ ਖਾਣ ਨੂੰ ਮਿਲਣੀ ਏ, ਜਿਹੜੀ ਡੰਗ ਬਡੰਗੀ ਰੋਜ਼ ਖਾਂਦੇ ਹਨ । ਜੇ ਕੋਈ ਬਾਦਸ਼ਾਹ ਹਿੰਦੂ ਹੋ ਜਾਏਗਾ ਤਾਂ ਕੀ ਉਹ ਜਨਤਾ ਨੂੰ ਪਰੌਂਠੇ ਖਾਣ ਨੂੰ ਦਏਗਾ, ਕਿਸੇ ਨੇ ਕੁਝ ਨਹੀਂ ਦੇਣਾ । ਜੇ ਕੋਈ ਆਪਣੀ ਜਾਤੀ ਦਾ ਬਾਦਸ਼ਾਹ ਹੋਏਗਾ, ਤੇ ਉਹ ਭਾਵੇਂ ਜ਼ੁਲਮ ਨਾ ਕਰੇ ਤੇ ਲੋਕਾਂ ਤੋਂ ਉਨ੍ਹਾਂ ਦਾ ਦੁੱਖ ਦਰਦ ਪੁਛੇ । ਜੇ ਉਨ੍ਹਾਂ ਦਾ ਦੁੱਖ ਵੰਡਿਆ ਗਿਆ ਜਾਂ ਵੰਡਾਇਆ ਗਿਆ ਤਾਂ ਬਾਦਸ਼ਾਹ ਨੂੰ ਉਹ ਚੰਗਾ ਕਹਿਣਗੇ, ਜਿਹੜੇ ਬਾਦਸ਼ਾਹ ਪਰਦੇਸੀ ਹਨ, ਹਮਲਾਵਰ ਹਨ, ਉਨ੍ਹਾਂ ਨੂੰ ਕੀ ਪਈ ਹੋਈ ਏ, ਕਿਉਂ ਕਿਸੇ ਦੇ ਘਰ ਜਾ ਜਾ ਕੇ ਪੁਛਦੇ ਫਿਰਨ ਕੀ ਹਾਲ ਏ ਭਰਾ ਤੇਰਾ ?

ਉਨ੍ਹਾਂ ਨੂੰ ਤੇ ਆਪਣੀ ਹਕੂਮਤ ਦੀ ਲੋੜ ਏ, ਆਪਣੇ ਤਾਜ ਦੀ ਰਾਖੀ ਚਾਹੀਦੀ ਏ, ਉਹ ਚਾਹੇ ਤਲਵਾਰਾਂ ਨਾਲ ਹੋਵੇ ਤੇ ਭਾਵੇਂ ਧਰਮ ਬਦਲਣ ਨਾਲ। ਇਹ ਬਾਬਰ ਕਿਆਂ ਦੇ ਬਾਦਸ਼ਾਹ ਬਹੁਤ ਚੰਗੇ ਸਨ, ਲੋਕਾਂ ਦੇ ਹਮਦਰਦੀ ਸਨ। ਪਤਾ ਨਹੀਂ ਆਲਮਗੀਰ ਨੂੰ ਕੀ ਪੀੜ ਉੱਠੀ ਜਿਹੜਾ ਸੁੱਤੇ ਨਾਗ ਜਗਾਉਣ ਦੀ ਕੋਸ਼ਿਸ਼ ਕਰ ਰਿਹਾ ਏ। ਇਹ ਫਨੀਅਰ ਸੱਪ ਜਦ ਜਾਗ ਪਏ ਤਾਂ ਫੇਰ ਇਹਨਾਂ ਨੂੰ ਡੰਗ ਮਾਰਨ ਤੋਂ ਕੌਣ ਰੋਕੂ ? ਮੁਰਦਾ ਦਿਲ ਲੋਕਾਂ ਵਿਚ ਸਿਰਫ ਜਾਗਰਤੀ ਪੈਦਾ ਕਰਨ ਦੀ ਲੋੜ ਏ। ਇਹ ਜਾਗੇ ਲੋਕ ਹਕੂਮਤ ਦੇ ਬਖੀਏ ਉਧੇੜ ਦੇਣਗੇ, ਨਾ ਫਿਰ ਤਖ਼ਤ ਰਹੇਗਾ ਤੇ ਨਾ ਤਾਜ। ਲੋਕ ਕਦ ਤਕ ਜ਼ੁਲਮ ਬਰਦਾਸ਼ਤ ਕਰਨਗੇ, ਦਿਨ ਪੁੱਠੇ ਆ ਗਏ ਹਨ, ਮੁਗ਼ਲ ਹਕੂਮਤ ਦੇ।

ਏਸ ਤੂਫਾਨ ਨੂੰ ਠਲ੍ਹ ਪਾਉਣ ਲਈ ਸਿਰਫ ਇਕੋ ਇਲਾਜ ਏ, ਬਲੀ, ਸ਼ਹਾਦਤ, ਲਹੂ ਡੁੱਲ੍ਹੇ ਕਿਸੇ ਮਹਾਂਪੁਰਸ਼ ਦਾ ਧਰਤੀ ਦੀ ਹਿੱਕ ਤੇ, ਖ਼ੂਨ ਦਾ ਮੁਕਾਬਲਾ ਖ਼ੂਨ ਦੇ ਕੇ ਕੀਤਾ ਜਾ ਸਕਦਾ ਏ। ਖ਼ੂਨ, ਸਿਰਫ਼ ਖ਼ੂਨ, ਸਤਿਗੁਰ ਸਿਰਫ਼ ਏਸ ਤਰ੍ਹਾਂ ਸੋਚਦੇ ਰਹੇ ਤੇ ਚਾਰ ਘੜੀਆਂ ਵੀ ਬੀਤ ਗਈਆਂ।

★

੨੨ ਮਕਰ ਚਾਨਣੀ ਰਾਤ

ਮੌਤ ਦੇ ਬਰਾਬਰ ਏ ਫੈਸਲੇ ਦੀ ਘੜੀ। ਕਸ਼ਮੀਰੀ ਬਰਾਹਮਣ ਬੇਚੈਨ ਸਨ,ਉਦਾਸ ਸਨ, ਨਾਉਮੀਦ ਸਨ, ਜਦ ਉਹਨਾਂ ਨੂੰ ਸਾਰੇ ਹਿੰਦੁਸਤਾਨ ਵਿਚੋਂ ਕਿਤੋਂ ਵੀ ਖ਼ੈਰ ਨਾ ਪਈ, ਬੰਦੇ ਦਾ ਵਿਸ਼ਵਾਸ ਤੇ ਟੁਟ ਹੀ ਜਾਂਦੈ, ਸਾਹਮਣੇ ਮੌਤ ਖੜੀ ਸੀ, ਜ਼ੁਲਮ ਦੀ ਤਲਵਾਰ ਸਿਰ ਤੇ ਲਟਕ ਰਹੀ ਸੀ, ਬਾਲ ਬੱਚੇ ਕਤਲ ਹੋਣ ਵਾਲੇ ਸਨ। ਘਰ ਅਜ ਉਜੜਿਆ ਜਾਂ ਕਲ੍ਹ ਫੂਕਿਆ ਗਿਆ, ਕਦ ਟੱਪਰੀਵਾਸ ਬਣ ਜਾਣਗੇ, ਇਹ ਤੇ ਉਹੋ ਹੀ ਜਾਣਦੇ ਸਨ। ਏਸ ਕਰੋਪੀ ਤੋਂ ਕੌਣ ਛੁਟਕਾਰਾ ਦਿਵਾ ਸਕਦਾ ਏ ? ਇਹਦਾ ਅਜੇ ਤਕ ਹਲ ਨਹੀਂ ਸੀ ਹੋਇਆ। ਸਿਰਫ ਭਰੋਸੇ ਸਨ, ਦਿਲਾਸਾ ਦਿਤਾ ਜਾ ਰਿਹਾ ਸੀ,ਯਕੀਨ ਨਹੀਂ ਬੱਝਦਾ, ਕਿ ਸਾਡੀ ਕੋਈ ਬਾਂਹ ਫੜੂ ਜਾਂ ਕੋਰਾ ਜਵਾਬ ਲੈ ਸੁੱਕੇ ਹੀ ਨਿਕਲਾਂਗੇ, ਇਥੋਂ।

—ਡਰਦੇ ਕਿਉਂ ਓ, ਜਦ ਮੌਤ ਆਉਣੀ ਏ ਤਾਂ ਕਿਸੇ ਨੇ ਰੋਕ ਨਹੀਂ ਲੈਣੀ, ਜਦ ਮਰਨਾ ਏ ਤਾਂ ਫੇਰ ਏਨੀ ਚਿੰਤਾ ਕਿਉਂ ? ਮੌਤ ਦਾ ਇਕ ਦਿਨ ਮੁਕੱਰਰ ਏ, ਉਸ ਦਿਨ ਮੌਤ ਦੇ ਫਰਿਸ਼ਤੇ ਨੇ ਆਉਣਾ ਹੀ ਆਉਣਾ ਏ। ਏਨੇ ਨਿਘਰਦੇ ਕਿਉਂ ਓ, ਧੀਰਜ ਕਰੋ, ਨਾਨਕ ਦੀ ਓਟ ਲੈ ਕੇ ਆਏ ਹੋ, ਏਥੋਂ ਖਾਲੀ ਹੱਥ ਨਹੀਂ ਜਾਣ ਲਗੇ, ਸੂਰਜ ਦੀ ਟਿਕੋ ਪੁੰਗਰਨ ਦਿਓ, ਵੇਖੋ ਕੁਦਰਤ ਕਿਹੜੇ ਕੰਮਾਂ ਤੇ ਰਾਜ਼ੀ ਏ, ਕੁਦਰਤ ਦਾ ਕਾਨੂੰਨ ਅਟੱਲ ਏ, ਤੁਸੀਂ ਵਿਦਵਾਨ ਹੋ, ਬੁਧੀਮਾਨ ਹੋ, ਏਨੀ ਜਲਦੀ ਹਥਿਆਰ ਨਹੀਂ ਛੱਡਦੇ। ਗੀਤਾ ਪੜ੍ਹਨ ਵਾਲਾ ਏਨਾ ਬੁਜ਼ਦਿਲ ਕਿਵੇਂ ਹੋ ਗਿਆ, ਆਖਣ ਲਗਾ ਪੰਡਤ ਕਿਰਪਾ ਰਾਮ।

—ਜ਼ੁਲਮ ਦੀ ਤਲਵਾਰ ਜਦ ਲਿਸ਼ਕਦੀ ਨਜ਼ਰ ਆਉਂਦੀ ਏ ਤਾਂ ਸਭ ਹੌਸਲੇ ਪਸਤ

ਹ ਜਾਂਦੇ ਨੇ। ਉਥੇ ਵਿਚਾਰਾਂ ਕੰਮ ਨਹੀਂ ਦੇਂਦੀਆਂ, ਡਾਂਗ ਕੰਮ ਦੇਂਦੀ ਏ। ਸੂਮਾਂ ਵਾਲੀ ਡਾਂਗ ਆਪਣੇ ਕੋਲ ਨਹੀਂ। ਜੇ ਸਾਡੇ ਕੋਲ ਵੀ ਹੋਵੇ ਤਾਂ ਅਸੀਂ ਚਲਾ ਨਹੀਂ ਸਕਦੇ, ਅਸੀਂ ਤਾਂ ਉਹਨਾਂ ਦੇ ਰਹਿਮ ਤੇ ਹੀ ਜ਼ਿੰਦਾ ਹਾਂ। ਅਫਸੋਸ ਤੇ ਸਾਨੂੰ ਸਿਰਫ ਏਸ ਗਲ ਤੇ ਹੈ ਕਿ ਸਾਡੇ ਬਜ਼ੁਰਗਾਂ ਸਾਨੂੰ ਕਲਮ ਕਿਉਂ ਫੜਾ ਦਿੱਤੀ, ਵਿਦਿਆ ਪੜ੍ਹਨ ਪੜਾਉਣ ਦਾ ਕੰਮ ਸਾਡੇ ਜ਼ਿੰਮੇ ਕਿਉਂ ਲਾਇਆ, ਸਾਨੂੰ ਤਲਵਾਰ ਚਲਾਉਣ ਦੀ ਵਿਦਿਆ ਕਿਉਂ ਨਾ ਦਿੱਤੀ? ਅਸੀਂ ਦੂਜਿਆਂ ਦੇ ਮੁਥਾਜ ਕਿਉਂ ਹੋਏ? ਜੇ ਤਲਵਾਰ ਸਾਡੇ ਹੱਥਾਂ ਵਿਚ ਖੇਲਣਾ ਜਾਣਦੀ ਅਸੀਂ ਲੜ ਮਰਦੇ, ਦੂਜਿਆਂ ਦਾ ਆਸਰਾ ਕਿਉਂ ਭਾਲਦੇ ਫਿਰਦੇ? ਅੱਜ ਰਾਜਪੂਤ, ਛੱਤਰੀ ਕਿਥੋਂ ਲੱਭੀਏ, ਉਹ ਤੇ ਪਹਾੜਾਂ ਦੀਆਂ ਖੁੰਦਰਾਂ ਵਿਚ ਜਾ ਲੁਕੇ ਹਨ। ਜਿਹੜੇ ਚਾਰ ਨਜ਼ਰ ਆਉਂਦੇ ਹਨ, ਉਹਨਾਂ ਮੁਗ਼ਲਾਂ ਦੀ ਗੁੜ੍ਹਤੀ ਲੈ ਲਈ ਏ। ਉਹ ਨਾ ਜ਼ਬਾਨ ਖੋਲ੍ਹ ਸਕਦੇ ਹਨ ਤੇ ਨਾ ਕਿਸੇ ਬਰ੍ਹਾਹਮਣ ਦੀ ਮਦਦ ਕਰ ਸਕਦੇ ਹਨ। ਪੰਡਿਤ ਜੀ ਜਦ ਤਕ ਅਸੀਂ ਕਲਮ ਛੱਡ ਕੇ ਤਲਵਾਰ ਨਹੀਂ ਫੜਦੇ, ਸਾਡੀ ਕਿਸੇ ਨੇ ਮਦਦ ਨਹੀਂ ਕਰਨੀ। ਜਿਹੜਾ ਬੰਦਾ ਆਪਣੀ ਮਦਦ ਆਪ ਨਹੀਂ ਕਰ ਸਕਦਾ, ਭਗਵਾਨ ਉਹਦੀ ਮਦਦ ਨਹੀਂ ਕਰਦਾ। ਤਸੱਲੀ ਤੇ ਸਾਨੂੰ ਇਥੋਂ ਮਿਲ ਜਾਊ ਪਰ ਕਸ਼ਮੀਰ ਵਿਚ ਸਾਡੇ ਨਾਲ ਕਿਸੇ ਨਹੀਂ ਟੁਰਨਾ, ਜ਼ੁਲਮ ਦਾ ਰੁਖ਼ ਤੇ ਮੋੜ ਦੇਣਗੇ ਸਤਿਗੁਰੂ, ਪਰ ਸਾਡੇ ਘਰ ਦੀ ਰਾਖੀ ਤੇ ਸਾਨੂੰ ਆਪ ਹੀ ਕਰਨੀ ਪੈਣੀ ਏ, ਦੂਜਾ ਜਣਾ ਆਖਣ ਲਗਾ।

—ਜਦ ਸਤਿਗੁਰਾਂ ਸਾਡੇ ਅੰਦਰ ਰੂਹ ਫੂਕ ਦਿਤੀ ਤੇ ਫੇਰ ਅਸੀਂ ਡਟ ਕੇ ਮੁਕਾਬਲਾ ਕਰਨ ਜੋਗੇ ਹੋ ਜਾਵਾਂਗੇ। ਹੁਣ ਜਿਹੜੀ ਮੁਸੀਬਤ ਦੀ ਬਲਾ ਆਈ ਏ, ਇਹਨੂੰ ਤੇ ਟਾਲੋ। ਆਉਣ ਵਾਲੀ ਮੁਸੀਬਤ ਦਾ ਮੁਕਾਬਲਾ ਕਰਨ ਲਈ ਤਿਆਰ ਹੋ ਜਾਓ। ਜੇ ਤੁਸੀਂ ਧਰਮ ਦਾ ਪਰਚਾਰ ਕਰ ਸਕਦੇ ਹੋ, ਕੀ ਤੁਸੀਂ ਇਹੋ ਜਿਹੇ ਜਵਾਨ ਪੈਦਾ ਨਹੀਂ ਕਰ ਸਕੋਗੇ ਜਿਹੜੇ ਜ਼ੁਲਮ ਦੇ ਖਿਲਾਫ਼ ਹਿੱਕ ਤਾਣ ਖੜੇ ਹੋ ਜਾਣਗੇ। ਵਰ੍ਹਦੀਆਂ ਡਾਂਗਾਂ ਸਾਹਮਣੇ ਕੋਈ ਨਹੀਂ ਖੜ੍ਹਦਾ, ਸੂਰਮੇ ਖੜ੍ਹਦੇ ਹਨ, ਸਿਰਫ ਹੌਂਸਲਾ ਬੁਲੰਦ ਚਾਹੀਦਾ ਏ। ਤੁਸੀਂ ਸਬਰ ਤੋਂ ਕੰਮ ਲਵੋ, ਸਤਿਗੁਰਾਂ ਦੇ ਫੈਸਲੇ ਦੀ ਉਡੀਕ ਕਰੋ, ਅਸੀਂ ਸਾਰੇ ਮਿਲਕੇ ਮੁਕਾਬਲਾ ਕਰਾਂਗੇ। ਪਰਸ਼ਾਦ ਆਨੰਦਪੁਰ ਚੋਂ ਲੈ ਕੇ ਚਲਾਂਗੇ ਤੇ ਸਾਰੇ ਕਸ਼ਮੀਰ 'ਚ ਅੱਗ ਲਾ ਦਿਆਂਗੇ। ਬਗਾਵਤ ਘਰਾਂ ਦੇ ਚੁਲ੍ਹਿਆਂ ਦੇ ਕੋਲੋਂ ਉਠੂ ਤੇ ਸਾਰੇ ਮਹੱਲੇ ਵਿਚ ਫੈਲ ਜਾਊ! ਹਿੰਦੂ ਤੇ ਸਾਡੇ ਨਾਲ ਹਨ ਹੀ, ਮੁਸਲਮਾਨ ਵੀ ਤੁਹਾਡੇ ਸਾਥੀ ਬਣ ਜਾਣਗੇ। ਉਹ ਵੀ ਤੇ ਦੁਖੀ ਹਨ, ਕਿਰਪਾ ਰਾਮ ਨੇ ਧੀਰਜ ਦਿਤਾ।

—ਹਕੂਮਤ ਨੇ ਇਹਨਾਂ ਲਾਰਿਆਂ ਲੱਪਿਆਂ ਵਿਚ ਨਹੀਂ ਮੰਨਣਾ, ਜਿਹੜੀ ਹਕੂਮਤ ਸਖਤੀ ਨਾਲ ਮਜ਼ਹਬ ਬਦਲਣਾ ਚਾਹੁੰਦੀ ਏ, ਲਾਲਚੀ, ਗਰੀਬ, ਢਿੱਡ ਦੇ ਭੁੱਖੇ, ਦੋ ਰੋਟੀਆਂ ਦੇ ਟੁਕੜਿਆਂ ਬਦਲੇ ਆਪਣਾ ਧਰਮ ਵੇਚਣ ਨੂੰ ਤਿਆਰ ਹੋ ਰਹੇ ਹਨ। ਜਦ ਤਕ ਮੁਕਾਬਲੇ ਦੀ ਚੋਟ ਸਾਹਮਣੇ ਨਹੀਂ ਹੁੰਦੀ ਇਹਨਾਂ ਨੇ ਆਪਣੀ ਆਦਤ ਨਹੀਂ ਛੱਡਣੀ, ਜਦ ਤਕ ਇਹਨਾਂ ਦਾ ਗ਼ਰੂਰ ਨਹੀਂ ਟੁੱਟਦਾ, ਜਦ ਤਕ ਇਹਨਾਂ ਦੀਆਂ ਧੌਣਾਂ ਦੇ ਮਣਕੇ ਨਹੀਂ ਤੋੜੇ ਜਾਂਦੇ ਇਹ ਨਹੀਂ ਮੁੜਨਗੇ। ਮੈਨੂੰ ਤੇ ਹੁਣ ਸ਼ਰਮ ਆਉਣ ਲਗ ਪਈ ਏ। ਪੰਜ ਸੌ ਬੰਦੇ ਫਰਿਆਦ ਲੈ ਕੇ ਆਏ ਹਨ ਕੀ ਅਸੀਂ ਭੇਡ ਬਕਰੀਆਂ ਹਾਂ, ਸਾਡੇ ਵਿਚੋਂ ਇਕ

ਵੀ ਸ਼ੇਰ ਨਹੀਂ ਨਿਕਲ ਸਕਦਾ। ਓਇ ਡੁੱਬ ਮਰਨਾ ਸੀ ਸਤਿਲੁਜ ਵਿਚ। ਜੇ ਸਾਡੇ ਵਿਚੋਂ ਦੇ ਚਾਰ ਵੀ ਬਚ ਜਾਂਦੇ ਉਹ ਆਣ ਕੇ ਫਰਿਆਦ ਕਰਦੇ। ਕੀ ਸਾਰਾ ਹਿੰਦੁਸਤਾਨ ਹੀ ਨਿਘਰ ਗਿਆ ਏ ? ਤੀਜੇ ਬੰਦੇ ਦੇ ਵਿਚਾਰ ਸਨ।

—ਹਕੂਮਤ ਤਾਕਤਵਰ ਏ। ਅਸੀਂ ਨਿਰਬਲ ਹਾਂ। ਹਕੂਮਤ ਦੇ ਹੱਥ ਵਿਚ ਤਲਵਾਰਾਂ ਹਨ, ਅਸੀਂ ਨਿਹੱਥੇ ਹਾਂ। ਉਹਨਾਂ ਦੇ ਹੌਸਲੇ ਬੁਲੰਦ ਹਨ ਤੇ ਸਾਡੇ ਹੌਸਲੇ ਪਸਤ। ਅਸੀਂ ਪੁਸ਼ਤਾਂ ਤੋਂ ਗੁਲਾਮੀ ਦੇ ਫੰਦੇ ਗਲ ਵਿਚ ਪਾਉਣ ਗਿੱਝ ਗਏ ਹਾਂ। ਅਸੀਂ ਜੀਅ ਹਜ਼ੂਰੀ ਤੇ ਈਮਾਨ ਰਖਦੇ ਹਾਂ ਤੇ ਉਹ ਜੁੱਤੀ ਦੀ ਜ਼ਬਾਨ ਜਾਣਦੇ ਹਨ। ਉਹਨਾਂ ਹੋਰ ਕੋਈ ਭਾਸ਼ਾ ਹੀ ਨਹੀਂ ਪੜ੍ਹੀ। ਉਹ ਸਾਰੇ ਕਸ਼ਮੀਰ ਨੂੰ ਕੁੱਕੜਾਂ ਦਾ ਖੁੱਡਾ ਸਮਝਦੇ ਹਨ। ਜਦ ਜੀਅ ਕੀਤਾ ਇਕ ਕੁਕੜ ਕਢਿਆ, ਸਿਰੀ ਮਰੋੜੀ, ਨੁਕਲ ਪਾਣੀ ਕੀਤਾ ਤੇ ਫੇਰ ਦੂਜੇ ਦੀ ਵਾਰੀ ਆ ਗਈ। ਬਾਕੀ ਰਹਿੰਦੇ ਕੁਕੜਾਂ ਨੇ ਕਦੇ ਇਹ ਨਹੀਂ ਸੋਚਿਆ ਕਿ ਉਨ੍ਹਾਂ ਦੀ ਵਾਰੀ ਵੀ ਆਉਣੀ ਏ। ਉਹ ਸੋਚਦਾ ਏ, ਮੈਨੂੰ ਕੀ, ਏਸੇ ਵਿਚਾਰ ਵਿਚ ਸਾਰੇ ਦੇ ਸਾਰੇ ਮੌਤ ਦੀ ਭੇਟਾ ਚੜ੍ਹ ਜਾਂਦੇ ਹਨ। ਜਦ ਇਹਨਾਂ ਨੂੰ ਇਸ ਗੱਲ ਦੀ ਸਮਝ ਆਵੇਗੀ ਕਿ ਮੈਂ ਪਹਿਲਾਂ ਮਰਨਾ ਏ, ਮੇਰੇ ਭਰਾ ਨੂੰ ਛੱਡ ਦਿਓ, ਮੇਰੀ ਧੌਣ ਮਰੋੜ ਲਵੋ, ਬਸ ਫੇਰ ਕੀ ਇਕ ਬਗ਼ਾਵਤ ਜਨਮ ਲਵੇਗੀ ਏਸ ਖੁੱਡੇ ਵਿਚੋਂ। ਸੀਖਾਂ ਤੋੜ ਦਿਓ, ਸਾਰੇ ਰਲ ਕੇ ਜ਼ਾਲਮ ਦੀਆਂ ਅੱਖਾਂ ਕੱਢ ਲੈਣਗੇ, ਮੁੜ ਕੇ ਕੋਈ ਓਸ ਖੁੱਡੇ ਵਲ ਤੱਕੇਗਾ ਹੀ ਨਹੀਂ। ਗੱਲ ਤੇ ਸਿਰਫ ਏਨੀ ਹੀ ਏ ਨਾ ਤੇ ਇਹ ਗੱਲ ਸਾਰੇ ਹਿੰਦੁਸਤਾਨ ਨੂੰ ਸਮਝਾਉਣੀ ਏ। ਇਥੋਂ ਸਿਰਫ਼ ਸਬਕ ਲੈ ਕੇ ਹੀ ਤੁਰਨਾ ਏ, ਬਾਕੀ ਤੇ ਮੁਕਾਬਲਾ ਸਾਨੂੰ ਆਪ ਹੀ ਕਰਨਾ ਪੈਣਾ ਏ। ਹਰ ਘਰ ਵਿਚੋਂ ਸਿਰਫ ਇਕ ਗਭਰੂ ਤਿਆਰ ਕਰਕੇ ਕੱਢੋ ਤੇ ਉਹਨੂੰ ਘਰੋਂ ਹੀ ਮੌਤ ਦੀ ਗੁੜ੍ਹਤੀ ਦੇ ਕੇ ਤੋਰੋ। ਉਹਨੂੰ ਸਮਝਾਓ ਕਿ ਕਲ੍ਹ ਜੇ ਮਰਨਾ ਏ ਤਾਂ ਅੱਜ ਕਿਉਂ ਨਹੀਂ ਮਰਦਾ, ਬਸ ਫੇਰ ਮੌਤ ਉਹਦਾ ਕੁਝ ਨਹੀਂ ਨਹੀਂ ਵਿਗਾੜ ਸਕਦੀ। ਜ਼ਾਲਮ ਉਹਦੇ ਸਾਹਮਣੇ ਨਹੀਂ ਅੜੇਗਾ। ਹਕੂਮਤਾਂ ਬਣਦੀਆਂ ਨੇ ਤੇ ਉਜੜ ਵੀ ਜਾਂਦੀਆਂ ਨੇ। ਅਸੀਂ ਹਕੂਮਤ ਬਣਾਉਣ ਵਾਲੇ ਹਾਂ ਤੇ ਅਸੀਂ ਆਪਣੇ ਹੱਥੀਂ ਉਜਾੜ ਵੀ ਸਕਦੇ ਹਾਂ। ਹਕੂਮਤ ਕੀ ਏ। ਸਾਡੀਆਂ ਬਾਹਵਾਂ ਦੇ ਜ਼ੋਰ ਤੇ ਹਕੂਮਤ ਚਲਦੀ ਏ। ਜਦ ਸਾਡੀਆਂ ਬਾਹਵਾਂ ਉਹਨਾਂ ਦੀਆਂ ਤਲਵਾਰਾਂ ਖੋਹਣ ਲਗ ਪਈਆਂ ਤੇ ਫੇਰ ਹਕੂਮਤ ਕਿਥੇ ਜਾਊ। ਹਕੂਮਤ ਤੇ ਚੰਦ ਬੰਦਿਆਂ ਦੀ ਟੋਲੀ ਏ। ਜਦ ਘਰ ਪ੍ਰਤੀ ਇਕ ਗਭਰੂ ਮੈਦਾਨ ਵਿਚ ਨਿਤਰ ਆਏਗਾ ਤਾਂ ਬਾਦਸ਼ਾਹ ਹਕੂਮਤ ਕਿਹਦੇ ਤੇ ਕਰੇਗਾ। ਤੁਸਾਂ ਸਿਰਫ ਇਕੋ ਜਜ਼ਬਾ ਭਰਨਾ ਏ, ਬਸ ਫੇਰ ਤੁਹਾਡੀ ਵਾ ਵਲ ਵੇਖ ਨਹੀਂ ਸਕਦਾ। ਆਨੰਦਪੁਰ ਤੋਂ ਅਸਾਂ ਘਰ ਨਹੀਂ ਜਾਣਾ। ਪਿੰਡੋ ਪਿੰਡ, ਗਿਰਾਂ ਗਿਰਾਂ ਭੌਣਾ ਏ, ਤੇ ਇਕ ਇਕ ਜਵਾਨ ਮੁੰਡੇ ਨੂੰ ਇਹ ਸਬਕ ਪੜ੍ਹਾਉਣਾ ਏ। ਅਜ਼ਲ ਤੇ ਸਾਡੀਆਂ ਅੱਖਾਂ ਸਾਹਮਣੇ ਹੀ ਫਿਰਦੀ ਏ, ਤੇ ਫੇਰ ਆਪਣੀ ਮੌਤ ਦਾ ਤਮਾਸ਼ਾ ਆਪਣੀ ਅੱਖੀਂ ਕਿਉਂ ਨਾ ਵੇਖੋ। ਚਲੋ ਜੇ ਸਾਨੂੰ ਇਹਦਾ ਕੁਝ ਲਾਭ ਨਾ ਹੋਇਆ ਤਾਂ ਆਉਣ ਵਾਲੀ ਪੀੜ੍ਹੀ ਤੇ ਜ਼ਰੂਰ ਆਨੰਦ ਮਾਣੇਗੀ। ਤੁਸੀਂ ਪੌਦੇ ਲਾਵੋ, ਫਲ ਤੁਸੀਂ ਵੀ ਖਾਓ ਤੇ ਪੁੱਤ ਪੋਤਰੇ ਵੀ ਖਾਣ। ਧਰੂ ਤਾਰਾ ਚੜ੍ਹ ਗਿਆ ਏ। ਰਾਤੀਂ ਨੀਂਦ ਤੇ ਆਈ ਨਹੀਂ, ਅਸੀਂ ਇਸ ਇਕ ਫ਼ੈਸਲੇ ਤੇ ਪੁਜ ਗਏ ਹਾਂ ਕਿ ਅਸਾਂ ਇਸ ਮਕਰ ਚਾਨਣੀ ਰਾਤ ਤੋਂ ਫਾਇਦਾ ਉਠਾਇਆ ਏ, ਜਾਗਣ

ਵਾਲਿਆਂ ਦੇ ਘਰ ਵੀ ਕਦੇ ਚੋਰ ਪਏ ਨੇ, ਪੰਡਿਤ ਕਿਰਪਾ ਰਾਮ ਆਖ ਰਿਹਾ ਸੀ ।

—ਪੰਡਿਤ ਜੀ ਅਸੀਂ ਅੱਜ ਪ੍ਰਤਿਗਿਆ ਕਰਦੇ ਹਾਂ ਕਿ ਹਰ ਘਰ ਵਿਚੋਂ ਇਕ ਇਕ ਗਭਰੂ ਕੱਢਾਂਗੇ, ਸਾਰਾ ਹਿੰਦੁਸਤਾਨ ਛਾਣ ਮਾਰਾਂਗੇ, ਹਕੂਮਤ ਦੇ ਦੰਦ ਤੋੜਨ ਵਾਲੇ ਗਭਰੂ ਹਰ ਪਿੰਡ ਵਿਚੋਂ ਟੋਲੀਆਂ ਬਣ ਕੇ ਨਿਕਲਣਗੇ । ਇਕ ਜਵਾਨ ਮੁੰਡਾ ਬੋਲਿਆ ।

—ਕਸ਼ਮੀਰ 'ਚ ਜ਼ੁਲਮ ਬੰਦ ਹੋ ਜਾਏਗਾ ? ਸਾਰੇ ਹਿੰਦੁਸਤਾਨ ਵਿਚ ਜ਼ੁਲਮ ਕਰਨ ਵਾਲੇ ਖ਼ਾਬ ਵੀ ਨਾ ਵੇਖ ਸਕਣਗੇ ।

—ਬੁਜ਼ਦਿਲਾਂ ਦਾ ਜੀਊਣਾ ਕੋਈ ਜੀਣਾ ਨਹੀਂ ।

—ਮਰਨਾ ਤੇ ਇਕ ਦਿਨ ਹੈ ਹੀ, ਫਿਰ ਕਿਉਂ ਕੁੱਤਿਆਂ ਦੀ ਮੌਤ ਮਰੀਏ, ਸ਼ੇਰਾਂ ਵਾਂਗੂ ਮਰੋ ।

—ਗੁਲਾਮੀ ਦੇ ਸੌ ਸਾਲ ਜਿਊਣ ਨਾਲੋਂ ਆਜ਼ਾਦੀ ਦਾ ਇਕ ਦਿਨ ਜਿਊਣਾ ਹਜ਼ਾਰ ਗੁਣਾ ਬਿਹਤਰ ਏ ।

—ਜੂਲਾ ਲਾਹ ਸੁੱਟੋ, ਆਪਣੀ ਗੱਲ ਸੁਣਾਓ ਤੇ ਮੰਨਵਾ ਕੇ ਦਮ ਲਵੋ ।

—ਗੱਲ ਜੁਰਅਤ ਦੀ ਏ, ਉਹ ਕੋਈ ਤੁਹਾਥੋਂ ਤਕੜੇ ਹਨ । ਉਹ ਤੁਹਾਡੇ ਵਿਚੋਂ ਹੀ ਤੇ ਗਏ ਹਨ ਸਿਪਾਹੀ । ਵਰਦੀ ਤੋਂ ਨਾ ਡਰੋ । ਤੁਸੀਂ ਆਪਣੀ ਤਾਕਤ ਨੂੰ ਸਮਝੋ ।

—ਕੋਈ ਦੋ ਹੱਥ ਜੋ ਹੱਥਾਂ ਦਾ ਮੁਕਾਬਲਾ ਨਹੀਂ ਕਰ ਸਕਦੇ । ਬਾਗੀ ਕਹਿਣਗੇ ਤਾਂ ਕਹਿਣ, ਖੋਹ ਲਵੋ ਤਲਵਾਰਾਂ ਤੇ ਉਹੋ ਤਲਵਾਰਾਂ ਉਹਨਾਂ ਦੀਆਂ ਧੌਣਾਂ ਤੇ ਰੱਖ ਦਿਓ ।

—ਇਕ ਦੀਵਾ ਜਗਾਓ, ਹਜ਼ਾਰਾਂ ਦੀਵੇ ਜਗਣਗੇ ।

—ਧਰਮ ਕੱਚਾ ਧਾਗਾ ਨਹੀਂ, ਖਾਧਿਆਂ ਧਰਮ ਨਹੀਂ ਵਿਗੜਦਾ । ਕਲਮਾ ਪੜ੍ਹਿਆਂ ਮੋਮਨ ਨਹੀਂ ਬਣਦਾ ਬੰਦਾ, ਵਿਦਵਾਨ ਤੇ ਕੁਰਾਨ ਵੀ ਪੜ੍ਹਦੇ ਹਨ, ਕੀ ਉਹ ਮੁਸਲਮਾਨ ਹੋ ਗਏ ਹਨ ? ਕਦੀ ਨਹੀਂ ।

—ਨਾਨਕ ਦੇ ਦਰਬਾਰ ਵਿਚ ਆਏ ਹੋ, ਝੋਲੀਆਂ ਭਰ ਕੇ ਲੈ ਜਾਵੋ । ਅੱਜ ਤੋਂ ਬਾਅਦ ਕਸ਼ਮੀਰ ਵਿਚ ਕੋਈ ਕਤਲ ਨਹੀਂ ਹੋਏਗਾ, ਕਿਰਪਾ ਰਾਮ ਨੇ ਨਿਸਚੇ ਨਾਲ ਆਖਿਆ ।

ਅਕਲ ਆ ਗਈ ਏ, ਆਨੰਦਪੁਰ ਵਿਚ ਆ ਕੇ । ਇਕ ਜੋਤ ਜਗੀ ਏ, ਇਹ ਜਵਾਲਾ ਬਣ ਜਾਏਗੀ, ਸਾਰਿਆਂ ਜਣਿਆਂ ਦੀ ਆਵਾਜ਼ ਸੀ ।

★

ਮਹਾ ਪੁਰਸ਼ ੨੩

ਆਸਾ ਦੀ ਵਾਰ ਦਾ ਪਾਠ ਹੋ ਰਿਹਾ ਸੀ, ਸਤਿਗੁਰੂ ਤੇਗ ਬਹਾਦਰ ਬਿਰਾਜੇ ਹੋਏ ਸਨ, ਮਗਨ ਸਨ । ਅੰਮ੍ਰਿਤ ਦੀ ਬਰਖਾ ਹੋ ਰਹੀ ਸੀ । ਦੀਵਾਨ ਵਿਚ ਕਿਤੇ ਤਿਲ ਧਰਨ ਨੂੰ ਥਾਂ ਨਹੀਂ ਸੀ । ਕਸ਼ਮੀਰੀ ਪੰਡਤ ਵੀ ਬਿਰਾਜੇ ਹੋਏ ਸਨ । ਬਿਰਤੀ ਲਗੀ ਹੋਈ ਸੀ ਸਤਿਗੁਰਾਂ ਦੀ । ਭੋਗ ਪਿਆ, ਸਾਰਿਆਂ ਆਨੰਦ ਮਨਾਇਆ, ਆਤਮਾ ਸ਼ੁੱਧ ਹੋਈ, ਸੰਗਤਾਂ

ਆਪਣੀ ਥਾਂ ਤੇ ਹੀ ਬੈਠੀਆਂ ਹੋਈਆਂ ਸਨ। ਪਰ ਸਤਿਗੁਰ, ਮਗਨ ਸਨ। ਵਿਚਾਰਾਂ ਦੀ ਮਾਲਾ ਵਿਚ ਪਰੁੱਚੇ ਹੋਏ ਸਨ। ਵਿਚਾਰ ਪਈ ਸੰਗਤ ਵਿਚ, ਗੁਰੂ ਦੀ ਬਿਰਤੀ ਲਗੀ ਹੋਈ ਸੀ।

ਪੰਡਿਤ ਆਏ ਹਨ, ਆਸ ਲੈ ਕੇ, ਉਹਨਾਂ ਦਾ ਯਕੀਨ ਪੱਥਰ ਦੀ ਲੀਕ ਵਾਗੂੰ ਅਟੱਲ ਏ। ਉਨ੍ਹਾਂ ਦੇ ਦਿਲ ਨੂੰ ਠੇਸ ਨਹੀਂ ਲੱਗਣੀ ਚਾਹੀਦੀ, ਉਹਨਾਂ ਦਾ ਦਿਲ ਕੁਮਲਾ ਨਾ ਜਾਏ, ਟੁੱਟਾ ਦਿਲ ਜੁੜਨਾ ਨਹੀਂ। ਲੋਕਾਂ ਦਾ ਵਿਸ਼ਵਾਸ ਨਾ ਟੁੱਟ ਜਾਏ। ਜੇ ਅਸਾਂ ਉਹਨਾਂ ਨੂੰ ਤਸੱਲੀਬਖਸ਼ ਜਵਾਬ ਨਾ ਦਿੱਤਾ। ਏਨਾ ਪੰਧ ਕਰਕੇ ਆਏ ਹਨ। ਇਹਨਾਂ ਨੇ ਸਾਰੇ ਹਿੰਦੁਸਤਾਨ ਦੀ ਖ਼ਾਕ ਛਾਣ ਲਈ ਏ, ਇਹਨਾਂ ਦੀ ਕਿਸੇ ਬਾਂਹ ਨਹੀਂ ਫੜੀ, ਕਿਸੇ ਵਾਤ ਨਹੀਂ ਪੁੱਛੀ, ਇਕ ਪਾਸੇ ਤਲਵਾਰ ਤੇ ਦੂਜੇ ਪਾਸੇ ਰਹਿਮ। ਕਮਜ਼ੋਰ ਦਿਲ ਵਾਲੇ ਬੰਦੇ ਕਿਧਰ ਜਾਣ, ਰੁੜ੍ਹਦੇ ਨੂੰ ਤੀਲੇ ਦਾ ਸਹਾਰਾ ਹੀ ਬੜਾ ਏ। ਇਹ ਤੇ ਫੇਰ ਆਏ ਹਨ ਨਾਨਕ ਦੇ ਦਰ ਉੱਤੇ। ਇਥੋਂ ਵੀ ਜੇ ਖ਼ੈਰ ਨਾ ਪਈ ਤਾਂ ਫੇਰ ਇਹ ਕਿਥੇ ਜਾਣਗੇ? ਅੱਜ ਕਲ੍ਹ ਤਾਂ ਰੱਬ ਵੀ ਰੁੱਸ ਗਿਆ ਏ। ਬਾਦਸ਼ਾਹ ਨੇ ਸ਼ਾਇਦ ਰੱਬ ਨੂੰ ਵੀ ਮੁਸਲਮਾਨ ਬਣਾ ਲਿਆ ਏ, ਏਸ ਤਰ੍ਹਾਂ ਲੋਕ ਆਖਦੇ ਹਨ, ਪਰ ਨਹੀਂ ਰੱਬ ਵੇਖ ਰਿਹਾ ਏ ਕਿ ਬੰਦਾ ਕਿਸ ਤਰ੍ਹਾਂ ਦੀਆਂ ਮਨਮਾਨੀਆਂ ਕਰ ਰਿਹਾ ਏ। ਬੰਦਾ ਰੱਬ ਦੀ ਜ਼ਾਤ ਨੂੰ ਭੁੱਲ ਗਿਆ ਏ। ਬੰਦਾ ਰੱਬ ਨਹੀਂ ਬਣ ਸਕਦਾ, ਉਹਦੀ ਲਾਠੀ ਬੇਅਵਾਜ਼ ਏ। ਅਸਾਂ ਲੋਕਾਂ ਨੂੰ ਰੱਬ ਦੇ ਮਿਲਣ ਦਾ ਰਾਹ ਵਿਖਾਣਾ ਏ, ਬਸ ਫੇਰ ਕੀ ਆਪੇ ਹੀ ਤਕੜੇ ਹੋ ਜਾਣਗੇ।

ਜੇ ਹਿੰਦੂ ਧਰਮ ਨਸ਼ਟ ਹੋ ਗਿਆ ਤਾਂ ਫੇਰ ਸਾਨੂੰ ਸੇਵਕ ਕਿਥੋਂ ਮਿਲਣਗੇ। ਹਿੰਦੂਆਂ ਨੇ ਹੀ ਤਾਂ ਸਾਡੀ ਗੱਲ ਸੁਣਨੀ ਏ। ਹਿੰਦੂਆਂ ਵਿਚ ਹੀ ਤੇ ਅਸੀਂ ਆਪਣੀ ਗੱਲ ਸੁਣਾਉਣੀ ਏ। ਹਿੰਦੂ ਧਰਮ ਬਚਣਾ ਚਾਹੀਦਾ ਏ। ਜੰਞੂ, ਗਊ ਤੇ ਤਿਲਕ ਦੀ ਰੱਖਿਆ ਕਰਨਾ ਖੱਤਰੀ ਦਾ ਫ਼ਰਜ਼ ਬਣਦਾ ਏ। ਨਾਨਕ ਦਾ ਦਰਬਾਰ ਸਾਰਿਆਂ ਦਾ ਸਾਂਝਾ ਏ, ਦੁਖੀਆਂ ਦਾ ਦੁੱਖ ਸੁਣਨਾ, ਦੁਖੀਆਂ ਦੀ ਮਦਦ ਕਰਨਾ, ਭੁੱਖਿਆਂ ਨੂੰ ਰੋਟੀ ਦੇਣੀ, ਨੰਗੇ ਨੂੰ ਕੱਪੜਾ, ਇਹ ਤੇ ਵਿਚਾਰੇ ਫਰਿਆਦ ਲੈ ਕੇ ਆਏ ਹਨ।

ਇਹ ਦੁਖ ਇਨ੍ਹਾਂ ਦਾ ਆਪਣਾ ਨਹੀਂ, ਸਾਰੇ ਸਮਾਜ ਦਾ ਰੋਣਾ ਰੋ ਰਹੇ ਹਨ। ਇਹ ਮੁਸੀਬਤ ਸਿਰਫ਼ ਬ੍ਰਾਹਮਣਾਂ ਤੇ ਨਹੀਂ ਆਈ, ਸਗੋਂ ਸਾਰੇ ਹਿੰਦੁਸਤਾਨ ਤੇ ਇਹ ਬਦਲੀ ਛਾਈ ਹੋਈ ਏ। ਇਹ ਬੱਦਲ ਵਰ੍ਹੇ ਕਿ ਵਰ੍ਹੇ ਹਰ ਜਗ੍ਹਾ ਕਤਲਗਾਹ ਬਣੇਗੀ। ਚੁਰਾਹਿਆਂ ਵਿਚ ਕਤਲ ਕੀਤੇ ਜਾਣਗੇ। ਇਨ੍ਹਾਂ ਬੁਚੜਾਂ ਇਕ ਗਊ ਦੁੱਧ ਦੇਣ ਜੋਗੀ ਰਹਿਣ ਨਹੀਂ ਦੇਣੀ। ਅੰਞਾਣੇ ਦੁੱਧ ਦੀ ਇਕ ਛਿੱਟ ਬਦਲੇ ਵਿਲਕਦੇ ਮਰ ਜਾਣਗੇ। ਗਊ ਹਿੰਦੂਆਂ ਦੀ ਮਾਂ ਨਹੀਂ ਸਗੋਂ ਸਾਰਿਆਂ ਬੱਚਿਆਂ ਦੀ ਮਾਂ ਏ। ਗੱਲ ਸਿਰਫ਼ ਸਮਝਣ ਵਾਲੀ ਏ।

ਜੇ ਅਸਾਂ ਅੱਜ ਇਨ੍ਹਾਂ ਦੀ ਬਾਂਹ ਨਾ ਫੜੀ, ਤਾਂ ਫੇਰ ਨਾ ਅਸਾਂ ਰਹਿਣਾ ਏ ਤੇ ਨਾ ਇਨ੍ਹਾਂ। ਧਰਮ ਦੀ ਗੱਲ ਕੌਣ ਕਰੂ ਜਦ ਕੋਈ ਸੁਣਨ ਵਾਲਾ ਹੀ ਨਾ ਰਿਹਾ। ਸਮਾਜ ਨੂੰ ਜੇ ਹੁਣ ਸਿਰ ਦੇ ਕੇ ਬਚਾਉਣਾ ਪਏ ਤਾਂ ਬਚਾਉਣਾ ਏ। ਇਹ ਗੁਰੂ ਨਾਨਕ ਦਾ ਸੰਦੇਸ਼ ਏ। ਅਸੀਂ ਹਿੰਦੂ ਧਰਮ ਦੇ ਹਾਂ। ਹਿੰਦੂ ਧਰਮ ਸਾਡਾ ਏ। ਕਿਸੇ ਕੀਮਤ ਤੇ ਨਸ਼ਟ ਨਹੀਂ ਹੋਣਾ ਚਾਹੀਦਾ। ਇਹ ਸਮਾਜ ਦੀ ਆਵਾਜ਼ ਏ, ਕਿਸੇ ਦਿਨ ਵੀ ਬਲਵਾਨ ਹੋ ਜਾਏਗੀ।

ਇਹ ਬ੍ਰਾਹਮਣ ਕੱਲ ਨੂੰ ਸ਼ੇਰ ਵੀ ਬਣ ਜਾਣਗੇ, ਇਹ ਕੌਮ ਦੇ ਆਗੂ ਬਣ ਸਕਦੇ ਨੇ। ਆਨੰਦਪੁਰ ਦਾ ਕੀ ਬਣੂ, ਸਾਹਿਬਜ਼ਾਦਾ ਛੋਟਾ ਏ, ਬਾਲ ਏ, ਸ਼ਹਾਦਤ ਤੋਂ ਬਾਅਦ ਕੀ ਆਨੰਦਪੁਰ ਵੱਸਦਾ ਰਹੇਗਾ। ਜ਼ਰੂਰ ਵਸੇਗਾ ਜੇ ਗੁਰੂ ਅਰਜਨ ਦੇਵ ਸ਼ਹਾਦਤ ਦੇ ਗਏ ਸਨ। ਕੀ ਬਾਲ ਹਰਿਗੋਬਿੰਦ ਨੇ ਕੌਮ ਨੂੰ ਸੰਭਾਲਿਆ ਨਹੀਂ ਸੀ, ਜ਼ਰੂਰਤ ਈਜਾਦ ਦੀ ਮਾਂ ਏ। ਪਿਛੇ ਆਉਣ ਵਾਲਾ ਬੰਦਾ ਮੰਜ਼ਿਲ ਦਾ ਖੁਰਾ ਨੱਪੀ ਆਉਂਦਾ ਏ। ਮੇਰਾ ਗੋਬਿੰਦ ਕੌਮ ਨੂੰ ਉਂਗਲਾਂ ਲਾ ਕੇ ਤੋਰ ਲਏਗਾ। ਕੌਮਾਂ ਵਿਚਾਰਾਂ ਕਦਕੇ ਨਹੀਂ ਤੁਰਦੀਆਂ, ਕੁਰਬਾਨੀਆਂ ਦੇ ਕੇ ਕੌਮਾਂ ਬਣਦੀਆਂ ਨੇ। ਕੁਰਬਾਨੀਆਂ ਹੀ ਕੌਮ ਦੇ ਜੁੱਸੇ ਵਿਚ ਬਲ ਬਖਸ਼ਦੀਆਂ ਨੇ।

ਬਿਨਾਂ ਕੁਰਬਾਨੀ ਤੋਂ ਨਾ ਇਹ ਜ਼ੁਲਮ ਟਲਣਾ ਏ, ਤੇ ਨਾ ਹੀ ਜ਼ਾਲਮ ਦੀ ਤਲਵਾਰ ਦੀ ਧਾਰ ਹੀ ਮੁੜਨੀ ਏ। ਕੁਰਬਾਨੀ ਹੀ ਇਨ੍ਹਾਂ ਦਾ ਮੂੰਹ ਮੋੜ ਸਕਦੀ ਏ। ਕੁਰਬਾਨੀ ਠਲ੍ਹ ਪਾ ਸਕਦੀ ਏ। ਗੱਲੀਬਾਤੀਂ ਕੁਝ ਨਹੀਂ ਬਣਨਾ। ਕੱਲਿਆਂ ਕੱਲਿਆਂ ਕਿਸੇ ਦਾ ਕੁਝ ਨਹੀਂ ਵਟੀਣਾ, ਇਕ ਇਕ ਦੋ ਯਾਰਾਂ, ਹੋਣ ਵਕਤ ਆ ਗਿਆ ਏ ਸਿਰਫ ਇਕੋ ਕੁਰਬਾਨੀ ਕੌਮ ਵਿਚ ਜਾਗਰਤੀ ਪੈਦਾ ਕਰ ਦੇਵੇਗੀ। ਜੇ ਏਸ ਵੇਲੇ ਗੁਰੂ ਘਰ ਕੁਰਬਾਨੀ ਨਾ ਦੇਵੇ ਤਾਂ ਕਿਹੜਾ ਦਊ। ਜੇ ਫੇਰ ਵੀ ਮੁਗਲ ਨਾ ਮੁੜੇ ਤਾਂ ਕੁਰਬਾਨੀ ਦੇਣ ਵਾਲਿਆਂ ਦੀਆਂ ਕਤਾਰਾਂ ਹੀ ਲੱਗ ਜਾਣਗੀਆਂ। ਸਤਿਗੁਰ ਅਜੇ ਵੀ ਸੋਚ ਰਹੇ ਸਨ।

ਧੁੱਪਾਂ ਚੜ੍ਹ ਗਈਆਂ। ਆਨੰਦਪੁਰ ਦੇ ਬਨੇਰਿਆਂ ਤੇ ਸੋਨੇ ਦਾ ਪੋਚਾ ਫੇਰ ਦਿੱਤਾ ਸੂਰਜ ਦੇਵਤਾ ਨੇ। ਦੀਵਾਨ ਵਿਚ ਅਜੇ ਵੀ ਖਾਮੋਸ਼ੀ ਸੀ।

ਸਾਹਿਬਜ਼ਾਦਾ ਗੋਬਿੰਦ ਰਾਏ ਹਾਣੀਆਂ ਨਾਲ ਖੇਡਦਾ ਖੇਡਦਾ ਆ ਗਿਆ ਦੀਵਾਨ ਵਿਚ। ਪਿਤਾ ਜੀ ਦੀ ਗੋਦ ਵਿਚ ਆਣ ਬੈਠਾ, ਤਾੜੀ ਟੁਟੀ, ਵੇਖਿਆ ਗੋਬਿੰਦ ਰਾਏ ਨੂੰ, ਮੂੰਹ ਚੁੰਮਿਆ।

—ਖੇਡ ਕੇ ਆਏ ਹੋ, ਮੇਰੇ ਗੋਬਿੰਦ !

—ਪਿਤਾ ਜੀ ਮੈਂ ਅੱਜ ਆਨੰਦ ਸਾਗਰ ਦੀਆਂ ਲਹਿਰਾਂ ਵਿਚ ਤੂਫਾਨ ਖਰੂਦ ਕਰਦਾ ਵੇਖਿਆ ਏ।

—ਹਾਂ ਬੇਟਾ ਜਦ ਮੌਸਮ ਬਦਲਦਾ ਏ ਤੂਫਾਨ ਆਉਂਦਾ ਹੀ ਏ।

—ਕੀ ਇਹ ਸੱਚ ਏ ?

—ਹਾਂ ਬੇਟਾ !

—ਪਿਤਾ ਜੀ ਅੱਜ ਤੁਸੀਂ ਉਦਾਸ ਤੇ ਖਾਮੋਸ਼ ਕਿਉਂ ਹੋ ? ਦੀਵਾਨ ਵਿਚ ਲੋਕਾਂ ਦੇ ਚਿਹਰੇ ਕਮਲਾਏ ਹੋਏ ਨੇ। ਤੁਸੀਂ ਕਿਹੜੀਆਂ ਵਿਚਾਰਾਂ ਵਿਚ ਪਏ ਹੋਏ ਹੋ ?

—ਨਹੀਂ ਲਾਲ ਜੀ ! ਕੋਈ ਗੱਲ ਨਹੀਂ।

—ਕਸ਼ਮੀਰ ਦੇ ਪੰਡਤ, ਕੁਮਲਾਏ, ਕੁਮਲਾਏ ਚਿਹਰੇ, ਉਦਾਸ ਉਦਾਸ ਅੱਖਾਂ, ਉਤਰੇ ਉਤਰੇ ਮੁਖੜੇ, ਸੀਤੇ ਹੋਏ ਬੁਲ੍ਹ, ਜ਼ਬਾਨ ਤਾਲੂ ਨਾਲ ਜੁੜੀ ਹੋਈ, ਨਾ ਚਿਹਰਿਆਂ ਤੇ ਰੌਣਕ ਤੇ ਨਾ ਮੁਖ ਤੇ ਲਾਲੀ। ਨਾਨਕ ਦਾ ਦਰਬਾਰ ਉਦਾਸ ਉਦਾਸ ਕਿਉਂ ਏ ਅੱਜ, ਕੀ ਕੋਈ ਬਹੁਤ ਵੱਡੀ ਸਮੱਸਿਆ ਸਾਹਮਣੇ ਆ ਗਈ ਏ, ਆਖਣ ਲੱਗਾ ਗੋਬਿੰਦ ਰਾਏ।

—ਹਕੂਮਤ ਸਮਾਜ ਦੇ ਲਹੂ ਨਾਲ ਹੋਲੀ ਖੇਡ ਰਹੀ ਏ। ਲੋਕ ਕਤਲ ਹੋ ਰਹੇ

ਹਨ, ਕਸ਼ਮੀਰ ਵਿਚ। ਅਖਾੜੇ ਲੱਗੇ ਹੋਏ ਹਨ। ਲਹੂ ਕਟੋਰੇ ਭਰ-ਭਰ ਕੇ ਡੋਹਲਿਆ ਜਾ ਰਿਹਾ ਏ। ਬੱਚੇ ਬੁੱਢੇ, ਜਵਾਨ, ਮਾਂ, ਭੈਣ, ਇਸਤਰੀ ਇਕ ਵਾਢਿਓਂ ਕਤਲ ਕੀਤੇ ਜਾ ਰਹੇ ਹਨ, ਕਸ਼ਮੀਰ ਦੇ ਪੰਡਤ ਵਿਦਵਾਨ ਹਨ, ਬੁਧੀਵਾਨ ਹਨ, ਇਨ੍ਹਾਂ ਸਾਰੀ ਹਯਾਤੀ ਕਲਮ ਨਾਲ ਇਸ਼ਕ ਕੀਤਾ, ਵੇਦ ਪੜ੍ਹੇ ਹਨ, ਪੜ੍ਹਾਏ ਹਨ, ਵਿਦਿਆ ਦਾਨ ਦਿੱਤੀ ਹੈ। ਧਰਮ ਸੰਭਾਲ ਕੇ ਰਖਿਆ ਹੈ। ਜੇ ਇਹ ਨਾ ਰਹੇ ਤਾਂ ਫੇਰ ਧਰਮ ਕਿਥੋਂ ਰਹੂ। ਹਕੂਮਤ ਜ਼ਾਲਮ ਏ। ਟੱਕਰ ਲਈ ਨਹੀਂ ਜਾਹ ਸਕਦੀ, ਫ਼ਰਮਾਇਆ ਸਤਿਗੁਰਾਂ।

—ਫੇਰ ਇਹਦਾ ਇਲਾਜ ਕੀ ਏ ?

—ਕਿਸੇ ਮਹਾਂਪੁਰਸ਼ ਦਾ ਬਲੀਦਾਨ ਹੀ ਇਹ ਠਲ੍ਹ ਪਾ ਸਕਦਾ ਏ।

—ਤੇ ਫੇਰ ਤੁਹਾਥੋਂ ਵੱਡਾ ਏਸ ਯੁਗ ਵਿਚ ਹੋਰ ਵੱਡਾ ਕਿਹੜਾ ਮਹਾਂਪੁਰਸ਼ ਹੈ ? ਇਹ ਫ਼ਰਿਆਦੀ ਜਿਹੜੇ ਨਾਨਕ ਦੀ ਓਟ ਲੈ ਕੇ ਆਏ ਹਨ, ਇਹ ਨਿਰਾਸ਼ ਜਾਣਗੇ ਪਿਤਾ ਜੀ, ਆਵਾਜ਼ ਗੋਬਿੰਦ ਰਾਏ ਦੀ ਸੀ।

—ਘੁਟ ਕੇ ਸੀਨੇ ਨਾਲ ਲਾਇਆ, ਚੁੰਮਿਆ, ਪਿਆਰ ਕੀਤਾ, ਤੇ ਫ਼ਰਮਾਇਆ, ਨਾਨਕ ਦੇ ਦਰ ਤੋਂ ਕੋਈ ਖ਼ਾਲੀ ਨਹੀਂ ਗਿਆ।

—ਤੇ ਫੇਰ ਪਿਤਾ ਜੀ ਦੇਰ ਕਿਸ ਗੱਲ ਦੀ ਏ ?

ਇਕ ਵਾਰ ਫੇਰ ਸਹਿਬਜ਼ਾਦੇ ਨੂੰ ਸੀਨੇ ਨਾਲ ਲਾਇਆ, ਪਿਆਰ ਕੀਤਾ, ਅੱਖਾਂ ਭਰ ਆਈਆਂ, ਬੇਟਾ ਹੁਣ ਸਾਡੀ ਚਿੰਤਾ ਦੂਰ ਹੋ ਗਈ ਏ।

—ਮੈਂ ਸੋਚ ਰਿਹਾ ਸਾਂ। ਆਨੰਦਪੁਰ ਦਾ ਕੀ ਬਣੇਗਾ, ਪਰ ਮੇਰੇ ਗੋਬਿੰਦ ਰਾਜੇ ਨੇ ਮੇਰੀ ਚਿੰਤਾ ਲਾਹ ਦਿੱਤੀ ਏ। ਸਾਡੇ ਪਿਛੋਂ ਤੂੰ ਕੌਮ ਦੀ ਵਾਗਡੋਰ ਸੰਭਾਲ ਸਕੇਂਗਾ, ਤੂੰ ਧੁਰ ਦਰਗਾਹੋਂ ਹੁਕਮ ਲੈ ਕੇ ਆਇਆ ਹੈਂ। ਕੁਦਰਤ ਨੇ ਸਕਤੀ ਤੇਰੀ ਝੋਲੀ ਵਿਚ ਪਾ ਕੇ ਭੇਜਿਆ ਏ। ਤੂੰ ਧਰਮ ਦਾ ਪਾਲਕ ਬਣੇਂਗਾ, ਕੌਮ ਦੀ ਉਸਾਰੀ ਤੇਰੀ ਹਿੰਮਤ ਨਾਲ ਉਸਰੇਗੀ, ਧੰਨ ਏ ਮੇਰਾ ਗੋਬਿੰਦ ਰਾਜਾ, ਪਹਿਲੀ ਪ੍ਰਤਿਗਿਆ ਵਿਚ ਹੀ ਪੂਰਾ ਉਤਰਿਆ ਹੈ, ਮੇਰੇ ਲਾਲ, ਮੇਰਾ ਸੇਰ ਲਹੂ ਵਧ ਗਿਆ ਏ, ਲਾਲੀਆਂ ਚੜ੍ਹ ਆਈਆਂ ਨੇ। ਮੇਰਾ ਲਾਲ ਨਾਨਕ ਦੇ ਦਰਬਾਰ ਦੀ ਲਾਜ ਰੱਖੂ। ਬੇਟਾ ਤੇਰੇ ਦਾਦੇ ਨੇ ਕੁਰਬਾਨੀ ਦੀ ਲੀਕ ਖਿੱਚੀ ਸੀ ਇਹ ਲੀਕ ਮਿਟ ਨਹੀਂ ਸਕਦੀ ਸਗੋਂ ਗੂੜ੍ਹੀ ਹੋਊ, ਸਮਾਜ ਬਦਲੂ, ਕੌਮ ਉਸਰੇਗੀ, ਸਾਹਿਬ ਸੱਚੇ ਪਾਤਸ਼ਾਹ ਨੇ ਫ਼ਰਮਾਇਆ।

ਕਸ਼ਮੀਰ ਦੇ ਪੰਡਤਾਂ ਦੇ ਚਿਹਰੇ ਖਿੜ ਗਏ, ਆਵਾਜ਼ ਆਈ, ਧੰਨ ਗੁਰੂ, ਧੰਨ ਗੁਰੂ।

ਆਓ ਵਿਦਵਾਨ ਪੰਡਤੋ, ਅਸੀਂ ਆਪਣਾ ਬਲੀਦਾਨ ਦੇਵਾਂਗੇ, ਤੇ ਰਖਿਆ ਕਰਾਂਗੇ ਹਿੰਦੂ ਧਰਮ ਦੀ, ਤਕੜੇ ਹੋ ਜਾਓ ਤੇ ਦਿਲ ਮਜ਼ਬੂਤ ਕਰੋ, ਡੋਲਣ ਦੀ ਲੋੜ ਨਹੀਂ, ਰੋਇਆਂ, ਕੁਰਲਾਇਆਂ ਨਹੀਂ ਕਸ਼ਟ ਮਿਟਦੇ, ਸ਼ਕਤੀ ਨਾਲ ਬਾਤ ਬਣੂ, ਕੌਮਾਂ ਮਿਟਦੀਆਂ ਨੇ ਬਿਨਾਂ ਕੁਰਬਾਨੀਆਂ ਦੇ, ਕੌਮਾਂ ਉਸਰਦੀਆਂ ਨਾਲ ਕੁਰਬਾਨੀਆਂ ਦੇ, ਜਾਓ, ਜਾ ਕੇ ਆਪਣੇ ਹਾਕਮਾਂ ਨੂੰ ਆਖ ਦਿਓ ਕਿ ਅਸੀਂ ਆਪਣਾ ਆਗੂ ਆਨੰਦਪੁਰ ਦਾ ਗੁਰੂ ਚੁਣ ਲਿਆ ਏ, ਜਦ ਉਹ ਆਪਣਾ ਧਰਮ ਛੱਡ ਦੇਵੇਗਾ, ਤੇ ਇਸਲਾਮ ਕਬੂਲ ਕਰ ਲਵੇਗਾ ਤਾਂ ਸਾਰੇ ਹਿੰਦੁਸਤਾਨ ਦੇ ਵਿਦਵਾਨ ਤੁਹਾਡੀ ਸ਼ਰਨ ਵਿਚ ਆ ਜਾਣਗੇ, ਖ਼ੂਨ ਖ਼ਰਾਬਾ ਕਰਨ ਦੀ

ਕੋਈ ਲੋੜ ਨਹੀਂ । ਤੁਸੀਂ ਇਕੋ ਆਗੂ ਨੂੰ ਆਪਣੀ ਤਸਬੀ ਵਿਚ ਪਰੋ ਲਵੋ, ਬਾਕੀ ਦੇ ਦਾਣੇ ਆਪੇ ਪਰੁਚ ਜਾਣਗੇ, ਫ਼ਰਮਾਇਆ ਸਤਿਗੁਰ ।

—ਧੰਨ ਗੁਰੂ, ਧੰਨ ਗੁਰੂ ਨਾਨਕ ਦਾ ਦਰਬਾਰ !

ਚਿਹਰਿਆਂ ਤੇ ਲਾਲੀ ਆ ਗਈ, ਕੁਮਲਾਇਆ ਫੁਲ ਖਿੜ ਉਠਿਆ, ਆਨੰਦਪੁਰ ਦੀ ਧਰਤੀ ਤੇ ਆਨੰਦ ਦੀ ਵਰਖਾ ਹੋਣ ਲੱਗ ਪਈ ।

ਇਕੋ ਮਹਾਂ ਪੁਰਸ਼ ਹੀ ਠਲ੍ਹ ਪਾ ਦੇਊ, ਰੁਖ ਬਦਲੇਗਾ ਤਾਰੀਖ਼ ਦਾ, ਹਰ ਘਰ ਵਿਚ, ਇਕ ਕੁਰਬਾਨੀ ਦੇਣ ਵਾਲਾ ਇਕ ਪੁੱਤ ਜੰਮੇਗਾ, ਨਾਨਕ ਦੀ ਜੋਤ ਨੂੰ ਸੌ ਸੌ ਪਰਨਾਮ । ਪੰਡਿਤ ਕ੍ਰਿਪਾ ਰਾਮ ਹੱਥ ਜੋੜੀ ਖੜ੍ਹਾ ਸੀ ।

★

ਗੁਰਮਤਾ ੨੪

"ਬਾਂਹ ਜਿਨ੍ਹਾਂ ਦੀ ਪਕੜੀਐ ਸਿਰ ਦੀਜੈ ਬਾਂਹਿ ਨਾ ਛੋੜੀਐ ।"

ਜਦ ਸਤਿਗੁਰਾਂ ਨੇ ਫੈਸਲਾ ਦੇ ਦਿੱਤਾ, ਭਾਵੇਂ ਪੰਡਿਤ ਖੁਸ਼ ਹੋਏ ਸਨ, ਪਰ ਅੰਦਰੋਂ ਬੜੇ ਦੁਖੀ ਸਨ । ਸਾਡੇ ਬਦਲੇ ਕੁਰਬਾਨੀ ਸਿਰ ਦੀ ਬਾਜ਼ੀ ਲਾ ਦੇਣਾ ਕੋਈ ਸੌਖਾ ਨਹੀਂ ਤੇ ਫੇਰ ਕਿਸੇ ਲਈ । ਇਸ ਗੱਲ ਨਾਲ ਪੰਡਤਾਂ ਦੇ ਹਿਰਦੇ ਵਿਚ ਗੁਰੂ ਘਰ ਲਈ ਇਕ ਨਿਸ਼ਚਾ ਜਿਹਾ ਬੰਨ੍ਹ ਦਿੱਤਾ । ਉਨ੍ਹਾਂ ਵਿਚੋਂ ਕਈ ਮਰਦ ਬਣੇ ਤੇ ਉਨ੍ਹਾਂ ਉਸੇ ਵੇਲੇ ਸਜਦੇ ਕਰ ਦਿੱਤੇ । ਸਿੱਖ ਸੇਵਕ ਬਣੇ ਤੇ ਕੁਝ ਅੜ ਵਿਚ ਬੈਠੇ ਹੋਣਗੇ ਕਿ ਅਸਾਂ ਹੁਣ ਕਸ਼ਮੀਰ ਨਹੀਂ ਜਾਣਾ । ਹੁਣ ਜੀਵਾਂਗੇ ਤਾਂ ਆਨੰਦਪੁਰ ਵਿਚ ਅਤੇ ਜੇ ਮਰਾਂਗੇ ਤਾਂ ਵੀ ਆਨੰਦਪੁਰ ਵਿਚ । ਪਰ ਸਤਿਗੁਰਾਂ ਹੁਕਮ ਦਿੱਤਾ—ਬੀਬਾ ਹੁਣ ਤੁਸੀਂ ਜਾਵੋ ਤੇ ਓਦੋਂ ਆਇਓ ਜਦ ਸਾਡੀ ਸ਼ਹਾਦਤ ਹੋ ਜਾਏਗੀ । ਫੇਰ ਗੋਬਿੰਦ ਰਾਏ ਦੇ ਮੋਢੇ ਦੇ ਨਾਲ ਮੋਢਾ ਜੋੜ ਕੇ ਕੌਮ ਦੀ ਉਸਾਰੀ ਕਰਿਓ । ਇਹਦੇ ਨਾਲ ਫੇਰ ਕਦੇ ਕੌਮ ਤੇ ਕਸ਼ਟ ਨਹੀਂ ਆਊ । ਜਦ ਮਜ਼ਬੂਤ ਤਾਕਤ ਆ ਜਾਵੇਗੀ ਤਾਂ ਫੇਰ ਕੋਈ ਏਧਰ ਝਾਤੀ ਵੀ ਨਹੀਂ ਮਾਰੇਗਾ । ਸ਼ਹਾਦਤ ਤੋਂ ਬਗੈਰ ਇਹ ਠਲ੍ਹ ਨਹੀਂ ਪੈਣੀ ਤੇ ਨਾ ਹੀ ਕੌਮ ਵਿਚ ਜਾਗਰਤੀ ਹੀ ਆਉਣੀ ਏ । ਜਦ ਕੌਮ ਆਪਣੇ ਪੈਰਾਂ ਤੇ ਖੜੀ ਹੋ ਗਈ ਤਦ ਸਾਰੇ ਦੁਖ ਕਟੇ ਜਾਣਗੇ ।

ਗੁਰਮਤਾ ਲਿਖ ਕੇ ਦਿੱਤਾ ਗਿਆ—ਸ਼ਬਦ ਸਨ :

ਮਜ਼ਲੂਮ ਪਰਜਾ ਤੇ ਜ਼ੁਲਮ ਕਰਨਾ ਹਕੂਮਤ ਨੂੰ ਸ਼ੋਭਾ ਨਹੀਂ ਦੇਂਦਾ । ਜੇ ਪਿਓ ਹੀ ਪੁੱਤ ਦਾ ਗਲਾ ਘੁਟਣ ਲੱਗ ਪਏ ਤਾਂ ਫੇਰ ਘਰ ਦੀ ਰੌਣਕ ਉਜੜ ਜਾਏਗੀ । ਜੇ ਪਰਜਾ ਹਟਕੋਰੇ ਭਰ ਭਰ ਕੇ ਮਰ ਗਈ ਤਾਂ ਫੇਰ ਹਕੂਮਤ ਤੁਸੀਂ ਕੰਧਾਂ ਤੇ ਕਰੋਗੇ । ਪਰਜਾ ਸੁਖੀ ਹੋਵੇਗੀ--ਅਸੀਸਾਂ ਦੇਊ ਬਾਦਸ਼ਾਹ ਨੂੰ । ਚਲੋ ਜੇ ਤੁਸਾਂ ਆਪਣਾ ਮਨ ਬਣਾ ਹੀ ਲਿਆ ਏ ਕਿ ਅਸਾਂ ਸਾਰੇ ਹਿੰਦੁਸਤਾਨ ਨੂੰ ਇਸਲਾਮ ਦੇ ਵਿਹੜੇ ਵਿਚ ਬਿਠਾਉਣਾ ਏ ਤਾਂ ਤੁਹਾਨੂੰ ਮੁਬਾਰਕ ! ਕਸ਼ਮੀਰ ਦੇ ਪੰਡਤਾਂ ਨੇ ਸਾਨੂੰ ਆਪਣਾ ਆਗੂ ਮੰਨ ਲਿਆ ਏ ਤੇ ਅਸਾਂ

ਪ੍ਰਵਾਨਗੀ ਦੇ ਦਿੱਤੀ ਏ। ਹੁਣ ਤੁਸੀਂ ਸਾਰੇ ਬ੍ਰਾਹਮਣ, ਹਿੰਦੂ, ਜਿੰਨੇ ਜੇਲ੍ਹਾਂ ਵਿਚ ਡਕੇ ਹੋਏ ਹਨ ਉਨ੍ਹਾਂ ਸਾਰਿਆਂ ਨੂੰ ਛੱਡ ਦਿਓ, ਜੇ ਤੁਸੀਂ ਸਾਨੂੰ ਆਪਣੇ ਧਰਮ ਵਿਚ ਲੈ ਆਵੋਂ, ਅਤੇ ਅਸਾਂ ਇਸਲਾਮ ਕਬੂਲ ਕਰ ਲਿਆ ਤਾਂ ਬਾਕੀ ਸਾਰੇ ਹਿੰਦੁਸਤਾਨ ਦੇ ਵਸਨੀਕ ਬਿਨਾਂ ਕਿਸੇ ਲੜਾਈ ਝਗੜੇ ਦੇ ਤੁਹਾਡੇ ਚੌਂਕੇ 'ਚ ਆਣ ਬਹਿਣਗੇ। ਗੁਰੂ ਨਾਨਕ ਦੇ ਦਰਬਾਰ ਦਾ ਇਹ ਅਟੱਲ ਫੈਸਲਾ ਏ। ਅਸੀਂ ਹੁਣ ਇਨ੍ਹਾਂ ਦੀ ਅਗਵਾਈ ਕਰਾਂਗੇ। ਤੁਸੀਂ ਆਪਣੇ ਧਰਮ ਦੀਆਂ ਖੂਬੀਆਂ ਸਾਨੂੰ ਦਸੋ ਤੇ ਅਸੀਂ ਆਪਣੇ ਧਰਮ ਦੀਆਂ ਚੰਗਿਆਈਆਂ ਤੁਹਾਡੀ ਝੋਲੀ 'ਚ ਪਾਵਾਂਗੇ। ਜਿਹੜਾ ਪਲੜਾ ਭਾਰੀ ਹੋਵੇਗਾ, ਉਹ ਦੂਜੇ ਦੀ ਸ਼ਰਨ ਵਿਚ ਆ ਜਾਵੇਗਾ। ਗੱਲ ਜੇ ਗੱਲੀਂ ਬਾਤੀਂ ਮੁਕ ਜਾਵੇ ਤਾਂ ਫੇਰ ਖ਼ੂਨ ਨਾਲ ਹੱਥ ਕਿਉਂ ਰੰਗੇ ਜਾਣ। ਅੱਛਾ, ਗੁਰੂ ਠੰਡ ਵਰਤਾਏ।

ਏਸੇ ਮਤੇ ਤੇ ਸਤਿਗੁਰਾਂ ਆਪਣੀ ਮੋਹਰ ਲਾ ਦਿੱਤੀ, ਆਨੰਦਪੁਰ ਦੇ ਕੁਝ ਪਤਵੰਤੇ ਕੋਲ ਬੈਠੇ ਹੋਏ ਸਨ, ਉਨ੍ਹਾਂ ਵੀ ਦਸਖਤ ਕਰ ਦਿੱਤੇ। ਪੰਜ ਸੌ ਪੰਡਤਾਂ ਨੇ ਵੀ ਉਸ ਤੇ ਹਸਤਾਖਰ ਕਰ ਦਿੱਤੇ। ਇਹ ਗੁਰਮਤਾ ਕਿਰਪਾ ਰਾਮ ਦੀ ਝੋਲੀ ਪਾ ਦਿੱਤਾ ਗਿਆ।

—ਜਾਓ, ਪੰਡਤ ਜੀ! ਬਾਦਸ਼ਾਹ ਦੇ ਹਜ਼ੂਰ ਪੇਸ਼ ਹੋ ਕੇ ਸਾਰੀ ਵਾਰਦਾਤ ਦੱਸ ਦਿੱਤੀ ਜਾਵੇ, ਫ਼ਰਮਾਇਆ ਸਾਹਿਬਾਂ ਨੇ।

—ਸਤਿ ਬਚਨ!

—ਜਲਦੀ ਜਾਓ ਤੇ ਬੰਦ ਖਲਾਸ ਕਰਾਓ ਉਨ੍ਹਾਂ ਬੰਦਿਆਂ ਦੀ ਜਿਹੜੇ ਜੇਲ੍ਹਾਂ ਵਿਚ ਸੜ ਰਹੇ ਸਨ।

ਸਾਰਾ ਜੱਥਾ ਅਗੇ ਲਾ ਤੁਰਿਆ ਪੰਡਤ ਕਿਰਪਾ ਰਾਮ। ਆਨੰਦਪੁਰ ਦੀ ਧੂੜ ਨੂੰ ਮੱਥੇ ਤੇ ਲਾ ਰਹੇ ਸਨ ਕਸ਼ਮੀਰ ਦੀ ਧਰਤੀ ਦੇ ਲਾਲ।

ਬਾਦਸ਼ਾਹ ਦਿੱਲੀ ਵਿਚ ਨਹੀਂ ਸੀ, ਕਾਬਲ ਦੀ ਮੁਹਿੰਮ ਤੇ ਚੜ੍ਹਿਆ ਹੋਇਆ ਸੀ, ਉਨ੍ਹਾਂ ਲਾਹੌਰ ਵੱਲ ਆਪਣਾ ਮੂੰਹ ਕਰ ਲਿਆ ਤੇ ਲਾਹੌਰ ਆਣ ਕੇ ਦਮ ਮਾਰਿਆ।

ਸੂਬੇਦਾਰ ਜ਼ਬਰਦਸਤ ਖ਼ਾਂ ਲਾਹੌਰ ਦਾ ਹਾਕਮ ਸੀ ਤੇ ਉਸੇ ਦੇ ਰਾਹੀਂ ਬਾਦਸ਼ਾਹ ਦੇ ਨਾਲ ਗੱਲਬਾਤ ਕੀਤੀ ਜਾ ਸਕਦੀ ਸੀ। ਇਹ ਅਰਜ਼ੀ ਦਰਬਾਰ ਵਿਚ ਪੇਸ਼ ਕੀਤੀ ਗਈ। ਹੱਥ ਜੋੜ ਰਹੇ ਸਨ, ਕਸ਼ਮੀਰੀ ਪੰਡਤ।

—ਜਾਓ, ਤੁਸੀਂ ਆਰਾਮ ਕਰੋ, ਅਸੀਂ ਬਾਦਸ਼ਾਹ ਦੇ ਹਜ਼ੂਰ ਇਹ ਅਰਜ਼ੀ ਭੇਜ ਦਿੰਦੇ ਹਾਂ, ਜਵਾਬ ਲੈ ਕੇ ਜਾਣਾ। ਜੇ ਤੁਹਾਡਾ ਹੋਰ ਕੋਈ ਰਹਿਣ ਦਾ ਟਿਕਾਣਾ ਹੈ ਤਾਂ ਬਹੁਤ ਖ਼ੂਬ, ਨਹੀਂ ਤੇ ਸ਼ਾਹੀ ਸਰਾਂ ਤੁਹਾਡੇ ਲਈ ਖ਼ਾਲੀ ਕਰ ਦਿੱਤੀ ਜਾਏਗੀ, ਰਸਦ, ਪਾਣੀ ਸਰਕਾਰ ਵਲੋਂ ਮਿਲੇਗਾ, ਸੂਬੇਦਾਰ ਨੇ ਹੁਕਮ ਦਿੱਤਾ।

—ਹਜ਼ੂਰ ਦਾ ਇਕਬਾਲ ਬੁਲੰਦ ਹੋਵੇ, ਅਰਜ਼ ਕੀਤੀ ਕਿਰਪਾ ਰਾਮ ਪੰਡਤ ਨੇ।

ਏਸੇ ਅਰਜ਼ੀ ਦੇ ਨਾਲ ਸੂਬੇਦਾਰ ਨੇ ਆਪਣਾ ਫ਼ਰਮਾਨ ਨੱਥੀ ਕੀਤਾ ਤੇ ਮਿਸਲ ਤਿਆਰ ਹੋ ਗਈ।

ਇਹ ਅਰਜ਼ੀ ਮੈਂ ਹਜ਼ੂਰ ਦੇ ਨਜ਼ਰ ਕਰ ਰਿਹਾ ਹਾਂ, ਮੈਨੂੰ ਇਉਂ ਜਾਪਦਾ ਏ ਕਿ ਏਸ ਅਰਜ਼ੀ ਨੇ ਸਾਰੀਆਂ ਮੁਸ਼ਕਲਾਂ ਹੱਲ ਕਰ ਦਿੱਤੀਆਂ ਨੇ। ਅਸੀਂ ਲੋਕਾਂ ਦੇ ਬੂਹੇ ਖੜ-

ਕਾਊਣੋਂ ਬਚ ਗਏ। ਬਹੁਤੇ ਦੁਸ਼ਮਣ ਪੈਦਾ ਹੋ ਜਾਣੇ ਸਨ। ਇਨ੍ਹਾਂ ਨਾਲ ਨਿਬੜ ਲਵਾਂਗੇ। ਮੈਨੂੰ ਇਸ ਅਰਜ਼ੀ ਵਿਚੋਂ ਬਗ਼ਾਵਤ ਦੀ ਬੂ ਨਜ਼ਰ ਆ ਰਹੀ ਏ। ਮੈਨੂੰ ਇਉਂ ਜਾਪਦਾ ਏ ਕਿ ਮਾਲਾ ਫੜਨ ਵਾਲੇ ਸਾਧ ਤਲਵਾਰਾਂ ਤੇ ਹੱਥ ਅਜ਼ਮਾਉਣ ਲੱਗ ਪਏ ਹਨ। ਮੈਨੂੰ ਉਮੀਦ ਨਹੀਂ ਸੀ ਕਿ ਗੁਰੂ ਨਾਨਕ ਦੇ ਗੱਦੀ-ਨਸ਼ੀਨ ਏਸ ਝੰਜਟ ਵਿਚ ਪੈਣਗੇ। ਪਤਾ ਨਹੀਂ ਉਨ੍ਹਾਂ ਮੋਇਆ ਸੱਪ ਕਿਸ ਤਰ੍ਹਾਂ ਆਪਣੇ ਗੱਲ ਪਾ ਲਿਆ ਏ। ਧੰਨ ਹਨ ਉਹ ਜਿਨ੍ਹਾਂ ਦੂਜਿਆਂ ਦੀ ਮੁਸੀਬਤ ਆਪਣੇ ਜ਼ਿੰਮੇ ਲੈ ਲਈ ਹੈ। ਕਿਸੇ ਦੀ ਅੱਗ ਵਿਚ ਕੌਣ ਸੜਦਾ ਏ, ਇਨ੍ਹਾਂ ਗੁਰੂਆਂ ਨੇ ਪੰਜਾਬ ਦਾ ਦਿਲ ਜਿੱਤ ਲਿਆ ਏ। ਇਹ ਜ਼ਰੂਰ ਕੋਈ ਫ਼ਿਤਨਾ ਖੜਾ ਕਰਨਗੇ। ਸਾਰੇ ਪੰਜਾਬ ਦੀ ਆਵਾਜ਼ ਇਕ ਜਗ੍ਹਾ ਤੇ ਇਕੱਠੀ ਹੋ ਗਈ ਏ। ਹਕੂਮਤ ਨੂੰ ਚਾਹੀਦਾ ਏ ਕਿ ਏਸ ਉਭਰ ਰਹੀ ਬਗ਼ਾਵਤ ਦਾ ਸਿਹ ਭੰਨ ਦਿੱਤਾ ਜਾਵੇ। ਮੈਂ ਹੁਕਮ ਦੀ ਇੰਤਜ਼ਾਰ ਵਿਚ ਹਾਂ। ਖ਼ੁਦਾ ਮੁਗ਼ਲ ਹਕੂਮਤ ਦੇ ਝੰਡੇ ਬੁਲੰਦ ਰਖੇ—ਜ਼ਬਰਦਸਤ ਖ਼ਾਂ।

ਘੋੜ ਸਵਾਰਾਂ ਇਕੋ ਦਿਨ ਵਿਚ ਹੀ ਉਹ ਅਰਜ਼ੀ ਹਸਨ ਅਬਦਾਲ ਪੁਚਾ ਦਿੱਤੀ, ਤੇ ਬਾਦਸ਼ਾਹ ਨੇ ਉਹ ਅਰਜ਼ੀ ਪੜ੍ਹੀ ਤੇ ਖੜੇ ਪੈਰ ਹੀ ਸ਼ਾਹੀ ਫ਼ਰਮਾਨ ਜਾਰੀ ਕਰ ਦਿੱਤਾ।

ਸਖੀ ਸਰਵਰਾਂ ਦੇ ਆਗੂ ਹਾਫਿਜ਼ ਆਦਿਮ ਨੂੰ ਦੇਸ਼ ਬਦਰ ਕਰ ਦਿੱਤਾ ਜਾਏ। ਅਟਕ ਤੇ ਪੇਸ਼ਾਵਰ ਤੋਂ ਪਰ੍ਹੇ ਜੇ ਉਹ ਪਠਾਣਾਂ ਦੇ ਦੇਸ਼ ਤੋਂ ਵਾਪਸ ਆਉਣ ਦੀ ਕੋਸ਼ਿਸ਼ ਕਰੇ ਤਾਂ ਬਾਦਸ਼ਾਹ ਨੂੰ ਇਤਲਾਹ ਦਿੱਤੀ ਜਾਏ ਤੇ ਸਿੱਖਾਂ ਦੇ ਗੁਰੂ ਨੂੰ ਪਕੜ ਲਿਆ ਜਾਏ ਤੇ ਕੈਦ ਵਿਚ ਪਾ ਦਿੱਤਾ ਜਾਏ। ਏਸ ਹੁਕਮ ਤੇ ਫੌਰੀ ਅਮਲ ਕੀਤਾ ਜਾਏ। ਯਾਦ ਰਹੇ ਜੇ ਹਾਲਾਤ ਇਜਾਜ਼ਤ ਨਾ ਦਏ ਤਾਂ ਫੇਰ ਏਨੀ ਦਹਿਸ਼ਤ ਫੈਲਾ ਦਿੱਤੀ ਜਾਏ ਕਿ ਲੋਕ ਡਰ ਜਾਣ। ਗੁਰੂ ਤੇ ਹੱਥ ਨਾ ਪਾਇਆ ਜਾਏ ਸਿਰਫ ਕੜੀ ਨਜ਼ਰ ਰੱਖੀ ਜਾਏ। ਮੇਰੇ ਦੂਜੇ ਹੁਕਮ ਦੀ ਇੰਤਜ਼ਾਰ ਕਰੋ। ਅਜੇ ਸਿਰਫ਼ ਡਰਾਓ, ਧਮਕਾਓ, ਦਹਿਸ਼ਤ ਫੈਲਾਓ—ਸ਼ਹਿਨਸ਼ਾਹ-ਏ-ਹਿੰਦ, ਔਰੰਗਜ਼ੇਬ।

ਜਵਾਬ ਆ ਗਿਆ, ਪੰਡਤ ਬੁਲਵਾਏ ਗਏ, ਉਨ੍ਹਾਂ ਨੂੰ ਹੁਕਮ ਦਸਤੀ ਦਿੱਤਾ ਗਿਆ। ਸਾਰੇ ਕਸ਼ਮੀਰ ਤੇ ਦੂਜੀਆਂ ਥਾਵਾਂ ਤੇ ਕੈਦ ਕੀਤੇ ਬਰਾਹਮਣ ਤੇ ਦੂਜੀਆਂ ਜਾਤੀਆਂ ਦੇ ਬੰਦੇ ਛੱਡ ਦਿੱਤੇ ਜਾਣ, ਤਾਕਤ ਤੋਂ ਕੰਮ ਨਾ ਲਿਆ ਜਾਏ, ਬਾਦਸ਼ਾਹ ਦਾ ਇਹ ਹੁਕਮ ਏ। ਪਰਵਾਨ ਲੈ ਕੇ ਚਲ ਪਏ, ਲਾਹੌਰ ਵਿਚੋਂ, ਜੂਹ ਟੱਪੇ ਤੇ ਸਾਹ ਨਾਲ ਸਾਹ ਰਲਿਆ।

ਬਗ਼ਾਵਤ ਜਨਮ ਲੈ ਰਹੀ ਸੀ, ਠੰਡੀ ਜੰਗ ਸ਼ੁਰੂ ਹੋ ਗਈ।

ਦੱਬੀ ਅੱਗ ਵਿਚੋਂ ਕਦ ਸ਼ੋਅਲੇ ਭੜਕਣਗੇ, ਇਹ ਤੇ ਰੱਬ ਹੀ ਜਾਣਦਾ ਏ, ਮਰਕਜ਼ ਬਣ ਗਿਆ ਸੀ ਏਸ ਵੇਲੇ ਆਨੰਦਪੁਰ।

★

ਜੈਤਾ ਅੱਥਰੇ ਵਹਿੜਕੇ ਵਾਂਗ ਕਾਬੂ ਨਹੀਂ ਸੀ ਆ ਰਿਹਾ। ਦਿਨਾਂ ਵਿਚ ਹੀ ਉਹ ਪ੍ਰਗਟ ਹੋਇਆ ਤੇ ਪਲਾਂ ਵਿਚ ਹੀ ਨਿੱਤਰ ਕੇ ਸਾਹਵੇਂ ਆ ਗਿਆ। ਜੈਤਾ ਇਕ ਅੱਗ ਸੀ ਮੁੱਦਤਾਂ ਦੀ ਦੱਬੀ ਕੁਚਲੀ।

ਜੈਤਾ ਇਕ ਆਵਾਜ਼ ਸੀ ਜਿਹੜੀ ਕੰਠ ਵਿਚੋਂ ਨਹੀਂ ਸੀ ਨਿਕਲੀ।

ਜੈਤਾ ਇਕ ਤੂਫਾਨ ਸੀ ਲਹਿਰਾਂ ਦੀ ਬੁੱਕਲ ਵਿਚ ਲੁਕਿਆ ਹੋਇਆ।

ਜੈਤਾ ਇਕ ਜਵਾਲਾ ਸੀ ਪਹਾੜਾਂ ਦੀ ਹਿੱਕ ਵਿਚ ਲੁੱਕੀ ਹੋਈ।

ਜੈਤਾ ਇਕ ਪੈਗਾਮ ਸੀ ਹਰਕਾਰੇ ਥੈਲੇ ਦੇ ਵਿਚ ਪਿਆ ਹੋਇਆ।

ਜੈਤਾ ਅੱਗ ਦੀ ਨਾੜ ਸੀ ਕੱਖਾਂ ਹੇਠ ਦੱਬੀ ਹੋਈ।

ਜੈਤਾ ਇਕ ਸਰੋਤਾ ਸੀ ਜਿਸ ਦੇ ਕੰਨੀਂ ਅਜੇ ਸੰਖ ਦੀਆਂ ਧੁਨਾਂ ਨਹੀਂ ਸਨ ਗੂੰਜੀਆਂ।

ਜੈਤਾ ਅਜੇ ਧਰੇਕ ਦੀ ਕੱਚੀ ਡਾਲੀ ਸੀ ਉਹਦੇ ਕੱਚੇ ਹੱਡਾਂ ਵਿਚ ਅਜੇ ਲਹੂ ਨਹੀਂ ਸੀ ਪੰਘਰਿਆ।

ਜੈਤਾ ਉਨ੍ਹਾਂ ਮਹਾਂ ਪੁਰਸ਼ਾਂ ਦੀ ਬਹਿਣੀ ਬੈਠਾ ਸੀ ਜਿਨ੍ਹਾਂ ਇਕ ਨਵੀਂ ਕੌਮ ਦੀ ਸਿਰਜਣਾ ਕਰਨੀ ਸੀ।

—ਜੈਤੇ ਨੇ ਮਾਂ ਦੇ ਦੁੱਧ ਨਾਲ ਲੋਰੀਆਂ ਲਈਆਂ ਸਨ ਬਹਾਦਰਾਂ ਯੋਧਿਆਂ ਦੀਆਂ ਵੀਰ ਗਾਥਾਵਾਂ ਸੁਣ ਕੇ। ਉਸਨੂੰ ਕੌਣ ਸੀ ਦੱਸਣ ਵਾਲੀ, ਪਤਾ ਜੇ ਮਾਤਾ ਨਾਨਕੀ। ਜੈਤਾ ਮਾਤਾ ਗੁਜਰੀ ਦੇ ਵਿਹੜੇ ਵਿਚ ਜੁਆਨ ਹੋਇਆ ਸੀ। ਪੋਟੇ ਪੋਟੇ ਮਿਣ ਮਿਣ ਕੇ ਪਾਲਿਆ ਸੀ ਗੁਰੂ ਦੇ ਮਹਿਲਾਂ, ਵਿਚਾਰੀ ਪ੍ਰੇਮਾਂ ਨੇ ਤਾਂ ਇਕ ਵਾਰ ਮੂੰਹ ਚੁੰਮ ਕੇ ਵੀ ਨਹੀਂ ਸੀ ਵੇਖਿਆ। ਮਾਤਾ ਨਾਨਕੀ ਹੀ ਉਹਦੇ ਸਿਰੋਂ ਮਿਰਚਾਂ ਵਾਰ ਵਾਰ ਚੁੱਲ੍ਹੇ 'ਚ ਪਾਉਂਦੇ ਰਹੀ।

—ਇਕ ਦਿਨ ਜੈਤਾ ਆਖਣ ਲੱਗਾ ਮਾਤਾ ਜੀ ! ਹੁਣ ਮੈਂ ਜੁਆਨ ਹੋ ਗਿਆ ਮੈਂ ਬਦਲਾ ਚੁਕਾਊਂ। ਮਾਵਾਂ ਦੀ ਤੇ ਕੋਈ ਦੇਣ ਨਹੀਂ ਦੇ ਸਕਦਾ। ਜੇ ਪੁੱਤ ਸੇਵਾ ਮਾਂ ਦੀ ਨਾ ਕਰੇ ਤਾਂ ਕੌਣ ਕਰੇ। ਜੇ ਪੁੱਤ ਮਾਵਾਂ ਦੇ ਕੰਮ ਨਾ ਆਵੇ ਤਾਂ ਉਸਨੂੰ ਵੱਢ ਕੇ ਚੁੱਲ੍ਹੇ 'ਚ ਡਾਹੁਣੈ। ਪੁੱਤ ਕਾਹਦੇ ਲਈ ਨੇ। ਪੁੱਤ ਹੀ ਤਾਂ ਨੀਹਾਂ ਬੁਨਿਆਦਾਂ ਹੁੰਦੇ ਹਨ। ਮਾਂ ਵਕਤ ਆਉਣ ਦੇ ਜੈਤਾ ਕਦੀ ਪਿੱਛੇ ਨਹੀਂ ਹਟੇਗਾ-। ਮਾਂ ਮੈਂ ਅੰਨ ਖਾਧਾ ਏ ਤੁਹਾਡੇ ਚੁੱਲ੍ਹੇ ਦਾ, ਮੈਂ ਇਕ ਇਕ ਪਸੀਨੇ ਦੀ ਬੂੰਦ ਤੇ ਲਹੂ ਡੋਲਾਂਗਾ।

ਜੈਤਾ ਜਿਹੜਾ ਸਿੱਧਾ ਈ ਵੱਧ ਰਿਹਾ ਸੀ ਉਹਦਾ ਖਿਲਾਰ ਫੈਲਿਆ ਨਹੀਂ ਸੀ। ਅਜੇ ਉਹਦੀ ਥਾਂ ਹੇਠ ਕੋਈ ਬਹਿ ਨਹੀਂ ਸੀ ਸਕਦਾ। ਅਜੇ ਉਹਨੂੰ ਪੂਰੀ ਖੁਰਾਕ ਨਹੀਂ ਸੀ ਮਿਲੀ। ਅਜੇ ਉਹਦੇ ਹੱਥ ਮਾਲਾ ਦੇ ਮਣਕਿਆਂ ਤੇ ਟਿਕੇ ਨਹੀਂ ਸੀ। ਅਜੇ ਤਲਵਾਰ ਦੀ ਮੁੱਠ ਵਿਚ ਉਹਦੀਆਂ ਉਂਗਲਾਂ ਨਹੀਂ ਸਨ ਖੁੱਭੀਆਂ। ਅਜੇ ਉਸ ਜ਼ਮਾਨਾ ਨਹੀਂ ਸੀ ਡਿੱਠਾ। ਅਜੇ ਉਸ ਦੁਨੀਆ ਦੀ ਨੌਟੰਕੀ ਨਹੀਂ ਸੀ ਦੇਖੀ। ਦੁਨੀਆ ਕੀ ਪਾਪੜ ਵੇਲਦੀ ਏ ਉਹਦੇ ਦੰਦ ਖਾਣ ਦੇ ਹੋਰ ਤੇ ਵਿਖਾਉਣ ਦੇ ਹੋਰ। ਇਕ ਘੜੀ ਵਿਚ ਤੋਲਾ ਤੇ ਇਕ ਘੜੀ

ਵਿਚ ਮਾਸਾ। ਇਸ ਦੀ ਚਿੱਟੀ ਚਾਦਰ ਤੇ ਜਾਨਾਂ ਖ਼ੂਨ ਦੇ ਧੱਬਿਆਂ ਨਾਲ ਭਰੀ ਹੋਈ ਊ। ਇਸ ਦੀ ਬੁੱਕਲ ਵਿਚ ਛੁਰੀਆਂ ਤੇ ਹੱਥ ਵਿਚ ਮਾਲਾ। ਇਹਦੇ ਮੱਥੇ ਤੇ ਤਿਲਕ ਤੇ ਦਿਲ ਵਿਚ ਫਰੇਬ। ਇਹ ਦੀ ਇਕ ਅੱਖ ਵਿਚ ਹਮਦਰਦੀ ਤੇ ਦੂਜੀ ਅੱਖ ਵਿਚ ਖ਼ੂੰਖਾਰ ਚੰਗਿਆੜੇ। ਦੁਨੀਆ ਕਿਸੇ ਦੀ ਮਿੱਤ ਨਹੀਂ। ਜੈਤਿਆ! ਅਜੇ ਤੂੰ ਬਾਲ ਏਂ ਅਜੇ ਤੇਰੀਆਂ ਦੁੱਧ ਦੀਆਂ ਦੰਦੀਆਂ ਨਹੀਂ ਟੁੱਟੀਆਂ। ਤਲਵਾਰ ਦੀ ਧਾਰ ਤੇ ਤੁਰਨਾ ਮੁਸ਼ਕਲ ਹੈ। ਦਾਤਰੀ ਨੂੰ ਇਕ ਪਾਸੇ ਦੰਦੇ ਤੇ ਦੁਨੀਆ ਨੂੰ ਦੋ ਪਾਸੀਂ। ਜੈਤਾ ਗੁਰੂਆਂ ਦਾ ਬੜਾ ਸ਼ਰਧਾਲੂ ਸੀ। ਹੋਣਹਾਰ ਬਿਰਵਾ ਕੇ ਚਿਕਨੇ ਚਿਕਨੇ ਪਾਤ। ਜੰਮਦੀਆਂ ਸੂਲਾਂ ਦੇ ਮੂੰਹ ਤਿੱਖੇ। ਬਾਲ ਗੋਪਾਲ ਦੇ ਪੰਘੂੜੇ ਵਿਚੋਂ ਲੱਭ ਪੈਂਦੇ ਹਨ। ਜੈਤੇ ਦੀ ਨੁਹਾਰ ਵੇਖ ਕੇ ਕਿਸੇ ਬਹਾਦਰ ਜੋਧੇ ਦਾ ਅਨੁਮਾਨ ਲਾਇਆ ਜਾ ਸਕਦਾ ਸੀ। ਜੈਤਾ ਅਧ ਖਿੜੀ ਕਲੀ ਵਾਂਗ ਅਜੇ ਮਲੂਕ ਸੀ, ਫੁੱਲ ਨਹੀਂ ਸੀ ਬਣਿਆ।

—ਜੈਤਿਆ ਜਾ ਗੰਗਾ ਇਸ਼ਨਾਨ ਕਰ ਆ। ਮਾਮਾ ਕ੍ਰਿਪਾਲ ਚੰਦ ਆਖਣ ਲੱਗਾ।

—ਮੈਂ ਤੇ ਮਤੀ ਦਾਸ ਦੋਵੇਂ ਚੱਲੇ ਹਾਂ।

—ਇਹ ਪੰਜਾਬ ਨਹੀਂ ਪੂਰਬ ਦੇਸ਼ ਏ। ਹਿੰਦੂ ਧਰਮ ਦੀ ਧਰਤੀ ਏਸੇ ਨੂੰ ਆਖਦੇ ਹਨ। ਰਾਮ ਤੇ ਕ੍ਰਿਸ਼ਨ ਏਸੇ ਧਰਤੀ ਵਿਚ ਪੈਦਾ ਹੋਏ।

—ਮੈਂ ਸੁਣਿਐ ਰਵੀਦਾਸ, ਕਬੀਰ ਤੇ ਬਾਲਮੀਕ ਦੀ ਜਨਮ ਭੂਮੀ ਵੀ ਇਹੋ ਹੀ ਹੈ। ਬੋਲ ਜੈਤੇ ਦੇ ਸਨ।

—ਜਲਦੀ ਆਇਓ, ਅਸੀਂ ਤੁਹਾਡੀ ਉਡੀਕ ਕਰਾਂਗੇ। ਹੋਰ ਕੌਣ ਚਲਿਆ ਏ ਨਾਲ।

—ਅਜੇ ਤੇ ਅਸੀਂ ਦੋਵੇਂ ਈ ਹਾਂ, ਪਤਾ ਨਹੀਂ ਉਥੇ ਜਾ ਕੇ ਕੋਈ ਹੋਰ ਮਿਲ ਜਾਏ। ਜੈਤਾ ਜੁਆਬ ਦੇਣ ਨੂੰ ਤਗੜਾ ਸੀ।

ਗੰਗਾ ਨਦੀ ਤੇ ਪੁੱਜ ਗਏ। ਉਥੇ ਕਨੌਜੀ ਬ੍ਰਾਹਮਣ ਇਸ਼ਨਾਨ ਕਰ ਰਹੇ ਸਨ ਜੈਤੇ ਤੇ ਮਤੀਦਾਸ ਨੇ ਕੱਪੜੇ ਲਾਹੇ ਤੇ ਛਾਲਾਂ ਕੱਢ ਮਾਰੀਆਂ। ਉਨ੍ਹਾਂ ਦੇ ਛਿੱਟੇ ਬ੍ਰਾਹਮਣਾ ਦੇ ਕੱਪੜਿਆਂ ਤੇ ਪਏ। ਕੱਪੜੇ ਗਿੱਲੇ ਤੇ ਹੋਣੇ ਈ ਸਨ ਭਿੱਟੇ ਵੀ ਗਏ।

—ਕੌਣ ਹੋ ਤੁਸੀਂ ? ਇਕ ਬ੍ਰਾਹਮਣ ਬੋਲਿਆ।

—ਬੰਦੇ।

—ਬੰਦੇ ਤੇ ਮੈਂ ਵੀ ਵੇਖ ਰਿਹਾਂ। ਕੌਣ ਜਾਤੀ ?

—ਇਹ ਖੱਤਰੀ ਤੇ ਮੈਂ ਹਰੀਜਨ। ਆਵਾਜ਼ ਜੈਤੇ ਦੀ ਸੀ।

—ਐਨੀ ਗੱਲ ਨੇ ਉਪੱਦਰ ਮਚਾ ਦਿੱਤਾ। ਇਕ ਤੂਫ਼ਾਨ ਖੜਾ ਹੋ ਗਿਆ। ਉਨ੍ਹਾਂ ਆ ਨਾ ਵੇਖੀ ਤਾ ਨਾ ਵੇਖੀ ਤੇ ਮਾਰ ਕੇ ਵੱਖੀਆਂ ਸੁਜਾ ਦਿੱਤੀਆਂ। ਬੋਦੀ ਤੋਂ ਫੜ ਲਿਆ ਮਤੀ ਦਾਸ ਦੀ ਮੁਰੰਮਤ ਵੀ ਖ਼ੂਬ ਹੋਈ। ਖ਼ੂਬ ਢਿੰਡੋਰਾ ਪਿਟਿਆ ਗਿਆ ਤੇ ਮੂੰਹ ਕਾਲਾ ਕਰਕੇ ਫੜਕੇ ਗੁਰੂ ਕੋਲ ਲੈ ਆਏ। ਆਖਣ ਲੱਗੇ ਇਨ੍ਹਾਂ ਸਾਡਾ ਧਰਮ ਅਪਵਿੱਤਰ ਕਰ ਦਿੱਤਾ ਹੈ। ਇਹ ਅਛੂਤ ਗੰਗਾ ਇਸ਼ਨਾਨ ਕਰਨ ਅਤੇ ਕਰਨ ਬ੍ਰਾਹਮਣ ਘਾਟ ਤੇ। ਇਨ੍ਹਾਂ ਨੂੰ ਕਿਸੇ ਮੱਤ ਨਹੀਂ ਦਿੱਤੀ। ਬ੍ਰਾਹਮਣ ਅੱਗ ਬਗੋਲਾ ਹੋ ਰਿਹਾ ਸੀ।

—ਬਾਲ ਹਨ ਬ੍ਰਾਹਮਣ ਦੇਵਤਾ ਮੁਆਫ ਕਰੋ, ਪਰਦੇਸੀ ਹਨ।

—ਕੈਸੀ ਮੁਆਫੀ ਗੁਰੂ ਮਹਾਰਾਜ! ਅਛੂਤ ਆਪ ਨੇ ਸਿਰ ਪਰ ਚੜ੍ਹਾ ਰੱਖੇ ਹੈਂ।

—ਕਿਆ ਯੇ ਮੁਸਲਮਾਨੋਂ ਸੇ ਭੀ ਬੁਰੇ ਹੈਂ। ਉਸ ਵਕਤ ਆਪ ਕਾ ਧਰਮ ਕਹਾਂ ਚਲਾ ਜਾਤਾ ਹੈ ਜਬ ਦਸਤਰਖਾਨ ਮੇ ਨਵਾਬ ਕੋ ਸਾਥ ਖਾਨਾ ਪੜਤਾ ਹੈ। ਉਸ ਵਕਤ ਅਛੂਤ ਕਾ ਨਾਮ ਯਾਦ ਨਹੀਂ ਆਤਾ। ਆਵਾਜ਼ ਉਦੇ ਸਿੰਘ ਰਾਠੌਰ ਦੀ ਸੀ।

—ਹਕੂਮਤ ਕੇ ਸਾਮਨੇ ਦਮ ਮਾਰਨੇ ਕੀ ਕਿਸੇ ਜੁਰਅਤ ਹੈ?

—ਅਬ ਯੇ ਆਦਤੇਂ ਛੋੜ ਦੋ। ਗੁਲਾਮੀ ਅਬ ਆਪ ਕੇ ਨਾਖ਼ੁਨੋਂ ਕੇ ਅੰਦਰ ਤਕ ਚਲੀ ਗਈ ਹੈ। ਜਾਤ ਪਾਤ ਛੋੜ ਕਰ ਦੇਸ਼ ਕਾ ਕੋਈ ਕਾਮ ਕਰੋ। ਹਿੰਦੂ ਧਰਮ ਗੰਗਾ ਮੇਂ ਡੂਬ ਕੇ ਦਮ ਤੋੜਨ ਵਾਲਾ ਹੈ। ਤਿਲਕ ਜੰਞੂ ਅਬ ਸਾਵਨ ਭਾਦੋਂ ਕੀ ਘਟਾ ਬਨ ਜਾਏਗਾ। ਯੇ ਮੰਦਰ ਮਸਜਿਦ ਕੀ ਸ਼ਕਲ ਇਖਤਿਆਰ ਕਰ ਜਾਏਂਗੇ। ਤਬ ਧਰਮ ਕਹਾਂ ਰਹੇਗਾ। ਯੇ ਸਭ ਦਿਖਾਵਾ ਹੈ। ਫ਼ਰਮਾਇਆ ਗੁਰਾਂ :

ਜੋ ਪ੍ਰਾਨੀ ਮਮਤਾ ਤਜੇ ਲੋਭ ਮੋਹ ਅਹੰਕਾਰ ॥
ਕਹੁ ਨਾਨਕ ਆਪਨ ਤਰੈ ਅਉਰਨ ਲੇਤ ਉਦਾਰ ॥

★

੨੬ ਮੈਂ ਕੌਣ ਹਾਂ?

—ਲਵੋ ਹੁਣ ਤੁਸੀਂ ਅਗਲੀ ਕਥਾ ਮੈਥੋਂ ਸੁਣੋ, ਤੁਸੀਂ ਆਖੋਗੇ ਭਈ ਤੂੰ ਕੌਣ ਏਂ, ਕਿੱਥੋਂ ਆਇਆ ਏਂ, ਤੇਰਾ ਕੀ ਕੰਮ ਸਾਡੀ ਸਭਾ ਵਿਚ। ਗੱਲ ਤੇ ਤੁਹਾਡੀ ਠੀਕ ਏ। ਵੱਡਿਆਂ ਦੀ ਗੱਲ ਵਿਚ ਮੈਨੂੰ ਨਹੀਂ ਬੋਲਣਾ ਚਾਹੀਦਾ। ਪਰ ਮੈਂ ਇਕ ਅਰਜ਼ ਕਰਾਂ ਤੁਸੀਂ ਗੁੱਸੇ ਤੇ ਨਹੀਂ ਹੋਵੋਗੇ. ਮੇਰਾ ਨਾਂ ਇਸ ਕਥਾ ਨਾਲ ਬਹੁਤ ਜੁੜਿਆ ਹੋਇਆ ਏ ਜਿਹੜੀ ਮੈਂ ਹੁਣ ਸੁਣਾਉਣ ਲੱਗਾ ਹਾਂ।

—ਗੁਰੂ ਘਰ ਨਾਲ ਤੇਰਾ ਕੀ ਸੰਬੰਧ।

—ਗੁਰੂ ਘਰ ਨਾਲ ਕਿੱਦਾਂ ਸੰਬੰਧ ਨਹੀਂ? ਮਾਲਾ ਦੇ ਜਿੰਨੇ ਮਣਕੇ ਹਨ, ਉਹ ਸਾਰੇ ਪੰਜਾਬ ਅਤੇ ਕੁਝ ਦੂਜਿਆਂ ਇਲਾਕਿਆਂ ਦੇ ਹਨ। ਮੈਂ ਵੀ ਤੇ ਪੰਜਾਬੀ ਹਾਂ, ਤੁਸੀਂ ਮੈਨੂੰ ਗੁਰੂ ਘਰ ਤੋਂ ਅੱਡ ਕਿਵੇਂ ਕਰ ਦਿੱਤਾ ਏ। ਕੀ ਮੈਂ ਛੋਟੀ ਜ਼ਾਤ ਦਾ ਹਾਂ, ਗੁਰੂ ਘਰ ਵਿਚ ਕੋਈ ਵੱਡਾ ਛੋਟਾ ਨਹੀਂ। ਸਭ ਬਰਾਬਰ ਹਨ। ਭਾਵੇਂ ਕੋਈ ਰਾਜਾ ਹੋਵੇ ਤੇ ਭਾਵੇਂ ਕੋਈ ਰੰਕ, ਇਕੋ ਹੀ ਤੇ ਇਕ ਘਰ ਏ ਜਿੱਥੇ ਸਾਰੇ ਇਕ ਸਫ਼ ਤੇ ਬੈਠਦੇ ਹਨ। ਇਥੇ ਕੋਈ ਨਿੰਦ ਵਿਚਾਰ ਨਹੀਂ। ਤੂੰ ਬੜਾਹਮਣ ਨਹੀਂ, ਤੂੰ ਬਰਾਮਹਣ ਏਂ, ਤੂੰ ਖੱਤਰੀ ਏਂ, ਵੈਸ਼ਨਵ ਏਂ ਜਾਂ ਸ਼ੂਦਰ, ਤੁਸੀਂ ਭਾਵੇਂ ਕੁਝ ਵੀ ਹੋਵੇ, ਗੁਰੂ ਘਰ ਦੇ ਸੇਵਕ ਹੋ, ਤੇ ਤੂੰ ਸਿੱਖ ਏਂ? ਜ਼ਾਤ ਕੀ ਹੋਈ, ਗੁਰੂ ਘਰ ਤੋਂ ਕਰਮ ਪੁੱਛਦਾ ਏ, ਤੇਰੇ ਕਰਮ ਕੀ ਹਨ? ਕੀ ਤੁਸੀਂ ਉਹਨੂੰ ਨੀਚ ਆਖੋਗੇ, ਕੰਮ ਕਰੇ ਚੰਡਾਲਾਂ ਦਾ ਤੇ ਬੈਠੇ ਮੰਦਰ ਵਿਚ। ਕੀ ਉਹਨੂੰ ਕਬੂਲ ਕੀਤਾ ਜਾਏਗਾ, ਕਦੇ ਨਹੀਂ, ਗੁਰਾਂ ਨੇ ਐਸੇ ਗੱਲ ਦਾ ਨਿਖੇੜਾ ਕੀਤਾ ਏ, ਬੜਾ ਚਿਰ ਹਨੇਰ ਗਰਦੀ ਚਲਦੀ ਰਹੀ,

ਹੁਣ ਤੇ ਕੁਝ ਸੋਚੋ।

—ਮੈਂ ਨੀਚ ਜ਼ਾਤ ਦਾ ਇਕ ਬੰਦਾ ਹਾਂ, ਮੈਨੂੰ ਕਦੇ ਵੀ ਬਰਾਦਰੀ ਵਿਚ ਉਚਾ ਅਸਥਾਨ ਨਹੀਂ ਮਿਲਿਆ, ਮੈਂ ਕਿਉਂ ਅਫ਼ਸੋਸ ਕਰਾਂ ? ਮੇਰੇ ਬਜ਼ੁਰਗਾਂ ਨੂੰ ਵੀ ਸਾਰੀ ਹਯਾਤੀ ਵਿਚ ਕਦੇ ਚੰਗੀ ਨਜ਼ਰ ਨਾਲ ਨਹੀਂ ਵੇਖਿਆ ਗਿਆ। ਅਸੀਂ ਹਮੇਸ਼ਾ ਪੈਰਾਂ ਵਿਚ ਹੀ ਬੈਠਦੇ ਆਏ ਹਾਂ। ਸਾਡਾ ਕੰਮ ਜੱਦੀ-ਪੁਸ਼ਤੀ ਸੇਵਾ ਕਰਨਾ ਏ। ਕੋਈ ਪੁੱਛੇ ਕਿ ਅਸਾਂ ਕਿਹੜਾ ਪਾਪ ਕੀਤਾ ਏ, ਅਸੀਂ ਵਿੱਦਿਆ ਪੜ੍ਹ ਨਹੀਂ ਸਕਦੇ, ਅਸੀਂ ਵੇਦ ਸੁਣ ਨਹੀਂ ਸਕਦੇ। ਅਸਾਂ ਕਿਹੜਾ ਕੋਈ ਘੋਰ ਅਪਰਾਧ ਕਰ ਲਿਆ ਏ। ਸਾਡਾ ਏਨਾ ਹੀ ਜੁਰਮ ਏ ਕਿ ਸਾਨੂੰ ਭਗਵਾਨ ਨੇ ਨੀਚਾਂ ਦੇ ਘਰ ਪੈਦਾ ਕਰ ਦਿੱਤਾ, ਇਹ ਕੋਈ ਗੁਨਾਹ ਨਹੀਂ, ਐਵੇਂ ਸਮਾਜ ਦਾ ਇਕ ਢਕੋਂਸਲਾ ਏ, ਪਿਤਾ-ਪੁਰਖੀ ਲੀਕ ਚਲੀ ਆ ਰਹੀ ਏ, ਕਿਸੇ ਨੇ ਲੀਕ ਟੱਪਣ ਦੀ ਕੋਸ਼ਿਸ਼ ਨਹੀਂ ਕੀਤੀ। ਜਿਨ ਵੀ ਕੀਤੀ ਉਹਦੇ ਸੰਘ ਵਿਚ ਸਿੱਕਾ ਢਾਲ ਕੇ ਪਾ ਦਿੱਤਾ ਗਿਆ, ਜ਼ਬਾਨ ਖਿੱਚ ਲਈ ਗਈ, ਕਤਲ ਕਰ ਦਿੱਤਾ ਗਿਆ ਬੇਦੋਸ਼ੇ ਨੂੰ। ਗੁਰੂ ਘਰ ਨੇ ਜੇ ਸਾਨੂੰ ਹਿੱਕ ਨਾਲ ਲਾ ਹੀ ਲਿਆ ਏ ਤਾਂ ਤੁਸੀਂ ਮੇਰੀ ਜ਼ਰੂਰ ਸੁਣੋ, ਅਸੀਂ ਵੀ ਇਨਸਾਨ ਹਾਂ, ਅਸੀਂ ਵੀ ਏਸ ਧਰਤੀ ਦੇ ਬਾਸ਼ਿੰਦੇ ਹਾਂ, ਸਾਨੂੰ ਵੀ ਜੀਣ ਦਾ ਹੱਕ ਦਿਓ, ਸਾਨੂੰ ਵੀ ਗੱਲ ਕਰਨ ਦਾ ਵਕਤ ਦਿਓ, ਅਸੀਂ ਵੀ ਓਸੇ ਭਗਵਾਨ ਦੇ ਪੁੱਤ ਹਾਂ ਜਿਸ ਦੇ ਤੁਸੀਂ ਹੋ, ਸਮਾਜ ਨੇ ਸਾਡੇ ਵਿਚ ਦੁਫੇੜ ਪਾ ਦਿੱਤੀ ਤੇ ਸਾਨੂੰ ਛੇਕ ਕੇ ਪਰ੍ਹੇ ਬਿਠਾ ਦਿੱਤਾ ਏ, ਛੇਕਿਆ ਬੰਦਾ ਚੌਂਕੇ ਵਿਚ ਕਿਵੇਂ ਬਹਿ ਸਕਦਾ ਏ, ਇਹ ਸਭ ਕੁਝ ਮਨੂੰ ਭਗਵਾਨ ਦੀ ਕਿਰਪਾ ਦਾ ਸਦਕਾ ਏ ਤੇ ਅਸੀਂ ਅੱਜ ਤਕ ਭੁਗਤਦੇ ਆਏ ਹਾਂ, ਲੇਲ੍ਹੜੀਆਂ ਲੈਂਦੇ ਬੰਦੇ ਪਿੰਡੋਂ ਬਾਹਰ ਝੌਂਪੜੀਆਂ ਪਾ ਕੇ ਵਕਤ ਕੱਟਦੇ ਰਹੇ। ਸਾਨੂੰ ਪਿੰਡ ਦੇ ਖੂਹ ਤੋਂ ਪਾਣੀ ਵੀ ਭਰਨ ਨਹੀਂ ਦਿੱਤਾ ਜਾਂਦਾ। ਖੇਤੀ ਕਰਨ ਵਿਚ ਅਸੀਂ ਸਮਾਜ ਦੇ ਭਾਈਵਾਲ ਹਾਂ। ਜਦ ਤਕ ਦਾਣੇ ਖੇਤਾਂ ਵਿਚ ਹੁੰਦੇ ਓਨਾ ਚਿਰ ਇਹ ਦਾਣੇ ਸਾਡੇ ਹੱਥਾਂ ਵਿਚ ਖੇਡਦੇ, ਜਦ ਇਹ ਭੜੋਲੇ ਵਿਚ ਆ ਪੈਂਦੇ, ਉਨ੍ਹਾਂ ਵਿਚ ਸੁੱਚ ਆਣ ਵੜਦੀ, ਉਹ ਕਣਕ ਪਵਿੱਤਰ ਹੋ ਜਾਂਦੀ ਤੇ ਅਸੀਂ ਅਪਵਿੱਤਰ। ਇਹ ਵਤੀਰਾ ਏ, ਸਾਡੇ ਨਾਲ ਸਮਾਜ ਦਾ। ਜੁਗਾਂ-ਜੁਗਾਂ ਤੋਂ ਪਿਸਦੇ ਆ ਰਹੇ ਹਾਂ ਜੇ ਅੱਜ ਸਾਨੂੰ ਗੁਰਾਂ ਨੇ ਬਖਸ਼ਸ਼ ਕੀਤੀ ਏ ਤੇ ਤੁਹਾਡੇ ਬਰਾਬਰ ਬਿਠਾ ਦਿੱਤਾ ਏ ਤਾਂ ਸਾਨੂੰ ਆਪਣਾ ਦੁੱਖੜਾ ਰੋਣ ਦਿਓ, ਇਹ ਰਹਿਮਤ ਗੁਰਾਂ ਦੀ ਏ।

—ਮੈਂ ਏਸ ਲਈ ਭਰੀ ਸਭਾ ਵਿਚ ਬੋਲਿਆ ਸਾਂ ਕਿ ਤੁਸੀਂ ਜਿਹੜੀ ਕਥਾ ਸੁਣੀ, ਉਹ ਸੁਣੀ ਸੁਣਾਈ ਲੇਖਕ ਨੇ ਤੁਹਾਨੂੰ ਸੁਣਾ ਦਿੱਤੀ ਏ। ਪਰ ਜਿਹੜੀ ਕਥਾ ਮੈਂ ਤੁਹਾਨੂੰ ਸੁਨਾਣ ਲੱਗਾ ਹਾਂ, ਉਹ ਮੇਰੀ ਹੱਡ ਬੀਤੀ ਏ। ਜਗ ਬੀਤੀ ਤੇ ਤੁਸੀਂ ਸੁਣ ਹੀ ਲਈ ਏ, ਹੱਡ ਬੀਤੀ ਮੈਥੋਂ ਸੁਣੋ, ਤੁਸੀਂ ਮੇਰੇ ਤੇ ਇਕ ਹੋਰ ਸਵਾਲ ਕਰੋਗੇ, ਤੂੰ ਨੀਚ ਜ਼ਾਤ ਦਾ ਏਂ, ਤੇਰਾ ਇਸ ਕਥਾ ਨਾਲ ਕੀ ਸੰਬੰਧ ਏ। ਮੈਂ ਸੱਚ ਆਖਣ ਲੱਗਾ ਹਾਂ ਕਿ ਕਥਾ ਛੋਟੀ ਜ਼ਾਤ ਵਾਲਿਆਂ ਤੋਂ ਸ਼ੁਰੂ ਹੋਵੇਗੀ ਤੇ ਛੋਟੀ ਜ਼ਾਤ ਵਾਲਿਆਂ ਤੇ ਹੀ ਆਣ ਕੇ ਮੁੱਕੇਗੀ। ਜੇ ਸਤਿਗੁਰਾਂ ਦੀ ਮਹਿਮਾ ਤੋਂ ਤੁਹਾਨੂੰ ਜਾਣੂ ਕਰਵਾ ਦੇਵਾਂਗਾ ਤਾਂ ਮੇਰਾ ਗੁਰੂ ਘਰ ਨਾਲ ਬੜਾ ਡੂੰਘਾ ਰਿਸ਼ਤਾ ਹੋਵੇਗਾ। ਮੈਂ ਪਟਨੇ ਤਕ ਸਤਿਗੁਰਾਂ ਦੇ ਨਾਲ-ਨਾਲ ਰਿਹਾ, ਮਹਾਰਾਜ ਆਸਾਮ ਵਲ ਚਲੇ ਗਏ ਤੇ ਅਸੀਂ ਪਟਨੇ ਵਿਚ ਸੇਵਾਦਾਰ ਬਣ ਕੇ ਰਹੇ। ਹੁਣ ਤੇ ਕੁਝ

ਤਸੱਲੀ ਹੋ ਗਈ ਹੋਵੇਗੀ। ਪਰ ਤੁਸਾਂ ਮੇਰੀ ਗੱਲ ਅਜੇ ਵੀ ਨਹੀਂ ਮੰਨਣੀ ? ਜਦ ਤਕ ਮੈਂ ਹੱਥ ਤੇ ਸਰ੍ਹੋਂ ਜਮਾ ਕੇ ਨਾ ਵਿਖਾਵਾਂਗਾ, ਤੁਸੀਂ ਨਹੀਂ ਮੰਨੋਗੇ। ਅੱਛਾ ਸੁਣੋ, ਲੇਖਕ ਥੱਕ ਗਿਆ ਏ ਤੇ ਕਲਮ ਮੈਂ ਉਹਦੇ ਹੱਥੋਂ ਲੈ ਲਈ ਏ ਓਸੇ ਕਲਮ ਨਾਲ ਮੈਂ ਗੁਰੂ ਮਹਿਮਾ ਲਿਖਾਂਗਾ। ਜਿੱਥੇ ਜ਼ਰਾ ਵੀ ਤੁਹਾਨੂੰ ਗ਼ਲਤ ਜਾਪੇ, ਓਥੇ ਹੀ ਟੋਕ ਦੇਣਾ, ਗੁਰੂ ਦੀ ਸਹੁੰ ਮੈਂ ਓਥੇ ਹੀ ਛੱਡ ਦੇਵਾਂਗਾ, ਪਰ ਤੁਸੀਂ ਮੈਨੂੰ ਕਦੇ ਵੀ ਟੋਕ ਨਹੀਂ ਸਕਦੇ ਕਿਉਂਕਿ ਜੋ ਮੈਂ ਜਾਣਦਾ ਹਾਂ ਤੁਸੀਂ ਓਸ ਤੋਂ ਬਿਲਕੁਲ ਕੋਰੇ ਹੋ ਤੁਸੀਂ ਤੇ ਡਰਦੇ ਆਨੰਦਪੁਰ ਤੋਂ ਬਾਹਰ ਨਹੀਂ ਨਿਕਲੇ ਪਰ ਅਸੀਂ ਰਹੇ ਹਾਂ ਦਿੱਲੀ ਵਿਚ ਬਾਦਸ਼ਾਹ ਦੀ ਹਿੱਕ ਤੇ ਮੋਠ ਦਲਦੇ। ਘੜੀ-ਘੜੀ ਦੀ ਸਾਨੂੰ ਖ਼ਬਰ ਹੁੰਦੀ ਸੀ ਤੇ ਪਲ-ਪਲ ਦੀ ਖ਼ਬਰ ਅਸੀਂ ਆਪ ਲੈਂਦੇ ਸਾਂ, ਤੁਸੀਂ ਆਖੋਗੇ ਕਿ ਤੂੰ ਕਿਹੜਾ ਉਸ ਵੇਲੇ ਸੂਬੇਦਾਰ ਲੱਗਾ ਹੋਇਆ ਸੈਂ ? ਸੂਬੇਦਾਰ ਵੀ ਕੀ ਹੋਇਆ, ਉਨ੍ਹਾਂ ਵੀ ਤੇ ਖ਼ਬਰਾਂ ਸਾਥੋਂ ਹੀ ਲੈਣੀਆਂ ਹਨ। ਸਤਿਗੁਰਾਂ ਨਾਲ ਜੋ ਦਿੱਲੀ ਵਿਚ ਬੀਤਿਆ ਉਹ ਮੈਂ ਸਭ ਜਾਣਦਾ ਹਾਂ। ਉਹ ਰਾਜ਼ ਸਭ ਮੇਰੇ ਸੀਨੇ ਵਿਚ ਲੁਕੇ ਹੋਏ ਹਨ। ਮੈਂ ਬੋਲ ਕਿਸੇ ਨਾਲ ਸਾਂਝੇ ਨਹੀਂ ਕਰ ਸਕਿਆ। ਅੱਜ ਤੁਹਾਡੇ ਗੋਡੇ ਮੁੱਢ ਬੈਠ ਗਿਆ ਤੇ ਜੀਅ ਕੀਤਾ ਕਿ ਸਤਿਗੁਰਾਂ ਦੀ ਮਹਿਮਾ ਤੁਹਾਨੂੰ ਦੱਸ ਕੇ ਆਪਣਾ ਦਿਲ ਹੌਲਾ ਕਰ ਲਵਾਂ। ਮੈਂ ਤੁਹਾਡਾ ਬਹੁਤ ਮਸ਼ਕੂਰ ਹੋਵਾਂਗਾ, ਜੇ ਤੁਸੀਂ ਮੇਰੀ ਗੱਲ ਸੁਣ ਲਈ, ਇਕ ਜਗ੍ਹਾ ਤੇ ਬੈਠ ਕੇ। ਹੁਣ ਮੈਂ ਜੋ ਕੁਝ ਕਹਾਂਗਾ, ਤੁਸੀਂ ਮੰਨ ਲਵੋਗੇ। ਸੱਚ ਤੁਹਾਨੂੰ ਮੰਨਣਾ ਹੀ ਪੈਣਾ ਹੈ। ਕਿਉਂਕਿ ਤੁਹਾਡੇ ਸਾਰਿਆਂ ਵਿਚੋਂ ਓਸ ਵੇਲੇ ਇਕ ਬੰਦਾ ਵੀ ਹਾਜ਼ਰ ਨਹੀਂ ਸੀ, ਜਦ ਕਹਿਰ ਦੇ ਫਰਿਸ਼ਤੇ ਦਾ ਬਾਦਸ਼ਾਹ ਨੇ ਗਲ ਘੁੱਟ ਦਿੱਤਾ, ਮੁੱਠੀ ਵਿਚ ਮਿੱਧ ਸੁਟਿਆ, ਫਰਿਸ਼ਤਾ ਜਦ ਖ਼ੁਦਾ ਨੇ ਵੀ ਬਾਦਸ਼ਾਹ ਦੇ ਹੁਕਮ ਦੀ ਅਦੂਲੀ ਨਾ ਕੀਤੀ, ਜਦ ਅਜ਼ਲ ਦਾ ਹਾਕਮ ਚਾਂਦਨੀ ਚੌਂਕ 'ਚ ਆਪ ਆਣ ਬੈਠਾ ਤੇ ਬਾਦਸ਼ਾਹ ਦੇ ਇਸ਼ਾਰਿਆਂ ਤੇ ਨੱਚਣ ਲੱਗਾ ਤਾਂ ਓਸ ਵੇਲੇ ਮੇਰੇ ਸਤਿਗੁਰ ਚੌਂਕੜਾ ਮਾਰ ਕੇ ਬੈਠ ਗਏ ਚਾਂਦਨੀ ਚੌਕ ਵਿਚ। ਫਰਿਸ਼ਤੇ ਦੇ ਮੱਥੇ ਤੇ ਤਰੇਲੀਆਂ ਵੀ ਆਈਆਂ। ਮੁੜ੍ਹਕਾ ਖ਼ੁਦਾ ਦੇ ਚਿਹਰੇ ਤੇ ਵੀ ਆਇਆ ਪਰ ਓਸ ਪੂੰਝ ਸੁੱਟਿਆ। ਖ਼ੁਦਾ ਵੇਖਣਾ ਚਾਹੁੰਦਾ ਸੀ ਕਿ ਕਿਤੇ ਮੇਰਾ ਬੇਟਾ ਡਰ ਤੇ ਨਹੀਂ ਜਾਂਦਾ। ਸਹਿਮ ਗਿਆ ਤਾਂ ਫੇਰ ਮੇਰੀ ਖੁਦਾਈ ਕਾਹਦੀ ਹੋਈ, ਪਿਓ ਆਪਣਾ ਲਹੂ ਪਰਖਣਾ ਚਾਹੁੰਦਾ ਸੀ, ਖ਼ੁਦਾ ਆਪਣੇ ਬਣਾਏ ਖਿਡੌਣਿਆਂ ਦੀ ਲੀਲ੍ਹਾ ਵੇਖ ਰਿਹਾ ਸੀ। ਮੈਂ ਵੀ ਉਥੇ ਬੈਠਾ ਹੋਇਆ ਸਾਂ, ਮੈਂ ਇਹ ਸਭ ਕੁਝ ਆਪਣੇ ਸਾਹਮਣੇ ਵੇਖਿਆ। ਮੇਰੀਆਂ ਅੱਖਾਂ ਕਈ ਵਾਰ ਰੋਈਆਂ, ਪਰ ਮੈਂ ਗੁਰੂ ਦਾ ਸਿੱਖ ਹਾਂ, ਦਿਲ ਤੇ ਪੱਥਰ ਰੱਖ ਕੇ ਸਾਰੀ ਰਾਵਣ ਲੀਲ੍ਹਾ ਵੇਖੀ। ਕੋਈ ਵੇਖ ਨਹੀਂ ਸਕਦਾ, ਜੇ ਮੇਰਾ ਇਕ ਅੱਥਰੂ ਵੀ ਕਿਰ ਪੈਂਦਾ, ਸਰਕਾਰੀ ਹਾਕਮ ਦੀ ਨਜ਼ਰੀਂ ਪੈ ਜਾਂਦਾ ਉਹ ਅੱਥਰੂ ਤਾਂ ਸ਼ਾਇਦ ਮੇਰਾ ਸਿਰ ਧੜ ਤੋਂ ਪਹਿਲਾਂ ਹੀ ਲਾਹ ਦਿੱਤਾ ਜਾਂਦਾ। ਮੈਂ ਹਕੂਮਤ ਦੇ ਇਤਬਾਰੀ ਬੰਦਿਆਂ ਵਿਚੋਂ ਇਕ ਸਾਂ, ਭਾਵੇਂ ਮੈਂ ਕਿਸੇ ਰੁਤਬੇ ਤੇ ਨਹੀਂ ਸਾਂ ਬੈਠਾ ਹੋਇਆ, ਮੈਨੂੰ ਕੋਈ ਲਾਲ ਨਹੀਂ ਸਨ ਲੱਗੇ ਹੋਏ, ਮੇਰੀ ਖ਼ਿਦਮਤ ਹੀ ਏਨੀ ਸੀ ਕਿ ਮੈਂ ਹਕੂਮਤ ਵਾਲਿਆਂ ਦਾ ਵਿਸ਼ਵਾਸ-ਪਾਤਰ ਬਣ ਚੁੱਕਾ ਸਾਂ।

—ਮੇਰਾ ਮੂੰਹ ਛੋਟਾ ਪਰ ਮੈਂ ਗੱਲ ਬੜੀ ਵੱਡੀ ਕਰਨ ਲੱਗਾ ਹਾਂ, ਇਹਦੇ ਵਿਚ

ਰਤੀ ਭਰ ਰਲਾ ਨਹੀਂ । ਮੈਂ ਹਕੂਮਤ ਤੋਂ ਡਰਦਾ ਨਹੀਂ, ਮੇਰੀ ਖੱਲੜੀ ਵਿਚੋਂ ਡਰ ਸਤਿਗੁਰਾਂ ਨੇ ਕੱਢ ਦਿਤਾ ਏ । ਜਦੋਂ ਮੈਂ ਚਾਂਦਨੀ ਚੌਂਕ 'ਚ ਸਾਂ, ਓਦੋਂ ਸਾਰਾ ਦਿਨ ਉਨ੍ਹਾਂ ਹਾਕਮਾਂ ਦੀ ਜੀਅ ਹਜ਼ੂਰੀ ਕਰਦਾ, ਉਹ ਰਾਤੀਂ ਜਾ ਕੇ ਜਦ ਘੋੜੇ ਵੇਚ ਕੇ ਸੌਂ ਜਾਂਦੇ ਤਾਂ ਮੈਂ ਫੇਰ ਆਪਣੇ ਸਤਿਗੁਰਾਂ ਦੀ ਚਰਨੀਂ ਲਗ ਜਾਂਦਾ । ਮੇਰਾ ਤੀਸਰਾ ਨੇਤਰ ਖੋਲ੍ਹ ਦਿੱਤਾ ਸੀ ਸਤਿਗੁਰਾਂ । ਮੈਂ ਬਾਣੀ ਦੇ ਇਕ-ਇਕ ਸਲੋਕ ਨੂੰ ਆਪਣੇ ਸੀਨੇ ਅੰਦਰ ਸਮੋ ਲਿਆ । ਜਿਹੜੀ ਬਾਣੀ ਅਜ ਤੁਹਾਡੇ ਕੋਲ ਪੁੱਜੀ ਏ, ਇਹ ਸਭ ਮੈਂ ਆਪਣੇ ਸਾਥੀਆਂ ਨੂੰ ਦਿੱਤੀ ਸੀ । ਮੈਂ ਚਵ੍ਹੀਆਂ ਘੰਟਿਆਂ ਦਾ ਨੌਕਰ ਸਾਂ, ਸਿਰਫ ਦੋ ਘੰਟੇ ਦੀ ਛੁੱਟੀ ਮਿਲਦੀ, ਉਹ ਵੀ ਜਦ ਰਾਤ ਦਾ ਆਖ਼ਰੀ ਪਹਿਰ ਹੁੰਦਾ ਖ਼ਲਕਤ ਸੁੱਤੀ ਹੁੰਦੀ ਤੇ ਸਿਰਫ ਰੱਬ ਦੇ ਪਿਆਰੇ ਹੀ ਜਾਗਦੇ ਹੁੰਦੇ ।

ਮੇਰਾ ਇਕ ਸਾਥੀ ਉਦੇ ਸਿੰਘ ਰਾਠੌਰ, ਉਹਨੂੰ ਤੇ ਤੁਸੀਂ ਜਾਣਦੇ ਹੀ ਹੋ ਤੇ ਦੂਜਾ ਸਾਥੀ ਨਨੂਆ, ਸਾਡੇ ਤਿੰਨਾਂ ਦੀ ਇਕ ਗੰਢ ਸੀ, ਸਾਡੇ ਤਿੰਨਾਂ ਦਾ ਇਕ ਰਾਜ਼ ਸੀ, ਤਿੰਨਾਂ ਦੀਆਂ ਸੰਗਲੀਆਂ ਆਪੋ ਵਿਚ ਜੁੜੀਆਂ ਹੋਈਆਂ ਸਨ । ਅਸੀਂ ਸਿਰਫ਼ ਸਵੇਰੇ ਜਦ ਧਰੂ ਤਾਰਾ ਅਜੇ ਚਮਕਦਾ ਹੁੰਦਾ ਦਿਲ ਵਾਲੀ ਗਲੀ ਵਿਚ ਮਿਲਦੇ ਹੁਣ ਤੇ ਤੁਹਾਨੂੰ ਕੁਝ ਤਸੱਲੀ ਹੋ ਗਈ ਹੋਣੀ ਏਂ, ਮੇਰਾ ਨਾਂ ਏ ਜੈਤਾ, ਮੈਂ ਜੈਤਾ ਤੁਹਾਡਾ ਸੇਵਾਦਾਰ ਹਾਂ; ਤੁਹਾਡੇ ਵਿਚੋਂ ਹੀ ਇਕ ਹਾਂ ।

★

ਅਹਿਦੀਏ

੨੭

ਤੁਹਾਡਾ ਖ਼ਿਆਲ ਏ ਕਿ ਮੈਂ ਗੁਰੂ ਘਰ ਨਾਲ ਇਨਸਾਫ ਨਾ ਕਰ ਸਕਾਂਗਾ, ਇਹ ਤੁਹਾਡੀ ਭੁੱਲ ਏ । ਮੇਰੇ ਤੋਂ ਬਗ਼ੈਰ ਹੋਰ ਕੋਈ ਨਹੀਂ ਕਰ ਸਕਦਾ । ਮੈਂ ਉਹ ਨਜ਼ਾਰਾ ਆਪਣੀਆਂ ਅੱਖਾਂ ਸਾਹਮਣੇ ਵੇਖਿਆ ਏ । ਤੁਹਾਡੇ ਵਿਚੋਂ ਕਿਸੇ ਇਕ ਅੱਧੇ ਨੇ ਮੇਰੇ ਕਿਸੇ ਸਾਥੀ ਕੋਲੋਂ ਸੁਣਿਆ ਏ, ਜੋ ਉਥੇ ਵਾਪਰੀ ਏ, ਉਹ ਮੈਥੋਂ ਸੁਣੋ—ਬੋਲ ਜੈਤੇ ਦੇ ਸਨ ।

ਲਾਹੌਰ ਤੋਂ ਅਹਿਦੀਏ ਚਲ ਪਏ, ਇਹ ਇਕ ਕਿਸਮ ਦੇ ਹਰਕਾਰੇ ਸਨ, ਜੇ ਉਨ੍ਹਾਂ ਨੂੰ ਅਰਦਲੀ ਆਖਿਆ ਜਾ ਸਕਦਾ ਏ ਹਾਕਮ ਦਾ ਪਰ ਇਨ੍ਹਾਂ ਕੋਲ ਬੜੇ ਸ਼ਾਹੀ ਹੁਕਮ ਹੁੰਦੇ ਸਨ । ਇਹ ਪਲੰਘਾਂ ਤੇ ਸਫ਼ਰ ਕਰਦੇ, ਇਕ ਪਲੰਘ ਨੂੰ ਚਾਰ ਬੰਦੇ ਚੁੱਕਦੇ ਤੇ ਉਹ ਪਲੰਘ ਦੂਜੇ ਪਲੰਘ ਵਿਚ ਬਦਲ ਜਾਂਦਾ । ਇਹ ਵਕਤ ਦੀ ਨਬਜ਼ ਵੇਖ ਕੇ ਆਪਣਾ ਫ਼ੈਸਲਾ ਕਰ ਲੈਂਦੇ ਸਨ । ਭਾਵੇਂ ਕਾਜ਼ੀਆਂ ਦਾ ਫ਼ੈਸਲਾ ਕਿਹੋ ਜਿਹਾ ਵੀ ਕਿਉਂ ਨਾ ਹੋਵੇ, ਜੇ ਇਹ ਸਮਝਦੇ ਕਿ ਸਾਨੂੰ ਹੁਕਮ ਦੀ ਪਾਲਣਾ ਕਰਨੀ ਚਾਹੀਦੀ ਏ ਤਾਂ ਉਹ ਸਖ਼ਤੀ ਨਾਲ ਹੁਕਮ ਦੀ ਪਾਲਣਾ ਕਰ ਲੈਂਦੇ । ਉਨ੍ਹਾਂ ਨਾਲ ਇਕ ਫ਼ੌਜੀ ਦਸਤਾ ਵੀ ਹੁੰਦਾ । ਏਸ ਫ਼ੌਜ ਦੀ ਟੁਕੜੀ ਵਿਚ ਗਿਣੇ ਮਿਣੇ ਬਹਾਦਰ ਭਰਤੀ ਕੀਤੇ ਜਾਂਦੇ । ਇਹਦੇ ਵਿਚ ਰਾਜਪੂਤ ਵੀ ਹੁੰਦੇ, ਮਰਹੱਟੇ ਪਠਾਣ, ਕਾਬਲੀ ਤੇ ਗੁਜਰਾਤ ਦੱਖਣ ਦੇ ਸਭ ਤਰ੍ਹਾਂ ਦੇ ਆਦਮੀ ਹੁੰਦੇ । ਸਲਾਹ ਸਾਰਿਆਂ ਦੀ ਲਈ ਜਾਂਦੀ ਤੇ ਫੇਰ ਅਹਿਦੀਏ ਆਪਣਾ ਜਲਾਲ ਵਿਖਾਂਦੇ । ਕਾਜ਼ੀ

ਦਾ ਹੁਕਮ ਕਿਸੇ ਵੇਲੇ ਵੀ ਬਦਲਿਆ ਜਾ ਸਕਦਾ ਸੀ। ਇਹ ਅਖ਼ਤਿਆਰ ਬਾਦਸ਼ਾਹ ਵੱਲੋਂ ਇਨ੍ਹਾਂ ਨੂੰ ਮਿਲੇ ਹੋਏ ਸਨ। ਕਿਸੇ ਬਾਗੀ ਜਾਂ ਹਕੂਮਤ ਦੇ ਵੈਰੀ ਨੂੰ ਫੜਨਾ ਹੁੰਦਾ ਜਦ ਉਹ ਅਹਿਦੀਏ ਪੁੱਜਦੇ ਅੱਗੇ ਧੜਾ ਭਾਰੀ ਹੁੰਦਾ, ਨੁਕਸਾਨ ਹੋਣ ਦਾ ਡਰ ਭਾਸਦਾ ਤਾਂ ਫੇਰ ਕਾਜ਼ੀ ਦੇ ਹੁਕਮਾਂ ਨੂੰ ਨਰਮ ਸ਼ਬਦਾਂ ਵਿਚ ਵਰਤਿਆ ਜਾਂਦਾ। ਗੁਮਾਸ਼ਤਿਆਂ ਵਾਂਗੂ ਸੁਨੇਹਾ ਦਿੰਦੇ ਤੇ ਜੋ ਜੁਆਬ ਮਿਲਦਾ ਕੰਨੀਂ ਖਿਸਕਾ ਆਉਂਦੇ। ਜੇ ਕਿਤੇ ਕਿਸੇ ਅੜਿਚਣ ਵਿਚ ਫਸ ਜਾਂਦੇ ਤਾਂ ਉਨ੍ਹਾਂ ਦੇ ਇਸ਼ਾਰੇ ਨਾਲ ਫ਼ੌਜ ਆਣ ਗੱਜਦੀ। ਇਹ ਬਾਦਸ਼ਾਹ ਦਾ ਇਕ ਖ਼ਾਸ ਮਹਿਕਮਾ ਸੀ।

ਜੈਤਾ ਬੋਲ ਰਿਹਾ ਸੀ। ਅਹਿਦੀਏ ਆਨੰਦਪੁਰ ਆ ਗਏ। ਪਹਿਲੀ ਵਾਰੀ ਮੁਗ਼ਲ ਫ਼ੌਜ ਨੇ ਆਨੰਦਪੁਰ ਵੇਖਿਆ ਸੀ। ਅੱਖਾਂ ਟੱਡੀਆਂ ਦੀਆਂ ਟੱਡੀਆਂ ਰਹਿ ਗਈਆਂ, ਹੱਥਾਂ ਦੇ ਤੋਤੇ ਉੱਡ ਗਏ, ਆਨੰਦਪੁਰ ਜੰਨਤ ਦਾ ਇਕ ਟੁਕੜਾ ਸੀ ਇਹ ਫਕੀਰਾਂ ਦਾ ਇਕ ਆਸ਼ਿਆਨਾ ਏ ਜਿੱਥੇ ਸ਼ਾਂਤੀ, ਆਨੰਦ, ਸਰੂਰ ਇਤਾਦਤ, ਜਲਾਲ ਦੇ ਨਜ਼ਾਰੇ ਨਜ਼ਰ ਆਉਂਦੇ ਹਨ। ਕੀ ਬਾਗ਼ੀਆਂ ਦਾ ਪਿੰਡ ਏ, ਗ਼ਲਤ ਏ, ਸਰਾਸਰ ਝੂਠ, ਕੁਫਰ ਤੋਲਿਆ ਏ ਕਿਸੇ ਨੇ ਬਗ਼ਾਵਤ ਦਾ ਇਥੇ ਨਾਂ ਨਿਸ਼ਾਨ ਨਹੀਂ, ਇਹ ਤੇ ਇਬਾਦਤ ਦੀ ਜਗ੍ਹਾ ਏ। ਅੱਲਾ ਨੂੰ ਮਿਲਣ ਦਾ ਹੁਜਰਾ ਏ, ਚਿੱਲਾ ਕੱਟਣ ਦੀ ਜਗ੍ਹਾ ਏ। ਜਿੱਥੇ ਅਸਾਂ ਜਾਣਾ ਏ. ਕਿਤੇ ਉਹ ਜਗ੍ਹਾ ਅੱਗੇ ਤੇ ਨਹੀਂ, ਕੀ ਆਨੰਦਪੁਰ ਇਹੋ ਈ ਏ। ਕਿਤੇ ਆਨੰਦਪੁਰ ਕਿਸੇ ਦੂਜੇ ਪਿੰਡ ਦਾ ਨਾਂ ਤੇ ਨਹੀਂ। ਕੀ ਸਾਡੇ ਨਾਲ ਕਿਸੇ ਨੇ ਮਖੌਲ ਤੇ ਨਹੀਂ ਕੀਤਾ। ਅਹਿਦੀਏ ਏਸ ਤਰ੍ਹਾਂ ਸੋਚ ਰਹੇ ਸਨ।

ਅਸਥਾਨ ਦਿੱਤਾ, ਆਰਾਮ ਕਰਨ ਲਈ ਤੇ ਅਰਜ਼ ਕੀਤੀ, ਖਾਣ ਪੀਣ ਦਾ ਪੂਰਾ ਪ੍ਰਬੰਧ ਕਰ ਦਿੱਤਾ ਗਿਆ। ਲੰਗਰ ਵਿਚ ਪਰਸ਼ਾਦ ਛਕਣ ਲਈ ਅਰਜ਼ ਕਰ ਦਿਤੀ ਗਈ ਤੇ ਨਾਲ ਇਹ ਵੀ ਆਖ ਦਿੱਤਾ ਗਿਆ ਕਿ ਜੇ ਤੁਸੀਂ ਚਾਹੋ ਤਾਂ ਕੱਚੀ ਰਸਦ ਵੀ ਲੈ ਸਕਦੇ ਹੋ, ਇਹ ਗੁਰੂ ਦਾ ਲੰਗਰ ਏ, ਏਥੇ ਹਰ ਮਜ਼੍ਹਬ, ਹਰ ਕੌਮ ਹਰ ਪੇਸ਼ੇ ਦਾ ਬੰਦਾ ਇਕ ਸਫ਼ ਤੇ ਬੈਠ ਕੇ ਖਾ ਸਕਦਾ ਏ। ਏਸ ਗੁਰੂ ਦੇ ਲੰਗਰ ਵਿਚ ਅਕਬਰ ਬਾਦਸ਼ਾਹ ਵੀ ਆਇਆ ਤੇ ਬੈਠ ਕੇ ਈ ਲੰਗਰ ਛਕਿਆ। ਸ਼ਾਹ ਜਹਾਨ ਨੇ ਕਈ ਵਾਰ ਏਥੇ ਆਣ ਕੇ ਬੈਠ ਕੇ ਖਾਣ ਦੀ ਆਸ਼ਾ ਪ੍ਰਗਟ ਕੀਤੀ, ਦਾਰਾ ਸ਼ਿਕੋਹ ਵੀ ਏਸ ਡੇਰੇ ਦਾ ਮੁਰੀਦ ਰਿਹਾ। ਇਹ ਲੰਗਰ ਕਿਸੇ ਬਾਦਸ਼ਾਹ ਦਾ ਮੁਥਾਜ ਨਹੀਂ। ਏਥੇ ਦਸਾਂ ਨਹੁੰਆਂ ਦੀ ਕਮਾਈ ਇਕੱਠੀ ਹੁੰਦੀ ਏ ਤੇ ਲੰਗਰ ਚਲਦਾ ਏ। ਖ਼ੁਦਾ ਦੀ ਬਰਕਤ ਤੁਹਾਨੂੰ ਲੰਗਰ ਵਿਚੋਂ ਲੱਭੇਗੀ, ਇਕ ਸੇਵਾਦਾਰ ਨੇ ਆਖਿਆ।

—ਜ਼ਹੇ-ਕਿਸਮਤ ! ਅਸੀਂ ਇਸ ਨਾਦਰ ਮੌਕੇ ਨੂੰ ਕਦੀ ਹੱਥੋਂ ਗਵਾਉਣਾ ਨਹੀਂ ਚਾਹੁੰਦੇ। ਸਾਰਾ ਪੰਜਾਬ ਏਥੇ ਸ਼ਰਧਾ ਨਾਲ ਆਉਂਦਾ ਏ, ਅਸੀਂ ਤੇ ਸਬੱਬ ਨਾਲ ਆਏ ਹਾਂ। ਅਸੀਂ ਏਸ ਸਵਾਬ ਤੋਂ ਕਿਉਂ ਨਾ ਫ਼ੈਜ਼ ਉਠਾਈਏ। ਅਸੀਂ ਲੰਗਰ ਵਿਚ ਬੈਠ ਕੇ ਖਾਵਾਂਗੇ, ਅਹਿਦੀਏ ਨੇ ਅਰਜ਼ ਕੀਤੀ।

ਲੰਗਰ ਵਿਚ ਸਾਰੀ ਫ਼ੌਜ ਦੀ ਟੁਕੜੀ ਬੈਠ ਗਈ, ਲੰਗਰ ਸ਼ੁਰੂ ਹੋਇਆ, ਜਦ ਪੰਗਤ ਵਿਚ ਦਾਲ ਭਾਜੀ ਵਰਤ ਗਈ ਅਤੇ ਪਰਸ਼ਾਦੇ ਦਿੱਤੇ ਜਾਣ ਲੱਗ ਪਏ ਤਾਂ ਸਤਿਗੁਰੂ

ਤੇਗ ਬਹਾਦਰ ਦੇ ਹੱਥਾਂ ਵਿਚ ਕੜਾਹ ਪਰਸ਼ਾਦ ਦੀ ਦੇਗ ਸੀ, ਲੰਗਰ ਵੀ ਆਪ ਹੀ ਵਰਤਾ ਰਹੇ ਸਨ ਸਤਿਗੁਰੂ ।

ਅਹਿਦੀਆਂ ਵਿਚੋਂ ਇਕ ਨੇ ਆਖਿਆ ਇਹ ਸਤਿਗੁਰੂ ਹਨ, ਇਹ ਖ਼ੁਦਾ ਦੇ ਬੰਦੇ ਕਿੱਦਾਂ ਮੁਜਰਮ ਹੋ ਸਕਦੇ ਹਨ । ਇਹ ਝੂਠ ਏ, ਫ਼ਰੇਬ ਏ, ਤੁਹਮਤ ਏ, ਕਿਸੇ ਨੇ ਦੁਸ਼ਮਣੀ ਕੱਢੀ ਏ । ਇਹ ਫ਼ਕੀਰ, ਇਹ ਖ਼ੁਦਾ ਦੇ ਲੋਕ ਹਕੂਮਤ ਨਾਲ ਟੱਕਰ ਕਿੱਦਾਂ ਲੈਣਗੇ, ਕਦੇ ਨਹੀਂ, ਕਿਆ ਨੂਰਾਨੀ ਚਿਹਰਾ ਏ ।

ਲੰਗਰ ਛਕਣ ਤੋਂ ਬਾਅਦ ਅਹਿਦੀਆਂ ਨੇ ਆਪਣਾ ਵਿਚਾਰ ਬਦਲ ਲਿਆ ।

ਜੈਤੇ ਨੇ ਹੱਥ ਬੰਨ੍ਹ ਕੇ ਅਰਜ਼ ਕੀਤੀ, ਅਹਿਦੀਆਂ ਨੇ ਫ਼ਰਮਾਨ ਵਿਚ ਤਬਦੀਲੀ ਕਰ ਦਿੱਤੀ ਅਤੇ ਫ਼ਰਮਾਨ ਪੇਸ਼ ਕੀਤਾ ਗਿਆ ।

ਦਿੱਲੀ ਦਰਬਾਰ ਵਲੋਂ ਫ਼ਰਮਾਨ ਜਾਰੀ ਹੋਇਆ ਏ, ਹਜ਼ੂਰ, ਸ਼ਹਿਨਸ਼ਾਹ-ਏ-ਆਲਮਗੀਰ ਹਜ਼ੂਰ ਦੇ ਨਿਆਜ਼ ਹਾਸਲ ਕਰਨਾ ਚਾਹੁੰਦਾ ਏ, ਆਪਣੀ ਆਕਬਤ ਦੇ ਬਾਰੇ ਹਜ਼ੂਰ ਨਾਲ ਸਲਾਹ ਮਸ਼ਵਰਾ ਵੀ ਕਰਨ ਦਾ ਖ਼ਿਆਲ ਏ । ਦੂਜੇ ਕਸ਼ਮੀਰ ਵਿਚ ਹਾਕਮਾਂ ਨੇ ਬੜੀ ਖ਼ਰਾਬੀ ਪਾਈ ਹੋਈ ਏ, ਉਹਦੇ ਬਾਰੇ ਵੀ ਖ਼ਿਆਲ ਵਟਾਂਦਰਾ ਕੀਤਾ ਜਾਏਗਾ । ਹਿੰਦੂ ਧਰਮ ਵਾਲੇ ਦੁਖੀ ਹਨ, ਉਹਦੇ ਵਿਚ ਹਾਕਮਾਂ ਨੇ ਹਿੱਕ ਦਾ ਧੱਕਾ ਕੀਤਾ ਹੋਵੇ ਤਾਂ ਜਾਂ ਐਵੇਂ ਹੀ ਹਿੰਦੂ ਆਵਾਜ਼ ਬੁਲੰਦ ਕਰ ਰਹੇ ਹੋਣ ਇਹਨੂੰ ਕਿਸ ਤਰ੍ਹਾਂ ਨਿਪਟਿਆ ਜਾਏ । ਧਰਮ ਦੇ ਮਸਲੇ ਏਥੇ ਬੈਠ ਕੇ ਨਜਿੱਠੇ ਨਹੀਂ ਜਾ ਸਕਦੇ, ਦਰਬਾਰ ਵਿਚ ਵਿਚਾਰਾਂ ਕੀਤੀਆਂ ਜਾਣਗੀਆਂ ਤਾਂ ਚੰਗਾ ਏ । ਬਾਦਸ਼ਾਹ ਕਾਬਲ ਦੀ ਮੁਹਿੰਮ ਤੇ ਚੜ੍ਹਿਆ ਹੋਇਆ ਏ । ਤੁਹਾਡੇ ਕਦ ਤਕ ਦਿੱਲੀ ਪੁੱਜਣ ਦਾ ਖ਼ਿਆਲ ਏ । ਪੰਜਾਬ ਦੀ ਹਾਲਤ ਦਿਨ-ਬ-ਦਿਨ ਵਿਗੜਦੀ ਜਾ ਰਹੀ ਏ । ਕੁਝ ਤੁਹਫ਼ੇ ਵੀ ਹਜ਼ੂਰ ਦੀ ਨਜ਼ਰ ਹਨ । ਇਕ ਅਹਿਦੀਏ ਨੇ ਅਰਜ਼ ਕੀਤੀ ।

ਗੁਰੂ ਘਰ ਵਲੋਂ ਸਿਰੋਪਾ ਦਿੱਤਾ ਗਿਆ ਤੇ ਕੁਝ ਤੁਹਫ਼ੇ ਦੇ ਤੌਰ ਤੇ ਮਾਲਾ, ਇਕ ਤਸਬੀ ਤੇ ਇਕ ਮੁਸੱਲਾ, ਇਕ ਜਾਏ ਨਿਵਾਜ਼ ।

ਅਹਿਦੀਆਂ ਨੇ ਜ਼ਬਾਨ ਤੋਂ ਜ਼ਬਾਨ ਨਾ ਚੁੱਕੀ, ਖ਼ੁਸ਼ੀ-ਖ਼ੁਸ਼ੀ ਆਏ ਤੇ ਖ਼ੁਸ਼ੀ-ਖ਼ੁਸ਼ੀ ਚਲ ਪਏ । ਬਾਦਸ਼ਾਹ ਦੇ ਗੁੱਸੇ ਵਾਲਾ ਹੁਕਮ ਬਦਲਿਆ ਗਿਆ ।

—ਜਦ ਬਾਦਸ਼ਾਹ ਦਿੱਲੀ ਪੁੱਜ ਜਾਏਗਾ, ਅਸੀਂ ਵੀ ਦਿੱਲੀ ਪੁੱਜ ਜਾਵਾਂਗੇ, ਸਾਨੂੰ ਹਰਕਾਰਿਆਂ ਦੇ ਇੰਤਜ਼ਾਰ ਦੀ ਲੋੜ ਨਹੀਂ ।

—ਅਹਿਦੀਆਂ ਨੇ ਆਖਿਆ; ਖ਼ੁਦਾ ਹਾਫ਼ਿਜ਼ !

—ਗੁਰੂ ਭਲਾ ਕਰੇ, ਸਤਿਗੁਰਾਂ ਫ਼ਰਮਾਇਆ ।

ਅਹਿਦੀਏ ਆਨੰਦਪੁਰ ਤੋਂ ਚਲ ਪਏ ਤੇ ਉਨ੍ਹਾਂ ਲਾਹੌਰ ਆਣ ਕੇ ਦਮ ਮਾਰਿਆ । ਕਸ਼ਮੀਰੀ ਪੰਡਤਾਂ ਦੇ ਪੰਧ ਪਰਾਣ ਮੋਕਲੇ ਹੋ ਚੁੱਕੇ ਸਨ ।

★

ਬਰਖਾ ਰੁੱਤ ਜਿੰਨੀ ਸੁਹਾਣੀ ਹੈ, ਮਨਮੋਹਣੀ ਏ, ਰਮਣੀਕ ਏ, ਚੁਮਾਸਾ ਓਨਾ ਹੀ ਦੁਖਦਾਈ ਏ। ਧਰਤੀ ਦੀ ਹਿੱਕ ਤੋਂ ਜਦ ਖਰੇਪੜ ਉਤਰਦੇ ਹਨ ਉਦੋਂ ਧਰਤੀ ਤਰਸਦੀ ਏ, ਕਦੀ ਧਰਤੀ ਠੰਡੀ ਠਾਰ ਅਤੇ ਕਦੀ ਧਰਤੀ ਤਾਂਬੇ ਵਾਂਗੂ ਤਪੀ ਹੋਈ। ਜਦੋਂ ਭੁੱਜ ਜਾਂਦੀ ਏ, ਮੱਛੀ ਵਾਂਗੂ ਤੜਫਦੀ ਏ, ਲੁਛ ਲੁਛ ਕਰਦੀ ਧਰਤੀ ਵਿਆਕੁਲ ਹੋ ਜਾਂਦੀ ਏ। ਜਦ ਪਪੀਹੇ ਦਾ ਹਿਰਦਾ ਕੰਬਦਾ ਹੈ, ਦਮ ਘੁੱਟਦਾ ਹੈ, ਜੀਭ ਸੁੱਕਦੀ ਏ, ਤਦ ਛਾਲੇ ਪੈ ਜਾਂਦੇ ਹਨ। ਫੇਰ ਉਹ ਤੜਫਦਾ ਤੇ ਕੂਕਦਾ ਏ। ਪਪੀਹਾ ਬੋਲਿਆ, ਘਟਾ ਛਾ ਗਈ, ਕਿਣ ਮਿਣ ਹੋਈ, ਫੱਜੀਂ ਮੀਂਹ ਵਰ੍ਹਿਆ, ਪਰਨਾਲਿਆਂ ਨੂੰ ਉਛਾਲਾ ਆਇਆ। ਪਾਣੀ ਦੇ ਜਿਧਰ ਸਿੰਗ ਸਮਾਏ, ਉਧਰ ਹੀ ਉਸ ਰੁਖ਼ ਕਰ ਲਿਆ। ਡੋਡੀਆਂ ਫੁੱਲ ਬਣ ਗਈਆਂ। ਸ਼ਾਲ ਦੇ ਕਪੜੇ ਪਾਏ ਧਰਤੀ ਨੇ, ਚੀਚ ਵਹੁਟੀਆਂ ਨਿਕਲੀਆਂ। ਰੁੱਸੀ ਧਰਤੀ ਫੇਰ ਮੰਨ ਗਈ। ਨਿਖਰੀ, ਅਜੇ ਉਸ ਕਪੜੇ ਹੀ ਪਾਏ ਸਨ। ਬਦਲੀ ਦੀ ਇਕ ਟੁਕੜੀ ਮੀਂਹ ਵਰ੍ਹਾ ਕੇ ਅੱਗੇ ਲੰਘ ਗਈ। ਪਲ ਵਿਚ ਹੀ ਚੁਮਾਸਾ ਲਗਾ, ਧਰਤੀ ਲੋਹੀ ਲਾਖੀ ਹੋ ਗਈ। ਦਿਲ ਡੋਲਿਆ ਰੱਬ ਦੇ ਬੰਦੇ ਦਾ ਤੇ ਉਹ ਲਭਦਾ ਫਿਰੇ ਛਾਂ ਰੁੱਖਾਂ ਦੀ। ਏਸੇ ਉਧੇੜ ਬੁਣ ਵਿਚ ਸਾਵਣ ਲੰਘ ਗਿਆ, ਭਾਦੋਂ ਵੀ। ਚੁਮਾਸਾ ਲਹੂ ਚੂਸ ਲੈਂਦਾ ਏ, ਏਸ ਦਰਿਸ਼ਟੀ ਦੇ ਲੋਕ ਕਿਥੇ ਜਾਣ, ਚੁਮਾਸਾ ਇਕ ਅਜ਼ਾਬ ਏ, ਇਕ ਸਜ਼ਾ ਏ, ਕੁਦਰਤ ਦਾ ਡੰਨ ਏ, ਸਹਾਰਨਾ ਹੀ ਪਏਗਾ।

ਚੁਮਾਸੇ ਦੇ ਦਿਨ ਸਨ, ਅਹਿਦੀਏ ਜਦ ਲਾਹੌਰ ਪੁਜੇ ਬੜੇ ਖੁਸ਼ ਸਨ, ਜ਼ਮੀਨ ਤੋਂ ਗਿੱਠ ਗਿੱਠ ਉੱਚੇ ਪੱਬ, ਇਬਾਦਤ ਦਾ ਕੰਮ ਕਰਕੇ ਆਏ ਸਨ। ਰੱਬ ਦਾ ਸ਼ੁਕਰੀਆ, ਸਾਥੋਂ ਸਖ਼ਤੀ ਨਹੀਂ ਹੋਈ, ਨਹੀਂ ਤੇ ਖ਼ੁਦਾ ਦੀ ਦਰਗਾਹ ਵਿਚ ਮੂੰਹ ਛੁਪਾਉਣਾ ਪੈਂਦਾ, ਕਿਹੜਾ ਮੂੰਹ ਲੈ ਕੇ ਅੱਲਾ ਦੇ ਹਜ਼ੂਰ ਪੇਸ਼ ਹੁੰਦੇ ਰੱਬ ਦੇ ਪਿਆਰੇ, ਬੰਦਿਆਂ ਦਾ ਟਿਕਾਣਾ ਦੇ ਕੇ ਲੋਕਾਂ ਨੇ ਗ਼ਜ਼ਬ ਕਰ ਦਿੱਤਾ ਏ। ਆਨੰਦਪੁਰ ਉਹ ਹੋਰ ਕੋਈ ਹੋਣਾ ਏ, ਜਿਦ੍ਹਾ ਲੋਕ ਜ਼ਿਕਰ ਕਰਦੇ ਹਨ। ਜਿਥੇ ਸ਼ਾਂਤੀ, ਆਨੰਦ ਦਾ ਵਾਤਾਵਰਣ ਹੋਵੇ, ਉਥੇ ਬਗਾਵਤ ਦਾ ਕੀ ਕੰਮ। ਇਹ ਬਹੁਤ ਭਲੇ ਲੋਕ ਹਨ, ਐਵੇਂ ਕਿਸੇ ਨੇ ਚੁਗਲੀ ਖਾਧੀ ਏ। ਇਨ੍ਹਾਂ ਦੀ ਹਕੂਮਤ ਨਾਲ ਕਾਹਦੀ ਦੁਸ਼ਮਣੀ ਏ। ਇਹ ਤੇ ਲੋਕਾਂ ਦਾ ਭਲਾ ਮੰਗਦੇ ਨੇ। ਦਿਨ ਰਾਤ ਮਾਲਾ ਜਪਣਾ, ਰੱਬ ਰੱਬ ਕਰਨਾ, ਸਰਬਤ ਦਾ ਭਲਾ ਮੰਗਣਾ. ਇਹੋ ਹੀ ਤੇ ਨਾਨਕ ਦੇ ਦਰਬਾਰ ਦਾ ਦਸਤੂਰ ਏ। ਵੈਰ-ਵਿਰੋਧ ਦਾ ਇਥੇ ਕੀ ਕੰਮ, ਅਹਿਦੀਏ ਏਸ ਤਰ੍ਹਾਂ ਸੋਚ ਰਹੇ ਸਨ।

ਸੂਬੇਦਾਰ ਲਾਹੌਰ ਨੇ ਜਦ ਉਨ੍ਹਾਂ ਦੀ ਰਿਪੋਰਟ ਪੜ੍ਹੀ, ਅੱਗ ਬਗੋਲਾ ਹੋ ਗਿਆ। ਬੋਲ ਉਠਿਆ, ਸਤਿਲੁਜ ਦੇ ਪਾਣੀ ਨੇ ਤੁਹਾਡੇ ਤੇ ਵੀ ਪਾਣੀ ਚੜ੍ਹਾ ਦਿੱਤਾ ਏ। ਕੜਾਹ ਤੇ ਤਸਮਈ ਖਾ ਕੇ ਉਹਨਾਂ ਦੇ ਗੁਣ ਗਾਉਣ ਲਗ ਪਏ ਹੋ। ਉਹ ਤੇ ਰੱਬ ਦੇ ਪਿਆਰੇ ਹਨ। ਅਸੀਂ ਤੇ ਵੈਰੀ ਹੋਏ ਨਾ ਰੱਬ ਦੇ। ਹਰਾਮਜ਼ਾਦਿਓ, ਬਗ਼ਾਵਤ ਖ਼ਾਮੋਸ਼ੀ ਦੀ ਗੱਦ ਵਿਚ ਪਲਦੀ ਏ, ਘੁੰਗਰੂ ਬੰਨ੍ਹ ਕੇ ਵਿਹੜੇ ਵਿਚ ਨੱਚਦੀ ਏ। ਸਾਜ਼ਸ਼ਾਂ ਏਸੇ ਤਰ੍ਹਾਂ ਜਵਾਨ ਹੁੰਦੀਆਂ ਨੇ। ਤੁਸਾਂ ਬਾਹਰ ਦਾ ਪਹਿਰਾਵਾ ਵੇਖਿਆ ਏ, ਐਵੇਂ ਕਿਸੇ ਨੇ ਚੁਗਲੀ ਖਾਧੀ ਏ। ਤੁਸਾਂ

ਅੰਦਰੋਂ ਝਾਤੀ ਨਹੀਂ ਮਾਰੀ। ਉਹ ਹਕੂਮਤ ਦੇ ਦੁਸ਼ਮਣ ਨਹੀਂ। ਹਕੂਮਤ ਉਹਨਾਂ ਨੂੰ ਐਵੇਂ ਹੀ ਈਨ ਮੰਨਵਾ ਰਹੀ ਏ। ਇਹ ਸਭ ਕੁਝ ਗ਼ਲਤ ਏ, ਤੁਹਾਡੀ ਨਾਲਾਇਕੀ ਹੈ। ਸੂਬੇਦਾਰ ਦੇ ਚਿਹਰੇ ਤੇ ਗੁੱਸੇ ਦਾ ਜਲਾਲ ਚਮਕ ਉੱਠਿਆ, ਲਾਲ ਪੀਲਾ ਹੋ ਗਿਆ, ਠੂੰਹੇਂ ਵਾਗੂੰ ਡੰਗ ਮਾਰਨਾ ਚਾਹੁੰਦਾ ਸੀ।

—ਸੱਤੀਂ ਕੱਪੜੀਂ ਅੱਗ ਲਗ ਗਈ। ਅਗੇ ਹਾਕਮ ਸੀ। ਹਾਕਮ ਦੀ ਅਗਾੜੀ ਬੁਰੀ ਤੇ ਘੋੜੇ ਦੀ ਪਛਾੜੀ ਬੁਰੀ। ਲਹੂ ਦੇ ਘੁੱਟ ਭਰ ਭਰ ਕੇ ਪੀ ਗਏ। ਜ਼ਬਾਨ ਬੰਦ, ਅੱਖਾਂ ਨੀਵੀਆਂ, ਕਾਠ ਦੀ ਪੁਤਲੀ ਬਣੇ ਬੈਠੇ ਸਨ। ਚਿਹਰੇ ਉਤਰੇ ਹੋਏ, ਲਾਲੀਆਂ ਲੱਥੀਆਂ ਹੋਈਆਂ, ਦੂਜੇ ਹੁਕਮ ਦੇ ਉਡੀਕ ਵਿਚ ਸਨ, ਦੋਜ਼ਖ ਵਿਚ ਧੱਕਾ ਦੇਣ ਲੱਗਾ ਏ ਸੂਬੇਦਾਰ, ਨੌਕਰੀ ਕੀ ਤੇ ਨਖ਼ਰਾ ਕੀ, ਛਾਲ ਤੇ ਮਾਰਨੀ ਹੀ ਪਊ, ਭਾਵੇਂ ਸੜ ਕੇ ਸਵਾਹ ਹੋ ਜਾਈਏ। ਸੋਨਾ ਖ਼ਰੀਦ ਕੇ ਲਿਆਂਦਾ ਸੀ, ਮੂਰਖ ਨੇ ਸਿੱਕੇ ਦਾ ਵੀ ਮੁੱਲ ਨਹੀਂ ਪਾਇਆ। ਪਾਪ ਦੀ ਪੋਟਲੀ ਸਿਰ ਤੇ ਚੁਕਾ ਰਿਹਾ ਏ, ਆਪ ਤੇ ਪਾਪ ਦੀ ਪੌੜੀ ਚੜ੍ਹਨਾ ਸੂ, ਸਾਨੂੰ ਵੀ ਮੌਤ ਦੇ ਖੂਹ ਵਿਚ ਧੱਕਾ ਦੇ ਰਿਹਾ ਏ। ਅਕਲ ਇਹਨਾਂ ਨੂੰ ਕੌਣ ਦੇਵੇ, ਅਕਲ ਦਾ ਏਥੇ ਕੀ ਕੰਮ, ਸਿਰਫ਼ ਜੀ ਹਾਂ, ਇਨਸਾਫ਼ ਘੋੜਿਆਂ ਤੇ ਚੜ੍ਹ ਕੇ ਮੱਕੇ ਮਦੀਨੇ ਪੁਜ ਗਿਆ ਏ। ਗੁਨਾਹ ਦਾ ਰਿੱਛ ਨੱਚ ਰਿਹਾ ਏ, ਹਾਕਮ ਦੀ ਕਚਿਹਰੀ ਵਿਚ। ਹਨੇਰ ਸਾਈਂ ਦਾ, ਰੱਬ ਦੇ ਲੋਕ ਬਾਗ਼ੀ ਤੇ ਬਾਗ਼ੀ ਖ਼ੁਦਾ ਤਰਸ, ਹਮਦਰਦ ਹਕੂਮਤ ਦੇ। ਦੁਨੀਆਂ ਗ਼ਰਕ ਹੋਣ ਤੇ ਆਈ ਹੈ। ਕਹਿਰੇ ਖ਼ੁਦਾ। ਤੂਫਾਨੇ ਨੂਹ ਕਦ ਵਜੂਦ ਵਿਚ ਆਉਂਦਾ ਏ, ਅੱਲਾਹ ਹੀ ਬੇਹਤਰ ਜਾਣਦਾ ਹੈ। ਅੱਛਾ ਅੱਲਾ ਮਾਲਕ, ਜਿਹੜੇ ਖਾਣਗੇ ਗਾਜਰਾਂ ਵਿੱਡ ਉਹਨਾਂ ਦੇ ਪੀੜ। ਅਸੀਂ ਤੇ ਹਰਕਾਰੇ ਹਾਂ, ਉਨ੍ਹਾਂ ਦੇ ਬੱਧੇ। ਦੇਖੋ ਹਾਕਮ ਦਾ ਊਠ ਕਿਹੜੀ ਕਰਵਟ ਬਦਲਦਾ ਏ। ਅਸਾਂ ਤੇ ਗੁਨਾਹਗਾਰ ਬਣਨਾ ਨਹੀਂ। ਜੇ ਸਾਨੂੰ ਮੁੜ ਕੇ ਆਨੰਦਪੁਰ ਭੇਜਿਆ ਗਿਆ ਤਾਂ ਅਸਾਂ ਸਤਿਲੁਜ ਦੇ ਕੰਢੇ ਤੇ ਬੈਠ ਕੇ ਆ ਜਾਣਾ ਹੈ। ਰੱਬ ਦੇ ਬੰਦਿਆਂ ਨਾਲ ਦੁਸ਼ਮਣੀ, ਅਸੀਂ ਵੀ ਬਾਲ ਬੱਚੇਦਾਰ ਹਾਂ। ਅਸੀਂ ਗੁਨਾਹ ਦੀ ਪੰਡ ਕਿਉਂ ਚੁਕੀਏ। ਅਸੀਂ ਵੀ ਰੱਬ ਦੀ ਕਚਿਹਰੀ ਵਿਚ ਪੇਸ਼ ਹੋਣਾ ਏ। ਇਕ ਅਹਿਦੀਆ ਸੋਚ ਰਿਹਾ ਸੀ।

—ਪਕੜ ਕੇ ਲੈ ਆਓ, ਝੂਠੀ ਦੁਕਾਨ ਪਾ ਕੇ ਰਖੀ ਏ ਜਿਸ ਗੁਰੂ ਨੇ। ਨਾਂ ਗੁਰੂ ਤੇ ਸੌਦਾ ਵੇਚਦਾ ਏ ਖੋਟਾ। ਲੋਕਾਂ ਦੀਆਂ ਅੱਖਾਂ 'ਚ ਧੂੜ ਪਾ ਰਿਹਾ ਏ। ਮੁਗ਼ਲ ਹਕੂਮਤ ਦੀਆਂ ਜੜ੍ਹਾਂ ਵਿਚੋਂ ਵਿਚੀਂ ਕੱਟ ਰਿਹਾ ਏ। ਭੋਲੀ ਭਾਲੀ ਜਨਤਾ ਨੂੰ ਉਕਸਾ ਰਿਹਾ ਏ। ਰੱਸਿਆਂ ਵਿਚ ਨੂੜ ਕੇ ਲੈ ਆਵੋ, ਬਹੁਤ ਜਲਦ ਪੇਸ਼ ਕੀਤਾ ਜਾਵੇ। ਜ਼ਿਆਦਾ ਇੰਤਜ਼ਾਰ ਨਹੀਂ ਕੀਤੀ ਜਾ ਸਕਦੀ। ਜਲਦੀ ਜਾਓ ਤੇ ਲੈ ਕੇ ਆਓ, ਹੁਕਮ ਸੂਬੇਦਾਰ ਦਾ ਸੀ।

—ਜੀ ਹਜ਼ੂਰ, ਸਾਨੂੰ ਤੇ ਉਥੇ ਤਲਵਾਰਾਂ ਵਾਲੇ ਨਜ਼ਰੀਂ ਨਹੀਂ ਪਏ, ਨਾ ਅਸਾਂ ਡਾਂਗਾਂ ਵਾਲੇ ਵੇਖੇ, ਮਾਲਾ ਫੇਰਨ ਵਾਲੇ ਸੰਤ ਵੀ ਹਕੂਮਤ ਨਾਲ ਦੋ ਹੱਥ ਕਰ ਸਕਦੇ ਹਨ? ਅਹਿਦੀਏ ਨੇ ਅਰਜ਼ ਕੀਤੀ।

—ਬਕਵਾਸ ਬੰਦ ਕਰੋ, ਸਤਿਨਾਮੀ ਸਾਧੂਆਂ ਦੀ ਕਰਤੂਤ ਵੀ ਵੇਖੀ ਨਾ ਤੁਸੀਂ, ਬਸ ਇਹ ਉਹਨਾਂ ਦੇ ਭਰਾ ਭਾਈ ਹਨ, ਬਸ ਇਹੋ ਜਿਹੇ ਬੰਦੇ ਈ ਖ਼ਤਰਨਾਕ ਹੁੰਦੇ ਹਨ।

ਤੁਹਾਡਾ ਕੰਮ ਏ ਹੁਕਮ ਦੀ ਪਾਲਣ ਕਰਨਾ, ਇਨ੍ਹਾਂ ਮਛੰਦਰਾਂ ਦੀਆਂ ਕਰਤੂਤਾਂ ਤੋਂ ਤੁਸੀਂ ਜਾਣੂੰ ਨਹੀਂ। ਇਹ ਸੱਪ ਖ਼ੂਬਸੂਰਤ ਜ਼ਰੂਰ ਹਨ ਪਰ ਇਨ੍ਹਾਂ ਦੇ ਡੰਗਿਆਂ ਕਦੇ ਪਾਣੀ ਨਹੀਂ ਮੰਗਿਆ। ਜੇ ਹਕੂਮਤ ਦਾ ਕਦੇ ਵੀ ਕਿਸੇ ਨੇ ਲੱਕ ਤੋੜਿਆ ਏ ਤੇ ਇਹ ਸੁਫੈਦ ਪੁਸ਼ਾਕਾਂ ਵਾਲਿਆਂ ਨੇ ਹੀ ਠੂਠੇ ਵਿਚ ਪਾਣੀ ਪਿਆਇਆ ਏ। ਸਿਰੀਆਂ ਚੁੱਕਣ ਤੋਂ ਪਹਿਲਾਂ ਈ ਇਹਨਾਂ ਦੀਆਂ ਸਿਰੀਆਂ ਮਰੋੜ ਸੁਟੋ। ਸ਼ਾਹੀ ਫੁਰਮਾਨ ਏ, ਜਲਦੀ ਕਰੋ। ਸੂਬੇ ਦੀ ਆਵਾਜ਼ ਵਿਚ ਅਜੇ ਵੀ ਤੁਰਸ਼ੀ ਸੀ।

—ਹਜ਼ੂਰ ਇਕ ਵਾਰ ਮਰਾਸਲੇ ਨੂੰ ਫਿਰ ਵੇਖਿਆ ਜਾਵੇ ਕਿਤੇ ਅਸੀਂ ਇਹਦੇ ਉਲਟ ਨਾ ਚਲ ਪਈਏ।

ਮਰਾਸਲਾ ਫੇਰ ਵੇਖਿਆ ਗਿਆ, ਇਬਾਰਤ ਸੀ, ਗੁਰੂ ਨੂੰ ਪਕੜ ਲਿਆ ਜਾਏ ਪਰ ਬੜੇ ਅਦਬ ਤੇ ਹਲੀਮੀ ਨਾਲ ਘੇਰਿਆ ਜਾਏ, ਪੂਰਾ ਸਤਿਕਾਰ ਦਿੱਤਾ ਜਾਏ, ਸਖ਼ਤੀ ਕਰਨ ਦੀ ਅਜੇ ਲੋੜ ਨਹੀਂ। ਹਿੰਦੂਆਂ ਦੇ ਸਖ਼ਤੀ ਬੰਦ ਕਰ ਦਿੱਤੀ ਜਾਏ।

ਪੰਜ ਪਲੰਘ ਮੰਗਵਾਏ ਗਏ ਤੇ ਉਨ੍ਹਾਂ ਤੇ ਅਹਿਦੀਏ ਬੈਠ ਗਏ। ਚਹੁੰ ਕੁਹਾਰਾਂ ਨੇ ਪਲੰਘ ਚੁਕ ਲਿਆ, ਚਲ ਪਏ। ਅਗਲੇ ਪਿੰਡ ਵਾਲਾ ਪਲੰਘ ਤਿਆਰ ਰਖਦਾ, ਏਸ ਤਰ੍ਹਾਂ ਸਫ਼ਰ ਕਰਦੇ। ਉਨ੍ਹਾਂ ਨਾਲ ਫੌਜ ਦੀ ਟੁਕੜੀ ਘੋੜਿਆਂ ਤੇ ਚੜ੍ਹ ਕੇ ਜਾਂਦੀ। ਏਨੀ ਦਹਿਸ਼ਤ ਫੈਲ ਜਾਂਦੀ ਕਿ ਸਾਰੇ ਇਲਾਕੇ ਵਿਚ ਲੋਕ ਥਰ ਥਰ ਕੰਬਦੇ। ਹਰ ਰਾਤ ਦਾਅਵਤ ਮਿਲਦੀ, ਏਸ ਤਰ੍ਹਾਂ ਉਹ ਸਫ਼ਰ ਕਰਦੇ, ਬੁਲੰਦ ਮਰਤਬੇ ਵਾਲੇ ਕਾਜ਼ੀ ਵੀ ਤੇ ਅਹਿਦੀਏ ਵੀ।

—ਕਿਸੇ ਬਾਗੀ ਦੀ ਸ਼ਾਮਤ ਆ ਗਈ ਏ।

—ਕੋਈ ਬੇਗੁਨਾਹ ਕਤਲ ਹੋਣ ਵਾਲਾ ਹੈ।

—ਕਦੂਰਤ, ਦੁਸ਼ਮਣੀ ਕੱਢੀ ਜਾ ਰਹੀ ਏ। ਚੁਗਲੀ ਖ਼ੋਰ ਦੀ ਸ਼ਰਾਰਤ ਜਾਪਦੀ ਏ, ਕੋਈ ਮਾਰਿਆ ਜਾਊ।

—ਸਿੱਖਾਂ ਦੇ ਗੁਰੂ ਤੇ ਹਕੂਮਤ ਦੀ ਅੱਖ ਏ, ਧਰਮ ਤੇ ਹੱਥ ਪਾਇਆ ਜਾ ਰਿਹਾ ਏ, ਮਾਲਾ ਤਲਵਾਰ ਦਾ ਰੂਪ ਧਾਰਨ ਨਾ ਕਰ ਜਾਏ।

—ਬਾਦਸ਼ਾਹ ਦੇ ਦਿਨ ਮਾੜੇ ਹਨ, ਖ਼ੁਦਾ ਦੀ ਖ਼ੁਦਾਈ ਨੂੰ ਤੰਗ ਕਰ ਰਿਹਾ ਏ।

—ਕੁੱਤੇ ਦੀ ਜਦ ਮੌਤ ਆਉਂਦੀ ਏ, ਤਦ ਮਸੀਤੀਂ ਚੜ੍ਹ ਕੇ ਮੂਤਦਾ ਏ।

—ਬੁੱਧੀ ਭਰਿਸ਼ਟ ਜਾਏ, ਮਸਜਿਦ ਦਾ ਦਰਵਾਜ਼ਾ ਤੋੜੇ ਮੁੱਲਾਂ।

—ਅਤਿ ਤੇ ਰੱਬ ਦਾ ਵੈਰ ਏ, ਜਿਹੜੇ ਅਹਿਦੀਏ ਜਾ ਰਹੇ ਸਨ, ਉਹਨਾਂ ਭੱਲ ਥੋੜ੍ਹੀ ਗੁਜ਼ਾਰਨੀ ਏ।

ਭਾਂਤ ਭਾਂਤ ਦੇ ਲੋਕ ਤੇ ਭਾਂਤ ਭਾਂਤ ਦੀਆਂ ਆਵਾਜ਼ਾਂ. ਮੂੰਹ ਵਿਚ ਉਂਗਲਾਂ ਪਾ ਰਹੇ ਸਨ ਜਿਹੜੇ ਖ਼ੈਰ ਮੰਗਦੇ ਸਨ ਬਾਦਸ਼ਾਹ ਦੀ, ਪਰ ਉਹਨਾਂ ਦੇ ਵੱਸ ਵਿਚ ਕੁਝ ਨਹੀਂ ਸੀ। ਬਾਦਸ਼ਾਹ ਤਕ ਪੁਜਣਾ ਹੀ ਮੁਸ਼ਕਲ ਸੀ। ਸਹੀ ਹਾਲਤ ਬਾਦਸ਼ਾਹ ਦੇ ਕੰਨੀਂ ਨਹੀਂ ਸੀ ਪੈਂਦੀ। ਸੁੱਤੇ ਲੋਕ ਜਾਗ ਪੈਣਗੇ; ਦੱਬੇ ਲੋਕ ਸਿਰ ਚੁਕਣਗੇ, ਹਕੂਮਤ ਦੀ ਸਿੱਧੀ ਟੱਕਰ ਲੋਕਾਂ ਨਾਲ ਹੋਵੇਗੀ। ਇਹ ਠੰਡੀ ਜੰਗ ਕਿਸੇ ਵੇਲੇ ਵੀ ਸ਼ੋਅਲਾ ਬਣ ਸਕਦੀ ਏ।

ਅਹਿਦੀਏ ਜਦ ਸਤਲੁਜ ਦੇ ਕੰਢੇ ਪਹੁੰਚੇ ਤੇ ਦੋ ਮਹੀਨੇ ਉਹਨਾਂ ਉਥੇ ਹੀ ਡੇਰੇ ਪਾਈ ਰਖੇ।

ਰੋਪੜ ਦੇ ਹਾਕਮ ਨੇ ਉਨ੍ਹਾਂ ਦੀ ਦਾਅਵਤ ਦਾ ਅਤੇ ਸ਼ੁਗਲ ਪਾਣੀ ਦਾ ਸਮਾਨ ਉਥੇ ਇਕੱਠਾ ਕਰ ਦਿਤਾ ਸੀ। ਗੁਲਛੱਰੇ ਉਡਾ ਰਹੇ ਸਨ।

ਜਦ ਅਹਿਦੀਏ ਆਨੰਦਪੁਰ ਪੁਜੇ ਤਦ ਉਹਨਾਂ ਨੂੰ ਪਤਾ ਲਗਾ ਕਿ ਗੁਰੂ ਤੇਗ਼ ਬਹਾਦਰ ਨੇ ਚੁਮਾਸਾ ਲੰਘਣ ਦੀ ਇੰਤਜ਼ਾਰ ਵੀ ਨਹੀਂ ਕੀਤੀ, ਦਿੱਲੀ ਵੱਲ ਰਵਾਨਾ ਹੋ ਚੁਕੇ ਹਨ। ਆਨੰਦਪੁਰ ਭਾਂ ਭਾਂ ਕਰ ਰਿਹਾ ਸੀ।

ਲੋਕ ਆਖ ਰਹੇ ਸਨ, ਸਤਿਗੁਰ ਸ਼ਹਾਦਤ ਦੇਣ ਦਿੱਲੀ ਚਲੇ ਗਏ ਹਨ। ਧਰਮ ਸਿਰ ਦੇ ਨਾਲ ਨਿਭੇਗਾ, ਧਰਮ ਬਦਲਿਆ ਨਹੀਂ ਜਾਂਦਾ।

★

ਪਸ਼ਮੀਨੇ ਦੀ ਚਾਦਰ ੨੯

—ਘਰ ਤਾਹੀਓਂ ਉਜੜਦਾ ਏ ਜਦ ਘਰ ਦੇ ਪੁੱਤ ਹੀ ਘਰ ਦੀਆਂ ਚੁਗਾਠਾਂ ਲਾਹ ਕੇ ਵੇਚਣ ਲਗ ਪੈਣ। ਚੌਂਕੇ ਦੀ ਬਰਕਤ ਓਸੇ ਵੇਲੇ ਉਜੜ ਗਈ ਜਦ ਘਰ ਦੀ ਸਵਾਣੀ ਨੇ ਭਾਂਡੇ ਵਟਾ ਕੇ ਮਰੂੰਡਾ ਖਾ ਲਿਆ। ਰਾਮ ਰਾਏ ਅਜੇ ਵੀ ਗੁਰਗੱਦੀ ਤੇ ਆਪਣਾ ਹੱਕ ਜਤਾ ਰਿਹਾ ਸੀ। ਬਾਦਸ਼ਾਹ ਦੇ ਕੰਨਾਂ ਵਿਚ ਫੂਕਾਂ ਮਾਰੀਆਂ ਜਾ ਰਹੀਆਂ ਸਨ। ਆਪਣੇ ਆਪ ਨੂੰ ਸੱਚਾ ਪਾਤਸ਼ਾਹ ਅਖਵਾਉਣ ਵਾਲਾ ਕਦ ਆਉਂਦਾ ਏ ਬਾਦਸ਼ਾਹ ਦੇ ਸੱਦੇ ਤੇ ਜੇ ਓਸ ਆਉਣਾ ਹੁੰਦਾ ਤਾਂ ਅਹਿਦੀਆਂ ਦੇ ਨਾਲ ਨਾਲ ਨਾ ਆ ਜਾਂਦਾ। ਉਹ ਭਗੌੜਾ ਹੋ ਗਿਆ ਏ, ਉਹ ਆਪਣੀ ਤਾਕਤ ਇਕੱਠੀ ਕਰ ਰਿਹਾ ਏ। ਨਾਨਕ ਦੇ ਦਰਬਾਰ ਵਿਚ ਕੋਈ ਨਿੰਦ ਵਿਚਾਰ ਨਹੀਂ। ਹਿੰਦੂ, ਮੁਸਲਮਾਨ ਦੋਵੇਂ ਬਰਾਬਰ ਹਨ, ਕਿਸੇ ਇਕ ਦਾ ਪੱਖ ਕੀ ਪੂਰਨਾ ਹੋਇਆ। ਜੇ ਮੁਸਲਮਾਨਾਂ ਤੇ ਮੁਸੀਬਤ ਆਉਂਦੀ ਏ, ਮੈਂ ਵੇਖਦਾ ਕਿ ਗੁਰੂ ਕਿਸ ਤਰ੍ਹਾਂ ਕੁਰਬਾਨੀ ਦਿੰਦਾ ਏ। ਏਸ ਤਰ੍ਹਾਂ ਬਾਦਸ਼ਾਹ ਨੂੰ ਉਕਸਾਇਆ ਜਾ ਰਿਹਾ ਸੀ। ਤੁਪਕਾ ਤੁਪਕਾ ਜੇ ਪੱਥਰ ਤੇ ਵੀ ਡਿਗੇ ਤਾਂ ਪੱਥਰ ਵਿਚ ਵੀ ਛੇਕ ਪੈ ਜਾਂਦਾ ਏ। ਦਿੱਲੀ ਵਿਚ ਮਤਲਬੀ ਸੱਪਾਂ ਦਾ ਗੜ੍ਹ ਇਕੱਠਾ ਹੋਇਆ, ਤੁਖਣਾ ਦੇਣ ਵਾਲੇ ਤੁਖਣਾ ਦੇਈ ਜਾ ਰਹੇ ਸਨ। ਰੋਜ਼ ਦੀ ਚੁੱਕ ਨੇ ਕੋਈ ਚੰਨ ਤੇ ਚੜ੍ਹਾਉਣਾ ਹੀ ਸੀ, ਇਹ ਹਾਲਤ ਤੇ ਦਿੱਲੀ ਦੀ ਸੀ, ਪਰ ਤੁਸੀਂ ਆਨੰਦਪੁਰ ਦੀ ਗੱਲ ਹੀ ਸੁਣੋ। ਮੈਂ ਜੈਤਾ ਹਾਂ, ਜੈਤੇ ਨੇ ਕਦੇ ਝੂਠ ਨਹੀਂ ਬੋਲਿਆ। ਅਹਿਦੀਦੇ ਵਾਪਸ ਚਲੇ, ਕਿਸੇ ਨੇ ਪਲੰਘ ਤੋਂ ਉਤਰ ਕੇ ਵੀ ਨਾ ਵੇਖਿਆ। ਉਹਨਾਂ ਦੇ ਪੈਰਾਂ ਨੂੰ ਮਿੱਟੀ ਕਿਥੋਂ ਲਗਣੀ ਸੀ। ਗੱਲ ਮੈਂ ਪਸ਼ਮੀਨੇ ਦੀ ਚਾਦਰ ਦੀ ਕਰਨ ਲੱਗਾ ਹਾਂ। ਪਸ਼ਮੀਨੇ ਦੀ ਚਾਦਰ ਪੰਜਾਬ ਵਿਚ ਸ਼ੌਕ ਨਾਲ ਬਣਾਈ ਜਾਂਦੀ ਸੀ। ਪਸ਼ਮੀਨੇ ਦੀ ਇਕ ਇਕ ਤਾਰ ਅੱਡ ਕਰਦਿਆਂ ਪੋਟੇ ਰਹਿ ਜਾਂਦੇ ਸਨ। ਮਾਤਾ ਗੁਜਰੀ ਨੇ ਵੀ ਚਾਦਰ ਬਣਾਈ ਪਸ਼ਮੀਨੇ ਦੀ। ਪਸ਼ਮੀਨਾ ਕਸ਼ਮੀਰ ਦੇ ਸੇਵਕਾਂ ਨੇ ਮਣਾਂ ਮੂੰਹੀਂ ਭੇਟ ਕੀਤਾ। ਇਕ ਇਕ ਫੁੱਟੀ ਚੁਣੀ, ਇਕ ਇਕ ਤਾਰ ਵੇਖੀ ਮਾਤਾ ਗੁਜਰੀ। ਇਹ ਚਾਦਰ ਬਾਬੇ ਬਕਾਲੇ ਤੋਂ

ਤੇਈ ਸਾਲਾਂ ਵਿਚ ਬਣ ਕੇ ਤਿਆਰ ਹੋਈ ਸੀ। ਪਹਿਲਾਂ ਇਕ ਇਕ ਤੰਦ ਤੇ ਇਕ ਇਕ ਬਾਣੀ ਪੜ੍ਹੀ ਗਈ, ਤਪੱਸਿਆ, ਬਾਣੀ ਦਾ ਪਾਠ, ਬਿਰਤੀ ਇਕਾਗਰ ਕਰਕੇ ਪਸ਼ਮੀਨੇ ਨੂੰ ਵੱਖ ਵੱਖ ਕੀਤਾ ਗਿਆ। ਸਤਿਗੁਰ ਤੇਈ ਸਾਲ ਭੋਰੇ ਵਿਚ ਬੈਠੇ ਰਹੇ, ਤਪੱਸਿਆ ਕਰਦੇ ਰਹੇ ਤੇ ਮਾਤਾ ਭੋਰੇ ਦੇ ਬਾਹਰ ਬੈਠੀ ਤੰਦਾਂ ਪਾਉਂਦੀ ਰਹੀ ਚਰਖੇ ਤੇ ਪਸ਼ਮੀਨੇ ਦੀਆਂ। ਸਮਾਂ ਗੁਜ਼ਰਦਾ ਗਿਆ। ਪਸ਼ਮੀਨੇ ਦੀ ਰੂਹ ਕੱਢ ਲਈ ਮਾਤਾ ਜੀ ਨੇ। ਪਸ਼ਮੀਨਾ ਮਣਾਂ ਮੂੰਹੀਂ ਆਇਆ ਸੀ, ਉਹਦੇ ਵਿਚੋਂ ਪਸ਼ਮਹਟਾ ਚੁਣਿਆ ਗਿਆ ਜਿਹੜਾ ਸਭ ਤੋਂ ਵਧੀਆ, ਦੁਧੀਆ ਰੰਗ ਦਾ ਸੀ। ਕਿੰਨਾ ਸਮਾਂ ਲਗਾ ਹੋਵੇਗਾ, ਕਿੰਨੀ ਮਿਹਨਤ ਕਰਨੀ ਪਈ ਹੋਵੇਗੀ, ਪਸ਼ਮੀਨਾ ਕੱਤਣਾ ਕੋਈ ਮਖੌਲ ਨਹੀਂ। ਇਹ ਚਾਦਰ ਗੁਰੂ ਸਾਹਿਬ ਲਈ ਬਣ ਰਹੀ ਸੀ। ਏਸ ਪਸ਼ਮੀਨੇ ਨੂੰ ਅੱਡ ਕਰਨ ਵਿਚ ਮੇਰੀ ਮਾਂ ਦਾ ਵੀ ਹੱਥ ਏ। ਤੁਸੀਂ ਆਖੋਗੇ ਭਈ ਉਹ ਕਿੱਦਾਂ, ਮੇਰੀ ਮਾਂ ਮਾਤਾ ਗੁਜਰੀ ਦੀ ਟਹਿਲਣ ਸੀ। ਦਾਸੀਆਂ ਵੀ ਹੱਥ ਵੰਡਾਇਆ ਹੀ ਕਰਦੀਆਂ ਹਨ। ਮੇਰੀ ਮਾਂ ਦਾ ਕੰਮ ਸੀ ਖ਼ਿਦਮਤ ਕਰਨੀ, ਬਾਣੀ ਪੜ੍ਹਨੀ ਮੇਰੀ ਮਾਂ ਨੂੰ ਮਾਤਾ ਗੁਜਰੀ ਦੀ ਸੁਹਬਤ ਵਿਚ ਬੈਠ ਕੇ ਆ ਗਈ ਸੀ। ਜੈਤਾ ਜ਼ਰਾ ਕੁ ਮੱਠਾ ਪਿਆ।

—ਜੈਤਿਆ! ਤੁਹਾਡੇ ਟੱਬਰ ਨੇ ਹੀ ਯੱਸ਼ ਖਟਿਆ ਏ। ਤੁਹਾਡੀ ਆਤਮਾ ਹੀ ਬਲਵਾਨ ਹੋਈ ਏ। ਜਿਹੜਾ ਕੰਮ ਕਿਸੇ ਸੇਵਕ ਕੋਲੋਂ ਨਹੀਂ ਹੋਇਆ ਉਹਨੂੰ ਨੇਪਰੇ ਚਾੜ੍ਹਨ ਦਾ ਸਿਹਰਾ ਤੁਹਾਡੇ ਤੇ ਹੀ ਬੱਝਾ ਤੇ ਆਨੰਦਪੁਰ ਦਾ ਇਕ ਵਾਸੀ ਆਖਣ ਲਗਾ।

—ਬਾਬਾ ਬਕਾਲੇ ਵਿਚ ਜਦ ਸਤਿਗੁਰੂ ਪਰਗਟ ਹੋਏ ਤਦ ਇਹ ਚਾਦਰ ਤਿਆਰ ਹੋ ਚੁੱਕੀ ਸੀ। ਮਾਤਾ ਗੁਜਰੀ ਨੇ ਉਸ ਦਿਨ ਭੇਟਾ ਕਰਨੀ ਸੀ। ਪਰ ਜਦ ਸ਼ੀਹੇ ਮਸੰਦ ਦਾ ਵਿਚ ਰੌਲਾ ਪੈ ਗਿਆ ਤਾਂ ਮਾਤਾ ਗੁਜਰੀ ਨੇ ਚਾਦਰ ਫੇਰ ਤਹਿ ਕਰਕੇ ਸੰਦੂਕ ਵਿਚ ਰੱਖ ਦਿਤੀ।

ਇਕ ਵਾਰ ਫੇਰ ਵੇਲਾ ਆਇਆ, ਚਾਦਰ ਫੇਰ ਸਤਿਗੁਰਾਂ ਤਕ ਨਾ ਪੁੱਜ ਸਕੀ। ਮਾਤਾ ਜੀ ਅੰਦਰੋਂ ਚਾਦਰ ਲੈਣ ਗਏ ਸਨ ਤਦ ਸਤਿਗੁਰਾਂ ਦਾ ਘੋੜਾ ਵਿਹੜੇ ਵਿਚੋਂ ਨਿਕਲ ਚੁਕਾ ਸੀ। ਇਹ ਉਸ ਵੇਲੇ ਦੀ ਗੱਲ ਏ ਜਦ ਸਤਿਗੁਰੂ ਅੰਮ੍ਰਿਤਸਰ ਦਰਸ਼ਨ ਕਰਨ ਲਈ ਜਾ ਰਹੇ ਸਨ। ਗੁਰੂ ਧਾਮ ਤੇ ਪੁੱਜ ਕੇ ਸੰਗਤਾਂ ਨੂੰ ਦਰਸ਼ਨ ਦੇ ਕੇ ਨਿਹਾਲ ਕਰਨਾ ਸੀ। ਚਾਦਰ ਫਿਰ ਸੰਦੂਕ ਵਿਚ ਚਲੀ ਗਈ। ਮੈਨੂੰ ਇਹ ਗੱਲਾਂ ਮਾਤਾ ਗੁਜਰੀ ਨੇ ਦੱਸੀਆਂ ਹਨ।

ਇਹ ਗੱਲ ਪਟਨੇ ਦੀ ਏ, ਮੈਂ ਵੀ ਉਥੇ ਹੀ ਸਾਂ, ਚਾਦਰ ਮਾਤਾ ਗੁਜਰੀ ਆਪਣੇ ਨਾਲ ਲੈ ਕੇ ਗਈ ਸੀ। ਜਦ ਸਤਿਗੁਰੂ ਆਸਾਮ ਦੀ ਯਾਤਰਾ ਨੂੰ ਜਾਣ ਲਗੇ ਤਦ ਚਾਦਰ ਦੇਣ ਦਾ ਉਦੋਂ ਵੀ ਵਿਚਾਰ ਬਣਿਆ। ਜਦ ਚਾਦਰ ਮਾਤਾ ਗੁਜਰੀ ਨੇ ਕੱਢੀ ਓਦੋਂ ਵੀ ਉਹੀ ਹੀ ਗੱਲ ਹੋਈ। ਗੁਰੂ ਸਾਹਿਬ ਦੀ ਸਵਾਰੀ ਹਵੇਲੀ ਵਿਚੋਂ ਨਿਕਲ ਚੁਕੀ ਸੀ। ਚਾਦਰ ਫੇਰ ਆਪਣੇ ਟਿਕਾਣੇ ਤੇ ਪੁਜ ਗਈ। ਚਾਦਰ ਦੀ ਤਪੱਸਿਆ ਅਜੇ ਪੂਰੀ ਨਹੀਂ ਸੀ ਹੋਈ। ਚਾਦਰ ਨੇ ਗੁਰਾਂ ਦੇ ਅਜੇ ਅੰਗ ਨਹੀਂ ਸੀ ਲਗਣਾ, ਬੋਲ ਜੈਤੇ ਦੇ ਸਨ।

ਚਾਦਰ ਨੇ ਹਜ਼ਾਰਾਂ ਮੀਲਾਂ ਦਾ ਸਫ਼ਰ ਕੀਤਾ ਪਰ ਚਾਦਰ ਦੇ ਵਾਰਸ ਕੋਲ ਇਹ

ਚਾਦਰ ਨਾ ਪਹੁੰਚ ਸਕੀ। ਚਾਦਰ ਦੇ ਵੀ ਭਾਗ ਨਹੀਂ ਸਨ ਖੁਲ੍ਹੇ। ਜਦ ਤਕ ਚਾਦਰ ਅੰਗ ਨਾ ਲਗੇ, ਚਾਦਰ ਸੁਹਾਗਣ ਕਿੱਦਾਂ ਹੋਵੇ। ਚਾਦਰ ਦੀ ਉਮਰ ਕਿੰਨੀ ਲੰਮੀ ਹੋਵੇਗੀ, ਏਸ ਚਾਦਰ ਨੂੰ ਮਾਤਾ ਨਾਨਕੀ ਦੇ ਹੱਥਾਂ ਦੇ ਲਗਣ ਦਾ ਮਾਣ ਵੀ ਪ੍ਰਾਪਤ ਸੀ। ਨੂੰਹ ਸੱਸ ਦੋਵਾਂ ਨੇ ਚਾਦਰ ਦੇ ਡੋਰੇ ਵੱਟੇ। ਇਕ ਇਕ ਡੋਰੇ ਤੇ ਪੰਜ ਪੰਜ ਬਾਣੀਆਂ ਪੜ੍ਹੀਆਂ ਗਈਆਂ। ਬਾਬੇ ਬਕਾਲੇ ਵਿਚ ਗਵਾਂਢਣਾਂ ਵੀ ਡੋਰੇ ਹੀ ਵੱਟਣ ਆਈਆਂ ਸਨ। ਡੋਰੇ ਵੱਟਣ ਦੀ ਇਹ ਸ਼ਰਤ ਸੀ ਕਿ ਪਹਿਲਾਂ ਪੰਜ ਬਾਣੀਆਂ ਪੜ੍ਹੋ ਤੇ ਫੇਰ ਇਕ ਡੋਰਾ ਵਟੋ ਤੇ ਗੰਢ ਦਿਓ, ਆਖਣ ਵਾਲੇ ਤੇ ਇਹ ਵੀ ਆਖਦੇ ਹਨ ਕਿ ਡੋਰੇ ਵੱਟਣ ਵਿਚ ਉਹਨਾਂ ਸੇਵਕਾਂ ਦਾ ਵੀ ਹੱਥ ਸੀ ਜਿਹੜੇ ਬਾਬੇ ਬਕਾਲੇ ਵਿਚ ਰਹਿੰਦੇ ਸਨ, ਜਿਨ੍ਹਾਂ ਨੂੰ ਗੁਰੂ ਘਰ ਨਾਲ ਪੂਰਾ ਪੂਰਾ ਇਸ਼ਕ ਸੀ। ਉਹ ਚਾਦਰ ਕਿੰਨੀ ਕੁ ਪਵਿਤਰ ਹੋ ਗਈ ਹੋਵੇਗੀ ਜਿਸ ਉਤੇ ਹਜ਼ਾਰਾਂ ਵਾਰੀ ਬਾਣੀ ਦਾ ਪਾਠ ਹੋਇਆ ਹੋਵੇ। ਕਿੰਨਿਆਂ ਕੁ ਲੋਕਾਂ ਦੀਆਂ ਆਤਮਾਵਾਂ ਓਸ ਚਾਦਰ ਵਿਚ ਜਜ਼ਬ ਹੋ ਗਈਆਂ ਹੋਣਗੀਆਂ। ਅਸੀਸਾਂ. ਉਮੀਦਾਂ, ਆਸਾਂ, ਖ਼ਾਹਿਸ਼ਾਂ ਏਸ ਚਾਦਰ ਵਿਚ ਲੁਕੀਆਂ ਹੋਈਆਂ ਸਨ। ਸੈਂਕੜੇ ਆਦਮੀਆਂ ਤੇ ਔਰਤਾਂ ਦੇ ਹੱਥਾਂ ਵਿਚੋਂ ਨਿਕਲੀ ਹੋਵੇਗੀ ਇਹ ਚਾਦਰ, ਇਸ ਚਾਦਰ ਨੂੰ ਮਾਮੂਲੀ ਚਾਦਰ ਨਹੀਂ ਆਖਿਆ ਜਾ ਸਕਦਾ। ਸਾਰੇ ਹਿੰਦੁਸਤਾਨ ਦੀ ਰੂਹ ਏਸ ਚਾਦਰ ਵਿਚ ਸਮਾਈ ਹੋਈ ਸੀ, ਪੰਜਾਬ ਦੇ ਹਰ ਪਰਾਣੀ ਨੇ ਏਸ ਚਾਦਰ ਨੂੰ ਬੋਸੇ ਦਿੱਤੇ, ਚੁੰਮਿਆ, ਮੱਥਾ ਟੇਕਿਆ। ਹਰ ਬੰਦੇ ਨੇ ਚਾਦਰ ਦੇ ਕਿਸੇ ਨਾ ਕਿਸੇ ਡੋਰੇ ਤੇ ਪੰਜ ਬਾਣੀਆਂ ਜ਼ਰੂਰ ਪੜ੍ਹੀਆਂ ਹੋਣਗੀਆਂ। ਏਸ ਚਾਦਰ ਦੀ ਕੀਮਤ ਤੇ ਚਾਦਰ ਵਾਲਾ ਹੀ ਜਾਣਦਾ ਏ। ਮਾਮੂਲੀ ਦੋਤੱਹੀ ਬੁਣਨੀ ਹੋਵੇ ਤਾਂ ਉਹਦੇ ਉਤੇ ਛੇ ਮਹੀਨੇ ਲਗ ਜਾਂਦੇ ਹਨ, ਇਹ ਚਾਦਰ ਤੇ ਫੇਰ ਹਿੰਦ ਦੀ ਚਾਦਰ ਸੀ। ਇਸ ਤੇ ਕਿੰਨਾ ਸਮਾਂ ਲਗਾ ਹੋਵੇਗਾ, ਜੈਤੇ ਦੇ ਬੋਲ ਸਨ।

—ਮੈਂ ਅੰਦਾਜ਼ਾ ਨਹੀਂ ਕਰ ਸਕਦਾ, ਏਸ ਚਾਦਰ ਦੀ ਇਕ ਇਕ ਤਾਰ ਵਿਚ ਬਾਣੀ ਸਮਾ ਗਈ ਸੀ। ਤਪੱਸਿਆ ਵੀ ਖ਼ੂਬ ਕੀਤੀ ਮਾਤਾ ਗੁਜਰੀ ਨੇ ਤੇ ਅਸੀਸਾਂ ਵੀ ਬਹੁਤ ਦਿੱਤੀਆਂ ਮਾਤਾ ਨਾਨਕੀ ਨੇ। ਸਾਰੇ ਬਾਬਾ ਬਕਾਲੇ ਦੀ ਹਮਦਰਦੀ ਚਾਦਰ ਆਪਣੇ ਵਿਚ ਜਜ਼ਬ ਕਰ ਚੁਕੀ ਸੀ।

—ਮਾਤਾ ਗੁਜਰੀ ਜਾਣਦੀ ਸੀ ਕਿ ਇਹ ਚਾਦਰ ਹੁਣ ਸਤਿਗੁਰਾਂ ਨੂੰ ਕਦ ਦੇਣੀ ਏ। ਮਾਤਾ ਗੁਜਰੀ ਨੇ ਇਕ ਵਾਰ ਮਾਤਾ ਨਾਨਕੀ ਤੋਂ ਸੁਣਿਆ ਹੋਇਆ ਸੀ ਕਿ ਬੀਬੀ ਭਾਨੀ ਨੇ ਇਕ ਵਾਰ ਆਪਣੇ ਪਿਤਾ ਗੁਰੂ ਅਮਰਦਾਸ ਤੋਂ ਵਰ ਮੰਗਿਆ ਸੀ। ਵਰ ਤਾਂ ਮਿਲ ਗਿਆ ਪਰ ਨਾਲ ਗੁਰਾਂ ਨੇ ਇਹ ਵੀ ਫ਼ੁਰਮਾਇਆ ਸੀ ਕਿ ਬੇਟਾ ਇਹ ਮੰਜ਼ਿਲ ਬਹੁਤ ਕਠਿਨ ਏ। ਬਹੁਤ ਔਖੀ ਤੇ ਡਰਾਉਣੀ ਏ। ਸੂਲਾਂ ਦੀ ਸੇਜ ਤੇ ਬੜੇ ਦੁੱਖ ਹਨ। ਆਪਣੀਆਂ ਅੱਖਾਂ ਦੇ ਸਾਹਮਣੇ ਆਪਣੇ ਘਰ ਦੇ ਜੀਅ ਕਤਲ ਹੁੰਦੇ ਵੇਖਣੇ ਪੈਣਗੇ। ਗੁਰਗੱਦੀ ਵਰ ਵਿਚ ਲੈ ਲੈਣੀ ਤੇ ਆਸਾਨ ਏ ਪਰ ਇਨ੍ਹਾਂ ਨੂੰ ਨਿਭਾਉਣ ਵਿਚ ਕਿੰਨੀਆਂ ਕੁ ਕੁਰਬਾਨੀਆਂ ਦੇਣੀਆਂ ਪੈਣਗੀਆਂ, ਇਹ ਨਹੀਂ ਕੋਈ ਜਾਣਦਾ ਸੀ। ਪਰ ਬੀਬੀ ਭਾਨੀ ਨੇ ਹੌਸਲਾ ਕੱਢ ਕੇ ਆਖ ਦਿੱਤਾ ਸੀ ਕਿ ਮੈਂ ਉਹ ਸਾਰੇ ਦੁਖ ਝਲ ਲਵਾਂਗੀ ਪਰ ਮੈਨੂੰ ਗੱਦੀ ਬਖ਼ਸ਼ ਦਿਓ, ਇਹ ਗੱਦੀ ਮੇਰੇ ਘਰ ਵਿਚ ਹੀ ਰਹੇ।

ਇਹ ਇਮਤਿਹਾਨ ਸੀ ਚਾਦਰ ਦਾ। ਇਕ ਕਠਿਨ ਸਮੱਸਿਆ, ਏਸ ਚਾਦਰ ਦਾ ਕੀ ਬਣੂ ਕੋਈ ਨਹੀਂ ਸੀ ਜਾਣਦਾ। ਇਹ ਚਾਦਰ ਕੀ ਚੰਨ ਚੜ੍ਹਾਊ ਕੋਈ ਦੱਸ ਨਹੀਂ ਸੀ ਸਕਦਾ। ਚਾਦਰ ਦੇ ਵਿਚ ਸਾਰੇ ਹਿੰਦੁਸਤਾਨ ਦੀ ਫਰਿਆਦ ਲੁਕੀ ਹੋਈ ਸੀ।

—ਆਖਰ ਜੈਤੇ ਨੇ ਇਉਂ ਆਖਿਆ, ਜਦ ਸਤਿਗੁਰ ਦਿੱਲੀ ਜਾਣ ਲੱਗੇ ਤਾਂ ਮਾਤਾ ਗੁਜਰੀ ਅੰਦਰ ਭੱਜੀ ਭੱਜੀ ਗਈ ਤੇ ਅੰਦਰੋਂ ਰੇਸ਼ਮੀ ਚਾਦਰ ਲੈ ਆਈ। ਹਜ਼ੂਰ ਦੇ ਪਹਿਲਾਂ ਮੱਥਾ ਟੇਕਿਆ ਤੇ ਫੇਰ ਚਾਦਰ ਪੇਸ਼ ਕੀਤੀ।

—ਮਾਤਾ ਨਾਨਕੀ ਆਖਣ ਲੱਗੀ ਚਾਦਰ ਦੀ ਲਾਜ ਰੱਖਣੀ ਬੇਟਾ !

—ਕੀ ਇਹ ਚਾਦਰ ਮੇਰੀ ਕੁਰਬਾਨੀ ਦੀ ਏ ? ਸਤਿਗੁਰਾਂ ਫ਼ਰਮਾਇਆ।

ਮਾਤਾ ਗੁਜਰੀ ਨੇ ਦਿਲ ਕਰੜਾ ਕੀਤਾ,ਪੱਥਰ ਰਖਿਆ ਹਿੱਕ ਤੇ,ਆਖਣ ਲੱਗੀ—ਹਾਂ।

ਚਾਦਰ ਚਾਦਰ ਵਾਲੇ ਕੋਲ ਚਲੀ ਗਈ।

★

ਪੰਜ ਪੈਸੇ ਤੇ ਨਾਰੀਅਲ 30

ਸਾਰੀ ਸੰਗਤ ਵਿਚੋਂ ਇਕ ਨੂੰ ਵੀ ਪਤਾ ਨਹੀਂ ਸੀ ਕਿ ਅੱਜ ਕੀ ਹੋਣ ਲੱਗਾ ਹੈ। ਭਾਣਾ ਕੀ ਵਰਤ ਜਾਣਾ ਹੈ। ਆਨੰਦਪੁਰ ਕਿਹੜੀਆਂ ਖੁਸ਼ੀਆਂ ਨਾਲ ਬਣਾਇਆ ਸੀ, ਉਨ੍ਹਾਂ ਬਾਗਾਂ ਵਿਚ ਏਥੇ ਬਹਾਰ ਖਿੜੀ ਹੋਈ ਸੀ, ਫੁਲ ਮਹਿਕ ਰਹੇ ਸਨ। ਕਿਕਲੀ ਪਾਉਂਦੀ ਬਹਾਰ ਕਦੇ ਏਧਰ ਦੀ ਆਉਂਦੀ ਤੇ ਕਦੇ ਏਧਰ ਦੀ ਲੰਘ ਜਾਂਦੀ।

ਕੁਦਰਤ ਪੈਲਾਂ ਪਾ ਰਹੀ ਸੀ। ਸਤਿਲੁਜ ਦੀਆਂ ਲਹਿਰਾਂ ਵਿਚ ਬਾਣੀ ਪ੍ਰਵੇਸ਼ ਕਰ ਚੁਕੀ ਸੀ। ਓਸ ਬੜੀ ਦੂਰ ਤਕ ਓਸ ਬਾਣੀ ਨੂੰ ਵਹਾ ਕੇ ਲੈ ਜਾਣਾ ਸੀ। ਬਾਣੀ ਦੀ ਖੁਸ਼ਬੂ ਸਾਰੇ ਪੰਜਾਬ ਵਿਚ ਫੈਲ ਰਹੀ ਸੀ। ਪਹਾੜਾਂ ਦੀਆਂ ਪੌਣਾਂ, ਕਚਨਾਰ ਦੇ ਫੁੱਲ, ਉਚੇ ਉਚੇ ਦਿਆਰ ਦੇ ਦਰਖ਼ਤ, ਬਾਣੀ ਦੀ ਮਸਤੀ ਵਿਚ ਝੂਮ ਰਹੇ ਸਨ। ਯਕਦਮ ਦਿਓ ਫਿਰ ਗਿਆ, ਫੁਲ ਮੁਰਝਾਏ, ਬਹਾਰ ਬੁੱਕਲ ਮਾਰ ਕੇ ਤੁਰ ਗਏ। ਪਤਾ ਨਹੀਂ ਕਿਹੜੀ ਗੱਲ ਦਾ ਰੋਸਾ ਸੀ। ਰਾਤ ਸੁਖਾਂ ਨਾਲ ਲੰਘੀ ਤੇ ਦਿਨੇ ਅਕਾਸ਼ ਨੇ ਰੰਗ ਬਦਲਿਆ। ਧਰਤੀ ਨੇ ਕਰਵੱਟ ਲਈ। ਸੂਰਜ ਦੀ ਟਿੱਕੀ ਅਜੇ ਪੁੰਗਰੀ ਹੀ ਸੀ। ਦੀਵਾਨ ਸਜਿਆ ਹੋਇਆ ਸੀ। ਸਤਿਗੁਰ ਬਿਰਾਜੇ ਹੋਏ ਸਨ, ਜੈਤਾ ਆਖਣ ਲੱਗਾ।

—ਜਦੋਂ ਤਕਦੀਰ ਪਲਟਦੀ ਏ, ਹੱਥਾਂ ਦੀਆਂ ਰੇਖਾਵਾਂ ਵੀ ਬਦਲ ਜਾਂਦੀਆਂ ਨੇ। ਘਰ ਦੇ ਜੰਮੇ ਪੁੱਤ ਵੀ ਵੈਰੀ ਬਣ ਜਾਂਦੇ ਨੇ। ਪੰਜ ਸੇਵਕ ਸਾਹਿਬਜ਼ਾਦੇ, ਗੋਬਿੰਦ ਰਾਏ ਨੂੰ ਨੁਹਾ ਧੁਆ ਕੇ ਸੋਹਣੇ ਸੋਹਣੇ ਕੱਪੜੇ ਪੁਆ ਕੇ ਤੇ ਮਸਤਕ ਤੇ ਕਲਗੀ ਸਜਾਈ, ਲੱਕ ਵਿਚ ਪਟਕਾ ਬੰਨ੍ਹਿਆ, ਤੇ ਤਲਵਾਰ ਬੰਨ੍ਹੀ ਗਈ। ਦੀਵਾਨ ਵਿਚ ਲੈ ਆਏ ਚਾਈਂ ਚਾਈਂ, ਤੇ ਅੱਗੇ ਝਟ ਹੀ ਇਕ ਸੇਵਕ ਨੇ ਗੁਰਗੱਦੀ ਦੀ ਚੌਕੀ ਡਾਹ ਦਿੱਤੀ, ਚੰਦਨ ਦੀ ਚੌਕੀ, ਸਾਹਿਬਜ਼ਾਦੇ ਨੂੰ ਚੌਕੀ ਤੇ ਬਿਠਾਇਆ ਗਿਆ। ਝੱਟ ਹੀ ਗੁਰੂ ਤੇਗ ਬਹਾਦਰ ਨੇ ਪੰਜ ਪੈਸੇ ਤੇ ਇਕ

ਨਾਰੀਅਲ ਸਾਹਮਣੇ ਰਖਿਆ ਤੇ ਮੱਥਾ ਟੇਕ ਦਿੱਤਾ। ਕੁਝ ਸੰਗਤ ਨੇ ਵੇਖਿਆ ਤੇ ਕੁਝ ਨੇ ਨਾ ਵੇਖਿਆ। ਜਦ ਜੈਕਾਰਾ ਛੱਡਿਆ ਤਾਂ ਸਾਰੀ ਖ਼ਲਕਤ ਜਾਣ ਗਈ, ਕਿਉਂ ਇਹਦੇ ਵਿਚ ਕੁਝ ਝੂਠ ਏ, ਮੈਂ ਕੁਝ ਗਲਤ ਤੇ ਨਹੀਂ ਆਖ ਰਿਹਾ। ਜੈਤੇ ਦੇ ਬੋਲ ਮੱਧਮ ਹੋਏ।

ਪੰਜਾਂ ਸੇਵਕਾਂ ਨੇ ਮੱਥਾ ਟੇਕਣਾ ਸੀ, ਸਾਰੀ ਸੰਗਤ ਨੇ ਵਾਰੀ ਵਾਰੀ ਮੱਥਾ ਟੇਕ ਦਿੱਤਾ ਸਾਹਿਬਜ਼ਾਦੇ ਨੂੰ। ਸਤਿਗੁਰਾਂ ਆਸ਼ੀਰਵਾਦ ਦਿੱਤੀ ਤੇ ਆਖਿਆ ਕਿ ਬੇਟਾ ਤੂੰ ਅੱਜ ਤੋਂ ਸਿੱਖ ਪੰਥ ਦਾ ਰਖਵਾਲਾ ਏਂ, ਗੁਰੂ ਨਾਨਕ ਦਾ ਦਰਬਾਰ ਅੱਜ ਅਸਾਂ ਤੇਰੇ ਹਵਾਲੇ ਕਰ ਦਿੱਤਾ ਏ। ਅੱਜ ਅਸੀਂ ਆਪਣੇ ਕਾਰਜ ਲਈ ਦਿੱਲੀ ਜਾ ਰਹੇ ਹਾਂ ਤੇ ਲਾਲ ਜੀ! ਹੁਣ ਤੁਸੀਂ ਪੰਥ ਦੀ ਵਾਗਡੋਰ ਆਪਣੇ ਹੱਥ ਵਿਚ ਲੈ ਲਵੋ। ਆਨੰਦਪੁਰ ਵਾਲਿਆਂ ਨੂੰ ਅਸਾਂ ਅੱਜ ਮੱਥਾ ਟੇਕ ਦਿੱਤਾ ਏ। ਹੁਣ ਸਾਡਾ ਰਾਹ ਏਧਰ ਤੇ ਹੁਣ ਤੁਸੀਂ ਆਪਣਾ ਰਾਹ ਸੰਭਾਲੋ। ਅਸਾਂ ਛੋਟੇ ਜਿਹੇ ਮੋਢਿਆਂ ਤੇ ਆਪਣੀ ਏਨੀ ਵੱਡੀ ਜ਼ਿੰਮੇਵਾਰੀ ਪਾ ਦਿੱਤੀ ਏ। ਬੇਟਾ ਮੈਂ ਮਜਬੂਰ ਹਾਂ, ਮੈਨੂੰ ਆਪਣਾ ਫ਼ਰਜ਼ ਬੁਲਾ ਰਿਹਾ ਏ। ਦੇਰ ਨਾ ਹੋ ਜਾਏ, ਏਸ ਲਈ ਆਪਣਾ ਫ਼ਰਜ਼ ਨਿਭਾ ਰਿਹਾ ਹਾਂ। ਕੱਲ੍ਹ ਨੂੰ ਇਹ ਜ਼ਿੰਮੇਵਾਰੀ ਤੂੰ ਹੀ ਸੰਭਾਲਣੀ ਸੀ। ਚੰਗਾ ਹੋਇਆ ਮੈਂ ਆਪਣੀਆਂ ਅੱਖਾਂ ਸਾਹਮਣੇ ਆਪਣੇ ਲਾਲ ਨੂੰ ਗੁਰਗੱਦੀ ਤੇ ਬੈਠਿਆਂ ਵੇਖ ਲਿਆ। ਹੁਣ ਮੇਰੀ ਚਿੰਤਾ ਉਡ ਗਈ ਏ। ਬੇਟਾ ਤੇਰੇ ਮਗਰ ਆਨੰਦਪੁਰ ਹੀ ਨਹੀਂ ਸਗੋਂ ਸਾਰਾ ਪੰਜਾਬ ਏ। ਜ਼ਾਲਮ ਦਾ ਮੁਕਾਬਲਾ ਡੱਟ ਕੈ ਕਰਨਾ, ਦਿਲ ਨਹੀਂ ਛੱਡਣਾ। ਗੁਰੂ ਨਾਨਕ ਦੇ ਦਰਬਾਰ ਦਾ ਇਹੋ ਸਬਕ ਏ। ਆਨੰਦਪੁਰ ਦੀ ਕਿਸੇ ਪਹਾੜੀ ਵਿਚੋਂ ਆਵਾਜ਼ ਦੇਵੇਂਗਾ ਤਾਂ ਸਾਰਾ ਪੰਜਾਬ ਤੇਰੇ ਮਗਰ ਖਲੋਤਾ ਹੋਵੇਗਾ। ਅਸਾਂ ਪੰਜਾਬ ਨੂੰ ਜਗਾ ਦਿੱਤਾ ਏ। ਇਨ੍ਹਾਂ ਸ਼ਸਤਰਾਂ ਵਿਚ ਸ਼ਕਤੀ ਭਰਨਾ ਹੁਣ ਤੇਰਾ ਕੰਮ ਏ। ਦਿੱਲੀ ਤੋਂ ਅਸਾਂ ਵਾਪਸ ਨਹੀਂ ਆਉਣਾ। ਸਾਡੀ ਸ਼ਹਾਦਤ ਕੌਮ ਵਿਚ ਜਜ਼ਬਾ ਭਰ ਦੇਵੇਗੀ। ਚੰਗਾ ਸਤਿਗੁਰ ਰਾਖਾ! ਸਤਿਗੁਰਾਂ ਸੰਗਤ ਦੇ ਸਾਹਮਣੇ ਵੀ ਹੱਥ ਜੋੜ ਦਿੱਤੇ।

—ਹੁਣ ਮੌਕਾ ਸੰਭਾਲਣ ਦਾ ਵੇਲਾ ਸੀ। ਮਾਮਾ ਕਿਰਪਾਲ ਚੰਦ ਨਿਤਰਿਆ ਤੇ ਗੋਬਿੰਦ ਰਾਏ ਦੀ ਪਿੱਠ ਤੇ ਥਾਪੀ ਦੇ ਕੇ ਆਖਣ ਲੱਗਾ—ਬਹਾਦਰ ਦੇ ਪੱਤ ਬਹਾਦਰ ਹੀ ਹੋਇਆ ਕਰਦੇ ਹਨ। ਤੇਰੇ ਮਗਰ ਸਾਰੇ ਪੰਜਾਬ ਦੀ ਆਵਾਜ਼ ਏ। ਸਤਿਗੁਰ ਤੁਸੀਂ ਖੁਸ਼ੀ ਖੁਸ਼ੀ ਜਾਵੋ, ਸਾਹਿਬਜ਼ਾਦਾ ਇਕ ਨਵੀਂ ਕੌਮ ਨੂੰ ਜਨਮ ਦੇਵੇਗਾ! ਹਕੂਮਤ ਦਾ ਸ਼ੀਰਾਜ਼ਾ ਜਦ ਬਿਖਰੇਗਾ ਤਾਂ ਲੋਕ ਆਨੰਦਪੁਰ ਦਾ ਨਾਂ ਲੈਣਗੇ। ਗੁਰਾਂ ਨੇ ਮੁਗ਼ਲ ਹਕੂਮਤ ਦੀ ਜੜ੍ਹ ਲਾਈ ਸੀ ਤਾਂ ਇਹ ਜੜ੍ਹ ਗੁਰੂ ਦੇ ਪੁੱਤ ਹੀ ਪੁਟਣਗੇ, ਇਹ ਵਕਤ ਦੀ ਆਵਾਜ਼ ਏ। ਬੋਲ ਭਾਵੇਂ ਮਾਮਾ ਕਿਰਪਾਲ ਚੰਦ ਦੇ ਹੀ ਸਨ ਪਰ ਆਖ ਰਿਹਾ ਸੀ ਜੈਤਾ।

ਏਨੇ ਚਿਰ ਨੂੰ ਮਾਤਾ ਨਾਨਕੀ ਤੇ ਮਾਤਾ ਗੁਜਰੀ ਜੀ ਆ ਗਏ। ਪਹਿਲਾਂ ਮਾਤਾ ਗੁਜਰੀ ਜੀ ਨੇ ਮੱਥਾ ਟੇਕਿਆ ਸਤਿਗੁਰਾਂ ਨੂੰ ਤੇ ਫੇਰ ਸਤਿਗੁਰਾਂ ਸੀਸ ਰਖਿਆ ਮਾਤਾ ਨਾਨਕੀ ਦੇ ਚਰਨਾਂ ਵਿਚ ਤੇ ਆਖਿਆ ਅਸੀਸ ਦਿਓ ਮੈਂ ਕਿਤੇ ਧਰਮ ਤੋਂ ਡੋਲ ਨਾ ਜਾਵਾਂ।

—ਜਦ ਦਾਦਾ ਨਾ ਡੋਲਿਆ ਤਾਂ ਉਹਦਾ ਪੋਤਰਾ ਕਿਵੇਂ ਡੋਲ ਜਾਵੇਗਾ। ਨਾਨਕ ਦੇ ਦਰ ਦੇ ਰਖਵਾਲੇ ਕਦੇ ਨਹੀਂ ਡੋਲਦੇ। ਯਾਤਰਾ ਸਫਲ ਹੋਵੇਗੀ। ਆਸ਼ੀਰਵਾਦ ਦੇ ਰਹੀ ਸੀ ਮਾਂ।

—ਮਾਂ ਮੈਂ ਤੇਰੇ ਦੁਧ ਦੀ ਲਾਜ ਰੱਖਾਂਗਾ।

ਅੱਖਾਂ ਭਰ ਆਈਆਂ ਮਾਤਾ ਨਾਨਕੀ ਦੀਆਂ। ਬੁਕ ਅੱਥਰੂਆਂ ਦਾ ਉਹਦੀ ਝੋਲੀ ਪੈ ਗਿਆ। ਮਾਂ ਨੇ ਬਥੇਰਾ ਸਬਰ ਤੋਂ ਕੰਮ ਲਿਆ ਪਰ ਆਖ਼ਰ ਮਾਂ ਸੀ। ਦਿਲ ਪੰਘਰ ਗਿਆ. ਅੱਥਰੂਆਂ ਦੀ ਝੜੀ ਲੱਗ ਗਈ, ਸਾਰਾ ਲੀੜਾ ਭਰ ਗਿਆ ਪਰ ਮੂੰਹੋਂ ਕੁਝ ਨਾ ਬੋਲੀ।

—ਮਾਤਾ ਗੁਜਰੀ ਨੇ ਹੱਥ ਜੋੜੇ ਤੇ ਅਰਜ਼ ਕੀਤੀ, ਮੇਰਾ ਬਾਲ ਅਜੇ ਨਿੱਕਾ ਤੇ ਅੰਞਾਣਾ ਏ, ਏਨੀ ਪੰਡ ਕਿਵੇਂ ਚੁਕੇਗਾ, ਪੰਡ ਭਾਰੀ ਏ ਤੇ ਸਰੀਰ ਹੌਲਾ ਏ।

—ਕੁਦਰਤ ਦਾ ਹੱਥ ਉਹਦੇ ਸਿਰ ਤੇ ਹੋਵੇ ਫੇਰ ਪੰਡ ਕਾਹਦੀ ਭਾਰੀ ਏ। ਪਿਤਾ ਜੀ ਵੀ ਤੇ ਏਸੇ ਉਮਰ ਵਿਚ ਗੱਦੀ ਤੇ ਬੈਠੇ ਸਨ। ਉਨ੍ਹਾਂ ਦਾ ਤੇ ਓਸ ਵੇਲੇ ਜੱਗ ਵੈਰੀ ਸੀ। ਗੋਬਿੰਦ ਰਾਏ ਦੇ ਮਗਰ ਤੇ ਸਾਰਾ ਪੰਜਾਬ ਹੀ ਨਹੀਂ ਸਗੋਂ ਸਾਰਾ ਹਿੰਦੁਸਤਾਨ ਏ। ਹੌਸਲਾ ਕਿਉਂ ਛੱਡ ਦਿੱਤਾ ਏ। ਨਾਨਕ ਦੇ ਦਰਬਾਰ ਦੀ ਓਟ ਲਵੋ, ਸਭ ਕੰਮ ਫਤਹਿ ਹੋ ਜਾਣਗੇ। ਫ਼ਰਮਾਇਆ ਸਤਿਗੁਰਾਂ ਨੇ।

—ਸਾਡਾ ਕੀ ਬਣੂ, ਸਾਨੂੰ ਕਿਹਦੇ ਆਸਰੇ ਛੱਡ ਚਲੇ ਹੋ ?

—ਗੁਰੂ ਨਾਨਕ ਜੀ ਜੋਤ ਦੇ ਆਸ਼ਰੇ, ਛੋਟੀ ਉਮਰ ਨਾ ਵੇਖੋ, ਇਹ ਸੰਪੂਰਨ ਗੁਰੂ ਏ, ਏਸੇ ਦੀ ਸ਼ਰਨ ਲਵੋ। ਕੋਈ ਕਸ਼ਟ ਨਹੀਂ ਆਉਣ ਲੱਗਾ।

ਧੀਰਜ ਦਿੱਤੀ ਸਤਿਗੁਰਾਂ, ਹੌਸਲਾ ਦਿੱਤਾ, ਹਿੰਮਤ ਬਖਸ਼ੀ, ਅਸੀਸ ਦਿੱਤੀ। ਸਵਾਰੀ ਆ ਗਈ. ਗੁਰੂ ਮਹਾਰਾਜ ਘੋੜੇ ਤੇ ਚੜ੍ਹਨ ਲੱਗੇ ਤੇ ਵਿਚ ਮਾਂ ਆਣ ਖਲੋਤੀ।

—ਬੇਟਾ ਦਿੱਲੀ ਜਾਣ ਦਾ ਇਰਾਦਾ ਛੱਡ ਦਿਓ।

—ਏਦਾਂ ਕਦੇ ਹੋਇਆ ਏ ਮਾਂ ਜਿਹੜਾ ਅੱਜ ਹੋ ਜਾਊ ?

—ਨਹੀਂ ? ਬੇਟਾ ਵਕਤ ਦੀ ਨਜ਼ਾਕਤ ਨੂੰ ਵੇਖਣਾ ਹੀ ਅਕਲਮੰਦੀ ਏ।

—ਇਹ ਇਲਾਹੀ ਹੁਕਮ ਏ, ਇਹਦੇ ਅਗੇ ਉਜ਼ਰ ਕਾਹਦਾ।

—ਸੋਚ ਲੈ ਪੁੱਤ, ਬੜਾ ਲੰਬਾ ਪੰਧ ਏ, ਸਾਥ ਅੰਞਾਣਾ ਏ, ਮਾਤਾ ਗੁਜਰੀ ਨੇ ਆਖਿਆ।

—ਗੁਰੂ ਅਰਜਨ ਦੇਵ ਦਾ ਸੁਨੇਹਾ ਆਏ ਤਾਂ ਮਾਂ ਕੀ ਮੈਂ ਨਾ ਜਾਵਾਂ। ਮਾਂ ਇਹ ਜੀਵਨ ਇਕ ਵਗਦੀ ਨਦੀ ਏ ਤੇ ਸਰੀਰ ਦਰਿਆ ਦੀ ਰੁੜ੍ਹਦੀ ਰੇਤ ਦਾ ਇਕ ਬੁਲਬੁਲਾ ਏ। ਬੁਲਬੁਲੇ ਦੀ ਉਮਰ ਕਿੰਨੀ ਹੁੰਦੀ ਏ। ਰੇਤ ਰੁੜ੍ਹਦੀ ਏ ਤੇ ਦੂਜਾ ਪਾਣੀ ਰੇਤ ਦੀ ਲੱਪ ਨਾਲ ਲੈ ਆਉਂਦਾ ਏ। ਇਕ ਪਰਾਹੁਣਾ ਗਿਆ ਤੇ ਦੂਜਾ ਆ ਗਿਆ। ਇਹ ਦੁਨੀਆ ਇਕ ਸਰਾਂ ਏ। ਇਕ ਮੁਸਾਫਰ ਨੇ ਘੋੜੇ ਤੇ ਪਲਾਕੀ ਮਾਰੀ ਤੇ ਦੂਜੇ ਨੇ ਰਕਾਬ 'ਚੋਂ ਪੈਰ ਕੱਢੇ। ਇਕ ਨੇ ਕਮਰਾ ਖ਼ਾਲੀ ਕੀਤਾ ਤੇ ਦੂਜੇ ਨੇ ਸਾਂਭ ਲਿਆ, ਏਸੇ ਤਰ੍ਹਾਂ ਹੁੰਦਾ ਏ ਦੁਨੀਆ ਵਿਚ। ਏਥੇ ਪ੍ਰੀਤ ਨਹੀਂ ਪਾਈ ਜਾਂਦੀ ਪਰ ਜਿਹੜੇ ਪਾ ਲੈਂਦੇ ਹਨ ਤੇ ਔਖੇ ਵੀ ਤੇ ਉਹੀ ਹੁੰਦੇ ਹਨ। ਕਿਥੇ ਹਨ ਸਾਡੇ ਵੱਡੇ ਵਡੇਰੇ, ਕੂੰਜਾਂ ਆਈਆਂ, ਉਤਰੀਆਂ, ਆਂਡੇ ਦਿੱਤੇ ਤੇ ਉਡ ਗਈਆਂ। ਇਹ ਰਹਿਣ ਬਸੇਰੇ ਹਰ ਨਵੇਂ ਮੁਸਾਫਰ ਦਾ ਇੰਤਜ਼ਾਰ ਕਰਦੇ ਹਨ। ਪਛਤਾਵਾ ਤੇ ਓਸ ਗੱਲ ਦਾ ਹੋਣਾ ਚਾਹੀਦਾ ਏ ਜਿਹੜੀ ਅਨਹੋਣੀ ਹੋਵੇ। ਜਿਹੜਾ ਖਿਡਾਉਣਾ ਬਣਿਆ ਏ, ਓਸ ਭਜਣਾ ਵੀ ਏ। ਖਿਡੌਣਾ ਬਣਾਉਣ ਵਾਲੇ ਨੇ ਖਿਡੌਣਾ ਬਣਾ

ਦਿੱਤਾ ਜੇ ਓਸ ਤੋੜ ਦਿੱਤਾ, ਅਸੀਂ ਕੌਣ ਹਾਂ ਅਫਸੋਸ ਕਰਨ ਵਾਲੇ । ਇਹ ਤੇ ਰਚਨਹਾਰ ਦੀ ਮਰਜ਼ੀ ਏ । ਜਿਹਦੀ ਚੀਜ਼ ਸੀ ਉਹ ਲੈ ਜਾ ਰਿਹਾ ਏ । ਕਦੇ ਕਿਸੇ ਨੇ ਅਮਾਨਤ ਵਿਚ ਖ਼ਿਆਨਤ ਕੀਤੀ ਏ । ਜਿਹਦੀ ਚੀਜ਼ ਸੀ ਓਸ ਅਗੇ ਲਾਈ ਤੇ ਲੈ ਤੁਰਿਆ, ਤੁਸੀਂ ਪਿਛੋਂ ਆਵਾਜ਼ ਕਿਉਂ ਮਾਰਦੇ ਹੋ, ਏਸ ਸਰੀਰ ਵਿਚ ਕੁਝ ਨਹੀਂ ਮਿੱਟੀ ਦੀ ਇਕ ਮੁੱਠ ਏ, ਸਰੀਰ ਨਾਸ਼ਵਾਨ ਏ, ਏਸ ਨਸ਼ਟ ਹੋਣਾ ਹੀ ਏ । ਆਤਮਾ ਅਮਰ ਏ, ਇਹ ਨਹੀਂ ਮਰਦੀ, ਇਹਨੂੰ ਕੋਈ ਮਾਰ ਨਹੀਂ ਸਕਦਾ । ਓਸ ਨਿਰੰਕਾਰ ਨਾਲ ਲਿਵ ਲਾਓ, ਜਿਨ ਸ਼ਹੁ ਦਰਿਆ ਤੋਂ ਪਾਰ ਲੰਘਾਣਾ ਏ । ਏਸ ਮਿੱਟੀ ਦੇ ਪੁਤਲੇ ਤੋਂ ਕਾਹਦੀ ਆਸ । ਮੇਰੇ ਪਿਤਾ ਨੇ ਜਿਹੜਾ ਕੰਮ ਮੇਰੇ ਜ਼ਿੰਮੇ ਪਾਇਆ ਸੀ, ਮੈਂ ਉਹਦੀ ਪੂਰਤੀ ਕਰਨ ਜਾ ਰਿਹਾ ਹਾਂ । ਮਾਤਾ ਜੀ ਪੋਤਰੇ ਦੀ ਪਿੱਠ ਪਲੋਸੋ । ਇਹ ਸਾਡਾ ਨਾਂ ਰੋਸ਼ਨ ਕਰੂ, ਮੈਨੂੰ ਜਾਣ ਦਿਓ ਦੇਰ ਹੋ ਰਹੀ ਏ ।

ਸ਼ਬਦ ਪੜ੍ਹ ਰਹੀ ਸੀ ਸੰਗਤ :—
ਮਾਈ ਮੈਂ ਧਨੁ ਪਾਇਓ ਹਰਿ ਨਾਮੁ ਮਨ ਮੇਰੋ ਧਾਵਨ ਤੇ ਛੂਟਿਓ
ਕਰਿ ਬੈਠੋ ਬਿਸਰਾਮੁ ॥ ੧ ॥ ਰਹਾਉ ॥
ਮਾਇਆ ਮਮਤਾ ਤਨ ਤੇ ਭਾਗੀ ਉਪਜਿਓ ਨਿਰਮਲ ਗਿਆਨੁ ॥
ਲੋਭ ਮੋਹ ਏਹ ਪਰਸਿਨ ਜਾਕੋ ਗਹੀ ਭਗਤਿ ਭਗਵਾਨ ॥ ੧ ॥
ਜਨਮ ਜਨਮ ਕਾ ਸੰਸਾ ਚੂਕਾ ਰਤਨੁ ਨਾਮ ਜਬ ਪਾਇਆ ॥
ਤ੍ਰਿਸਨਾ ਸਕਲ ਬਿਨਾਸੀ ਮਨ ਤੇ ਨਿਜ ਸੁਖ ਮਾਹਿ ਸਮਾਇਆ ॥ ੨ ॥
ਜਾਕਉ ਹੋਤ ਦਇਆਲੁ ਕਿਰਪਾਨਿਧਿ ਸੋ ਗੋਬਿੰਦ ਗੁਨ ਗਾਵੈ ॥
ਕਹੁ ਨਾਨਕ ਇਹ ਬਿਧਿ ਕੀ ਸੰਪੈ ਕੋਊ ਗੁਰਮੁਖਿ ਪਾਵਿ ॥ ੩ ॥ ੩ ॥

(ਬਸੰਤ ਮਹਲਾ ੯)

ਘੋੜੀ ਤੇ ਪਲਾਕੀ ਮਾਰੀ, ਘੋੜੀ ਨਜ਼ਰੋਂ ਓਝਲ ਹੋ ਗਈ, ਮੁਰਝਾਏ ਫੁੱਲ ਪਲ ਵਿਚ ਫੇਰ ਖਿੜ ਗਏ, ਬਹਾਰਾਂ ਫੇਰ ਮੁੜ ਆਈਆਂ, ਖੁਸ਼ਬੂ ਫੇਰ ਫੈਲ ਗਈ । ਰੁੱਤ ਦੀ ਚੁੰਨੀ ਫੇਰ ਫੁੱਲਾਂ ਨਾਲ ਲੱਦੀ ਗਈ । ਮਾਲੀ ਬਹਾਰ ਨੂੰ ਆਵਾਜ਼ ਮਾਰਦਾ ਏ । ਕੁਦਰਤ ਫੇਰ ਅਠਖੇਲੀਆਂ ਕਰਨ ਲੱਗ ਪਈ । ਆਨੰਦਪੁਰ ਵਿਚ ਪੌਣ ਫੇਰ ਵਰ੍ਹਨ ਲੱਗ ਪਈ । ਗੋਬਿੰਦ ਰਾਇ ਨੇ ਵਿਚਕਾਰ ਫੇਰ ਭਰ ਕੇ ਨਜ਼ਰ ਵੇਖਿਆ, ਸੰਗਤ ਓਸੇ ਤਰ੍ਹਾਂ ਜੁੜੀ ਬੈਠੀ ਹੋਈ ਸੀ । ਨਵੀਂ ਜ਼ਿੰਦਗੀ ਦਾ ਪੁੰਗਾਰਾ ਫੁਟ ਰਿਹਾ ਸੀ ਸ਼ਾਖਾਂ ਵਿਚੋਂ, ਮਾਲਾ ਦੇ ਮਣਕੇ ਢਾਲਾਂ ਦੀ ਸ਼ਕਲ ਅਖਤਿਆਰ ਕਰਨ ਲੱਗ ਪਏ । ਨਵਾਂ ਸੂਰਜ ਚੜ੍ਹ ਚੁਕਾ ਸੀ । ਤੇਜ ਤੇ ਜਲਾਲ ਵਿਚ ਚਮਕ ਰਿਹਾ ਸੀ ਸੂਰਜ ਦੇਵਤਾ ।

★

ਨੰਗੀ ਨੇ ਨਹਾਉਣਾ ਕੀ ਤੇ ਨਚੋੜਨਾ ਕੀ, ਜ਼ਾਤ ਦੀ ਕੋਹੜ ਕਿਰਲੀ ਤੇ ਸ਼ਤੀਰਾਂ ਨੂੰ ਜੱਫੇ । ਸੌਣਾਂ ਰੂੜ੍ਹੀਆਂ ਤੇ ਖ਼ਾਬ ਸ਼ੀਸ਼ ਮਹਿਲਾਂ ਦੇ । ਮਾਂ ਮਰ ਗਈ ਪੋਹ ਦੇ ਪਾਲੇ ਤੇ ਧੀ ਦਾ ਨਾਂ ਰਜ਼ਾਈ, ਅੰਨ੍ਹੀ ਕੁਕੜੀ ਤੇ ਖਸ ਖਸ ਦਾ ਚੋਗਾ, ਸਿਰੋਂ ਗੰਜੀ ਤੇ ਕੰਘੀਆਂ ਦਾ ਜੋੜਾ, ਹੱਥ ਨਾ ਅਪੜੇ ਤੇ ਥੂਹ ਕੌੜੀ, ਏਨੀ ਕੁ ਮੇਰੀ ਔਕਾਤ ਏ । ਕਿਸੇ ਰਈਸ ਦੀ ਡਿਉਢੀ ਤੇ ਬੰਦਾ ਬੈਠ ਜਾਏ ਤੇ ਕਿਸੇ ਦਿਨ ਨੂੰ ਰਈਸ ਹੋ ਹੀ ਜਾਂਦਾ ਏ । ਰਈਸ ਦੀਆਂ ਆਦਤਾਂ ਤੇ ਜ਼ਰੂਰ ਕੁਝ ਨਾ ਕੁਝ ਕਬੂਲ ਕਰ ਲੈਂਦਾ ਏ । ਸੋ ਗੱਲ ਸੋਹਬਤ ਦੀ ਏ, ਸੋਹਬਤ ਖ਼ਰਾਬ ਵੀ ਕਰਦੀ ਏ ਤੇ ਤਾਰ ਵੀ ਦੇਂਦੀ ਏ । ਗੁਰੂ ਦੀ ਸੋਹਬਤ ਵਿਚ ਆ ਕੇ ਮੈਂ ਆਪਣੇ ਆਪ ਨੂੰ, ਮਹਿਸੂਸ ਕਰਨ ਲੱਗਾ । ਦੋ ਬਾਦਸ਼ਾਹ ਮਿਲ ਰਹੇ ਸਨ । ਇਕ ਮਿਲਖ ਦਾ ਬਾਦਸ਼ਾਹ ਤੇ ਦੂਜਾ ਧਰਮ ਦਾ । ਦੌਲਤ ਤੱਕੜੀ ਨਾਲ ਤੋਲੀ ਜਾਂਦੀ ਏ ' ਪਰ ਜਿਹੜੀ ਦੌਲਤ ਨਾਲ ਅਸਾਂ ਤੋਲਿਆ ਸੀ ਉਹ ਤੱਕੜੀ ਦੇ ਛਾਬੇ ਵਿਚ ਨਹੀਂ ਪੈਂਦੀ । ਉਹਨੂੰ ਤੋਲਣ ਦਾ ਕੋਈ ਪੈਮਾਨਾ ਨਹੀਂ । ਉਹਨੂੰ ਤੇ ਕੋਈ ਦਿਲ ਵਾਲਾ ਹੀ ਤੋਲੇ, ਜੈਤਾ ਆਖਣ ਲੱਗਾ ।

ਅਗਲਵਾਂਢੀ ਕਾਫਲੇ ਨੂੰ ਰੋਕ ਲਿਆ ਨਵਾਬ ਸੈਫ-ਉਦ-ਦੀਨ ਨੇ । ਸਤਿਗੁਰ ਚੁਮਾਸੇ ਦੇ ਦਿਨ ਹਨ ਸੈਫ਼ਾਬਾਦ ਵਿਚ ਹੀ ਕੱਟੇ ਜਾਣ ।

—ਜਿਹੜਾ ਤਲਵਾਰਾਂ ਨੂੰ ਸਾਨ ਵਿਖਾ ਰਿਹਾ ਏ ਕਦ ਜੀਣ ਦੇਂਦਾ ਏ ਨਵਾਬ ਸਾਹਿਬ । ਏਨੀ ਜਲਦੀ ਹੱਥ ਪਾਉਣ ਦੀ ਜੁਰਅਤ ਨਹੀਂ ਕਰਨ ਲੱਗਾ । ਮੌਸਮ ਖਰਾਬ ਏ, ਹਾਲਾਤ ਵਿਗੜਨ ਲੱਗੇ ਹਨ । ਓਸ ਵੀ ਛੱਤੀ ਘਰਾਂ ਦਾ ਪਾਣੀ ਪੀਤਾ ਹੋਇਆ ਏ, ਹੱਥ ਪਾਉਣ ਲਗੇ ਵਾਂਹ ਵਾਰ ਸੋਰੇਗਾ, ਅਜੇ ਤਾਂ ਓਸ ਕਈ ਤਰ੍ਹਾਂ ਦੇ ਜਾਲ ਵਿਛਾਉਣੇ ਹਨ, ਕਈ ਤਰ੍ਹਾਂ ਦੇ ਚਲਿੱਤਰ ਖੇਡੂ । ਦਸਤਗੀਰ ਦਾ ਵਾਸਤਾ ਦੇਊ, ਪੀਰੇ ਹਿੰਦ ਦਾ ਅਮਾਮਾ ਪੇਸ਼ ਕਰੂ । ਏਸ ਗਿਰਗਿਟ ਨੇ ਇਕ ਪਲ ਵਿਚ ਕਈ ਰੰਗ ਬਦਲਣੇ ਹਨ, ਨਵਾਬ ਸੈਫ-ਉਦ-ਦੀਨ ਦੇ ਬੋਲ ਸਨ ।

—ਚੁਮਾਸਾ ਤੇ ਕੱਟਿਆ ਜਾ ਸਕਦਾ ਏ ਪਰ ਕਿਤੇ ਤੇਰੀ ਸ਼ਾਮਤ ਨਾ ਆ ਜਾਏ, ਕਣਕ ਦੇ ਨਾਲ ਕਿਤੇ ਘੁਣ ਨਾ ਪਿਸ ਜਾਏ । ਸਾਹਿਬਾਂ ਫ਼ਰਮਾਇਆ ।

—ਏਸ ਤੋਂ ਵੱਡੀ ਖੁਸ਼ ਕਿਸਮਤੀ ਮੇਰੀ ਕੀ ਹੋ ਸਕਦੀ ਏ, ਲੋਹਾ ਬੇੜੀ ਦੇ ਨਾਲ ਹੀ ਤਰ ਜਾਊ ।

—ਯਰਾਨੇ ਦਾ ਮੁੱਲ ਬਹੁਤ ਤਾਰਨਾ ਪੈਣਾ ਏ ਨਵਾਬ ਸਾਹਿਬ !

—ਜਾਨ ਤੇ ਵਾਰਨ ਨੂੰ ਤਿਆਰ ਹਾਂ, ਏਸ ਤੋਂ ਵੱਧ ਮੁੱਲ ਹੋਰ ਕੀ ਤਾਰਿਆ ਜਾ ਸਕਦਾ ਏ ?

—ਜਦ ਸੈਫ਼ਾਬਾਦ ਵਿਚ ਦੇਗਾਂ ਚੜ੍ਹਨਗੀਆਂ ਤਾਂ ਉਹਦੀ ਖੁਸ਼ਬੂ ਦਿੱਲੀ ਤਕ ਜਾਣੀ ਏ ।

—ਖੁਸ਼ਬੂ ਤੇ ਅੱਜ ਵੀ ਫੈਲੇਗੀ ਤੇ ਕੱਲ ਵੀ ਓਸ ਫੈਲਣਾ ਏ । ਖੁਸ਼ਬੂ ਵੀ ਕਦੇ ਡੱਕੀ ਗਈ ਏ ?

—ਪਰਾਈ ਅੱਗ ਵਿਚ ਸੜਨਾ ਕੋਈ ਅਕਲਮੰਦੀ ਨਹੀਂ ।

—ਤੁਸੀਂ ਵੀ ਤਾਂ ਦੂਜਿਆਂ ਲਈ ਜਾਨ ਅਜ਼ਾਬ ਵਿਚ ਪਾ ਰਹੇ ਹੋ ?

—ਸਾਡੀ ਗੱਲ ਹੋਰ ਏ, ਸਾਰੇ ਹਿੰਦੁਸਤਾਨ ਦਾ ਦੁੱਖ ਸਾਡਾ ਦੁੱਖ ਬਣ ਗਿਆ ਏ। ਅਸਾਂ ਸਾਰੇ ਸਮਾਜ ਲਈ ਇਹ ਅਗਵਾਈ ਕਬੂਲ ਕੀਤੀ ਏ। ਇਹਦੇ ਲਈ ਕਿਸੇ ਇਕ ਫ਼ਿਰਕੇ ਤੇ ਅਹਿਸਾਨ ਨਹੀਂ।

—ਚੁਮਾਸਾ ਤੇ ਤੁਸੀਂ ਕੱਟੋ, ਜੇ ਇਹ ਗੱਲ ਸ਼ਾਹ ਦੇ ਨਾਗਵਾਰ ਗੁਜ਼ਰੀ ਤਾਂ ਅਸੀਂ ਵੀ ਤੁਹਾਡੇ ਨਾਲ ਹੀ ਤੁਰ ਪਵਾਂਗੇ, ਸਾਡੀ ਵੀ ਆਖਰੀ ਜਗ੍ਹਾ ਉਥੇ ਹੀ ਏ, ਜਿਹੜਾ ਫ਼ਕੀਰਾਂ ਨੂੰ ਨਹੀਂ ਬਖਸ਼ਦਾ, ਸਾਨੂੰ ਕਿੱਦਾਂ ਛੱਡੂ। ਹਮਾਂ ਯਾਰਾਂ ਦੋਜ਼ਖ, ਹਮਾਂ ਯਾਰਾਂ ਬਹਿਸ਼ਤ, ਨਵਾਬ ਸਾਹਿਬ ਨੇ ਹੱਥ ਜੋੜੇ।

—ਤੇਰੀ ਮੌਜ, ਤੇਰੇ ਵਾਂਗੂ ਸਾਰਾ ਪੰਜਾਬ ਆਨੰਦਪੁਰ ਦੇ ਮਗਰ ਚੱਲੂ।

—ਅਸਾਂ ਔਸੀਆਂ ਪਾ ਦਿੱਤੀਆਂ ਨੇ, ਅੱਖਾਂ ਬੰਨ੍ਹ ਕੇ ਲੋਕ ਉਸੇ ਰਾਹ ਤੇ ਚਲਣਗੇ, ਹੋਰ ਕੋਈ ਰਸਤਾ ਨਹੀਂ, ਹਕੂਮਤਾਂ ਬਣਦੀਆਂ ਵਿਗੜਦੀਆਂ ਰਹਿੰਦੀਆਂ ਨੇ। ਸਦਾ ਕਦੇ ਕਿਸੇ ਦੀ ਬਾਦਸ਼ਾਹੀ ਨਹੀਂ ਰਹੀ ਜਿਦ੍ਹੀ ਪਰਜਾ ਸੁਖੀ ਉਹਦੀ ਤਾਜ ਕਾਇਮ, ਜਦੋਂ ਵਾੜ ਨੇ ਰਾਖੀ ਨਾ ਕੀਤੀ ਤਾਂ ਫੇਰ ਖੇਤ ਨੇ ਉਜੜਨਾ ਹੀ ਹੋਇਆ। ਵਕਤ ਦੀ ਥੋੜੀ ਜਿਹੀ ਇੰਤਜ਼ਾਰ ਦੀ ਲੋੜ ਏ। ਪੰਜਾਬ ਜਾਗੂ ਤੇ ਫੇਰ ਸੰਭਲਿਆ ਨਾ ਜਾਊ, ਨਾ ਉਹਦੇ ਸਾਹਮਣੇ ਹਕੂਮਤ ਅੜੇਗੀ ਤੇ ਨਾ ਸੂਬੇਦਾਰ, ਜ਼ੁਲਮ ਹੇ ਖ਼ੁਦਾ ਵੀ ਬਰਦਾਸ਼ਤ ਨਹੀਂ ਕਰਦਾ ਖ਼ੁਦਾ ਨੇ ਆਪਣੀ ਕਾਇਨਾਤ ਨਹੀਂ ਚਲਾਉਣੀ। ਫ਼ਰਮਾਇਆ ਸਤਿਗੁਰਾਂ।

ਸੈਫਾਬਾਦ ਦੇ ਲੋਕ ਅੱਖਾਂ ਰਾਹ ਵਿਚ ਵਿਛਾਈ ਬੈਠੇ ਹਨ। ਲਓ ਵੇਖੋ ਬੇਗਮ ਪਤਾਸਿਆਂ ਦਾ ਥਾਲ ਲੈ ਆਈ ਏ। ਖ਼ੁਦਾ ਦੀ ਜ਼ਿਆਰਤ ਕਰਨ ਲਈ ਲੋਕ ਮੱਕੇ ਦੇ ਹੱਜ ਨੂੰ ਜਾਂਦੇ ਹਨ। ਸਾਡੇ ਤੇ ਘਰ ਖ਼ੁਦਾ ਆਪ ਚਲ ਕੇ ਆਇਆ ਹੈ, ਕੀ ਹੱਜ ਨਾ ਕਰੀਏ? ਬੋਲ ਨਵਾਬ ਦੇ ਸਨ।

ਬੰਦਾ ਖੁਦਾ ਨਹੀਂ ਬਣ ਸਕਦਾ, ਏਨਾ ਨਾ ਵਡਿਆਓ ਕਿ ਅਸੀਂ ਖ਼ੁਦਾਈ ਭੁਲ ਜਾਈਏ।

—ਹਜ਼ੂਰ ਅੱਖਾਂ ਵਾਲੇ ਹੀ ਪਹਿਚਾਣਦੇ ਹਨ, ਜਿਨ੍ਹਾਂ ਦੀਆਂ ਅੱਖਾਂ ਨਹੀਂ ਉਹ ਖ਼ਾਕ ਜਾਣਦੇ ਹਨ? ਜੇ ਬਾਦਸ਼ਾਹ ਤੁਹਾਨੂੰ ਦਿੱਲੀ ਵਿਚ ਰਹਿਣ ਦੀ ਇਜਾਜ਼ਤ ਦੇ ਦੇਵੇ। ਤੁਹਾਡੇ ਬਚਨ ਆਪ ਸੁਣੇ ਤੇ ਲੋਕਾਂ ਨੂੰ ਸੁਣਾ ਦੇਵੇ ਤਾਂ ਉਹਦੇ ਉਹ ਖ਼ਾਬ ਜਿਹੜੇ ਉਹ ਵੇਖ ਰਿਹਾ ਏ, ਝੱਟ ਹੀ ਪੂਰੇ ਹੋ ਜਾਣਗੇ। ਅਕਬਰ-ਏ-ਆਜ਼ਮ ਦੇ ਪਾਏ ਪੂਰਨੇ ਭੁਲ ਕੇ ਕੁਰਾਹੇ ਪੈ ਗਿਆ ਏ। ਜਿੰਨ ਤਿਰਚੋਲੀ ਸੰਭਾਲ ਲਈ, ਉਹਦੇ ਤਖ਼ਤ ਦੇ ਚਾਰੇ ਪਾਵੇ ਮਜ਼ਬੂਤ ਹਨ। ਜੇ ਰਾਜਪੂਤ ਵਿਗੜ ਗਏ ਤਾਂ ਕਿਹੜਾ ਥੰਮ੍ਹੀ ਦੇਊ। ਪਠਾਣਾਂ ਨੇ ਅੱਖਾਂ ਕੱਢ ਲਈਆਂ ਤਾਂ ਕੀ ਪਾਵਿਆਂ ਨੂੰ ਜੱਫੀਆਂ ਪਾਵੇਗਾ? ਇਥੋਂ ਦੇ ਧਰਮ ਨਾਲ ਲੈ ਕੇ ਹੀ ਹਕੂਮਤ ਨੂੰ ਚਾਰ ਚੰਨ ਲਾਏ ਜਾ ਸਕਦੇ ਹਨ। ਮੈਂ ਸ਼ਾਹ ਜਹਾਨ ਦਾ ਜ਼ਮਾਨਾ ਵੇਖਿਆ ਏ। ਦਾਰਾ ਸ਼ਿਕੋਹ ਲੋਕਾਂ ਦੇ ਦਿਲਾਂ ਤੇ ਰਾਜ ਕਰਦਾ ਸੀ। ਡੰਡੇ ਨਾਲ ਜੇ ਚਾਰ ਦਿਨ ਹਕੂਮਤ ਕਰ ਹੀ ਲਈ ਤਾਂ ਕੀ ਇਹ ਹਕੂਮਤ ਏ? ਕੈਦੀਆਂ ਵਾਂਗੂ ਦਰਬਾਰ ਵਿਚ ਆਉਣਾ ਤੇ ਕੈਦੀਆਂ ਵਾਂਗੂ ਚਲੇ ਜਾਣਾ। ਨਾ ਬਾਹਰ ਦੀ ਹਵਾ ਫਕਣੀ ਤੇ ਨਾ ਜ਼ਿੰਦਗੀ ਦਾ ਆਨੰਦ ਮਾਣਨਾ।

ਚਾਰ ਦਿਨ ਦੀ ਚਾਨਣੀ ਏ, ਹਨੇਰੀ ਰਾਤ ਆਈ ਕਿ ਆਈ। ਬੋਲ ਨਵਾਬ ਦੇ ਸਨ।

—ਚੜ੍ਹਦੇ ਸੂਰਜ ਦਾ ਤੇਜ ਵੱਖਰਾ ਹੀ ਹੁੰਦਾ ਏ, ਉਹਦੇ ਜਲਾਲ ਅਗੇ ਕੌਣ ਅੱਖਾਂ ਖੋਹਲੇ।

—ਰੇਤ ਦੀਆਂ ਕੰਧਾਂ ਨਾਲ ਵੀ ਕਦੇ ਮਹੱਲ ਉਸਰੇ ਹਨ। ਬਾਦਸ਼ਾਹ ਨੇ ਆਪਣੀ ਬੁੱਕਲ ਵਿਚ ਸੱਪ ਪਾਲੇ ਹਨ, ਉਨ੍ਹਾਂ ਉਹਨੂੰ ਡੱਸ ਲੈਣਾ ਏ। ਉਹਦੀਆਂ ਮੌਰਾਂ ਵਿਚ ਜਦੋਂ ਵੀ ਖੰਜਰ ਵੱਜਾ, ਉਹ ਖੰਜਰ ਉਹਦੇ ਘਰ ਦੇ ਭੇਤੀਆਂ ਦੇ ਹੱਥ ਵਿਚ ਹੋਵੇਗਾ। ਉਹਨੂੰ ਕੋਈ ਸਮਝਾਉਣ ਵਾਲਾ ਨਹੀਂ ਮਿਲਿਆ, ਸਾਰੇ ਕੁਰਾਹੇ ਪਾਉਣ ਵਾਲੇ ਹੀ ਮਿਲੇ ਨੇ। ਸਾਡੀ ਤੇ ਗੱਲ ਉਹਨੂੰ ਨੂੰਹੇ ਵਾਂਗੂੰ ਲੜਦੀ ਏ। ਨਵਾਬ ਨੇ ਫੇਰ ਆਖਿਆ।

—ਇਹ ਚੁਮਾਸੇ ਦੀਆਂ ਬਦਲੀਆਂ ਕਦੇ ਏਥੇ ਤੇ ਕਦੇ ਓਥੇ, ਜੀਅ ਕੀਤਾ ਵਰ੍ਹ ਪਈਆਂ, ਕਿਤੇ ਸੁਕ ਭਰੂੜਾ ਤੇ ਕਿਤੇ ਲੱਕ ਲੱਕ ਪਾਣੀ। ਸਤਿਗੁਰਾਂ ਨੇ ਮਹੱਲਾਂ ਵਿਚ ਪ੍ਰਵੇਸ਼ ਕਰ ਲਿਆ।

ਮੈਂ ਹੁਣ ਅਸਲ ਗੱਲ ਦਸਾਂ, ਸੱਚੇ ਪਾਤਸ਼ਾਹ ਨਾਲ ਪੰਜ ਬੰਦੇ ਸਨ, ਤੇ ਮੈਂ ਮੁਢ ਤੋਂ ਹੀ ਬਹਿਰੂਪੀਆ ਸਾਂ। ਮੇਰਾ ਕੰਮ ਸੀ ਭੇਸ ਵਟਾ ਲੈਣਾ ਤੇ ਆਪਣੇ ਭਰਾਵਾਂ ਵਿਚ ਜਾ ਬਹਿਣਾ ਓਪਰੇ ਬਣ ਕੇ, ਮੈਨੂੰ ਅੱਜ ਤਕ ਕਦੇ ਕਿਸੇ ਨੇ ਨਹੀਂ ਸੀ ਪਹਿਚਾਣਿਆ। ਮੈਂ ਸੈਫ਼ਾਬਾਦ ਵਿਚ ਪਹਿਲਾਂ ਹੀ ਪੁਜ ਚੁਕਾ ਸਾਂ। ਮੇਰਾ ਲਿਬਾਸ ਇਸਲਾਮੀ ਸੀ, ਲਬਾਂ ਕੱਟੀਆਂ ਹੋਈਆਂ ਸਨ, ਮੱਥੇ ਮਹਿਰਾਬ, ਗੱਲ ਵਿਚ ਤੱਸਬੀ, ਨਾ ਮੈਨੂੰ ਨਵਾਬ ਪਛਾਣੇ ਤੇ ਨਾ ਸਤਿਗੁਰ। ਖ਼ਿਦਮਤਗਾਰਾਂ ਦੀ ਕਤਾਰ ਵਿਚ ਖੜ੍ਹਾ ਸਾਂ। ਮੈਂ ਸਤਿਗੁਰਾਂ ਦੇ ਨਾਲ ਨਾਲ ਸਾਂ, ਜਿਦਾਂ, ਬੰਦੇ ਦੇ ਨਾਲ ਪ੍ਰਛਾਵਾਂ ਤੁਰਦਾ ਏ। ਦੀਵਾਨ ਮਤੀਦਾਸ, ਭਾਈ ਦਿਆਲ ਦਾਸ, ਮਤੀ ਦਾਸ, ਉਦੇ ਸਿੰਘ ਰਾਠੌਰ, ਤੇ ਭਾਈ ਗੁਰਦਿੱਤਾ, ਬਾਬੇ ਬੁੱਢੇ ਦੀ ਅੰਸ਼ ਵਿਚੋਂ। ਮੈਂ ਜੈਤਾ ਹੀ ਤੁਹਾਨੂੰ ਇਹ ਸਭ ਕੁਝ ਦੱਸ ਰਿਹਾ ਹਾਂ। ਇਨ੍ਹਾਂ ਪੰਜ ਮੂਰਤੀਆਂ ਨੂੰ ਇਕੱਠਾ ਕੀਤਾ ਜਾਵੇ ਤਾਂ ਇਨ੍ਹਾਂ ਵਿਚੋਂ ਹੀ ਸਤਿਗੁਰਾਂ ਦਾ ਰੂਪ ਵੇਖ ਲਵੋ।

—ਪੰਜ ਮੂਰਤੀਆਂ, ਪੰਜ ਪ੍ਰਮੇਸਰ, ਪੰਜਾਂ ਨਦੀਆਂ ਦਾ ਰਖਵਾਲਾ, ਅੱਜ ਸੈਫਾਬਾਦ ਨੂੰ ਭਾਗ ਲਾ ਰਿਹਾ ਸੀ। ਮੱਕਾ ਅੱਜ ਸੈਫਾਬਾਦ ਵਿਚ ਉਤਰ ਆਇਆ ਏ। ਪਰਗਟਿਆ ਏ, ਪੰਜਾਬ ਦੀ ਧਰਤੀ ਵਿਚ, ਆਓ ਹਾਜੀਓ! ਹੱਜ ਕਰ ਲਵੋ, ਸਵਾਬ ਦਾ ਵਕਤ ਏ।

★

ਪੰਜ ਪੜਾਅ

੩੨

ਪੰਜ ਟਿਕਾਣੇ ਜਿਹੜੇ ਸਤਿਗੁਰਾਂ ਨੇ ਮੈਨੂੰ ਦੱਸੇ ਉਹ ਇਹ ਹਨ ਪਹਿਲਾਂ ਕੀਰਤਪੁਰ, ਇਹ ਹੋਈ ਨਾ ਆਪਣੇ ਘਰ ਦੀ ਹਵੇਲੀ ਅਤੇ ਦੂਜਾ ਨਾਭਾ ਜੋ ਗੁਰੂ ਸੇਵਕਾਂ ਦਾ ਗੜ੍ਹ ਸੀ। ਤੀਜਾ ਅਨਾਜ ਮੰਡੀ ਅੰਬਾਲਾ, ਗੁਰੂ ਘਰ ਦੇ ਸ਼ਰਧਾਲੂਆਂ ਦਾ ਅਸਥਾਨ। ਇਥੋਂ ਕੋਈ ਗੱਲ ਬਾਹਰ ਨਹੀਂ ਨਿਕਲ ਸਕਦੀ। ਤਰਾਉੜੀ ਦਿੱਲੀ ਦੀਆਂ ਜੂਹਾਂ ਟੱਪਣ ਤੋਂ ਬਾਅਦ ਇਸ ਨਾਂ ਦਾ ਇਕ ਪਿੰਡ ਸੀ। ਇਥੇ ਇਕ ਬੰਦਾ ਤੇ ਕੀ ਫ਼ੌਜ ਦੀ ਟੁਕੜੀ ਲੁਕਾਈ ਜਾ ਸਕਦੀ

ਸੀ । ਇਕ ਇਕ ਭੜੋਲੇ ਵਿਚ ਵੀਹ-ਵੀਹ ਬੰਦੇ ਲੁਕਾ ਲੈਂਦੇ ਸਨ ਪਿੰਡ ਵਾਲੇ । ਜਦ ਪਿੰਡ ਸੱਜਣ ਹੋਵੇ ਕੋਈ ਉਪਰਾ ਆਣ ਕੇ ਬੰਦਾ ਲੱਭ ਲਵੇ ਨਾਮੁਮਕਿਨ ।

ਬਾਗ ਪੱਟ—ਇਹਦੇ ਤੇ ਸਤਿਨਾਮੀ ਸਾਧੂਆਂ ਦਾ ਕਾਫ਼ੀ ਅਸਰ ਸੀ । ਇਹ ਲੋਕ ਆਪਣੀਆਂ ਬੁੱਕਲਾਂ ਵਿਚ ਹੀ ਬੰਦੇ ਲੁਕਾ ਲਿਆ ਕਰਦੇ ਸਨ । ਇਹ ਟਿਕਾਣੇ ਸਤਿਗੁਰਾਂ ਜੇਲ੍ਹ ਵਿਚ ਹੀ ਦੱਸੇ ਸਨ ਅਤੇ ਹੁਣ ਤੇ ਮੈਂ ਅੱਖੀਂ ਆਪ ਵੇਖ ਰਿਹਾ ਹਾਂ । ਮੈਂ ਇਥੇ ਆਪਣੀਆਂ ਠਾਹਰਾਂ ਵੀ ਬਣਾ ਲਈਆਂ ਹਨ । ਮੇਰੇ ਪੱਕੇ ਟਿਕਾਣੇ ਬਣ ਗਏ ਹਨ । ਮੈਂ ਕਦੀ ਮੰਗਣ ਵਾਲਾ ਫ਼ਕੀਰ ਬਣ ਜਾਂਦਾ ਹਾਂ ਤੇ ਕਦੀ ਕੰਨਪਾਟਾ ਜੋਗੀ । ਸੂਫ਼ੀ ਫ਼ਕੀਰ ਕਈ ਵਾਰੀ ਬਣਿਆ ਵੇਖਿਆ ਮੈਨੂੰ ਮੇਰੇ ਸਾਥੀ ਊਧੇ ਸਿੰਘ ਨੇ । ਮੈਂ ਜਦ ਆਵਾਜ਼ਾ ਦਿੰਦਾ ਹਾਂ—ਅੱਲਾਹ ਹੀ ਅੱਲਾਹ ਤੇ ਲੋਕ ਮੈਨੂੰ ਸੂਫ਼ੀ ਫ਼ਕੀਰਾਂ ਵਾਂਗੂੰ ਪੂਜਦੇ ਹਨ । ਮੈਂ ਜੈਤਾ ਕਈ ਪਾਪੜ ਵੇਲਣਾ ਜਾਣਦਾ ਹਾਂ ।

ਸੈਫ਼ਾਬਾਦ ਵਿਚ ਮੈਂ ਧੂਣਾ ਬਾਲ ਲਿਆ ਸੀ ਅਤੇ ਮੇਰੇ ਧੂਣੇ ਤੇ ਰੌਣਕਾਂ ਹੋਣ ਲੱਗ ਪਈਆਂ ਸਨ । ਦੂਜੇ ਦਿਨ ਹੀ ਕਈ ਰਾਹੀ ਮੁਸਾਫ਼ਰ ਸਾਹ ਲੈਣ ਲਈ ਬੈਠ ਜਾਂਦੇ, ਚਿਲਮ ਪੀਣ ਵਾਲੇ ਸਾਧੂ ਤੇ ਬੈਠੇ ਹੀ ਰਹਿੰਦੇ ਮੈਂ ਵੀ ਆਪਣਾ ਪਰਪੰਚ ਰਚਾ ਲਿਆ ਸੀ ਅਲਖ ਜਗਾਣੀ, ਅੰਨ ਪਾਣੀ ਲਿਆਂਦਾ । ਮੈਂ ਤਾਂ ਰਾਖੀ ਕਰ ਰਿਹਾ ਹਾਂ ਸਤਿਗੁਰਾਂ ਦੀ, ਮੈਂ ਪਿੰਡ-ਪਿੰਡ ਵਿਚ ਆਪਣੇ ਸਾਥੀ ਬਣਾਉਣਾ ਚਾਹੁੰਦਾ ਸਾਂ ਤੇ ਆਪਣੀਆਂ ਧਰਾਂ । ਹਮ-ਖਿਆਲ ਸੱਚੇ ਹੀ ਕਿਸੇ ਦੀ ਮੌਤੇ ਮਰਦੇ ਹਨ । ਬਗ਼ਾਵਤ ਦੀ ਪਨੀਰੀ ਮੈਂ ਹਰ ਥਾਂ ਗੱਡੀ ਜਾ ਰਿਹਾ ਸਾਂ । ਮੈਂ ਜੈਤਾ ਹਾਂ ਗੁਰਾਂ ਤੋਂ ਅੱਖ ਬਚਾ ਕੇ ਗੁਰਾਂ ਦੇ ਨਾਲ-ਨਾਲ ਜਾ ਰਿਹਾ ਸਾਂ ।

ਬਿਨਾਂ ਕਿਸੇ ਦੇ ਸੱਦਿਆਂ, ਬਿਨਾਂ ਕਿਸੇ ਦੇ ਪੁੱਛਿਆਂ ਇਕ ਸੂਫ਼ੀ ਫ਼ਕੀਰ ਆ ਗਿਆ । ਨਾਂ ਸੀ ਮੀਆਂ ਸ਼ਾਹ ਮੀਆਂ ਮੀਰ ਦਾ ਸ਼ਾਗਿਰਦ ਸੀ, ਸੂਫ਼ੀ ਫ਼ਕੀਰ ਤੋਂ ਕਦੇ ਕਿਸੇ ਨੂੰ ਡਰ ਨਹੀਂ ਸੀ ਲੱਗਾ । ਉਹ ਲੋਕ ਤੇ ਖ਼ੁਦਾ-ਪ੍ਰਸਤ ਸਨ । ਜ਼ਾਲਮ ਦੇ ਖ਼ਿਲਾਫ਼ ਤੇ ਉਹ ਆਪ ਆਵਾਜ਼ੇ ਉਠਾਉਂਦੇ ਸਨ । ਬੰਦਾ, ਬੰਦੇ ਨੂੰ ਪਿਆਰ ਕਰੇ, ਇਹੋ ਗੱਲ ਤੇ ਦੱਸਦੇ ਫਿਰਦੇ ਸਨ ਪਿੰਡ-ਪਿੰਡ ਵਿਚ । ਹੋਰ ਉਨ੍ਹਾਂ ਕਿਹੜੀਆਂ ਜਗੀਰਾਂ ਮੱਲਣੀਆਂ ਸਨ । ਖ਼ੁਦਾ ਦੀ ਖ਼ੁਦਾਈ ਵਿਚ ਵੰਡ ਦਿੱਤਾ । ਨਾ ਪੱਲੇ ਰਿਜ਼ਕ ਬੰਨ੍ਹਿਆ ਤੇ ਨਾ ਚੋਰ ਦਾ ਡਰ । ਜਿਹੜਾ ਹੀਰਿਆਂ ਦੀਆਂ ਥੈਲੀਆਂ ਕਬੂਲੇਗਾ ਬਖੇੜੇ ਵੀ ਓਥੇ ਹੀ ਪੈਣਗੇ । ਜਿਹਦੀ ਆਪਣੀ ਝੁੱਗੀ ਹੀ ਨਹੀਂ ਉਹਦੀ ਕਿਸ ਲੁੱਟਣੀ ਏ ? ਸੂਫ਼ੀ ਫ਼ਕੀਰ ਇਨ੍ਹਾਂ ਗੱਲਾਂ ਤੋਂ ਬੇਨਿਆਜ਼ ਸਨ ।

—ਮੀਰਨ ਸ਼ਾਹ ਆਖਣ ਲੱਗਾ ਮੈ ਬਹੁਤ ਦੁਖੀ ਹਾਂ, ਮੈਨੂੰ ਇਹੋ ਹੀ ਚਿੰਤਾ ਖਾਈ ਜਾ ਰਹੀ ਏ ਕਿ ਮੇਰਾ ਕੀ ਬਣੂੰ, ਮੈਂ ਹਮੇਸ਼ਾ ਆਪਣੇ ਪਾਪਾਂ ਤੋਂ ਤੋਬਾ ਕਰਦਾ ਰਿਹਾ ਹਾਂ । ਗੁਨਾਹ ਤੇ ਕਦੀ ਨਾ ਕਦੀ ਹੋ ਹੀ ਜਾਂਦਾ ਏ । ਬੰਦਾ ਫੇਰ ਪਛਤਾਉਂਦਾ ਹੀ ਏ । ਚਿੜੀਆਂ ਜਦ ਖੇਤ ਚੁਗ ਗਈਆਂ ਫਿਰ ਪਛਤਾਇਆਂ ਕੀ ਬਣਦਾ ਏ । ਤਲੀਆਂ ਫੇਰ ਲੱਖ ਵਾਰ ਮਲੀਆਂ ਜਾਣ, ਸਜਦੇ ਕੀਤੇ ਜਾਣ, ਦਿਲ ਟਿਕਾਣੇ ਨਹੀਂ ਰਹਿੰਦਾ । ਮੈਂ ਪਾਪ ਤੋਂ ਡਰ ਰਿਹਾ ਸਾਂ, ਬਥੇਰੀ ਵਾਰ ਭੁੱਲ ਬਖ਼ਸ਼ਾਈ, ਪਰ ਮੇਰਾ ਦਿਲ ਅਜੇ ਵੀ ਕਾਬੂ ਵਿਚ ਨਹੀਂ । ਜਦ ਮੈਂ ਤੋਬਾ ਕਰ ਲਈ, ਨੱਕ ਰਗੜ ਲਿਆ ਤੇ ਫੇਰ ਬਾਰ-ਬਾਰ ਮੈਨੂੰ ਕਿਉਂ ਬੇਚੈਨੀ ਸਤਾਉਂਦੀ ਏ ।

—ਮੇਰੇ ਮਿੱਤਰ ਤੂੰ ਜ਼ਬਾਨ ਤੋਂ ਜੋ ਆਖਣਾ ਏਂ, ਉਹ ਗ਼ਲਤ ਏ, ਤੇਰੇ ਅੰਦਰ ਖੋਟ ਏ। ਤੂੰ ਓਪਰੀਆਂ-ਓਪਰੀਆਂ ਗੱਲਾਂ ਕਰਦਾ ਏਂ। ਮਨੋਂ ਤੋਬਾ ਨਹੀਂ ਕਰਦਾ। ਜਦੋਂ ਬੰਦੇ ਵਿਚ ਹਉਮੈ ਆ ਜਾਂਦੀ ਏ। ਤਦ ਬੰਦਾ ਹਉਮੈ ਨੂੰ ਨਹੀਂ ਮਾਰ ਸਕਦਾ। ਫੇਰ ਤੋਬਾ ਕਾਹਦੀ ਏ। ਹਉਮੈ ਵਿਚੋਂ ਜੰਮਦੀ ਏ ਤ੍ਰਿਸ਼ਨਾ, ਵਿਕਾਰ ਅਤੇ ਅੰਦਰ ਦੀਆਂ ਖ਼ਾਹਿਸ਼ਾਂ ਨੂੰ ਭੋਗਣਾ, ਇਹ ਆਸ਼ਾ ਪ੍ਰਮਾਤਮਾ ਨਾਲੋਂ ਤੋੜਦੀ ਏ। ਜਿਨ ਕਾਬੂ ਪਾ ਲਿਆ ਊਹਦੀ ਤੋਬਾ ਕਬੂਲ।

ਮੀਰਨ ਸ਼ਾਹ ਨੂੰ ਇਕ ਗੱਲ ਦੀ ਸਮਝ ਆਈ, ਰਾਹ ਮਿਲਿਆ, ਮਨ ਸ਼ਾਂਤ ਹੋਇਆ, ਹਾਂ, ਹਉਮੈਂ ਤੇ ਕਦੀ ਨਾ ਕਦੀ ਆ ਹੀ ਜਾਂਦੀ ਏ। ਬੋਸੇ ਲੈਣ ਵਾਲੇ ਹਉਮੈ ਪੈਦਾ ਕਰ ਦਿੰਦੇ ਹਨ। ਉਹ ਆਪਣਾ ਗੁਨਾਹ ਮੁਆਫ਼ ਕਰਾਉਂਦੇ ਹਨ। ਸਾਨੂੰ ਗੁਨਾਹਗਾਰ ਬਣਾ ਜਾਂਦੇ ਹਨ। ਕਦਮ ਬੋਸੀ ਦੀ ਇਜਾਜ਼ਤ ਨਹੀਂ ਪਰ ਦੁਨੀਆਦਾਰ ਖਹਿੜੇ ਪਏ, ਕਦਮ ਬੋਸੀ ਤੋਂ ਮੁੜਦੇ ਨਹੀਂ। ਇਬਾਦਤ ਦਾ ਅਸਰ ਜਾਂਦਾ ਰਹਿੰਦਾ ਏ, ਏਦਾਂ ਸੋਚਿਆ ਸਾਈਂ ਬਾਬੇ ਨੇ।

—ਇਕ ਵਾਰ ਫੇਰ ਹੱਥ ਜੋੜੇ ਮੀਰਨ ਸ਼ਾਹ ਨੇ। ਨਵਾਬ ਸੈਫ਼-ਉਦ-ਦੀਨ ਹੈਰਾਨ ਸੀ, ਏਨੇ ਮਰਤਬੇ ਤੇ ਪੁੱਜ ਕੇ ਵੀ ਆਦਮੀ ਲੜਖੜਾ ਜਾਂਦਾ ਏ।

—ਇਹ ਫ਼ਕੀਰੀ ਤਲਵਾਰ ਦੀ ਧਾਰ ਏ। ਬੜੀ ਉੱਚੀ ਟੀਸੀ ਏ, ਚੜ੍ਹ ਜਾਏ ਤੇ ਅਮਰ ਫਲ ਮਿਲੇ, ਜੇ ਡਿੱਗ ਪਏ ਤੇ ਚਕਨਾਚੂਰ।

—ਮਾਲਾ ਫੇਰਦਿਆਂ ਤੌਂ ਸਤਿਗੁਰ ਬੜਾ ਆਨੰਦ ਆਉਂਦਾ ਏ, ਬੋਲ ਨਵਾਬ ਦੇ ਸਨ।

—ਪਹਿਲੀ ਮੰਜ਼ਿਲ ਵਿਚ ਆਨੰਦ ਹੀ ਆਉਂਦਾ ਏ। ਦੂਜੀ ਮੰਜ਼ਿਲ ਵਿਚ ਮਨ ਥਿੜਕਦਾ ਏ। ਤੀਸਰੀ ਮੰਜ਼ਿਲ ਕਠਿਨ ਸਮੱਸਿਆ ਏ। ਤੀਜੀ ਮੰਜ਼ਿਲ ਤੇ ਬੰਦਾ ਜਾਂ ਚੜ੍ਹ ਗਿਆ ਤੇ ਜਾਂ ਡਿੱਗ ਪਿਆ। ਤਿਆਗੀ ਸਭ ਕੁਝ ਪਾ ਲੈਂਦੇ ਹਨ। ਮਨ ਕਾਬੂ ਤੇ ਸਭੇ ਪਦਾਰਥ ਵੱਸ ਵਿਚ। ਮਨ ਡੋਲਿਆ ਨਾ ਏਸ ਜੁਗ ਵਿਚ ਢੋਈ ਤੇ ਨਾ ਦੂਜੇ ਜੁਗ ਵਿਚ ਟਿਕਾਣਾ।

—ਮੀਰਨ ਸ਼ਾਹ ਨੇ ਇਕ ਹੋਰ ਸਵਾਲ ਕੀਤਾ, ਦੁੱਖ ਦਾ ਕਾਰਨ ਕੀ ਹੈ। ਏਸ ਤੋਂ ਛੁਟਕਾਰਾ ਪਾ ਕੇ ਸ਼ਾਂਤੀ ਕਿੱਦਾਂ ਮਿਲ ਸਕਦੀ ਏ।

—ਦੁਨੀਆਵੀ ਪਦਾਰਥਾਂ ਦੀ ਇੱਛਾ, ਉਹ ਧਨ ਦਾ ਕਾਰਨ ਏ, ਤੇ ਫੇਰ ਜੋ ਪਰਾਪਤ ਹੋ ਗਿਆ ਏ, ਜੇ ਉਹ ਵੰਡਿਆ ਨਹੀਂ, ਸੰਭਾਲ ਕੇ ਰੱਖਿਆ ਨਹੀਂ, ਐਵੇਂ ਜੱਫੇ ਮਾਰੇ ਨੇ, ਉਹ ਵੀ ਦੁੱਖ ਤੋਂ ਖ਼ਾਲੀ ਨਹੀਂ। ਜੋ ਕੁਝ ਪਰਾਪਤ ਕੀਤਾ ਏ, ਉਹਦੇ ਖਿਸਕ ਜਾਣ ਦਾ ਡਰ ਵੀ ਦੁਖਦਾਈ ਏ। ਤ੍ਰਿਸ਼ਨਾ ਦਾ ਤਿਆਗ ਸ਼ਾਂਤੀ ਪ੍ਰਦਾਨ ਕਰਦਾ ਏ। ਤੁਸੀਂ ਆਪਣੇ ਆਪ ਨੂੰ ਤ੍ਰਿਸ਼ਨਾ ਤੇ ਵਕਾਰ ਦੇ ਅਧੀਨ ਨਾ ਕਰੋ, ਜੇ ਇਹ ਤੁਹਾਡੇ ਆਪਣੇ ਤੇ ਹਾਵੀ ਹੋ ਜਾਣ ਤਾਂ ਇਨ੍ਹਾ ਨੂੰ ਤਿਆਗੋ, ਜਿੰਨਾ ਇਹ ਤੁਹਾਡੇ ਵੱਲ ਆਉਣ ਤੁਸੀਂ ਓਨਾ ਹੀ ਇਨ੍ਹਾਂ ਤੋਂ ਪਿੱਛੇ ਹਟੋ। ਮਿੱਤਰ, ਦੁਨਿਆਵੀ ਸੁਖ, ਪ੍ਰਮਾਤਮਾ ਨੂੰ ਲੱਭਣ ਦੀ ਇੱਛਾ, ਇਹ ਦੋਵੇਂ ਇਕੱਠੀਆਂ ਨਹੀਂ ਰਹਿ ਸਕਦੀਆਂ ਤੇ ਫੇਰ ਸੁਖ ਬੰਦੇ ਦੇ ਕਰਮਾਂ ਵਿਚ ਕਿੱਥੇ, ਪ੍ਰਭੂ ਦੇ ਨਾਂ ਵਿਚ ਹੀ ਸੁਖ ਏ, ਸਤਿਗੁਰਾਂ ਫ਼ਰਮਾਇਆ।

—ਮੀਰਨ ਸ਼ਾਹ ਨੇ ਫੇਰ ਆਖਿਆ ਕਿ ਮੈਂ ਅੱਜ ਪੁੱਛਣਾ ਚਾਹੁੰਦਾ ਹਾਂ ਕਿ ਇਹ

ਧਰਮ ਕੀ ਏ ?

—ਸੱਚਾ ਧਰਮ ਪ੍ਰਮਾਤਮਾ ਦੀ ਪ੍ਰਾਪਤੀ ਦਾ ਮਾਰਗ ਹੈ।

—ਸਭ ਤੋਂ ਚੰਗਾ ਕਾਨੂੰਨ ਕਿਹੜਾ ਏ।

—ਜਿਹੜਾ ਸਾਨੂੰ ਹਰ ਪਾਪ ਕਰਨੋਂ ਮੋੜਦਾ ਹੈ, ਉਹੋ ਹੀ ਕਾਨੂੰਨ ਹੋਇਆ।

—ਹਉਮੈ ਨੂੰ ਕਿਵੇਂ ਖ਼ਤਮ ਕੀਤਾ ਜਾਵੇ, ਇਹ ਆਪਣੇ ਆਪ ਹੀ ਬਲਵਾਨ ਹੋ ਜਾਂਦਾ ਹੈ।

—ਪਿਆਰ ਨੂੰ ਹਉਮੈ ਦੀ ਅਗਨੀ ਦੇ ਹਵਾਲੇ ਕਰ ਦਿੱਤਾ ਏ ਤੇ ਫੇਰ ਇਕ ਪਿਆਰ ਦੀ ਮੂਰਤੀ ਬਣ ਜਾਂਦਾ ਏ। ਜਿਹੜਾ ਮੂਰਤੀ ਦੇ ਰੂਪ ਦੇ ਵੱਸ ਵਿਚ ਆ ਗਿਆ, ਮੂਰਤੀ ਉਹਨੂੰ ਭਸਮ ਕਰ ਦੇਂਦੀ ਏ। ਨਾ ਮੂਰਤੀ ਪੂਜੋ ਤੇ ਨਾ ਮੂਰਤੀ ਨੂੰ ਆਪਣੇ ਮੂੰਹ ਹੀ ਲਾਵੋ। ਮੂਰਤੀ ਨੂੰ ਮੂਰਤੀ ਦੀ ਜਗ੍ਹਾ ਤੇ ਹੀ ਰਹਿਣ ਦਿਓ। ਤੁਸੀਂ ਏਦਾਂ ਰਹੋ, ਜਿੱਦਾਂ ਤਲਾਅ ਵਿਚ ਕਮਲ ਰਹਿੰਦਾ ਏ।

—ਆਪਣੇ ਆਪ ਨੂੰ ਪ੍ਰਮਾਤਮਾ ਦੇ ਅਰਪਨ ਕਰ ਦੇਣਾ ਹੀ ਭਗਤੀ ਏ। ਗੁਣ ਗਾਵੋ ਤਾਂ ਕੇਵਲ ਪ੍ਰਮਾਤਮਾ ਦੇ। ਹਰ ਵੇਲੇ ਪ੍ਰਮਾਤਮਾ ਨੂੰ ਯਾਦ ਰੱਖੋ। ਡਰੋ ਤੇ ਸਿਰਫ਼ ਓਸ ਸਰਿਸ਼ਟੀ ਦੇ ਸਾਜਨਹਾਰ ਤੋਂ ਜਿਹਦੇ ਤੋਂ ਚਿੰਤਾ ਸ਼ੁੱਧ ਹੋ ਜਾਂਦੀ ਏ ਤੇ ਫੇਰ ਸ਼ਾਂਤੀ ਆਉਂਦੀ ਏ ਤੇ ਫੇਰ ਲੀਨ ਹੁੰਦਾ ਹੈ ਬੰਦਾ ਓਸ ਪ੍ਰਭੂ ਵਿਚ। ਭਗਤ ਹਮੇਸ਼ਾਂ ਹੀ ਸਦਾ ਆਨੰਦ ਤੇ ਸ਼ਾਂਤੀ ਦੇ ਅੰਮ੍ਰਿਤ ਦੇ ਘੁੱਟ ਭਰਦੇ ਹਨ। ਦੁਨੀਆਦਾਰ ਦਿਖਾਵਾ ਕਰਦਾ ਹੈ। ਸੇਵਕ ਬੁੱਕਲ ਮਾਰ ਕੇ ਰਾਹੇ ਤੁਰ ਜਾਂਦਾ ਹੈ, ਲੱਗੀ ਭੀੜ ਛੱਡ ਕੇ।

—ਸਾਰੇ ਜਣੇ ਤੋਰਨ ਆਏ ਸਤਿਗੁਰਾਂ ਨੂੰ, ਸੈਫ਼-ਉਦ-ਦੀਨ ਨੇ ਅਰਜ਼ ਕੀਤੀ : ਸਤਿਗੁਰੂ ਮੈਂ ਵੀ ਜਾਣਾ ਚਾਹੁੰਦਾ ਹਾਂ।

—ਬਿਨਾਂ ਸੱਦਿਆਂ ਹੀ ਦਿੱਲੀ ਜਾਣ ਦਾ ਕੀ ਕੰਮ। ਆਪੇ ਗਏ ਤੇ ਕਦਰ ਘਟਾਈ। ਸਾਡਾ ਪੰਧ ਲੰਮਾ ਏ, ਸਮਾਂ ਘੱਟ ਏ, ਹੁਣ ਜਾਣ ਦਿਓ, ਮਤਾਂ ਅਹਿਦੀਏ ਵਿਚਾਰੇ ਪਰੇਸ਼ਾਨ ਨਾ ਹੋਣ।

—ਗੁਰੂ ਭਗੌੜਾ ਹੋ ਗਿਆ ਏ, ਨੱਸ ਗਿਆ ਏ, ਡਰਦਾ ਮਾਰਾ, ਏਨੀ ਗੱਲ ਹੀ ਸੁਣਨੀ ਏ ਨਾ, ਅਸੀਂ ਕਿਉਂ ਸੁਣੀਏਂ, ਅਸਾਂ ਤੇ ਤਕੱਬਰ ਤੋੜਨਾ ਏਂ। ਲਹੂ ਮੰਗਿਆਂ ਲਹੂ ਦੇਵਾਂਗੇ, ਕੁਰਬਾਨੀ ਕੌਮ ਨੂੰ ਬਲ ਬਖ਼ਸ਼ੂ, ਲੋੜ ਏ ਹੁਣ ਕੁਰਬਾਨੀ ਦੀ।

★

ਦਿੱਲੀ ਚਲੋ 33

ਮੈਂ ਗੁਰਾਂ ਤੋਂ ਪਹਿਲਾਂ ਹੀ ਸੈਫਾਬਾਦ ਛੱਡ ਚੁੱਕਾ ਸਾਂ, ਹੁਣ ਮੈਂ ਕੰਨ ਪਾਟਾ ਜੋਗੀ ਸਾਂ, ਅਲੱਖ ਨਰੰਜਨ, ਇਹ ਜਗ੍ਹਾ ਸੀ ਤਰਾਉੜੀ, ਕਰਨਾਲ, ਹੁਣ ਅਸੀਂ ਦਿੱਲੀ ਦੇ ਲਾਗੇ-ਲਾਗੇ ਪੁੱਜ ਰਹੇ ਸਾਂ ਮੈਂ ਕੰਨ ਪਾਟਾ ਜੋਗੀ ਮੰਗਣ ਚੜ੍ਹਿਆ ਪਿੰਡ ਵਿਚ, ਜੋ ਕੁਝ ਭਿੱਖਿਆ ਮਿਲੀ ਆਉਂਦਿਆਂ ਹੀ ਵੰਡ ਦਿਤੀ, ਆਪਣੇ ਕੋਲ ਅੱਧਾ ਟੁੱਕਰ ਵੀ ਨਾ ਰੱਖਿਆ। ਇਕ

ਕੰਨ ਪਾਟਾ ਜੋਗੀ ਰਮਤਾ ਸੀ, ਆਣ ਗੱਜਿਆ ਆਖਣ ਲੱਗਾ ਚਾਰ ਰੋਟੀਆਂ, ਦੋ ਤੁਸੀਂ ਖਾ ਲਵੋ ਤੇ ਦੋ ਮੈਂ ਖਾ ਲੈਂਦਾ ਹਾਂ। ਕਿਉਂ ਤੰਗ ਕੀਤਾ ਜਾਏ ਕਿਸੇ ਗ੍ਰਹਿਸਤੀ ਨੂੰ। ਤਰਾਉੜੀ ਦੇ ਲੋਕ ਸਾਧ ਸੰਤਾਂ ਤੇ ਬੜੇ ਸਰਧਾਲੂ ਸਨ। ਆਪਣਾ ਵੀ ਟੁਲ ਵੱਜ ਗਿਆ ਅਸਲ ਨਾਥ ਪਹਿਰਾਵੇ ਦੇ ਪਰਦੇ ਵਿਚ ਫਸ ਗਿਆ ਤੇ ਅਸੀਂ ਸਾਰੀ ਰਾਤ ਔਲਖ ਨਰੰਜਨ ਜਪਦਿਆਂ ਹੀ ਕੱਟ ਲਈ. ਚੰਗੇ ਉਸਤਾਦ ਦਾ ਚੰਡਿਆ ਹੋਇਆ ਚੇਲਾ ਸਾਂ, ਪਛਾਣਿਆ ਕਿੱਦਾਂ ਜਾਂਦਾ। ਜੇ ਪਛਾਣਿਆ ਹੀ ਜਾਏ ਤੇ ਉਸਤਾਦ ਕਾਹਦਾ ਹੋਇਆ ਇਹ ਸਭ ਕਸਬ ਮੈਂ ਦਿਲੀ ਵਿਚੋਂ ਹੀ ਸਿੱਖੇ ਸਨ। ਉਦੇ ਸਿੰਘ ਰਾਠੌਰ ਮੇਰਾ ਉਸਤਾਦ ਸੀ, ਕਦੀ-ਕਦੀ ਮੈਨੂੰ ਵੇਖ ਕੇ ਹਸ ਪੈਂਦਾ। ਮੈਂ ਗੁਰਾਂ ਤੋਂ ਅੱਖ ਬਚਾ ਕੇ ਪਰ੍ਹਾਂ-ਪਰ੍ਹਾਂ ਰਹਿੰਦਾ ਵੈਸੇ ਮੇਰੀਆਂ ਅੱਖਾਂ ਹਰ ਵੇਲ਼ੇ ਗੁਰਾਂ ਤੇ ਹੀ ਲੱਗੀਆਂ ਰਹਿੰਦੀਆਂ।

—ਨਾਥ ਲੋਕ ਵੀ ਸਾਡੇ ਨਾਲ ਪਿਆਰ ਕਰਦੇ ਹਨ। ਉਦੇ ਸਿੰਘ ਨੇ ਆਖਿਆ।

—ਸਤਿਨਾਮੀ ਸਾਧੂ ਵੀ ਸਾਡੀ ਹਾਮੀ ਭਰਦੇ ਹਨ, ਮਤੀ ਦਾਸ ਦੇ ਬੋਲ ਸਨ।

—ਸਾਡਾ ਹੁੰਗਾਰਾ ਤੇ ਮੁਸਲਮਾਨ ਵੀ ਭਰਨਗੇ, ਹਰ ਦੁਖੀ ਬੰਦਾ ਆਪਣੇ ਦੁੱਖ ਨੂੰ ਰੋਂਦਾ ਏ। ਸੁਖੀ ਹੋਵੇ ਤੇ ਫੇਰ ਮਜ਼ਹਬ ਦੀ ਗੱਲ ਕਰਦਾ ਏ, ਭੁੱਖੇ ਕੋਲੋਂ ਪੁੱਛ ਕਿ ਤੇਰਾ ਮਜ਼ਹਬ ਕੀ ਏ, ਉਹ ਆਖੇਗਾ ਰੋਟੀ।

—ਭੁੱਖ ਤੇ ਗਰੀਬੀ ਇਹ ਦੋਵੇਂ ਜਿਸ ਘਰ ਵਿਚ ਹੋਣ ਉਹਦਾ ਧਰਮ ਕਾਹਦਾ, ਧਰਮ ਤੇ ਪੈਸੇ ਵਾਲਿਆਂ ਦਾ ਏ। ਕਿਤੇ ਕੋਈ ਟਾਂਵਾਂ-ਟਾਂਵਾਂ, ਭਾਵੇਂ ਭੁੱਖਾ ਧਰਮ ਪਾਲਦਾ ਹੋਵੇ।

—ਧਰਮ ਬਦਲਣਾ ਮੌਤ ਨੂੰ ਆਪ ਵਾਜ ਮਾਰਨ ਵਾਲੀ ਗੱਲ ਏ, ਧਰਮ ਬੰਦੇ ਦਾ ਇਕ ਵਾਰ ਬਣਦਾ ਏ, ਬਾਰ-ਬਾਰ ਨਹੀਂ ਵਿਗੜਦਾ। ਜਿਸ ਧਰਮ ਵਿਚ ਬੰਦਾ ਪਲੇ ਉਹਦਾ ਉਹੀ ਧਰਮ। ਮੁਹਰਾਂ ਨਾਲ ਖ਼ਰੀਦਿਆ ਧਰਮ ਵੀ ਕਦੀ ਸਾਬਤ ਕਦਮ ਰਿਹਾ ਏ। ਮੁਹਰਾਂ ਮੱਕੀਆਂ ਤੇ ਧਰਮ ਨੇ ਉਡਾਰੀ ਮਾਰੀ। ਕੋਠੇ ਟੱਪਣ ਵਾਲਾ ਆਦਮੀ ਕਦੇ ਇਕ ਧਰਮ ਨਹੀਂ ਪਾਲਦਾ, ਹਮੇਸ਼ਾ ਭਟਕਦਾ ਰਹੇਗਾ।

—ਦੂਜਿਆਂ ਦੇ ਦੁੱਖ ਨੂੰ ਆਪਣਾ ਦੁੱਖ ਮੰਨੋ, ਜੇ ਮਰੋ ਤੇ ਦੂਜਿਆਂ ਲਈ, ਆਪਣੇ ਲਈ ਕੀ ਮਰਨਾ ਹੋਇਆ।

—ਸੱਚ ਬੋਲੋ, ਮਜ਼ੇ ਵਿਚ ਰਹੋ, ਝੂਠ ਇਕ ਬੋਲਿਆ ਤੇ ਸੌ ਝੂਠ ਹੋਰ ਬੋਲ ਕੇ ਇਕ ਝੂਠ ਨੂੰ ਲੁਕੋਇਆ। ਸੱਚ ਇਕ ਬੋਲੋ ਨਾ ਚੋਰ ਦਾ ਡਰ ਤੇ ਨਾ ਹਾਕਮ ਦੀ ਸਖ਼ਤੀ।

—ਜਨਤਾ ਦੁਖੀ ਏ ਤੇ ਬਗਾਵਤ ਦੀ ਚੰਗਿਆੜੀਆਂ ਹਰ ਚੁੱਲ੍ਹੇ ਦੇ ਦੁਆਲੇ ਘੁਮਦੀਆਂ ਹਨ।

—ਜਦ ਰਾਜਾ ਨੇਕ ਤੇ ਉਹਦੀ ਪਰਜਾ ਸੁਖੀ, ਉਹਦੀਆਂ ਭੜੋਲੀਆਂ ਅਨਾਜ ਨਾਲ ਭਰੀਆਂ ਹੋਈਆਂ। ਜਿੱਥੇ ਰਾਜਾ ਅੱਯਾਸ਼ ਹੋਵੇਗਾ, ਘੜੇ ਵਿਚ ਸਿੱਪੀ ਪਾਣੀ ਵੀ ਨਾ ਲੱਭੂ।

—ਇਕ ਰਾਤ ਤਰਾਉੜੀ ਕੱਟੀ, ਘੋੜੇ ਦੀਆਂ ਵਾਗਾਂ ਮੋੜੀਆਂ, ਅਗਲਾ ਪੜਾਅ

ਸੀ ਬਾਜ਼ਾ ਪੱਟ, ਜਿਹੜਾ ਦਿੱਲੀ ਦੇ ਗੁਆਂਢ ਸੀ । ਦਿੱਲੀ ਵਾਲੇ ਕਈ ਮਿਲੇ, ਮੈਂ ਹੁਣ ਇਕ ਉਦਾਸੀ ਸਾਧੂ ਦੇ ਰੂਪ ਵਿਚ ਫਿਰ ਰਿਹਾ ਸਾਂ ।

—ਇਕ ਆਖਣ ਲੱਗਾ, ਦਿੱਲੀ ਵਿਚ ਬੜੀ ਚਰਚਾ ਏ ਕਿ ਆਨੰਦਪੁਰ ਦੇ ਗੁਰੂ ਐਵੇਂ ਲੱਤ ਅੜਾ ਰਹੇ ਹਨ । ਮੁਫ਼ਤ ਵਿਚ ਜਾਨ ਤੋਂ ਜਾਣਗੇ ।

—ਇਕ ਸ਼ਹਾਦਤ ਦੇਣ ਨਾਲ ਕੀ ਹਕੂਮਤ ਟਲ ਜਾਊ, ਜਦ ਤਕ ਤਕੜੇ ਆਦਮੀ ਨਹੀਂ ਮਰਦੇ, ਬਾਦਸ਼ਾਹ ਦਾ ਦਿਲ ਨਹੀਂ ਡੋਲਣਾ ।

—ਆਪ ਤੇ ਨਾ ਜੰਞੂ ਪਾਉਣਾ ਤੇ ਨਾ ਤਿਲਕ ਲਾਉਣਾ, ਮੂਰਤੀ ਪੂਜਾ ਕਰਨੀ ਨਹੀਂ ਤੇ ਫੇਰ ਇਨ੍ਹਾਂ ਦੇ ਬਦਲੇ ਆਪਣੀ ਜਾਨ ਦਾ ਸੌਦਾ ਕਰਨਾ ਕਿੱਥੋਂ ਦੀ ਅਕਲਮੰਦੀ ਏ । ਜਿਨ੍ਹਾਂ ਦੇ ਸਿਰ ਪਈ ਏ ਆਪੇ ਹੀ ਨਿੱਬੜਨਗੇ । ਇਨ੍ਹਾਂ ਕਾਫ਼ਰਾਂ ਦਾ ਕੀ ਏ, ਇਹ ਕਿਸੇ ਘੜੇ ਦੇ ਢੱਕਣ ਨਹੀਂ । ਇਨ੍ਹਾ ਦਾ ਪਿਓ ਪੈਸਾ, ਇਨ੍ਹਾਂ ਦੀ ਮਾਂ ਪੈਸਾ, ਪੈਸਾ, ਪੈਸੇ ਦੇ ਬਦਲੇ ਇਹ ਭਗਵਾਨ ਨੂੰ ਵੀ ਵੇਚ ਦਿੰਦੇ ਹਨ ।

—ਔਰੰਗਜ਼ੇਬ ਦੀ ਤਲਵਾਰ ਅੱਗੇ ਅੱਜ ਤਕ ਕੋਈ ਨਹੀਂ ਅੜਿਆ, ਨਾ ਫ਼ਕੀਰ ਨਾ ਵਲੀ, ਜਿਹੜਾ ਵੀ ਅੱਗੇ ਆਇਆ ਹਲਾਲ ਕਰ ਦਿੱਤਾ । ਉਹਨੂੰ ਤੇ ਆਪਣੀ ਮੌਤ ਦਾ ਦਿਨ ਯਾਦ ਹੀ ਨਹੀਂ । ਮੌਤ ਕੀ ਹੁੰਦੀ ਏ, ਬਾਦਸ਼ਾਹ ਨਹੀਂ ਜਾਣਦਾ । ਸ਼ਾਹ ਨੂੰ ਖ਼ੂਨ ਕਰਨ ਦਾ ਸੁਆਦ ਪੈ ਗਿਆ ਹੈ । ਲਹੂ ਦੇ ਫੁਵਾਰੇ ਛੁੱਟਦੇ ਵੇਖ ਕੇ । ਬਾਦਸ਼ਾਹ ਬਹੁਤ ਖ਼ੁਸ਼ ਹੁੰਦਾ ਏ । ਬੇ-ਮੁਰੀਦਾ ਬਾਦਸ਼ਾਹ ਕਿਸੇ ਦਾ ਕੀ ਸਵਾਰੂ । ਓਸ ਨਾ ਭਰਾ ਵੇਖਿਆ ਏ ਨਾ ਭੈਣ, ਪਿਓ ਨੂੰ ਰੋਜ਼ੇ ਰਖਾ ਰਖਾ ਕੇ ਮਾਰ ਦਿੱਤਾ । ਅੱਬਾ ਜਾਨ ਤੁਸਾਂ ਜ਼ਿੰਦਗੀ ਵਿਚ ਬੜੇ ਗੁਨਾਹ ਕੀਤੇ ਹਨ, ਹੁਣ ਜ਼ਿੰਦਗੀ ਵਿਚ ਇਬਾਦਤ ਕਰੋ, ਰੋਜ਼ੇ ਰੱਖੋ । ਖ਼ੈਰਾਤ ਕਰੋ, ਜਿਹੜੀ ਸਰਕਾਰ ਤੁਹਾਨੂੰ ਅੰਨ ਦਾਣਾ ਦੇਂਦੀ ਏ । ਜੇ ਬਾਦਸ਼ਾਹ ਨੇ ਇਨਕਾਰ ਕੀਤਾ ਤਾਂ ਆਪ ਲੁਟਾ ਦਿੱਤਾ । ਭੁੱਖਾ ਪਿਓ ਸਿਸਕੀਆਂ ਲੈ ਲੈ ਕੇ ਮਰ ਗਿਆ, ਕਈ ਫ਼ਕੀਰ ਤਲਵਾਰ ਦੀ ਭੇਟ ਚੜ੍ਹਾ ਦਿੱਤੇ, ਦਿੱਲੀ ਵਾਲੇ ਆਖ ਰਹੇ ਸਨ ।

—ਅੱਜ ਕਲ੍ਹ ਬਾਦਸ਼ਾਹ ਕਿੱਥੇ ਹੈ ?

—ਦਿੱਲੀ ਹੋਵੇਗਾ ਜਾਂ ਆਗਰੇ । ਬਹੁਤਾ ਟਿਕਾਣਾ ਆਗਰੇ ਵਿਚ ਏ ਤੇ ਦਿੱਲੀ ਕਦੇ-ਕਦੇ ।

—ਕਿਸੇ ਨੂੰ ਡਰਾਓ ਨਾ ਤੇ ਆਪ ਡਰੋ ਨਾ, ਉਦਾਸੀ ਸੰਤ ਹੋਕਾ ਦੇ ਰਿਹਾ ਸੀ ।

—ਜੈਤਿਆ ! ਤੂੰ ਸਾਡੇ ਨਾਲ ਹੀ ਨਾਲ ਜਾ ਰਿਹਾ ਏਂ ? ਫ਼ਰਮਾਇਆ ਸਤਿਗੁਰਾਂ ।

—ਹਾਂ ਹਜ਼ੂਰ ਮੈਂ ਤੁਹਾਡਾ ਬੰਦਾ ਹਾਂ, ਤੁਹਾਡੇ ਨਾਲ ਹੀ ਤੇ ਰਹਿਣਾ ਹੋਇਆ ।

—ਤੇ ਇਹ ਬਾਣਾ ਕੀ ਹੋਇਆ ? ਕਦੇ ਨਾਥ ਤੇ ਕਦੇ ਸੂਫ਼ੀ ਫ਼ਕੀਰ, ਇਹ ਮਦਾਰੀਆਂ ਵਾਲਾ ਕੰਮ ਸ਼ੁਰੂ ਕੀਤਾ ਹੋਇਆ ਈ ।

—ਹਜ਼ੂਰ ਮੈਂ ਅੱਜ ਦਿੱਲੀ ਜਾ ਰਿਹਾ ਹਾਂ, ਮੇਰੀ ਛੁੱਟੀ ਪੁੱਗ ਗਈ ਏ, ਪਰਸੋਂ ਮੇਰੀ ਹਾਜ਼ਰੀ ਏ । ਮੈਂ ਕੋਤਵਾਲੀ ਵਿਚ ਨੌਕਰ ਹੋ ਗਿਆ ਹਾਂ ।

—ਉਹ ਕਿੱਦਾਂ ?

—ਮੈਂ ਰਾਜਾ ਰਾਮ ਸਿੰਘ ਦੇ ਮਹਿਲੀਂ ਚਲਾ ਗਿਆ ਸਾਂ ਤੇ ਉਨ੍ਹਾਂ ਦੀ ਸਿਫਾਰਸ਼

ਨਾਲ ਹਾਕਮ ਤਕ ਪੁੱਜਾ। ਕੁਝ ਮਿਹਰਬਾਨੀ ਹਾਕਮਾਂ ਦੀ ਤੇ ਕੁਝ ਉਦੇ ਸਿੰਘ ਰਾਠੌਰ ਦੀ। ਮੇਰਾ ਟਿਕਾਣਾ ਰਾਮ ਦਿਲ ਵਾਲੀ ਗਲੀ ਵਿਚ। ਨਾ ਕੋਈ ਜਾਣੇ ਤੇ ਨਾ ਕੋਈ ਬੁੱਝੇ। ਹੁਣ ਦਰਸ਼ਨ ਦਿੱਲੀ ਵਿਚ ਹੋਣਗੇ, ਜੈਤੇ ਨੇ ਹੱਥ ਜੋੜੇ।

—ਅਸੀਂ ਹੁਣ ਆਗਰੇ ਜਾ ਰਹੇ ਹਾਂ।

—ਕਦੋਂ ਤਕ ਪੁੱਜ ਜਾਣਗੇ ਹਜ਼ੂਰ ?

—ਇਹੋ ਹੀ ਇਕ ਅੱਧ ਮਹੀਨੇ ਤਕ।

—ਸਤਿਗੁਰ ਰਾਖਾ ! ਜੈਤਾ ਰਾਹੇ ਪੈ ਗਿਆ ਤੇ ਗੁਰਾਂ ਨੇ ਦਿਲੀ ਵੱਲ ਵਾਗਾਂ ਨਾ ਮੋੜੀਆਂ, ਆਗਰੇ ਵੱਲ ਘੋੜੇ ਦਾ ਮੂੰਹ ਕਰ ਲਿਆ। ਪੰਜ ਘੋੜੇ ਪਿੱਛੇ-ਪਿੱਛੇ ਜਾ ਰਹੇ ਸਨ। ਇਨ੍ਹਾਂ ਮੁਸਾਫ਼ਰਾਂ ਨੂੰ ਕੋਈ ਨਹੀਂ ਜਾਣਦਾ। ਮਥਰਾ ਦੀ ਯਾਤਰਾ ਕਰਨ ਜੋ ਜਾਂਦੇ ਹਨ, ਜਾਗੀਰਦਾਰ ਠਾਕਰ ਆਦਿ।

—ਚੁਮਾਸਾ ਲੰਘ ਚੁਕਾ ਸੀ, ਮੌਸਮ ਵਿਚ ਰੰਗ ਭਰਿਆ, ਕਾਹਨ ਗੋਕਲ ਦੇ ਵਿਹੜੇ ਮੱਖਣ ਖਾਣ ਜਾ ਰਿਹਾ ਸੀ।

★

੩੪ ਬਾਗੀਂ ਬੁਲਬੁਲ ਬੋਲੇ

ਜਦ ਰੱਬ ਨੇ ਦੇਣਾ ਹੁੰਦਾ ਤਾਂ ਛੱਪਰ ਪਾੜ ਕੇ ਦੇਂਦਾ ਏ, ਜਦੋਂ ਕਿਸੇ ਦੀ ਕਿਸਮਤ ਖੁਲ੍ਹਦੀ ਏ ਤਾਂ ਕੋਈ ਦਾਤਾ ਆਪੇ ਹੀ ਕੋਈ ਘਰ ਬਹੁੜ ਪੈਂਦਾ ਏ।

—ਭੇਡਾਂ ਚਾਰਦਿਆਂ ਦੀ ਉਮਰ ਲੰਘ ਗਈ। ਨਾਂ ਰੋਟੀ ਘਰ ਤੇ ਨਾ ਤਨ ਤੇ ਕੱਪੜਾ। ਟੱਬਰ ਵੱਡਾ ਤੇ ਆਮਦਨ ਘੱਟ। ਪਿਛਲੇ ਜਨਮ ਦਾ ਕੁਝ ਲੈਣਾ ਸੀ ਆਜੜੀ ਨੇ। ਕੋਈ ਠਾਹਰ ਤੇ ਬਣਨੀ ਹੀ ਸੀ। ਰੱਬ ਦਾ ਬੜਾ ਪਿਆਰਾ ਸੀ ਰੁਖੀ ਸੁਖੀ ਖਾ ਕੇ ਅੱਲਾਹ ਦਾ ਸ਼ੁਕਰ ਮਨਾਉਂਦਾ।

—ਸ਼ਾਹੀ ਫ਼ਰਮਾਨ ਹੋ ਚੁਕਾ ਸੀ। ਜਿਹੜਾ ਆਨੰਦਪੁਰ ਦੇ ਗੁਰੂ ਨੂੰ ਪਕੜੇਗਾ ਉਹਨੂੰ ਮੁਹਰਾਂ ਦੇ ਕੇ ਉਹਦਾ ਘਰ ਭਰ ਦਿੱਤਾ ਜਾਵੇਗਾ। ਜਿਹੜਾ ਗੁਰੂ ਦਾ ਸਿਰਫ ਪਤਾ ਹੀ ਦਸੇਗਾ ਉਹ ਵੀ ਮੁਹਰਾਂ ਲੈਣ ਦਾ ਹੱਕਦਾਰ ਹੋਵੇਗਾ।

—ਹੋਰ ਭਾਵੇਂ ਕੋਈ ਜਾਣੇ ਜਾਂ ਨਾ ਜਾਣੇ ਪਰ ਹਿੰਦੂ ਤੇ ਜਾਣਦੇ ਸਨ, ਹਮਦਰਦੀ ਸੀ, ਉਹ ਥੋੜ੍ਹਾ ਫੜਾਉਣ ਲੱਗੇ ਸਨ ਗੁਰੂ ਨੂੰ। ਸੰਤਾਂ ਦੇ ਵਗ ਫਿਰ ਰਹੇ ਸਨ, ਉਨ੍ਹਾਂ ਵਿਚੋਂ ਕੋਈ ਪਛਾਣੇ ਗੁਰੂ ਨੂੰ। ਚੋਰ ਡਾਕੂ, ਖ਼ੂਨੀ ਬੰਦਾ ਕਦੇ ਨਾਂ ਕਦੇ ਤਾਂ ਪਛਾਣਿਆ ਹੀ ਜਾਂਦਾ ਏ, ਪਰ ਮਾਲਾ ਜਪਣ ਵਾਲਿਆਂ ਨੂੰ ਕੌਣ ਪਛਾਣੇ। ਸੇਵਕ ਤਾਂ ਗੁਰਾਂ ਨੂੰ ਹੱਥਾਂ ਤੇ ਚੁਕ ਰਹੇ ਸਨ ! ਪਛਾਣ ਥੋੜ੍ਹਾ ਸੀ, ਕਿਸੇ ਦੇ ਮੱਥੇ ਤੇ ਥੋੜ੍ਹਾ ਲਿਖਿਆ ਸੀ ਕਿ ਇਹ ਸਿੱਖ ਏ, ਇਹ ਗੁਰੂ ਏ, ਮਹਾਤਮਾ ਕਈ ਆਏ, ਕਈ ਚਲੇ ਗਏ। ਅਹਿਦੀਏ ਕਈ ਹਰਲ ਹਰਲ ਕਰਦੇ ਫਿਰਦੇ ਸਨ। ਉਹ ਤੇ ਗੁਰੂ ਨੂੰ ਆਨੰਦਪੁਰ ਜਾਂ ਪੰਜਾਬ ਵਿਚ ਹੀ ਖੋਜ ਰਹੇ ਸਨ।

ਅੰਮ੍ਰਿਤਗਾਹ ਦਾ ਉਨ੍ਹਾਂ ਪੱਤਾ ਪੱਤਾ ਛਾਣ ਮਾਰਿਆ, ਇਕ ਇਕ ਘਰ ਦੀਆਂ ਨੁਕਰਾਂ ਫਰੋਲੀਆਂ। ਉਨ੍ਹਾਂ ਨੂੰ ਕੀ ਪਤਾ ਸੀ ਕਿ ਗੁਰੂ ਆਗਰੇ ਬੈਠਾ ਏ। ਸਬਰ ਦੀ ਵੀ ਤੇ ਹੱਦ ਹੋ ਗਈ। ਯਕਦਮ ਬਾਦਸ਼ਾਹ ਦੇ ਸਾਹਮਣੇ ਮੁਹਿੰਮ ਆ ਗਈ। ਬਾਦਸ਼ਾਹ ਬਗਾਵਤ ਨੂੰ ਦਬਾਉਣ ਜਾ ਰਿਹਾ ਸੀ ਕਾਬਲ ਵੱਲ। ਪਰ ਇਹ ਅਵਫਾਹਾਂ ਤੇ ਉਡ ਰਹੀਆਂ ਸਨ। ਕੋਈ ਬੰਦਾ ਤਸੱਲੀ ਨਾਲ ਇਹ ਨਹੀਂ ਸੀ ਆਖ ਸਕਦਾ ਕਿ ਇਹ ਗੱਲ ਠੀਕ ਹੋਵੇਗੀ। ਕਿਲ੍ਹੇ ਦੀਆਂ ਖ਼ਬਰਾਂ ਗੁਪਤ ਰੱਖੀਆਂ ਜਾਂਦੀਆਂ ਸਨ। ਖਾਸ ਖਾਸ ਅਹੁਦੇਦਾਰਾਂ ਨੂੰ ਖ਼ਬਰ ਹੁੰਦੀ ਸੀ ਪਰ ਉਹ ਵੀ ਆਪਣੇ ਘਰ ਦੀ ਔਰਤ ਦੇ ਕੰਨੀਂ ਭਿਣਕ ਨਹੀਂ ਸਨ ਪਾ ਸਕਦੇ। ਉਹ ਆਪਣਾ ਪਰੋਗਰਾਮ ਲੁਕੋ ਕੇ ਰੱਖਦੇ ਸਨ।

—ਨਵਾਬ ਕਦ ਤੇ ਕਦੋਂ ਘੋੜੇ ਦੀ ਰਕਾਬ ਤੇ ਪੈਰ ਰੱਖ ਕੇ ਚੜ੍ਹਿਆ ਏ ਤੇ ਰਾਤੀਂ ਕਿਥੇ ਦਾ ਕਿਥੇ ਪੁਜ ਗਿਆ ਏ। ਕੌਣ ਜਾਣੇ। ਇਕ ਅਠਵਾਰੇ ਪਿਛੋਂ ਪਤਾ ਲੱਗਦਾ ਕਿ ਨਵਾਬ ਹੈਦਰਾਬਾਦ ਪੁਜ ਗਿਆ ਏ। ਜੇ ਉਹਦੀ ਬੇਗਮ ਆਪਣੀ ਸਹੇਲੀ ਨੂੰ ਪੁਛਦੀ ਤੇ ਉਹ ਅਗੋਂ ਆਖਦੀ ਭੈਣ ਤੁਹਾਡੇ ਨਵਾਬ ਤੇ ਮੇਰੇ ਸਿਰ ਦੇ ਸਾਈਂ ਦੋਵੇਂ ਗੁਜਰਾਤ ਵਿਚ ਹਨ। ਮੈਨੂੰ ਸ਼ਾਹੀ ਖ਼ਬਰ ਰਸਾਲ ਨੇ ਦਸਿਆ ਏ। ਕੌਣ ਕਿਥੇ ਐ ? ਕਿਸ ਨੂੰ ਕਿਥੇ ਭੇਜ ਦਿੱਤਾ ਏ ? ਇਹ ਖ਼ਬਰ ਆਮ ਲੋਕਾਂ ਤਕ ਨਾ ਪੁਜਦੀ। ਏਸ ਲਈ ਬਾਦਸ਼ਾਹ ਦਾ ਕੋਈ ਪੱਕਾ ਟਿਕਾਣਾ ਨਹੀਂ ਦੱਸ ਸਕਦਾ ਸੀ। ਗੁਰਾਂ ਨੇ ਫ਼ੈਸਲਾ ਕਰ ਲਿਆ ਕਿ ਅਸਾਂ ਗ੍ਰਿਫ਼ਤਾਰੀ ਅੱਜ ਵੀ ਦੇਣੀ ਤੇ ਕੱਲ ਵੀ, ਇਹ ਭਾਣਾ ਤੇ ਵਰਤ ਕੇ ਹੀ ਰਹਿਣਾ ਏ, ਕਿਉਂ ਨਾ ਆਪਣੇ ਆਪ ਨੂੰ ਅੱਜ ਹੀ ਜ਼ਾਹਿਰ ਕਰ ਦਿੱਤਾ ਜਾਵੇ। ਇਕ ਬੱਕਰੀ ਦਾ ਦੁੱਧ ਦਾ ਗੜਵਾ ਲੈ ਕੇ ਆ ਗਿਆ ਆਜੜੀ, ਅਰਜ਼ ਕਰਨ ਲੱਗਾ ਹਜ਼ੂਰ ਮੈਂ ਗ਼ਰੀਬ ਹਾਂ, ਮੇਰੀ ਏਨੀ ਕੁ ਖਿਦਮਤ ਕਬੂਲ ਕੀਤੀ ਜਾਵੇ। ਮੇਰੇ ਘਰ ਹੋਰ ਕੁਝ ਖਾਣ ਨੂੰ ਨਹੀਂ। ਗ਼ਰੀਬੀ ਨੇ ਮੇਰੀ ਮੱਤ ਮਾਰ ਦਿੱਤੀ ਏ। ਗ਼ਰੀਬ ਸ਼ਰਮਿੰਦਾ ਨਾ ਹੋਵੇ ਤੇ ਕੀ ਹੋਵੇ। ਜੋ ਅੱਲਾਹ ਨੇ ਦਿੱਤਾ ਏ, ਓਸੇ ਵਿਚੋਂ ਹੀ ਬੰਦਾ ਖ਼ਿਦਮਤਦਾਰੀ ਕਰ ਸਕਦਾ ਹੈ। ਪ੍ਰਾਹੁਣਾ ਤੇ ਰੱਬ ਦਾ ਰੂਪ ਹੁੰਦਾ ਹੈ। ਪਰ ਜੇ ਅੱਲਾਹ ਵਿੱਤ ਵਿਚ ਰੱਖੇ, ਮੇਜ਼ਬਾਨ ਕੀ ਖ਼ਿਦਮਤ ਕਰੇ ਮਹਿਮਾਨ ਦੀ, ਆਜੜੀ ਨੇ ਹੱਥ ਬੰਨ੍ਹ ਅਰਜ਼ ਕੀਤੀ।

—ਤੇਰਾ ਦੁੱਧ ਦਾ ਗੜਵਾ ਆਬੇ ਹਯਾਤ ਤੋਂ ਘੱਟ ਨਹੀਂ। ਆਬੇ ਜ਼ਮ ਜ਼ਮ ਏ ਤੇਰਾ ਦੁੱਧ। ਗੁਰਾਂ ਫ਼ਰਮਾਇਆ।

—ਹਜ਼ੂਰ ਬੰਦਾ ਦੱਸਾਂ ਨਹੁੰਆਂ ਦੀ ਕਮਾਈ ਕਰੇ ਤੇ ਢਿੱਡ ਫੇਰ ਵੀ ਨਾ ਭਰੇ ਬੱਚਿਆਂ ਦਾ ਜਿਹੜੇ ਬੇਈਮਾਨੀ ਕਰਦੇ ਹਨ, ਗੁਲਛੱਰੇ ਉਡਾਉਂਦੇ ਹਨ। ਪਰ ਮੈਂ ਤੇ ਬੜਾ ਸ਼ੁਕਰ ਮਨਾਉਂਦਾ ਹਾਂ ਓਸ ਮਾਲਕ ਦਾ ਜਿੰਨੇ ਮੇਰੀ ਕਮਾਈ ਵਿਚ ਬਰਕਤ ਪਾਈ ਏ ਤੇ ਧਰਵਾਸ ਦਿੱਤੀ ਏ।

—ਏਸੇ ਵਿਚ ਈ ਬਰਕਤ ਏ, ਅੱਲਾਹ ਏਸੇ ਵਿਚ ਹੀ ਖੁਸ਼ ਰਖੇ। ਕਦ ਦਿਨ ਆਉਣਗੇ, ਬਾਰੀਂ ਵਰ੍ਹੀਂ ਤੇ ਰੂੜ੍ਹੀ ਦੀ ਵੀ ਸੁਣੀ ਜਾਂਦੀ ਏ।

—ਤੂੰ ਕਿਹੜੇ ਰੱਬ ਦੇ ਮਾਂਹ ਮਾਰੇ ਹੋਏ ਨੇ ? ਰੱਬ ਤੈਨੂੰ ਵੀ ਦੇਊ, ਧੀਰਜ ਰਖ, ਫ਼ਰਮਾਇਆ ਸਤਿਗੁਰਾਂ।

—ਸਾਡਾ ਅੱਲਾਹ ਤੇ ਬਹਿਸ਼ਤ ਵਿਚ ਬੈਠਾ ਹੋਇਆ ਏ ਓਸ ਕਦ ਏਸ ਦੁਨੀਆ ਵਿਚ ਆਉਣਾ ਏ ਤੇ ਕਦ ਸਾਡੀ ਵਾਰੀ ਆਊ। ਅੱਲਾਹ ਦੀ ਜਦੋਂ ਮਰਜ਼ੀ ਹੋਊ ਆਵੇਗਾ, ਆਵੇ ਅਸਾਂ ਤੇ ਬਾਗੀਂ ਰਹਿਣਾ ਏ।

—ਖ਼ੁਦਾ ਹਰ ਜਗ੍ਹਾ ਮੌਜੂਦ ਏ। ਖ਼ੁਦਾ ਬੰਦਿਆਂ ਦੇ ਕੋਲ ਹੀ ਰਹਿੰਦਾ ਏ, ਬੋਲੇ ਸਤਿਗੁਰੂ।

—ਸਾਨੂੰ ਕੋਈ ਸ਼ਕਾਇਤ ਨਹੀਂ ਅਸੀਂ ਖ਼ੁਸ਼ ਹਾਂ।

—ਆਗਰੇ ਵਿਚ ਤੇ ਲੋਕ ਬੜੇ ਖ਼ੁਸ਼ ਹੁੰਦੇ ਨੇ।

—ਆਗਰੇ ਨੂੰ ਕੋਈ ਲਾਲ ਲੱਗੇ ਹੋਏ ਹਨ, ਬਾਦਸ਼ਾਹ ਆਗਰੇ ਹੋਵੇ ਤਾਂ ਦੁਕਾਨ-ਦਾਰਾਂ ਦੇ ਬੂਹੇ ਰੌਣਕ ਰਹਿੰਦੀ ਏ, ਚਾਰ ਪੈਸੇ ਕਮਾਈ ਦੇ ਆਏ ਤੇ ਆਪੇ ਮੌਜ ਬਹਾਰਾਂ ਹੋ ਗਈਆਂ। ਚਾਰ ਪੈਸੇ ਦੁਕਾਨਦਾਰ ਦੀ ਗਿਰਹਾ ਦੇ ਪੱਲੇ ਬੱਝੇ ਤੇ ਆਪੇ ਹੀ ਬਾਜ਼ਾਰ ਵਿਚ ਲਹਿਰਾਂ ਬਹਿਰਾਂ ਹੋ ਗਈਆਂ। ਪੈਸੇ ਦੀ ਰੇਲ ਪੇਲ ਹੋਈ ਤੇ ਆਗਰੇ ਦੇ ਮਜ਼ਦੂਰਾਂ ਦੇ ਘਰ ਵੀ ਸਰ੍ਹੋਂ ਦੇ ਤੇਲ ਦਾ ਦੀਵਾ ਬਲ ਪਿਆ।

ਨਹੀਂ ਤੇ ਅੰਨ੍ਹੇ ਨੇ ਅਨ੍ਹੇਰੇ ਵਿਚ ਹੀ ਹੱਥ ਮਾਰਨਾ ਏ। ਜੇ ਬਾਦਸ਼ਾਹ ਦਿੱਲੀ ਵਿਚ ਹੋਵੇ ਤੇ ਆਗਰੇ ਵਿਚ ਜਿਹੜੀ ਭੰਗ ਭੁਜਦੀ ਏ ਉਹ ਕਿਸੇ ਨੇ ਵੇਖੀ ਨਹੀਂ। ਜਿਥੇ ਫੌਜਾਂ ਦੀ ਘੜਮਸ ਹੋਵੇਗੀ, ਓਥੇ ਹੀ ਕਾਰੋਬਾਰ ਵਿਚ ਰੌਣਕ ਆਵੇਗੀ। ਅਮੀਰਾਂ ਨੇ ਤੇ ਭੜੋਲੀਆਂ ਭਰ ਲਈਆਂ। ਗ਼ਰੀਬਾਂ ਨੇ ਕੁੱਜੀਆਂ ਵਿਚ ਕੁਝ ਬਚਾ ਕੇ ਰੱਖ ਲਿਆ। ਤੰਗੀ ਤੁਰਸ਼ੀ ਵੇਲੇ ਕੰਮ ਆਊ। ਈਦ ਆਏ ਤੇ ਸਾਨੂੰ ਵੀ ਕੋਈ ਚਾਰ ਪੈਸੇ ਲੱਭਣ। ਜਿੰਨੇ ਦਿਨ ਈਦ ਰਹੇ ਰਾਤ ਸ਼ਿਵ ਰਾਤ। ਸਾਰਾ ਸਾਲ ਰੋਜ਼ੇ ਰਖੋ ਤੇ ਅੱਲਾਹ ਦਾ ਸ਼ੁਕਰ ਮਨਾਓ, ਆਜੜੀ ਆਖਣ ਲੱਗਾ।

—ਆਗਰੇ ਵਿਚ ਹਿੰਦੂਆਂ 'ਤੇ ਸਖ਼ਤੀ ਤੇ ਨਹੀਂ।

—ਰਾਜਧਾਨੀ ਵਿਚ ਕਦੀ ਸਖ਼ਤੀ ਨਹੀਂ ਹੁੰਦੀ। ਜੇ ਰਾਜਧਾਨੀ ਵਿਚ ਕੁਕੜ-ਖੇਹ ਉਡਣ ਲੱਗ ਪਵੇ ਤਾਂ ਫੇਰ ਸਾਰਿਆਂ ਸੂਬਿਆਂ ਵਿਚ ਹਾਹਾਕਾਰ ਮੱਚ ਜਾਏਗੀ। ਰਾਜਧਾਨੀ ਵਿਚ ਹੀ ਲੋਕ ਬਾਹਰੋਂ ਆਉਂਦੇ ਹਨ। ਗੱਲ ਹਿਰਨਾਂ ਦੇ ਸਿੰਘੀਂ ਚੜ੍ਹੀ ਤੇ ਗਈ। ਬਾਦਸ਼ਾਹ ਦੀਆਂ ਕੋਸ਼ਿਸ਼ਾ ਹੁੰਦੀਆਂ ਨੇ ਕਿ ਰਾਜਧਾਨੀ ਵਿਚ ਕੋਈ ਗੜਬੜ ਨਾ ਹੋਵੇ, ਕੋਈ ਰੌਲਾ ਨਾ ਪਵੇ। ਧਨਾਢ ਰਾਜਪੂਤ ਵਸਣ ਆਗਰੇ ਵਿਚ। ਅਮੀਰ ਵੱਸੇ ਤੇ ਸ਼ਾਹੂਕਾਰ। ਅਮੀਰਾਂ ਵਜ਼ੀਰਾਂ ਦੀ ਇਕ ਘੜੀ ਨਹੀਂ ਲੰਘਦੀ ਸ਼ਾਹੂਕਾਰਾਂ ਤੋਂ ਬਿਨਾਂ। ਸ਼ਾਹ ਤੋਂ ਬਿਨਾਂ ਪੱਤ ਨਹੀਂ। ਕਿਸੇ ਅਮੀਰ ਵਜ਼ੀਰ ਦੀ ਗਰਜ਼ ਪੂਰੀ ਨਹੀਂ ਹੁੰਦੀ। ਸ਼ਾਹੀ ਖਜ਼ਾਨੇ ਹਰ ਵੇਲੇ ਥੋੜੇ ਖੁਲ੍ਹੇ ਰਹਿੰਦੇ ਨੇ, ਖਜ਼ਾਨੇ ਵਿਚੋਂ ਤੇ ਬੱਝੀ ਰਕਮ ਹੀ ਮਿਲਦੀ ਏ, ਬਾਕੀ ਲੋੜਾਂ ਕੌਣ ਪੂਰੀਆਂ ਕਰੇ। ਸ਼ਾਹੂਕਾਰਾਂ ਨਾਲ ਤੇ ਬਣਾ ਕੇ ਰੱਖਣੀ ਪੈਂਦੀ ਏ। ਬੁਕਲ ਦਾ ਰਾਜਾ ਤੇ ਸ਼ਾਹੂਕਾਰ ਹੀ ਹੁੰਦਾ ਏ। ਜਿੰਨੇ ਦਿਨ ਬਾਦਸ਼ਾਹ ਆਗਰੇ ਵਿਚ ਰਹੇ ਸੂਬੇਦਾਰ, ਅਮੀਰ, ਵਜ਼ੀਰ, ਰੋਜ਼ ਕਰਜ਼ਾਈ, ਗਿਣਿਆ ਮਿਣਿਆ ਸ਼ੋਰਬਾ, ਬੋਟੀਆਂ ਗਿਣਤੀ ਦੀਆਂ, ਦਾਅਵਤਾਂ ਕਿੱਦਾਂ ਪੂਰੀਆਂ ਹੋਣ, ਨੱਕ ਤੇ ਰੱਖਣਾ ਪੈਂਦਾ ਹੀ ਏ। ਜਿੰਨੀ ਵੱਡੀ ਪਰਾਤ, ਓਨਾ ਵੱਡਾ ਖ਼ਰਚ, ਤੇ ਉਤੋਂ ਬੇਗ਼ਮ ਦੀਆਂ ਨਾਜ਼ ਬਰਦਾਰੀਆਂ ਵੀ ਤੇ ਬਰਦਾਸ਼ਤ ਕਰਨੀਆਂ ਹੋਈਆਂ।

ਤਿਲੱਦਾਰ ਜੁੱਤੀਆਂ ਤੇ ਕੱਢੇ ਬੂਰਕੇ. ਪਾਉਣੇ ਪੈਂਦੇ ਹਨ। ਫੇਰ ਸ਼ਾਹੂਕਾਰਾਂ ਦੇ ਗੁਲਾਮ ਕਿਉਂ ਨਾ ਰਹਿਣ। ਜ਼ਰਾ ਕੁ ਅੱਖ ਕੱਢੀ ਕਿਸੇ ਅਮੀਰ ਨੇ, ਅਰਜ਼ੀ ਦਿੱਤੀ ਸ਼ਾਹੂਕਾਰ ਨੇ ਤੇ ਝੱਟ ਪੇਸ਼ੀ। ਫੈਸਲਾ ਜਦ ਵੀ ਹੋਵੇਗਾ ਸ਼ਾਹੂਕਾਰ ਦੇ ਹੱਕ ਵਿਚ। ਬਾਦਸ਼ਾਹ ਨੂੰ ਵੀ ਤੇ ਹਰ ਵੇਲੇ ਸ਼ਾਹੂਕਾਰ ਦੀ ਲੋੜ ਰਹਿੰਦੀ ਏ, ਆਜੜੀ ਨੇ ਜ਼ਰਾ ਕੁ ਖੁਲ੍ਹ ਕੇ ਆਖਿਆ।

—ਆਜੜੀ ਭਾਈ ਤੂੰ ਵੀ ਤੇ ਸ਼ਾਹੀ ਅਮਲੇ ਵਿਚ ਰਿਹਾ ਹੋਵੇਂਗਾ ?

—ਹਾਂ ਸਰਕਾਰ ਸਾਡੀ ਬਾਦਸ਼ਾਹੀ ਉਜੜ ਗਈ। ਸਾਡਾ ਸ਼ਾਹ ਕਤਲ ਕਰ ਦਿੱਤਾ ਗਿਆ। ਨਾ ਦਾਰਾ ਮੁੜ ਕੇ ਜੰਮਣਾ ਏ ਤੇ ਨਾ ਸਾਨੂੰ ਮੁੜ ਕੇ ਨੌਕਰੀ ਮਿਲਣੀ ਏ। ਸਾਡੇ ਘਰ ਬਾਰ ਉਜਾੜੇ ਤੇ ਜ਼ਮੀਨ ਜ਼ਬਤ ਕਰ ਲਈ, ਭੇਡਾਂ ਚਾਰਨ ਤੇ ਮਜਬੂਰ ਕਰ ਦਿੱਤਾ, ਬੋਲ ਆਜੜੀ ਦੇ ਸਨ।

—ਆਗਰੇ ਵਿਚ ਸੁਖ ਸਾਂਦ ਏ ਤੇ ਹਨੇਰੀ ਬਾਹਰ ਕਿਉਂ ਚੜ੍ਹੀ ਹੋਈ ਏ ! ਉਦੇ ਸਿੰਘ ਰਾਠੌਰ ਬੋਲਿਆ।

—ਕਾਨੂੰਨ ਬਾਹਰ ਵਾਸਤੇ ਬਣਾਏ ਜਾਂਦੇ ਹਨ। ਰਾਜਧਾਨੀ ਵਿਚ ਕਾਨੂੰਨ ਲਾਗੂ ਨਹੀਂ ਕੀਤੇ ਜਾਂਦੇ।

—ਇਹ ਬੇਇਨਸਾਫੀ ਨਹੀਂ ?

—ਰਾਜਧਾਨੀ ਵਿਚ ਕਦੇ ਬਗਾਵਤ ਹੋਈ ਏ ? ਹਮੇਸ਼ਾ ਬਗਾਵਤਾਂ ਬਾਹਰ ਹੀ ਹੁੰਦੀਆਂ ਹਨ ਤੇ ਬਾਹਰ ਹੀ ਜੰਮਦੀਆਂ ਹਨ ਤੇ ਬਾਹਰ ਹੀ ਜਵਾਨ ਹੁੰਦੀਆਂ ਹਨ।

—ਤੂੰ ਬਾਬਾ ਫੇਰ ਕੋਸ਼ਿਸ਼ ਨਹੀਂ ਕੀਤੀ ਨੌਕਰੀ ਲੈਣ ਦੀ ?

—ਜਿੰਨੇ ਮਾਫੀ ਮੰਗੀ ਏ ਉਹਨੂੰ ਨੌਕਰੀ ਮਿਲ ਗਈ। ਮੈਂ ਮੁਹਰਾਂ ਵਿਚ ਰੱਜ ਕੇ ਖੇਡ ਕੇ ਵੇਖ ਲਿਆ ਏ ਮੇਰਾ ਮਨ ਭਰ ਗਿਆ ਏ, ਦਿਲ ਉਚਾਟ ਹੋ ਗਿਆ ਏ ਤ੍ਰਿਸ਼ਨਾ ਵੀ ਕਦੇ ਮੁਕਦੀ ਏ ਬੰਦੇ ਦੀ। ਸਵੇਰੇ ਤਲਾਬ ਤੇ ਕੁਰਾਨ ਕਰੀਦੀ ਏ, ਨਿਮਾਜ਼ ਪੜ੍ਹੀ ਤੇ ਬਾਗੀਂ ਆ ਗਏ। ਮੈਂ ਬਾਗ਼ ਦਾ ਰਾਖਾ ਨਹੀਂ। ਬਾਗ਼ ਬਾਦਸ਼ਾਹ ਦੀ ਬੇਟੀ ਦਾ ਏ ਅੱਲਾਹ ਦੇਵੇ ਤੇ ਖਾਈਏ, ਹੱਥ ਟੱਡਿਆਂ ਵੀ ਕਦੀ ਕਾਲ ਲੰਘੇ ਨੇ। ਦੁਖ ਦਾ ਕਾਰਨ ਹਨ ਇਹ ਮੁਹਰਾਂ। ਮੈਨੂੰ ਰੱਬ ਬਖਸ਼ੇ, ਮੈਂ ਜਿਊਂਦਾ ਹਾਂ ਆਪਣੇ ਹਾਲ ਵਿਚ। ਨਾ ਕਾਹੂ ਸੇ ਬੈਰ। ਮਨਾ ਰੁਖੀ ਸੁਖੀ ਖਾਹ ਕੇ ਠੰਡਾ ਪਾਣੀ ਪੀ, ਨਾ ਵੇਖ ਪਰਾਈ ਚੋਪੜੀ, ਤੇ ਨਾ ਤਰਸਾਵੀਂ ਜੀਅ।

ਆਜੜੀ ੩੫

—ਦੁੱਧ ਪੀਣ ਨਾਲ ਧਰਵਾਸ ਤੇ ਹੁੰਦੀ ਏ ਪਰ ਭੁੱਖ ਨਹੀਂ ਨਾ ਲੱਥਦੀ, ਸਤੀ ਦਾਸ ਬੋਲਿਆ।

—ਅੰਨ ਫੇਰ ਅੰਨ ਹੀ ਹੋਇਆ, ਦੁੱਧ ਪੀਵੋ, ਫਲ ਖਾਵੋ, ਢਿੱਡ ਦੀ ਥੋੜ੍ਹੀ ਪੂਰਤੀ ਹੋ ਚਲੀ ਏ।

—ਢਿੱਡ ਨਾ ਪਈਆਂ ਰੋਟੀਆਂ ਤੇ ਸਭੇ ਗੱਲਾਂ ਖੋਟੀਆਂ। ਉਦੇ ਸਿੰਘ ਰਾਠੌਰ ਨੇ ਆਖਿਆ।

—ਪੂਰੀਆਂ, ਜਲੇਬੀਆਂ ਤੇ ਮਠਿਆਈ ਲਿਆਉਣ ਦਾ ਕੁਝ ਪ੍ਰਬੰਧ ਕਰ ਬਾਬਾ ਮਨੀ ਸਿੰਘ ਨੇ ਆਖਿਆ।

—ਮੈਂ ਤੇ ਦਸ ਸਾਲ ਦਾ ਏਸ ਬਾਗ ਤੋਂ ਬਾਹਰ ਪੈਰ ਵੀ ਨਹੀਂ ਕਢਿਆ, ਅਸੀਂ ਤੇ ਹੋਏ ਨਾ ਬਾਗੀ। ਸ਼ਹਿਰ ਵਿਚ ਪੈਰ ਧਰਿਆ ਤੇ ਬੰਦਾ ਜੇਲ੍ਹ ਵਿਚ। ਨਾ ਫੇਰ ਕੋਈ ਦਾਦ ਤੇ ਨਾ ਕੋਈ ਫਰਿਆਦ। ਜਿਊਂਦੇ ਜਾਈਏ ਤੇ ਮਾਰੇ ਨਿਕਲੀਏ। ਜਿਹੜੇ ਬੰਦੇ ਸਾਨੂੰ ਜਾਣਦੇ ਹਨ, ਉਨ੍ਹਾਂ ਨੂੰ ਸ਼ਿਕਾਇਤ ਕਰਨ ਦੀ ਕੀ ਲੋੜ ਪਈ ਹੋਈ ਏ। ਉਨ੍ਹਾਂ ਨੂੰ ਤਾਂ ਪਤਾ ਹੀ ਏ ਕਿ ਕੱਲ੍ਹ ਸਾਡੀ ਵੀ ਵਾਰੀ ਆਉਣ ਵਾਲੀ ਏ। ਹਰ ਦਰਬਾਰੀ ਦਾ ਇਹੋ ਹੀ ਹਸ਼ਰ ਹੁੰਦਾ ਏ। ਏਥੇ ਤੇ ਗੰਗਾ ਤੀਨ ਲੋਕ ਸੇ ਨਿਆਰੀ। ਗਠੜੀ ਭਾਰੀ ਤੇ ਵੀਹ ਚੋਰ, ਹੌਲਾ ਭਾਰ ਤੇ ਪੈਂਡੇ ਦਾ ਮੋਹਰੀ। ਆਜੜੀ ਆਖ ਰਿਹਾ ਸੀ।

—ਬਾਬਾ ਤੂੰ ਆਜੜੀ ਕਾਹਦਾ ਏਂ, ਤੂੰ ਤੇ ਰਾਜ ਦਰਬਾਰ ਦਾ ਇਕ ਅਹਿਲਕਾਰ ਏਂ।

—ਬਾਬਾ ਤੂੰ ਆਜੜੀ ਕਾਹਦਾ ਏਂ, ਚੜ੍ਹੇ ਤੇ ਪੌੜੀ ਦੀ ਟੀਸੀ ਤਕ ਤੇ ਜਦ ਡਿੱਗੇ ਤਦ ਧਰਤੀ ਦੀ ਹਿੱਕ ਤੇ। ਅਸੀਂ ਵੀ ਕਦੇ ਸਰਕਾਰੇ ਦਰਬਾਰੇ ਹੁੰਦੇ ਸਾਂ, ਸਾਡਾ ਵੀ ਕਦੇ ਜਾਹੋ ਜਲਾਲ ਸੀ, ਸੌ ਸੌ ਸਲਾਮਾਂ ਹੁੰਦੀਆਂ ਸਨ। ਇਨ੍ਹਾਂ ਕੀ ਵੇਖਣਾ ਜੋ ਅਸੀਂ ਵੇਖਿਆ ਸੀ, ਮੈਂ ਤਿੰਨ ਬਾਦਸ਼ਾਹੀਆਂ ਵੇਖੀਆਂ ਹਨ, ਇਕ ਸ਼ਾਹ ਜਹਾਨ ਦਾ ਵਾਰਾ, ਫੇਰ ਵਲੀ ਅਹਿਦ ਦਾਰਾ ਸ਼ਿਕੋਹ ਦੀ ਹਕੂਮਤ ਅਤੇ ਹੁਣ ਵੇਖ ਰਹੇ ਹਾਂ ਔਰੰਗਜ਼ੇਬ ਦੀ ਬਾਦਸ਼ਾਹੀ। ਹੁਣ ਤੇ ਉਹ ਜ਼ਮਾਨਾ ਆਇਆ ਹੈ ਕਿ ਨਵਾਬ ਘਰੋਂ ਜਾਏ ਤੇ ਬੇਗਮ ਰੰਡੀ, ਪਤਾ ਨਹੀਂ ਦਰਬਾਰ ਵਿਚੋਂ ਜਿਊਂਦੇ ਨੇ ਪਰਤਣਾ ਵੀ ਏ ਕਿ ਨਹੀਂ। ਰਾਤੀਂ ਘਰ ਮੁੜੇ, ਤੇਲ ਚੋਵੇ ਬਾਂਦੀ ਸਮਝੋ ਨਵਾਬ ਘਰ ਆ ਗਿਆ, ਬੇਗਮ ਫੇਰ ਸੁਹਾਗਣ। ਮੈਂ ਫਰਿਆਦੀਆਂ ਦੀ ਨਜ਼ਰ-ਸਾਨੀ ਕਰਿਆ ਕਰਦਾ ਸਾਂ। ਮੇਰਾ ਕੰਮ ਸੀ ਫਰਿਆਦੀਆਂ ਨੂੰ ਬਾਦਸ਼ਾਹ ਦੇ ਹਜ਼ੂਰ ਪੇਸ਼ ਕਰਨਾ। ਫਰਿਆਦੀ ਦੀ ਪਿੱਠ ਤੇ ਥਾਪੀ ਦਿੱਤੀ, ਹੌਸਲਾ ਦਿਤਾ ਤੇ ਆਖਿਆ ਝੱਟ ਜਾਹ ਬੇਟਾ ਡਰਨ ਦੀ ਲੋੜ ਨਹੀਂ, ਨਵਾਬ ਏ ਤਾਂ ਕੀ। ਤੇਰੇ ਤੇ ਜ਼ੁਲਮ ਹੋਇਆ ਏ, ਬਾਦਸ਼ਾਹ ਤੇਰੀ ਮੰਨੂ, ਓਸ ਨਵਾਬ ਦੀ ਕੋਈ ਗੱਲ ਨਹੀਂ ਗੌਲਣੀ। ਸਜ਼ਾ ਕਸੂਰਵਾਰ ਨੂੰ ਜ਼ਰੂਰ ਮਿਲੂ। ਇਹ ਸ਼ਾਹ ਜਹਾਨ ਦੀ ਅਦਾਲਤ ਏ।

ਏਥੇ ਸੱਚੇ ਨੂੰ ਸੱਚਾ ਤੇ ਝੂਠੇ ਨੂੰ ਝੂਠਾ ਆਖਿਆ ਜਾਂਦਾ ਏ। ਮੈਂ ਏਥੇ ਉਹ ਵੀ ਵਕਤ ਵੇਖਿਆ ਕਿ ਫਰਿਆਦੀਆਂ ਦੀ ਫਰਿਆਦ ਦਾਰਾ ਸ਼ਿਕੋਹ ਉਨ੍ਹਾਂ ਦੇ ਘਰ ਸੁਣਨ ਜਾਇਆ ਕਰਦਾ ਸੀ ਤੇ ਹੁਣ ਉਹ ਵੀ ਜ਼ਮਾਨਾ ਆ ਗਿਆ ਏ ਸੱਚਾ ਫਾਹੇ ਲੱਗੇ ਤੇ ਝੂਠਾ ਸ਼ੱਕਰ ਸੇਵੀਆਂ ਖਾਏ। ਸ਼ੱਕੀ ਮਿਜ਼ਾਜ ਬਾਦਸ਼ਾਹ ਹੱਡ ਗਾਲ ਦੇਂਦਾ ਏ ਜਨਤਾ ਦੇ। ਹੁਣ ਕੋਈ ਫਰਿਆਦੀ ਫਰਿਆਦ ਲੈ ਕੇ ਨਹੀਂ ਜਾ ਸਕਦਾ। ਅਰਜ਼ੀ ਦੇਵੇ, ਕਿਸਮਤ ਹੋਈ ਤੇ ਅਰਜ਼ੀ ਸੰਦੂਕੜੀ ਵਿਚੋਂ ਨਿਕਲ ਆਈ ਨਹੀਂ ਤੇ ਦੱਬੀ ਰਹੀ ਤੇ ਸਾਰੀ ਹਯਾਤੀ। ਜੀਅ ਹਜ਼ੂਰੀ ਕਰੋ ਤੇ ਗੁਲਛੱਰੇ ਉਡਾਓ। ਜਿੰਨੇ ਸੱਚ ਬੋਲਿਆ ਨਹੀਂ ਉਹਨੂੰ ਜਲਾਦ ਦਾ ਘਰ ਵਿਖਾਇਆ ਨਹੀਂ। ਸੱਚ ਤੇ ਲੋਕਾਂ ਛਿਕੇ ਟੰਗ ਛਡਿਆ ਏ। ਅੱਜ ਕੱਲ ਤੇ ਝੂਠ ਪ੍ਰਧਾਨ ਏ। ਜਿੰਨੇ ਦਿਨ ਨੌਕਰੀ ਕੀਤੀ ਚੰਗੀ ਵਜਾਈ। ਜਦੋਂ ਹਥ ਧੋ ਕੇ ਲਾਂਭੇ ਹੋ ਗਏ ਹੁਣ ਕਦੇ

ਓਧਰ ਝਾਤੀ ਮਾਰ ਕੇ ਵੀ ਨਹੀਂ ਵੇਖਿਆ। ਦੱਸ ਸਾਲ ਏਸੇ ਬਾਗ ਵਿਚ ਗੁਜ਼ਾਰ ਦਿੱਤੇ ਨੇ, ਦੁਨੀਆ ਨਾਲ ਕੋਈ ਵਾਸਤਾ ਨਹੀਂ। ਭੁਲਿਆ ਭਟਕਿਆ, ਪੁਰਾਣਾ ਸਾਥੀ ਕੋਈ ਆਣ ਮਿਲਦਾ ਏ ਤਾਂ ਦਿਲ ਦੀ ਭੜਾਸ ਕੱਢ ਲੈਂਦੇ ਹਾਂ। ਹੁਣ ਤੇ ਲੋਕ ਬਾਬਾ ਬੱਕਰੀਆਂ ਵਾਲਾ ਹੀ ਜਾਣਦੇ ਹਨ। ਫਰਊਨ ਦੀ ਹਕੂਮਤ ਦਾ ਜਲਵਾ ਕੁਝ ਦਿਨ ਤਕ ਹੀ ਰਿਹਾ ਤੇ ਫੇਰ ਨਾ ਫਰਊਨ ਤੇ ਨਾ ਉਹਦੀ ਬਾਦਸ਼ਾਹੀ। ਅੱਲਾ ਹਕੂਮਤ ਦੇਂਦਾ ਏ ਰਹਿਮ ਕਰਨ ਲਈ, ਜੇ ਜ਼ਾਲਮ ਨੂੰ ਹਕੂਮਤ ਬਖਸ਼ਣੀ ਹੁੰਦੀ ਤੇ ਵੀਹ ਜਲਾਦ ਤੁਰੇ ਫਿਰਦੇ ਹਨ ਕਿਸੇ ਇਕ ਦੇ ਸਿਰ ਤੇ ਤਾਜ ਨਾ ਰੱਖ ਦੇਵੇ। ਹਜ਼ੂਰ ਗਏ ਨੂੰ ਕੌਣ ਯਾਦ ਕਰੇ। ਅੱਛਾ ਮੈਂ ਜਾਂਦਾ ਹਾਂ ਤੇ ਆਪਣੇ ਲੜਕੇ ਨੂੰ ਭੇਜਦਾ ਹਾਂ। ਉਹ ਸਭ ਚੀਜ਼ਾਂ ਇਕੱਠੀਆਂ ਕਰਕੇ ਲਿਆਏਗਾ ਮੈਂ ਉਸਨੂੰ ਸ਼ਹਿਰ ਦੀ ਮਸ਼ਹੂਰ ਦੁਕਾਨ ਵੀ ਦੱਸ ਦੇਵਾਂਗਾ। ਚੀਜ਼ ਸੁਥਰੀ,ਪੈਸੇ ਵਾਜਬ, ਸਫਾਈ ਬਲੌਰ ਵਰਗੀ। ਏਥੇ ਮਠਿਆਈ ਸਾਰੀ ਹਿੰਦੂ ਹੀ ਬਣਾਉਂਦੇ ਹਨ। ਆਜੜੀ ਚਲਾ ਗਿਆ ਤੇ ਉਹਦਾ ਮੁੰਡਾ ਆ ਗਿਆ।

—ਕੀ ਹੁਕਮ ਏ ਹਜ਼ੂਰ ਅੱਬਾ ਜਾਨ ਨੇ ਮੈਨੂੰ ਭੇਜਿਆ ਏ।

—ਪੂੜੀਆਂ, ਮਠਿਆਈ ਤੇ ਜਲੇਬੀਆਂ ਲਿਆ ਕੇ ਦੇਵੇਂਗਾ।

—ਹਜ਼ੂਰ ਮਠਿਆਈ ਤੇ ਜਲੇਬੀਆਂ, ਮੁੰਡੇ ਨੇ ਇਕ ਵਾਰ ਬੁੱਲ੍ਹਾਂ ਤੇ ਜੀਭ ਫੇਰੀ।

—ਤੂੰ ਵੀ ਖਾਵੇਂਗਾ ਸੀਬਾ ?

—ਮਿਲੇਗੀ ਤੇ ਖਾਵਾਂਗੇ, ਸਾਡੀ ਕਿਸਮਤ ਵਿਚ ਕਿਥੋਂ ?

—ਇਕ ਦੁਸ਼ਾਲਾ, ਇਕ ਮੁੰਦਰੀ ਹੀਰਿਆਂ ਜੜੀ ਦਿੱਤੀ ਤੇ ਆਖਿਆ ਗਠੜੀ ਬੰਨ੍ਹ ਕੇ ਲਿਆਵੀਂ। ਗੰਢ ਘੁਟ ਕੇ ਬੰਨੀ ਖੁਲ੍ਹ ਨਾ ਜਾਏ।

—ਮੈਂ ਪੰਜ ਗੰਢਾਂ ਮਾਰਾਂਗਾ ਤੇ ਫੇਰ ਸਿਰ ਤੇ ਚੁਕ ਲਿਆਵਾਂਗਾ। ਬੜੇ ਦਿਨਾਂ ਪਿਛੋਂ ਮਠਿਆਈ ਦਾ ਨਾਂ ਸੁਣਿਆ ਏ।

ਮੁੰਡਾ ਆਜੜੀ ਦਾ ਚਲਾ ਗਿਆ ਮਠਿਆਈ ਲੈਣ ਸ਼ਹਿਰ ਵਿਚ। ਅੱਬਾ ਨੇ ਦੁਕਾਨ ਦਾ ਨਾਂ ਦਸਿਆ ਸੀ, ਰਵਾਂ ਰਵੀਂ ਸਿੱਧਾ ਉਥੇ ਪੁਜਾ, ਏਧਰ ਗੁਰਾਂ ਨੇ ਪੰਜੇ ਸਾਥੀ ਆਪਣੇ ਕੋਲ ਬਿਠਾ ਲਏ ਤੇ ਫ਼ਰਮਾਇਆ।

—ਸਾਡੇ ਨਾਲ ਦਿੱਲੀ ਕਿਸੇ ਜਾਣਾ ਏ। ਆਨੰਦਪੁਰ ਕੌਣ ਵਾਪਸ ਜਾਊ। ਪਿੱਛਾ ਵੀ ਸੰਭਾਲਣਾ ਏ, ਅੰਞਾਣੇ ਦੇ ਸਿਰ ਤੇ ਏਨੀ ਵੱਡੀ ਜ਼ਿੰਮੇਵਾਰੀ ਦੇ ਕੇ ਆ ਗਏ ਹਾਂ, ਲੋੜ ਹੁਣ ਪਿੱਛਾ ਸੰਭਾਲਣ ਦੀ ਏ। ਦਿੱਲੀ ਜਾਣਾ ਕੋਈ ਬਹੁਤ ਵੱਡਾ ਕਮਾਲ ਨਹੀਂ ਜਿਹੜਾ ਦਿੱਲੀ ਗਿਆ ਓਸ ਵਾਪਸ ਥੋੜ੍ਹਾ ਮੁੜਨਾ ਏ।

—ਅਸੀਂ ਸਾਰੇ ਦਿੱਲੀ ਚਲਾਂਗੇ, ਸਾਰੇ ਜਣੇ ਇਕ ਜ਼ਬਾਨ ਹੋ ਕੇ ਬੋਲੇ।

—ਏਸ ਤਰ੍ਹਾਂ ਫੈਸਲਾ ਹੋਣ ਨਹੀਂ ਲੱਗਾ, ਹੁਣ ਵਕਤ ਘੱਟ ਏ, ਅਸੀਂ ਜਲਦੀ ਫੈਸਲਾ ਚਾਹੁੰਦੇ ਹਾਂ। ਤੁਸਾਂ ਅੱਖ ਵੀ ਨਹੀਂ ਝਮਕਣੀ ਤੇ ਬਾਗ ਨੂੰ ਸਿਪਾਹੀਆਂ ਨੇ ਘੇਰ ਲੈਣਾ ਏ।

ਪੰਜਾਂ ਵਿਚੋਂ ਇਕ ਵੀ ਮਿਲਣ ਨੂੰ ਤਿਆਰ ਨਹੀਂ ਸੀ।

—ਅੱਛਾ ਉਦੇ ਸਿੰਘ ਤੂੰ ਤੇ ਹੋਇਓਂ ਨਾ ਰਾਠੌਰਾਂ ਦਾ ਪੁੱਤ, ਤੁਹਾਡਾ ਖ਼ਾਨਦਾਨੀ

ਪੇਸ਼ਾ ਏ ਸਿਪਾਹਗੀਰੀ । ਤੂੰ ਲੜਨਾ ਵੀ ਜਾਣੇ ਤੇ ਲੜਦਿਆਂ ਨੂੰ ਹਟਾਉਣਾ ਵੀ । ਏਸ ਵੇਲੇ ਤੇਰੀ ਆਨੰਦਪੁਰ ਨੂੰ ਬੜੀ ਲੋੜ ਏ । ਤੂੰ ਜਾ ਆਨੰਦਪੁਰ । ਗੋਬਿੰਦ ਰਾਏ ਨੂੰ ਹੌਸਲਾ ਦੇਵੀਂ । ਸਾਰਾ ਭਾਰ ਹੁਣ ਤੁਹਾਡੇ ਹੀ ਮੋਢਿਆਂ ਤੇ ਹੈ । ਭਾਈ ਬਾਬਾ ਬੁਢਾ ਜੀ, ਹਜ਼ੂਰ ਤੇ ਬਾਬੇ ਬੁਢੇ ਦੀ ਅੰਸ਼ ਵਿਚੋਂ ਹੋਏ ਨਾ । ਤੁਸੀਂ ਜਦ ਤਕ ਤਿਲਕ ਨਾ ਲਾਵੋ ਕਿਸੇ ਗੁਰੂ ਨੂੰ ਗੁਰਗੱਦੀ ਤੇ ਮਿਲਣੀ ਨਹੀਂ । ਅੱਜ ਤਕ ਕਿਸੇ ਨੂੰ ਬਿਨਾਂ ਤਿਲਕੋਂ ਗੱਦੀ ਨਹੀਂ ਮਲੀ । ਬਾਈ ਮੰਜੀਆਂ ਡਾਹ ਕੇ ਬੈਠੇ ਗੁਰੂ ਸਨ ਪਰ ਉਨ੍ਹਾਂ ਵਿਚੋਂ ਇਕ ਨੂੰ ਵੀ ਕਿਸੇ ਗੁਰੂ ਨਾ ਮੰਨਿਆ ਤੁਹਾਡਾ ਜਾਣਾ ਬਹੁਤ ਜ਼ਰੂਰੀ ਹੈ । ਗੁਰਗੱਦੀ ਦਾ ਤਿਲਕ ਤੁਹਾਥੋਂ ਬਗੈਰ ਹੋਰ ਕਿਹੜਾ ਲਾਊ । ਗੁਰਗੱਦੀ ਤੁਸਾਂ ਬਖਸ਼ਣੀ ਏ, ਏਸ ਲਈ ਤੁਸੀਂ ਵੀ ਇਨ੍ਹਾਂ ਨਾਲ ਹੀ ਜਾਵੋ । ਅਸੀਂ ਚਾਰੇ ਜਣੇ ਦਿੱਲੀ ਜਾਵਾਂਗੇ ਤੇ ਵੇਖਾਂਗੇ ਦਾਤੇ ਦੇ ਰੰਗ । ਜਲਦੀ ਕਰੋ ਦੋ ਕੋਹਾਂ ਦੀ ਵਿੱਥ ਪੈ ਜਾਏ ਤੁਹਾਡੇ ਤੇ ਸਾਡੇ ਵਿਚ । ਸਤਿਗੁਰਾਂ ਹੁਕਮ ਦਿੱਤਾ ।

—ਸਤਿ ਬਚਨ ! ਸਿਰ ਝੁਕਾ ਦਿੱਤੇ ਉਦੇ ਸਿੰਘ ਤੇ ਗੁਰਦਿੱਤੇ ਨੇ ।

—ਦਿੱਲੀ ਦੀ ਸੜਕ ਵੱਲ ਮੂੰਹ ਕੀਤਾ ਤੇ ਦੌੜ ਲਾਈ । ਪਲਾਂ ਵਿਚ ਹੀ ਅੱਖਾਂ ਤੋਂ ਓਝਲ ਹੋ ਗਏ । ਨਾ ਆਜੜੀ ਆਇਆ ਤੇ ਨਾ ਆਜੜੀ ਦਾ ਮੁੰਡਾ । ਸਤਿਗੁਰ ਇੰਤਜ਼ਾਰ ਕਰ ਰਹੇ ਸਨ ।

ਆਜੜੀ ਆਇਆ ਤੇ ਸਾਬ ਸਲਾਮ ਆਖ ਕੇ ਜਾਣ ਲੱਗਾ, ਮਗਰੋਂ ਮਤੀ ਦਾਸ ਨੇ ਆਵਾਜ਼ ਦਿੱਤੀ ।

—ਹਜ਼ੂਰ ਮੈਨੂੰ ਜਾਣ ਦਿਓ, ਮੈਂ ਇਹ ਬੇਇਨਸਾਫੀ ਨਾ ਵੇਖ ਸਕਾਂਗਾ । ਫ਼ਕੀਰਾਂ ਤੇ ਜ਼ੁਲਮ ਮੈਥੋਂ ਬਰਦਾਸ਼ਤ ਨਹੀਂ ਹੋਣਾ, ਕੋਈ ਹੋਰ ਚਾਨਣ ਹੀ ਨਾ ਚੜ੍ਹ ਜਾਏ ।

—ਸਾਡੇ ਤੇ ਕਾਹਦਾ ਜ਼ੁਲਮ, ਅਸੀਂ ਨਾ ਚੋਰ ਤੇ ਨਾ ਚੋਰ ਦੇ ਭਾਈ । ਨਾ ਸਾਡੇ ਵਿਚੋਂ ਕੋਈ ਬਾਗੀ, ਸਾਡਾ ਹਕੂਮਤ ਨਾਲ ਵਾਸਤਾ ਕੀ, ਸਾਨੂੰ ਕਿਸੇ ਨੇ ਕੀ ਆਖਣਾ ਏ ।

—ਹਜ਼ੂਰ ਮੇਰੇ ਧੌਲੇ ਧੁੱਪੇ ਨਹੀਂ ਆਏ, ਮੈਂ ਜ਼ਮਾਨਾ ਵੇਖਿਆ ਹੋਇਆ ਏ । ਮੈਂ ਕੱਲ ਢੰਡੋਰਚੀ ਦਾ ਐਲਾਨ ਸੁਣ ਚੁਕਾ ਹਾਂ । ਆਨੰਦਪੁਰ ਦੇ ਗੁਰੂ ਨੂੰ ਜਿਹੜਾ ਪਕੜੇਗਾ ਉਹਦਾ ਘਰ ਮੋਹਰਾਂ ਨਾਲ ਭਰ ਦਿੱਤਾ ਜਾਏਗਾ । ਨਾ ਮੈਨੂੰ ਮੁਹਰਾਂ ਚਾਹੀਦੀਆਂ ਨੇ ਤੇ ਨਾ ਹੀ ਮੈਂ ਇਹ ਗੁਨਾਹ ਹੀ ਕਰਨਾ ਏ । ਤੁਸੀਂ ਫ਼ਰਮਾਓਗੇ, ਕਿ ਫੇਰ ਤੈਨੂੰ ਕੀ । ਮੈਂ ਇਹ ਧੱਕੇਸ਼ਾਹੀ ਵੇਖ ਹੀ ਨਾ ਸਕਾਂਗਾ । ਮੇਰੀ ਤਲਵਾਰ ਨੂੰ ਕੰਬਣੀ ਨਹੀਂ ਆਉਣੀ, ਐਵੇਂ ਚਾਰ ਪੰਜ ਮੌਤ ਦੇ ਘਾਟ ਉਤਰ ਜਾਣਗੇ । ਮੈਂ ਕਿਨਾਰਾਕਸ਼ੀ ਚਾਹੁੰਦਾ ਹਾਂ ਅਰਜ਼ ਕੀਤੀ ਆਜੜੀ ਕੇ ।

—ਤੇ ਫੇਰ ਕਿਹੜਾ ਹਿੱਕ ਡਾਹੂ, ਏਸ ਜ਼ੁਲਮ ਦੇ ਖਿਲਾਫ । ਭਾਈ ਮਤੀ ਦਾਸ ਨੇ ਆਖਿਆ ।

—ਕੋਈ ਮਹਾਂ ਪੁਰਸ਼ ਬਲੀਦਾਨ ਦੇਵੇ ਤਾਂ ਫੇਰ ਠਲ੍ਹ ਪਊ, ਅੱਛਾ ਗੁਰੂ ਭਲਾ ਕਰੇ, ਆਜੜੀ ਦੇ ਬੋਲ ਸਨ ।

ਭਲੇ ਲੋਕਾਂ ਦੇ ਦਿਲ ਤੇ ਬਹੁਤ ਸਦਮਾ ਏ, ਏਸ ਅੱਗ ਨੂੰ ਕੋਈ ਦਬਾਅ ਨਹੀਂ ਸਕਦਾ । ਫ਼ਰਮਾਇਆ ਸਤਿਗੁਰਾਂ ।

★

—ਲਵੋ ਮੈਂ ਫੇਰ ਹਾਜ਼ਰ ਹੋ ਗਿਆ ਹਾਂ। ਇਹ ਸਾਰੀ ਵਾਰਦਾਤ ਮੈਨੂੰ ਉਦੇ ਸਿੰਘ ਰਾਠੌਰ ਦੀ ਜ਼ਬਾਨੀ ਮਾਲੂਮ ਹੋਈ। ਤੁਹਾਨੂੰ ਮੈਂ ਦੱਸ ਰਿਹਾ ਹਾਂ। ਮੈਂ ਤੁਹਾਥੋਂ ਕਿੱਦਾਂ ਅੱਡ ਹੋ ਸਕਦਾ ਹਾਂ। ਮੇਰਾ ਤੇ ਤੁਹਾਡਾ ਜਨਮ ਜਨਮ ਦਾ ਨਾਤਾ ਏ ਤੇ ਹਯਾਤੀ ਦਾ ਸਾਥ। ਸਾਂਝਾ ਰਾਹ, ਇਕੋ ਮੰਜ਼ਿਲ, ਜਜ਼ਬੇ ਦੀ ਸਾਂਝ ਈ ਬੜੀ ਹੁੰਦੀ ਏ ਆਜੜੀ ਦਾ ਮੁੰਡਾ ਅਜੇ ਤਕ ਨਹੀਂ ਸੀ ਆਇਆ ਜੈਤਾ ਬੋਲ ਰਿਹਾ ਸੀ।

ਬੜੀ ਭੀੜ ਲੱਗੀ ਹੋਈ ਸੀ ਮਠਿਆਈ ਵਾਲੀ ਦੁਕਾਨ ਤੇ, ਜਲੇਬੀਆਂ ਤਲੀਆਂ ਜਾ ਰਹੀਆਂ ਸਨ। ਗਰਮ ਗਰਮ ਜਲੇਬੀਆਂ ਦੀ ਖੁਸ਼ਬੂ ਨੇ ਰਾਜਾ ਕੀ ਮੰਡੀ ਤਕ ਆਪਣੀ ਧਾਂਕ ਜਮਾ ਰੱਖੀ ਸੀ। ਹਵਾ ਚਲਦੀ ਤੇ ਉਹਦੀ ਖੁਸ਼ਬੋ ਕਿਲੇ ਤਕ ਹਰਮਾਂ ਵਿਚ ਵੀ ਚਲੀ ਜਾਂਦੀ। ਭਾਵੇਂ ਕਤਾਰ ਵਿਚ ਖਲੋਣ ਦਾ ਰਿਵਾਜ ਨਹੀਂ ਸੀ ਪਰ ਫੇਰ ਵੀ ਦੁਕਾਨ-ਦਾਰ ਇਸ ਗੱਲ ਦਾ ਖਿਆਲ ਰੱਖਦਾ ਕਿ ਕੌਣ ਕਦੋਂ ਆਇਆ ਏ, ਕਿਹੜਾ ਪਿਛੋਂ ਆ ਕੇ ਅੱਗੇ ਲੈ ਗਿਆ ਏ ਅਜੇ ਕਿਹਦੀ ਵਾਰੀ ਆਉਣ ਨਹੀਂ ਦਿੱਤੀ ਜਾਂਦੀ। ਚਹੁੰ ਅੱਖਾਂ ਵਾਲਾ ਦੁਕਾਨਦਾਰ ਵੇਖ ਰਿਹਾ ਸੀ।

—ਕਿਉਂ ਬਈ ਕੀ ਲੈਣਾ ਈ, ਆਵਾਜ਼ ਦੁਕਾਨਦਾਰ ਦੀ ਸੀ।

—ਪੰਜ ਸੇਰ ਜਲੇਬੀਆਂ, ਪੰਜ ਸੇਰ ਮਿਠਿਆਈ ਤੇ ਪੰਜ ਸੇਰ ਪੂੜੀਆਂ।

—ਅੱਛਾ ਠਹਿਰੋ, ਸੌਦਾ ਤੁਲ ਗਿਆ ਏ। ਭਾਵੇਂ ਦੋ ਚਾਰ ਗਾਹਕ ਨਾਰਾਜ਼ ਵੀ ਹੋ ਗਏ—ਕਾਹਦੇ ਵਿਚ ਬੰਨ੍ਹੇਂਗਾ ?

ਆਜੜੀ ਦੇ ਮੁੰਡੇ ਨੇ ਦੁਸ਼ਾਲਾ ਵਿਛਾ ਦਿੱਤਾ।

—ਖ਼ਰਾਬ ਹੋ ਜਾਇਗਾ ਦੁਸ਼ਾਲਾ ਬੇਟਾ, ਕੋਈ ਹੋਰ ਕੱਪੜਾ ਨਹੀਂ ਤੇਰੇ ਕੋਲ।

—ਨਹੀਂ ਮਾਲਕ, ਮੇਰੇ ਮਾਲਕ ਨੇ ਦੁਸ਼ਾਲਾ ਹੀ ਦਿੱਤਾ ਏ ਤੇ ਆਖਿਆ ਸੀ ਕਿ ਗੰਢ ਪੱਕੀ ਕਰਕੇ ਬੰਨ੍ਹਣੀ ਤੇ ਫੇਰ ਸਿਰ ਤੇ ਚੁਕਣੀ ਏ।

ਦੁਕਾਨਦਾਰ ਨੇ ਸਾਮਾਨ ਤਾਂ ਦੁਸ਼ਾਲੇ ਵਿਚ ਬੰਨ੍ਹ ਦਿੱਤਾ ਅਤੇ ਪੈਸੇ ਮੰਗੇ ਤੇ ਮੁੰਡੇ ਨੇ ਮੁੰਦਰੀ ਦੁਕਾਨਦਾਰ ਦੀ ਤਲੀ ਤੇ ਰੱਖ ਦਿੱਤੀ। ਹੀਰਾ ਚਮਕ ਰਿਹਾ ਸੀ। ਕਿਸੇ ਵਿਗੜੇ ਰਈਸ ਦਾ ਮਾਲ ਜਾਪਦਾ ਏ। ਅੱਛਾ ਕੋਈ ਨਹੀਂ।

—ਕੀ ਪੈਸੇ ਨਹੀਂ ਦਿੱਤੇ ?

—ਨਹੀਂ ਹਜ਼ੂਰ, ਮੇਰਾ ਮਾਲਕ ਕਹਿ ਰਿਹਾ ਸੀ ਕਿ ਮੇਰੇ ਕੋਲ ਪੈਸੇ ਨਹੀਂ ਹਨ। ਤੂੰ ਜਾ ਤੇ ਦੁਕਾਨਦਾਰ ਬਾਕੀ ਪੈਸੇ ਵਾਪਸ ਕਰ ਦੇਵੇਗਾ।

ਪੰਜ ਪੂਰੀਆਂ, ਪਾ ਜਲੇਬੀਆਂ, ਤੇ ਪਾ ਮਠਿਆਈ ਇਕ ਪੱਤਰ ਤੇ ਪਾ ਦਿੱਤੀ ਦੁਕਾਨਦਾਰ ਨੇ ਤੇ ਮੁੰਡੇ ਨੂੰ ਇਕ ਲਾਭੇ ਬਿਠਾ ਦਿੱਤਾ ਤੇ ਆਖਣ ਲੱਗਾ—ਖਾ ਪੁੱਤਰ ! ਮੈਂ ਹੁਣੇ ਹੀ ਰੁਪਏ ਘਰੋਂ ਲਿਆ ਕੇ ਦੇਨਾਂ ਵਾਂ।

ਭੀੜ ਹੈਰਾਨ ਪਸ਼ੇਮਾਨ ਹੋ ਗਈ, ਮੂੰਹ ਵਿਚ ਉਂਗਲਾਂ ਪਾ ਲਈਆਂ। ਕਿਸੇ ਨੇ ਆਖਿਆ ਰਈਸ ਕਿਥੋਂ ਗੁਝੇ ਰਹਿਣ ਤੇ ਕੋਈ ਆਖ ਰਿਹਾ ਸੀ ਚੋਰੀ ਕਰਕੇ ਲਿਆਇਆ ਏ

ਮੁੰਡਾ। ਇਹਦੀ ਟੋਲੀ ਦੇ ਯਾਰ ਲਾਗੇ ਚਾਗੇ ਹੀ ਖੜੇ ਹੋਣੇ ਨੇ। ਇਹ ਨੌਕਰ ਕਿਸੇ ਰਈਸ ਦਾ ਤੇ ਜਾਪਦਾ ਨਹੀਂ, ਮੈਨੂੰ ਤੇ ਕੋਈ ਭੇਡਾਂ ਚਾਰਨ ਵਾਲਾ ਲੱਭਦਾ ਏ। ਜਿੰਨੇ ਮੂੰਹ ਓਨੀਆਂ ਗੱਲਾਂ। ਕੌਣ ਕਿਸੇ ਦੇ ਮੂੰਹ ਅਗੇ ਹੱਥ ਦੇਵੇ।

—ਮਾਮਲਾ ਗੜਬੜ ਏ, ਦੁਕਾਨਦਾਰ ਨੇ ਸੋਚਿਆ—ਹੀਰੇ ਦੀ ਅੰਗੂਠੀ ਤੇ ਦੁਸ਼ਾਲਾ ਕਸ਼ਮੀਰੀ, ਇਹ ਜਲੇਬੀਆਂ ਲੈਣ ਨਹੀਂ ਆਇਆ, ਇਹਦੇ ਪਿਛੇ ਕੋਈ ਰਾਜ਼ ਏ, ਇਹ ਕੋਈ ਬੜੀ ਵੱਡੀ ਸਾਜ਼ਸ਼ ਏ, ਮੁੰਦਰੀ ਰੱਖ ਲਵੋ, ਰੁਪਈਏ ਮੋੜ ਦਿਓ, ਮੈਨੂੰ ਕਿਸ ਪੁਛਣਾ ਏ। ਪਰ ਫੇਰ ਦਿਲ ਨੇ ਆਵਾਜ਼ ਦਿੱਤੀ—ਬਚੂ ਲੈਣੇ ਦੇ ਦੇਣੇ ਪੈ ਜਾਣਗੇ ਜੇ ਚੋਰੀ ਦਾ ਮਾਲ ਹੋਇਆ। ਗੱਡੇ ਨਾਲ ਕੱਟਾ ਬੱਝ ਜਾਊ, ਇੱਜ਼ਤ ਤੇ ਜਾਊ ਹੀ ਜਾਊ ਤੇ ਨਾਲੇ ਪੁਸ਼ਤਾਂ ਤੋਂ ਇਕੱਠੀ ਕੀਤੀ ਦੌਲਤ ਤੋਂ ਵੀ ਹੱਥ ਧੋਣੇ ਪੈਣਗੇ। ਚੰਗਾ ਹੋਵੇ ਕੋਤਵਾਲ ਨੂੰ ਖ਼ਬਰ ਕਰ ਦੇਵਾਂ। ਲਾਲਚ ਨਾ ਕਰ, ਪੰਜ ਸੇਰ ਜਲੇਬੀਆਂ ਤੇ ਪੰਜ ਸੇਰ ਮਠਿਆਈ ਤੇ ਪੰਜ ਸੇਰ ਪੂੜੀਆਂ ਹੀ ਹਨ, ਸਮਝਾਂਗਾ ਸਾਧਾਂ ਦੀ ਸੇਵਾ ਕਰ ਛੱਡੀ। ਸਾਰੀ ਦੁਨੀਆ ਨੇ ਵੇਖਿਆ ਏ ਕਿਹਦੀਆਂ ਕਿਹਦੀਆਂ ਅੱਖਾਂ ਵਿਚ ਮਿਰਚਾਂ ਧੂੜਾਂਗਾ, ਦੁਕਾਨਦਾਰ ਸੋਚ ਰਿਹਾ ਸੀ।

—ਹੀਰੇ ਦੀ ਮੁੰਦਰੀ ਤੇ ਦੁਸ਼ਾਲਾ, ਮਾਲ, ਚੋਰੀ ਦਾ ਏ, ਡਾਂਗਾਂ ਦੇ ਗਜ਼ ਚਾਹੀਦੇ ਹਨ। ਮੁਰਗੀ ਆਈ ਏ ਮਰੋੜ ਸੁਟੋ। ਅਸੀਂ ਤੁਹਾਡੇ ਨਾਲ ਹਾਂ, ਸਾਨੂੰ ਨਸ਼ੇ ਪਾਣੀ ਲਈ ਥੋੜੀ ਜਿਹੀ ਰਕਮ ਦੇ ਛੱਡੀਂ। ਇਕ ਬਦਮਾਸ਼ ਆਖ ਰਿਹਾ ਸੀ।

—ਸਾਨੂੰ ਹਰਾਮ ਦਾ ਮਾਲ ਨਹੀਂ ਪਚਦਾ, ਰੱਬ ਸਾਨੂੰ ਸਾਡੀ ਕਮਾਈ ਵਿਚ ਬਰਕਤ ਪਾਵੇ।

—ਆਪਣੀ ਕਮਾਈ ਨਾਲ ਮਹੱਲ ਨਹੀਂ ਬਣਦੇ ਸ਼ਾਹ ਜੀ! ਪਰਾਏ ਗੱਫੇ ਹੀ ਹੱਥ ਆਉਣ ਤੇ ਮਕਾਨ ਉਸਰਦੇ ਹਨ। ਸ਼ਾਹ ਜੀ ਸਾਡੀ ਸਾਮੀ ਜਾਂਦੀ ਰਹੂ? ਸਾਡੇ ਨਸ਼ੇ ਪਾਣੀ ਦਾ ਕੀ ਬਣੂ।

—ਜ਼ਾ ਜਾ ਓਏ ਰਾਹ ਦੇ।

ਕੋਤਵਾਲ ਕੋਲ ਖ਼ਬਰ ਪਹੁੰਚ ਗਈ ਸੀ। ਝੱਟ ਈ ਜਾਂਚ ਗਿਆ, ਕਸ਼ਮੀਰ ਦਾ ਦੁਸ਼ਾਲਾ ਤੇ ਹੀਰੇ ਜੜੀ ਮੁੰਦਰੀ, ਸਿੱਖਾਂ ਦਾ ਗੁਰੂ ਹੀ ਹੋਣਾ ਏ, ਉਹਦੇ ਤੋਂ ਬਗੈਰ ਕਿਸੇ ਕੋਲ ਕਸ਼ਮੀਰੀ ਦੁਸ਼ਾਲਾ ਨਹੀਂ ਹੋ ਸਕਦਾ। ਘਰ ਬੈਠਿਆਂ ਰੱਬ ਨੇ ਇੱਜ਼ਤ ਭੇਜੀ ਏ, ਬੱਸ ਸਾਰੇ ਆਗਰੇ ਵਿਚ ਜੈ ਜੈ ਕਾਰ ਹੋ ਜਾਏਗੀ ਜੇ ਸੱਚੀਂ ਹੀ ਆਨੰਦਪੁਰ ਦਾ ਗੁਰੂ ਹੀ ਹੋਇਆ ਤਾਂ ਯਾਰਾਂ ਦੀ ਸੂਬੇਦਾਰੀ ਪੱਕੀ। ਪੰਜ ਦਸ ਸਿਪਾਹੀ ਸਫੈਦ ਕੱਪੜਿਆਂ ਵਿਚ ਤੇ ਆਪ ਵੀ ਸਾਦੇ ਕੱਪੜਿਆਂ ਵਿਚ ਸੀ।

ਆਜੜੀ ਦਾ ਮੁੰਡਾ ਢਿੱਡ ਭਰ ਹੁਕਾ ਸੀ ਜਲੇਬੀਆਂ ਨਾਲ, ਲੇੜ੍ਹ ਕੇ ਮਠਿਆਈ ਖਾਧੀ, ਬੜੇ ਦਿਨਾਂ ਬਾਦ ਢਿੱਡ ਭਰਵੀਂ ਰੋਟੀ ਮਿਲੀ ਸੀ।

—ਖਾਹ ਲਈ ਬੇਟਾ ਮਠਿਆਈ?

—ਹਾਂ ਹਜ਼ੂਰ।

ਗਠੜੀ ਬੰਨ੍ਹ, ਚਾਰ ਗੰਢਾਂ ਵੀ ਦਿੱਤੀਆਂ, ਇਕ ਗੰਢ ਮੁੰਡੇ ਨੇ ਫੇਰ ਵੀ ਉੱਤੋਂ

ਵਾਰੀ ਦੀ ਦਿੱਤੀ। ਸਿਰ ਤੇ ਰੱਖੀ ਗੱਠੜੀ ਖੁਸ਼ੀ ਖੁਸ਼ੀ ਵਿਚ ਪੈਸੇ ਲੈਣੇ ਭੁਲ ਗਿਆ। ਚਾਂਈਂ ਚਾਂਈਂ ਮੁੰਡਾ ਚਲ ਰਿਹਾ ਸੀ।

—ਕਿਥੇ ਜਾਣਾ ਈ, ਕਿਹੜਾ ਪਿੰਡ ਈ ?

—ਬੇਗਮ ਦੇ ਬਾਗ ਵਿਚ, ਮੇਰੇ ਹਜ਼ੂਰ ਓਥੇ ਹੀ ਬੈਠੇ ਹੋਏ ਹਨ।

—ਜਲਦੀ ਜਲਦੀ ਚਲ, ਥੱਕ ਤੇ ਨਹੀਂ ਗਿਆ, ਭਾਰ ਤੇ ਨਹੀਓਂ ਲੱਗਦਾ।

—ਕਾਹੇ ਕਾ ਵਜ਼ਨ ਹਜ਼ੂਰ, ਸਾਧ ਸੰਤ ਰੋਜ਼ ਦਰਸ਼ਨ ਨਹੀਂ ਦਿੰਦੇ, ਅਸੀਂ ਖੁਸ਼ਕਿਸਮਤ ਸਾਡੇ ਬਾਗ ਨੂੰ ਭਾਗ ਲੱਗੇ ਹਨ, ਬਨਾਰਸ ਤੋਂ ਕੋਈ ਮਹਾਂ ਪੁਰਸ਼ ਆਏ ਹਨ।

—ਕਿਤੇ ਸ਼ਰਮਿੰਦਗੀ ਦਾ ਮੂੰਹ ਵੇਖਣਾ ਨਾ ਪਵੇ, ਨਿਮਾਜ਼ ਬਖਸ਼ਾਉਣ ਗਏ, ਰੋਜ਼ੇ ਗਲੇ ਪੈ ਗਏ। ਅੱਛਾ ਵੇਖਦੇ, ਹਾਂ, ਅਸਾਂ ਕਿਹੜੀ ਸਖ਼ਤੀ ਕੀਤੀ ਏ। ਕੋਤਵਾਲ ਸੋਚ ਰਿਹਾ ਸੀ।

ਬਾਗ ਬੇਗਮ ਦਾ ਫੁੱਲਾਂ ਨਾਲ ਲੱਦਿਆ ਹੋਇਆ ਸੀ, ਕੋਤਵਾਲ ਤੇ ਸਿਪਾਹੀ ਦਰਖ਼ਤਾਂ ਦੇ ਓਹਲੇ ਹੋ ਗਏ। ਮੁੰਡੇ ਨੇ ਗੱਠੜੀ ਗੁਰਾਂ ਦੇ ਅੱਗੇ ਲਿਆ ਰੱਖੀ।

—ਸ਼ਾਬਾਸ਼ ! ਤੂੰ ਤੇ ਬੜਾ ਕੰਮ ਦਾ ਮੁੰਡਾ ਏਂ। ਖ਼ੁਦਾ ਤੈਨੂੰ ਮਾਲਾ ਮਾਲ ਕਰੇ। ਸਤਿਗੁਰਾਂ ਫਰਮਾਇਆ—ਬਾਕੀ ਪੈਸੇ ਦੇ।

—ਹਜ਼ੂਰ ਉਹ ਤੇ ਮੈਂ ਖੁਸ਼ੀ ਖੁਸ਼ੀ ਵਿਚ ਹੀ ਭੁਲ ਗਿਆ ਹਾਂ। ਮੈਂ ਹੁਣੇ ਜਾਂਦਾ ਹਾਂ ਤੇ ਲੈ ਕੇ ਆਂਦਾ।

—ਬਕਾਇਆ ਮੈਂ ਲੇਕਰ ਆਂਇਆ ਹੂੰ—ਕੋਤਵਾਲ ਨੇ ਮੁੰਦਰੀ ਅਗੇ ਲਿਆ ਰੱਖੀ।

—ਤੁਹਾਡੀ ਬਹੁਤ ਮਿਹਰਬਾਨੀ, ਤੁਹਾਨੂੰ ਬਹੁਤ ਤਕਲੀਫ ਹੋਈ। ਇਸ ਸੌਦੇ ਦੇ ਪੈਸੇ ਨਹੀਂ ਕੱਟੇ—ਗੁਰਾਂ ਦੀ ਆਵਾਜ਼ ਸੀ।

—ਨਹੀਂ—ਦੁਕਾਨਦਾਰ ਦੇ ਪੈਸੇ ਸਰਕਾਰੀ ਖਜ਼ਾਨੇ ਵਿਚੋਂ ਦੇ ਦਿੱਤੇ ਹਨ।

—ਤੁਸੀਂ ਕੌਣ ਹੋ ?

—ਮੈਂ ਹਜ਼ੂਰ ਦਾ ਖ਼ਾਦਮ। ਮੈਂ ਇਕ ਅਰਜ਼ ਕਰਨੀ ਹੈ, ਕੀ ਮੈਂ ਪੁਛ ਸਕਦਾ ਹਾਂ ਕਿ ਸਾਧ ਮੰਡਲੀ ਕਿਧਰੋਂ ਆਈ ਏ।

—ਆਨੰਦਪੁਰ ਤੋਂ, ਅਸਾਂ ਦਿੱਲੀ ਜਾਣਾ ਸੀ, ਤੇ ਆਗਰੇ ਆ ਗਏ ਹਾਂ, ਗੁਰਾਂ ਫ਼ਰਮਾਇਆ।

—ਹਜ਼ੂਰ ਕਿਤੇ ਗੁਰੂ ਤੇਗ ਬਹਾਦਰ ਤੇ ਨਹੀਂ ਹਨ ? ਮੈਂ ਸਲਾਮ ਅਰਜ਼ ਕਰਦਾ ਹਾਂ।

—ਤੁਸਾਂ ਠੀਕ ਪਛਾਣਿਆ ਏ ਪਰ ਅਸੀਂ ਨਹੀਂ ਪਛਾਣ ਸਕੇ।

—ਮੈਂ ਕੋਤਵਾਲ ਹਾਂ ਆਗਰੇ ਦਾ, ਤੁਸੀਂ ਖਾ ਪੀ ਲਵੋ, ਆਰਾਮ ਕਰ ਲਵੋ, ਤੁਹਾਡੇ ਰਹਿਣ ਦਾ ਸਰਕਾਰ ਬੰਦੋਬਸਤ ਕਰੇਗੀ, ਓਥੇ ਹਜ਼ੂਰ ਨੂੰ ਕੋਈ ਤਕਲੀਫ ਨਹੀਂ ਹੋਵੇਗੀ।

ਦੁਸ਼ਾਲਾ ਤੇ ਹੀਰੇ ਜੜੀ ਮੁੰਦਰੀ ਮੁੰਡੇ ਨੂੰ ਦੇ ਦਿੱਤੀ ਤੇ ਆਖਣ ਲੱਗੇ ਸਤਿਗੁਰ, ਸਾਡੇ ਫੜਨ ਦਾ ਇਨਾਮ ਏਸ ਮੁੰਡੇ ਨੂੰ ਹੀ ਦਿਵਾਇਓ ਕੋਤਵਾਲ ਸਾਹਿਬ, ਗਰੀਬ ਮੁੰਡਾ ਏ, ਵਾਅਦਾ ਦਿਓ।

—ਮੇਰਾ ਪੇਸ਼ਾ ਬਦਨਾਮ ਏ, ਮੈਂ ਬੇਈਮਾਨ ਨਹੀਂ, ਮੁੰਡੇ ਦਾ ਹੱਕ ਮੁੰਡੇ ਨੂੰ ਮਿਲੇਗਾ, ਜਾਓ ਬੇਟਾ ਮੁਹਰਾਂ ਨਾਲ ਤੇਰਾ ਘਰ ਭਰ ਦਿੱਤਾ ਜਾਏਗਾ।

ਸਲਾਮ ਸਾਹਿਬ, ਮੁੰਡਾ ਹੱਥ ਜੋੜੀ ਖੜ੍ਹਾ ਸੀ, ਉਹਦੇ ਬੁੱਕ ਜਲੇਬੀਆਂ ਨਾਲ ਭਰੇ ਹੋਏ ਸਨ।

★

ਪਾਲਕੀ

੩੭

ਚਾਰ ਕਹਾਰ ਸੱਦੇ, ਪਾਲਕੀ ਆ ਗਈ, ਹਜ਼ੂਰ ਦਿੱਲੀ ਦਾ ਸਫ਼ਰ ਲੰਮਾ ਏ, ਘੋੜਿਆਂ ਤੇ ਕੀ ਜਾਣਾ ਏ, ਪ੍ਰਾਲਕੀ ਆਰਾਮ ਦੀ ਸਵਾਰੀ, ਪਰਸੋਂ ਤਕ ਪੁਜ ਜਾਵਾਂਗੇ। ਨਾਲੇ ਰਾਹ ਵਿਚ ਦਰਸ਼ਨ ਹੁੰਦੇ ਜਾਣਗੇ ਤੇ ਨਾਲੇ ਰਸਤਾ ਕੱਟ ਜਾਏਗਾ। ਕੋਤਵਾਲ ਆਖ ਰਿਹਾ ਸੀ।

—ਹੁਣ ਤੇ ਤੁਹਾਡੀ ਮਰਜ਼ੀ ਦੇ ਮੁਤਾਬਿਕ ਹੀ ਸਫੱਰ ਕਰਨਾ ਏ, ਸਾਡੀ ਮਰਜ਼ੀ ਤੇ ਪਿਛੇ ਰਹਿ ਗਈ। ਸਰਕਾਰ ਦਾ ਹੁਕਮ, ਸਰਕਾਰ ਦੇ ਬੰਦੇ, ਸਰਕਾਰ ਦੀ ਪਾਲਕੀ, ਹੁਣ ਜਿੱਦਾਂ ਸਰਕਾਰ ਆਖੇ, ਅਗੇ ਅਗੇ ਸਰਕਾਰ ਤੇ ਪਿਛੇ ਪਿਛੇ ਅਸੀਂ। ਸਾਡੇ ਨਾਲ ਤਿੰਨ ਬੰਦੇ ਹੋਰ ਵੀ ਹਨ, ਫ਼ਰਮਾਇਆ ਸਤਿਗੁਰਾਂ।

—ਸਾਡੇ ਘੋੜਿਆਂ ਨਾਲ ਉਨ੍ਹਾਂ ਦੇ ਘੋੜੇ ਵੀ ਨਾਲ ਹੀ ਜਾਣਗੇ। ਤੁਹਾਡੇ ਮਹਿਮਾਨ ਸਾਡੇ ਮਹਿਮਾਨ ਹਨ, ਘੋੜੇ ਹਾਜ਼ਰ ਹਨ, ਆਵਾਜ਼ ਕੋਤਵਾਲ ਦੀ ਸੀ।

—ਇਨ੍ਹਾਂ ਕੋਲ ਆਪਣੇ ਘੋੜੇ ਹਨ, ਸਾਡਾ ਘੋੜਾ ਖ਼ਾਲੀ ਏ, ਖਾਲੀ ਜਾਏਗਾ। ਘੋੜਾ ਬੜਾ ਵਫ਼ਾਦਾਰ ਜਾਨਵਰ ਏ। ਆਨੰਦਪੁਰ ਖਾਲੀ ਘੋੜਾ ਜਾਏਗਾ ਤੇ ਲੋਕ ਜਾਣ ਜਾਣਗੇ। ਗੁਰਾਂ ਨੇ ਆਖਿਆ।

—ਹਾਂ ਹਜ਼ੂਰ ਘੋੜਾ ਹੀ ਪੈਗਾਮ ਲੈ ਕੇ ਜਾਂਦਾ ਏ। ਕਰਬਲਾ ਦੇ ਮੈਦਾਨ ਵਿਚੋਂ ਹਜ਼ੂਰ ਦੁਲਦੁਲ ਹੀ ਹਜ਼ਰਤ ਹੁਸੈਨ ਦੀ ਖ਼ਬਰ ਲਿਆਇਆ ਸੀ। ਇਹ ਮਾਤਮੀ ਘੋੜਾ ਆਇਆ ਏ, ਕੁਹਰਾਮ ਮੱਚ ਗਿਆ ਸਾਰੇ ਖੇਮੇ ਵਿਚ। ਸਾਰੇ ਇਸਲਾਮ ਵਿਚ ਘੋੜੇ ਨੂੰ ਅਕੀਦਤ ਦੀ ਨਜ਼ਰ ਨਾਲ ਵੇਖਿਆ ਜਾਂਦਾ ਏ। ਮਾਲਕ ਤੇ ਘੋੜੇ ਦਾ ਰਿਸ਼ਤਾ ਅਜ਼ਲ ਤੋਂ ਚਲਿਆ ਆਉਂਦਾ ਏ। ਕੋਤਵਾਲ ਨੇ ਅਰਜ਼ ਕੀਤੀ।

ਪਾਲਕੀ ਚਲੀ, ਨਾਲ ਘੋੜ ਸਵਾਰ ਸਨ, ਗੁਰਾਂ ਦਾ ਘੋੜਾ ਖ਼ਾਲੀ ਜਾ ਰਿਹਾ ਸੀ। ਪਾਲਕੀ ਨੂੰ ਚਾਰ ਕਹਾਰ ਚੁਕੀ ਜਾ ਰਹੇ ਜਨ। ਆਗਰੇ ਦੇ ਬਾਜ਼ਾਰਾਂ ਦੇ ਵਿਚੋਂ ਸਵਾਰੀ ਲੰਘ ਰਹੀ ਸੀ। ਗੁਰੂ ਤੇਗ ਬਹਾਦਰ ਦਾ ਜਲਾਲ ਹੀ ਕੁਝ ਵੱਖਰਾ ਸੀ। ਲੋਕ ਝੁਕ ਝੁਕ ਕੇ ਸਲਾਮ ਕਰ ਰਹੇ ਸਨ। ਕੋਈ ਨਹੀਂ ਸੀ ਜਾਣਦਾ ਕਿ ਕੌਣ ਜਾ ਰਿਹਾ ਏ। ਵਲੀ ਅੱਲਾਹ ਦਾ ਨੂਰ ਫੈਲ ਰਿਹਾ ਸੀ। ਆਗਰੇ ਵਾਲਿਆਂ ਤਾਂ ਸਲਾਮ ਕਰਨੀ ਹੀ ਹੋਈ। ਇਹ ਕਾਫਲਾ ਆਗਰੇ ਵਿਚੋਂ ਹੌਲੀ-ਹੌਲੀ ਨਿਕਲਿਆ। ਆਗਰੇ ਦੇ ਮੀਨਾਰਾਂ ਇਕ ਵਾਰ ਫੇਰ ਆਖ਼ਰੀ ਸਲਾਮ ਕੀਤੀ ਝੁਕ ਕੇ।

ਅਸੀਂ ਸ਼ਾਮ ਤਕ ਮੱਥਰਾ ਪੁਜ ਜਾਵਾਂਗੇ ਤੇ ਆਰਾਮ ਕੀਤਾ ਜਾਏਗਾ, ਗੋਕਲ ਦੀ ਨਗਰੀ ਵਿਚ, ਜਿਥੇ ਕ੍ਰਿਸ਼ਨ ਕਨ੍ਹਈਆ ਬੰਸਰੀ ਵਜਾਇਆ ਕਰਦਾ ਸੀ। ਅਸੀਂ ਵੀ ਤੁਹਾਡੇ ਨਾਲ ਚਲੇ ਹਾਂ। ਅਸੀਂ ਵੀ ਏਸੇ ਬਹਾਨੇ ਨਿਆਜ਼ ਹਾਸਲ ਕਰ ਲਵਾਂਗੇ। ਪਾਲਕੀ ਦੇ ਸਿਰਫ਼ ਕਹਾਰ ਹੀ ਬਦਲੇ ਜਾਂਦੇ ਹਨ। ਪਿੰਡ ਦਾ ਚੋਧਰੀ ਨਵੀਂ ਚੌਕੀ ਤਕ ਨਵੇਂ ਕਹਾਰ ਆਪਣੇ ਨਾਲ ਭੇਜਦਾ, ਸਰਕਾਰ ਦੇ ਹਰਕਾਰੇ ਅੱਗੇ ਅੱਗੇ ਜਾ ਰਹੇ ਸਨ। ਸਾਰਾ ਇੰਤਜ਼ਾਮ ਇਨ੍ਹਾਂ ਦੇ ਜ਼ੁੰਮੇ ਹੁੰਦਾ ਕਿਸੇ ਨੂੰ ਕਿਸੇ ਚੀਜ਼ ਦੀ ਲੋੜ ਹੋਵੇ ਤਾਂ ਹੁਕਮ ਕਰਨਾ, ਸਭ ਚੀਜ਼ਾਂ ਹਾਜ਼ਰ ਹੋ ਜਾਣਗੀਆਂ। ਸਰਕਾਰ ਨੇ ਸਾਰਾ ਇੰਤਜ਼ਾਮ ਕੀਤਾ ਹੋਇਆ ਏ, ਕੋਤਵਾਲ ਨੇ ਫੇਰ ਅਰਜ਼ ਕੀਤੀ।

ਉਦੇ ਸਿੰਘ ਰਾਠੌਰ ਤੇ ਭਾਈ ਗੁਰਦਿੱਤਾ ਵੀ ਭਾਵੇਂ ਹੱਟ ਕੇ ਨਾਲ ਨਾਲ ਜਾ ਰਹੇ ਸਨ ਪਰ ਉਨ੍ਹਾਂ ਦੀਆਂ ਅੱਖਾਂ ਗੁਰੂ ਦੀ ਪਾਲਕੀ ਤੇ ਟਿਕੀਆਂ ਹੋਈਆਂ ਸਨ। ਪਾਲਕੀ ਦੀ ਰਫਤਾਰ ਘੋੜਿਆਂ ਤੋਂ ਕਿਸੇ ਤਰ੍ਹਾਂ ਵੀ ਘੱਟ ਨਹੀਂ ਸੀ। ਜਿਸ ਪਿੰਡ ਵਿਚੋਂ ਪਾਲਕੀ ਲੰਘਦੀ ਪਿੰਡ ਵਾਲੇ ਅਕੀਦਤ ਨਾਲ ਸਿਰ ਝੁਕਾਂਦੇ, ਕੌਣ ਜਾਣੇ ਆਨੰਦਪੁਰ ਦਾ ਗੁਰੂ ਸ਼ਹਾਦਤ ਦੇਣ ਆਪ ਜਾ ਰਿਹਾ ਏ ਦਿੱਲੀ। ਦਿੱਲੀ ਵਿਚ ਤੇ ਕਤਲੇ-ਆਮ ਰੋਜ਼ ਹੀ ਹੁੰਦਾ ਏ। ਇਹ ਮੰਡੀ ਰੋਜ਼ ਹੀ ਲੱਗਦੀ ਏ। ਬਾਗ਼ੀ ਰੋਜ਼ ਹੀ ਕਤਲ ਹੁੰਦੇ ਆਏ, ਪਰ ਸਾਧੂ, ਸੰਤ ਫ਼ਕੀਰਾਂ ਨੂੰ ਕਿਸੇ ਕਦੇ ਕਤਲ ਨਹੀਂ ਸੀ ਕੀਤਾ, ਲੋਕ ਏਸ ਤਰ੍ਹਾਂ ਸੋਚ ਰਹੇ ਸਨ।

—ਸਾਡਾ ਰੋਜ਼ ਹਾਮ ਦਿਲ ਵਾਲੀ ਗਲੀ ਵਿਚ ਇਕੱਠ ਹੁੰਦਾ ਏ। ਸਾਨੂੰ ਓਥੇ, ਦਿਨ ਰਾਤ ਦਾ ਪਤਾ ਲੱਗ ਜਾਂਦਾ ਏ। ਜਦ ਕੋਤਵਾਲ ਨੇ ਗੁਰੂ ਮਹਾਰਾਜ ਨੂੰ ਆਪਣੇ ਕਬਜ਼ੇ ਵਿਚ ਲਿਆ ਸੀ, ਸਾਰੀ ਦਿੱਲੀ ਦੇ ਸਿੱਖ ਸੇਵਕਾਂ ਵਿਚ ਹਿਲਜੁਲ ਮਚ ਗਈ ਸੀ, ਮੈਂ ਉਦੋਂ ਦਿੱਲੀ ਵਿਚ ਸਾਂ, ਕੋਤਵਾਲੀ ਵਿਚ ਮੇਰੀ ਨੌਕਰੀ ਸੀ, ਸਾਰਾ ਦਿਨ ਤੇ ਸਾਰੀ ਰਾਤ ਦੀ ਨੌਕਰੀ, ਐਵੇਂ ਦੋ ਚਾਰ ਘੜੀਆਂ ਦੀ ਛੁਟੀ ਮਿਲਦੀ ਤੇ ਬਸ ਓਦੋਂ ਹੀ ਅਸੀਂ ਇਕੱਠੇ ਹੁੰਦੇ। ਸਾਰੀ ਖ਼ਲਕਤ ਸੁਤੀ ਹੁੰਦੀ ਤੇ ਅਸੀਂ ਜਾਗ ਰਹੇ ਹੁੰਦੇ। ਅਸਾਂ ਹੁਣ ਕੀ ਕਰਨਾ ਏ, ਸਾਡੇ ਨਾਲ ਕੌਣ ਕੌਣ ਏ, ਕਿਹੜਾ ਬੰਦਾ ਸਾਡੇ ਕਿਸ ਕੰਮ ਆ ਸਕਦਾ ਏ। ਏਸ ਤਰ੍ਹਾਂ ਦੀਆਂ ਵਿਚਾਰਾਂ ਹੁੰਦੀਆਂ, ਸਮੱਸਿਆ ਬੜੀ ਕਠਿਨ ਸੀ, ਸਾਡਾ ਮੁਕਾਬਲਾ ਹਕੂਮਤ ਨਾਲ ਸੀ, ਟੱਕਰ ਸਿੱਧੀ ਹੁੰਦੀ ਜਾ ਰਹੀ ਸੀ। ਡਰੇ ਲੋਕ ਹਕੂਮਤ ਦਾ ਜਬਰ ਕਿਸ ਤਰ੍ਹਾਂ ਬਰਦਾਸ਼ਤ ਕਰ ਲੈਣਗੇ, ਪਰ ਮਨਚਲੇ ਤੇ ਪ੍ਰਵਾਹ ਨਹੀਂ ਨਾ ਕਰਦੇ। ਇਸ਼ਕ ਸਾਦਿਕ ਦੀਆਂ ਗੱਲਾਂ ਨੇ।

ਚਲਦਾ-ਚਲਦਾ ਕਾਫ਼ਲਾ ਰੋਕ ਦਿੱਤਾ ਗਿਆ। ਪਾਲਕੀ ਦਰਖਤਾਂ ਦੀ ਛਾਵੇਂ ਖੜੀ ਕਰ ਦਿੱਤੀ। ਆਸਣ ਵਿਛਾਇਆ ਗਿਆ, ਸਤਿਗੁਰ ਬੈਠੇ।

ਥਾਲੀ ਭਰੀ ਖਜੂਰਾਂ ਦੀ ਕੋਤਵਾਲ ਲੈ ਕੇ ਹਾਜ਼ਰ ਹੋ ਗਿਆ।-ਹਜ਼ੂਰ ਮਦੀਨੇ ਦਾ ਤੋਹਫਾ ਏ, ਨੋਸ਼ ਫ਼ਰਮਾਓ।

ਹਰ ਚੀਜ਼ ਤੇ ਖਾਣ ਵਾਲੇ ਦੀ ਮੁਹਰ ਲੱਗੀ ਹੁੰਦੀ ਏ, ਉਹੋ ਹੀ ਖਾਂਦਾ ਏ। ਪ੍ਰਮਾਤਮਾ ਨੇ ਦਾਣੇ ਦਾਣੇ ਤੇ ਮੋਹਰ ਲਾਈ ਏ। ਇਹ ਚਾਰ ਦਿਨਾਂ ਦੀਆਂ ਖਜੂਰਾਂ ਘਰ ਵਿਚ ਆਈਆਂ ਹੋਈਆਂ ਸਨ। ਕਿਸੇ ਨੇ ਏਧਰ ਧਿਆਨ ਹੀ ਨਹੀਂ ਦਿੱਤਾ। ਦਿੱਲੀ ਜਾਣ

ਦਾ ਪਤਾ ਲੱਗਾ ਬੇਗ਼ਮ ਨੂੰ ਓਸ ਟੋਕਰਾ ਜ਼ਬਰਦਸਤੀ ਨਾਲ ਰੱਖ ਦਿੱਤਾ। ਸਫ਼ਰ ਵਿਚ ਖਾਣ ਪੀਣ ਦਾ ਸਾਧਨ ਘੱਟ ਏ, ਕਿਤੇ ਵੇਲੇ ਕੁਵੇਲੇ ਕੰਮ ਦੇਣਗੀਆਂ। ਹਜ਼ੂਰ ਨਾਸ਼ਤਾ ਕੀਤਾ ਜਾਏ। ਉਹ ਦਸ ਮੀਲ ਤੇ ਮਥਰਾ ਦੀ ਨਗਰੀ ਏ। ਰਾਤੀਂ ਓਥੇ ਭੋਜਨ ਪਾਵਾਂਗੇ, ਮਰਾ ਸੁਨੇਹਾ ਪੁੱਜ ਗਿਆ ਏ, ਜਾਂਦਿਆਂ ਹੀ ਤਿਆਰ ਮਿਲੇਗਾ, ਬ੍ਰਾਹਮਣ ਭੋਜਨ ਬਨਾਉਣ ਵਿਚ ਬੜੇ ਹੁਸ਼ਿਆਰ ਹਨ, ਅਰਜ਼ ਕੀਤੀ ਕੋਤਵਾਲ ਨੇ।

—ਮਦੀਨੇ ਦੀਆਂ ਖਜੂਰਾਂ ਤੇ ਗਾਂ ਦਾ ਦੁੱਧ ਮੁਸਾਫਰੀ ਲਈ ਬਹੁਤ ਫਾਇਦੇ ਵਾਲੀ ਵਸਤ ਏ। ਗੁਰਾਂ ਨੇ ਆਖਿਆ ਤੇ ਥਾਲੀ ਭਰੀ ਖਜੂਰਾਂ ਵਿਚੋਂ ਸਾਰਿਆਂ ਨੂੰ ਬੁਕ ਬੁਕ ਵੰਡੀਆਂ ਤੇ ਆਪ ਵੀ ਖਾਧੀਆਂ। ਦੁੱਧ ਦੇ ਗਲਾਸ ਵੀ ਸੰਗਤ ਵਿਚ ਵੰਡੇ ਗਏ। ਪਾਲਕੀ ਫੇਰ ਚਲ ਪਈ।

ਮਥਰਾ, ਸੂਰਜ ਡੁੱਬਣ ਤੋਂ ਪਹਿਲਾਂ ਹੀ ਪੁੱਜ ਚੁਕੇ ਸਨ। ਰਾਤ ਦਾ ਪ੍ਰਬੰਧ ਪਿੰਡ ਵਾਲਿਆਂ ਦਾ ਸੀ। ਕੁਦਰਤ ਦਾਤੇ ਦੀ ਇਕ ਪੰਡਿਤ ਨੇ ਪਛਾਣ ਲਿਆ ਗੁਰੂ ਮਹਾਰਾਜ ਨੂੰ। ਓਸ ਆਪਣੇ ਸਾਥੀਆਂ ਨੂੰ ਦਸਿਆ ਕਿ ਇਹ ਤੇ ਆਨੰਦਪੁਰ ਦੇ ਗੁਰੂ ਹਨ, ਇਨ੍ਹਾਂ ਲਈ ਖਾਣਾ ਖੁਲ੍ਹਾ ਬਣਾਇਆ ਜਾਵੇ। ਸਤਿਗੁਰਾਂ ਕੱਲਿਆਂ ਤੇ ਖਾਣਾ ਨਹੀਂ, ਸਾਧ ਸੰਗਤ ਨਾਲ ਹੀ ਭੋਜਨ ਛਕਿਆ ਜਾਏਗਾ।

ਦੇਗਾਂ ਚਾੜ ਦਿੱਤੀਆਂ ਸਨ, ਦਾਲ ਸਬਜ਼ੀ ਤੇ ਪ੍ਰਸ਼ਾਦ ਲਿਆ ਰਖੇ ਪੰਡਤਾਂ ਨੇ।

—ਏਨਾ ਸਾਮਾਨ, ਬਰਾਤ ਤੇ ਨਹੀਂ ਆਈ, ਪੰਜ ਚਾਰ ਬੰਦੇ ਖਾਣ ਵਾਲੇ ਹਨ, ਆਵਾਜ਼ ਕੋਤਵਾਲ ਦੀ ਸੀ।

—ਇਹ ਗੁਰੂ ਦਾ ਲੰਗਰ ਹੈ।

—ਕੋਤਵਾਲ ਸਾਹਿਬ ਗੁਰੂ ਦਾ ਲੰਗਰ ਤਿਆਰ ਏ, ਆਓ ਅੱਜ ਇਕ ਸਫ ਤੇ ਪੰਗਤ ਵਿਚ ਬੈਠ ਕੇ ਭੋਜਨ ਪਾਇਆ ਜਾਏ। ਫਰਮਾਇਆ ਸਤਿਗੁਰਾਂ ਨੇ।

ਮਥਰਾ ਨਗਰੀ ਵਿਚ ਇਕ ਸਫ ਤੇ ਭੋਜਨ ਹਿੰਦੂ ਬਰਦਾਸ਼ਤ ਕਰ ਲੈਣਗੇ? ਮੁਸਲਮਾਨ ਤੇ ਹਿੰਦੂ ਇਕੱਠੇ ਇਕ ਚੌਂਕੇ ਵਿਚ ਭੋਜਨ ਖਾਣਗੇ, ਏਥੇ ਤੇ ਪਰਛਾਵਾਂ ਨਹੀਂ ਲੰਘਦੇ ਹਿੰਦੂ ਇਹ ਕਿੱਦਾਂ ਹੋਵੇਗਾ। ਕੋਤਵਾਲ ਹੈਰਾਨ ਸੀ।

ਗੁਰੂ ਦਾ ਲੰਗਰ ਏ, ਇਥੇ ਜ਼ਾਤ ਤੇ ਪਦਵੀ ਦਾ ਕੋਈ ਵਿਚਾਰ ਨਹੀਂ। ਸਾਡਾ ਧਰਮ ਬੜਾ ਖੁਲ੍ਹਾ ਡੁਲ੍ਹਾ ਏ। ਏਥੇ ਨਾ ਕੋਈ ਹਿੰਦੂ ਏ ਤੇ ਨਾ ਕੋਈ ਮੁਸਲਮਾਨ ਏ, ਸਭ ਖ਼ੁਦਾ ਦੇ ਬੰਦੇ ਹਨ। ਆਓ ਤੇ ਸਾਰਿਆਂ ਨੂੰ ਸੱਦ ਲਓ। ਬਚਨ ਸਤਿਗੁਰਾਂ ਦੇ ਸਨ।

—ਇਹ ਕਰਿਸ਼ਮਾ ਏ, ਕਿਤੇ ਫਸਾਦ ਤੇ ਨਹੀਂ ਹੋ ਜਾਏਗਾ? ਇਕ ਵਾਰ ਫੇਰ ਅਰਜ਼ ਕੀਤੀ ਕੋਤਵਾਲ ਨੇ।

—ਗੁਰੂ ਨਾਨਕ ਦਾ ਸਾਂਝਾ ਦਰਬਾਰ ਏ, ਹਜ਼ੂਰ ਤੁਸੀਂ ਪੰਗਤ ਵਿਚ ਬੈਠੋ ਤੇ ਸਹੀ। ਗੁਰਦਿੱਤਾ, ਉਦੇ ਸਿੰਘ ਰਾਠੌਰ ਵੀ ਪੰਗਤ ਵਿਚ ਆਣ ਬੈਠੇ।

ਕਮਾਲ ਏ? ਇਹ ਕਰਿਸ਼ਮਾ ਈ ਏ, ਇਹੋ ਜਿਹੇ ਦਰਵੇਸ਼, ਤੇ ਇਨ੍ਹਾਂ ਦੇ ਖਿਲਾਫ਼ ਏਡੀ ਵੱਡੀ ਸਾਜ਼ਸ਼। ਇਹ ਖੁਦਾਈ ਨੂਰ ਇਹ ਰਹਿਮਤ ਅੱਲਾਹ ਤਾਲਾ ਦੀ, ਇਹ ਚੁਗਲੀ ਖਾਧੀ ਗਈ ਏ। ਮੈਂ ਤੇ ਅੱਜ ਜਨਮ ਪਵਿੱਤਰ ਕਰ ਲਵਾਂ, ਇਹੋ ਜਿਹੇ ਵੇਲੇ ਕਦ ਨਸੀਬ

ਹੁੰਦੇ ਹਨ, ਕੋਤਵਾਲ ਦਾ ਮਨ ਭਰ ਆਇਆ ।

ਗੁਰੂ ਕਾ ਲੰਗਰ ਵਰਤ ਰਿਹਾ ਸੀ । ਨਾਨਕ ਦਾ ਦਰ ਹਰ ਵੇਲੇ, ਹਰ ਘੜੀ, ਹਰ ਥਾਂ ਖੁਲ੍ਹਾ ਏ, ਜਿਥੇ ਚਾਰ ਜੀਅ ਇਕੱਠੇ ਬਹਿ ਗਏ, ਉਹੋ ਹੀ ਗੁਰਾਂ ਦਾ ਲੰਗਰ ਏ । ਸਤਿਗੁਰਾਂ ਨੇ ਏਦਾਂ ਆਖਿਆ ।

—ਕਮਾਲ ਏ ? ਇਹ ਕਰਿਸ਼ਮਾ ਈ ਕੁਦਰਤ ਦਾ ਏ ।

★

ਮਹਿਮਾਨ ਖ਼ਾਨਾ ੩੮

—ਮਾਨਸਰੋਵਰ ਦੀ ਬੇਟੀ ਜਮਨਾ ਪੰਜਾਬ ਵਿਚੋਂ ਦੀ ਪੈਲਾ ਪਾਉਂਦੀ ਲੰਘਦੀ, ਓਸ ਗਿੱਧੇ ਵੀ ਵੇਖੇ ਤੇ ਭੰਗੜੇ ਵੀ । ਗਭਰੂਆਂ ਦਾ ਜਲਾਲ ਵੀ ਤੇ ਸੂਰਮਿਆਂ ਦੀਆਂ ਤਲਵਾਰਾਂ। ਠੁਮਕ-ਠੁਮਕ ਕਰਦੀ ਦਿੱਲੀ ਪੁੱਜੀ, ਫੇਰ ਮਥਰਾ, ਆਗਰੇ ਦੀ ਯਾਤਰਾ ਕਰਦੀ-ਕਰਦੀ ਥੱਕ ਜਾਂਦੀ, ਪੰਧ ਮੁਕਾ ਦਿੰਦੀ ਪ੍ਰਯਾਗ ਵਿਚ ਜਾ ਕੇ ਸਮਾਪਤ ਹੋ ਜਾਂਦੀ ਜਾਂ ਇਉਂ ਆਖ ਲਵੋ ਕਿ ਅਲੋਪ ਹੋ ਜਾਂਦੀ ਇਹ । ਏਸ ਬੜੀਆਂ ਕਹਾਣੀਆਂ ਆਪਣੇ ਸੀਨੇ ਵਿਚ ਲੁਕੋ ਕੇ ਰੱਖੀਆਂ ਹੋਈਆਂ ਹਨ । ਜਮਨਾ ਪਵਿੱਤਰਤਾ ਦੀ ਦੇਵੀ, ਜਮਨਾ ਕ੍ਰਿਸ਼ਨ ਕਨ੍ਹਈਆ ਦੀ ਸਾਂਵਰੀ ਤੇ ਤਾਜ ਮਹੱਲ ਨਾਲ ਖਹਿ-ਖਹਿ ਕੇ ਲੰਘਦੀ ਜਮਨਾ ਕਿੰਨੀ ਸੁਹਣੀ ਲੱਗਦੀ। ਪਾਲਕੀ ਕਹਾਰਾਂ ਚੁੱਕੀ ਜਮਨਾ ਲੰਘੇ । ਦੋ ਦਿਨ ਦਾ ਸਫ਼ਰ ਮੁਕਾ ਕੇ ਸਤਿਗੁਰ ਦਿੱਲੀ ਆਣ ਪਹੁੰਚੇ । ਪਤਾ ਲੱਗਾ ਸ਼ਹਿਨਸ਼ਾਹ ਦਿੱਲੀ ਵਿਚ ਨਹੀਂ । ਪਹਿਲੇ ਦਿਨ ਸ਼ਾਹੀ ਮਹਿਮਾਨਖਾਨੇ ਵਿਚ ਉਤਾਰਾ ਦਿੱਤਾ ਗਿਆ । ਸਾਨੂੰ ਉਸੇ ਦਿਨ ਹੀ ਪਤਾ ਲੱਗ ਗਿਆ ਸੀ । ਉਦੇ ਸਿੰਘ ਰਾਠੌਰ, ਗੁਰਦਿੱਤਾ, ਉਸੇ ਰਾਮ ਦਿਲ ਵਾਲੀ ਗਲੀ ਵਿਚ ਪੁੱਜ ਗਏ ਸਨ । ਜੈਤਾ ਬੋਲਿਆ।

ਉਸੇ ਰਾਤ ਸੰਗਤ ਨੂੰ ਦਿੱਲੀ ਵਿਚ ਚਿੰਤਾ ਪੈ ਗਈ । ਸ਼ਰਧਾ ਵਿਚ ਬੱਝੇ, ਅਗਲੇ ਦਿਨ ਸੇਵਕ ਮਹਿਮਾਨਖ਼ਾਨੇ ਵਿਚ ਪੁੱਜ ਗਏ । ਚਾਰ ਦਿਨ ਸਤਿਗੁਰ ਮਹਿਮਾਨਖ਼ਾਨੇ ਵਿਚ ਰਹੇ । ਵੇਖਣ ਨੂੰ ਤਾਂ ਕੋਈ ਪਾਬੰਦੀ ਨਹੀਂ ਸੀ ਜਾਪਦੀ ਪਰ ਓਸ ਤਰ੍ਹਾਂ ਪਹਿਰਾ ਸਖ਼ਤ ਸੀ। ਜਿਹੜਾ ਕੋਈ ਸੇਵਕ ਜਾਂਦਾ, ਮੱਥਾ ਟੇਕ ਕੇ ਚੜ੍ਹਾਵਾ ਵੀ ਚੜ੍ਹਾਂਦਾ। ਸੁੱਕੇ ਮੇਵਿਆਂ ਦਾ ਹੌਲੀ-ਹੌਲੀ ਕਰ ਕੇ ਢੇਰ ਲੱਗ ਜਾਂਦਾ। ਕੋਤਵਾਲ ਹੈਰਾਨ ਸੀ ਕਿ ਏਨੀ ਮਾਨਤਾ । ਅਜੇ ਤਕ ਕੋਤਵਾਲ ਦੀ ਨਿਗਰਾਨੀ ਖ਼ਤਮ ਨਹੀਂ ਸੀ ਹੋਈ । ਕਿਸੇ ਕਾਜ਼ੀ ਨੇ ਹੱਥ ਨਹੀਂ ਸੀ ਪਾਇਆ, ਵਿਚਾਰਾਂ ਹੋ ਰਹੀਆਂ ਸਨ, ਹਰਕਾਰੇ ਭੇਜ ਦਿੱਤੇ ਗਏ ਸਨ । ਹੁਕਮ ਆਉਣ ਤੇ ਗੁਰਾਂ ਦਾ ਫ਼ੈਸਲਾ ਕੀਤਾ ਜਾਏਗਾ । ਗੁਰਾਂ ਨੂੰ ਬਾਹਰ ਤੇ ਜਾਣ ਨਾ ਦਿੱਤਾ ਜਾਂਦਾ ਪਰ ਉਸ ਤਰ੍ਹਾਂ ਪੂਰੀ ਆਜ਼ਾਦੀ ਸੀ । ਦਿੱਲੀ ਵਾਲੇ, ਸੰਗਤ ਦਿੱਲੀ ਦੀ, ਰਾਜਪੂਤ ਸ਼ਰਧਾਲੂ ਸਾਰੇ ਮਿਲਣ । ਚੜ੍ਹਾਵਾ ਏਨਾ ਚੜ੍ਹਿਆ ਸਭ ਖ਼ੈਰਾਤ ਕਰ ਦਿੱਤਾ ਜਾਂਦਾ, ਸੁੱਕਾ ਮੇਵਾ ਵੰਡ ਦੇਂਦੇ ਸਤਿਗੁਰ । ਮਹਿਮਾਨਖ਼ਾਨੇ ਵਾਲਿਆਂ ਲਈ ਮੌਜਾਂ ਲੱਗੀਆਂ ਹੋਈਆਂ ਸਨ । ਉਦੇ ਸਿੰਘ ਰਾਠੌਰ ਨੇ ਜਾਮਾ ਮਸਜਿਦ ਦੇ ਸਾਹਮਣੇ ਆਪਣਾ ਧੂਣਾ ਬਾਲ ਦਿੱਤਾ । ਅੱਡਾ ਜਮਾ ਲਿਆ । ਮੁਸਲਮਾਨ ਫ਼ਕੀਰਾਂ ਨੇ ਆਪਣੀਆਂ ਠਾਹਰਾਂ ਬਣਾ ਲਈਆਂ ਸਨ ।

—ਹਜ਼ਰਤ ਸਰਮੱਦ ਦਾ ਕੋਈ ਚੇਲਾ ਜਾਪਦਾ ਏ, ਮੁਲਤਾਨ ਤੋਂ ਆਇਆ ਏ।

—ਮੁਸਲਮਾਨ ਫ਼ਕੀਰਾਂ ਦੇ ਇਹ ਚਾਲੇ ਨਹੀਂ। ਇਹ ਕੋਈ ਹਿੰਦੂਆਂ ਦਾ ਫ਼ਕੀਰ ਏ। ਚਿਲਾ ਕੱਟ ਕੇ ਆਇਆ ਜਾਪਦਾ ਏ।

—ਸੂਫ਼ੀ ਫ਼ਕੀਰ ਜੇ ਹੁੰਦਾ ਤਾਂ ਧੂਣਾ ਬਾਲਣ ਦੀ ਕੀ ਲੋੜ ਸੀ।

—ਬਚਨ ਬਿਲਾਸ ਕਰਨ ਵਿਚ ਤੇ ਸੂਫ਼ੀ ਫ਼ਕੀਰਾਂ ਨੂੰ ਮਾਤ ਕਰਦਾ ਏ। ਇਹਦੀ ਪੂਰੀ ਮਰਿਆਦਾ ਸੂਫ਼ੀਆਂ ਵਾਲੀ ਏ।

—ਅੱਲਾ ਦੇ ਬੰਦਿਆਂ ਦਾ ਕੋਈ ਮਜ਼ਹਬ ਥੋੜ੍ਹਾ ਹੁੰਦਾ ਏ। ਜਿਸ ਰੰਗ ਵਿਚ ਆਏ, ਜਿਹੋ ਜਿਹੀ ਤਰੰਗ ਉੱਠੀ ਉਹੋ ਜਿਹੀ ਮੌਜ ਵਿਚ ਰੰਗੇ ਗਏ।

ਨਿਜ਼ਾਮ-ਉਲ-ਦੀਨ ਔਲੀਏ ਦੇ ਮਕਬਰੇ ਤੋਂ ਵੀ ਬੰਦੇ ਆਏ ਪਰ ਕੋਈ ਸਹੀ ਅੰਦਾਜ਼ਾ ਨਾ ਲਗਾ ਸਕਿਆ। ਸਾਰੇ ਕਹਿੰਦੇ ਕਿ ਪਹੁੰਚਿਆ ਫ਼ਕੀਰ ਏ। ਮੈਂ ਵੀ ਚਾਰ ਵਾਰੀ ਦਰਸ਼ਨ ਕਰਨ ਗਿਆ। ਸਾਡੀਆਂ ਅੱਖਾਂ ਨਾਲ ਗੱਲਾਂ ਹੋਈਆਂ, ਇਸ਼ਾਰਿਆਂ ਨਾਲ ਕੁਝ ਸੈਨਤਾਂ। ਉਹਨੀਂ ਦਿਨੀਂ ਦਿੱਲੀ ਵਿਚ ਸਿਰਫ਼ ਦੋ ਬੰਦਿਆਂ ਦੇ ਚਰਚੇ ਸਨ। ਇਕ ਉਦੇ ਸਿੰਘ ਰਾਠੌਰ ਅਤੇ ਦੂਜੇ ਸਤਿਗੁਰੂ ਤੇਗ ਬਹਾਦਰ ਦੇ। ਦਿੱਲੀ ਵਾਲੇ ਸ਼ਰਧਾ ਲੈ ਜਾਂਦੇ ਮਹਿਮਾਨਖ਼ਾਨੇ ਵਿਚ। ਅਸੀਸਾਂ ਦਿੱਤੀਆਂ ਜਾਂਦੀਆਂ, ਬਖ਼ਸ਼ਸ਼ ਵੀ ਦਿੱਤੀ ਜਾਂਦੀ। ਮੁਸਲਮਾਨਾਂ ਦੀ ਗਿਣਤੀ ਕੁਝ ਜ਼ਿਆਦਾ ਹੀ। ਇਹੋ ਜਿਹੀ ਹਾਲਤ ਵਿਚ ਕੌਣ ਹੱਥ ਪਾਵੇ, ਕਾਜ਼ੀ ਅਜੇ ਸਖ਼ਤੀ ਨਹੀਂ ਸੀ ਕਰਨੀ ਚਾਹੁੰਦਾ। ਖ਼ੁਦਾ-ਪ੍ਰਸਤ ਬੰਦੇ ਰੋਜ਼ ਥੋੜ੍ਹਾ ਜੰਮਦੇ ਹਨ। ਜਿੰਨਾ ਫੈਜ਼ ਲੋਕ ਉਠਾ ਸਕਦੇ ਹਨ; ਉਠਾ ਲੈਣ। ਦਿੱਲੀ ਵਾਲਿਆਂ ਨੂੰ ਇਹ ਦਿਨ ਮੁੜ ਕੇ ਨਹੀਂ ਲੱਭਣਾ। ਇਹ ਗੱਲਾਂ ਕਾਜ਼ੀ ਵੀ ਕਰਦੇ। ਹਰ ਹਾਕਮ ਡਰਦਾ, ਕਾਜ਼ੀ ਨੇ ਨਜ਼ਰਾਨੇ ਵਜੋਂ ਸੁੱਕੇ ਫਲ, ਖਜੂਰਾਂ ਭੇਜੀਆਂ। ਸਤਿਗੁਰਾਂ ਸਾਰੀਆਂ ਵੰਡ ਦਿੱਤੀਆਂ। ਮਹਿਮਾਨਖ਼ਾਨਾ ਚਰਚਾ ਦਾ ਕੇਂਦਰ ਬਣ ਗਿਆ। ਕੌਣ ਜਾਣੇ, ਕਾਹਦੇ ਲਈ ਸਤਿਗੁਰਾਂ ਨੂੰ ਬੁਲਾਇਆ ਗਿਆ ਸੀ। ਇਹ ਤੇ ਸਿਰਫ਼ ਅਸੀਂ ਹੀ ਜਾਣਦੇ ਸਾਂ, ਕੋਤਵਾਲ ਦੀ ਸ਼ਰਧਾ ਦਿਨ-ਬ-ਦਿਨ ਵਧ ਰਹੀ ਸੀ। ਕੋਤਵਾਲ ਨੇ ਲੋਕਾਂ ਨੂੰ ਦੱਸਿਆ ਕਿ ਇਹ ਕਰਨੀ ਦੇ ਪੂਰੇ ਹਨ, ਪਹੁੰਚੇ ਫ਼ਕੀਰ ਹਨ। ਮੈਂ ਤੇ ਆਗਰੇ 'ਚੋਂ ਲੈ ਆਇਆ ਹਾਂ, ਸ਼ਾਹੀ ਹੁਕਮ ਸੀ ਲੈ ਆਂਦਾ। ਪਰ ਇਹ ਉਹ ਬੰਦਾ ਨਹੀਂ, ਜੋ ਕਾਗਜ਼ਾਂ ਵਿਚ ਲਿਖਿਆ ਹੋਇਆ ਏ। ਇਹ ਚੁਗਲੀਖ਼ੋਰਾਂ ਦਾ ਸ਼ਿਕਾਰ ਹਨ। ਮੈਂ ਤੇ ਗੁਨਾਹਗਾਰ ਬਣ ਹੀ ਗਿਆ ਹਾਂ। ਹੱਥ ਜੁ ਪਾ ਲਿਆ। ਖ਼ੁਦਾ ਮੇਰੇ ਗੁਨਾਹ ਮੁਆਫ਼ ਕਰੀਂ। ਮੈਂ ਖ਼ੁਦਾ ਦੇ ਬੇਟੇ ਨੂੰ ਦਿੱਲੀ ਲੈ ਆਂਦਾ ਏ, ਬੁੱਚੜਾਂ ਦੇ ਵਸ ਪਾਉਣ ਲਈ। ਆਪਣੇ ਕੋਲ ਰੱਖਦਾ ਤੇ ਆਪਣਾ ਜਨਮ ਸਫਲਾ ਬਣਾ ਲੈਂਦਾ। ਕਈ ਏਸ ਤਰ੍ਹਾਂ ਦੀਆਂ ਗੱਲਾਂ ਵੀ ਕਰਦੇ ਕਿ ਇਹ ਉਹੋ ਹੀ ਗੁਰੂ ਏ ਜਿਹਨੇ ਪੰਜਾਬ ਵਿਚ ਬਗ਼ਾਵਤ ਫੈਲਾਈ ਏ। ਸਾਰੇ ਪੰਜਾਬ ਦੇ ਲੋਕ ਹਕੂਮਤ ਨੂੰ ਟਿੱਚ ਸਮਝਦੇ ਹਨ। ਰੋਜ਼ ਬਗ਼ਾਵਤਾਂ ਜਨਮ ਲੈਂਦੀਆਂ ਹਨ ਤੇ ਰੋਜ਼ ਦਬਾ ਦਿੱਤੀਆਂ ਜਾਂਦੀਆਂ ਹਨ। ਕਾਬਲ ਦੀ ਬਗ਼ਾਵਤ ਵੀ ਏਸੇ ਲੜੀ ਦੀ ਇਕ ਕੜੀ ਏ। ਮਾਲਾ ਫੇਰਨ ਵਾਲੇ ਕਦੇ ਹਕੂਮਤ ਦੇ ਕੰਮਾਂ ਵਿਚ ਲੱਤ ਨਹੀਂ ਅੜਾਉਂਦੇ। ਖ਼ੁਦਾ ਦੀ ਇਬਾਦਤ ਕਰਨ ਜਾਂ ਅਫ਼ਸਰਾਂ ਨਾਲ ਮੱਥਾ ਮਾਰਨ, ਉਨ੍ਹਾਂ ਨੂੰ ਕੀ ਲੋੜ ਏ ਇਨ੍ਹਾਂ ਝਗੜਿਆਂ ਵਿਚ ਪੈਣ ਦੀ। ਉਨ੍ਹਾਂ ਜਗੀਰਾਂ ਥੋੜ੍ਹਾ ਮੱਲਣੀਆਂ ਹਨ। ਪੰਜਾਬ ਵਿਚ ਬਗ਼ਾਵਤ ਦੀ

ਪਨੀਰੀ ਬੀਜਣ ਵਾਲੇ ਇਹੋ ਗੁਰੂ ਹਨ। ਮੈਂ ਵੀ ਪੰਜਾਬ ਵਿਚ ਨੌਕਰੀ ਕਰ ਕੇ ਆਇਆ ਹਾਂ। ਗੁਰੂ ਹਰਗੋਬਿੰਦ ਨੇ ਕਈ ਵਾਰ ਹਕੂਮਤ ਨੂੰ ਵੰਗਾਰਿਆ, ਤਿੰਨ ਜੰਗਾਂ ਲੜੀਆਂ। ਦੋ ਜਿੱਤੀਆਂ ਤੇ ਇਕ ਹਾਰੀ। ਇਹ ਠੰਡੀ ਜੰਗ ਕਿਸੇ ਦਿਨ ਵੀ ਖ਼ੂਨੀ ਸ਼ਕਲ ਅਖ਼ਤਿਆਰ ਕਰ ਸਕਦੀ ਏ। ਇਹ ਮਾਲਾ ਫੇਰਨ ਵਾਲੇ ਹੱਥ ਕਦ ਤਲਵਾਰ ਚੱਕ ਲੈਣਗੇ ਇਹ ਕੌਣ ਜਾਣਦਾ ਏ। ਸਾਰਾ ਪੰਜਾਬ ਇਨ੍ਹਾਂ ਦੀ ਮਾੜੀ ਜਿਹੀ ਆਵਾਜ਼ ਤੇ ਇਨ੍ਹਾਂ ਦੇ ਮਗਰ ਖੜਾ ਹੋ ਜਾਂਦਾ ਏ। ਹਕੂਮਤ ਨੂੰ ਏਸ ਗੱਲ ਦਾ ਡਰ ਹੈ। ਵੈਸੇ ਇਹ ਏਨੇ ਖ਼ਤਰਨਾਕ ਨਹੀਂ ਜਿੰਨੀ ਅਫ਼ਸਰਾਂ ਨੇ ਅਫ਼ਵਾਹ ਫੈਲਾ ਦਿੱਤੀ ਏ। ਇਹ ਏਨੇ ਸ਼ਕਤੀਸ਼ਾਲੀ ਹਨ ਕਿ ਦਿੱਲੀ ਦੀ ਇੱਟ ਨਾਲ ਇੱਟ ਖੜਕਾ ਸਕਦੇ ਹਨ। ਇਨ੍ਹਾਂ ਦੀ ਆਵਾਜ਼ ਵਿਚ ਤਾਕਤ ਏ, ਬਲ ਏ, ਇਨ੍ਹਾਂ ਨੂੰ ਤਲਵਾਰਾਂ ਦੀ ਕੀ ਲੋੜ ਏ। ਤੋਪਾਂ ਇਨ੍ਹਾਂ ਦਾ ਕੁਝ ਨਹੀਂ ਵਿਗਾੜ ਸਕਦੀਆਂ। ਪੰਜਾਬੀ ਏਨੇ ਖ਼ੌਫ਼ਨਾਕ ਤੇ ਦਲੇਰ ਬੰਦੇ ਹਨ ਕਿ ਇਹ ਤੇ ਚਲਦੀਆਂ ਤੋਪਾਂ ਖੋਹ ਲੈਂਦੇ ਹਨ। ਮੈਂ ਦੋ ਵਾਰ ਇਸ ਤਰ੍ਹਾਂ ਹੁੰਦਾ ਵੇਖਿਆ ਏ। ਇਕ ਵਾਰ ਪਠਾਣਾਂ ਦੀ ਤੋਪ ਤੇ ਇਕ ਨਿਹੱਥੇ ਪੰਜਾਬੀ ਨੇ ਗੋਲੇ ਦਾਗਦੀ ਨੂੰ ਜਾ ਕਬਜ਼ੇ ਵਿਚ ਕੀਤਾ ਤੇ ਸ਼ਹਿਨਸ਼ਾਹ ਨੇ ਖ਼ੁਸ਼ ਹੋ ਕੇ ਉਹਨੂੰ ਪੰਜ ਪਿੰਡ ਇਨਾਮ ਵਿਚ ਦਿੱਤੇ ਸਨ। ਪੰਜਾਬੀ ਗਭਰੂ ਹਨ, ਇਰਾਦੇ ਦੇ ਪੱਕੇ ਹਨ। ਮਾਲਾ ਦੀ ਬੁੱਕਲ ਵਿਚ ਬਗ਼ਾਵਤ ਪਲ ਰਹੀ ਏ। ਇਹੋ ਜਿਹੇ ਵਿਚਾਰ ਵੀ ਹਵਾ ਵਿਚ ਗੇੜੇ ਮਾਰ ਰਹੇ ਸਨ।

ਮਹਿਮਾਨਖ਼ਾਨੇ ਵਿਚ ਮੈਂ ਦਿਨ ਵਿਚ ਦੋ ਵਾਰ ਤੇ ਜ਼ਰੂਰ ਗੇੜਾ ਮਾਰ ਆਇਆ ਕਰਦਾ ਸਾਂ। ਗੁਰਾਂ ਨੂੰ ਉਥੇ ਹੋਰ ਕੋਈ ਤਕਲੀਫ਼ ਨਹੀਂ ਸੀ, ਸਿਰਫ਼ ਬਾਹਿਰ ਘੁੰਮਣ ਦੀ ਮਨਾਹੀ ਸੀ। ਸਾਡੇ ਅੰਦਾਜ਼ੇ ਫੇਲ੍ਹ ਹੋ ਗਏ ਸਨ। ਸਾਨੂੰ ਇਹ ਪਤਾ ਨਹੀਂ ਸੀ ਲੱਗਦਾ ਕਿ ਹਕੂਮਤ ਕੀ ਕਰਨਾ ਚਾਹੁੰਦੀ ਏ। ਏਨੀ ਨਰਮੀ, ਏਨੀ ਹਮਦਰਦੀ, ਏਨੀ ਅਕੀਦਤ ਮੈਂ ਅਜੇ ਕੋਈ ਫ਼ੈਸਲਾ ਨਾ ਕਰ ਸਕਿਆ। ਮੇਰੇ ਸਾਥੀ ਅਜੇ ਤੇਲ ਵੇਖ ਰਹੇ ਸਨ ਅਤੇ ਤੇਲ ਦੀ ਧਾਰ ਵੇਖ ਰਹੇ ਸਨ। ਊਠ ਕਰਵੱਟਾਂ ਬਦਲ ਰਿਹਾ ਸੀ।

ਆਨੰਦਪੁਰ 'ਚੋਂ ਕੋਈ ਨਾ ਕੋਈ ਬੰਦਾ ਕਿਰਦਾ ਰਹਿੰਦਾ। ਉਨ੍ਹਾਂ ਨੂੰ ਕੀ ਦੱਸੀਏ, ਅਜੇ ਤੇ ਸਾਨੂੰ ਆਪ ਵੀ ਕੁਝ ਪਤਾ ਨਹੀਂ ਸੀ ਲੱਗ ਰਿਹਾ।

—ਮੈਂ ਇਕ ਦਿਨ ਜਾਮਾ ਮਸਜਿਦ ਦੀਆਂ ਸੀੜ੍ਹੀਆਂ ਤੇ ਬੈਠਾ ਹੋਇਆ ਸਾਂ। ਇਕ ਫ਼ਕੀਰ ਨੇ ਮੈਨੂੰ ਦੱਸਿਆ ਕਿ ਇਹ ਮੁਗ਼ਲ ਨੱਸ-ਨੱਸ ਦੇ ਖੋਟੇ ਹਨ, ਵੇਖਿਆ ਈ ਕਿਸ ਤਰ੍ਹਾਂ ਚਾਅ ਮਲ੍ਹਾਰ ਕਰ ਰਹੇ ਹਨ। ਜਦੋਂ ਇਨ੍ਹਾਂ ਨੇ ਅੱਖਾਂ ਫੇਰੀਆਂ ਬੱਸ ਉਦੋਂ ਹੀ ਤੂੰ ਕੌਣ ਤੇ ਮੈਂ ਕੌਣ। ਬੇਪੈਂਦੇ ਦੇ ਲੋਟੇ ਹਨ ਇਹ ਮੁਗ਼ਲ। ਇਹ ਵੇਖ ਰਹੇ ਹਨ ਕਿ ਗੁਰਾਂ ਦੀ ਦਿੱਲੀ ਵਿਚ ਕਿੰਨੀ ਕੁ ਜੜ੍ਹ ਲੱਗੀ ਹੋਈ ਹੈ। ਇਕ ਝਟਕੇ ਨਾਲ ਕੀ ਇਹ ਜੜ੍ਹ ਮੁੱਢੋਂ ਉੱਖੜ ਆਏਗੀ। ਇਹ ਕਾਜ਼ੀ ਜਿਹੜੇ ਮੂੰਹ ਘੁੰਡਣੀਆਂ ਪਾ ਕੇ ਬੈਠੇ ਹਨ ਵੇਖੀਂ ਜਦੋਂ ਇਹ ਪਟਾਕੇ, ਬਟੇਰਿਆਂ ਨੇ ਆਪਣੀ ਜ਼ਬਾਨ ਬੰਦ ਕਰ ਲੈਣੀ ਏ ਇਹ ਸ਼ਕਰ ਸੇਵੀਆਂ ਵਾਲੇ ਸਾਧ ਨਹੀਂ ਰਹਿਣੇ। ਇਨ੍ਹਾਂ ਰਿੱਛਾਂ ਨੇ ਪਤਾ ਨਹੀਂ ਅਜੇ ਕੀ-ਕੀ ਤਮਾਸ਼ੇ ਕਰਨੇ ਹਨ। ਸਰਮੱਦ ਨੂੰ ਹਰਮ ਵਿਚੋਂ ਖਾਣਾ ਪੱਕਾ ਪਕਾਇਆ ਆਇਆ ਕਰਦਾ ਸੀ। ਜਦੋਂ ਖੱਲ ਲਾਹੁਣ ਤੇ ਆਏ, ਤਾਂ ਬੱਕਰੇ ਵਾਂਗੂੰ ਕੋਹ ਸੁੱਟਿਆ।

ਮੁਸਲਮਾਨੀ ਲੋਕਾਂ ਦੇ ਖ਼ਿਆਲ ਬੜੇ ਨੇਕ ਸਨ। ਉਹ ਅਕੀਦਤ ਦੇ ਨਜ਼ਰਾਨੇ ਪੇਸ਼ ਕਰਦੇ ਗੁਰੂ ਸਾਹਿਬ ਅੱਗੇ ਤੇ ਬਰਕਤਾਂ ਨਾਲ ਝੋਲੀਆਂ ਭਰ-ਭਰ ਕੇ ਲਈ ਜਾਂਦੇ ਕਈ ਅਲਿਹਕਾਰ। ਮਟੀਆ ਮਹੱਲ ਵਿਚ ਕਈ ਜਗ੍ਹਾ ਤੇ ਦੇਗ਼ਾਂ ਚਾੜ੍ਹੀਆਂ ਗਈਆਂ ਤੇ ਨਿਆਜ਼ ਵੰਡੀ ਗਈ।

ਮਹਿਮਾਨਖ਼ਾਨਾ ਇਬਾਦਤਗਾਹ ਬਣ ਗਿਆ ਸੀ। ਹਿੰਦੂ ਓਨੇ ਦਿਨ ਮੰਦਰ ਨਾ ਗਏ ਜਿੰਨੇ ਦਿਨ ਸਤਿਗੁਰ ਮਹਿਮਾਨਖ਼ਾਨੇ ਵਿਚ ਰਹੇ। ਭਗਵਾਨ ਦਾ ਰੂਪ ਮੰਨ ਕੇ ਹੱਥ ਜੋੜੇ, ਮੱਥੇ ਰਗੜੇ, ਸੀਸ ਝੁਕਾਏ।

ਅੱਲਾਹ ਹੀ ਬਿਹਤਰ ਜਾਣਦਾ ਏ, ਵੈਸੇ ਮੁਗ਼ਲਾਂ ਕੋਲ ਏਸ ਵੇਲੇ ਖ਼ੁਦਾ ਦੀ ਖ਼ੁਦਾਈ ਦੀ ਕੁੰਜੀ ਲੱਕ ਪੱਲੇ ਬੱਝੀ ਹੋਈ ਏ।

ਫ਼ਕੀਰਾਂ ਤੇ ਏਨਾ ਜ਼ੁਲਮ ਚੰਗਾ ਨਹੀਂ। ਦਿੱਲੀ ਉਜੜਨ ਤੋਂ ਬਚਾ ਲਓ ਦਿੱਲੀ ਵਾਲਿਓ! ਇਕ ਆਵਾਜ਼ ਸੀ।

★

ਟਿਕਾਣਾ ੩੯

—ਮੈਂ ਸਮਝਿਆ ਕਿ ਬਲਾ ਟਲ ਗਈ ਏ, ਜੇ ਨਹੀਂ ਟਲੀ ਤੇ ਟਲ ਜਾਊਗੀ। ਪਰ ਉਦੇ ਸਿੰਘ ਰਾਠੌਰ ਆਖਣ ਲੱਗਾ ਇਹ ਵੀਰਾ ਤੇਰੀ ਖ਼ਾਮ ਖ਼ਿਆਲੀ ਏ। ਮੁਗ਼ਲਾਂ ਦਾ ਮਨ ਪਿਘਲ ਜਾਏ, ਇਹ ਹੋ ਨਹੀਂ ਸਕਦਾ। ਇਹ ਜਾਲ ਵਿਛਾਇਆ ਜਾ ਰਿਹਾ ਏ। ਜਦ ਰਾਜਪੂਤ ਬੇਗ਼ਮਾਂ ਦੀਆਂ ਬਾਂਦੀਆਂ ਸ਼ੀਰਨੀ ਦਾ ਥਾਲ ਲੈ ਕੇ ਆਈਆਂ ਸਤਿਗੁਰਾਂ ਨੇ ਅਸੀਸ ਹੀ ਦਿੱਤੀ ਸੀ। ਮੈਨੂੰ ਤਸੱਲੀ ਹੁੰਦੀ ਜਾਂਦੀ ਸੀ ਕਿ ਕੋਈ ਨਾ ਕੋਈ ਰਸਤਾ ਜ਼ਰੂਰ ਨਿਕਲ ਆਏਗਾ। ਉਦੇਪੁਰੀ ਬੇਗ਼ਮ ਨੇ ਜਦ ਬਾਂਦੀ ਨੂੰ ਨਜ਼ਰਾਨੇ ਦੇ ਕੇ ਭੇਜਿਆ, ਅਰਜ਼ ਕੀਤੀ ਕਿ ਹਜ਼ੂਰ ਮੇਰੀ ਗੋਦ ਖ਼ਾਲੀ ਏ, ਅਸ਼ੀਰਵਾਦ ਦਿਓ। ਸਤਿਗੁਰਾਂ ਫ਼ਰਮਾਇਆ ਬੇਗ਼ਮ ਅਜੇ ਤੇਰੀ ਕਿਸਮਤ ਵਿਚ ਔਲਾਦ ਨਹੀਂ। ਭਾਵੇਂ ਗੋਲੀ ਬੜੀ ਤਰਲੋਮੱਛੀ ਹੋਈ, ਕਈ ਮਰੋੜੇ ਖਾਧੇ, ਨਰਾਜ਼ਗੀ ਉਹਦੇ ਮੱਥੇ ਤੋਂ ਝਲਕ ਰਹੀ ਸੀ ਪਰ ਸਤਿਗੁਰਾਂ ਨੇ ਸਮਝਾਇਆ, ਬੇਰੀਆਂ ਨੂੰ ਬੇਰ ਨਹੀਂ ਲੱਗੇ ਹੋਏ ਜਿਹੜੇ ਤੋੜੇ ਤੇ ਫੜਾ ਦਿੱਤੇ ਜਾਣ। ਇਹ ਦਾਤ ਤੇ ਦਾਤੇ ਨੇ ਦੇਣੀ ਏ, ਅਸਾਂ ਤੇ ਅਰਦਾਸ ਹੀ ਕਰਨੀ ਏ। ਬੇਗ਼ਮ ਨੂੰ ਆਖਣਾ ਨਰਾਜ਼ ਨਾ ਹੋਵੇ, ਤੇਰੀ ਉਮੀਦ ਬਰ ਆਏਗੀ ਪਰ ਅਜੇ ਵਕਤ ਨਹੀਂ ਆਇਆ। ਓਸ ਗੋਲੀ ਨੇ ਜਾਂਦਿਆਂ ਹੀ ਹਰਮ ਵਿਚ ਕੁਹਰਾਮ ਮਚਾ ਦਿੱਤਾ। ਹਰਮ ਦੀਆਂ ਬੇਗ਼ਮਾਂ ਮੂੰਹ ਜੋੜ-ਜੋੜ ਕੇ ਗੱਲਾਂ ਕਰਨ ਲੱਗ ਪਈਆਂ। ਇਕ ਨੇ ਆਖਿਆ ਕਾਫ਼ਰਾਂ ਕੋਲੋਂ ਪੁੱਤ ਲੱਭਦੀ ਏ। ਜੇ ਪੁੱਤ ਚਾਹੀਦਾ ਏ ਤਾਂ ਨਜ਼ਾਮ-ਉਦ-ਦਿਨ ਕਿਉਂ ਨਹੀਂ ਜਾਂਦੀ ਓਥੇ ਮੰਨਤ ਕਿਉਂ ਨਹੀਂ ਮੰਨਦੀ। ਔਲੀਆ ਬਖ਼ਸ਼ਸ਼ ਕਰ ਦੇਣਗੇ ਤਾਂ ਕੀ ਪੁੱਤ ਨਹੀਂ ਜੰਮਣਗੇ। ਕਈ ਬੇਗ਼ਮਾਂ ਦੀਆਂ ਗੋਦੀਆਂ ਹਰੀਆਂ ਭਰੀਆਂ ਹੋ ਗਈਆਂ ਨੇ। ਇਹ ਕਾਫ਼ਰ ਕਾਫ਼ਰਾਂ ਨੂੰ ਹੀ ਪੁੱਤ ਵੰਡਦੇ ਹਨ। ਹਵਾ ਫੈਲ ਗਈ, ਗੱਲ ਕਾਜ਼ੀ ਦੇ ਕੰਨੀਂ ਵੀ ਚੜ੍ਹ ਗਈ। ਕਾਜ਼ੀ ਨੇ ਇਕ ਵਾਰ

ਸੋਚਿਆ—ਗੁਰੂ ਦੀ ਖ਼ੁਸ਼ਬੋਈ ਹਣ ਹਰਮ ਵਿਜ ਵੀ ਪੁੱਜ ਗਈ ਏ। ਭਾਵੇਂ ਅਸੀਂ ਇਹ ਨਾ ਹੀ ਮੰਨੀਏ ਪਰ ਗੁਰੂ ਕਰਨੀ ਵਾਲੇ ਜ਼ਰੂਰ ਹਨ। ਇਬਾਦਤ ਦਾ ਸਦਕਾ ਖ਼ੁਦਾ ਇਨ੍ਹਾਂ ਦੀ ਫ਼ਰਿਆਦ ਸੁਣ ਜ਼ਰੂਰ ਲੈਂਦਾ ਏ। ਸਾਡੇ ਫ਼ਕੀਰ ਤੇ ਸਾਨ੍ਹ ਹਨ। ਮੱਲਾਂ ਮਾਰੀਆਂ ਹੋਈਆਂ ਨੇ ਬਜ਼ੁਰਗਾਂ ਨੇ। ਖਾਈ ਜਾਂਦੇ ਨੇ। ਈਰਖਾ ਇਨ੍ਹਾਂ ਦੇ ਝੋਲਿਆਂ ਵਿਚ ਪਈ ਹੋਈ ਏ। ਇਬਾਦਤ ਕਰਨੀ ਫ਼ਕੀਰਾਂ ਤੇ ਮੌਲਵੀਆਂ ਛੱਡ ਦਿੱਤੀ ਏ। ਦੌਲਤ ਦਾ ਲਾਲਚ ਬੁਰੀ ਬਲਾ ਏ। ਹੁਣ ਦੌਲਤ ਤੇ ਮਗਰ ਭੱਜਣ ਕਿ ਇਬਾਦਤ ਕਰਨ। ਮੈਂ ਕੁਝ ਗੱਲਾਂ ਤੇ ਅੰਦਾਜ਼ੇ ਨਾਲ ਸੋਚੀਆਂ ਨੇ। ਕੁਝ ਗੱਲਾਂ ਮੈਨੂੰ ਮੇਰੇ ਦੋਸਤਾਂ ਵੀ ਦੱਸੀਆਂ ਹਨ ਜਿਹੜੇ ਹਰਮ ਦੇ ਪਹਿਰੇਦਾਰ ਹਨ। ਰਹਿੰਦੀ ਖੂੰਹਦੀ ਕਸਰ ਉਦੇ ਸਿੰਘ ਰਾਠੌਰ ਨੇ ਪੂਰੀ ਕਰ ਦਿੱਤੀ। ਜੈਤਾ ਆਖ ਰਿਹਾ ਸੀ।

ਨਵਾਬ ਸੈਫ-ਉ-ਦ-ਦੀਨ ਦੀ ਗੱਲ ਹੁਣ ਚੇਤੇ ਆ ਰਹੀ ਏ ਕਿ ਸੱਪ ਕਈ ਤਰ੍ਹਾਂ ਦੇ ਹੁੰਦੇ ਹਨ। ਇਕ ਉਹ ਸੱਪ ਹਨ ਜਿਨ੍ਹਾਂ ਦਾ ਡੰਗ ਇਕਦਮ ਅਸਰ ਕਰਦਾ ਹੈ। ਉਹ ਪਾਣੀ ਮੰਗਣ ਦੀ ਮੁਹਲਤ ਵੀ ਨਹੀਂ ਦੇਂਦੇ ਇਕ ਸੱਪ ਉਹ ਹਨ ਜਿਹੜੇ ਆਖਦੇ ਹਨ ਕਿ ਜ਼ਰਾ ਪਰ੍ਹਾਂ ਹੋ ਕੇ ਡਿੱਗ ਕੁਝ ਸੱਪ ਏਸ ਕਿਸਮ ਦੇ ਵੀ ਹੁੰਦੇ ਹਨ ਜਿਨ੍ਹਾਂ ਦਾ ਜ਼ਹਿਰ ਘੱਟ ਹੁੰਦਾ ਹੈ ਤੇ ਦਹਿਸ਼ਤ ਜ਼ਿਆਦਾ ਪਰ ਇਹ ਸੱਪ ਖ਼ੂਬਸੂਰਤ ਸੋਹਣੇ ਤੇ ਮੂੰਹ ਮੱਥੇ ਲੱਗਣ ਵਾਲੇ ਹਨ। ਇਨ੍ਹਾਂ ਦਾ ਜ਼ਹਿਰ ਹੌਲੀ-ਹੌਲੀ ਚੜ੍ਹਦਾ ਏ। ਦੂਜਿਆਂ ਸੱਪਾਂ ਨੂੰ ਤੇ ਸਪੇਰਾ ਕੀਲ ਲੈਂਦਾ ਏ ਪਰ ਇਹ ਸੱਪ ਉਨ੍ਹਾਂ ਤੋਂ ਕੀਲੇ ਨਹੀਂ ਜਾਂਦੇ, ਇਨ੍ਹਾਂ ਨੂੰ ਉਡਣੇ ਸੱਪ ਆਖਦੇ ਹਨ, ਇਹ ਨਜ਼ਰ ਵੀ ਨਹੀਂ ਆਉਂਦੇ, ਉਦੋਂ ਹੀ ਪਤਾ ਲੱਗਦਾ ਹੈ ਜਦੋਂ ਇਹ ਆਪਣਾ ਕਾਰਾ ਕਰ ਜਾਂਦੇ ਹਨ। ਸ਼ਾਹੀ ਹਾਕਮਾਂ ਦਾ ਵਤੀਰਾ ਵੇਖ ਕੇ ਕੋਈ ਅੰਦਾਜ਼ਾ ਵੀ ਨਹੀਂ ਲਗਾ ਸਕਦਾ ਕਿ ਬਾਦਸ਼ਾਹ ਦਾ ਰਵੱਈਆ ਕੀ ਏ। ਇਹ ਨਫ਼ਰਤ ਜਿਹੜੀ ਸਤਿਗੁਰਾਂ ਦੇ ਖਿਲਾਫ ਫੈਲਾਈ ਗਈ ਏ, ਕੀ ਇਹ ਹੁਣ ਦੋਸਤੀ ਵਿਚ ਬਦਲ ਜਾਏਗੀ। ਕੀ ਹਕੂਮਤ ਇਨ੍ਹਾਂ ਨੂੰ ਬਾਇਜ਼ਤ ਦਿੱਲੀ ਤੋਂ ਵਿਦਾ ਕਰ ਦੇਉ। ਕੀ ਇਨ੍ਹਾਂ ਮਦਾਰੀਆਂ ਨੇ ਕੋਈ ਹੋਰ ਤਮਾਸ਼ਾ ਕਰਨਾ ਹੈ। ਤਮਾਸ਼ਬੀਨ ਕੀ ਜਾਣਨ। ਸਾਡੇ ਅੰਦਾਜ਼ੇ ਗ਼ਲਤ ਹੋ ਰਹੇ ਸਨ। ਜੈਤੇ ਨੇ ਫੇਰ ਆਖਿਆ।

—ਮੈਂ ਜੈਤਾ ਇਹ ਵੀ ਆਖਦਾ ਹਾਂ ਰਾਜਾ ਜੈ ਸਿੰਘ ਦੀ ਹਵੇਲੀ ਵਿਚ ਰਾਜਾ ਰਾਮ ਸਿੰਘ ਦੀ ਮਾਂ ਨੇ ਮੋਤੀਆਂ ਭਰੀ ਥਾਲੀ, ਖ਼ੁਸ਼ਕ ਮੇਵੇ, ਫਲ ਮਠਿਆਈ, ਸਤਿਗੁਰਾਂ ਲਈ ਮਹਿਮਾਨਖ਼ਾਨੇ ਵਿਚ ਭੇਜੀ। ਸਤਿਗੁਰਾਂ ਨੇ ਸਾਰੀ ਦੀ ਸਾਰੀ ਖ਼ੈਰਾਤ ਕਰ ਦਿੱਤੀ। ਕਈਆਂ ਰਖਵਾਲਿਆਂ ਦੀਆਂ ਤਾਂ ਕੁਲਾਂ ਤਰ ਗਈਆਂ। ਜਿਦ੍ਹੇ ਹੱਥ ਮੋਤੀ ਆ ਗਏ ਉਹ ਤੇ ਸ਼ਾਹੂਕਾਰਾਂ ਦੀ ਪਾਲ ਵਿਚ ਬਹਿਣ ਜੋਗੇ ਹੋ ਗਏ। ਮੋਤੀਆਂ ਵਾਲੇ ਘੱਟ ਸਨ ਬਾਕੀ ਚੀਜ਼ਾਂ ਹਰ ਇਕ ਨੂੰ ਸਾਂਵੀਆਂ-ਸਾਂਵੀਆਂ ਮਿਲੀਆਂ। ਵੰਡੀਆਂ ਤੇ ਰਖਵਾਲਿਆਂ ਨੇ ਹੀ ਸਨ ਉਨ੍ਹਾਂ ਕਾਣੀ ਵੰਡ ਕੀਤੀ ਏ, ਉਹਦਾ ਪਾਪ ਉਨ੍ਹਾਂ ਨੂੰ ਮਿਲੇਗਾ। ਪਰ ਜਦੋਂ ਦੌਲਤ ਆਉਂਦੀ ਏ ਤੇ ਖ਼ੁਸ਼ੀਆਂ ਦੀ ਬਦਲੀਆਂ ਲੈ ਕੇ, ਤੇ ਜਦ ਦੌਲਤ ਘਰ ਵਿਚ ਜਮ੍ਹਾਂ ਹੋ ਜਾਂਦੀ ਏ ਤੇ ਫੇਰ ਹੱਕ ਹਲਾਲ ਦੀ ਕਮਾਈ ਤੇ ਆਨੰਦ ਦੇ ਫੁੱਲ ਖਿੜਦੇ ਨੇ। ਜੇ ਹਰਾਮ ਦੀ ਦੌਲਤ ਇਕੱਠੀ ਹੋਈ ਹੋਵੇ ਤਾਂ ਫੇਰ ਦੁੱਖ, ਕਲੇਸ਼, ਬੀਮਾਰੀ, ਲੜਾਈ, ਝਗੜਾ,ਕੰਧਾਂ ਕੰਬਦੀਆਂ ਹਨ। ਇਕ ਮੁਹਰ ਦੇ ਬਦਲੇ ਦਸ ਮੁਹਰਾਂ ਦਾਨ ਕਰੋ ਤਾਂ ਵੀ ਨਹੀਂ ਬਖ਼ਸ਼ਦੀ ਪਾਪ ਦੀ ਕਮਾਈ। ਪਾਪੀ ਦੀ

ਇਕ ਦਮੜੀ ਭਰੀ ਦੇਗ ਨਸ਼ਟ ਕਰ ਦਿੰਦੀ ਏ। ਗੁਰਾਂ ਕੋਲ ਜੋ ਆਇਆ ਉਨ੍ਹਾਂ ਵੰਡ ਦਿੱਤਾ। ਇਹਦੇ ਨਾਲ ਪਹਿਰੇਦਾਰ ਤੇ ਰਖਵਾਲੇ ਹਮਦਰਦੀ ਬਣ ਗਏ ਸਨ। ਅਜੇ ਕੁਝ ਆਖਿਆ ਜਾ ਨਹੀਂ ਸੀ ਸਕਦਾ ਕਿ ਕਦੇ ਕਾਇਆ ਪਲਟ ਜਾਏ। ਏਸ ਬਾਬਲ ਦਾ ਕੀ ਇਤਬਾਰ ਕਿ ਡੋਲੇ ਪਈ ਕੱਢ ਲਏ। ਵਿਚਾਰ ਏਸ ਤਰ੍ਹਾਂ ਵੀ ਕੀਤੀ ਜਾ ਸਕਦੀ ਹੈ।

ਜੈਤੇ ਨੇ ਇਕ ਹੋਰ ਗੱਲ ਦੱਸੀ। ਦਿੱਲੀ ਦੇ ਕਾਜ਼ੀ ਦੀ ਬੇਗਮ ਨੇ ਇਕ ਵਾਰ ਮੰਨਤ ਮੰਨੀ ਸੀ, ਜਦੋਂ ਸਤਿਗੁਰ ਪਹਿਲਾਂ ਦਿੱਲੀ ਆਏ ਸਨ। ਬਾਂਦੀ ਵਰ ਲੈ ਗਈ ਸੀ ਬੇਗਮ ਲਈ ਪੁੱਤ ਦੀ ਦਾਤ ਦਾ। ਕੁਦਰਤ ਨੇ ਉਹਦੇ ਘਰ ਚੰਨ ਜਿਹਾ ਪੁੱਤ ਦੇ ਦਿੱਤਾ। ਇਕ ਪੁਸ਼ਾਕ, ਇਕ ਮਾਲਾ, ਖਜੂਰਾਂ ਦੀ ਭਰੀ ਪਰਾਤ, ਮੇਵੇ ਤੇ ਬੁੱਕ ਮੁਹਰਾਂ ਦਾ ਬਾਂਦੀ ਦੇ ਹੱਥ ਭੇਜਿਆ। ਗੁਰਾਂ ਦੀ ਹਜ਼ੂਰੀ ਵਿਚ। ਇਹ ਸਾਰੀਆਂ ਸੌਗਾਤਾਂ ਮਹਿਮਾਨਖ਼ਾਨੇ ਵਿਚ ਹੀ ਜਮ੍ਹਾਂ ਹੋਈਆਂ। ਆਖਦੇ ਹਨ ਓਸੇ ਦਿਨ ਕਾਜ਼ੀ ਅਚਾਨਕ ਮਹਿਮਾਨਖ਼ਾਨੇ ਵਿਚ ਆਇਆ, ਸੁਖ ਸਾਂਦ ਪੁੱਛਣ, ਰਿਵਾਜ ਦੇ ਮੁਤਾਬਿਕ ਨਜ਼ਰਾਨਾ ਕਾਜ਼ੀ ਨੇ ਵੀ ਪੇਸ਼ ਕੀਤਾ। ਸਤਿਗੁਰਾਂ ਨੇ ਉਹੋ ਪੁਸ਼ਾਕ ਕਾਜ਼ੀ ਨੂੰ ਦੇ ਦਿੱਤੀ। ਬੜਾ ਖ਼ੁਸ਼ ਹੋਇਆ ਕਾਜ਼ੀ, ਸਿਰ ਝੁਕਾਇਆ, ਸਜਦਾ ਕੀਤਾ, ਹਜ਼ੂਰ ਮੈਂ ਇਹ ਨਹੀਂ ਸੀ ਜਾਣਦਾ ਕਿ ਤੁਸੀਂ ਏਨੇ ਬੁਲੰਦ ਹੋ, ਕੋਈ ਹੁਕਮ ਨਹੀਂ ਆਇਆ। ਮੈਂ ਚਾਹੁੰਦਾ ਹਾਂ ਕਿ ਤੁਸੀਂ ਕਾਹਨੂੰ ਪਰਦੇਸ ਵਿਚ ਧੱਕੇ ਖਾਵੋ, ਤੁਹਾਨੂੰ ਵਾਪਸ ਮੋੜ ਦੇਈਏ ਜੇ ਲੋੜ ਪਈ ਤੇ ਫੇਰ ਸੱਦ ਲਵਾਂਗੇ। ਜਦ ਕਾਜ਼ੀ ਘਰ ਪੁੱਜਾ ਤਾਂ ਆਖਣ ਲੱਗਾ ਕਿ ਬੇਗ਼ਮ ਅੱਜ ਰਹਿਮਤਾਂ ਦੀ ਬਰਸਾਤ ਹੋ ਗਈ। ਆਨੰਦਪੁਰ ਵਾਲੇ ਗੁਰੂਆਂ ਦੀ ਦੀ ਖ਼ਬਰ ਪੁੱਛਣ ਗਏ ਸਾਂ ਪੁਸ਼ਾਕ ਮਿਲੀ ਏ। ਬੇਗ਼ਮ ਹੈਰਾਨ ਸੀ ਏਨੀ ਬੇਨਿਆਜ਼ੀ, ਮੈਂ ਪੁਸ਼ਾਕ ਤੇ ਜੀਅ ਜਾਨ ਤੇ ਮਿਹਨਤ ਲਾ ਕੇ ਬਣਵਾਈ ਸੀ ਸਿਰਫ਼ ਉਨ੍ਹਾਂ ਲਈ। ਉਨ੍ਹਾਂ ਖ਼ੈਰਾਤ ਕਰ ਦਿੱਤੀ। ਮੇਰੀ ਚੀਜ਼ ਮੇਰੇ ਘਰ ਤੇ ਆ ਗਈ ਪਰ ਜੇ ਓਸ ਵੇਲੇ ਕੋਤਵਾਲ ਹੁੰਦਾ ਤਾਂ ਉਹਦੇ ਹਿੱਸੇ ਵੀ ਆ ਸਕਦੀ ਸੀ। ਗੁਰਾਂ ਦੀ ਬਖ਼ਸ਼ਸ਼, ਗੁਰਾਂ ਦੀ ਅਸੀਸ ਪੁਸ਼ਾਕ ਦੇ ਰਾਹੀਂ ਮੇਰੇ ਘਰ ਆਈ ਏ। ਅੱਲਾ ਰਹਿਮ, ਗੁਰਾਂ ਦਾ ਵਾਲ ਵਿੰਗਾ ਨਾ ਹੋਵੇ। ਦਿੱਲੀ ਆਇਆ ਕੋਈ ਬਚ ਕੇ ਤੇ ਗਿਆ ਨਹੀਂ। ਇਹ ਕਰਨੀਵਾਨ ਹਨ ਸ਼ਾਇਦ ਕੁਦਰਤ ਇਨ੍ਹਾਂ ਦੀ ਕੁਝ ਮਦਦ ਕਰ ਦੇਵੇ। ਵੈਸੇ ਕਾਜ਼ੀ ਸਾਹਿਬ ਭਾਵੇਂ ਮੇਰੇ ਖਾਵੰਦ ਹਨ ਪਰ ਇਨ੍ਹਾਂ ਦੀ ਕਲਮ ਦੀ ਜ਼ੱਦ ਥੱਲੇ ਆਇਆ ਕੋਈ ਸੁੱਕਾ ਨਹੀਂ ਨਿਕਲਿਆ। ਇਨ੍ਹਾਂ ਦਾ ਕੋਈ ਦੀਨ ਈਮਾਨ ਨਹੀਂ। ਘੜੀ ਵਿਚ ਤੋਲਾ ਤੇ ਘੜੀ ਵਿਚ ਮਾਸਾ। ਰਿਸ਼ਵਤ ਲੈ ਕੇ ਇਹ ਆਪਣਾ ਈਮਾਨ ਵੀ ਵੇਚ ਲੈਂਦੇ ਹਨ। ਅੱਛਾ ਅੱਲਾ ਖ਼ੈਰ ਕਰੇ! ਜੇ ਵਕਤ ਬਦ ਆ ਹੀ ਗਿਆ ਏ ਤਾਂ ਫੇਰ ਬਾਂਦੀਆਂ ਕਾਹਦੇ ਲਈ ਹਨ। ਉਨ੍ਹਾਂ ਦੇ ਰਾਹੀਂ ਰਿਸ਼ਵਤ ਦੇ ਕੇ ਹੁਕਮ ਬਦਲਾਇਆ ਜਾਏਗਾ। ਮੇਰੇ ਤੇ ਘਰ ਦਾ ਬੂਟਾ ਲਾਉਣ ਵਾਲੇ ਹੀ ਇਹ ਗੁਰੂ ਹਨ। ਕਾਜ਼ੀ ਦੀ ਬੇਗ਼ਮ ਏਸ ਤਰ੍ਹਾਂ ਸੋਚ ਰਹੀ ਸੀ।

ਸਾਰੀ ਦਿੱਲੀ ਤੇ ਹਮਦਰਦ ਸੀ, ਹਕੂਮਤ ਵੀ ਮਿਹਰਬਾਨ ਸੀ ਤੇ ਫੇਰ ਹਿਰਾਸਤ ਵਿਚ ਕਿਉਂ? ਮਹਿਮਾਨਖ਼ਾਨਾ ਵੀ ਤੇ ਇਕ ਤਰ੍ਹਾਂ ਦਾ ਜੇਲ੍ਹਖ਼ਾਨਾ ਹੀ ਸੀ। ਆਮ ਲੋਕ ਤੇ ਨਹੀਂ ਸਨ ਜਾਣਦੇ ਸ਼ਾਹੀ ਮਹਿਮਾਨ ਏ, ਮਹਿਮਾਨ ਨਹੀਂ ਕੈਦੀ। ਇਥੇ ਲੋਹੇ ਦੀਆਂ ਜ਼ੰਜੀਰਾਂ ਸੋਨੇ ਦੀਆਂ ਸੰਗਲੀਆਂ ਹਨ। ਹੀਰਿਆਂ ਜੜੀਆਂ ਨੌਕਰ ਚਾਕਰ ਵੇਖਣ ਲਈ ਹਨ। ਇਹ

ਰਖਵਾਲ ਹਨ। ਇਹ ਪਹਿਰੇਦਾਰ ਹੁਣ ਜ਼ਰਾ ਜ਼ਬਾਨ ਮਿੱਠੀ ਏ ਤੇ ਫੇਰ ਜ਼ਬਾਨ ਤੁਰਸ਼ ਹੋ ਜਾਏਗੀ। ਅੱਖਾਂ ਲਾਲ ਸੂਹੀਆਂ, ਗ਼ੈਰਤ ਜਾਂਦੀ ਰਹੂ। ਨਾ ਫੇਰ ਇਹ ਦੀਦ ਤੇ ਨਾ ਫੇਰ ਮੁਰੀਦ ਪੰਜ ਹਜ਼ਾਰੀ, ਤੀਸ ਹਜ਼ਾਰੀ ਦੇ ਰੁਤਬਿਆਂ ਦੇ ਮਾਲਕ, ਬੁੱਢਾ ਜਰਨੈਲ ਇਥੇ ਲਾਇਆ ਜਾਂਦਾ ਏ। ਹਕੂਮਤ ਦਾ ਸਭ ਤੋਂ ਇਜ਼ਤਦਾਰ ਤੇ ਵਫ਼ਾਦਾਰ ਮਹਿਕਮਾ ਇਹੋ ਹੀ ਏ। ਇਹ ਬਗਲੇ ਭਗਤ ਹਨ। ਚਿੱਟਿਆਂ ਕੱਪੜਿਆਂ ਵਿਚ। ਇਹ ਸਫ਼ੈਦ ਹਾਥੀ। ਇਨ੍ਹਾਂ ਦੇ ਖ਼ਰਚ ਦੀ ਕੋਈ ਪੜਤਾਲ ਨਹੀਂ। ਜੈਤਾ ਇਸ ਤਰ੍ਹਾਂ ਸੋਚ ਰਿਹਾ ਸੀ।

ਰਾਤ ਹਨੇਰੀ ਸੀ, ਬੂੰਦਾ ਬਾਂਦੀ ਹੋ ਰਹੀ ਸੀ। ਲੋਕ ਆਰਾਮ ਦੀ ਨੀਂਦ ਸੁੱਤੇ ਹੋਏ ਸਨ। ਖ਼ਿਦਮਤਗਾਰ ਉੱਠੇ ਤੇ ਉਨ੍ਹਾਂ ਜਗਾਇਆ ਸਤਿਗੁਰਾਂ ਨੂੰ ਤੇ ਆਖਿਆ ਚਲੋ ਚਲੀਏ।

—ਕਿੱਥੇ ? ਅੱਧੀ ਰਾਤ ਵੇਲੇ, ਨਾ ਅਗਲਾ ਪਹਿਰ ਤੇ ਨਾ ਪਿਛਲਾ ਪਹਿਰ, ਦਿਨ ਚੜ੍ਹਨ ਦਿਓ।

—ਇਹ ਹਕੂਮਤ ਦੇ ਕੰਮ ਹਨ, ਤੁਹਾਡਾ ਟਿਕਾਣਾ ਬਦਲ ਗਿਆ ਏ। ਹੁਣ ਜ਼ਰਾ ਤੁਰਸ਼ੀ ਸੀ ਖ਼ਿਦਮਤਦਾਰ ਦੀ ਜ਼ਬਾਨ ਵਿਚ। ਮੱਥੇ ਤੇ ਤਿਊੜੀਆਂ ਉੱਭਰੀਆਂ ਹੋਈਆਂ ਸਨ।

ਹਵੇਲੀ, ਕੋਤਵਾਲੀ ਨੁਮਾ, ਚਾਂਦਨੀ ਚੌਂਕ ਦੀ ਇਕ ਕੋਠੜੀ ਵਿਚ ਡੱਕਿਆ, ਡਰ ਲੱਗੇ, ਹੱਥ ਨੂੰ ਹੱਥ ਨਾ ਲੱਭੇ, ਡੱਕਿਆ ਤੇ ਚਲੇ ਗਏ। ਸਰੂ ਦੇ ਦਰਖ਼ਤ ਹਵਾ ਵਿਚ ਪੈਲਾਂ ਪਾ ਰਹੇ ਸਨ, ਨਹਿਰ ਵਗ ਰਹੀ ਸੀ।

ਮਹਿਮਾਨਖ਼ਾਨੇ ਦੇ ਪਰਾਹੁਣੇ, ਕੈਦੀਆਂ ਦੀ ਹਨੇਰੀ ਕੋਠੜੀ ਵਿਚ ਆਣ ਬੈਠੇ, ਰੰਗ ਕੁਦਰਤ ਦੇ ਹਨ।

★

੪੦ ਕੋਤਵਾਲੀ

ਇਕ ਰਾਤ ਵਿਚ ਈ ਕਾਇਆ ਪਲਟ ਕੇ ਰੱਖ ਦਿੱਤੀ ਦਿੱਲੀ ਦੇ ਹਾਕਮਾਂ ਨੇ। ਮੈਂ ਤੇ ਅੱਗੇ ਹੀ ਕੋਤਵਾਲੀ ਵਿਚ ਨੌਕਰ ਸਾਂ। ਮੈਂ ਹੁਣ ਸਫ਼ਾਈ ਸੇਵਕ ਸਾਂ। ਮੇਰੇ ਜ਼ਿੰਮੇ ਸਫ਼ਾਈ ਦੇ ਕਮਰੇ ਅਤੇ ਗੰਦ, ਮੈਲਾ ਚੁੱਕਣਾ ਏਸ ਕੰਮ ਦੇ ਬਦਲੇ ਮੈਨੂੰ ਵੀਹ ਦੀਨਾਰ ਮਿਲਦੇ ਸੀ। ਜਦ ਕੋਤਵਾਲੀ ਸਤਿਗੁਰ ਆਏ ਤਾਂ ਮੇਰੀ ਛੁੱਟੀ ਦਾ ਵਕਤ ਹੋਣ ਵਾਲਾ ਸੀ। ਮੈਂ ਜ਼ਰਾ ਕੁ ਲੋ ਕੀਤੀ ਤੇ ਮੱਥਾ ਟੇਕਿਆ। ਹੁਣ ਅਸੀਂ ਕੋਤਵਾਲੀ ਵਿਚ ਸਿਰਫ਼ ਪੰਜ ਜਣੇ ਸਾਂ। ਕੋਤਵਾਲ ਦਾ ਕਮਰਾ ਸਾਥੋਂ ਕੁਝ ਹਟ ਕੇ ਸੀ। ਮੇਰੀ ਜਗ੍ਹਾ ਤੇ ਕੰਮ ਕਰਨ ਵਾਲਾ ਬੰਦਾ ਆ ਗਿਆ ਸੀ ਅਤੇ ਮੈਂ ਛੇਤੀ ਛੇਤੀ ਅਰਜ਼ ਕੀਤੀ ਕਿ ਮੈਂ ਹਜ਼ੂਰ ਜੈਤਾ ਹਾਂ, ਹੁਣ ਚਲਿਆ ਹਾਂ, ਛੇਤੀ ਆ ਜਾਵਾਂਗਾ। ਸਾਰੀ ਖ਼ਬਰ ਦੇ ਆਵਾਂ ਊਦੇ ਸਿੰਘ ਰਾਠੌਰ ਨੂੰ। ਗੁਰਦਿੱਤਾ ਜੀ ਵੀ ਤੇ ਹੋਰ ਸਾਥੀ ਉਡੀਕ ਵਿਚ ਹੋਣਗੇ। ਇਸ਼ਨਾਨ ਕੀਤਾ ਤੇ ਮੁੜ ਆਇਆ। ਮੈਂ ਦਿਨ ਚੜ੍ਹਨ ਤੋਂ ਪਹਿਲਾਂ ਹੀ ਆ ਜਾਵਾਂਗਾ। ਮੇਰੇ ਤੋਂ ਬਗ਼ੈਰ ਏਥੇ ਹੋਰ ਕੋਈ ਹਮਦਰਦੀ ਨਹੀਂ। ਮੇਰਾ

ਜੋਟੀਦਾਰ ਜਿਹੜਾ ਆਇਆ ਏ ਉਹ ਆਪਣਾ ਕੰਮ ਕਰ ਕੇ ਚਲਾ ਜਾਏਗਾ। ਮੈਂ ਜੁੱਤੀ ਪਾਈ ਤੇ ਖਿਸਕ ਗਿਆ। ਹੁਣ ਸਾਰੀ ਜ਼ਿੰਮੇਵਾਰੀ ਓਸੇ ਦੀ ਹੀ ਸੀ। ਬਾਹਰ ਫਾਟਕ ਤੇ ਪੰਜ ਪਹਿਰੇਦਾਰ ਪਹਿਰਾ ਦੇ ਰਹੇ ਸਨ। ਹੋਰ ਵੀ ਕੈਦੀ ਸਨ ਕੋਤਵਾਲੀ ਵਿਚ ਆਪਣਿਆਂ-ਆਪਣਿਆਂ ਕਮਰਿਆਂ ਵਿਚ ਬੰਦ ਸਨ।

ਇਕ ਰਾਤ ਦੀ ਵਿੱਥ ਪਈ, ਸਮਾਂ ਹੀ ਪਲਟ ਗਿਆ। ਕਾਜ਼ੀ ਜਿਹਦੇ ਮੂੰਹ ਵਿਚ ਜ਼ਬਾਨ ਨਹੀਂ ਸੀ ਬਟੇਰੇ ਵਾਂਗ ਪਟਾਕਣ ਲੱਗ ਪਿਆ। ਗਿੱਠ ਜੀਭ ਕੱਢ ਕੇ ਗੱਲ ਕਰਦਾ। ਜ਼ਬਾਨ ਕੈਂਚੀ ਵਾਂਗ ਚਲਦੀ। ਉਸ ਤੇ ਮੱਥੇ ਤੇ ਅੱਖਾਂ ਹੀ ਰੁੱਖ ਲਈਆਂ ਸਨ। ਚੰਗੇ ਸੂਰਜ ਚੜ੍ਹੇ ਆਇਆ ਤੇ ਆਖਣ ਲੱਗਾ, ਸ਼ਾਹੀ ਫ਼ੁਰਮਾਨ ਦੇ ਮੁਤਾਬਿਕ ਹੁਣ ਤੁਸੀਂ ਸਰਕਾਰ ਦੇ ਕੈਦੀ ਹੋ। ਤੁਸੀਂ ਬਾਹਿਰ ਤੋਂ ਆਇਆ ਖਾਣਾ ਖਾ ਤੇ ਸਕਦੇ ਹੋ ਪਰ ਉਹਦੇ ਤੇ ਸਿਰਫ਼ ਇਕੋ ਹੀ ਸ਼ਰਤ ਏ ਕਿ ਪਹਿਲਾਂ ਕੋਤਵਾਲ ਖਾਣੇ ਦੀ ਜਾਂਚ ਕਰਵਾ ਕੇ ਆਪਣੀ ਮੋਹਰ ਲਗਾ ਕੇ ਤੁਹਾਡੇ ਕੋਲ ਭੇਜ ਦਏਗਾ, ਖਾਣਾ ਖਾ ਲਵੋ ਸਾਨੂੰ ਉਜ਼ਰ ਨਹੀਂ। ਜੇ ਤੁਹਾਨੂੰ ਇਹ ਮਨਜ਼ੂਰ ਨਾ ਹੋਵੇ ਤਾਂ ਸਰਕਾਰ ਖਾਣੇ ਦਾ ਇੰਤਜ਼ਾਮ ਕਰੇਗੀ। ਜਿਸ ਬੰਦੇ ਨੂੰ ਤੁਸੀਂ ਇਜਾਜ਼ਤ ਦਿਓਗੇ ਕੋਤਵਾਲ ਸਾਹਿਬ ਓਸ ਬੰਦੇ ਨੂੰ ਦਰਸ਼ਨ ਕਰਵਾ ਦਿਆ ਕਰਨਗੇ। ਹੋਰ ਕਿਸੇ ਕਿਸਮ ਦੀ ਚੀਜ਼ ਦੀ ਲੋੜ ਹੋਵੇ, ਕੋਤਵਾਲ ਸਾਹਿਬ ਪੂਰੀ-ਪੂਰੀ ਮਦਦ ਕਰਨਗੇ।

—ਸਰਕਾਰ ਚਾਹੁੰਦੀ ਏ ਕਿ ਹਿੰਦੁਸਤਾਨ ਵਿਚ ਰੋਜ਼ ਜਿਹੜੇ ਧੱਕੇ ਫਸਾਦ ਹੁੰਦੇ ਹਨ। ਇਨ੍ਹਾਂ ਦੀਅ ਜੜ੍ਹਾਂ ਕੱਟ ਦਿੱਤੀਆਂ ਜਾਣ। ਇਸ ਕੰਮ ਵਿਚ ਤੁਸੀਂ ਬੜੀ ਮਦਦ ਕਰ ਸਕਦੇ ਹੋ। ਤੁਸੀਂ ਚਾਹੋ ਤੇ ਇਹ ਕੰਮ ਆਸਾਨੀ ਨਾਲ ਨੇਪਰੇ ਚੜ੍ਹ ਸਕਦਾ ਏ। ਦੋ ਦਿਨ ਦੀ ਮੁਹਲਤ ਦਿੱਤੀ ਜਾਂਦੀ ਏ। ਵਿਚਾਰ ਕਰੋ। ਜੇ ਕੋਈ ਰਾਹ ਲੱਭੂ ਤਾਂ ਹਕੂਮਤ ਤੁਹਾਡੇ ਨਾਲ ਮੋਢੇ ਨਾਲ ਮੋਢਾ ਜੋੜ ਕੇ ਖੜੀ ਹੋਵੇਗੀ—ਕਾਜ਼ੀ ਦੇ ਬੋਲ ਸਨ।

—ਇਹ ਕੰਮ ਤੇ ਕਿਤੇ ਵੀ ਬੈਠ ਕੇ ਵਿਚਾਰਿਆ ਜਾ ਸਕਦਾ ਸੀ। ਹਕੂਮਤ ਨੂੰ ਏਨਾ ਕਸ਼ਟ ਕਰਨ ਦੀ ਕੀ ਲੋੜ ਸੀ। ਇਹ ਗੱਲਾਂ ਕੈਦ ਵਿਚ ਬੈਠ ਕੇ ਥੋੜ੍ਹਾ ਹੁੰਦੀਆਂ ਨੇ। ਫ਼ਰਮਾਇਆ ਸਤਿਗੁਰਾਂ।

—ਸ਼ਾਹੀ ਫ਼ਰਮਾਨ ਦੇ ਮੁਤਾਬਿਕ ਸਾਨੂੰ ਅਮਲ ਤੇ ਕਰਨਾ ਹੀ ਪੈਣਾ ਏ। ਨੌਕਰੀ ਜੋ ਹੋਈ।

—ਸ਼ਹਿਰ ਦਾ ਕਾਜ਼ੀ ਏਸ ਵੇਲੇ ਬਾਦਸ਼ਾਹ-ਏ-ਵਕਤ ਸੀ। ਜਦ ਬਾਦਸ਼ਾਹ ਦਿੱਲੀ ਵਿਚ ਨਹੀਂ ਤਾਂ ਕਾਜ਼ੀ ਮਾਲਕ ਹੈ। ਕਾਜ਼ੀ ਦਾ ਹੁਕਮ ਉਹਦੇ ਬੋਲ ਬਾਦਸ਼ਾਹ ਦੇ ਕਾਨੂੰਨ ਤੋਂ ਘੱਟ ਨਹੀਂ ਸਨ। ਹਰ ਸ਼ਬਦ ਜਿਹੜਾ ਉਹਦੇ ਮੁੱਖ ਵਿਚੋਂ ਨਿਕਲਦਾ, ਉਹ ਕਾਨੂੰਨ ਬਣ ਜਾਂਦਾ।

—ਤੁਸੀਂ ਆਪਣਾ ਰੁਤਬਾ ਕਿਉਂ ਭੁੱਲ ਗਏ ਓ, ਕਾਜ਼ੀ ਸਾਹਿਬ !

—ਨੌਕਰ ਦੀ ਕੀ ਔਕਾਤ ਏ ? ਬਾਦਸ਼ਾਹ ਦੇ ਸਾਹਮਣੇ, ਨੌਕਰ ਆਖ਼ਰ ਨੌਕਰ ਏ।

—ਤੁਸੀਂ ਗੱਲ ਗੁੰਝਲਾਂ 'ਚ ਪਾ ਕੇ ਨਾ ਕਰੋ। ਗੱਲ ਸਿੱਧੀ ਵੀ ਕੀਤੀ ਜਾ ਸਕਦੀ ਏ।

—ਇਹਦੇ ਵਿਚ ਗੁੰਝਲ ਵਾਲੀ ਤੇ ਗੱਲ ਹੀ ਕੋਈ ਨਹੀਂ, ਹਕੂਮਤ ਨੂੰ ਲੋੜ ਏ, ਏਸ ਲਈ ਤੁਹਾਡਾ ਸਹਿਯੋਗ ਮੰਗਿਆ ਏ।

—ਹਕੂਮਤ ਜੋ ਚਾਹੇ ਕਰ ਸਕਦੀ ਏ। ਅਸੀਂ ਤੇ ਲੋਕਾਂ ਨੂੰ ਮਾਲਾ ਜਪਣਾ ਹੀ ਦੱਸ ਸਕਦੇ ਹਾਂ।

—ਪੂਰੇ ਪੰਜਾਬ ਦੀ ਆਵਾਜ਼ ਤੁਹਾਡੇ ਮਗਰ ਏ। ਤੁਸਾਂ ਚਾਹੋ ਤੇ ਹਕੂਮਤ ਦਾ ਪਲ ਵਿਚ ਪਾਸਾ ਪਲਟ ਦਿਓ।

—ਇਹ ਗੱਲ ਜਿਨ੍ਹਾਂ ਤੁਹਾਨੂੰ ਦੱਸੀ ਏ ਜਾਂ ਉਹ ਨਸ਼ੇ ਵਿਚ ਹਨ ਜਾਂ ਐਵੇਂ ਸ਼ੇਖ਼ੀ ਮਾਰਨ ਦੇ ਆਦੀ ਹਨ ਅਸੀਂ ਸਾਧ ਲੋਕ, ਸਾਨੂੰ ਨਾ ਹਕੂਮਤ ਨਾਲ ਕੋਈ ਵਾਸਤਾ ਏ, ਨਾ ਸਿਆਸਤ ਨਾਲ, ਰੱਬ-ਰੱਬ ਵਾਲੇ ਬੰਦੇ ਇਨ੍ਹਾਂ ਝਮੇਲਿਆਂ ਵਿਚ ਨਹੀਂ ਪੈਂਦੇ। ਕੋਈ ਗੱਪ ਮਾਰ ਗਿਆ ਹੋਣਾ ਏ ਤੇ ਤੁਸਾਂ ਇਤਬਾਰ ਕਰ ਲਿਆ ਹੋਣਾ ਏ।

—ਸਰਕਾਰ ਦੀ ਰਿਪੋਰਟ ਜੋ ਕੁਝ ਦੱਸਦੀ ਏ, ਮੈਂ ਅਰਜ਼ ਕਰ ਦਿੱਤੀ ਏ। ਤੁਸਾਂ ਉਨ੍ਹਾਂ ਬੰਦਿਆਂ ਦੀ ਸਰਦਾਰੀ ਕਬੂਲ ਕਰ ਲਈ ਏ, ਜਿਹੜੇ ਕਸ਼ਮੀਰ ਵਿਚ ਜਹਾਦ ਦੇ ਝੰਡੇ ਚੁੱਕੀ ਫਿਰਦੇ ਹਨ।

—ਸਹਾਰਾ ਲੱਭਦੇ ਲੋਕ ਸਾਡੇ ਕੋਲ ਆ ਗਏ ਤੇ ਅਸਾਂ ਉਨ੍ਹਾਂ ਦੀ ਜ਼ਿਮੇਵਾਰੀ ਆਪਣੇ ਜ਼ਿੰਮੇ ਲੈ ਲਈ। ਅਸੀਂ ਸ਼ਾਹ ਦੇ ਕੰਨੀਂ ਗੱਲ ਚਾੜ੍ਹ ਦੇਂਦੇ ਹਾਂ, ਜੇ ਤੁਹਾਨੂੰ ਡਰ ਲੱਗਦਾ ਹੈ। ਮਜ਼ਲੂਮ ਦੀ ਫ਼ਰਿਆਦ ਸੁਣੇ ਹਕੂਮਤ ਤੇ ਫੇਰ ਕਿਸੇ ਫ਼ੈਸਲੇ ਤੇ ਪੁੱਜੇ।

—ਹਕੂਮਤ ਦੀ ਮਰਜ਼ੀ ਏ ਕਿ ਉਨ੍ਹਾਂ ਕੈਦੀਆਂ ਦੀ ਫ਼ਰਿਆਦ ਸੁਣੀ ਜਾਏ ਜਾਂ ਨਾ ? ਹਕੂਮਤ ਇਹ ਗੱਲ ਮੰਨਦੀ ਨਹੀ ਕਿ ਉਹ ਫ਼ਰਿਆਦੀ ਹਨ, ਉਹ ਤੇ ਬਗ਼ਾਵਤ ਨੂੰ ਸ਼ਹਿ ਦੇ ਰਹੇ ਹਨ, ਸ਼ਹਿ ਦੇਣ ਵਾਲਾ ਫ਼ਰਿਆਦੀ ਨਹੀਂ ਹੋ ਸਕਦਾ। ਉਹ ਤੇ ਆਪਣੀ ਤਾਕਤ ਦਾ ਰੰਗ ਵਿਖਾਉਣਾ ਚਾਹੁੰਦੇ ਹਨ। ਫ਼ਰਿਆਦੀ ਦੀ ਫ਼ਰਿਆਦ ਹਰ ਵੇਲੇ ਸੁਣੀ ਜਾਂਦੀ ਹੈ।

—ਸਮਝਣ ਸਮਝਣ ਵਿਚ ਫ਼ਰਕ ਏ ਕਾਜ਼ੀ ਸਾਹਿਬ! ਮਜ਼ਲੂਮਾਂ ਦੀ ਜ਼ਬਾਨ ਛੇਤੀ ਸਮਝ ਵਿਚ ਨਹੀਂ ਆਉਂਦੀ। ਉਨ੍ਹਾਂ ਤੇ ਫ਼ਰਿਆਦ ਕਰਨੀ ਹੀ ਹੋਈ।

—ਉਹ ਸਿੱਧੇ ਅਰਜ਼ੀ ਦੇ ਸਕਦੇ ਸਨ ਉਨ੍ਹਾਂ ਨੂੰ ਵਿਚੋਲੇ ਦੀ ਕੀ ਲੋੜ ਸੀ।

—ਜਦੋਂ ਅਰਜ਼ੀ ਤੇ ਨਜ਼ਰ ਪੈਂਦੀ, ਜਦ ਵਾਰੀ ਆਉਂਦੀ ਅਰਜ਼ੀ ਦੀ ਓਨੇ ਚਿਰ ਵਿਚ ਪੂਰਾ ਕਸ਼ਮੀਰ ਕਤਲ ਹੋ ਜਾਣਾ ਸੀ।

—ਕਸ਼ਮੀਰੀ ਪੰਡਤਾਂ ਦੀ ਅਰਜ਼ੀ ਉਸ ਵੇਲੇ ਮਨਜ਼ੂਰ ਹੋ ਗਈ ਸੀ। ਹੁਣ ਕਸ਼ਮੀਰ ਵਿਚ ਪੂਰਾ ਅਮਨ ਏ, ਇਹਦੇ ਵਿਚ ਜ਼ਾਮਨੀ ਤੁਹਾਡੀ ਏ। ਹਕੂਮਤ ਤੁਹਾਥੋਂ ਆਪਣਾ ਵਾਅਦਾ ਮੰਗਦੀ ਏ।

—ਅਸੀਂ ਵੀ ਆ ਗਏ ਹਾਂ। ਹੁਣ ਜੋ ਚਾਹੀਦਾ ਏ ਸਾਥੋਂ ਕਰਵਾ ਲਵੋ।

—ਹਕੂਮਤ ਨੇ ਲੀਕ ਖਿੱਚ ਦਿੱਤੀ ਏ, ਅਸੀਂ ਟੱਪ ਤੇ ਸਕਦੇ ਨਹੀਂ, ਸ਼ਹਿਨਸ਼ਾਹ ਕੁਝ ਦਿਨਾਂ 'ਚ ਹੀ ਆਉਣ ਵਾਲੇ ਹਨ। ਏਨੇ 'ਚ ਅਸੀਂ ਕੋਈ ਹੱਲ ਲੱਭ ਲਵਾਂਗੇ। ਅੱਛਾ ਹੁਣ ਤੁਸੀਂ ਆਰਾਮ ਕਰੋ। ਮੈਂ ਕੋਤਵਾਲ ਨੂੰ ਕਹਿ ਚਲਿਆ ਹਾਂ ਕਿ ਤੁਹਾਨੂੰ ਕਿਸੇ ਕਿਸਮ ਦੀ ਤਕਲੀਫ਼ ਨਾ ਹੋਵੇ।

—ਸ਼ੁਕਰੀਆ ਕਾਜ਼ੀ ਸਾਹਿਬ ! ਤੁਹਾਡਾ ਤੇ ਤੁਹਾਡੀ ਹਕੂਮਤ ਦਾ।

—ਕਾਜ਼ੀ ਤੇ ਚਲਾ ਗਿਆ ਮੈਂ ਸਫ਼ਾਈ ਦੇ ਬਹਾਨੇ ਸਤਿਗੁਰਾਂ ਦੇ ਕੋਲ ਗਿਆ,

ਅਰਜ਼ ਕੀਤੀ, ਆਨੰਦਪੁਰ ਬੰਦਾ ਤੋਰ ਦਿੱਤਾ ਏ, ਏਸ ਭਾਣੇ ਦੀ ਖ਼ਬਰ ਭੇਜ ਦਿੱਤੀ ਏ। ਸਾਡੇ ਬੰਦੇ ਚੇਤੰਨ ਹਨ, ਸਾਡੀ ਪਲ-ਪਲ ਦੀ ਖ਼ਬਰ ਰੱਖਦੇ ਹਨ। ਵੈਸੇ ਮੈਂ ਹਰ ਰੋਜ਼ ਇਨ੍ਹਾਂ ਸਾਰਿਆਂ ਨੂੰ ਇਕ ਵਾਰ ਤੇ ਜ਼ਰੂਰ ਮਿਲ ਹੀ ਲੈਂਦਾ ਹਾਂ। ਕਾਜ਼ੀ ਗੋਂਗਲੂਆਂ ਤੋਂ ਮਿੱਟੀ ਝਾੜ ਕੇ ਚਲਾ ਗਿਆ। ਉਸ ਅਜੇ ਅਸਲੀ ਦੰਦ ਨਹੀਂ ਵਿਖਾਏ। ਬਾਹਰਲੇ ਦੰਦਾਂ ਤੇ ਜੀਭ ਫੇਰ ਕੇ ਤੁਰ ਗਿਆ ਏ।

—ਸ਼ਿਕਾਰੀ ਜਾਲ ਗੱਡ ਰਿਹਾ ਏ, ਹਰਨ ਫਾਹੁਣ ਦੇ, ਰਾਹ ਲੱਭੇ ਜਾ ਰਹੇ ਹਨ। ਸ਼ਿਕਾਰੀ ਇਹ ਗੱਲ ਨਹੀਂ ਜਾਣਦਾ ਕਿ ਅਸੀਂ ਘਰੋਂ ਹੀ ਇਰਾਦਾ ਕਰਕੇ ਚਲੇ ਹਾਂ ਕਤਲਗਾਹ ਦਾ ਦਰਵਾਜ਼ਾ ਖੜਕਾਉਣ। ਸਾਡਾ ਫ਼ੈਸਲਾ ਅਟੱਲ ਏ। ਉਹ ਸਬਜ਼ ਬਾਗ਼ ਵਿਖਾਣਾ ਚਾਹੁੰਦੇ ਹਨ, ਉਨ੍ਹਾਂ ਨੂੰ ਵੀ ਜੀਅ ਖ਼ੁਸ਼ ਕਰ ਲੈਣ ਦਿਓ। ਸੱਜਣਾ! ਉਨ੍ਹਾਂ ਵੀ ਤੇ ਕਾਗ਼ਜ਼ਾਂ ਦਾ ਢਿੱਡ ਭਰਨਾ ਹੀ ਹੋਇਆ।

—ਹਜ਼ੂਰ ਮੈਂ ਸੁਣਿਆ ਏ ਕਿ ਕਾਜ਼ੀ ਬੜਾ ਪੈਂਤੜੇਬਾਜ਼ ਏ, ਉਸ ਅਜੇ ਕਈ ਪਾਪੜ ਵੇਲਣੇ ਹਨ।

—ਇਹ ਤੇ ਉਹਦੀਆਂ ਗੱਲਾਂ ਤੋਂ ਹੀ ਜਾਪਦਾ ਏ। ਉਸ ਆਪਣੇ ਭੱਥੇ ਵਿਚੋਂ ਤੀਰ ਤੇ ਕੱਢਣੇ ਹੀ ਹੋਏ। ਭੌਣੀ ਨੂੰ ਜਿੰਨੀ ਵਾਰ ਮਰਜ਼ੀ ਫੇਰੀ ਜਾਵੋ, ਗਾਗਰ ਨੇ ਤੇ ਇੱਕੋ ਵਾਰ ਨਿਕਲਣਾ ਏ। ਸਤਿਗੁਰਾਂ ਫ਼ਰਮਾਇਆ।

ਲੋਕ ਹਮਦਰਦੀ ਸਨ, ਸਿਰਫ਼ ਹਕੂਮਤ ਹੀ ਦੁਸ਼ਮਣ ਸੀ।

★

ਕਾਜ਼ੀ ਅਬਦੁਲ ਵਹਾਬ ਬੋਹਰਾ ੪੧

ਸ਼ਹਿਨਸ਼ਾਹ ਦਾ ਹੁਕਮ ਅਬਦੁਲ ਵਹਾਬ ਬੋਹਰੇ ਦੇ ਹੱਥ ਵਿਚ ਸੀ। ਸ਼ੇਰ ਵਾਂਗੂੰ ਬੜ੍ਹਕਾਂ ਮਾਰਨ ਲੱਗਾ, ਕੋਤਵਾਲੀ ਵਿਚ ਹੀ ਕਚਿਹਰੀ ਲਾ ਬੈਠਾ ਅਤੇ ਸਤਿਗੁਰਾਂ ਵੱਲ ਮੁਖ਼ਾਤਬ ਹੋ ਕੇ ਆਖਣ ਲੱਗਾ :

—ਮੈਨੂੰ ਹਕੂਮਤ ਨੇ ਸਭ ਤੋਂ ਵੱਡੀ ਪਦਵੀ ਤੇ ਬਿਠਾਇਆ ਏ। ਮੈਂ ਕਾਜ਼ੀ, ਮੇਰਾ ਪਿਓ ਕਾਜ਼ੀ, ਮੇਰਾ ਬਾਬਾ ਕਾਜ਼ੀ। ਮੇਰੀ ਮਰਜ਼ੀ ਤੋਂ ਬਗ਼ੈਰ ਕਿਤੇ ਪੱਤਾ ਨਹੀਂ ਹਿੱਲ ਸਕਦਾ। ਮੱਖੀ ਪਰ ਨਹੀਂ ਮਾਰ ਸਕਦੀ। ਏਨਾ ਕੁਝ ਹੁੰਦਿਆਂ ਹੋਇਆਂ ਵੀ ਮੇਰੇ ਹੱਥ ਬੱਝੇ ਹੋਏ ਹਨ। ਮੈਂ ਹੁਕਮ ਤੋਂ ਜ਼ਰਾ ਲਾਂਭੇ ਨਹੀਂ ਹੋ ਸਕਦਾ। ਜੇ ਏਸ ਪਾਬੰਦੀ ਤੋਂ ਕੰਮ ਨਾ ਲਵਾਂ ਤਾਂ ਏਡੀ ਵੱਡੀ ਹਕੂਮਤ ਇਕ ਦਿਨ ਨਾ ਚੱਲੇ। ਮੈਂ ਆਪਣੀ ਵਲੋਂ ਸਿਰਫ਼ ਇਤਨਾ ਕੁਝ ਹੀ ਕਰ ਸਕਦਾ ਹਾਂ ਕਿ ਕਿਸੇ ਕੈਦੀ ਨੂੰ ਇਹ ਰਿਆਇਤ ਦੇ ਦੇਵਾਂ ਕਿ ਉਹਦੇ ਤੇ ਸਖ਼ਤੀ ਨਾ ਕੀਤੀ ਜਾਵੇ, ਉਹਨੂੰ ਘਰ ਵਰਗਾ ਤੇ ਆਰਾਮ ਨਹੀਂ ਦੇ ਸਕਦੇ ਪਰ ਏਨਾ ਆਰਾਮ ਜ਼ਰੂਰ ਦਿੱਤਾ ਜਾਏ ਕਿ ਉਹ ਮਹਿਸੂਸ ਨਾ ਕਰੇ ਕਿ ਮੈਂ ਕੈਦ ਵਿਚ ਹਾਂ। ਮੈਨੂੰ ਤੁਹਾਡੇ ਨਾਲ ਪੂਰੀ ਹਮਦਰਦੀ ਏ। ਮੇਰੀ ਨਿਜ਼ਾਮ ਤੁਹਾਡੀ ਬੜੀ ਮੋਹਤਕਿਦ ਏ ਤੇ ਹਰ ਵੇਲੇ

ਤੁਹਾਡੇ ਹੀ ਗੁਣ ਗਾਉਂਦੀ ਰਹਿੰਦੀ ਏ। ਪਰ ਰਿਹਾ ਸਵਾਲ ਮੇਰੀ ਨੌਕਰੀ ਦਾ, ਮੈਂ ਚਾਹੁੰਦਾ ਤਾਂ ਨਹੀਂ ਸਾਂ ਪਰ ਮਜਬੂਰੀ ਨੇ ਮੇਰੇ ਹੱਥ ਬੰਨ੍ਹ ਦਿੱਤੇ ਹਨ। ਸ਼ਾਹੀ ਫ਼ਰਮਾਨ ਤੇ ਅਮਲ ਹੁਣ ਕਰਨਾ ਹੀ ਪਵੇਗਾ, ਹੁਕਮ ਏ। ਬੰਦਾ ਮਜਬੂਰ ਏ।

—ਸ਼ਾਹ ਚਾਹੁੰਦਾ ਏ ਕਿ ਪੂਰੇ ਹਿੰਦੁਸਤਾਨ ਵਿਚ ਦਾਰ-ਉਲ-ਇਸਲਾਮ ਕਾਇਮ ਕੀਤਾ ਜਾਵੇ, ਸਾਰੇ ਭਾਰਤਵਰਸ਼ ਦਾ ਮਜ਼ਹਬ ਇਕ ਹੋ ਜਾਏ, ਫੇਰ ਨਾ ਝਗੜੇ ਹੋਣ ਤੇ ਨਾ ਬਗਾਵਤ। ਸੁਖ ਚੈਨ ਨਾਲ ਰਿਆਇਆ ਜ਼ਿੰਦਗੀ ਗੁਜ਼ਾਰੇ। ਸਿਰਫ਼ ਤੁਹਾਨੂੰ ਥੋੜ੍ਹੀ ਜਿਹੀ ਤਕਲੀਫ਼ ਇਹ ਕਰਨੀ ਪਵੇਗੀ ਕਿ ਜਿਹੜਾ ਪਰਚਾਰ ਤੁਸੀਂ ਹਿੰਦੂ ਲੋਕਾਂ ਵਿਚ ਕਰਦੇ ਸਾਓ ਉਹ ਪਰਚਾਰ ਮੁਸਲਮਾਨਾਂ ਵਿਚ ਕਰਨਾ ਪਵੇਗਾ, ਆਖਣਾ ਸਿਰਫ਼ ਇਹੋ ਹੀ ਪਵੇਗਾ ਕਿ ਇਸਲਾਮ ਇਕ ਸੱਚਾ ਧਰਮ ਏ। ਤੁਸਾਂ ਲੋਕਾਂ ਨੂੰ ਇਸਲਾਮ ਦੇ ਘੇਰੇ ਵਿਚ ਆਉਣ ਲਈ ਪਰੇਰਨਾ ਏ। ਤੁਸੀਂ ਸ਼ਹਿਨਸ਼ਾਹ ਪੀਰ-ਏ-ਹਿੰਦ ਬਣ ਕੇ ਰਹੋ। ਅਰਬ ਦੇਸ਼ ਵਾਲੇ ਵੀ ਤੁਹਾਡਾ ਪਾਣੀ ਭਰਨਗੇ, ਕਿਉਂਕਿ ਤੁਹਾਡੇ ਕੋਲ ਕਰਨੀ ਏ, ਭਗਤੀ ਏ, ਤਪੱਸਿਆ ਏ। ਤੁਸੀਂ ਲੋਕ ਭਲਾਈ ਲਈ ਕੰਮ ਕਰਦੇ ਹੋ। ਹਕੂਮਤ ਤੁਹਾਡੇ ਨਾਲ ਹੋਵੇਗੀ ਅਤੇ ਤੁਸੀਂ ਖੁਲ੍ਹ ਕੇ ਕੰਮ ਕਰ ਸਕੋਗੇ। ਖ਼ੁਦਾ ਦੀਆਂ ਬਰਕਤਾਂ ਤੁਹਾਡੀ ਝੋਲੀ ਵਿਚ ਹੋਣਗੀਆਂ। ਆਪ ਵੀ ਆਨੰਦ ਲਵੋ ਤੇ ਲੋਕਾਂ ਵਿਚ ਵੀ ਖ਼ੁਸ਼ੀਆਂ ਵੰਡੋ। ਮੇਰੀ ਸਲਾਹ ਮੰਨੋ ਤੇ ਹਕੂਮਤ ਦੀਆਂ ਮਿਹਰ-ਬਾਨੀਆਂ ਤੋਂ ਫ਼ਾਇਦਾ ਉਠਾਓ। ਮਾਲਾ ਤੇ ਤਸਬੀ ਵਿਚ ਕੀ ਫ਼ਰਕ ਏ, ਅੱਲਾ ਦਾ ਹੀ ਨਾਂ ਲੈਣਾ ਏ, ਰਾਮ ਕਹਿ ਲਵੋ ਜਾਂ ਰਹੀਮ, ਗੱਲ ਤਾਂ ਇਕੋ ਜਿਹੀ ਏ। ਧਰਮ ਸਾਰੇ ਇਕੋ ਜਿਹੇ ਹੀ ਹਨ। ਤੁਸੀਂ ਕਰਾਮਾਤ ਦੇ ਹਾਕਮ ਹੋ, ਇਕ ਅੱਧੀ ਕਰਾਮਾਤ ਵਿਖਾ ਕੇ ਸਾਰੀ ਦੁਨੀਆ ਨੂੰ ਮਗਰ ਲਾ ਲਵੋ। ਜਦ ਦਿੱਲੀ ਤੁਹਾਡੇ ਪਿੱਛੇ ਤੁਰ ਪਈ ਸਮਝੋ ਸਾਰਾ ਹਿੰਦੁਸਤਾਨ ਤੁਹਾਡਾ ਮੁਰੀਦ ਹੋ ਗਿਆ। ਗੱਲ ਵਿਚੋਂ ਕੁਝ ਨਹੀਂ, ਐਵੇਂ ਸਮਝ ਦਾ ਹੀ ਫ਼ਰਕ ਏ, ਅਬਦੁਲ ਵਹਾਬ ਚੋਹਰਾ ਆਖਣ ਲੱਗਾ।

—ਸਲਾਹ ਤੇ ਤੁਹਾਡੀ ਬੜੀ ਨੇਕ ਏ ਤੇ ਹੈ ਵੀ ਵਿਚਾਰ ਕਰਨ ਦੇ ਯੋਗ ਪਰ ਧਰਮ ਦਾ ਸੰਬੰਧ ਦਿਲ ਦੇ ਨਾਲ ਏ। ਸਰੀਰ ਦਾ ਹਰ ਹਿੱਸਾ ਤਰੋੜਿਆ ਮਰੋੜਿਆ ਜਾ ਸਕਦਾ ਏ ਪਰ ਦਿਲ ਨੂੰ ਕਿਸੇ ਸਾਂਚੇ ਵਿਚ ਢਾਲਿਆ ਨਹੀਂ ਜਾ ਸਕਦਾ। ਜਨਮ ਤੋਂ ਹੀ ਦਿਲ ਨੇ ਜਿਹੜੀ ਸ਼ਕਲ ਅਖ਼ਤਿਆਰ ਕਰ ਲਈ ਏ ਉਹਦੇ ਵਿਚ ਤਬਦੀਲੀ ਨਹੀਂ ਹੋ ਸਕਦੀ। ਤੁਸੀਂ ਤੇ ਕੁਦਰਤ ਦੇ ਨਿਜ਼ਾਮ ਵਿਚ ਲੱਤਾਂ ਅੜਾ ਰਹੇ ਹੋ। ਕਦੀ ਨਿਜ਼ਾਮ ਵੀ ਬਦਲਿਆ ਏ, ਕੁਦਰਤ ਦਾ ਕਾਨੂੰਨ ਅਟੱਲ ਏ। ਇਸਲਾਮ ਵਿਚ ੭੨ ਫ਼ਿਰਕੇ ਹਨ। ਜੇ ਖ਼ੁਦਾ ਨੂੰ ਇਕ ਧਰਮ ਮਨਜ਼ੂਰ ਹੁੰਦਾ ਤਾਂ ਫੇਰ ੭੨ ਫ਼ਿਰਕੇ ਕਿਉਂ ਬਣਦੇ। ਹਰ ਧਰਮ ਵਿਚ ਸਚਾਈ ਛੁਪੀ ਹੋਈ ਹੈ। ਅੱਲਾ ਨੂੰ ਕੀ ਲੋੜ ਪਈ ਹੋਈ ਸੀ ਕਿ ਉਹ ਏਨੇ ਮਜ਼ਹਬ ਪੈਦਾ ਕਰਦਾ। ਇਕੋ ਇਸਲਾਮ ਦੀ ਤਾਲੀਮ ਦੇ ਕੇ ਨਾ ਭੇਜਦਾ। ਖ਼ੁਦਾ ਦੇ ਬੰਦੇ! ਹਰ ਫ਼ਿਰਕੇ ਨੂੰ ਆਪਣੇ-ਆਪਣੇ ਅਕੀਦੇ ਤੇ ਕਾਇਮ ਰਹਿਣ ਦਿਓ। ਏਸੇ ਵਿਚ ਭਲਾਈ ਏ। ਜਦ ਕਿਸੇ ਧਰਮ ਵਿਚ ਤਰੁੱਟੀਆਂ ਆ ਜਾਂਦੀਆਂ ਨੇ ਤਾਂ ਦੂਜਾ ਧਰਮ ਵਜੂਦ ਵਿਚ ਆ ਜਾਂਦਾ ਏ। ਗੁਰੂ ਨਾਨਕ ਨੇ ਇਕ ਸਾਂਝੇ ਧਰਮ ਦੀ ਨੀਂਹ ਰੱਖੀ ਜਿਹੜਾ ਇਸਲਾਮ ਦੇ ਬਹੁਤ ਨੇੜੇ ਹੈ। ਹੌਲੇ-ਹੌਲੇ ਲੋਕ ਧਰਮ ਦੇ ਅਰਥ ਸਮਝ ਜਾਣਗੇ। ਸਖ਼ਤੀ ਨਾਲ ਕੋਈ ਕਾਰਜ ਨੇਪਰੇ ਨਹੀਂ

ਚੜ੍ਹਿਆ। ਸਭ ਧਰਮ ਅਕਾਲਪੁਰਖ ਦੀ ਰਜ਼ਾ ਨਾਲ ਹੀ ਪਲਰਦੇ ਹਨ ਤੇ ਓਸ ਦੀ ਮਰਜ਼ੀ ਨਾਲ ਖਤਮ ਹੋ ਜਾਂਦੇ ਹਨ। ਜੋ ਸਚਾਈ ਦੇ ਨੇੜੇ ਰਹਿੰਦੇ ਹਨ ਉਹ ਵਧਦੇ ਫੁੱਲਦੇ ਹਨ ਅਤੇ ਜਿਹੜੇ ਸਚਾਈ ਤੋਂ ਦੂਰ ਹੋ ਜਾਂਦੇ ਹਨ ਮਾਰਗ ਭੁੱਲ ਜਾਂਦੇ ਹਨ, ਮਲੀਆਮੇਟ ਹੋ ਜਾਂਦੇ ਹਨ। ਕਿਸੇ ਧਰਮ ਨੂੰ ਜ਼ੋਰ ਜਬਰ ਤੇ ਤਲਵਾਰ ਨਾਲ ਖ਼ਤਮ ਨਹੀਂ ਕੀਤਾ ਜਾ ਸਕਦਾ। ਬਾਦਸ਼ਾਹ ਨੂੰ ਐਸਾ ਅਨਿਆਇ ਨਹੀਂ ਕਰਨਾ ਚਾਹੀਦਾ, ਤੁਸੀਂ ਪਾਪ ਦੀ ਪਉੜੀ ਕਿਉਂ ਚੜ੍ਹਦੇ ਹੋ। ਬਾਦਸ਼ਾਹ ਨੂੰ ਸਮਝਾਓ। ਤੁਸਾਂ ਹੀ ਧਰਮ ਦੀ ਬੇੜੀ ਪਾਰ ਕਰਨੀ ਏ ਤੇ ਤੁਸਾਂ ਹੀ ਡੋਬਣੀ ਏ। ਤੁਸੀਂ ਧਰਮ ਦਾ ਮਤਲਬ ਸਮਝਦੇ ਹੋ। ਤੁਸੀਂ ਹੀ ਇਹ ਬੇਇਨਸਾਫ਼ੀ ਕਿਉਂ ਹੋਣ ਦੇਂਦੇ ਹੋ। ਇਹ ਸਾਰਾ ਗੁਨਾਹ ਤੁਹਾਡੇ ਸਿਰ ਮੜ੍ਹਿਆ ਜਾਣਾ ਏ। ਬਾਦਸ਼ਾਹ ਨੇ ਇਕ ਪਾਸੇ ਹੋ ਜਾਣਾ ਏ। ਬਾਦਸ਼ਾਹ ਤੇ ਨਿਹਕਲੰਕ ਹੁੰਦੇ. ਹਨ। ਡੋਰੀ ਤੁਹਾਡੇ ਹੱਥ ਏ, ਤੁਸੀਂ ਹੀ ਵਧਾਉਣੀ ਘਟਾਉਣੀ ਏ। ਹਰ ਜਾਤੀ ਨੂੰ ਆਪਣੀ ਮਰਜ਼ੀ ਨਾਲ਼ ਪੂਜਾ ਪਾਠ ਕਰਨ ਦਿਓ। ਤਲਵਾਰ ਦੀ ਧਾਰ ਤੇ ਚੜ੍ਹਿਆ ਧਰਮ ਕਤਲ ਤੇ ਹੋ ਜਾਂਦਾ ਏ, ਪਰ ਉਹਦੇ ਲਹੂ ਵਿਚੋਂ ਜੁਰਅਤ ਵਾਲੇ ਬੰਦੇ ਪੈਦਾ ਹੁੰਦੇ ਹਨ, ਫ਼ਰਮਾਇਆ ਸਤਿਗੁਰਾਂ।

—ਅਬਦੁਲ ਵਹਾਬ ਖੋਹਰਾ ਜ਼ਰਾ ਤਲਖੀ ਵਿਚ ਆ ਗਿਆ, ਆਖਣ ਲੱਗਾ— ਘਰ ਦੀ ਬਿੱਲੀ ਤੇ ਘਰ ਨੂੰ ਮਿਆਓਂ। ਮੈਂ ਤੁਹਾਨੂੰ ਹਮਦਰਦੀ ਦੇ ਰਾਹ ਤੇ ਚਲਾਉਣਾ ਚਾਹੁੰਦਾ ਸਾਂ ਪਰ ਤੁਸੀਂ ਤੇ ਮੈਨੂੰ ਹੀ ਉਂਗਲੀ ਲਾਉਣ ਲੱਗ ਪਏ ਓ। ਬਾਦਸ਼ਾਹ ਦਾ ਫ਼ਰਮਾਨ ਏ, ਕਲਮਾ ਪੜ੍ਹ ਕੇ ਸ਼ਰਾਅ ਦੇ ਧਾਰਨੀ ਹੋਵੋ ਤੇ ਬਾਦਸ਼ਾਹ ਦੇ ਦਿੱਤੇ ਸੁਖਾਂ ਨੂੰ ਭੋਗੋ। ਤੁਹਾਡੇ ਬਾਰੇ ਪ੍ਰਸਿੱਧ ਹੈ ਕਿ ਤੁਸੀਂ ਕਰਾਮਾਤ ਦੇ ਕਾਮਲ ਹੋ। ਤੁਸੀਂ ਕਰਾਮਾਤ ਵਿਖਾਓ ਅਤੇ ਬਾਦਸ਼ਾਹ ਨੂੰ ਆਪਣਾ ਮਤੀਹ ਕਰ ਲਵੋ ਅਤੇ ਖ਼ੁਸ਼ੀਆਂ ਪ੍ਰਾਪਤ ਕਰ ਲਵੋ। ਤੁਹਾਡੇ ਭਰਾ ਦਾ ਪੁੱਤ, ਤੁਹਾਡਾ ਪੋਤਰਾ ਰਾਮ ਰਾਇ ਕਈ ਵਾਰ ਆਪਣੇ ਕਮਾਲ ਵਿਖਾ ਚੁੱਕਾ ਏ ਅਤੇ ਸਰਿਸ਼ਟੀ ਦੇ ਸਭ ਸੁਖ ਉਸ ਨੂੰ ਪ੍ਰਾਪਤ ਹਨ। ਜੇ ਤੁਸੀਂ ਅਜੇ ਵੀ ਜ਼ਿੱਦ ਨਾ ਛੱਡੀ ਤਾਂ ਤੁਸੀਂ ਆਪਣੇ ਹੱਥੀਂ ਆਪਣਾ ਨਾਸ਼ ਕਰਨ ਲਈ ਤਿਆਰ ਹੋ ਜਾਓ। ਇਹ ਗੱਲ ਆਖ ਲੈਣੀ ਕਿ ਮਰ ਜਾਵਾਂਗਾ ਪਰ ਮਰਨਾ ਬਹੁਤ ਔਖਾ ਏ। ਮੌਤ ਤੋਂ ਖ਼ਤਰਨਾਕ ਹੋਰ ਕੋਈ ਸਜ਼ਾ ਨਹੀਂ। ਮੇਰੀ ਮੰਨੋ ਤੇ ਕਿਸੇ ਇਕ ਗੱਲ ਤੇ ਹਾਂ ਕਰ ਲਵੋ। ਤੁਸੀਂ ਵੀ ਸੁਖੀ, ਤੁਹਾਡਾ ਪਰਿਵਾਰ ਵੀ ਸੁਖੀ, ਲੱਤ ਤੇ ਲੱਤ ਧਰ ਕੇ ਸੌਂਵੋਂ।

—ਸਤਿਗੁਰਾਂ ਫ਼ਰਮਾਇਆ ਅਸੀਂ ਤੁਹਾਡੀ ਪਿਛਲੀ ਸ਼ਰਤ ਤੇ ਵਿਚਾਰ ਕਰਾਂਗੇ।

ਸੱਟ ਖਾਧੀ ਸੱਪਣੀ ਵਾਂਗੂ ਮਰੋੜੇ ਖਾਂਦਾ ਕਾਜ਼ੀ ਆਪਣੇ ਘਰ ਚਲਾ ਗਿਆ।

ਜੋ ਦਾਨਾਇ ਨ ਤਯਾਰਾਨਿ ਕਰੈ। ਕਹਯੋ ਸਾਹੁ ਕੇ ਸਿਰ ਪਰ ਧਰੇ।
ਕਯੋਂ ਨਹਿ ਭੋਗਹੁ ਐਸ਼ ਅਨੇਕ। ਕਯੋਂ ਨਰਿ ਰਾਹੋ ਸ਼ਾਹ ਕੀ ਟੇਕ।

(ਸੂਰਜ ਪ੍ਰਕਾਸ਼)

ਸਖ਼ਤੀਆਂ ਦੇ ਕੜ ਟੁੱਟ ਗਏ, ਪਿੰਜਰੇ ਵਿਚ ਬੰਦ ਕਰ ਦਿੱਤਾ ਗਿਆ, ਦਿੱਲੀ ਵਿਚ ਹਾਹਾਕਾਰ ਮਚ ਗਈ। ਜ਼ੁਲਮ ਦਾ ਰਿੱਛ ਨੱਚ ਰਿਹਾ ਸੀ ਸਾਰੀ ਦਿੱਲੀ ਵਿਚ।

★

ਲੋਕ ਜਾਣਦੇ ਸਨ ਕਿ ਕਾਜ਼ੀ ਰਿਸ਼ਵਤਖ਼ੋਰ ਏ । ਕਾਜ਼ੀ ਰਿਸ਼ਵਤ ਲੈ ਕੇ ਅਸਲੀ ਮੁਜਰਮ ਛੱਡ ਦੇਂਦਾ ਏ ਤੇ ਉਹਦੀ ਜਗ੍ਹਾ ਹੋਰ ਕਿਸੇ ਕੈਦੀ ਨੂੰ ਕਤਲ ਕਰਕੇ ਖ਼ਾਨਾਪੁਰੀ ਕਰ ਲੈਂਦੈ । ਬਾਦਸ਼ਾਹ ਕਿਹੜਾ ਉਥੇ ਬੈਠਾ ਹੁੰਦਾ ਏ । ਕਤਲ ਹੋ ਗਿਆ, ਹਾਂ ਕਤਲ ਕਰਵਾ ਦਿੱਤਾ ਗਿਆ । ਕੌਣ ਜਾਣੇ, ਕੌਣ ਕਤਲ ਹੋਇਆ, ਕਿਹਨੂੰ ਕਤਲ ਕਰਵਾ ਦਿੱਤਾ ਗਿਆ । ਚਾਰ ਟੋਟੇ ਕੀਤੇ ਤੇ ਚਹੁੰ ਦਰਵਾਜ਼ਿਆਂ ਵਿਚ ਲਟਕਾ ਦਿੱਤੇ । ਬਸ ਹੁਕਮ ਦੀ ਪਾਲਣਾ ਹੋ ਗਈ । ਏਸ ਤਰ੍ਹਾਂ ਕਈ ਵਾਰ ਹੋਇਆ । ਦਿੱਲੀ ਦੀ ਸੰਗਤ ਨੇ ਸੋਚਿਆ ਕਿ ਮਾਇਆ ਇਕੱਠੀ ਕੀਤੀ ਜਾਵੇ ਤੇ ਗੁਰਾਂ ਨੂੰ ਛੁਡਾ ਲਿਆ ਜਾਏ । ਸਾਖੀਕਾਰ ਆਖਦੇ ਹਨ ਦਿੱਲੀ ਦੇ ਵਪਾਰੀਆਂ, ਸੇਵਕ ਗੁਰੂ ਘਰ ਦੇ, ਸ਼ਰਧਾਲੂ ਨਾਨਕ ਦਰਬਾਰ ਦੇ, ਹਮਦਰਦੀ ਗੁਰੂ ਦੇ, ਇਕ ਲੱਖ ਅਸ਼ਰਫ਼ੀਆਂ ਇਕੱਠੀਆਂ ਕਰ ਲਈਆਂ ਤੇ ਲਾਲਚੀ ਕਾਜ਼ੀ ਨੂੰ ਆਪਣੇ ਸ਼ੀਸ਼ੇ ਵਿਚ ਉਤਾਰ ਲਿਆ ।

—ਕਾਜ਼ੀ ਆਖਣ ਲੱਗਾ ਕਿ ਮੈਂ ਛੱਡ ਦੇਂਦਾ ਹਾਂ ਪਰ ਗੁਰੂ ਨੂੰ ਆਪਣਾ ਦੇਸ਼ ਛੱਡਣਾ ਪਏਗਾ । ਗੱਲ ਜਦ ਭੁੱਲ ਭੁਲਾ ਜਾਏਗੀ ਤਾਂ ਫੇਰ ਉਹ ਆਪਣੇ ਘਰ ਗੁਮਨਾਮੀ ਦੀ ਜ਼ਿੰਦਗੀ ਹੀ ਬਸਰ ਕਰ ਸਕਣਗੇ । ਮੈਂ ਤੁਹਾਡੇ ਵਿਚ ਵੱਸਣਾ ਏ, ਮੈਂ ਤੁਹਾਥੋਂ ਕਿੱਦਾਂ ਨਾਬਰ ਹੋ ਸਕਦਾ ਹਾਂ । ਜੇ ਬਚਦਾ ਏ ਤਾਂ ਗੁਰੂ ਬਚਾ ਲਵੋ ਮੈਂ ਭਰਾਵਾਂ ਪਿੱਛੇ ਕੁਫ਼ਰ ਦੀ ਪਉੜੀ ਚੜ੍ਹਨ ਨੂੰ ਤਿਆਰ ਹਾਂ । ਪਰ ਇਹ ਗੱਲ ਕੱਲ ਤਕ ਹੀ ਹੋ ਸਕਦੀ ਏ । ਸ਼ਾਇਦ ਬਾਦਸ਼ਾਹ ਵਾਪਸ ਆ ਜਾਏ ਤੇ ਫੇਰ ਮੈਂ ਮਜਬੂਰ ਹੋ ਜਾਵਾਂਗਾ ।

ਹਵਾ ਜਦੋਂ ਚਲਦੀ ਏ ਤਾਂ ਚੂਹੇ ਦੀ ਰੁੱਡ ਤਕ ਪਹੁੰਚਦੀ ਏ । ਗੱਲ ਉਡਦੀ-ਉਡਦੀ ਕੋਤਵਾਲੀ ਤਕ ਪਹੁੰਚ ਗਈ । ਗੁਰੂ ਮਹਾਰਾਜ ਬਹੁਤ ਨਰਾਜ਼ ਹੋਏ । ਰਿਸ਼ਵਤ ਦੇ ਕੇ ਜਾਨ ਬਚਾ ਲਈ ਜਾਏ, ਇਹ ਕੋਈ ਧਰਮ ਨਹੀਂ । ਜਾਨ ਨੇ ਤਾਂ ਇਕ ਦਿਨ ਜਾਣਾ ਈ ਏ । ਕਾਜ਼ੀ ਅੱਜ ਛੱਡ ਦਵੇ ਤੇ ਕਲ੍ਹ ਮੌਤ ਆ ਗਈ ਤਾਂ ਫੇਰ ਕੀ ਕਰੋਗੇ । ਏਸ ਲਈ ਰਿਸ਼ਵਤ ਦੇਣੀ ਰੀਤੀ ਦੇ ਉਲਟ ਏ । ਅਸੀਂ ਤੇ ਸ਼ਹਾਦਤ ਦੇਣ ਹੀ ਘਰੋਂ ਆਏ ਹਾਂ । ਜੇ ਜਾਨ ਬਚਾਉਣੀ ਹੀ ਹੁੰਦੀ ਤਾਂ ਕਾਬਲ ਦੀ ਸਰਹੱਦ ਪਾਰ ਕਰ ਜਾਂਦੇ । ਹਿਮਾਲੀਆ ਦੀ ਕਿਸੇ ਗੁਫ਼ਾ ਵਿਚ ਜਾ ਲੁਕਦੇ, ਪਰ ਮੌਤ ਤੇ ਉਥੇ ਵੀ ਆਉਣੀ ਏ ।

ਇਕੱਠੀਆਂ ਹੋਈਆਂ ਅਸ਼ਰਫ਼ੀਆਂ ਕਾਜ਼ੀ ਦੇ ਹੱਥ ਆ ਜਾਣੀਆਂ ਸੀ ਤੇ ਦੂਜਾ ਬੇਗਮ ਦੀ ਗੱਲ ਮੰਨੀ ਜਾਣੀ ਸੀ । ਇਕ ਤੀਰ ਨਾਲ ਦੋ ਸ਼ਿਕਾਰ ਮਾਰੇ ਜਾਂਦੇ । ਨਾਲੇ ਦੇਵੀ ਦੇ ਦਰਸ਼ਨ ਤੇ ਨਾਲੇ ਵੰਙਾਂ ਦਾ ਵਪਾਰ । ਮੇਰੇ ਦੋਹਾਂ ਹੱਥਾਂ ਵਿਚ ਲੱਡੂ ਹੋਣੇ ਸਨ । ਪਰ ਕਿਸਮਤ ਤੋਂ ਬਿਨਾਂ ਬੰਦਾ ਮੂੰਹ ਵਿਚ ਗਰਾਹੀ ਨਹੀਂ ਪਾ ਸਕਦਾ । ਕਾਜ਼ੀ ਨੂੰ ਬੜਾ ਦੁੱਖ ਸੀ ਮਾਇਆ ਹੱਥੋਂ ਜਾਣ ਦਾ । ਮੈਂ ਕੋਈ ਰਲਦਾ ਮਿਲਦਾ ਕੈਦੀ ਲਿਆ ਕੇ ਕਤਲ ਕਰਵਾ ਦੇਣਾ ਸੀ । ਕਾਗ਼ਜ਼ੀ ਕਾਰਵਾਈ ਵਿਚ ਗੁਰੂ ਤੇਗ ਬਹਾਦਰ ਦਾ ਕਤਲ ਵਿਖਾ ਦੇਣਾ ਕਿਹੜਾ ਮੁਸ਼ਕਲ ਏ ਮੇਰੇ ਲਈ । ਮੂੰਹ ਬੰਦ ਕਰਵਾਉਣ ਵਾਸਤੇ ਉਨ੍ਹਾਂ ਅਫ਼ਸਰਾਂ ਦੇ ਬੋਝੇ ਵਿਚ ਕੁਝ ਪਾ ਦਿੱਤਾ

ਜਾਂਦਾ ਜਿਹੜੇ ਉਸ ਵੇਲੇ ਮੇਰੇ ਨਾਲ ਹੁੰਦੇ। ਆਸ ਅਜੇ ਵੀ ਨਹੀਂ ਸੀ ਟੁੱਟੀ। ਕਲ੍ਹ ਸੋਚ ਲਵੋ, ਮੈਂ ਆਪਣੇ ਸਾਥੀਆਂ ਨੂੰ ਪੁੱਛ ਲਵਾਂ, ਕਾਜ਼ੀ ਸੋਚ ਰਿਹਾ ਸੀ।

—ਮੈਂ ਇਹ ਤਮਾਸ਼ਾ ਆਪਣੀਆਂ ਅੱਖਾਂ ਨਾਲ ਵੇਖਿਆ। ਮੇਰੇ ਸਾਹਮਣੇ ਇਹ ਸ਼ਤਰੰਜ ਵਿਛਾਈ ਗਈ। ਮੋਹਰੇ ਤੇ ਮੈਂ ਹੀ ਇਕੱਠੇ ਕਰਦਾ ਸਾਂ। ਨਾ ਬਾਜ਼ੀ ਮਾਤ ਹੀ ਹੋਈ ਤੇ ਨਾ ਹੀ ਬਾਦਸ਼ਾਹ ਹੀ ਜਿੱਤ ਹੋਇਆ। ਜੈਤੇ ਨੇ ਗਵਾਹੀ ਦਿਤੀ।

ਸਤਿਗੁਰਾਂ ਨੇ ਬੜੀ ਤਾੜਨਾ ਕੀਤੀ :

ਸੀਸ ਹੈ ਸੁਫਨਾ ਇਸ ਅੰਤ ਹੈ ਜਾਣਾ।
ਰਜਾਇ ਸਾਈਂ ਦੀ ਸੀਸ ਪਰ ਜੇ ਹੋਵੇ ਉਸ ਦਾ ਭਾਣਾ।

—ਸ਼ਹਾਦਤ ਟੱਲ ਨਹੀਂ ਸਕਦੀ। ਸ਼ਹਾਦਤ ਤੋਂ ਬਗੈਰ ਕੌਮ ਵਿਚ ਜਾਗਰਤੀ ਨਹੀਂ ਆ ਸਕਦੀ। ਕੌਮ ਓਨਾ ਚਿਰ ਤਕ ਬਣ ਹੀ ਨਹੀਂ ਸਕਦੀ ਜਦੋਂ ਤਕ ਸ਼ਹਾਦਤਾਂ ਨਾ ਹੋਣ। ਤੁਸੀਂ ਸਾਡੀ ਫ਼ਿਕਰ ਛੱਡੋ। ਤੁਸਾਂ ਅੱਗੇ ਕੀ ਕਰਨਾ ਏ, ਉਹ ਸੋਚੋ। ਸਾਹਿਬਜ਼ਾਦੇ ਦੇ ਮਗਰ ਕਤਾਰਾਂ ਬੰਨ੍ਹ ਕੇ ਖੜੇ ਹੋ ਜਾਓ, ਹਕੂਮਤ ਤੁਹਾਡਾ ਲੋਹਾ ਮੰਨੂ, ਫ਼ਰਮਾਇਆ ਸਤਿਗੁਰਾਂ।

ਰਾਤੀਂ ਕੋਤਵਾਲ ਗੁਰੂ ਸਾਹਿਬ ਦੇ ਕੋਲ ਆਇਆ ਤੇ ਆਖਣ ਲੱਗਾ—ਦਿੱਲੀ ਵਿਚ ਚੁਗਲੀ ਕਰਨੀ ਬੜੀ ਸ਼ੇਖੀ ਸਮਝੀ ਜਾਂਦੀ ਏ। ਬਾਦਸ਼ਾਹ ਦੇ ਕੰਨ ਭਰਨ ਤੇ ਕੋਤਵਾਲੀ ਵਿਚ ਕਈ ਬੇਦੋਸ਼ੇ ਹੀ ਕਤਲ ਹੋ ਜਾਂਦੇ ਹਨ। ਮੈਂ ਬਹੁਤ ਦੁਖੀ ਹਾਂ। ਕੋਈ ਸਮਝਾਉਣ ਵਾਲਾ ਹੀ ਨਹੀਂ ਮਿਲਦਾ। ਕਾਜ਼ੀ ਮੁਹਰਾਂ ਨਾਲ ਭੜੋਲੀਆਂ ਭਰਨ ਵਿਚ ਹੀ ਮਗਨ ਏ, ਉਹਨੂੰ ਹੋਰ ਕੁਝ ਸੁੱਝਦਾ ਹੀ ਨਹੀਂ।

ਗੁਰਾਂ ਬਚਨ ਕੀਤਾ :

ਮਨ ਕਰਿ ਕਬਹੂ ਨ ਹਰਿ ਗੁਨ ਗਾਇਓ ॥
ਬਿਖਿਆ ਸਕਤਿ ਰਹਿਓ ਨਿਸ ਬਾਸੁਰ ਕੀਨੋ ਅਪਨੋ ਭਾਇਓ ॥
ਗੁਰ ਉਪਦੇਸੁ ਸੁਨਿਓ ਨਹ ਕਾਨਨਿ ਪਰ ਦਾਰਾ ਲਪਟਾਇਓ ॥
ਪਰ ਨਿੰਦਿਆ ਕਾਰਨਿ ਬਹੁ ਧਾਵਤ—ਸਮਝਿਓ ਨਹ ਸਮਝਾਇਓ ॥੧॥
ਰਹਾਉ ॥
ਕਹਾ ਕਹਉ ਮੈ ਅਪਨੀ ਕਰਨੀ ਜਿਹ ਬਿਧਿ ਜਨਮ ਗਵਾਇਓ ॥
ਕਹਿ ਨਾਨਕ ਸਭ ਅਉਗਨ ਮੋ ਮੈ ਰਾਖਿ ਲੇਹੁ ਸਰਨਾਇਓ ॥

(ਸਾਰੰਗ ਮਹਲਾ ੯)

—ਕੋਤਵਾਲ ਨੇ ਅਰਜ਼ ਕੀਤੀ—ਕਾਜ਼ੀ ਭਰਿਆ ਪੀਤਾ ਘਰ ਤੇ ਚਲਾ ਗਿਆ ਏ ਪਰ ਉਹ ਬਹੁਤ ਪਾਜੀ ਏ ਹੁਣ ਓਸ ਲੋਹੇ ਲਾਖੇ ਹੋ ਕੇ ਆਉਣਾ ਹੈ। ਉਹ ਆਪਣੀ ਮੌਤ ਭੁੱਲ ਬੈਠਾ ਹੈ। ਬੰਦੇ ਕਤਲ ਕਰਵਾ ਕੇ ਬਹੁਤ ਖ਼ੁਸ਼ ਹੁੰਦਾ ਏ। ਮੈਨੂੰ ਤੇ ਜਾਪਦਾ ਏ ਕਿ ਇਹ ਸੱਯਦ ਨਹੀਂ, ਕਿਸੇ ਕਸਾਈ ਦਾ ਤੁਖ਼ਮ ਏ। ਇਹਦੇ ਦੀਦਿਆਂ ਵਿਚ ਰਤੀ ਭਰ ਲਿਹਾਜ਼ ਨਹੀਂ। ਕਿਸੇ ਕਦੀ ਰਹਿਮ ਦੀ ਅਰਜ਼ੀ ਦਿੱਤੀ, ਏਸ ਸੁਣੀ ਨਹੀਂ। ਇਹਦੀ ਮੌਤ ਦਾ ਕੀ ਹਸ਼ਰ ਹੋਵੇਗਾ। ਮੈਂ ਹੈਰਾਨ ਹਾਂ ਕਿ ਉਹ ਕਿਹੜੀ ਸ਼ਰਾਅ ਦੇ ਮੁਤਾਬਕ ਕਿਹੜੀ ਜ਼ਬਾਨੋਂ

ਇਹ ਗੱਲ ਕਹਿੰਦਾ ਏ ਕਿ ਆਪਣਾ ਮਜ਼ਹਬ ਬਦਲ ਲਵੋਂ । ਜਿਹੜਾ ਆਪਣੇ ਮਜ਼ਹਬ ਦਾ ਪਾਬੰਦ ਨਹੀਂ ਦੂਜੇ ਮਜ਼ਹਬ ਵਿਚ ਜਾ ਕੇ ਕੀ ਪੂਰੀਆਂ ਪਾਊ । ਮਜ਼ਹਬ ਵੀ ਕੋਈ ਬਦਲਣ ਵਾਲੀ ਚੀਜ਼ ਏ । ਹਾਂ ਸਰਕਾਰ ਜੇ ਤੁਸੀਂ ਕੋਈ ਕਰਾਮਾਤ ਬਾਦਸ਼ਾਹ ਨੂੰ ਵਿਖਾ ਦਿਓ ਤਾਂ ਇਹ ਸਾਰੀ ਗੱਲ ਠੰਡੀ ਮੱਠੀ ਪੈ ਸਕਦੀ ਏ ।

—ਅੱਗੋਂ ਸਤਿਗੁਰਾਂ ਫ਼ਰਮਾਇਆ—ਕਰਾਮਾਤ ਦਾ ਮਤਲਬ ਏ, ਖ਼ੁਦਾ ਦੀ ਬਖ਼ਸ਼ਸ਼ ਜਾਂ ਕਿਰਪਾ, ਕੀ ਇਹ ਕਿਰਪਾ ਮਦਾਰੀਆਂ ਵਾਂਗੂ ਨਿਲਾਮ ਕੀਤੀ ਜਾਏ ।

—ਪਰ ਜੇ ਕੋਈ ਕਮਾਲ ਵਿਖਾਇਆ ਹੀ ਜਾਏ ਤਾਂ ਹਰਜ ਵੀ ਕੀ ਏ ।

—ਮੈਨੂੰ ਕੀ ਲੋੜ ਏ, ਕਰਾਮਾਤ ਵਿਖਾਉਣ ਦੀ, ਇਹ ਮੁਅੱਜਜ਼ਾ ਨਹੀਂ ਕਿ ਬਾਦਸ਼ਾਹ ਵੀ ਆਪਣੀ ਮੌਤ ਨੂੰ ਭੁੱਲ ਚੁੱਕਾ ਏ ਤੇ ਲੋਕਾਂ ਨੂੰ ਮੌਤ ਦੇ ਘਾਟ ਉਤਾਰ ਰਿਹਾ ਏ । ਬਾਦਸ਼ਾਹ ਨੇ ਹੁਕਮ ਤੇ ਦੇ ਹੀ ਦਿੱਤਾ ਏ, ਕੀ ਇਹ ਦੁਖਾਂਤ ਨਹੀਂ ਹੋਵੇਗਾ । ਪਿਆਰੇ ਕੀ ਇਹ ਦੁਖਾਂਤ ਨਹੀਂ ।

—ਹਜ਼ੂਰ ਜੇ ਪਰਮਾਤਮਾ ਮਹਾਨ ਹੈ ਤਾਂ ਓਸ ਦੇ ਪਾਸ ਤਰਸ ਲਈ ਅਰਦਾਸ ਕੀਤੀ ਜਾਏ ।

—ਮੈਂ ਅਰਦਾਸ ਸਾਰੀ ਲੋਕਾਈ ਲਈ ਕਰਾਂ ਸ਼ੋਭਦੀ ਏ, ਚਹੁੰ ਸੁਆਸਾਂ ਲਈ ਅਰਦਾਸ ਦੀ ਕੀ ਲੋੜ ਏ ? ਜਿਸ ਰਜ਼ਾ ਵਿਚ ਓਹ ਰੱਖੇ ਓਸੇ ਰਜ਼ਾ ਵਿਚ ਹੀ ਰਹਿਣਾ ਚਾਹੀਦਾ ਏ । ਕੁਦਰਤ ਨੇ ਤਾਕਤ ਤੁਹਾਨੂੰ ਏਸ ਲਈ ਨਹੀਂ ਦਿੱਤੀ ਕਿ ਤੁਸੀਂ ਉਹਦੀ ਸਰਿਸ਼ਟੀ ਵਿਚ ਰੁਕਾਵਟਾਂ ਪਾਵੋ ।

—ਅੱਥਰੂਆਂ ਦੀ ਝੜੀ ਲੱਗ ਗਈ । ਕੋਤਵਾਲ ਦੇ ਬੁੱਕ ਭਰ ਗਏ, ਆਖਣ ਲੱਗਾ—ਮੈਂ ਵੀ ਵੀਹ ਸਾਲ ਕੋਤਵਾਲੀ ਵਿਚ ਨੌਕਰੀ ਕੀਤੀ ਏ । ਮੈਨੂੰ ਵੀ ਏਡੀ ਵੱਡੀ ਮਹਾਨ ਆਤਮਾ ਦੇ ਕਦੇ ਦਰਸ਼ਨ ਨਹੀਂ ਹੋਏ । ਤੁਸੀਂ ਧੰਨ ਹੋ । ਮੈਂ ਹੈਰਾਨ ਹਾਂ ਕਿ ਪ੍ਰਮਾਤਮਾ ਆਪਣੇ ਪਿਆਰਿਆਂ ਨੂੰ ਦੁੱਖ ਕਿਉਂ ਦੇਂਦਾ ਏ ?

—ਜਵਾਬ ਦਿੱਤਾ ਸੱਚੇ ਪਾਤਸ਼ਾਹ ਨੇ—ਪਰਮਾਤਮਾ ਆਪਣੇ ਸੇਵਕਾਂ ਨੂੰ ਸ਼ੁੱਧ ਕਰਦਾ ਏ । ਕੁਠਾਲੀ ਵਿਚ ਸੋਨਾ ਪਵੇ ਤਾਂ ਉਹਦੀ ਖੋਟ ਨਿਕਲ ਜਾਂਦੀ ਏ । ਜਦ ਹਉਮੈ ਤੇ ਭਰਮ ਦਾ ਨਾਸ਼ ਹੋ ਜਾਂਦਾ ਹੈ ਤਾਂ ਭਗਤ ਨੂੰ ਕਸਵੱਟੀ ਤੇ ਕੱਸ ਲਾ ਕੇ ਪਰਖਿਆ ਜਾਂਦਾ ਏ । ਜਿਹੜਾ ਬੰਦਾ ਪਰਮਾਤਮਾ ਦੀ ਬਖ਼ਸ਼ਸ਼ ਸਮਝ ਕੇ ਉਹਦਾ ਸ਼ੁਕਰ ਕਰਦਾ ਏ ਤੇ ਜਿਹਨੂੰ ਸਵੀਕਾਰ ਕਰਨ ਦੀ ਆਦਤ ਪੈ ਜਾਂਦੀ ਏ ਤਾਂ ਉਹ ਫੇਰ ਲੀਨ ਹੋ ਜਾਂਦਾ ਏ ਪਰਮਾਤਮਾ ਵਿਚ । ਜਦ ਦੋਵੇਂ ਹੀ ਇਕ ਰੂਪ ਹੋ ਗਏ ਤਾਂ ਫੇਰ ਤਾਰ ਨਾਲ ਤਾਰ ਜੁੜ ਗਈ । ਅਖੀਂ ਏਸ ਜਹਾਨੋਂ ਵੀ ਤਰ ਗਏ ਤੇ ਅਗਲੇ ਜਹਾਨੋਂ ਵੀ ਬੇੜਾ ਪਾਰ ਹੋ ਗਿਆ ।

ਹੁਣ ਕੋਤਵਾਲ ਕੋਲ ਕੁਝ ਕਹਿਣ ਜੋਗਾ ਨਾ ਰਿਹਾ, ਉਹ ਮੁਗਧ ਹੋ ਗਿਆ ।

★

ਚੰਗਿਆਈਆ, ਬੁਰਿਆਈਆ ਵਾਚੈ ਧਰਮੁ ਹਦੂਰਿ ॥
ਕਰਮੀ ਆਪੋ ਆਪਣੀ ਕੇ ਨੇੜੈ, ਕੈ ਦੂਰਿ ॥
ਜਿਨੀ ਨਾਮੁ ਧਿਆਇਆ ਗਏ ਮਸਕਤਿ ਘਾਲਿ ॥
ਨਾਨਕ ਤੇ ਮੁਖ ਉਜਲੇ ਕੇਤੀ ਛੁਟੀ ਨਾਲਿ ॥੧॥

ਮਤੀ ਦਾਸ ਨੇ ਜਪੁਜੀ ਸਾਹਿਬ ਦੀ ਬਾਣੀ ਦਾ ਭੋਗ ਪਾਇਆ ਅਤੇ ਕੋਲ ਪਈ ਗੜਵੀ ਵਿਚੋਂ ਚੂਲੀ ਵਿਚ ਜਲ ਪਾਇਆ, ਛਿੱਟਾ ਮਾਰਿਆ, ਰੋਹ ਵਿਚ ਆ ਕੇ। ਝੱਟ ਧਰਤੀ ਹਿੱਲੀ, ਭੁਚਾਲ ਜਿਹਾ ਆਇਆ। ਦਰਵਾਜ਼ੇ ਖੜਕੇ ਕੋਤਵਾਲੀ ਦੇ। ਕੈਦੀ ਕੰਬੇ, ਕੋਤਵਾਲ ਡਰਿਆ, ਭੱਜਾ-ਭੱਜਾ ਆਇਆ ਤੇ ਕੌਤਕ ਵੇਖਿਆ।

—ਇਹ ਕੀ ਮਤੀ ਦਾਸਾ, ਕੁਦਰਤ ਦੇ ਨਿਜ਼ਾਮ ਵਿਚ ਲੱਤ ਅੜਾਉਣ ਲੱਗਾ ਏਂ ?

—ਹਾਂ ਸਤਿਗੁਰ ! ਮੈਥੋਂ ਵੇਖਿਆ ਨਹੀਂ ਜਾਂਦਾ, ਏਨਾ ਦੁੱਖ। ਕਲੇਜਾ ਪੱਥਰ ਦਾ ਕਿੱਦਾਂ ਕਰ ਲਵਾਂ ? ਅੱਖਾਂ ਤੇ ਪੱਟੀ ਬੰਨ੍ਹੀ ਨਹੀਂ ਜਾਂਦੀ। ਪਿੰਜਰੇ ਵਿਚ ਬੰਦ, ਨਾ ਬੈਠਿਆ ਜਾਏ ਤੇ ਨਾ ਸਿੱਧਾ ਖਲੋਤਾ ਜਾਏ, ਏਨਾ ਕਸ਼ਟ, ਨਾ ਇਹ ਵੇਖਿਆ ਜਾਂਦਾ ਏ ਤੇ ਨਾ ਹੀ ਸਹਾਰਿਆ ਜਾਂਦਾ ਏ। ਮੇਰੀ ਕਰਨੀ ਕਿਸ ਕੰਮ ਆਊ। ਮੈਂ ਦਿੱਲੀ ਦੀ ਇੱਟ ਨਾਲ ਇੱਟ ਵਜਾ ਦੇਣੀ ਚਾਹੁੰਦਾ ਹਾਂ। ਨਾ ਰਹੇ ਬਾਂਸ ਤੇ ਨਾ ਵਜੇ ਬੰਸਰੀ, ਇਹ ਰੋਜ਼ ਦੀ ਤਕਰਾਰ, ਇਹ ਤਕੱਬਰ, ਇਹ ਹੰਕਾਰ, ਇਹ ਜਬਰ, ਇਨ੍ਹਾਂ ਸਾਰਿਆਂ ਦਾ ਇਕੋ ਦਿਨ ਕਲੇਸ਼ ਮੁਕਾ ਦਿੱਤਾ ਜਾਏ। ਨਾ ਇਹ ਦਿੱਲੀ ਰਹੇ ਤੇ ਨਾ ਦਿੱਲੀ ਦੇ ਹਾਕਮ ਹੁਣ ਤੇ ਅੱਖਾਂ ਵਿਚੋਂ ਅੱਥਰੂ ਵੀ ਮੁੱਕ ਗਏ ਹਨ, ਮਤੀ ਦਾਸ ਨੇ ਆਖਿਆ।

—ਭਲਿਆ ਲੋਕਾ, ਹਾਕਮ ਤੇ ਮੁੱਕ ਜਾਣਗੇ ਤੇ ਇਹਦੇ ਨਾਲ ਦਿੱਲੀ ਦੀ ਜਨਤਾ ਵੀ ਰੁੜ੍ਹ ਜਾਊਗੀ। ਸਰਬੱਤ ਦਾ ਭਲਾ ਮੰਗਣ ਵਾਲੇ ਏਸ ਤਰ੍ਹਾਂ ਕਰਿਆ ਕਰਦੇ ਹਨ ? ਅਸੀਂ ਤੇ ਸੁੱਖ ਮੰਗਦੇ ਹਾਂ, ਦਿਨੇ ਰਾਤੀਂ, ਤੂੰ ਇਹ ਕੀ ਕਹਿਰ ਵਰਤਾ ਰਿਹਾ ਹੈਂ।

—ਹਜ਼ੂਰ ਗੁੱਸਾ ਬੜਾ ਚੰਡਾਲ ਹੈ।

—ਮਤੀ ਦਾਸਾ ! ਇਹ ਸ਼ਕਤੀ ਤੂੰ ਕਿੱਥੋਂ ਲਈ ਹੈ ਜਿਹੜੀ ਵਰਤਾ ਰਿਹਾ ਹੈਂ।

ਮਤੀ ਦਾਸ ਨੇ ਹੱਥ ਜੋੜੇ ਤੇ ਆਖਿਆ—ਗੁਰੂ ਦੇ ਚਰਨਾਂ ਵਿਚੋਂ।

—ਇਹੋ ਹੀ ਤੇ ਸੰਤਾਂ, ਸੇਵਕਾਂ ਤੇ ਭਗਤਾਂ ਤੇ ਵਾਹਿਗੁਰੂ ਦੇ ਪਿਆਰਿਆਂ ਵਿਚ ਘਾਟ ਏ ਕਿ ਥੋੜ੍ਹੀ ਜਿਹੀ ਸ਼ਕਤੀ ਪਾ ਕੇ ਆਪਣਾ ਆਪ ਵਿਖਾਉਣ ਲੱਗ ਪੈਂਦੇ ਹਨ। ਬੰਦਾ ਜਿਸ ਸਮੁੰਦਰ ਵਿਚੋਂ ਜਲ ਦਾ ਤੁਪਕਾ ਪੀ ਕੇ ਸ਼ਕਤੀਵਾਨ ਹੁੰਦਾ ਏ, ਓਸੇ ਸਾਗਰ ਅੱਗੇ ਹੰਕਾਰੇ ਅਤੇ ਬਚਨ ਕੁਬਚਨ ਬੋਲਣ ਲੱਗ ਪਵੇ। ਸਿੱਖਾ, ਗੁਰ ਭਗਤਾਂ ਤੇ ਨਾਮੀ ਪੁਰਸ਼ਾਂ ਨੂੰ ਚਾਹੀਦਾ ਏ ਕਿ ਉਹ ਸਦਾ ਨਿਮਰਤਾ ਵਿਚ ਰਹਿਣ। ਉਹਦੀ ਰਜ਼ਾ ਵਿਚ ਰਹਿਣਾ ਸਿੱਖਣ। ਗੁਰੂ ਅਰਜਨ ਦੀ ਸਜ਼ਾ ਸਾਰੀਆਂ ਸਜ਼ਾਵਾਂ ਦੀ ਸਰਦਾਰ ਮੰਨੀ ਜਾਂਦੀ ਹੈ। ਉਨ੍ਹਾਂ ਵੀ ਭਾਣਾ ਮੰਨ ਕੇ ਸਾਰੇ ਦੁੱਖ ਝੱਲੇ। ਸਜ਼ਾ ਦੀ ਵੀ ਕੋਈ ਹੱਦ ਏ ? ਨਹੀਂ ਬਿਲਕੁਲ ਨਹੀਂ। ਉਹ ਆਪਣਾ ਜ਼ੋਰ ਲਾ ਲੈਣ ਅਤੇ ਸਾਡੇ ਸਬਰ ਦੀ ਵੀ ਇੰਤਹਾ ਵੇਖ ਲੈਣ।

—ਪਰ ਏਗ ਗਣਦੇ ਦਿਲ ਨੂੰ ਕਿੱਥੇ ਲੁਕੋਇਆ ਜਾਏ, ਇਹ ਹੁਣ ਕਾਬੂ ਵਿਚੋਂ ਬਾਹਰ ਹੋ ਹੋ ਪੈ ਰਿਹਾ ਏ। ਹੱਥ ਜੋੜੇ ਮਤੀ ਦਾਸ ਨੇ, ਮੱਥਾ ਟੇਕਿਆ ਤੇ ਆਖਿਆ ਸਤਿਗੁਰ ਭੁੱਲ ਹੋ ਗਈ। ਸਤਿਗੁਰ ਗੁੱਸਾ ਬੜਾ ਚੰਡਾਲ ਏ, ਇਹਦੇ ਜਲਾਲ ਵਿਚ ਆ ਗਿਆ ਸਾਂ, ਪੈਰ ਤਿਲਕ ਗਿਆ ਸੀ, ਹੁਣ ਸੰਭਲ ਗਿਆ ਹਾਂ।

—ਮੈਂ ਵੀ ਵੇਖਿਆ, ਬਰਦਾਸ਼ਤ ਮੰਥੋਂ ਵੀ ਥੋੜ੍ਹਾ ਹੁੰਦਾ ਸੀ। ਜੇ ਮੇਰੇ ਵਿਚ ਕਰਨੀ ਹੁੰਦੀ ਤਾਂ ਮੈਂ ਵੀ ਇਹੋ ਕੁਝ ਕਰਦਾ ਜੋ ਕੁਝ ਮਤੀ ਦਾਸ ਨੇ ਕੀਤਾ ਸੀ। ਅਸਾਂ ਤੇ ਜ਼ੁਲਮ ਦੇ ਖ਼ਿਲਾਫ਼ ਆਵਾਜ਼ ਉਠਾਈ ਏ। ਅਸਾਂ ਬਾਦਸ਼ਾਹ ਦੇ ਖ਼ਿਲਾਫ਼ ਕੋਈ ਬਗ਼ਾਵਤ ਨਹੀਂ ਕੀਤੀ। ਕਿਸੇ ਦਾ ਘਰ ਨਹੀਂ ਉਜਾੜਿਆ, ਫੇਰ ਏਨੀ ਵੱਡੀ ਸਜ਼ਾ ਕਿਉਂ, ਜੈਤਾ ਬੋਲ ਰਿਹਾ ਸੀ।

—ਇਹ ਸਾਡੀ ਭੁੱਲ ਸੀ, ਅਸੀਂ ਐਵੇਂ ਜੋਸ਼ ਵਿਚ ਆ ਗਏ ਸਾਂ, ਸਾਨੂੰ ਨਿਮਰਤਾ ਤੋਂ ਕੰਮ ਲੈਣਾ ਚਾਹੀਦਾ ਸੀ।

ਮਤੀ ਦਾਸਾ! ਹੁਣ ਵਕਤ ਆ ਗਿਆ ਏ, ਜ਼ੁਲਮ ਦੇ ਖ਼ਿਲਾਫ਼ ਟੱਕਰ ਲਈ ਜਾਵੇ। ਤਲਵਾਰ ਦੇ ਖ਼ਿਲਾਫ਼ ਤਲਵਾਰ ਤੇ ਚੁੱਕੀ ਨਹੀਂ ਜਾ ਸਕਦੀ, ਪਰ ਤਲਵਾਰ ਨੂੰ ਆਪਣੇ ਲਹੂ ਵਿਚ ਇਸ਼ਨਾਨ ਕਰਨ ਦੀ ਆਗਿਆ ਦਿਓ। ਪਾਵਨ ਸਤਿਗੁਰੂ ਨਾਨਕ ਦੇਵ ਜੀ ਦੇ ਵਰ ਦਾ ਅਸਰ ਓਨਾ ਚਿਰ ਖ਼ਤਮ ਨਹੀਂ ਹੁੰਦਾ ਜਿੰਨਾ ਚਿਰ ਆਹਾਂਗ ਬਲੀਦਾਨ ਨਾ ਕਰ ਲਈ ਜਾਏ। ਦੇਸ਼ ਬੜੇ ਸੰਕਟ ਵਿਚੋਂ ਗੁਜ਼ਰ ਰਿਹਾ ਏ। ਹੁਣ ਸਮਾਂ ਏ ਕਿ ਰਾਜ ਨੂੰ ਖ਼ਤਮ ਕਰ ਦਿੱਤਾ ਜਾਏ। ਜਿਹੜੀਆਂ ਅਸੀਸਾਂ ਨੇ ਰਾਜ ਦੀਆਂ ਜੜ੍ਹਾਂ ਲਾਈਆਂ ਸਨ, ਬਦ-ਦੁਆਵਾਂ ਰਾਜ ਦੀਆਂ ਜੜ੍ਹਾਂ ਵੀ ਪੁੱਟ ਸਕਦੀਆਂ ਨੇ। ਹੁਣ ਵਕਤ ਆਇਆ ਏ ਸ਼ਹੀਦੀਆਂ ਪਾਉਣ ਦਾ, ਸਤਿਗੁਰਾਂ ਹੁਕਮ ਦਿੱਤਾ।

—ਸਭ ਤੋਂ ਪਹਿਲਾਂ ਅਸੀਂ ਸ਼ਹੀਦੀਆਂ ਪਾਵਾਂਗੇ, ਹੱਥ ਜੋੜੇ ਸਤੀ ਦਾਸ ਤੇ ਭਾਈ ਦਿਆਲਾ ਨੇ।

—ਨਹੀਂ ਤੁਹਾਥੋਂ ਪਹਿਲਾਂ ਮਤੀ ਦਾਸ ਹੀ ਸ਼ਹੀਦੀ ਪਾਵੇਗਾ।

—ਨਹੀਂ ਸਤਿਗੁਰੂ ਇਹ ਸ਼ੁੱਭ ਘੜੀ ਸਾਥੋਂ ਵਿਛੜਨੀ ਨਹੀਂ ਚਾਹੀਦੀ।

—ਹੰਕਾਰ ਦਾ ਸਿਰ ਨੀਵਾਂ ਹੁੰਦਾ ਏ। ਪਹਿਲਾਂ ਸ਼ਹੀਦੀ ਮਤੀ ਦਾਸ ਹੀ ਪਾਵੇ ਤੇ ਫੇਰ ਓਸੇ ਦਿਨ ਤੁਸੀਂ ਵੀ ਸ਼ਹੀਦੀਆਂ ਪਾਵੋ। ਗੁਰਾਂ ਬਚਨ ਕੀਤਾ।

—ਧੰਨ ਭਾਗ, ਕਿਰਪਾ ਗੁਰੂ ਦੀ, ਸਾਡਾ ਜਨਮ ਸਫਲਾ ਹੋਇਆ, ਦਿਆਲੇ ਤੇ ਸਤੀ ਦਾਸ ਨੇ ਆਖਿਆ।

—ਕਰਤਾਰ ਦਾ ਹੁਕਮ ਏ ਕਿ ਪ੍ਰਮਾਤਮਾ ਦੇ ਹੁਕਮ ਵਿਚ ਰਹੇ, ਓਸ ਵਿਚ ਰਹਿ ਕੇ ਹੀ ਸਦੀਵੀ ਆਨੰਦ ਤੇ ਸ਼ਾਂਤੀ ਮਿਲਦੀ ਏ।

ਹਜ਼ੂਰ ਏਨੀ ਜਲਦੀ ਸ਼ਹੀਦੀ ਪਾਉਣ ਦਾ ਫੈਸਲਾ ਕਰ ਲਿਆ ਏ? ਕੋਤਵਾਲ ਆਣ ਖਲੋਤਾ ਸਿਰ ਤੇ।

—ਜਦੋਂ ਸ਼ਹੀਦੀ ਦੇਣ ਹੀ ਆਏ ਹਾਂ ਤਾਂ ਫੇਰ ਦੇਰ ਕਾਹਦੀ?

—ਏਸ ਤਰ੍ਹਾਂ ਜ਼ਾਲਮ ਨੂੰ ਹੋਰ ਸ਼ਹਿ ਮਿਲੇਗੀ।

—ਜ਼ਾਲਮ ਦੇ ਦਿਲ ਦੀ ਭੜਕਦੀ ਅੱਗ ਸ਼ਹੀਦ ਦਾ ਲਹੂ ਠੰਡਾ ਕਰੇਗੀ।

—ਇਹ ਭੱਸ ਕਿੱਦਾਂ ਜਾਊ ?

—ਸਾਡੇ ਲਹੂ ਦਾ ਲਾਲ ਰੰਗ ਵੇਖ ਕੇ।

ਓਦੋਂ ਤੇ ਅਸਮਾਨ ਦਾ ਰੰਗ ਵੀ ਲਾਲ ਹੋ ਜਾਏਗਾ ਹਨੇਰੀ ਝੱਖੜ, ਤੂਫ਼ਾਨ ਆਏਗਾ। ਮਹਾਂਪੁਰਸ਼ ਦਾ ਲਹੂ ਅਕਾਰਥ ਨਹੀਂ ਜਾਂਦਾ। ਸ਼ਹੀਦ ਦੇ ਲਹੂ ਦੀ ਇਕ ਬੂੰਦ ਵਿਚੋਂ ਹਜ਼ਾਰਾਂ ਸੂਰਮੇ ਜਨਮ ਲੈਣਗੇ, ਫੇਰ ਠੰਡ ਪਊ, ਕਾਜ਼ੀ ਦੇ ਦਿਲ ਵਿਚ :

ਚਿੰਤਾ ਤਾ ਕੀ ਕੀਜੀਐ ਜੋ ਅਨਹੋਨੀ ਹੋਇ ॥
ਇਹ ਮਾਰਗੁ ਸੰਸਾਰ ਕੋ ਨਾਨਕ ਥਿਰੁ ਨਹੀਂ ਕੋਇ ॥

★

੪੪ ਖ਼ੂਨੀ ਤਮਾਸ਼ਾ

ਅਜੇ ਲੋਕ ਸੋਮਣ ਵੀ ਨਹੀਂ ਸਨ ਹੋਏ, ਕਾਜ਼ੀ, ਕੋਤਵਾਲੀ ਵਿਚ ਆਣ ਟਪਕਿਆ। ਕੋਤਵਾਲ ਨੂੰ ਸੱਦਿਆ, ਕਚਹਿਰੀ ਲਾ ਬੈਠਾ ਤੇ ਆਖਣ ਲਗਾ :

—ਹੁਣ ਤੇ ਤੁਸਾਂ ਸੋਚ ਹੀ ਲਿਆ ਹੋਣਾ ਏ, ਕਲਮਾ ਪੜ੍ਹਨਾ ਵੀ ਕੋਈ ਕੰਮ ਏ, ਨਾ ਹਿੰਗ ਲੱਗੇ ਨਾ ਫਟਕੜੀ ਰੰਗ ਚੋਖਾ ਆਏ। ਨਿੱਕੇ ਜਿਹੇ ਕੰਮ ਲਈ ਏਨੀ ਦੇਰ। ਮੈਂ ਬਚਣਾ ਚਾਹੁੰਦਾ ਸਾਂ, ਇਹ ਖ਼ੂਨ ਮੇਰੇ ਜ਼ਿੰਮੇ ਨਾ ਲੱਗੇ, ਪਰ ਕੁਦਰਤ ਨੂੰ ਇਹ ਮਨਜ਼ੂਰ ਨਹੀਂ। ਜੇ ਹੋਣੀ ਟਲ ਜਾਂਦੀ ਤਾਂ ਸਾਡੀ ਇਜ਼ਤ ਵੀ ਰਹਿ ਜਾਂਦੀ ਅਤੇ ਤੁਹਾਡੀ ਜਾਨ ਵੀ ਬਚ ਜਾਂਦੀ।

—ਅਸਾਂ ਤੇ ਫ਼ੈਸਲਾ ਓਸੇ ਦਿਨ ਹੀ ਦੇ ਦਿੱਤਾ ਸੀ, ਮਰਦਾਂ ਦੇ ਫ਼ੈਸਲੇ ਰੋਜ਼-ਰੋਜ਼ ਨਹੀਂ ਬਦਲਦੇ।

—ਏਧਰ ਆ, ਕੀ ਨਾਂ ਏ ਤੇਰਾ, ਤੂੰ ਵੀ ਮੌਤ ਦਾ ਭਾਅ ਪੁੱਛਣ ਆਇਆ ਏਂ।

—ਮੇਰਾ ਨਾਂ ਮਤੀ ਦਾਸ ਏ। ਮੌਤ ਮੁੱਲ ਵਿਕਦੀ ਏ ਤਾਂ ਖ਼ਰੀਦ ਲੈਣੀ ਚਾਹੀਦੀ ਏ। ਪੈਸੇ ਦੇ ਕੇ ਅੱਜ ਤਕ ਕਿਸੇ ਮੌਤ ਨਹੀਂ ਖ਼ਰੀਦੀ ਕਦੇ। ਇਹ ਨਿਹਮਤ ਬਜ਼ਾਰ ਵਿਚ ਨਹੀਂ ਵਿਕਦੀ।

—ਚਾਂਦਨੀ ਚੌਕ ਵਿਚ ਇਹ ਮੁਫ਼ਤ ਮਿਲਦੀ ਏ, ਇਥੇ ਕੋਈ ਦਮੜੇ ਨਹੀਂ ਲੱਗਦੇ।

—ਮੌਤ ਦਾ ਮਾਲਕ ਭਗਵਾਨ ਏ, ਜਿਸ ਤਰ੍ਹਾਂ ਓਸ ਲਿਖੀ ਏ, ਓਸੇ ਤਰ੍ਹਾਂ ਮਰਨਾ ਏ।

—ਇਹ ਬੇਖ਼ੌਫ਼ ਚੇਲੇ ਗੁਰੂ ਤੋਂ ਵੀ ਉਡਾਰੂ ਨਿਕਲੇ, ਇਨ੍ਹਾਂ ਦੀ ਖੱਲੜੀ ਵਿਚ ਰੱਤੀ ਭਰ ਭੈਅ ਵੀ ਮੌਤ ਦਾ ਨਹੀਂ, ਇਕ ਮੌਕਾ ਦਿੱਤਾ ਜਾਂਦਾ ਹੈ। ਕਰਾਮਾਤ ਵਿਖਾਵੋ ਤੇ ਆਪਣੇ ਘਰ ਜਾਵੋਂ। ਮੌਤ ਬਹੁਤ ਡਰਾਉਣੀ ਹੁੰਦੀ ਏ।

—ਮੌਤ ਬਹੁਤ ਸੁਹਾਉਣੀ ਸ਼ੈਅ ਹੈ, ਕਿਸੇ ਭਾਗਾਂ ਵਾਲੇ ਨੂੰ ਹੀ ਨਸੀਬ ਹੁੰਦੀ ਏ। ਕਰਾਮਾਤ ਕੀ ਹੁੰਦੀ ਏ। ਗੁਰੂ ਘਰ ਵਾਲੇ ਕਰਾਮਾਤਾਂ ਨਹੀਂ ਜਾਣਦੇ।

—ਅਗੇ ਸਵੇਰੇ ਤੂੰ ਕਰਾਮਾਤ ਵਿਖਾਈ ਸੀ, ਹੁਣ ਕਿਉਂ ਸ਼ਰਮ ਆਉਂਦੀ ਏ।

—ਉਹ ਕਰਾਮਾਤ ਨਹੀਂ ਸੀ, ਅਰਦਾਸ ਸੀ।

—ਅਰਦਾਸ ਹੀ ਵਿਖਾ ਦੇ, ਕਰਾਮਾਤ ਆਪੇ ਹੀ ਪ੍ਰਗਟ ਹੋ ਜਾਏਗੀ।

—ਨਾਚ ਨ ਜਾਣੇ ਆਂਙਣ ਟੇਢਾ, ਨਾ ਅਸੀਂ ਜਾਣੀਏ ਤੇ ਨਾ ਬੁਝੀਏ, ਕਰਾਮਾਤ ਕਿਸ ਬਲਾ ਦਾ ਨਾਂ ਏ।

—ਇਹ ਮਸਖਰੀਆਂ ਕਰ ਰਿਹਾ ਏ, ਗੁਸਤਾਖ਼ ਹੁੰਦਾ ਜਾ ਰਿਹਾ ਏ। ਬਦਜ਼ਬਾਨ ਦੀ ਜ਼ਬਾਨ ਖਿੱਚ ਦਿਓ।

—ਸ਼ਾਇਦ ਇਸਨੇ ਮੌਤ ਦਾ ਤਮਾਸ਼ਾ ਨਹੀਂ ਵੇਖਿਆ। ਮੌਤ ਬਹੁਤ ਖ਼ੂੰਖ਼ਾਰ ਹੁੰਦੀ ਏ। ਇਨ੍ਹਾਂ ਤਿੰਨਾਂ ਸਾਥੀਆਂ ਨੂੰ ਮੌਤ ਦਾ ਤਮਾਸ਼ਾ ਵਿਖਾਇਆ ਜਾਏ ਤੇ ਨਾਲੇ ਗੁਰੂ ਵੀ ਵੇਖ ਲਵੇ ਮੌਤ ਦੀ ਝਾਕੀ। ਬੜੇ ਵੱਡੇ ਵੱਡਿਆਂ ਦੇ ਪਸੀਨੇ ਛੁਟ ਜਾਂਦੇ ਹਨ, ਰੂਹ ਕਬਜ਼ ਹੋ ਜਾਂਦੀ ਏ। ਅੱਜ ਸਵੇਰੇ ਏਨਾ ਹੀ ਤਮਾਸ਼ਾ ਹੋਵੇਗਾ, ਗੁਰੂ ਦੀਆਂ ਅੱਖਾਂ ਦੇ ਸਾਹਮਣੇ ਇਨ੍ਹਾਂ ਨੂੰ ਸਜ਼ਾਵਾਂ ਦਿੱਤੀਆਂ ਜਾਣਗੀਆਂ।

ਮਤੀ ਦਾਸ ਨੂੰ ਆਰੇ ਨਾਲ ਚੀਰਿਆ ਜਾਏ, ਸਤੀ ਦਾਸ ਨੂੰ ਰੂੰ ਵਿਚ ਬੰਨ੍ਹ ਕੇ ਅੱਗ ਲਾ ਦਿੱਤੀ ਜਾਏ ਅਤੇ ਦਿਆਲੇ ਨੂੰ ਦੇਗ ਵਿਚ ਉਬਾਲ ਕੇ ਖਤਮ ਕਰ ਦਿੱਤਾ ਜਾਏ। ਇਨ੍ਹਾਂ ਸਜ਼ਾਵਾਂ ਤੋਂ ਵੱਡੀ ਸਜ਼ਾ ਫੇਰ ਗੁਰੂ ਨੂੰ ਦਿੱਤੀ ਜਾਏਗੀ, ਜੇ ਇਨ੍ਹਾਂ ਦੇ ਫਰਿਸ਼ਤੇ ਨਾ ਕੰਬ ਗਏ ਤਾਂ ਫੇਰ ਸਾਡੇ ਫਤਵੇ ਦਾ ਕੋਈ ਮੁਲ ਨਹੀਂ। ਇਹ ਸਜ਼ਾਵਾਂ ਸ਼ਰਅ ਦੇ ਮੁਤਾਬਿਕ ਦਿੱਤੀਆਂ ਜਾ ਰਹੀਆਂ ਹਨ। ਜੇ ਹੁਣ ਵੀ ਇਹ ਕਲਮਾ ਪੜ੍ਹ ਲੈਣ ਤਾਂ ਮੇਰੇ ਕੋਲ ਤਾਕਤ ਏ ਕਿ ਇਨ੍ਹਾਂ ਨੂੰ ਬਾਇਜ਼ਤ ਬਰੀ ਕੀਤਾ ਜਾਏਗਾ। ਕਾਨੂੰਨ ਬਣਾਇਆ ਜਾਂਦਾ ਏ ਤੇ ਤੋੜਨ ਦੀ ਵੀ ਮੇਰੇ ਕੋਲ ਤਾਕਤ ਏ। ਅਜੇ ਵੀ ਮੰਨ ਜਾਓ, ਅਜੇ ਵੀ ਕੁਝ ਨਹੀਂ ਵਿਗੜਿਆ। ਐਵੇਂ ਭੰਗ ਦੇ ਭਾੜੇ ਜਾਨਾਂ ਨਾ ਦਿਓ, ਕਾਜ਼ੀ ਨੇ ਦਾੜ੍ਹੀ ਤੇ ਹੱਥ ਫੇਰਿਆ।

—ਇਹ ਝਕਾਨੀਆਂ, ਇਹ ਤਸੱਲੀਆਂ, ਇਹ ਲਾਲਚ ਸਾਨੂੰ ਡੁਲਾ ਨਹੀਂ ਸਕਦੀਆਂ। ਸਾਨੂੰ ਗੁੜ੍ਹਤੀ ਵਿਚ ਮੌਤ ਦਾ ਸ਼ਰਬਤ ਪੀਣ ਨੂੰ ਮਿਲਿਆ ਏ, ਮਤੀ ਦਾਸ ਦੇ ਬੋਲ ਸਨ।

—ਖ਼ੂਨੀ ਤਮਾਸ਼ਾ ਇਨ੍ਹਾਂ ਜ਼ਰੂਰ ਵੇਖਣਾ ਏ, ਮੱਛੀ ਪੱਥਰ ਚੱਟਿਆਂ ਤੋਂ ਬਿਨਾਂ ਨਹੀਂ ਮੁੜਦੀ। ਇਨ੍ਹਾਂ ਸਾਰੀ ਦਿੱਲੀ ਸਿਰ ਤੇ ਚੁਕਣੀ ਏ। ਇਨ੍ਹਾਂ ਦੀਆਂ ਚੀਕਾਂ ਅਸਮਾਨ ਤੱਕ ਜਾਣਗੀਆਂ। ਇਨ੍ਹਾਂ ਦੇ ਫਰਿਸ਼ਤਿਆਂ ਨੂੰ ਕਾਂਬਾ ਛਿੜ ਜਾਊ। ਇਨ੍ਹਾਂ ਆਪ ਤੇ ਮੌਤ ਦੀ ਚਰਖੜੀ ਚੜ੍ਹ ਹੀ ਜਾਣਾ ਏ। ਇਨ੍ਹਾਂ ਦੀ ਰੂਹ ਵੇਲਣੇ ਦੇ ਵਿਚੋਂ ਪੀੜੀ ਨਾ ਗਈ ਤਾਂ ਮੈਨੂੰ ਆਖਿਆ ਜੇ। ਜੇ ਇਨ੍ਹਾਂ ਦਾ ਗੁਰੂ ਇਹ ਤਮਾਸ਼ਾ ਵੇਖ ਕੇ ਡੋਲਿਆ ਨਾ ਤਾਂ ਫੇਰ ਅਸੀਂ ਕਾਜ਼ੀ ਕਾਹਦੇ ਹੋਏ।

ਪੰਜ ਬੰਦੇ ਸਾਹਮਣੇ ਆਣ ਖਲੋਤੇ। ਵੀਹ ਫੱਟੇ, ਸ਼ਤੀਰੀ ਵਿਚੋਂ ਚੀਰ ਕੇ ਸਾਹਮਣੇ ਲਿਆ ਰਖੇ।

ਵੇਖਦੇ ਕੀ ਹੋ, ਦਸ ਫੱਟੇ ਅੱਗੇ ਰੱਖ ਕੇ ਤੇ ਦਸ ਪਿਛੇ ਰੱਖ ਕੇ ਰੱਸੀਆਂ ਨਾਲ ਨੂੜ ਸੁੱਟੋ। ਸਿਰ ਤੇ ਆਰਾ ਰੱਖ ਦੇ ਸਿੱਧਾ ਮੋਛਾ ਪਾ ਦਿਓ, ਕਾਜ਼ੀ ਦਾ ਹੁਕਮ ਸੀ।

ਅੱਖ ਝਮਕਣ ਨਾ ਦਿੱਤੀ, ਮਤੀ ਦਾਸ ਨੂੰ ਆਖਣ ਲੱਗੇ, ਇਨ੍ਹਾਂ ਲੱਕੜਾਂ ਵਿਚ ਤੁਹਾਨੂੰ ਜੂੜ ਛੱਡਣਾ ਏ, ਅਜੇ ਵੀ ਵਕਤ ਏ ਕਲਮਾ ਪੜ੍ਹ ਲਓ।

—ਮੋਇਆਂ ਲੱਕੜਾਂ ਵਿਚ ਹੀ ਪੈਣਾ ਏ ਨਾ, ਜਿਸ ਨੂੰ ਜਿਉਂਦਿਆਂ ਹੀ ਲੱਕੜਾਂ ਮਿਲ

ਜਾਣ ਉਹਦੇ ਕਿੰਨੇ ਕੁ ਭਾਗ ਚੰਗੇ ਹੋਣਗੇ। ਦਸ ਫੱਟੇ ਜ਼ਮੀਨ ਤੇ ਰੱਖ ਕੇ ਉਨ੍ਹਾਂ ਸਵਾਰੇ ਕੀਤੇ, ਰੱਤੀ ਭਰ ਝੀਤ ਨਾ ਰਹਿਣ ਦਿੱਤੀ ਉਨ੍ਹਾਂ ਵਿਚ। ਤੇ ਉਨ੍ਹਾਂ ਦੇ ਦੋਹੀਂ ਪਾਸੀਂ ਇਕ ਇਕ ਫੱਟਾ ਰਖਿਆ ਗਿਆ। ਇਕ ਫੱਟਾ ਇਕ ਪਾਸੇ ਤੇ ਦੂਜੇ ਪਾਸੇ। ਕਿੱਲ ਮਾਰ ਦਿੱਤੇ। ਏਸ ਤਰ੍ਹਾਂ ਦੇ ਦੋ ਫੱਟੇ ਬਣ ਗਏ। ਜਦ ਦੋਵੇਂ ਫੱਟੇ ਖੜੇ ਕੀਤੇ ਤਾਂ ਫੇਰ ਆਖਣ ਲੱਗੇ।

—ਹੁਣ ਕੋਈ ਆਖ਼ਰੀ ਖਾਹਿਸ਼ ਹੋਵੇ ਤਾਂ ਦਸ ਦੇ, ਤੇਰਾ ਵਕਤ ਕਰੀਬ ਆ ਗਿਆ ਏ।

—ਜਦ ਤੁਸੀਂ ਆਰਾ ਮੇਰੇ ਸਿਰ ਤੇ ਰਖੋ; ਜਦ ਤੁਸੀਂ ਮੇਰਾ ਮੋਛਾ ਪਾਉਣ ਲਗੋ ਤਾਂ ਮੇਰਾ ਮੂੰਹ ਸਤਿਗੁਰਾਂ ਵੱਲ ਕਰ ਦੇਣਾ। ਬਸ ਮੈਂ ਤੁਹਾਥੋਂ ਹੋਰ ਕੁਝ ਨਹੀਂ ਮੰਗਦਾ। ਮਤੀ ਦਾਸ ਨੇ ਆਖਿਆ।

ਇਹਦੇ ਵਿਚ ਸਾਡਾ ਕਿਹੜਾ ਮੁੱਲ ਲੱਗਦਾ ਏ। ਗੁਰੂ ਸਾਹਮਣੇ ਮੂੰਹ ਹੋਵੇਗਾ, ਜਦ ਅੱਖਾਂ ਮਿਲਣੀਆਂ ਆਹਮੋ ਸਾਹਮਣੇ ਤਾਂ ਗੁਰੂ ਦਾ ਕਲੇਜਾ ਜ਼ਰੂਰ ਧੜਕੂ। ਇਹ ਗੱਲ ਤੇ ਸਾਡੇ ਹੱਕ ਵਿਚ ਜਾਂਦੀ ਏ। ਇਹੋ ਤੇ ਅਸੀਂ ਚਾਹੁੰਦੇ ਹਾਂ।

ਫਟਿਆਂ ਵਿਚ ਜੂੜ ਘਤਿਆ ਮਤੀ ਦਾਸ, ਐਵੇਂ ਉਹਦਾ ਮਾਸਾ ਕੁ ਮੂੰਹ ਹੀ ਨੰਗਾ ਸੀ, ਬਾਕੀ ਸਾਰਾ ਸਰੀਰ ਫਟਿਆਂ ਵਿਚ ਨੂੜਿਆ ਹੋਇਆ ਸੀ। ਆਰਾ ਲੈ ਕੇ ਆ ਗਏ ਮੋਛੇ ਪਾਉਣ ਵਾਲੇ। ਜਦ ਆਰਾ ਦੇਖਿਆ ਮਤੀ ਦਾਸ ਨੇ ਤਾਂ ਜਪੁਜੀ ਸਾਹਿਬ ਦਾ ਪਾਠ ਕਰਨਾ ਆਰੰਭ ਕਰ ਦਿਤਾ। ਬਿਰਤੀ ਇਕਾਗਰ ਹੋ ਗਈ। ਤਾਰ ਸਿੱਧੀ ਤਾਰ ਨਾਲ ਜੁੜ ਗਈ। ਸਿਰ ਤੇ ਆਰਾ ਰੱਖਿਆ, ਆਰਾ ਇਕੋ ਵਾਰ ਫਿਰਿਆ ਤੇ ਸਿਰ ਦੋ ਫਾੜ ਹੋ ਗਿਆ। ਖ਼ੂਨ ਦੇ ਫੁਵਾਰੇ ਛੁੱਟੇ। ਲਹੂ ਵਗਿਆ ਧਤੀਰੀ ਬੰਨ੍ਹ। ਛਪੜੀ ਲੱਗ ਗਈ। ਪੰਜ ਪਉੜੀਆਂ ਪੜ੍ਹ ਚੁਕਾ ਸੀ ਮਤੀਦਾਸ। ਆਰਾ ਮੋਛਾ ਪਾਈ ਜਾ ਰਿਹਾ ਸੀ ਅਤੇ ਫੱਟਿਆਂ ਵਿਚੋਂ ਆਵਾਜ਼ ਆ ਰਹੀ ਸੀ। ਤੇਰਾ ਆਰਾ ਪਿਆਰਾ ਲੱਗਦਾ—ਜੋ ਸਿਦਕ ਦੀਆ ਸਤਿਗੁਰ ਨੇ ਸੋ ਨਾ ਹਾਰਾ।

ਜਦ ਤਰਖਾਣ ਨੇ ਮੋਛਾ ਪਾ ਦਿੱਤਾ ਤੇ ਦੋ ਟੋਟੇ ਹੋ ਕੇ ਜ਼ਮੀਨ ਤੇ ਡਿਗੇ ਤੇ ਆਵਾਜ਼ ਆ ਰਹੀ ਸੀ ਕੋਈ ਜਪੁਜੀ ਸਾਹਿਬ ਦਾ ਪਾਠ ਕਰ ਰਿਹਾ ਸੀ।

ਨਾ ਗੁਰੂ ਡੋਲਿਆ ਤੇ ਨਾ ਭਾਈ ਦਿਆਲ ਤੇ ਨਾ ਮਤੀ ਦਾਸ। ਖਿੜੇ ਮੱਥੇ ਸਾਰਿਆਂ ਨੇ ਸ਼ਹੀਦੀ ਪਰਵਾਨ ਕਰ ਲਈ।

ਅਰਧੋ ਅਰਧ ਚਿਰਾਇ ਸੁ ਡਾਰਾ, ਪਰਯੋ ਪ੍ਰਿਥੀ ਪਰ ਹੈ ਦੋ ਫਾਰਾ।
ਦੋਨਹੁ ਤਨ ਤੇ ਜਪੁਜੀ ਪਢੈ, ਹੇਰਤ ਸਭ ਕੇ ਅਚਰਜ ਬਢੈ ॥

(ਸੂਰਜ ਪ੍ਰਕਾਸ਼)

★

ਸਾਰੇ ਬੰਦਿਆਂ ਦੇ ਸਾਹਮਣੇ ਕਤਲ ਕੀਤਾ ਗਿਆ ਏ । ਨਾ ਕਤਲ ਹੋਣ ਵਾਲੇ ਨੇ ਸੀ ਕੀਤੀ ਏ ਤੇ ਨਾ ਇਨ੍ਹਾਂ ਦੇ ਮੱਥੇ ਤੇ ਹੀ ਕੋਈ ਤਰੇਲੀ ਆਈ ਏ, ਕਾਜ਼ੀ ਨੇ ਸੋਚਿਆ।

—ਦੂਜੇ ਦੀ ਜਦ ਵਾਰੀ ਆਈ ਤਾਂ ਮੁੜ੍ਹਕੇ ਛੁਟ ਜਾਣਗੇ । ਜਲਾਦਾਂ ਦੇ ਹੱਥ ਬੜੇ ਲੰਬੇ ਹੁੰਦੇ ਹਨ, ਇਕ ਜਲਾਦ ਨੇ ਆਖਿਆ ।

ਜੈਤਾ ਮਨ ਹੀ ਮਨ ਵਿਚ ਆਖ ਰਿਹਾ ਸੀ, ਇਨ੍ਹਾਂ ਦੀ ਖਲੜੀਆਂ ਵਿਚ ਰੱਤੀ ਭਰ ਵੀ ਭੈਅ ਨਹੀਂ । ਇਨ੍ਹਾਂ ਦੇ ਸਿਦਕ ਪਹਾੜ ਵਾਂਗ ਸਖਤ ਹਨ । ਇਹ ਬੱਜਰ ਦੇ ਬੰਦੇ ਹਨ । ਕਦੀ ਪਿਘਲਣ ਨਹੀਂ ਲੱਗੇ । ਇਨ੍ਹਾਂ ਦੀਆਂ ਅੱਖਾਂ ਵਿਚੋਂ ਅਥਰੂਆਂ ਦਾ ਇਕ ਮੋਤੀ ਵੀ ਨਹੀਂ ਕਿਰਨ ਲੱਗਾ ।

—ਇਨ੍ਹਾਂ ਦਾ ਖ਼ੁਦਾ ਪਨਾਹ ਮੰਗ ਜਾਏਗਾ, ਅਜੇ ਇਨ੍ਹਾਂ ਇਕ ਹੀ ਤਮਾਸ਼ਾ ਵੇਖਿਆ ਏ, ਜ਼ਰਾ ਦੂਜਾ ਖੇਲ ਵੀ ਵੇਖ ਲੈਣ ਦਿਓ, ਪੱਥਰ ਰੋ ਪੈਂਦੇ ਹਨ, ਬੰਦੇ ਦਾ ਕੀ ਏ, ਕਾਜ਼ੀ ਨੇ ਇਕ ਵਾਰ ਫੇਰ ਵਿਚਾਰਿਆ ।

ਭਾਈ ਦਿਆਲੇ ਨੂੰ ਕੋਠੜੀ ਵਿਚੋਂ ਕੱਢਿਆ ਗਿਆ । ਓਸ ਚਾਰ ਚੁਫੇਰੇ ਵੇਖਿਆ, ਲਹੂ ਦਾ ਛੱਪੜ ਉਹਦੀ ਨਜ਼ਰੀਂ ਪਿਆ । ਲਹੂ ਦੀਆਂ ਧਤੀਰੀਆਂ ਵਗਦੀਆਂ ਤਾਂ ਓਸ ਵੇਖ ਹੀ ਲਈਆਂ ਸਨ । ਉਹਦਾ ਦਿਲ ਨਾ ਪਹਿਲਾਂ ਡੋਲਿਆ ਤੇ ਨਾ ਹੁਣ ਉਹਦੇ ਮੱਥੇ ਤੇ ਕੋਈ ਸ਼ਿਕਨ ਆਈ । ਇਹ ਗੁਰੂ ਦੇ ਪੁੱਤ, ਇਹ ਗੁਰੂਆਂ ਦੇ ਸੇਵਕ ਡੋਲਿਆ ਨਹੀਂ ਕਰਦੇ । ਜਦੋਂ ਮੈਦਾਨ ਵਿਚ ਹੀ ਨਿਕਲ ਆਏ ਤੇ ਫੇਰ ਛੋਟੀ ਵੱਡੀ ਸਜ਼ਾ ਦਾ ਕੀ ਫ਼ਰਕ । ਮੌਤ ਛੋਟੀ ਸਜ਼ਾ ਨਾਲ ਵੀ ਹੋਣੀ ਏ ਤੇ ਵੱਡੀ ਸਜ਼ਾ ਨਾਲ ਵੀ । ਫ਼ਰਕ ਤਾਂ ਸਿਰਫ਼ ਏਨਾ ਹੀ ਏ ਕਿ ਬੰਦਾ ਚਾਰ ਘੜੀਆਂ ਜ਼ਿਆਦਾ ਤੜਫ ਲਏਗਾ । ਮਰਨਾ ਤੇ ਆਖ਼ਰ ਹੈ ਹੀ । ਘੜੀ ਪਹਿਲਾਂ ਜਾਂ ਚਾਰ ਘੜੀਆਂ ਮਗਰੋਂ, ਮੌਤ ਨੇ ਤਾਂ ਅਵੱਸ਼ ਆਉਣਾ ਹੀ ਏ । ਕੋਈ ਅੱਡੀਆਂ ਰਗੜ ਰਗੜ ਕੇ ਮਰ ਗਿਆ ਬੁਜ਼ਦਿਲਾਂ ਵਾਂਗੂ ਤੇ ਕਿਸੇ ਨੇ ਹਿੱਕ ਤਾਣ ਕੇ ਮੌਤ ਕਬੂਲ ਕਰ ਲਈ । ਉਹ ਜਲਾਦਾਂ ਦੀਆਂ ਤਲਵਾਰਾਂ ਦੀ ਧਾਰ ਪਰਖ ਲੈਂਦੇ ਹਨ । ਤੁਹਾਡੀਆਂ ਤਲਵਾਰਾਂ ਦਾ ਜਬਰ ਅਸੀਂ ਵੇਖਾਂਗੇ ਤੇ ਤੁਸੀਂ ਵੇਖਿਓ ਸਾਡੇ ਸਬਰ, ਸਿਦਕ ਦਾ ਅਕੀਦਾ । ਅਸਾਂ ਗੁੜ੍ਹਤੀ ਲਈ ਏ ਗੁਰੂ ਅਰਜਨ ਦੇਵ ਕੋਲੋਂ । ਸਾਨੂੰ ਭਾਣਾ ਮੰਨਣ ਦੀ ਆਦਤ ਪੈ ਗਈ ਏ । ਕਿੰਨੀਆਂ ਕੁ ਸ਼ਹੀਦੀਆਂ ਕਰੋਗੇ । ਕਦੀ ਨਾ ਕਦੀ ਤੁਹਾਡੀ ਤਲਵਾਰ ਮੁੜੇਗੀ । ਏਨੇ ਚਿਰ ਵਿਚ ਮਾੜੀਆਂ ਤਲਵਾਰਾਂ ਵਿਚ ਵੀ ਜ਼ੋਰ ਆ ਜਾਊ । ਬਲ ਬਖਸ਼ੀਂ ਦਾਤਾ । ਪੰਜਾਬ ਵਾਲੇ ਤਲਵਾਰਾਂ ਦੀ ਛਾਂ ਥੱਲੇ ਪਲੇ ਹਨ । ਅਸੀਂ ਬਚਪਨ ਤੋਂ ਹੀ ਇਨ੍ਹਾਂ ਖਿਡੌਣਿਆਂ ਨਾਲ ਖੇਡਦੇ ਆਏ ਹਾਂ । ਭਾਈ ਦਿਆਲੇ ਨੇ ਏਸ ਤਰ੍ਹਾਂ ਸੋਚਿਆਂ ।

ਕਾਜ਼ੀ ਸਾਹਿਬ ਨੇ ਦਾੜ੍ਹੇ ਤੇ ਹੱਥ ਫੇਰਿਆ । ਪਹਿਲਾਂ ਕਲਮਾ ਪੜ੍ਹੋ ਤੇ ਇਸਲਾਮ ਦੇ ਧਾਰਨੀ ਬਣੋ, ਹਕੂਮਤ ਦੀਆਂ ਖੁਸ਼ੀਆਂ ਮਾਣੋ । ਕਰਾਮਾਤ ਵਿਖਾ ਦਿਓ ਤਾਂ ਫੇਰ ਵੀ ਜਾਨ ਬਚ ਸਕਦੀ ਏ । ।

—ਅਸੀਂ ਨਾ ਕਲਮਾ ਪੜ੍ਹੀਏ ਤੇ ਨਾ ਹਕੂਮਤ ਦੀਆਂ ਮਿਹਰਬਾਨੀਆਂ ਉਤੇ

ਰੀਝੀਏ, ਕਰਾਮਾਤ ਵਿਖਾਉਣਾ ਖ਼ੁਦਾ ਨੂੰ ਲਲਕਾਰਨਾ ਏ।

—ਜਿਹੜੀ ਅਗੇ ਵਿਖਾ ਚੁਕੇ ਹੋ ?

—ਉਹ ਮੇਰੀ ਤੇ ਮੇਰੇ ਸਾਥੀ ਦੀ ਭੁਲ ਸੀ।

—ਇਕ ਭੁਲ ਹੋਰ ਸਹੀ।

—ਓਸੇ ਭੁਲ ਦੀ ਤੇ ਸਜ਼ਾ ਮੌਤ ਏ।

—ਤੇ ਫੇਰ ਮੈਂ ਇਹ ਸਮਝ ਲਵਾਂ ਕਿ ਤੁਸਾਂ ਕਾਫਰਾਂ ਨੇ ਮੇਰੀ ਕੋਈ ਗੱਲ ਨਹੀਂ ਮੰਨਣੀ ?

—ਅੱਲਾਹ ਦੇ ਨਾਂ ਤੇ ਕੋਈ ਖ਼ੈਰਾਤ ਕਰਵਾਉਣੀ ਹੋਵੇ ਤਾਂ ਕਰਵਾ ਲਵੋ। ਰਾਹੇਲਿਲਾ ਕੁਰਬਾਨੀ ਦੀ ਲੋੜ ਹੋਵੇ ਤਾਂ ਹਾਜ਼ਰ ਹਾਂ। ਸਾਡਾ ਸਿਰ ਦਿੱਤਿਆਂ ਜੇ ਸਾਡੀ ਹਕੂਮਤ ਬਲਵਾਨ ਹੁੰਦੀ ਏ ਤੇ ਤਾਂ ਵੀ ਸਾਨੂੰ ਕੋਈ ਉਜ਼ਰ ਨਹੀਂ ਪਰ ਜੇ ਤੁਸੀਂ ਜ਼ਬਾਨ ਦਾ ਚਸਕਾ ਹੀ ਲੈਣਾ ਏ ਐਵੇਂ ਬੇਜ਼ਬਾਨਾਂ ਨੂੰ ਕਤਲ ਕਰੀ ਜਾਵੋ, ਇਹ ਗੱਲ ਤੁਹਾਡੀ ਕਿੱਦਾਂ ਕਬੂਲੀ ਜਾਵੇ ? ਇਹ ਤੇ ਧਰਮ ਤੇ ਅਕੀਦੇ ਦੀ ਲੜਾਈ ਏ। ਇਹਦੇ ਵਿਚ ਡੋਲਣਾ ਧਰਮ ਦੇ ਮੂੰਹ ਤੇ ਕਰਾਰੀ ਚਪੇੜ ਏ। ਹਕੂਮਤਾਂ ਹਾਰ ਮੰਨਦੀਆਂ ਆਈਆਂ ਹਨ। ਧਰਮੀ ਬੰਦੇ ਕਦੇ ਸਿਰ ਝੁਕਾਇਆ ਨਹੀਂ ਕਰਦੇ। ਦਿਆਲੇ ਨੇ ਆਖਿਆ।

—ਇਨ੍ਹਾਂ ਕਾਫਰਾਂ ਨੇ ਨਹੀਂ ਮੰਨਣਾ, ਅੱਛਾ ਦੇਗ ਵਿਚ ਪਾ ਕੇ ਉਬਾਲ ਸੁਟੋ। ਏਸ ਸੂਰਮੇ ਦੀ ਸੂਰਮਤਾਈ ਹੀ ਵੇਖ ਲੈਂਦੇ ਹਾਂ, ਕਾਜ਼ੀ ਦਾ ਹੁਕਮ ਸੀ।

ਵੱਡੀ ਸਾਰੀ ਦੇਗ ਦੇ ਥੱਲੇ ਮਣਾਂ ਮੂੰਹੀ ਲੱਕੜਾਂ ਬਾਲ ਦਿੱਤੀਆਂ ਗਈਆਂ, ਅੱਗ ਲੱਗੀ, ਲਾਂਬੂ ਉਠੇ, ਪਾਣੀ ਰੇੜ੍ਹੇ ਪੈ ਗਿਆ।

—ਤੇਰੀ ਮੌਤ ਏਸ ਦੇਗ ਵਿਚ ਲੁਕੀ ਹੋਈ ਏ।

—ਸਤਿ ਬਚਨ, ਮੈਂ ਆਪ ਜਾਂਦਾ ਹਾਂ ਮੌਤ ਨੂੰ ਗਲਵਕੜੀ ਪਾਉਣ। ਮੌਤ ਵਿਹਾਝਣੀ ਸਿੱਖ ਸੇਵਕਾਂ ਨੂੰ ਪਹਿਲਾ ਸਬਕ ਦਿੱਤਾ ਜਾਂਦਾ ਏ। ਭਾਈ ਦਿਆਲੇ ਨੇ ਆਪ ਦੇਗ ਦਾ ਮੂੰਹ ਵੇਖਿਆ। ਏਸ ਉਬਲਦੇ ਪਾਣੀ ਨੇ ਮੇਰਾ ਕੀ ਵਿਗਾੜਨਾ ਏ। ਇਕ ਚੋਲਾ ਛੱਡਾਂਗੇ, ਦੂਜੇ ਚੋਲੇ ਵਿਚ ਜਾ ਪਵਾਂਗੇ, ਮੱਥਾ ਟੇਕਿਆ ਭਾਈ ਸਾਹਿਬ ਨੇ ਆਪਣੇ ਇਸ਼ਟ ਨੂੰ ਤੇ ਬਾਣੀ ਦਾ ਪਾਠ ਆਰੰਭ ਕਰ ਦਿੱਤਾ।

—ਧੰਨ ਹੋ ਭਾਈ ਦਿਆਲਾ ! ਤੁਸਾਂ ਹੀ ਕੌਮ ਦੀਆਂ ਨੀਂਹਾਂ ਬਣਾਉਣੀਆਂ ਨੇ, ਸਤਿਗੁਰਾਂ ਫ਼ਰਮਾਇਆ।

—ਲਾਜ ਰਖੇ ਸਤਿਗੁਰ, ਡੋਲੇ ਨਾ ਸਿੱਖ। ਇਕੋ ਹੀ ਅਰਦਾਸ ਏ, ਭਾਈ ਦਿਆਲੇ ਦੇ ਮਨ ਦਾ ਵਿਚਾਰ ਸੀ।

—ਰਿੜ੍ਹਦੀ ਦੇਗ ਵਿਚ ਸੁਟ ਦਿਓ ਏਸ ਕਾਫਰ ਨੂੰ।

—ਛੱਡ ਦਿਓ, ਮੇਰਾ ਸਰੀਰ ਅਪਵਿੱਤਰ ਨਾ ਕਰੋ, ਮੈਂ ਆਪ ਦੇਗ ਦੀ ਜ਼ੱਦ ਵਿਚ ਜਾਂਦਾ ਹਾਂ, ਭਾਈ ਦਿਆਲੇ ਨੇ ਆਖਿਆ।

—ਇਹ ਕਾਫ਼ਰ ਬੜੇ ਹੱਠੀ ਹਨ, ਮੌਤ ਤੋਂ ਇਨ੍ਹਾਂ ਨੂੰ ਡਰ ਨਹੀਂ ਲੱਗਦਾ।

ਜਦ ਅਰਦਾਸ ਕੀਤੀ ਭਾਈ ਦਿਆਲੇ ਨੇ, ਇਉਂ ਜਾਪਦਾ ਸੀ, ਸੇਵਕਾਂ, ਸਿੱਖਾਂ

ਵਿਚ ਗੁਰੂ ਹੀ ਜੋਰ ਪਾ। ਕਰ ਰਹੀ ਏ। ਮੇਰੇ ਸਤਿਗੁਰ ਤੁਸੀਂ ਆਪ ਇਕ ਵਾਰ ਜਹਾਂਗੀਰ ਦੇ ਹੁਕਮ ਨਾਲ ਦੇਗ ਵਿਚ ਉਬਲੇ ਸਉ। ਤੇ ਹੁਣ ਔਰੰਗਜ਼ੇਬ ਦੀ ਦੇਗ ਵਿਚ ਆ ਕੇ ਉਬਲਦੇ ਸਿੰਘ ਦੀ ਲਾਜ ਰਖੋ। ਇਹ ਸਾਕੇ ਕਦੀ ਲਾਹੌਰ ਵਿਚ ਹੁੰਦੇ ਹਨ ਅਤੇ ਕਦੀ ਦਿੱਲੀ ਵਿਚ। ਜਦ ਪੰਜ ਪਉੜੀਆਂ ਜਪੁਜੀ ਸਾਹਿਬ ਦੀਆਂ ਮੁਕੀਆਂ, ਉਹਦੇ ਉਬਲਦੇ ਪਾਣੀ ਨੇ ਭਾਈ ਸਾਹਿਬ ਦੇ ਸਰੀਰ ਦਾ ਭੜਥਾ ਬਣਾ ਦਿੱਤਾ ਸੀ। ਰੂਹ ਓਸ ਪ੍ਰਮਾਤਮਾ ਵਿਚ ਜਾ ਰਲੀ।

—ਬਸ ਜ਼ੋਰ ਲਾ ਲਿਆ ਜੇ, ਇਕ ਵੀ ਅਥਰੂ ਡਿੱਗੀ ਏ, ਸੂਰਮੇ ਦੀ? ਹੁਣ ਹੀ ਬਸ ਕਰ ਦਿਓ। ਅਤਿ ਭੈੜੀ ਚੀਜ਼ ਏ ਕੋਤਵਾਲ ਨੇ ਆਖਿਆ।

—ਅਜੇ ਤੇ ਸਪੋਲੀਏ ਹੀ ਮਰੇ ਹਨ, ਅਜੇ ਸੱਪ ਬਾਕੀ ਏ।

—ਸੱਪ ਦੀ ਸਿਰੀ ਵੀ ਮਰੋੜ ਕੇ ਵੇਖ ਲਵੇਂ, ਇਹ ਧੰਨ ਹਨ, ਸਿੱਖੀ ਸੇਵਕੀ ਦੇ ਪੁਜਾਰੀ ਮੇਰਾ ਸਿਰ ਝੁਕਦਾ ਏ, ਕੋਤਵਾਲ ਆਖਣ ਲੱਗਾ।

—ਤੂੰ ਸੱਚ ਆਖਦਾ ਏਂ, ਪਰ ਸਾਡੀ ਮਜਬੂਰੀ ਨਹੀਂ ਨਾ ਵੇਖਦਾ।

—ਅਜੇ ਇਕ ਭਾਰੂ ਬਾਕੀ ਏ, ਉਹਦਾ ਹਸ਼ਰ ਜਦ ਗੁਰੂ ਵੇਖੇਗਾ ਤਾਂ ਆਪੇ ਹੀ ਡੋਲ ਜਾਏਗਾ, ਜਲਾਦ ਬੋਲਿਆ। ਪੱਥਰ ਵੀ ਕਦੇ ਲਿਫੇ ਹਨ?

ਅਗਨਿ ਦੇਗ ਕੇ ਨੀਚੇ ਜਗਨ ਕਰਾ ਦਈ।
ਹੇ ਸਿੱਖ ਨੇ ਨੱਕ ਨ ਵਟਯੋ, ਹਾਇ ਨ ਸੀ ਭਈ (ਪੰਥ ਪ੍ਰਕਾਸ਼)

ਭਾਈ ਸਤੀ ਦਾਸ ਨੇ ਇਕ ਸਲੋਕ ਪੜ੍ਹਿਆ:

ਜਿਹਿ ਮਾਇਆ ਮਮਤਾ ਤਜੀ ਸਭ ਤੇ ਭਇਓ ਉਦਾਸੁ।
ਕਹੁ ਨਾਨਕ ਸੁਨੁ ਰੇ ਮਨਾ ਤਿਹ ਘਟਿ ਬ੍ਰਹਮ ਨਿਵਾਸੁ।

★

ਇਕ ਸ਼ਹੀਦੀ ਹੋਰ ੪੬

ਅਜੇ ਸੂਰਜ ਦਾ ਜਲਾਲ ਮੱਠਾ ਨਹੀਂ ਸੀ ਪਿਆ। ਇਕੋ ਦਿਨ ਤਿੰਨ ਸ਼ਹੀਦੀਆਂ ਚੌਕ ਵਿਚ।

—ਜਦੋਂ ਬਕਰੇ ਵੱਢਣੇ ਹੀ ਸ਼ੁਰੂ ਕਰ ਦਿੱਤੇ ਤਾਂ ਫੇਰ ਇਕ ਕੀ ਤੇ ਸੌ ਕੀ। ਤਿੱਖੀ ਤਲਵਾਰ ਕਾਟ ਚੰਗਾ ਕਰਦੀ ਏ। ਧਾਰ ਰਾਸ ਪਈ ਹੋਵੇ ਤਾਂ ਜੱਲਾਦ ਦਾ ਜ਼ੋਰ ਘੱਟ ਲੱਗਦਾ ਏ।

—ਇਨ੍ਹਾਂ ਕਾਫਰਾਂ ਨੇ ਸਾਡੇ ਦਿਲ ਥਿੜਕਾ ਦਿੱਤੇ ਹਨ ਪਰ ਇਹ ਚੰਡਾਲ ਆਪ ਨਹੀਂ ਥਿੜਕੇ। ਇਹ ਬੰਦੇ ਰੱਬ ਨੇ ਪਤਾ ਨਹੀਂ ਕਿਹੜੀ ਧਾਤ ਦੇ ਬਣਾਏ ਹੋਏ ਹਨ। ਲੋਹਾ ਪਿਘਲ ਜਾਂਦਾ ਹੈ। ਪੱਥਰ ਗੱਲ ਜਾਂਦੇ, ਪਰ ਇਹ ਬੰਦੇ ਨਾ ਗਲਦੇ ਹਨ ਤੇ ਨਾ ਪਿਘਲਦੇ। ਰੱਬ ਨੇ ਇਨ੍ਹਾਂ ਨੂੰ ਬਣਾਉਣ ਵਾਸਤੇ ਚੰਗਾ ਚੋਖਾ ਧਨ ਲਿਆ ਹੋਣਾ ਏ। ਮੈਨੂੰ ਮਿੱਟੀ ਦੇ

ਤਾਂ ਇਹ ਜਾਪਦੇ ਨਹੀਂ। ਬਹਿਸ਼ਤ ਵਿਚੋਂ ਕੋਈ ਇਲਾਹੀ ਧਾਤ ਹੀ ਵਰਤੀ ਜਾਪਦੀ ਏ। ਮੌਤ ਤੋਂ ਡਰੇ ਜਹਾਨ ਤੇ ਯਾਰੋ ਇਹ ਹੱਸ ਹੱਸ ਕੇ ਜੱਫੀਆਂ ਪਾਉਣ। ਇਹ ਕੁਦਰਤੀ ਨੂਰ ਏ, ਮੈਂ ਇਨ੍ਹਾਂ ਨੂੰ ਜਿੱਤ ਨਾ ਸਕਾਂਗਾ, ਕਾਜ਼ੀ ਪਰੇਸ਼ਾਨ ਸੀ।

—ਮੌਤ ਬਹੁਤ ਡਰਾਉਣੀ ਏ ਹਜ਼ੂਰ, ਜ਼ਰਾ ਤੀਜੀ ਸ਼ਹਾਦਤ ਹੋਣ ਦਿਓ। ਗੁਰੂ ਬਾਂ ਬਾਂ ਕਰ ਉਠੂ। ਬੰਦੇ ਦੇ ਸਬਰ ਦੀ ਵੀ ਕੋਈ ਹੱਦ ਹੁੰਦੀ ਏ। ਅਸਾਂ ਕਈਆਂ ਦੇ ਹੌਸਲੇ ਟੁਟਦੇ ਵੇਖੇ, ਕਈਆਂ ਦੇ ਈਮਾਨ ਵਿਕਦੇ, ਅਕੀਦੇ ਖ਼ਤਮ ਹੁੰਦੇ, ਮਿੱਟੀ ਵਿਚ ਰੁਲਦੇ ਵੇਖੇ ਪਰ ਇਹ ਕਰਾਮਾਤ ਦਾ ਕਰਿਸ਼ਮਾ ਏ ਵਰਨਾ ਬੰਦਾ ਹਿਲ ਨਾ ਜਾਏ, ਮੌਤ ਦਾ ਖ਼ੂਨੀ ਨਜ਼ਾਰਾ ਵੇਖ ਕੇ ਜੱਲਾਦ ਬੋਲਿਆ।

—ਤੇਰੀ ਕਰਾਮਾਤ ਵਾਲੀ ਗੱਲ ਮੇਰੀ ਸਮਝ ਵਿਚ ਆਉਂਦੀ ਏ। ਕਰਾਮਾਤ ਦੇ ਇਹ ਹਾਕਮ ਹਨ। ਜੇ ਇਨ੍ਹਾਂ ਦਾ ਭਤੀਜਾ ਬਾਦਸ਼ਾਹ ਨੂੰ ਦਿਨੇ ਤਾਰੇ ਵਿਖਾ ਸਕਦਾ ਹੈ ਤਾਂ ਕੀ ਇਹ ਏਨੀ ਗੱਲ ਵੀ ਨਹੀਂ ਕਰ ਸਕਦੇ। ਕਾਜ਼ੀ ਨੇ ਆਖਿਆ।

—ਕਰਾਮਾਤ ਦੀ ਵੀ ਤੇ ਕੋਈ ਹੱਦ ਹੁੰਦੀ ਏ ਆਖਰ ਤੇ ਬੰਦਾ ਈ ਏ। ਮੌਤ ਵੇਖ ਕੇ ਤਾਂ ਫਰਿਸ਼ਤੇ ਵੀ ਕੰਬ ਜਾਂਦੇ ਹਨ। ਇਹ ਤੀਜੀ ਸ਼ਹੀਦੀ, ਤੀਜਾ ਕਤਲ ਗੁਰੂ ਦੇ ਪੈਰਾਂ ਥੱਲਿਓਂ ਜ਼ਮੀਨ ਕੱਢ ਦੇਵੇਗਾ, ਤੁਸੀਂ ਜ਼ਰਾ ਕੁ ਤਸੱਲੀ ਰਖੋ, ਮੌਤ ਬੜੀ ਖ਼ਤਰਨਾਕ ਏ। ਅੱਜ ਸਾਨੂੰ ਇਨ੍ਹਾਂ ਦਾ ਸਬਰ ਵੇਖਣ ਦਿਓ, ਮੈਂ ਸਾਰੀ ਹਯਾਤੀ ਵਿਚ ਇਹੋ ਜਿਹੇ ਬੰਦੇ ਨਹੀਂ ਵੇਖੇ, ਜਲਾਦ ਦੀ ਜ਼ਬਾਨ ਖੁਲ੍ਹੀ।

ਕਾਜ਼ੀ ਗੁੱਸੇ ਵਿਚ ਆਇਆ, ਤਿਊੜੀਆਂ ਨਾਲ ਉਹਦਾ ਮੱਥਾ ਭਰ ਗਿਆ ਤੇ ਬੋਲਿਆ ਕੱਢ ਲਿਆਓ ਇਸ ਨੂੰ ਵੀ ਕੋਠੜੀ ਵਿਚੋਂ। ਸੁਣਾ ਬਈ ਤੇਰਾ ਕੀ ਵਿਚਾਰ ਏ, ਕਲਮਾ ਪੜ੍ਹੇਂਗਾ, ਕਰਾਮਾਤ ਵਿਖਾਏਂਗਾ ਜਾਂ ਮੌਤ ਕਬੂਲੇਂਗਾ।

—ਮੌਤ ਕਬੂਲਾਂਗਾ। ਮੈਂ ਆਪਣੇ ਭਰਾਵਾਂ ਦੀ ਬਰਾਦਰੀ ਵਿਚੋਂ ਥੋੜ੍ਹਾ ਨਿਕਲ ਜਾਣਾ ਏ। ਚੌਂਕਿਓਂ ਛੇਕਿਆ ਬੰਦਾ ਕਾਹਦੇ ਜੋਗਾ ਏ, ਸਤੀ ਦਾਸ ਨੇ ਆਖਿਆ।

—ਅਜੇ ਵੀ ਵਕਤ ਈ; ਸੋਚ ਲੈ, ਅੱਗੇ ਦੋ ਬੰਦਿਆਂ ਨੇ ਜਾਨ ਦੇ ਕੇ ਦਿੱਲੀ ਦੇ ਕਿਹੜੇ ਮੁਨਾਰੇ ਢਾਹ ਦਿਤੇ ਨੇ ਜਿਹੜੇ ਤੂੰ ਗਿਰਾ ਦੇਵੇਂਗਾ। ਸੁਹਣਾ ਸੁਨੱਖਾ ਜਵਾਨ ਏਂ, ਲੱਤ ਦਿੰਦਿਆਂ ਪਾਣੀ ਆਉਂਦਾ ਏ। ਨੌਕਰੀ ਲੈ ਲੈ ਤੇ ਆਪਣਾ ਜਨਮ ਸਫਲ ਬਣਾ ਲੈ। ਮੈਂ ਨੌਕਰੀ ਦਿਵਾ ਸਕਦਾ ਹਾਂ, ਕਾਜ਼ੀ ਦੀਆਂ ਅੱਖਾਂ ਭਰ ਗਈਆਂ।

—ਸਾਨੂੰ ਮੁਹਾਰਨੀ ਪੜ੍ਹਾਉਣ ਦੀ ਲੋੜ ਨਹੀਂ, ਅਸੀਂ ਘਰੋਂ ਹੀ ਮੌਤ ਨਾਲ ਲਾਂਵਾਂ ਲੈਣ ਲਈ, ਸਿਹਰੇ ਬੰਨ੍ਹ ਕੇ ਤੁਰੇ ਸਾਂ। ਮੇਰੇ ਸਾਥੀ ਦੂਰ ਚਲੇ ਗਏ ਹਨ, ਵਿਚਾਰੇ ਕਿੰਨਾ ਚਿਰ ਇੰਤਜ਼ਾਰ ਕਰਨਗੇ। ਮੇਰਾ ਪੈਂਡਾ ਖੋਟਾ ਹੋ ਰਿਹਾ ਏ, ਦੇਰ ਨਾ ਕਰੋ, ਸਾਥ ਵਿਛੜਿਆ ਮੁੜ ਨਹੀਂ ਮਿਲਣਾ। ਸਤੀ ਦਾਸ ਨੇ ਅਰਜ਼ ਕੀਤੀ।

—ਕਾਫਰੋ ਮੰਨ ਜਾਓ, ਮੇਰੀ ਕਲਮ ਨੂੰ ਮਜਬੂਰ ਨਾ ਕਰੋ ਕਿ ਮੈਂ ਜਬਰ ਤੇ ਤੁਲ ਜਾਵਾਂ।

—ਜਿਹਾ ਤੂੰ ਮਲੂਕ ਏਂ, ਮਲੂਕ ਜਿਹੀ ਸਜ਼ਾ ਮੈਂ ਤੇਰੇ ਲਈ ਤਜਵੀਜ਼ ਕੀਤੀ ਏ। ਨਰਮ, ਰੇਸ਼ਮ ਵਰਗੀ, ਸਖ਼ਤ ਪੱਥਰ ਵਰਗੀ, ਨਾ ਮਰੇ ਤੇ ਨਾ ਜਾਨ ਛੁਟੇ। ਇਹ ਜਿੰਨੀ

ਵੇਖਣ ਨੂੰ ਖੂਬਸੂਰਤ ਏ, ਕੁਰਬਾਨੀ ਉਨੀ ਹੀ ਮੁਸ਼ਕਲ ਏ, ਕਾਜ਼ੀ ਨੇ ਫੇਰ ਆਖਿਆ।

—ਉਹ ਕੀ ਆ ਰਿਹਾ ਏ, ਗੱਡਾ ਰੂੰ ਦਾ, ਰੋਕੋ, ਅਤੇ 'ਇਹਦੇ ਜਿਸਮ ਨੂੰ ਰੂੰ ਵਿਚ ਲਪੇਟ ਦਿਓ, ਏਨਾ ਰੂੰ ਇਹਦੇ ਆਲੇ ਦੁਆਲੇ ਬੰਨ੍ਹ ਦਿਓ ਜਿਹਦੇ ਨਾਲ ਸੜ ਸਕੇ। ਅੱਗ ਲਾਵੋ ਰੂੰ ਨੂੰ ਹੌਲੀ ਹੌਲੀ ਰਿਸ ਰਿਸ ਕੇ ਮਰੇ, ਹੌਲੀ ਹੌਲੀ ਜਾਨ ਨਿਕਲੇ, ਨਾ ਭਾਂਬੜ ਮੱਚੇ ਤੇ ਨਾ ਬੰਦ ਖਲਾਸ ਹੋਵੇ, ਵੇਖਿਆ ਈ ਕਿੰਨੀ ਪਿਆਰੀ ਸਜ਼ਾ ਏ।

—ਮੈਨੂੰ ਕਬੂਲ ਏ ਕਾਜ਼ੀ ਸਾਹਿਬ, ਰੱਬ ਕੋਲ ਜਾਣਾ ਏ, ਜੇ ਪਉੜੀ ਦੇ ਦੋ ਡੰਡੇ ਟੁੱਟੇ ਵੀ ਹੋਣਗੇ ਤਾਂ ਵੀ ਪੁਜ ਹੀ ਜਾਵਾਂਗੇ, ਰਾਹ ਤੇ ਕੱਟਣਾ ਹੀ ਏ ਨਾ, ਸਤੀ ਦਾਸ ਦੇ ਬੋਲ ਸਨ।

—ਅੱਛਾ, ਤੇਰੀ ਮਰਜ਼ੀ, ਅੱਲਾ ਮੈਨੂੰ ਵੀ ਤੇਰੇ ਵਰਗਾ ਪੁੱਤ ਦੇਵੇ, ਮੈਂ ਵਕਤ ਦੇ ਹਾਕਮ ਦੀ ਕੁਰਸੀ ਤੇ ਬੈਠਾ ਹੋਇਆ ਹਾਂ, ਮੈਂ ਜੋ ਕੁਝ ਕਰ ਰਿਹਾ ਹਾਂ ਉਹ ਬਾਦਸ਼ਾਹ ਦੀ ਮਰਜ਼ੀ ਮੁਤਾਬਿਕ ਏ, ਮੈਂ ਤਾਂ ਐਵੇਂ ਗੁਨਾਹਗਾਰ ਬਣ ਰਿਹਾ ਹਾਂ ਲੋਕ ਆਖਣਗੇ ਕਿ ਕਾਜ਼ੀ ਜ਼ੁਲਮ ਕਰ ਰਿਹਾ ਏ, ਪਰ ਮੈਂ ਬੇਦੋਸ਼ਾ ਹਾਂ, ਮੈਨੂੰ ਮਾਫ਼ ਕਰੀਂ ਬੇਟਾ, ਮੈਨੂੰ ਤੇਰੇ ਨਾਲ ਪੂਰੀ ਹਮਦਰਦੀ ਏ, ਕਾਜ਼ੀ ਦੇ ਬੁਲ੍ਹਾਂ ਵਿਚੋਂ ਬੋਲ ਨਿਕਲੇ।

—ਚੰਗਾ ਕਾਜ਼ੀ ਸਾਹਿਬ ਫੇਰ ਮਿਲਾਂਗੇ, ਕਿਆਮਤ ਵਾਲੇ ਦਿਨ, ਕਦੀ ਸਾਨੂੰ ਵੀ ਇਹੋ ਜਿਹੀ ਹਕੂਮਤ ਦੇਊ।

ਸਤੀ ਦਾਸ ਦੇ ਜਿਸਮ ਦੇ ਦੁਆਲੇ, ਅੱਧੇ ਅੱਧੇ ਫੁੱਟ ਦੀ ਤਹਿ ਜਮਾ ਦਿਤੀ ਰੂੰ ਦੀ ਅਤੇ ਰੱਸੀਆਂ ਨਾਲ ਉਹਨੂੰ ਬੰਨ੍ਹ ਦਿਤਾ। ਅੱਗ ਲਾਉਣ ਵਾਲੇ ਆ ਗਏ। ਸਤੀ ਦਾਸ ਦੀਆਂ ਅੱਖਾਂ ਸਤਿਗੁਰਾਂ ਨਾਲ ਮਿਲੀਆਂ, ਇਕ ਜੋਤ ਵਿਚ ਦੂਜੀ ਜੋਤ ਪ੍ਰਵੇਸ਼ ਹੋਈ। ਬਲ ਆ ਗਿਆ, ਆਤਮਾ ਬਲਵਾਨ ਹੋਈ, ਸ਼ਕਤੀ ਦੇ ਸੋਮੇ ਫੁਟ ਪਏ, ਬਾਣੀ ਦਾ ਪਾਠ ਆਰੰਭ ਹੋਇਆ। ਜਪੁਜੀ ਸਾਹਿਬ ਦੀ ਬਾਣੀ ਪੜ੍ਹੀ ਜਾ ਰਹੀ ਸੀ, ਬਾਣੀ ਨੇ ਚੌਰਾਸੀ ਕੱਟ ਦਿੱਤੀ ਤੇ ਨਾ ਫੇਰ ਜਿਸਮ ਦੀ ਸੁੱਧ ਰਹੀ ਤੇ ਨਾ ਮੌਤ ਦਾ ਡਰ। ਇਕ ਰੱਸੀ ਨੂੰ ਦੂਜੀ ਰੱਸੀ ਨਾਲ ਜੋੜ ਦਿਤਾ। ਗੰਢ ਮਜ਼ਬੂਤ ਸੀ, ਕੌਣ ਖੋਲ੍ਹੇ। ਅੱਗ ਲੱਗੀ ਤੇ ਰੂੰ ਧੁਖਣ ਲੱਗਾ ਨਾ ਭਾਂਬੜ ਮੱਚਿਆ ਤੇ ਨਾ ਅੱਗ ਹੀ ਫੈਲੀ ਤੇ ਨਾ ਧੂਆਂ ਤੇ ਮਾੜੀ ਮਾੜੀ ਅੱਗ ਸਰੀਰ ਭੁਜਣ ਲੱਗਾ, ਬਾਣੀ ਦਾ ਪਾਠ ਹੋ ਰਿਹਾ ਸੀ। ਅੱਗ ਹੌਲੀ ਹੌਲੀ ਸਾਰੇ ਸਰੀਰ ਵਿਚ ਫੈਲ ਗਈ। ਇਕ ਰੂੰ ਗਰਮ, ਦੂਜੀ ਅੱਗ ਲੂਏ ਸਰੀਰ, ਏਸੇ ਕਸ਼ਮਕਸ਼ ਵਿਚ ਸਤੀ ਦਾਸ ਨੇ ਪ੍ਰਾਣ ਤਿਆਗ ਦਿੱਤੇ। ਝੁਲਸਿਆ ਸਰੀਰ ਬੋਟੀ ਬੋਟੀ ਹੋ ਕੇ ਜ਼ਮੀਨ ਤੇ ਡਿੱਗ ਪਿਆ। ਨਾ ਅੱਥਰ ਸਤੀ ਦਾਸ ਦੀ ਗਿਰੀ ਤੇ ਨਾ ਗੁਰੂ ਤੇਗ਼ ਬਹਾਦਰ ਦਾ ਚਿਹਰਾ ਹੀ ਉਤਰਿਆ। ਜੋਤੀ ਜੋਤ ਜਾ ਮਿਲੀ, ਓਸ ਸੋਮੇ ਵਿਚ। ਲੋਕਾਂ ਭਾਣੇ ਜੋਤੀ ਜੋਤ ਬੁਝ ਗਈ।

ਚਾਂਦਨੀ ਚੌਕ ਵਿਚ ਤਿੰਨ ਲਾਸ਼ਾਂ ਪਈਆਂ ਹੋਈਆਂ ਸਨ। ਗੁਰੂ ਪਿੰਜਰੇ ਵਿਚ ਬੰਦ ਕੁਦਰਤ ਦੇ ਖੇਲ ਵੇਖ ਰਹੇ ਸਨ।

ਇਨ੍ਹਾਂ ਕਾਫ਼ਰਾਂ ਦੇ ਟੁਕੜੇ ਕਰਕੇ ਦਿੱਲੀ ਦੇ ਚਹੁੰ ਦਰਵਾਜ਼ਿਆਂ ਵਿਚ ਲਟਕਾ ਦਿਤੇ ਜਾਣ, ਕਾਜ਼ੀ ਹੁਕਮ ਦੇ ਕੇ ਨਿਕਲ ਗਿਆ ਕੋਤਵਾਲੀ ਵਿਚੋਂ।

ਜ਼ੁਲਮ ਦੀ ਇੰਤਹਾ ਹੋ ਗਈ, ਹਕੂਮਤ ਦੇ ਹਥਿਆਰ ਥੋਥੇ ਪੈ ਗਏ, ਹਰਮ ਨਾ ਡੋਲਿਆ ਪਰ ਦਿੱਲੀ ਦਾ ਕਲੇਜਾ ਹਿੱਲ ਗਿਆ।

★

ਗਲੀ ਬਾਜ਼ਾਰ

੪੭

ਵੇਖਣ ਵਾਲਿਆਂ ਦਾ ਭੀੜ ਭੜੱਕਾ ਸੀ, ਚਹੁੰ ਦਰਵਾਜ਼ਿਆਂ ਦੇ ਦੁਆਲੇ।

—ਸੌ ਰੋਗਾਂ ਦੇ ਇਲਾਜ, ਇਕ ਕਤਰਾ ਸ਼ਹੀਦ ਦਾ ਲਹੂ, ਸੌ-ਬਿਮਾਰੀਆਂ ਦੀ ਇਕ ਪੁੜੀ ਸ਼ਹੀਦ ਦੇ ਲਹੂ ਦਾ ਕਤਰਾ। ਜਿਹਦੀ ਕੁੱਖ ਨਾ ਫੁਟੇ, ਪਤਾਸੇ ਵਿਚ ਜ਼ਰਾ ਲਹੂ ਮਿਲਾ ਕੇ ਖਾ ਜਾਵੇ ਅੱਲਾ ਪੁੱਤ ਦੇਵੇ, ਬੜੀ ਬਰਕਤ ਏ ਸ਼ਹੀਦ ਦੇ ਲਹੂ ਵਿਚ।

—ਜਿਹੜੀ ਮੁਹਿੰਮ ਫਤਹਿ ਨਾ ਹੋਵੇ, ਰੂੰ ਨੂੰ ਜ਼ਰਾ ਲਹੂ ਲਾ ਕੇ ਤਾਵੀਜ਼ ਬਣਾ ਕੇ ਡੌਲੇ ਨਾਲ ਬੰਨ੍ਹ ਲਵੇ। ਦੁਸ਼ਮਣ ਮਤੀਹ ਹੋ ਜਾਏਗਾ।

—ਕੋਹੜ ਨਸ਼ਟ ਹੋ ਜਾਏਗਾ, ਜਿਹੜਾ ਸ਼ਹੀਦ ਦੇ ਲਹੂ ਦਾ ਇਕ ਕਤਰਾ ਦੁੱਧ ਵਿਚ ਪਾ ਕੇ ਪੀ ਲਵੇ।

—ਜਿਹਦਾ ਕੰਤ ਰੁੱਸ ਗਿਆ ਹੋਵੇ, ਤਿਲਕ ਲਾਵੇ, ਲਹੂ ਦਾ, ਕੰਤ ਮੁੜ ਆਵੇ ਪਰਦੇਸਾਂ ਵਿਚੋਂ।

—ਕਚਹਿਰੀ ਵਿਚ ਮੌਤ ਦੀ ਸਜ਼ਾ ਸੁਣਨ ਜਾ ਰਿਹਾ ਹੋਵੇ, ਬੰਦਾ ਤੇ ਮੱਥੇ ਖ਼ੂਨ ਦਾ ਤਿਲਕ ਲਾ ਕੇ ਚਲਾ ਜਾਵੇ ਤਾਂ ਮੌਤ ਟੱਲ ਜਾਏਗੀ।

—ਜਿਸ ਘਰ ਵਿਚ ਸੇਹ ਦਾ ਤਕਲਾ ਗੱਡਿਆ ਹੋਵੇ, ਇਕ ਬੂੰਦ ਲਹੂ ਦੀ ਬਾਲਟੀ ਵਿਚ ਪਾ ਕੇ ਪਾਣੀ ਛਿੜਕਾਇਆ ਜਾਵੇ, ਘਰ ਦਾ ਕਲੇਸ਼ ਮੁਕ ਜਾਊ।

—ਸੂਬੇਦਾਰ ਨੂੰ ਕਤਲ ਦੀ ਸਜ਼ਾ ਬੋਲ ਜਾਏ, ਲਹੂ ਦਾ ਤੁਪਕਾ ਜ਼ਰਾ ਕਲਗੀ ਨੂੰ ਛੁਹਾ ਲਏ ਤੇ ਤੀਸ ਹਜ਼ਾਰੀ ਦਾ ਰੁਤਬਾ ਲੈ ਕੇ ਦਰਬਾਰ ਵਿਚੋਂ ਨਿਕਲੇ।

—ਇਕ ਸਿਲਾਈ ਲਹੂ ਦੀ ਭਰੇ ਤੇ ਅੱਖਾਂ ਵਿਚ ਪਾ ਲਏ, ਅੰਨ੍ਹਾ ਵੀ ਸੁਜਾਖਾ ਹੋ ਜਾਊ।

—ਗੋਲੀ ਜੇ ਮਹਿੰਦੀ ਵਿਚ ਲਹੂ ਦਾ ਰੰਗ ਮਿਲਾ ਲਏ, ਬਾਦਸ਼ਾਹ ਵੇਖੇ ਤੇ ਓਸੇ ਵੇਲੇ ਬੇਗਮ ਬਣਾ ਲਏ!

—ਰੋਜ਼ੀ, ਰਿਜ਼ਕ ਲਈ ਇਹ ਬਹੁਤ ਕਾਰਆਮਦ ਨੁਸਖ਼ਾ ਏ।

—ਦਿੱਲੀ ਵਿਚ ਇਹੋ ਜਿਹੀਆਂ ਅਫਵਾਹਾਂ ਫੈਲ ਰਹੀਆਂ ਸਨ। ਕਾਜ਼ੀਆਂ ਨੇ ਤੇ ਕਈ ਮੁਹਰਾਂ ਖ਼ਰਚ ਕਰਕੇ ਡੱਬੀਆਂ ਭਰਵਾ ਲਈਆਂ ਲਹੂ ਦੀਆਂ। ਕੋਤਵਾਲ ਖਿਕੇ ਰਾਤ ਵਿਚ ਇਕ ਸੰਦੂਕੜੀ ਭਰ ਕੇ ਲੈ ਗਿਆ ਘਰ, ਲਹੂ ਦਾ ਮੁੱਲ ਓਸੇ ਰਾਤ ਪਤਾ ਲੱਗਾ ਕੋਤਵਾਲ ਨੂੰ।

—ਇਕ ਇਕ ਬੂੰਦ ਵਿਚੋਂ ਸੌ ਸੌ ਸੂਰਮੇ ਜਨਮ ਲੈਂਦੇ ਹਨ, ਬਾਦਸ਼ਾਹ ਫੇਰ

ਕਿਹੜੇ ਨਾਲ ਨਿਬੜੂ, ਇਕ ਸੂਫ਼ੀ ਫ਼ਕੀਰ ਦਾ ਕਲਾਮ ਸੀ।

—ਕੁਰਬਾਨੀਆਂ ਕਦੇ ਰਾਏਗਾਂ ਨਹੀਂ ਜਾਂਦੀਆਂ, ਇਹ ਜ਼ਰੂਰ ਰੰਗ ਵਿਖਾਉਣ-ਗੀਆਂ, ਬਜ਼ੁਰਗ ਮੁਸਲਮਾਨ ਆਖਣ ਲੱਗਾ।

ਦਿੱਲੀ ਬਰਬਾਦ ਹੋਣ ਵਾਲੀ ਏ, ਥੋੜ੍ਹੇ ਦਿਨਾਂ ਦੀ ਕਸਰ ਏ, ਫ਼ਕੀਰ ਅੱਲਾ ਦੀਨ ਦਾ ਕਥਨ ਸੀ।

—ਅੱਲਾ ਦੇ ਪਿਆਰਿਆਂ ਦੀ ਮੌਤ, ਕਿਆਮਤ ਨੇੜੇ ਆ ਰਹੀ ਏ, ਮੌਲਵੀ ਬੋਲਿਆ।

—ਤਸਬੀ ਤੇ ਮਾਲਾ ਦੀਆਂ ਬਰਕਤਾਂ ਤੋਂ ਬਾਦਸ਼ਾਹ ਜਾਣੂ ਨਹੀਂ। ਤਲਵਾਰ ਦੇ ਫੱਟ ਤੋਂ ਵੀ ਬੁਰੀ ਮਾਰ ਏ। ਅੱਖੋਂ ਅੰਨ੍ਹੇ ਤੇ ਕੰਨੋਂ ਬੋਲੇ ਨੂੰ ਕੌਣ ਜਾ ਕੇ ਸਮਝਾਏ, ਉਹ ਕਿਸੇ ਸਾਈਂ ਲੋਕ ਦੀ ਗੱਲ ਥੋੜ੍ਹੀ ਸੁਣਦਾਂ ਏ।

—ਜਦੋਂ ਦਿੱਲੀ ਉਜੜੂ ਤਾਂ ਦਿੱਲੀ ਵਾਲੇ ਆਪੇ ਹੀ ਬਾਹਵਾਂ ਖੜ੍ਹੀਆਂ ਕਰਕੇ ਬਾਂਗਾਂ ਦੇਣਗੇ, ਬਾਦਸ਼ਾਹ ਦੇ ਕੰਨ ਵਿਚ ਫੇਰ ਆਵਾਜ਼ ਗੂੰਜੇਗੀ। ਹੁਣ ਤੇ ਦਿੱਲੀ ਵਾਲੇ ਤਮਾਸ਼ਾ ਵੇਖ ਰਹੇ ਹਨ ਪਰ ਜਦ ਇਨ੍ਹਾਂ ਦਾ ਆਪਣਾ ਤਮਾਸ਼ਾ ਬਣ ਗਿਆ ਤਾਂ ਫੇਰ ਇਨ੍ਹਾਂ ਦਾ ਤਮਾਸ਼ਾ ਕੌਣ ਵੇਖੂ, ਇਕ ਪਾਰਸਾ ਆਖਣ ਲੱਗਾ।

ਨਿਜ਼ਾਮ-ਉਦ-ਦੀਨ ਔਲੀਆ ਦੇ ਹੱਥੋਂ ਤਸਬੀ ਡਿੱਗ ਪਈ ਏ, ਦਿੱਲੀ ਦੀ ਬਰਬਾਦੀ ਦਾ ਮੁੱਢ ਬੱਝ ਗਿਆ ਏ।

—ਚਾਂਦਨੀ ਚੌਕ ਵਿਚ ਜੈਨ ਮੰਦਿਰ ਦੇ ਸਾਹਮਣੇ ਸੰਖ ਦੀ ਆਵਾਜ਼ ਬਦਲ ਗਈ ਏ, ਇਹ ਵੀ ਇਕ ਚਿਤਾਵਨੀ ਏ।

—ਜਾਮਾ ਮਸਜਿਦ ਦਾ ਅਮਾਮ ਰਾਤੀ ਮੀਨਾਰ ਦੀਆਂ ਸੀੜ੍ਹੀਆਂ ਵਿਚੋਂ ਡਿੱਗ ਪਿਆ, ਇਹ ਵੀ ਬਦਸ਼ਗਨੀ ਏ।

—ਜਿਹੜੇ ਖਾਣਗੇ ਗਾਜਰਾਂ, ਢਿੱਡ ਉਨ੍ਹਾਂ ਦੇ ਪੀੜ।

—ਜਿਹੜੇ ਗੋਂਗਲੂ ਖਾਣ ਗਿਝੇ ਹਨ, ਉਨ੍ਹਾਂ ਨੂੰ ਗਾਜਰਾਂ ਕੀ ਕਹਿੰਦੀਆਂ ਹਨ।

—ਹੁਣ ਦਿੱਲੀ ਦੀ ਖ਼ੈਰ ਨਹੀਂ, ਜਦੋਂ ਫ਼ਕੀਰ ਹੀ ਕਤਲ ਹੋਣ ਲੱਗ ਪਏ, ਫੇਰ ਇਨਸਾਫ਼ ਕਿਥੇ ਜਾਊ।

—ਚਹੁੰ ਦਰਵਾਜ਼ਿਆਂ ਤੇ ਟੰਗੇ ਜਿਸਮਾਂ ਦੇ ਟੁਕੜੇ ਜਿਨ੍ਹਾਂ ਵਿਚੋਂ ਲਹੂ ਸਿੰਮ ਰਿਹਾ ਸੀ ਲੋਕਾਂ ਦੀ ਭੀੜ ਦਾ ਕੇਂਦਰ ਬਣ ਗਿਆ। ਟੂਣੇ ਕਰਨ ਵਾਲੀਆਂ ਨੇ ਵੀ ਡੱਬੀਆਂ ਭਰ ਲਈਆਂ ਅਤੇ ਗਰਜ ਵਾਲੀਆਂ ਵੀ ਲਹੂ ਦੇ ਤੁਪਕੇ ਇਕੱਠੇ ਕੀਤੇ। ਭਾਵੇਂ ਪਹਿਰੇਦਾਰ ਬੋਲਦੇ ਰਹੇ ਪਰ ਲੋਕ ਨਾ ਮੰਨੇ। ਹਕੂਮਤ ਤੇ ਚਾਹੁੰਦੀ ਸੀ ਕਿ ਇਹ ਭੀੜ ਲੱਗੀ ਰਹੇ ਪਰ ਲੋਕਾਂ ਜਿਹੜਾ ਨਵਾਂ ਕਸਬ ਕਰਨਾ ਸ਼ੁਰੂ ਕਰ ਦਿੱਤਾ, ਉਸ ਤੋਂ ਹਕੂਮਤ ਨੂੰ ਖ਼ਤਰਾ ਭਾਸਿਆ। ਗੱਲ ਦੂਜੇ ਦਿਨ ਪਹੁੰਚੀ ਕਾਜ਼ੀ ਕੋਲ। ਅਸੀਂ ਕਾਫ਼ਰਾਂ ਤੋਂ ਪਿੱਛਾ ਛੁਡਾ ਰਹੇ ਹਾਂ। ਇਹ ਮੂਰਖ ਦਿੱਲੀ ਵਾਲੇ ਕਾਫ਼ਰਾਂ ਦੀ ਪੂਜਾ ਕਰ ਰਹੇ ਹਨ। ਇਨ੍ਹਾਂ ਸ਼ਹੀਦੀਆਂ ਨਾਲ ਗੱਲ ਮੁਕਣੀ ਨਹੀਂ, ਸਗੋਂ ਇਨ੍ਹਾਂ ਦੀਆਂ ਜੜ੍ਹਾਂ ਹੋਰ ਪੱਕੀਆਂ ਹੋ ਰਹੀਆਂ ਹਨ। ਸਾਨੂੰ ਏਨੀ ਸਖ਼ਤੀ ਕਰਨ ਦੀ ਕੀ ਲੋੜ ਸੀ। ਅਸੀਂ ਗੱਲ ਮੁਕਾਉਣੀ ਚਾਹੁੰਦੇ ਹਾਂ। ਏਥੇ ਗੱਲ ਵਿਚੋਂ

ਗੱਲ ਨਿਤਲਦੀ ਏ । ਏਸੇ ਧਰਮ ਦੀਆਂ ਜੜ੍ਹਾਂ ਪਤਾਲ ਵਿਚ ਹਨ । ਇਹ ਹਿੰਦੂ ਧਰਮ ਨਾ ਮੁਕਿਆ ਏ ਤੇ ਨਾ ਮੁਤਨਾ ਏ । ਜਦ ਮੁਸਲਮਾਨ ਹਿੰਦੂਆਂ ਵੱਲ ਵੇਖਦੇ ਹਨ ਤਾਂ ਉਨ੍ਹਾਂ ਨੂੰ ਆਪਣੇ ਪਿਓ ਦਾਦੇ ਚੇਤੇ ਆ ਜਾਂਦੇ ਹਨ । ਮੁੱਢ ਤੇ ਇਕੋ ਹੀ ਹੋਇਆ ਨਾ । ਦੋ ਪੀੜ੍ਹੀਆਂ ਵਿਚ ਏਨਾ ਫ਼ਰਕ ਨਹੀਂ ਪੈ ਸਕਦਾ ।

ਇਨ੍ਹਾਂ ਕਾਫ਼ਰਾਂ ਦੀ ਇੱਜ਼ਤ ਦਿਨ ਬਦਿਨ ਵੱਧ ਰਹੀ ਏ । ਯਾਰੋ ਤਿੰਨ ਬੰਦੇ ਕਤਲ ਕੀਤੇ ਪਰ ਗੁਰੂ ਰੱਤੀ ਭਰ ਨਹੀਂ ਡੋਲਿਆ । ਅਜੇ ਉਹਨੂੰ ਵੀ ਪਤਾ ਏ ਕਿ ਮੇਰੀ ਵੀ ਵਾਰੀ ਆਉਣੀ ਏ । ਤੇ ਮੇਰੀ ਸਜ਼ਾ ਇਨ੍ਹਾਂ ਤਿੰਨਾਂ ਨਾਲੋਂ ਖ਼ਤਰਨਾਕ ਹੋਵੇਗੀ ਪਰ ਉਥੇ ਮੱਥੇ ਤੇ ਰਤੀ ਭਰ ਸ਼ਿਕਨ ਨਹੀਂ ।

ਸ਼ਹੀਦਾਂ ਦੇ ਲਹੂ ਨੇ ਸਾਰੀ ਦਿੱਲੀ ਦਾ ਮਸਤਕ ਝੁਕਾ ਦਿੱਤਾ । ਅਕੀਦੇ ਲਈ ਸਾਰੀ ਦਿੱਲੀ ਨੇ ਦਰਵਾਜ਼ਿਆਂ ਵਿਚ ਨਜ਼ਰਾਨੇ ਵੀ ਰਖੇ, ਫੁੱਲ ਪੱਤੇ ਤੇ ਕਈਆਂ ਨੇ ਹਾਰ ਵੀ ਪਾਏ ।

ਲਹੂ ਦੀਆਂ ਡੱਬੀਆਂ ਭਰੀਆਂ ਹਰਮਾਂ ਤੱਕ ਵੀ ਪੁਜ ਗਈਆਂ, ਇੱਜ਼ਤ ਘਟੀ ਨਾ ਸਗੋਂ ਚਾਰ ਚੰਨ ਲੱਗੇ । ਕਾਜ਼ੀ ਪਰੇਸ਼ਾਨ ਸੀ, ਭੈਅ ਦਿੱਲੀ ਵਿਚ ਛਾਇਆ ਹੋਇਆ ਸੀ ।

ਅਮਰ ਹੋ ਗਏ ਉਹ ਸ਼ਹੀਦ, ਜਿਹੜੇ ਧਰਮ ਤੇ ਕੁਰਬਾਨ ਹੋ ਗਏ ।

★

੪੮ ਤਕਰਾਰ

ਅਜੇ ਦਿਨ ਵੀ ਨਹੀਂ ਸੀ ਚੜ੍ਹਿਆ, ਆਸਮਾਨ ਲਾਲ ਸੂਹਾ ਹੋ ਗਿਆ, ਗਹਿਰ ਜਿਹੀ ਛ ਈ ਹੋਈ ਸੀ ਜਾਂ ਹਨੇਰੀ ਆਏਗੀ ਜਾਂ ਝੱਖੜ ਜਾਂ ਤੂਫਾਨ, ਕੁਝ ਨਾ ਕੁਝ ਜ਼ਰੂਰ ਆਏਗਾ । ਕਾਜ਼ੀ ਘਬਰਾ ਰਿਹਾ ਸੀ, ਬੇਗਮ ਆਖ ਰਹੀ ਸੀ, ਬਾਲ ਬੱਚੇਦਾਰ ਹੋ, ਗੁਨਾਹ ਦੀ ਪਉੜੀ ਰੋਜ਼ ਚੜ੍ਹਦੇ ਹੋ, ਕਿਦੇ ਬਦਲੇ, ਮਗਰੋਂ ਨਿਗੂਣੀਆਂ ਲੱਖ ਮੁਹਰਾਂ ਹੀ ਘਰ ਵਿਚ ਆਉਣੀਆਂ ਨੇ ਨਾ । ਇਹਦੇ ਨਾਲੋਂ ਤਾਂ ਮੰਗ ਕੇ ਖਾ ਲੈਣਾ ਸੌ ਦਰਜੇ ਚੰਗਾ ਏ । ਉਦੋਂ ਕਿੱਥੇ ਗਏ ਸਨ, ਤੇਰੇ ਮੌਲਵੀ, ਮੁਲਾਣੇ ਤੇ ਫ਼ਕੀਰ, ਜਦੋਂ ਸਾਡੇ ਘਰ ਵਿਚ ਕੋਈ ਔਲਾਦ ਨਹੀਂ ਸੀ । ਕੀ ਨਿਆਜ਼ਾਂ ਨਹੀਂ ਦਿੱਤੀਆਂ, ਮੰਨਤ ਨਾ ਮੰਨੀ, ਦਰਗਾਹੇ ਦੀਵੇ ਨਾ ਬਾਲਦੀ ਰਹੀ, ਦੇਗਾਂ ਨਾ ਚਾੜ੍ਹੀਆਂ, ਕਿਤੋਂ ਵੀ ਖ਼ੈਰ ਪਈ ਸੀ ? ਸਾਡੀ ਝੋਲੀ ਸੱਖਣੀ ਘਰੋਂ ਗਈ ਤੇ ਸੱਖਣੀ ਮੁੜੀ, ਏਸੇ ਗੁਰੂ ਦਾ ਸਦਕਾ ਸਾਡਾ ਬੂਟਾ ਲੱਗਾ ਏ, ਏਸੇ ਦੀ ਬਖਸ਼ਸ਼ ਨਾਲ ਸਾਡੇ ਵਿਹੜੇ ਵਿਚ ਬਾਲ ਖੇਡਿਆ ਏ । ਉਹ ਤੇ ਤੁਹਾਡੇ ਘਰ ਦਾ ਬੂਟਾ ਲਾਵੇ ਤੇ ਤੁਸੀਂ ਉਹਦੇ ਘਰ ਦਾ ਬੂਟਾ ਪੁੱਟੋ, ਇਹ ਫੈਜ਼ ਦਿਤਾ ਜੇ ਏਸ ਵਲੀ ਅੱਲਾਹ ਨੂੰ ? ਖ਼ੁਦਾ ਦੇ ਹਜ਼ੂਰ ਕੀ ਮੂੰਹ ਵਿਖਾਓਗੇ, ਬੇਗਮ ਕਾਜ਼ੀ ਦੀ ਉਲਾਹਮੇ ਦੇ ਰਹੀ ਸੀ ।

—ਕਾਜ਼ੀ ਬੋਲਿਆ, ਭਲੀਏ ਲੋਕੇ, ਮੈਂ ਕੀ ਕਰ ਸਕਦਾ ਹਾਂ, ਬਾਦਸ਼ਾਹ ਦਾ ਹੁਕਮ ਏ, ਨੌਕਰੀ ਕੀ ਤੇ ਨਖਰਾ ਕੀ, ਸਾਨੂੰ ਹੁਕਮ ਦੀ ਪਾਲਣਾ ਕਰਨੀ ਪੈਂਦੀ ਏ । ਇਹ ਗੁਨਾਹ ਤੇ ਬਾਦਸ਼ਾਹ ਦੇ ਸਿਰ ਤੇ ਹੈ । ਅਸੀਂ ਤੇ ਸਿਰਫ ਵਿਚੋਲੇ ਹੀ ਹਾਂ ।

—ਨਹੀਂ ਤੁਸੀਂ ਵਿਚੋਲੇ ਹੀ ਨਹੀਂ ਕਸਾਈ ਹੋ। ਮੈਂ ਆਪਣੇ ਬੱਚੇ ਨਾਲ ਪੇਕੇ ਜਾ ਰਹੀ ਹਾਂ। ਕਾਜ਼ੀ ਦੀ ਬੇਗਮ ਨੇ ਗੁੱਸੇ ਵਿਚ ਕਿਹਾ।

—ਬਦ ਨਾਲੋਂ ਬਦਨਾਮ ਬੁਰਾ। ਸਾਰੀ ਦਿੱਲੀ ਵਿਚ ਤੇ ਤੁਸੀਂ ਬਦਨਾਮ ਹੋ। ਮੇਰੀਆਂ ਸਹੇਲੀਆਂ ਤੇ ਬੁੱਕ ਬੁੱਕ ਸਵਾਹ ਪਾਉਂਦੀਆਂ ਨੇ ਮੇਰੇ ਸਿਰ ਵਿਚ ਅਹਿਸਾਨ ਦਾ ਬਦਲਾ ਅਹਿਸਾਨ। ਪਰ ਅਸੀਂ ਹਾਂ ਅਹਿਸਾਨ ਦਾ ਬਦਲਾ ਖ਼ੂਨ। ਉਹ ਜ਼ਿੰਦਗੀ ਬਖ਼ਸ਼ਦਾ ਏ, ਪਰ ਅਸੀਂ ਮੌਤ ਉਨ੍ਹਾਂ ਦੀ ਝੋਲੀ ਵਿਚ ਪਾਉਂਦੇ ਹਾਂ। ਇਹ ਹੈ, ਤੁਹਾਡਾ ਇਸਲਾਮ। ਬੇਗਮ ਦੇ ਮੂੰਹ ਅੱਗੇ ਕੌਣ ਹੱਥ ਦੇਵੇ।

—ਇਨ੍ਹਾਂ ਕਾਫ਼ਰਾਂ ਦੇ ਦਿਲ ਦੀ ਪਵਿੱਤਰਤਾ ਅੱਗੇ ਮੇਰਾ ਸਿਰ ਝੁਕਦਾ ਏ, ਪਰ ਜਦੋਂ ਅਸੀਂ ਹਕੂਮਤ ਦੀ ਤਾਬਿਆਦਾਰੀ ਕਰਦੇ ਹਾਂ ਤਾਂ ਸਾਰੇ ਅਕੀਦੇ ਖ਼ਤਮ ਹੋ ਜਾਂਦੇ ਹਨ, ਈਮਾਨ ਅਸੀਂ ਛਿੱਕੇ ਟੰਗ ਕੇ ਘਰੋਂ ਜਾਂਦੇ ਹਾਂ। ਈਮਾਨ ਦੀ ਪੋਟਲੀ ਹਰ ਵੇਲੇ ਵੱਖਰੀ ਕਰਕੇ ਬੰਨ੍ਹੀ ਹੁੰਦੀ ਏ। ਹਕੂਮਤ ਵਿਚ ਈਮਾਨ ਦਾ ਕੋਈ ਅਸਥਾਨ ਨਹੀਂ।

—ਫੇਰ ਗੁਰੂਆਂ ਨੂੰ ਧਰਮ ਵਾਸਤੇ ਕਿਉਂ ਕਤਲ ਕਰਵਾ ਰਹੇ ਹੋ। ਹਕੂਮਤ ਇਕ ਪਾਸੇ ਤੇ ਧਰਮ ਇਕ ਪਾਸੇ। ਬੇਗਮ ਦੇ ਬੋਲ ਸਨ।

—ਹਕੂਮਤ ਦੀ ਕਿਤਾਬ ਹੀ ਵੱਖਰੀ ਏ, ਨਾ ਉਹਦੇ ਵਿਚ ਧਰਮ ਦਾ ਕੋਈ ਮੁੱਲ ਏ ਤੇ ਨਾ ਈ ਇਨਸਾਨ ਦਾ,ਕੱਲ੍ਹ ਨੂੰ ਮੇਰੀ ਵੀ ਇਹੋ ਜੀ ਪੁਜ਼ੀਸ਼ਨ ਹੋ ਸਕਦੀ ਏ, ਮੈਂ ਵੀ ਕਤਲ ਹੋ ਸਕਦਾ ਹਾਂ। ਹਕੂਮਤ ਦੀ ਨਜ਼ਰ ਫਿਰਨ ਵਿਚ ਕਿਹੜੀ ਦੇਰ ਲੱਗਦੀ ਏ। ਰੱਤੀ ਭਰ ਦੀ ਗ਼ਲਤੀ ਤੇ ਸਜ਼ਾ ਸਿਰਫ ਗਰਦਨ ਮਾਰ ਦਿਓ। ਕਾਜ਼ੀ ਨੇ ਆਪਣੀ ਮਜਬੂਰੀ ਦੱਸੀ।

—ਬਾਦਸ਼ਾਹ ਦੇ ਆਉਣ ਤਕ ਇੰਤਜ਼ਾਰ ਕਰੋ, ਸ਼ਾਇਦ ਬਾਦਸ਼ਾਹ ਮਾਫ਼ ਕਰ ਦੇਵੇ।

—ਮਾਫ਼ੀ ਉਨ੍ਹਾਂ ਮੰਗਣੀ ਨਹੀਂ, ਕਲਮਾ ਉਨ੍ਹਾਂ ਪੜ੍ਹਨਾ ਨਹੀਂ, ਆਲਮਗੀਰ ਨੇ ਆਪਣੀ ਜ਼ਿੱਦ ਛੱਡਣੀ ਨਹੀਂ, ਫ਼ੈਸਲਾ ਕੁਝ ਹੋਣਾ ਨਹੀਂ, ਇਹ ਕਤਲ ਜ਼ਰੂਰ ਹੋਵੇਗਾ, ਕਾਜ਼ੀ ਨੇ ਆਖਰੀ ਫੈਸਲਾ ਦਸ ਦਿਤਾ।

ਬੇਗ਼ਮ ਨੇ ਸੜੀ ਬਲੀ ਨੇ ਆਖਿਆ—ਕਤਲ ਤੇ ਜ਼ਰੂਰ ਹੋਵੇਗਾ, ਪਰ ਤੇਰੇ ਘਰ ਦੀ ਸ਼ਾਂਤੀ ਉੱਜੜ ਜਾਏਗੀ।

—ਬਦ-ਦੁਆ ਨਾ ਦੇ ਬੇਗਮ ਮੈਂ ਬਿਲਕੁਲ ਬੇਗੁਨਾਹ ਹਾਂ, ਮੈਂ ਤੇ ਕੀੜੀ ਮਾਰਨੋਂ ਵੀ ਡਰਦਾ ਹਾਂ।

—ਕੀੜੀ ਮਾਰਨਾ ਗੁਨਾਹ ਹੈ ਤੇ ਬੰਦਾ ਕਤਲ ਕਰਨਾ ਸਵਾਬ। ਤੁਸੀਂ ਖੁੱਲ੍ਹੇ ਮੂੰਹ ਨਹੀਂ ਵੇਖੇ ਕਬਰਾਂ ਦੇ। ਖ਼ੁਦਾ ਤੋਂ ਡਰੋ, ਖ਼ੁਦਾ ਦੀ ਖ਼ੁਦਾਈ ਦੀ ਖ਼ਿਦਮਤ ਕਰੋ, ਖ਼ੁਦਾ ਦੇ ਸ਼ਰੀਕ ਨਾ ਬਣੋ, ਰਹਿਮ ਕਰੋ। ਅੱਲਾ ਨੇ ਜੇ ਕਾਜ਼ੀ ਬਣਾ ਹੀ ਦਿੱਤਾ ਏ ਤੇ ਕਾਜ਼ੀ ਦੇ ਰੁਤਬੇ ਨੂੰ ਲਾਜ ਨਾ ਲੱਗੇ। ਕੀ ਹੋ ਚਲਿਆ ਏ ਜੇ ਗੁਰੂ ਨੂੰ ਛੱਡ ਦਿਓ, ਕਤਲ ਹੀ ਕਰਨਾ ਏ, ਨਾ ਕਿਸੇ ਹੋਰ ਨੂੰ ਕਤਲ ਕਰਵਾ ਦਿਓ।

—ਜੇ ਮੈਂ ਛੱਡ ਵੀ ਦਿੱਤਾ ਬੇਗਮ ਤਾਂ ਉਹ ਫਿਰ ਕਤਲ ਹੋ ਜਾਏਗਾ, ਨਾਮੀ

ਗਰਾਮੀ ਬੰਦੇ ਕਿਸ ਤਰ੍ਹਾਂ ਬਚ ਸਕਦੇ ਹਨ। ਮੈਂ ਤੇ ਦਿੱਲੀ ਵਾਲਿਆਂ ਦੀ ਰਿਸ਼ਵਤ ਵੀ ਮੋੜ ਦਿੱਤੀ, ਉਨ੍ਹਾਂ ਢੇਰ ਕੀਤੀਆਂ ਸਨ ਅਸ਼ਰਫ਼ੀਆਂ ਪਰ ਮੈਂ ਹਾਂ ਨਹੀਂ ਕੀਤੀ।

—ਉਨ੍ਹਾਂ ਮੁਹਰਾਂ ਦਿੱਤੀਆਂ ਨਹੀਂ, ਤੁਸਾਂ ਨਾਂਹ ਕਰ ਦੇਣੀ, ਇਹ ਤੁਹਾਡਾ ਈਮਾਨ ਪਰਖਿਆ ਜਾ ਰਿਹਾ ਸੀ। ਉਨ੍ਹਾਂ ਨੂੰ ਡਰ ਸੀ ਕਿ ਤੁਸਾਂ ਝੱਟ ਬੇਈਮਾਨ ਹੋ ਜਾਣਾ ਏ। ਉਨ੍ਹਾਂ ਤੇ ਇਕ-ਇਕ ਮੁਹਰ ਇਕੱਠੀ ਕੀਤੀ ਸੀ ਦਿੱਲੀ ਵਿਚੋਂ। ਮੈਂ ਵੀ ਤੇ ਪੰਜ ਮੁਹਰਾਂ ਪਾਈਆਂ ਸਨ ਉਨ੍ਹਾਂ ਵਿਚ। ਰਿਸ਼ਵਤ ਖੋਰ ਦੀ ਵੀ ਕੋਈ ਜ਼ਬਾਨ ਥੋੜ੍ਹੀ ਹੁੰਦੀ ਏ, ਬੇਗਮ ਅਜੇ ਵੀ ਬੋਲੀ ਜਾ ਰਹੀ ਸੀ।

—ਬੱਸ ਕਰ, ਹੁਣ ਅੱਤ ਨੂੰ ਹੱਥ ਨਾ ਲਾ, ਏਸ ਦਾ ਖਿਆਲ ਰੱਖ ਕੇ ਮੈਂ ਤੇਰਾ ਖਸਮ ਹਾਂ।

—ਬੱਸ ਡੱਕਾ ਇਕੋ ਗੱਲ ਦਾ ਏ, ਪਿਓ ਦੀ ਇੱਜ਼ਤ ਲਈ ਬੈਠੀ ਹਾਂ ਨਹੀਂ ਤੇ ਕਦੇ ਦਾ ਦੂਜਾ ਖਸਮ ਕਰ ਬੈਠਦੀ, ਬੇਗਮ ਦਾ ਮੱਥਾ ਤਿਊੜੀਆਂ ਨਾਲ ਭਰ ਗਿਆ।

—ਇਨ੍ਹਾਂ ਕਾਫ਼ਰਾਂ ਪਿੱਛੇ ਆਪਣਾ ਪਾਕ ਰਿਸ਼ਤਾ ਤੋੜਨ ਤੇ ਆਣ ਉਤਰੀ ਏਂ, ਮੇਰੀਆਂ ਮਜਬੂਰੀਆਂ ਵਲ ਝਾਤੀ ਨਹੀਂ ਮਾਰੀ।

—ਚੁੱਲ੍ਹੇ ਵਿਚ ਪਈਆਂ ਤੁਹਾਡੀਆਂ ਮਜਬੂਰੀਆਂ, ਸ਼ਰਾਫ਼ਤ ਵੀ ਕੋਈ ਚੀਜ਼ ਏ। ਬੇਗਮ ਚੁੱਪ ਹੋ ਗਈ ਤੇ ਫੇਰ ਬੋਲੀ ਭੱਠ ਪਿਆ ਸੋਨਾ ਜਿਹੜਾ ਕੰਨਾਂ ਨੂੰ ਖਾਏ। ਲਵੋ ਸੰਭਾਲੋ ਆਪਣਾ ਘਰ, ਮੈਂ ਚੱਲੀ ਜੇ ਪੇਕੇ।

—ਮੈਂ ਕਾਜ਼ੀ ਨਾਲ ਨਿਕਾਹ ਕਰਵਾਇਆ ਸੀ, ਮੈਂ ਕਸਾਈ ਦੇ ਘਰ ਨਹੀਂ ਰਹਿ ਸਕਦੀ। ਆਦਤ ਸੰਭਲ ਜਾਊ ਤੇ ਤੁਹਾਡੇ ਘਰ ਮੁੜ ਆਵਾਂਗੀ ਨਹੀਂ ਤੇ ਫੇਰ ਮੇਲੇ ਹੋਣਗੇ ਕਿਆਮਤ ਵਾਲੇ ਦਿਨ। ਬੇਗਮ ਨੇ ਮੁੰਡਾ ਕੁੱਛੜ ਚੁੱਕਿਆ, ਜੁੱਤੀ ਪਾਈ ਤੇ ਪੇਕੇ ਤੁਰ ਪਈ।

—ਠਹਿਰ ਜਾਓ ਬੇਗਮ, ਇਹ ਰਵੱਈਆ ਚੰਗਾ ਨਹੀਂ, ਪਛਤਾਣਾ ਨਾ ਪਵੇ।

—ਦੇਖਾ ਜਾਏਗਾ, ਕਸਾਈ ਕੀ ਭੀ ਕੋਈ ਔਕਾਤ ਹੈ। ਬੇਗਮ ਦਹਿਲੀਜ਼ਾਂ ਟੱਪ ਗਈ ਘਰ ਦੀਆਂ।

★

੪੯ ਹਮਦਰਦੀ

ਘਰ ਦੀ ਲੜਾਈ ਨੇ ਕਾਜ਼ੀ ਦੇ ਦਿਮਾਗ਼ ਵਿਚ ਭੜਥੂ ਮਚਾ ਦਿੱਤਾ ਸੀ। ਸੱਟ ਖਾਧੇ ਸੱਪ ਵਾਂਗ ਕੁੰਡਲੀਆਂ ਮਾਰਨ ਲੱਗ ਪਿਆ। ਅੱਗ ਬਗੋਲਾ ਹੋ ਗਿਆ। ਕੋਤਵਾਲ ਤੇ ਗੁੱਸਾ ਕੱਢਿਆ।

ਮੈਂ ਸੁਣਿਐ ਕਿ ਤੂੰ ਰਾਤੀਂ ਗੁਰੂ ਨੂੰ ਪਿੰਜਰੇ ਵਿਚੋਂ ਬਾਹਰ ਕੱਢਿਆ ਸੀ, ਇਹ ਠੀਕ ਏ ?

—ਪਿੰਜਰੇ ਵਿਚੋਂ ਕੱਢਣ ਦੀ ਕਿਹਦੀ ਜੁਰਅੱਤ ਏ, ਤੁਸਾਂ ਗਲਤ ਸੁਣਿਆ ਏ। ਕੀ ਤੁਹਾਨੂੰ ਹੁਣ ਮੇਰੇ ਤੇ ਇਤਬਾਰ ਨਹੀਂ ਰਿਹਾ। ਚੁਗਲੀਆਂ ਕਰਨ ਵਾਲੇ ਦੇ ਮੂੰਹ ਅੱਗੇ ਕੌਣ ਠੱਪਾ ਦੇ ਸਕਦਾ ਏ। ਘਰਦਿਆਂ ਬੰਦਿਆਂ ਤੇ ਇੰਨੀ ਬੇਵਿਸਾਹੀ ਠੀਕ ਨਹੀਂ। ਤੁਹਾਡਾ ਤੇ ਮੇਰਾ ਇਕ ਰਿਸ਼ਤਾ ਏ, ਨਾ ਮੈਂ ਤੁਹਾਨੂੰ ਦੁਖ ਦੇ ਸਕਦਾ ਹਾਂ ਤੇ ਨਾ ਤੁਸੀਂ ਮੈਨੂੰ। ਇਹ ਗੱਲ ਤੁਸਾਂ ਛੋਟੇ ਕਾਜ਼ੀ ਤੋਂ ਤੇ ਨਹੀਂ ਸੁਣੀ, ਕੋਤਵਾਲ ਬੋਲਿਆ।

—ਦੱਸੀ ਤੇ ਮੈਨੂੰ ਓਸੇ ਨੇ ਹੀ ਏ। ਮੈਂ ਤੇ ਸੜ ਬਲ ਕੇ ਓਦੋਂ ਹੀ ਕੋਲਾ ਹੋ ਗਿਆ ਸਾਂ।

—ਉਹ ਰਿਸ਼ਵਤ ਲੈ ਚੁੱਕਾ ਏ ਦਿੱਲੀ ਦੀ ਸੰਗਤ ਕੋਲੋਂ ਤੇ ਮੈਨੂੰ ਆਖ ਰਿਹਾ ਸੀ ਛੱਡ ਦੇ ਗੁਰੂ ਨੂੰ। ਆਖ ਦੇਵੀਂ ਕਿ ਗੁਰੂ ਨੱਸ ਗਿਆ ਏ। ਰਿੱਧੀਆਂ ਸਿੱਧੀਆਂ ਦਾ ਮਾਲਕ ਏ, ਗੁਰੂ ਉਡ ਗਿਆ ਹੋਣਾ ਏ, ਮੈਂ ਟੱਕੇ ਵਰਗਾ ਜਵਾਬ ਦਿੱਤਾ ਤੇ ਉਸ ਤੁਹਾਡੇ ਕੰਨ ਭਰ ਦਿੱਤੇ। ਜੇ ਰਿਸ਼ਵਤ ਲੈਣੀ ਹੀ ਸੂ ਤਾਂ ਤਿੰਨੇ ਜਣੇ ਵੰਡ ਕੇ ਲਈਏ, ਮੈਂ ਇਕੱਲਾ ਕੁਰਬਾਨੀ ਦਾ ਬੱਕਰਾ ਕਿਉਂ ਬਣਾਂ।

—ਲਾਲਚੀ ਬੰਦਾ ਸੌ ਝੂਠ ਬੋਲ ਸਕਦਾ ਏ। ਸੱਚ ਬੋਲਣ ਦੀ ਉਹਦੇ ਤੋਂ ਕਦੇ ਉਮੀਦ ਨਹੀਂ ਹੋ ਸਕਦੀ। ਰਿਸ਼ਵਤ ਨਾਲ ਗੁਰੂ ਛੁੱਟ ਨਹੀਂ ਸਕਦਾ, ਹਕੂਮਤ ਏ, ਬਣੀਏ ਦੀ ਦੁਕਾਨ ਨਹੀਂ। ਕਾਜ਼ੀ ਏ ਬੋਲ ਮਨ।

—ਮੈਂ ਤੁਹਾਡੇ ਬਾਰੇ ਤੇ ਖ਼ੁਦਾ ਦੀ ਵੀ ਗੱਲ ਨਹੀਂ ਸੁਣਦਾ ਤੇ ਫੇਰ ਕਾਜ਼ੀ ਕਿਸ ਖੇਤ ਦੀ ਮੂਲੀ ਏ।

—ਸ਼ਾਬਾਸ਼! ਤੁਹਾਡੇ ਸਿਰ ਤੇ ਹੀ ਮੈਂ ਬੜ੍ਹਕਾਂ ਮਾਰਦਾ ਹਾਂ।

ਆਸਮਾਨ ਵਿਚ ਗਹਿਰ ਛਾ ਗਈ ਸੀ, ਲਾਲ ਸੂਆ ਹੁੰਦਾ ਜਾ ਰਿਹਾ ਸੀ ਆਕਾਸ਼ ਦਾ ਰੰਗ। ਧਰਤੀ ਦੇ ਜੀਵ ਸਹਿਮੇ ਹੋਏ ਸਨ। ਡਰੇ ਹੋਏ ਸਨ ਦਿੱਲੀ ਵਾਲੇ। ਕੋਈ ਡਰਦਾ ਕੋਤਵਾਲੀ ਦੇ ਕੋਲ ਦੀ ਨਹੀਂ ਸੀ ਲੰਘਦਾ।

ਦਿੱਲੀ ਵਾਲੇ ਤੇ ਪਨਾਹ ਮੰਗ ਰਹੇ ਸਨ ਪਰ ਇਹ ਕਾਫ਼ਰ ਰੱਤੀ ਭਰ ਵੀ ਨਹੀਂ ਹਿੱਲੇ ਤੇ ਨਾ ਇਨ੍ਹਾਂ ਹਿਲਣਾ ਈ ਏ। ਰਾਹ ਜਾਂਦਿਆਂ ਮੋਇਆ ਸੱਪ ਗਲ 'ਚ ਪਾ ਲਿਆ ਏ। ਨਾ ਇਸ ਨੇ ਲੱਥਣਾ ਏ ਤੇ ਨਾ ਇਨੇ ਜਾਨ ਛੱਡਣੀ ਏ।

ਕਚਹਿਰੀ ਲਾ ਬੈਠਾ ਤੇ ਫੇਰ ਕਹਿਰ ਗੁਜ਼ਾਰਨ ਲੱਗਾ ਕਾਜ਼ੀ। ਬੇਗਮ ਦੀਆਂ ਗੱਲਾਂ ਮੁੜ ਮੁੜ ਯਾਦ ਆ ਰਹੀਆਂ ਸਨ। ਪਿੰਜਰਾ ਖੁਲ੍ਹਵਾਇਆ ਤੇ ਚੌਂਕੀ ਤੇ ਲਿਆ ਬਿਠਾਇਆ ਗੁਰਾਂ ਨੂੰ। ਉਹਨੂੰ ਅਜੇ ਵੀ ਇਉਂ ਜਾਪਦਾ ਸੀ ਕਿ ਬਾਦਸ਼ਾਹ ਦਾ ਤੀਜਾ ਹੁਕਮ ਲੈ ਕੇ ਸ਼ਾਇਦ ਕੋਈ ਅਹਿਲਕਾਰ ਆ ਰਿਹਾ ਹੋਵੇ। ਏਸ ਲਈ ਗੁਰਾਂ ਦੇ ਸਤਿਕਾਰ ਵਿਚ ਫ਼ਰਕ ਨਾ ਪੈ ਜਾਵੇ। ਕਾਜ਼ੀ ਗੁਰੂ ਨੂੰ ਫਰੋਲਣਾ ਚਾਹੁੰਦਾ ਸੀ। ਜੇ ਗੁਰੂ ਇਕ ਵੀ ਗੱਲ ਮੰਨ ਜਾਏ ਤੇ ਬਾਦਸ਼ਾਹ ਖ਼ੁਸ਼, ਬੇਗਮ ਵੀ ਪੇਕਿਓਂ ਮੁੜ ਆਏਗੀ, ਜ਼ਿੰਦਗੀ ਅਜ਼ਾਬ ਤੋਂ ਬਚ ਜਾਏਗੀ।

—ਤਿੰਨ ਜਣੇ ਰਸਮ ਹੋ ਗਏ ਤੇ ਤੁਸਾਂ ਵੀ ਭਸਮ ਹੋ ਜਾਣਾ ਏ। ਮੈਂ ਨਹੀਂ ਚਾਹੁੰਦਾ ਕਿ ਇਕ ਮਹਾਂ ਪੁਰਸ਼ ਏਥੋਂ ਜਾਂਦਾ ਰਹੇ।

—ਕਾਜ਼ੀ ਸਾਹਿਬ ਗੱਲ ਅਸੂਲ ਦੀ ਏ ਕਿ ਧਰਮ ਏਨੀ ਜਲਦੀ ਬਦਲੇ ਨਹੀਂ ਜਾਂਦੇ। ਨਾਲੇ ਧਰਮ ਬਦਲਣ ਦੀ ਲੋੜ ਹੀ ਕਾਹਦੀ ਏ। ਬਾਗੀ ਦਾ ਦਿਲ ਬਦਲੋ, ਸੁਭਾਅ ਬਦਲੋ, ਆਪਣੇ ਰੰਗ ਵਿਚ ਰੰਗ ਲਵੋ। ਸਾਨੂੰ ਫ਼ਕੀਰਾਂ ਨੂੰ ਕਿਉਂ ਮਜਬੂਰ ਕੀਤਾ ਜਾ ਰਿਹਾ ਏ ?

—ਬਾਦਸ਼ਾਹ ਦਾ ਹੁਕਮ ਏ ਕਿ ਤੁਹਾਨੂੰ ਆਪਣੇ ਮਜ਼ਹਬ ਵਿਚ ਲਿਆਂਦਾ ਜਾਏ ਤਾਂ ਇਸਲਾਮ ਵਿਚ ਹੋਰ ਪਾਕੀਜ਼ਗੀ ਆ ਜਾਏਗੀ। ਤੁਸੀਂ ਪੀਰ-ਏ-ਹਿੰਦ ਬਣੋ ਤੇ ਤੁਹਾਡੀ ਛੱਤਰ ਛਾਇਆ ਹੇਠ ਪੂਰਾ ਹਿੰਦੁਸਤਾਨ ਫਲੇ-ਫੂਲੇ। ਬਾਦਸ਼ਾਹ ਵੀ ਸਜਦੇ ਕਰੇ ਤੁਹਾਡੇ ਹਜ਼ੂਰ। ਦੌਲਤਾਂ ਦੇ ਅੰਬਾਰ ਲੱਗ ਜਾਣ। ਦਰਸਗਾਹ ਬਣਾਈ ਜਾਏ ਆਲੀਸ਼ਾਨ ਜਾਮਾ ਮਸਜਿਦ ਦੇ ਗਵਾਂਢ। ਸ਼ਹਿਨਸ਼ਾਹ ਹਿੰਦੁਸਤਾਨ ਵਿਚ ਇਕ ਨਵਾਂ ਮੱਕਾ ਬਨਾਣਾ ਚਾਹੁੰਦਾ ਏ। ਜ਼ਿਆਰਤ ਕਰਨ ਵਾਲੇ ਲੋਕ ਮੱਕੇ ਨਾ ਜਾਣ। ਜਿਹੜਾ ਤੁਹਾਡਾ ਦੀਦਾਰ ਕਰੇਗਾ, ਉਹਦਾ ਹੱਜ ਕਬੂਲ ਹੋਊ। ਬਾਦਸ਼ਾਹ ਦਾ ਖ਼ਿਆਲ ਨੇਕ ਏ। ਜੇ ਤੁਸੀਂ ਚਾਹੋ ਤਾਂ ਸਾਰੇ ਖ਼ਾਬ ਸੱਚੇ ਹੋ ਸਕਦੇ ਹਨ। ਕਾਜ਼ੀ ਦੀ ਜ਼ਬਾਨ ਵਿਚ ਨਿਮਰਤਾ ਸੀ।

—ਨਾ ਕਾਸ਼ੀ ਦਿੱਲੀ 'ਚ ਆ ਸਕਦੀ ਏ ਤੇ ਨਾ ਮੱਕਾ ਹੀ ਓਥੋਂ ਚੁਕ ਕੇ ਲਿਆਂਦਾ ਜਾ ਸਕਦਾ ਏ। ਜਿਦਾਂ ਧਰਮ ਨਹੀਂ ਬਦਲਿਆ ਜਾ ਸਕਦਾ ਓਸ ਤਰ੍ਹਾਂ ਧਰਮ ਦੇ ਅਸਥਾਨ ਵੀ ਨਹੀਂ ਬਦਲੇ ਜਾ ਸਕਦੇ। ਇਹ ਰਾਜਧਾਨੀ ਨਹੀਂ, ਜਦੋਂ ਜੀਅ ਚਾਹਿਆ ਬਦਲ ਲਈ।

—ਕਈ ਮਸਜਿਦਾਂ, ਅਸੀਂ ਦਿੱਲੀ ਵਿਚ ਬਣਾਈਆਂ ਹਨ ਜਿਹੜੀਆਂ ਮੱਕੇ ਵਰਗੀਆਂ ਹਨ।

—ਹਜ਼ਰਤ ਮੁਹੰਮਦ ਸਾਹਿਬ ਹਿੰਦੁਸਤਾਨ ਵਿਚ ਨਹੀਂ ਜੰਮ ਸਕਦੇ। ਏਸੇ ਤਰ੍ਹਾਂ ਭਗਵਾਨ ਰਾਮ, ਕ੍ਰਿਸ਼ਨ ਮੱਕੇ ਵਿਚ ਕਿੱਦਾਂ ਜੰਮ ਪੈਂਦੇ। ਹਰ ਜਗ੍ਹਾ ਦੀ ਮਿੱਟੀ, ਖੁਸ਼ਬੂ ਵੱਖਰੀ-ਵੱਖਰੀ ਏ ਤੇ ਹਰ ਅਵਤਾਰ ਆਪਣੀ ਪਸੰਦ ਦੀ ਮਿੱਟੀ ਵਿਚ ਖੇਡਦਾ ਏ। ਏਸੇ ਕਰਕੇ ਰਾਮ ਤੇ ਰਹੀਮ ਵਿਚ ਥੋੜ੍ਹਾ ਜਿਹਾ ਫਰਕ ਏ। ਜੇ ਦੋਹਾਂ ਦੀ ਮਿੱਟੀ ਦੀ ਖੁਸ਼ਬੋ ਇਕੋ ਜਿਹੀ ਹੁੰਦੀ ਤਾਂ ਕਦੇ ਝਗੜੇ ਦੀ ਹਵਾ ਨਾ ਚਲਦੀ। ਗੁਰਾਂ ਨੇ ਫ਼ਰਮਾਇਆ।

ਬੰਦਾ ਵੇਖ ਕੇ ਸਹੀ ਅੰਦਾਜ਼ਾ ਨਹੀਂ ਲਾ ਸਕਦਾ ਪਰ ਬੰਦਾ, ਬੰਦੇ ਦੇ ਪ੍ਰਭਾਵ ਜ਼ਰੂਰ ਸਮਝ ਲੈਂਦਾ ਏ। ਮੈਂ ਬਾਰ ਬਾਰ ਕੋਤਵਾਲ ਵੱਲ ਵਖ ਰਿਹਾ ਸਾਂ। ਇਕ ਵਾਰ ਤੇ ਉਹਦੀਆਂ ਅੱਖਾਂ ਗਿਰੀਆਂ ਹੋਈਆਂ ਹੀ ਵੇਖੀਆਂ। ਕੋਤਵਾਲ ਦਿਲੋਂ ਬੜਾ ਦੁਖ ਮਨਾ ਰਿਹਾ ਸੀ ਅਸੀਂ ਕੁਝ ਨਹੀਂ ਸੀ ਕਰ ਸਕਦੇ, ਕਾਜ਼ੀ ਜਾਨ ਦਾ ਔਖ ਬਣਿਆ ਬੈਠਾ ਹੋਇਆ ਸੀ। ਮੈਂ ਉਸ ਵੇਲੇ ਸਫਾਈ ਕਰ ਰਿਹਾ ਸੀ, ਝਾੜੂ ਮੇਰੇ ਹੱਥ ਵਿਚ ਸੀ ਤੇ ਮੈਂ ਆਸੇ ਪਾਸੇ ਪਿੰਜਰੇ ਦੇ ਝਾੜੂ ਮਾਰ ਰਿਹਾ ਸਾਂ ਪਰ ਮੇਰੀਆਂ ਨਜ਼ਰਾਂ ਕੋਤਵਾਲ ਤੇ ਜੰਮੀਆਂ ਹੋਈਆਂ ਸਨ ਤੇ ਜਾਂ ਸਤਿਗੁਰਾਂ ਵੱਲ। ਕਾਜ਼ੀ ਦਾ ਚਿਹਰਾ ਲਹੂ ਲੁਹਾਨ ਹੋਇਆ ਮੈਂ ਕਈ ਵਾਰ ਵੇਖਿਆ। ਹੁਣ ਜੋ ਮੈਂ ਦੱਸਣ ਲੱਗਾ ਹਾਂ ਇਹ ਗੱਲ ਮੈਨੂੰ ਕੋਤਵਾਲ ਨੇ ਕੀਰਤਪੁਰ ਦੱਸੀ ਸੀ, ਜੈਤੇ ਦੇ ਬੋਲ ਸਨ।

ਕੋਤਵਾਲ ਸੋਚ ਰਿਹਾ ਸੀ, ਕਿੰਨਾ ਖ਼ੂਬਸੂਰਤ ਚਿਹਰਾ ਏ, ਪ੍ਰਭਾਵਸ਼ਾਲੀ, ਨੂਰਾਨੀ ਅੱਖਾਂ, ਅੱਖਾਂ ਵਿਚ ਤੇਜ਼, ਜਲਾਲ ਤੇ ਮਸਤੀ, ਸ਼ਾਂਤ ਸੁਭਾਅ, ਚਿਹਰੇ ਤੇ ਕੋਈ ਮਲਾਲ

ਨਹੀਂ, ਸਾਹਮਣੇ ਮੌਤ ਖੜੀ ਏ, ਜੱਲਾਦ ਘੂਰੀਆਂ ਵੱਟ ਰਹੇ ਹਨ। ਪਰ ਸਤਿਗੁਰ ਇਸ ਤਰ੍ਹਾਂ ਸ਼ਾਂਤ ਬੈਠੇ ਹਨ ਜਿਦਾਂ ਵਿਹੜੇ ਵਿਚ ਕੋਈ ਓਪਰਾ ਪ੍ਰਾਹੁਣਾ ਆ ਗਿਆ ਹੋਵੇ। ਮੌਤ ਦਾ ਡਰ ਨਹੀਂ, ਕਾਜ਼ੀ ਦੇ ਗੁੱਸੇ ਦਾ ਕੋਈ ਭੈਅ ਨਹੀਂ। ਬਿਨਾਂ ਸੇਵਕਾਂ ਦੇ ਸ਼ਹੀਦ ਹੋਣ ਦਾ ਕੋਈ ਮਲਾਲ ਨਹੀਂ। ਹੱਥ ਵਿਚ ਮਾਲਾ ਏ, ਬਾਣੀ ਦਾ ਸਿਮਰਨ ਹੋ ਰਿਹਾ ਏ। ਕਾਜ਼ੀ ਜ਼ੁਲਮ ਜ਼ੁਲਮ ਪੁਕਾਰ ਰਿਹਾ ਏ ਤੇ ਉਹ ਰੱਬ ਰੱਬ ਕਰ ਰਹੇ ਹਨ। ਜੱਲਾਦ ਦੀ ਤਲਵਾਰ ਪੱਥਰ ਤੇ ਰਗੜਨ ਦੀ ਆਵਾਜ਼ ਆ ਰਹੀ ਏ। ਓਧਰ ਕਿਤੇ ਕੰਨ ਵੀ ਧਰੇ ਨਹੀਂ ਜਾਂਦੇ। ਕਾਜ਼ੀ ਨਫ਼ਰਤ ਪੈਦਾ ਕਰਨ ਲਈ ਕਤਲ ਕਰ ਰਿਹਾ ਏ ਤੇ ਲੋਕ ਅਕੀਦਤ ਨਾਲ ਸ਼ਹੀਦਾਂ ਦਾ ਲਹੂ ਮੱਥੇ ਤੇ ਲਾ ਰਹੇ ਨੇ। ਜਿੰਨੀ ਸਖ਼ਤੀ ਵੱਧ ਰਹੀ ਏ, ਓਨੀ ਦਿੱਲੀ ਵਿਚ ਹਮਦਰਦੀ ਮੈਂ ਵਧਦੀ ਵੇਖ ਰਿਹਾ ਸਾਂ। ਸ਼ਹੀਦਾਂ ਦੇ ਸਿਰ ਮੁਸਕਰਾ ਰਹੇ ਹਨ ਤੇ ਕਾਜ਼ੀ ਦਾ ਗੁੱਸਾ ਦਿੱਲੀ ਦੇ ਗੁੰਬਦ ਪਾਰ ਕਰ ਰਿਹਾ ਸੀ। ਅਜ਼ਾਨ ਹੋਈ, ਕਾਜ਼ੀ ਨੇ ਮੁਸੱਲਾ ਵਿਛਾਇਆ ਤੇ ਨਮਾਜ਼ ਅਦਾ ਕਰਨ ਵਿਚ ਰੁਝ ਗਿਆ। ਸਤਿਗੁਰਾਂ ਨੇ ਹੱਸਦਿਆਂ ਆਖਿਆ, ਖ਼ੁਦਾ ਨੂੰ ਧੋਖਾ ਦੇ ਰਿਹਾ ਏਂ ਇਹਦਾ ਦਿਲ ਤੇ ਬੇਗਮ ਦੇ ਝਗੜੇ ਵਿਚ ਫਸਿਆ ਹੋਇਆ ਏ। ਪਵਿੱਤਰਤਾ ਦੀ ਮੂਰਤੀ, ਫ਼ਰਿਸ਼ਤਾ ਖ਼ੁਦਾ ਤਾਲਾ ਦਾ। ਕਸਾਈਆਂ ਦੇ ਪੱਲੇ ਪੈ ਗਿਆ ਏ।

ਸ੍ਰੀ ਗੁਰੂ ਤੇਗ਼ ਬਹਾਦਰ ਸਾਹਿਬ ਅੰਤਿ ਸੁੰਦਰ,
ਗੋਹਵਰਨ ਮੋਟੇ ਨਕਸ਼, ਆਹੂ ਨੇਤ੍ਰ ਰਤਨਾਰੇ।
ਚੌੜੀ ਛਾਤੀ, ਉੱਤੇ ਕੰਧੇ ਭੁਜਾ ਪ੍ਰਲੰਬ,
ਸਿੱਧੀ ਚੁਗਿਰਦ ਦਾਹੜੀ ਗੋਲ ਚਿਹਰਾ।
ਮੱਥਾ ਉੱਚਾ ਬਹੁਤੋ ਧੀਰਜੀ ਸੰਤੋਖੀ,
ਜਤੀ ਸਤੀ ਦੂਰ-ਅੰਦੇਸ਼ੀ ਸਚੇ ਧਰਮ।
ਵੈਰਾਗ ਦੀ ਮੂਰਤਿ, ਬ੍ਰਹਮ ਗਿਆਨ ਦੀ ਸੂਰਤ,
ਸਿੱਧੇ ਸਾਦੇ ਸੁਭਾਵ ਭੋਲੇ ਭਾਲੇ ਸਤ ਪੁਰਖ।

★

ਦੂਤ ਮੌਤ ਦੇ ੫੦

ਮੌਤ ਦਾ ਥੜ੍ਹਾ ਬਣ ਚੁਕਾ ਸੀ, ਕਾਜ਼ੀ ਦੀਆਂ ਅੱਖਾਂ ਸਾਹਮਣੇ ਥੜ੍ਹਾ ਬਣਾਇਆ ਗਿਆ। ਕਾਜ਼ੀ ਨੂੰ ਡਰ ਸੀ ਕਿਧਰੇ ਗੁਰੂ ਉਡ ਹੀ ਨਾ ਜਾਏ, ਇਹ ਤਲਵਾਰ ਕਿਧਰੇ ਮੇਰੇ ਸਿਰ ਤੇ ਹੀ ਨਾ ਧਰੀ ਜਾਏ। ਦੋ ਵਾਰ ਰਾਜ ਮਿਸਤਰੀਆਂ ਦੀ ਤਲਾਸ਼ੀ ਹੋਈ, ਕਿਤੇ ਇਹ ਗੁਰੂ ਨਾਲ ਮਿਲ ਕੇ ਥੜ੍ਹੇ ਵਿਚ ਕੋਈ ਤਾਵੀਜ਼ ਹੀ ਨਾ ਰੱਖ ਦੇਣ। ਗੁਰੂ ਦੀ ਕਰਾਮਾਤ ਕਮਾਲ ਏ, ਜੇ ਰਾਮ ਰਾਇ ਭਰੇ ਦਰਬਾਰ ਵਿਚੋਂ ਗ਼ਾਇਬ ਹੋ ਸਕਦਾ ਏ ਗੁਰੂ ਤੇ ਉਹਦਾ ਚਾਚਾ ਏ, ਇਹ ਉਡ ਨਹੀਂ ਸਕਦਾ। ਇਹ ਕੋਈ ਏਡੀ ਵੱਡੀ ਗੱਲ ਨਹੀਂ। ਦਰਬਾਰ

ਵਿਚ ਪਹਿਰੇ ਤੇ ਪਹਿਰਾ ਸੀ ਪਰ ਏਥੇ ਤੇ ਚੰਦ ਸਿਪਾਹੀ ਹਨ। ਜੇ ਗੁਰੂ ਨਜ਼ਰੋਂ ਓਹਲੇ ਹੋ ਗਿਆ ਤਾਂ ਮੈਂ ਕੀਹਦੀ ਮਾਂ ਨੂੰ ਮਾਸੀ ਆਖਾਂਗਾ। ਜਦ ਥੜ੍ਹਾ ਬਣ ਗਿਆ, ਤਾਂ ਮੈਂ ਕਾਜ਼ੀ ਦੇ ਹੁਕਮ ਦੇ ਮੁਤਾਬਿਕ ਪਾਣੀ ਦਾ ਛੱਟਾ ਮਾਰਿਆ। ਭਾਵੇਂ ਕਲਮਾ ਕਾਜ਼ੀ ਨੇ ਹੀ ਪੜ੍ਹਿਆ ਸੀ, ਸਤਿਗੁਰੂ ਇਸ਼ਨਾਨ ਕਰ ਰਹੇ ਸਨ। ਵਿਹਲੇ ਹੋਏ ਤੇ ਹੁਕਮ ਮੁਤਾਬਿਕ ਥੜ੍ਹੇ ਤੇ ਆਣ ਬੈਠੇ। ਹੁਣ ਬਦਨ ਬਿਲਾਸ ਸ਼ੁਰੂ ਹੋਏ। ਕਾਜ਼ੀ ਦੀਆਂ ਅੱਖਾਂ ਅੰਗਿਆਰੇ ਛੱਡ ਰਹੀਆਂ ਸਨ। ਉਹਦਾ ਸਰੀਰ ਗੁੱਸੇ ਦੀ ਅੱਗ ਵਿਚ ਸੜ ਬਲ ਕੇ ਕੋਲਾ ਹੋ ਚੁੱਕਾ ਸੀ। ਪਰ ਗੁਰਾਂ ਦੇ ਚਿਹਰੇ ਦਾ ਜਲਾਲ ਵੇਖ ਕੇ ਉਹ ਮੱਠਾ ਪੈ ਜਾਂਦਾ। ਭੱਠ ਵਿਚੋਂ ਨਿਕਲਿਆ ਜਿਸਮ ਕਾਜ਼ੀ ਦਾ, ਕਈ ਵਾਰ ਮੱਠਾ ਹੋਇਆ ਤੇ ਕਈ ਵਾਰ ਰੋਹ ਵਿਚ ਆਇਆ ਕਾਜ਼ੀ। ਚੌਰਾਹੇ ਵਿਚ ਖਲੋਤਾ ਹੋਇਆ ਸੀ, ਕੋਈ ਰਾਹ ਨਹੀਂ ਸੀ ਲੱਭਦਾ, ਕਸ਼ਮਕਸ਼ ਇਥੋਂ ਤਕ ਵੱਧ ਗਈ ਕਿ ਕੋਈ ਫੈਸਲਾ ਨਹੀਂ ਸੀ ਕਰ ਸਕਿਆ। ਅਖੀਰ ਸ਼ੇਖੀ ਵਿਚ ਆ ਗਿਆ। ਕੋਤਵਾਲ ਵਿਚਾਰਾ ਬੜਾ ਪਰੇਸ਼ਾਨ ਸੀ। ਉਹਦੀਆਂ ਅੱਖਾਂ ਅਥਰੂ ਕੇਰ ਰਹੀਆਂ ਸਨ। ਉਸ ਅੱਖ ਬਚਾ ਕੇ ਕਾਜ਼ੀ ਤੋਂ ਆਪਣੀਆਂ ਅੱਖਾਂ ਪੂੰਝੀਆਂ। ਬੜਾ ਦੁੱਖੀ ਹੋਇਆ, ਜਲਾਲ-ਉਦ-ਦੀਨ ਜੱਲਾਦ ਨੇ ਤਲਵਾਰ ਦੀ ਧਾਰ ਨੂੰ ਕਈ ਵਾਰ ਪਰਖਿਆ। ਉਹਦੇ ਸਰੀਰ ਵਿਚ ਕਈ ਵਾਰ ਕੰਬਣੀ ਆਈ। ਉਹਦਾ ਹੌਸਲਾ ਜਵਾਬ ਦੇ ਚੁਕਾ ਸੀ। ਪਰ ਜਦੋਂ ਸ਼ਾਹੀ ਹੁਕਮ ਸਿਰ ਤੇ ਕੂਕਦਾ ਤਾਂ ਫੇਰ ਉਹਦੀ ਹਿੰਮਤ ਬੱਝਦੀ ਪਰ ਪੇਸ਼ ਨਾ ਜਾਂਦੀ। ਅੱਜ ਉਹਦੇ ਇਮਤਿਹਾਨ ਦਾ ਦਿਨ ਸੀ। ਮੈਂ ਵੀ ਇਮਤਿਹਾਨ ਦੀਆਂ ਘੜੀਆਂ ਵਿਚੋਂ ਲੰਘ ਰਿਹਾ ਸਾਂ। ਅਥਰੂ ਤੇ ਕਈ ਵਾਰ ਮੇਰੀਆਂ ਅੱਖਾਂ ਵਿਚ ਵੀ ਆਏ ਪਰ ਮੈਂ ਝਾੜੂ ਦਾ ਓਹਲਾ ਕਰਕੇ ਅੱਖਾਂ ਸਾਫ ਕਰ ਲੈਂਦਾ। ਲੋਕੀ ਕਿਆਮਤ ਦਾ ਨਾਂ ਲੈਂਦੇ ਹਨ ਪਰ ਮੈਂ ਆਪਣੀਆਂ ਅੱਖਾਂ ਨਾਲ ਕਿਆਮਤ ਦਾ ਨਜ਼ਾਰਾ ਵੇਖਿਆ, ਮੈਥੋਂ ਦਸਿਆ ਨਹੀਂ ਜਾਂਦਾ ਤੇ ਤੁਸੀਂ ਸੁਣ ਨਹੀਂ ਸਕਦੇ। ਇਹ ਗੱਲ ਦੱਸੀ ਜਾ ਹੀ ਨਹੀਂ ਸਕਦੀ। ਮਹਿਸੂਸ ਕੀਤੀ ਜਾਂਦੀ ਏ। ਨੇਕੀ ਤੇ ਬਦੀ ਦੀ ਜੰਗ ਹੋ ਰਹੀ ਸੀ। ਵੇਖੀਏ ਕੌਣ ਜਿੱਤਦਾ ਏ। ਜੈਤਾ ਆਖਣ ਲੱਗਾ।

ਕਾਜ਼ੀ ਨੇ ਇਕ ਵਾਰ ਦਾੜ੍ਹੇ ਤੇ ਹੱਥ ਫੇਰਿਆ ਤੇ ਆਖਿਆ—ਕਿੰਨਾ ਕੁ ਚਿਰ ਪਾਣੀ ਰਿੜਕਦੇ ਜਾਵਾਂਗੇ। ਮੈਂ ਚਾਹੁੰਦਾ ਤੇ ਨਹੀਂ ਕਿ ਤੁਹਾਡੇ ਨਾਲ ਕੋਈ ਬੇਇਨਸਾਫੀ ਕੀਤੀ ਜਾਏ ਜਾਂ ਭੁਲ 'ਚ ਹੋ ਜਾਏ ਪਰ ਬਾਦਸਾਹ ਦੇ ਹੁਕਮ ਨੂੰ ਕੌਣ ਮੋੜੇ। ਮੈਂ ਗੱਲ ਟਾਲੀ ਤੇ ਜਾ ਰਿਹਾ ਹਾਂ ਪਰ ਅੱਜ ਦੇ ਤਾਜ਼ਾ ਹੁਕਮ ਅਜੇ ਮੈਂ ਸਾਰੇ ਹਥਿਆਰ ਸੁੱਟ ਦਿੱਤੇ ਹਨ। ਕਤਲ ਹੋਣਾ ਅੱਜ ਬਹੁਤ ਜ਼ਰੂਰੀ ਏ, ਇਹ ਹੋਣੀ ਕੱਲ ਤੱਕ ਨਹੀਂ ਟਲ ਸਕਦੀ। ਸੁਣੋ ਮੇਰਾ ਆਖਰੀ ਫੈਸਲਾ ਤੇ ਸ਼ਾਹੀ ਹੁਕਮ। ਤੁਸੀਂ ਅਜੇ ਵੀ ਵਿਚਾਰ ਕਰ ਸਕਦੇ ਹੋ, ਤੁਹਾਡੇ ਜਵਾਬ ਦੇਣ ਦਾ, ਤੇ ਮੈਂ ਸ਼ਾਹੀ ਮੁਨਾਦੀ ਕਰਾਵਾਂਗਾ, ਤੇ ਤੁਹਾਡੇ ਪੀਰ-ਏ-ਹਿੰਦ ਹੋਣ ਦਾ ਹਕੂਮਤ ਵਲੋਂ ਐਲਾਨ ਕਰਵਾ ਦੇਂਦਾ ਹਾਂ। ਤੁਸੀਂ ਵੀ ਖੁਸ਼ ਤੇ ਬਾਦਸ਼ਾਹ ਵੀ ਖੁਸ਼, ਮੇਰਾ ਵੀ ਉਜੜਿਆ ਘਰ ਵਸ ਜਾਊ।

—ਮਰਦ ਇਕ ਵਾਰ ਫੈਸਲਾ ਕਰਦੇ ਹਨ, ਰੋਜ਼ ਰੋਜ਼ ਫੈਸਲੇ ਨਹੀਂ ਬਦਲੇ ਜਾਂਦੇ। ਸੱਜਣਾ! ਤੇਰਾ ਕੋਈ ਕਸੂਰ ਨਹੀਂ, ਤੇਰੇ ਹੱਥ ਬੱਝੇ ਹੋਏ ਹਨ। ਅਸੀਂ ਜਾਣਦੇ ਹਾਂ,

ਤੂੰ ਆਪਣਾ ਧਰਮ ਬਚਾ ਤੇ ਅਸੀਂ ਆਪਣਾ ਹੁਕਮ ਪਾਲਦੇ ਹਾਂ। ਕੁਦਰਤ ਦਾ ਹੁਕਮ ਅਟੱਲ ਏ, ਇਹ ਏਸੇ ਤਰ੍ਹਾਂ ਹੋ ਕੇ ਹੀ ਰਹਿਣਾ ਏ, ਤੈਨੂੰ ਪੰਈ ਉਲ੍ਹਾਮਾ ਨਹੀਂ ਦੇ ਸਕਦਾ।

—ਇਹ ਥੜ੍ਹਾ ਤੁਹਾਡੇ ਲਈ ਮੌਤ ਦਾ ਪੈਗਾਮ ਲੈ ਕੇ ਆਇਆ ਏ। ਪਰ ਹਕੂਮਤ ਦੇ ਇਹੋ ਜਿਹੇ ਸ਼ੁਗਲ ਏਥੇ ਰੋਜ਼ ਹੁੰਦੇ ਹਨ। ਇਹੋ ਜਿਹੀਆਂ ਖੇਡਾਂ ਏਥੇ ਦਿੱਲੀ ਵਿਚ ਰੋਜ਼ ਖੇਡੀਆਂ ਜਾਂਦੀਆਂ ਹਨ। ਇਹ ਆਖਰੀ ਫੈਸਲਾ ਏ।

ਪਹਿਲਾਂ ਕਲਮਾ ਪੜ੍ਹ ਕੇ ਮੋਮਨ ਹੋ ਜਾਓ, ਦੂਜਾ ਜਿੱਦਾਂ ਤੁਹਾਨੂੰ ਸਾਰਾ ਜਹਾਨ ਜਾਣਦਾ ਏ ਕਿ ਤੁਸੀਂ ਕਰਾਮਾਤੇ-ਕਮਾਲ ਓ, ਕੋਈ ਕਰਾਮਾਤ ਵਿਖਾ ਕੇ ਹੀ ਹਕੂਮਤ ਨੂੰ ਮਤੀਹ ਕਰ ਲਵੋ ਤੇ ਫੇਰ ਸਾਰੀ ਖ਼ੁਦਾਈ ਤੁਹਾਡੇ ਪੈਰ ਚੁੰਮੇਗੀ। ਜਦੋਂ ਪੀਰ-ਏ-ਹਿੰਦ ਦਾ ਰੁਤਬਾ ਮਿਲ ਗਿਆ ਤਾਂ ਤੁਹਾਡੇ ਕਦਮਾਂ ਤੇ ਸਜਦਾ ਕਰਨਗੇ ਦੋ-ਦੋ ਜਹਾਨ ਵਾਲੇ। ਐਵੇਂ ਨਿੱਕੀ ਜਿਹੀ ਗੱਲ ਏ। ਦੋ ਕੌਮਾਂ ਇਕ ਜਾਨ ਹੋ ਜਾਣਗੀਆਂ। ਜੱਫੀਆਂ ਪੈ ਜਾਣਗੀਆਂ ਸਰੇ-ਬਜ਼ਾਰ, ਈਦ ਮਨਾਈ ਜਾਏਗੀ ਸਾਰੇ ਹਿੰਦ ਵਿਚ। ਤੁਹਾਡਾ ਅਹਿਸਾਨ ਸਾਰੀ ਖ਼ੁਦਾਈ ਮੰਨੂ। ਜੇ ਤੁਸੀਂ ਦੋਵੇਂ ਇਹ ਗੱਲਾਂ ਨਾ ਮੰਨੋ ਤਾਂ ਫੇਰ ਮਰਨ ਲਈ ਤਿਆਰ ਹੋ ਜਾਓ। ਥੜ੍ਹਾ ਬਣ ਗਿਆ ਏ, ਜਲਾਦ ਵੀ ਆ ਗਿਆ ਏ, ਤਲਵਾਰ ਨੇ ਇਕ ਵਾਰ ਵਿਚ ਇਹ ਕਹਾਣੀ ਖ਼ਤਮ ਕਰ ਛੇਣੀ ਏ ਤੇ ਫੇਰ ਕਿਸੇ ਨੇ ਇਹ ਕਹਾਣੀ ਮੁੜ ਕੇ ਨਹੀਂ ਛੋਹਣੀ। ਦੁਨੀਆ ਭੁਲ ਜਾਂਦੀ ਏ ਪੀਰਾਂ ਫ਼ਕੀਰਾਂ ਨੂੰ। ਲੋਕੀਂ ਤਾਂ ਇਥੇ ਖ਼ੁਦਾ ਤੋਂ ਵੀ ਮੁਨਕਰ ਹੋਏ ਬੈਠੇ ਹਨ। ਜ਼ਿੱਦ ਨਾ ਕਰੋ। ਮੇਰੀ ਚਿੱਟੀ ਦਾਹੜੀ ਦਾ ਵਾਸਤਾ ਮੰਨੋ, ਮੇਰੀ ਮਜਬੂਰੀ ਨੂੰ ਵੇਖੋ। ਉਹ ਵੇਖੋ ਦਰਸ਼ਨ ਕਰੋ ਜੱਲਾਦ ਦੀ ਤਲਵਾਰ ਦੇ। ਤੁਹਾਡੀ ਮੌਤ ਦਾ ਪੈਗ਼ਾਮ ਤਲਵਾਰ ਦੀ ਧਾਰ ਵਿਚ ਲੁਕਿਆ ਏ। ਕਾਜ਼ੀ ਨੇ ਹੁਕਮ ਲਿਖ ਕੇ ਕਲਮ ਤੋੜ ਦਿੱਤੀ।

ਮੇਰੀਆਂ ਤੇ ਕੋਤਵਾਲ, ਦੋਹਾਂ ਦੀਆਂ ਅੱਖਾਂ ਛੱਮ-ਛੱਮ ਬਰਸ ਪਈਆਂ। ਹੋਰ ਵੀ ਕਈ ਨੌਕਰ ਚਾਕਰ ਅੱਖਾਂ ਪੂੰਝ ਰਹੇ ਸਨ ਪਰ ਪੱਥਰ ਦਿਲ ਕਾਜ਼ੀ ਦੇ ਇਕ ਅੱਥਰੂ ਵੀ ਨਾ ਕਿਰੀ।

ਸਤਿਗੁਰਾਂ ਵੀ ਜਵਾਬ ਦਿੱਤਾ—ਹੰਕਾਰ ਦਾ ਸਿਰ ਨੀਵਾਂ ਹੁੰਦਾ ਏ। ਅਤਿ ਤੇ ਰੱਬ ਦਾ ਧੁਰੋਂ ਵੈਰ ਏ, ਆਸੇ ਪਾਸੇ ਧਿਆਨ ਮਾਰੋ। ਸਦਾ ਕਿਸੇ ਦਾ ਰਾਜ ਨਹੀਂ ਰਿਹਾ। ਸਦਾ ਕਿਸੇ ਦੇ ਬਾਗ਼ੀਂ ਬੁਲਬੁਲ ਨਹੀਂ ਬੋਲੀ। ਮੈਂ ਤੇ ਘਰੋਂ ਤਿਆਰ ਹੋ ਕੇ ਹੀ ਆਇਆ ਹਾਂ। ਮੌਤ ਤੋਂ ਡਰਨਾ ਬੁਜ਼ਦਿਲੀ ਏ, ਏਸ ਤੇ ਇਕ ਦਿਨ ਆਉਣਾ ਹੀ ਏ ਤੇ ਫੇਰ ਕਿਉਂ ਡਰੀਏ।

ਕਾਜ਼ੀ ਨੇ ਇਕ ਵਾਰ ਫੇਰ ਝਕਾਨੀ ਦਿੱਤੀ—ਮੈਂ ਹੈਰਾਨ ਹਾਂ ਕਿ ਤੁਸੀਂ ਨਾ ਤੇ ਜਨੇਊ ਪਾਵੋ ਤੇ ਨਾ ਹੀ ਤਿਲਕ ਤੇ ਤੁਹਾਡਾ ਚਿੱਤ ਰੀਝੇ ਪਰ ਜਾਨ ਤੁਸੀਂ ਦੇਂਦੇ ਹੋ ਇਨ੍ਹਾਂ ਕਾਫ਼ਰਾਂ ਲਈ, ਇਹ ਗੱਲ ਮੇਰੀ ਸਮਝ ਵਿਚ ਨਹੀਂ ਆਉਂਦੀ ਤੁਸਾਂ ਕੀ ਲੈਣਾ ਏ, ਇਨ੍ਹਾਂ ਕਾਫ਼ਰਾਂ ਤੋਂ। ਤੁਹਾਡੀ ਸ਼ਹੀਦੀ ਨਾਲ ਕੋਈ ਖ਼ੁਦਾਈ ਨਹੀਂ ਬਦਲ ਚਲੀ। ਇਹ ਕੋਈ ਦਾਨਾਈ ਨਹੀਂ ਕਿ ਦੁਸ਼ਮਣਾਂ ਦੇ ਬਦਲੇ ਆਪਣੀ ਜਾਨ ਦਿੱਤੀ ਜਾਏ। ਤੁਸੀਂ ਬੰਦਗੀ ਕਰੋ

ਛੱਡੋ ਸੰਸਾਰ ਦੀ ਗੱਲ। ਝਗੜਾ ਦੀਨ ਤੇ ਮਜ਼ਹਬ ਦਾ ਹੋਏ ਬੇਸ਼ਕ, ਆਪ ਕਰੋ, ਆਪਣੇ ਰੱਬੀ ਪਿਆਰ ਦੀ ਗੱਲ।

ਜਵਾਬ ਦਿੱਤਾ ਫਿਰ ਸਤਿਗੁਰਾਂ ਨੇ—ਕਾਜ਼ੀ ਤੂੰ ਇਸ਼ਕ ਦੀ ਗੱਲ ਤੋਂ ਰਾਜ਼ੀ ਨਹੀਂ। ਜਿੰਨਾ ਚਿਰ ਕੁਰਬਾਨੀਆਂ ਨਹੀਂ ਹੁੰਦੀਆਂ ਓਨਾ ਚਿਰ ਮਸਲਾ ਧਰਮ ਦਾ ਹੱਲ ਨਹੀਂ ਹੁੰਦਾ। ਸਾਡਾ ਇਸਲਾਮ ਨਾਲ ਕੋਈ ਵੈਰ ਨਹੀਂ। ਹਿੰਦੂ ਧਰਮ ਕੋਈ ਸਾਡਾ ਨਿਸ਼ਾਨਾ ਵੀ ਤੇ ਨਹੀਂ। ਸਾਡੀ ਦੁਸ਼ਮਣੀ ਤਸਬੀਆਂ ਨਾਲ ਵੀ ਨਹੀਂ, ਜੰਞੂ ਨਾਲ ਕੋਈ ਸਾਡਾ ਯਰਾਨਾ ਤੇ ਨਹੀਂ। ਅਸਾਂ ਧੱਕੇ ਵਿਰੁਧ ਜਹਾਦ ਕੀਤਾ ਏ। ਜ਼ੁਲਮ ਨਾਲ ਏ ਸਿਰਫ਼ ਲੜਾਈ ਸਾਡੀ। ਅਸਾਂ ਪੱਖ ਮਜ਼ਲੂਮਾਂ ਦਾ ਪੂਰਨਾ ਏ ਤੇ ਮਜ਼ਲੂਮ ਚਾਹੁੰਦੇ ਨੇ ਅਗਵਾਈ ਸਾਡੀ। ਤੁਸੀਂ ਸਮਝਦੇ ਹੋ ਜੇ ਇਸਲਾਮ ਤੇ ਜ਼ੁਲਮ ਹੁੰਦਾ ਤੇ ਉਹ ਨਾਨਕ ਦੇ ਦਰ ਤੇ ਆਉਂਦੇ ਤੇ ਕੀ ਅਸੀਂ ਅਸੀਸ ਨਾ ਦੇਂਦੇ। ਜੇ ਧੱਕਾ ਹਕੂਮਤ ਉਨ੍ਹਾਂ ਤੇ ਕਰਦੀ ਤੇ ਤਾਂ ਵੀ ਇਸਲਾਮ ਦੇ ਬਦਲੇ ਆਪਣਾ ਸੀਸ ਭੇਟਾ ਕਰਦੇ। ਇਹ ਠੀਕ ਏ ਕਿ ਖ਼ੁਦਾਈ ਨਹੀਂ ਬਦਲ ਜਾਣੀ, ਪਰ ਤੇਰੇ ਇਸ਼ਕ ਦਾ ਨਸ਼ਾ ਤੋੜ ਜਾਂਦੇ ਅਸੀਂ ਸ਼ਹਾਦਤ ਦੇ ਸਿਰ ਸਦਕੇ। ਇਸ ਇਤਿਹਾਸ ਨੂੰ ਇਕ ਨਵਾਂ ਮੋੜ ਦੇ ਜਾਂਦੇ। ਸਾਡੇ ਖ਼ੂਨ 'ਚੋਂ ਉਹ ਸ਼ਕਤੀ ਪੈਦਾ ਹੋਊ, ਜਿਹੜੀ ਟਕਰਾਊ ਖ਼ੂਨੀ ਸਰਕਾਰ ਦੇ ਨਾਲ। ਅੱਗੋਂ ਟਕਰਾਊ ਜਿਹੜਾ ਉਹ ਵੀ ਸੋਧਿਆ ਜਾਊ ਜਿਹੜਾ ਚੁੱਕੂ ਬਗ਼ਾਵਤ ਦੀ ਤਲਵਾਰ।

ਬੱਸ ਤੁਹਾਡੀ ਆਵਾਜ਼ ਵਿਚੋਂ ਬੋ ਆ ਰਹੀ ਏ। ਬਾਗ਼ੀ ਦੀ ਸਜ਼ਾ ਏ ਮੌਤ।

★

ਸ਼ਹਾਦਤ ੫੧

ਖ਼ੂਨ ਦੀ ਬਰਸਾਤ ਹੁੰਦੀ ਮੈਂ ਵੇਖੀ, ਖ਼ੂਨੀ ਹਨੇਰੀ ਚੜ੍ਹੀ ਤੇ ਲੋਕਾਂ ਵੇਖੀ, ਪਰ ਮੀਂਹ ਵਰ੍ਹਦਾ ਤੇ ਲਹੂ ਦੇ ਗੜੇ ਪੈਂਦੇ ਅਸਾਂ ਵੇਖੇ ਕੋਤਵਾਲੀ ਵਿਚ। ਕੋਈ ਤੂਫ਼ਾਨ ਆਊ। ਹਨੇਰੀ ਚੜੂ ਜੁਮੇ ਸ਼ਾਹ ਵਾਲੀ। ਝੱਖੜ ਚੜੂ, ਗਰਦੋ ਗੁਬਾਰ ਚੜੂ ਇਹ ਅਨੁਮਾਨ ਨਜ਼ਰ ਆਉਂਦੇ ਸਨ। ਮੌਤ ਦੀਆਂ ਗਿਰਝਾਂ ਅਸਮਾਨ ਦੇ ਗੇੜੇ ਮਾਰਦੀਆਂ ਸਨ। ਦਿੱਲੀ ਦਾ ਕਲੇਜਾ ਹਿੱਲ ਗਿਆ ਸੀ। ਪਹਿਰਾ ਸਖ਼ਤ ਹੋ ਗਿਆ ਸੀ। ਢੰਡੋਰਚੀ ਦੀ ਆਵਾਜ਼ ਮੈਂ ਸੁਣੀ। ਸਾਰੀ ਦਿੱਲੀ ਵਿਚ ਢੰਡੋਰਾ ਪਿਟਵਾਇਆ ਗਿਆ ਸੀ ਕਾਫ਼ਰਾਂ ਦੇ ਗੁਰੂ ਤੇਗ ਬਹਾਦਰ ਨੂੰ ਅੱਜ ਸ਼ਰੇ-ਆਮ ਦਿੱਲੀ ਦੀ ਜਨਤਾ ਸਾਹਮਣੇ ਕਤਲ ਕੀਤਾ ਜਾਏਗਾ ਕਿਉਂਕਿ ਓਸ ਨੇ ਬਾਗ਼ੀ ਲੋਕਾਂ ਦਾ ਪੱਖ ਪੂਰਿਆ ਏ ਤੇ ਇਸਲਾਮ ਦੀ ਤੌਹੀਨ ਕੀਤੀ ਏ। ਬਾਦਸ਼ਾਹ-ਏ-ਵਕਤ ਏਸ ਬਗ਼ਾਵਤ ਨੂੰ ਦਬਾਉਣ ਵਾਸਤੇ ਏਸ ਝੂਠੇ ਗੁਰੂ ਨੂੰ ਸਜ਼ਾ ਏ ਮੌਤ ਦੇਂਦੇ ਹਨ।

ਸ਼ਹਿਰ ਨੇ ਤੇ ਇਕੱਠਾ ਹੋਣਾ ਹੀ ਹੋਇਆ, ਹਿੰਦੂਆਂ ਦੀ ਭੀੜ ਜ਼ਿਆਦਾ ਸੀ, ਤਮਾਸ਼ਬੀਨ ਮੁਸਲਮਾਨ ਵੀ ਸਨ। ਤੇ ਉਹ ਜਿਹੜੇ ਹਕੂਮਤ ਦਾ ਦਮ ਭਰਦੇ ਸਨ, ਹੁਮ ਹੁਮਾ ਕੇ ਆਏ ਸਨ। ਸੇਵਕਾਂ ਦੀਆਂ ਅੱਖਾਂ ਪਾਣੀ ਨਾਲ ਭਰ ਗਈਆਂ ਸਨ। ਅੱਥਰੂਆਂ ਨਾਲ ਝੋਲੀ ਭਰ ਚੁੱਕੀ ਸੀ। ਬੁੱਕ ਭਰਿਆ ਜਾ ਸਕਦਾ ਸੀ ਝੋਲੀ ਵਿਚੋਂ ਅੱਥਰੂਆਂ ਦਾ। ਸਤਿਗੁਰੂ

ਸਜ੍ਹੇ ਹੋਏ ਬੈਠੇ ਸਨ, ਖ਼ਾਮੋਸ਼ ਅੱਖਾਂ ਵਿਚ ਮਸਤੀ ਸੀ, ਸਰੂਰ ਸੀ, ਖ਼ੁਮਾਰੀ ਡੁਲ੍ਹ-ਡੁਲ੍ਹ ਪੈਂਦੀ ਸੀ।

ਜਲਾਲ-ਉਦ-ਦੀਨ ਜੱਲਾਦ ਸਤਿਗੁਰਾਂ ਦੇ ਕੋਲ ਆਇਆ ਤੇ ਆਖਣ ਲੱਗਾ—ਮਹਾਰਾਜ ਮੈਂ ਹਜ਼ਾਰਾਂ ਬੰਦੇ ਕਤਲ ਕੀਤੇ ਹਨ ਕਦੇ ਦਿਲ ਨਹੀਂ ਸੀ ਡੋਲਿਆ। ਸਰੀਰ ਵਿਚ ਕਾਂਬਾ ਨਹੀਂ ਛਿੜਿਆ। ਤਲਵਾਰ ਹੱਥ ਵਿਚੋਂ ਨਿਕਲ-ਨਿਕਲ ਜਾ ਰਹੀ ਏ। ਇਹ ਇਮਤਿਹਾਨ ਕੀ ਏ। ਕੋਈ ਆਫ਼ਤ ਤੇ ਨਹੀਂ ਆਉਣ ਵਾਲੀ ? ਮੇਰੀ ਤਲਵਾਰ ਨੇ ਬੇਗਿਣਤ ਬੰਦੇ ਕਤਲ ਕੀਤੇ ਹਨ ਪਰ ਏਸ ਤਰ੍ਹਾਂ ਦੀ ਮੁਸ਼ਕਲ ਕਦੇ ਪੇਸ਼ ਨਹੀਂ ਆਈ।

—ਪਰੇਸ਼ਾਨ ਹੋਣ ਦੀ ਲੋੜ ਨਹੀਂ, ਮੈਂ ਬਾਣੀ ਦਾ ਪਾਠ ਕਰ ਰਿਹਾ ਹਾਂ, ਜਦ ਮੈਂ ਭੋਗ ਪਾ ਕੇ ਸਿਰ ਝੁਕਾਵਾਂ, ਤੁਸੀਂ ਤਲਵਾਰ ਦਾ ਵਾਰ ਕਰ ਕੇ ਆਪਣੀ ਜ਼ਿੰਮੇਵਾਰੀ ਨਿਭਾ ਲਵੋ। ਮੇਰੇ ਗਲ ਦੇ ਨਾਲ ਇਕ ਰੁੱਕਾ ਏ ਇਹ ਤੁਹਾਡੀ ਸਾਰੀ ਮੁਸ਼ਕਲ ਹੱਲ ਕਰ ਦੇਵੇਗਾ। ਤੁਹਾਨੂੰ ਡਰਨ ਦੀ ਲੋੜ ਨਹੀਂ, ਇਹ ਪਾਪ ਤੁਹਾਨੂੰ ਨਹੀਂ ਲੱਗੇਗਾ। ਮੈਂ ਕਰਾਮਾਤ ਕੀ ਵਿਖਾਉਣੀ ਏ, ਕੀ ਇਹ ਗੱਲ ਕਰਾਮਾਤ ਤੋਂ ਘੱਟ ਏ ? ਸਾਡੀ ਸ਼ਹਾਦਤ ?

—ਮੇਰਾ ਕਸੂਰ ਬਖ਼ਸ਼ ਦਿਓ ਸਤਿਗੁਰ, ਮੈਂ ਏਸ ਗੁਨਾਹ ਦਾ ਭਾਗੀਵਾਲ ਤਾਂ ਨਹੀਂ ਬਣਾਂਗਾ।

—ਤੁਸੀਂ ਦੋਵੇਂ ਬੇਦੋਸ਼ੇ ਹੋ, ਰੱਬੀ ਮਾਲਕ ਦਾ ਹੁਕਮ ਵਜਾਓ।

—ਤਮਾਸ਼ਾ ਇਕੱਠਾ ਹੋ ਚੁੱਕਾ ਸੀ, ਭੀੜ ਲੱਗੀ ਹੋਈ ਸੀ। ਮਜਮਾ ਜਮ੍ਹਾ ਸੀ। ਕੋਠਿਆਂ ਤੇ ਦੂਰ-ਦੂਰ ਲੋਕ ਬੈਠੇ ਹੋਏ ਸਨ, ਵਗਦੀ ਨਹਿਰ ਕੰਢੇ ਲੋਕਾਂ ਦਾ ਇਕੱਠ ਸੀ, ਸਰੂ ਦੇ ਰੁਖ ਝੂਮ ਰਹੇ ਸਨ। ਮੁੱਲਾਂ ਨੇ ਅਜ਼ਾਨ ਦਿੱਤੀ।

ਜਪੁਜੀ ਸਾਹਿਬ ਦੀ ਬਾਣੀ ਦਾ ਭੋਗ ਪਿਆ ਤੇ ਸਤਿਗੁਰਾਂ ਗੁਰੂ ਨਾਨਕ ਦੇ ਦਰ ਤੇ ਆਪਣਾ ਸਿਰ ਝੁਕਾਇਆ, ਅਰਦਾਸ ਕੀਤੀ। ਜਲਾਲ-ਉਦ-ਦੀਨ ਜੱਲਾਦ ਨੇ ਤਲਵਾਰ ਦਾ ਇਕੋ ਹੀ ਟੱਕ ਮਾਰਿਆ। ਸੀਸ ਧੜ ਤੋਂ ਲਾਂਭੇ ਹੋ ਕੇ ਜਾ ਡਿੱਗਿਆ। ਲਹੂ ਦਾ ਫੁਵਾਰਾ ਛੁੱਟਾ, ਸਾਰੇ ਪਾਸੇ ਹਾਹਾਕਾਰ ਮੱਚ ਪਈ। ਕਿਸੇ ਨੂੰ ਕੁਝ ਸੁਝਾਈ ਨਹੀਂ ਸੀ ਦਿੰਦਾ। ਝੱਖੜ ਝੁੱਲਿਆ, ਤੂਫ਼ਾਨ ਉੱਠਿਆ, ਜਿਧਰ ਕਿਸੇ ਨੂੰ ਰਾਹ ਲੱਭਦਾ, ਉਹ ਉਧਰ ਹੀ ਭੱਜ ਉੱਠਿਆ। ਕਾਜ਼ੀ ਸ਼ਾਹੀ ਫ਼ੌਜ ਦੀ ਟੁਕੜੀ ਦੀ ਹਿਫ਼ਾਜ਼ਤ ਵਿਚ ਆਪਣੇ ਘਰ ਜਾ ਪੁੱਜਾ। ਕੋਤਵਾਲ ਆਪਣੀ ਕੋਠੜੀ ਵਿਚ ਜਾ ਵੜਿਆ ਤੇ ਹੁਣ ਮੈਂ ਹੀ ਇਕੱਲਾ ਬੂੱਕ ਰਿਹਾ ਸੀ ਕੋਤਵਾਲੀ ਦੇ ਵਿਹੜੇ ਵਿਚ। ਦਸ ਸਿਪਾਹੀ ਸਨ ਜਿਨ੍ਹਾਂ ਦੀਆਂ ਅੱਖਾਂ ਹਨੇਰੀ ਵਿਚ ਨਹੀਂ ਸਨ ਖੁੱਲ੍ਹ ਰਹੀਆਂ। ਗਰਦੋ ਗੁਬਾਰ ਨੇ ਦਿੱਲੀ ਨੂੰ ਆਪਣੀ ਬੁੱਕਲ ਵਿਚ ਲਿਆ ਹੋਇਆ ਸੀ। ਹਾਹਾਕਾਰ ਸੀ ਚੁਫ਼ੇਰੇ। ਕਿਆਮਤ ਦਾ ਦਿਨ ਜਾਪਦਾ ਸੀ। ਇਉਂ ਜਾਪਦਾ ਸੀ ਜਿੱਦਾਂ ਜ਼ਮੀਨ ਫੱਟ ਜਾਊ ਤੇ ਆਸਮਾਨ ਦੋ ਟੋਟੇ ਹੋ ਕੇ ਜ਼ਮੀਨ ਤੇ ਆ ਡਿੱਗੂ। ਲੋਕ ਮੂੰਹ ਵਿਚ ਉਂਗਲਾਂ ਪਾ-ਪਾ ਵੇਖ ਰਹੇ ਸਨ। ਏਸੇ ਭੱਜ ਦੌੜ 'ਚ ਹਨੇਰਾ ਹੋ ਗਿਆ। ਜ਼ੁਲਮ ਨੇ ਅਤਿ ਨੂੰ ਹੱਥ ਤੇ ਲਾ ਹੀ ਦਿੱਤਾ ਸੀ। ਇਕ ਝੱਖੜ ਦਾ ਬੁੱਲ੍ਹਾ ਹੋਰ ਆਇਆ, ਹਨੇਰੀ ਜ਼ੋਰਾਂ 'ਚ ਹੋ ਗਈ, ਸਿਪਾਹੀ ਦਿਲ ਛੱਡ ਬੈਠੇ। ਪਹਿਰੇਦਾਰ ਆਪਣੀ-ਆਪਣੀ ਜਾਨ ਬਚਾਉਣ ਲਈ ਆਪਣਾ ਸਿਰ ਲੁਕੋਣ ਲੱਗੇ। ਹੁਣ ਸਾਰਾ ਮੈਦਾਨ ਖ਼ਾਲੀ ਸੀ। ਮੈਂ ਕੋਤਵਾਲੀ ਵਿਚ ਬੈਠਾ

ਹੋਇਆ ਸਾਂ। ਯਾਰਾਂ ਨੇ ਚਾਰ ਚੁਫ਼ੇਰੇ ਵੇਖਿਆ। ਮੈਨੂੰ ਉਦੇ ਸਿੰਘ ਰਾਠੌਰ ਤੇ ਨੰਨੂਆ ਦੋਵੇਂ ਦੂਰੋਂ ਦਿੱਸੇ। ਮੇਰਾ ਹੌਂਸਲਾ ਬੁਲੰਦ ਹੋ ਗਿਆ। ਇਹ ਦੋਵੇਂ ਮੁਗ਼ਲ ਸਿਪਾਹੀਆਂ ਦੀ ਵਰਦੀ ਵਿਚ ਸਨ। ਕਿਸੇ ਨੂੰ ਸ਼ੱਕ ਵੀ ਨਹੀਂ ਸੀ ਪੈ ਸਕਦਾ। ਮੈਂ ਰਾਹ ਵੇਖ ਰਿਹਾ ਸਾਂ ਮੇਰੇ ਪਾਸ ਨਾ ਕੋਈ ਜਾਦੂ ਸੀ ਤੇ ਨਾ ਕੋਈ ਚਾਦਰ, ਨਾ ਖੇਸ। ਇਕ ਭੂਰਾ ਮੈਨੂੰ ਸਾਹਮਣੇ ਵਾਲੀ ਕੋਠੜੀ 'ਚ ਨਜ਼ਰੀਂ ਪਿਆ, ਕੈਦੀ ਦਾ ਹੋਣਾ ਏ। ਮੇਰਾ ਦਾਅ ਲੱਗ ਗਿਆ। ਦਿਲ ਕਰੜਾ ਕੀਤਾ, ਇਨ੍ਹਾਂ ਬਾਹਵਾਂ ਨੂੰ ਇਕ ਵਾਰ ਫੇਰ ਪਰਖਿਆ, ਭੀੜ 'ਚ ਹਫੜਾ ਦਫੜੀ ਵਧ ਰਹੀ ਸੀ, ਕੋਈ ਏਧਰ ਨੂੰ ਜਾ ਰਿਹਾ ਸੀ, ਕੋਈ ਓਧਰ ਨੂੰ ਭੱਜ ਰਿਹਾ ਸੀ, ਕਿਸੇ ਨੂੰ ਆਪਣੀ ਸੁੱਧ ਬੁੱਧ ਨਹੀਂ ਸੀ। ਭੂਰਾ ਚੁੱਕਿਆ ਤੇ ਮੇਰੀ ਰਖਵਾਲੀ ਕਰ ਰਹੇ ਸਨ ਉਦੇ ਸਿੰਘ ਰਾਠੌਰ ਤੇ ਨੰਨੂਆ। ਤਲਵਾਰਾਂ ਦੋਹਾਂ ਦੇ ਹੱਥ ਵਿਚ ਸਨ। ਮੈਂ ਇਕ-ਵਾਰ ਸਤਿਗੁਰਾਂ ਨੂੰ ਮੱਥਾ ਟੇਕਿਆ ਤੇ ਕਾਹਲੀ-ਕਾਹਲੀ ਵਿਚ ਸੀਸ ਨੂੰ ਭੂਰੇ ਵਿਚ ਲਪੇਟਿਆ, ਲਹੂ ਚੋਅ ਰਿਹਾ ਸੀ। ਹਨੇਰਾ ਛਾ ਚੁੱਕਾ ਸੀ। ਸਿਪਾਹੀ ਆਪਣੀ ਜਗ੍ਹਾ ਵਿਚ ਡੱਟੇ ਹੋਏ ਸਨ। ਕੋਤਵਾਲ ਆਪਣੀ ਕੋਠੜੀ ਵਿਚ ਬੰਦ ਸਨ।

—ਸਈਆਂ ਭਏ ਕੋਤਵਾਲ ਡਰ ਕਾਹੇ ਕਾ। ਮੈਂ ਹੌਸਲਾ ਕੀਤਾ, ਦਿਲ ਪੱਕਾ ਕਰ ਲਿਆ ਤੇ ਸੀਸ ਨੂੰ ਭੂਰੇ ਵਿਚ ਚੰਗੀ ਤਰ੍ਹਾਂ ਲਪੇਟਿਆ, ਇਕ ਵਾਰ ਫੇਰ ਪਰਖਿਆ, ਕੱਛੇ ਮਾਰਿਆ, ਵਜ਼ਨ ਤੋਲਿਆ ਤੇ ਯਾਰ ਹੁਰੀਂ ਨੌਂ ਦੋ ਯਾਰਾਂ ਹੋ ਗਏ। ਬੱਸ ਮੈਂ ਇਕ ਵਾਰ ਕੋਤਵਾਲੀ ਵਿਚੋਂ ਨਿਕਲਿਆ ਤੇ ਫੇਰ ਮੈਂ ਪਿੱਛੇ ਮੁੜ ਕੇ ਨਹੀਂ ਵੇਖਿਆ, ਮੈਂ ਕਿਧਰ ਜਾ ਰਿਹਾ ਸਾਂ, ਮੇਰੇ ਮਗਰ ਕੌਣ ਏ, ਮੈਂ ਫੜਿਆ ਤਾਂ ਨਾ ਜਾਵਾਂਗਾ। ਕੀ ਦਿੱਲੀ ਮੈਨੂੰ ਰਾਹ ਦੇ ਦੇਊ? ਮੇਰੀ ਰਾਖੀ ਦੋ ਜਣੇ ਕਰ ਰਹੇ ਸਨ, ਏਨਾ ਕੁ ਹੌਸਲਾ ਸੀ। ਦਿੱਲੀ ਦੇ ਬਜ਼ਾਰਾਂ ਵਿਚੋਂ ਮੈਂ ਜਦ ਨਿਕਲ ਰਿਹਾ ਸਾਂ ਤਾਂ ਮੈਨੂੰ ਕੋਈ ਸੁੱਧ ਬੁੱਧ ਨਹੀਂ ਸੀ। ਮੈਨੂੰ ਰਾਹ ਦਾ ਪਤਾ ਸੀ ਕਿ ਮੈਂ ਕਿਧਰ ਜਾਣਾ ਏ। ਏਨੀ ਕੁ ਮੈਨੂੰ ਹੋਸ਼ ਸੀ, ਮੈਂ ਓਸੇ ਵੇਲੇ ਦਿੱਲੀ ਤੋਂ ਬਾਹਰ ਨਿਕਲ ਗਿਆ। ਹਨੇਰੀ ਦਾ ਦੇਓ ਭੰਗੜੇ ਪਾ ਰਿਹਾ ਸੀ, ਦਿੱਲੀ ਵਿਚ। ਜਮਨਾ ਪਾਰ ਕੀਤੀ ਤਾਂ ਅੱਗੋਂ ਘੋੜੇ ਤਿਆਰ ਸਨ। ਮੈਂ ਨਹੀਂ ਜਾਣਦਾ ਕਿ ਮੇਰੇ ਪਿੱਛੋਂ ਦਿੱਲੀ ਵਿਚ ਕੀ ਹੋਇਆ। ਧੜ ਦਾ ਇੰਤਜ਼ਾਮ ਲੱਖੀ ਸ਼ਾਹ ਲੁਬਾਣੇ ਦਾ ਸੀ। ਅਸੀਂ ਆਪਣੀ ਨਿਭਾਅ ਲਈ ਏ, ਦੂਜੇ ਆਪਣੀ ਜਾਨਣ। ਜੈਤੇ ਦੇ ਬੋਲ ਅਜੇ ਵੀ ਕੋਤਵਾਲੀ ਵਿਚ ਗੂੰਜ ਰਹੇ ਸਨ, ਪਰ ਜੈਤਾ ਹਿਰਨਾਂ ਦੀ ਸਿੰਙੀ ਚੜ੍ਹ ਗਿਆ ਸੀ।

★

੫੨ ਖੜਾ ਤਮਾਸ਼ਾ ਵੇਖ

ਤੇਗ ਬਹਾਦਰ ਕੇ ਚਲਤ ਭਯੋ ਜਗਤ ਮੈਂ ਸੋਕ॥
ਹੈ ਹੈ ਹੈ ਸਭ ਜਗ ਭਯੋ, ਜੈ ਜੈ ਜੈ ਸੁਰ ਲੋਕ॥

ਦਿੱਲੀ ਦੀ ਮਲ ਗੁਜ਼ਾਰ 'ਚੋਂ ਕੱਢ ਕੇ ਉਦੇ ਸਿੰਘ ਰਾਠੌਰ ਮੁੜ ਆਇਆ, ਉਹਨੂੰ ਜੈਤੇ ਤੇ ਪੂਰਾ ਵਿਸ਼ਵਾਸ ਸੀ। ਨਾਲੇ ਇਹ ਕੰਮ ਇਕ ਦੋ ਜਣਿਆਂ ਦਾ ਹੀ ਸੀ।

ਤੀਜਾ ਰਲਿਆ ਤੇ ਘਰ ਗਲਿਆ। ਮੌਜ ਗਵਾਹ ਤਿੰਨ ਜਣੇ ਜਿਸ ਰਾਹ ਥਾਣੀਂ ਨਿਕਲਗੇ ਸ਼ੱਕ ਤੇ ਖਾਹ ਮਖਾਹ ਪੈਣਾ ਹੀ ਹੋਇਆ। ਇਕ ਟਿਕਾਣੇ ਤੇ ਪੁਜਣ ਦੀ ਗੱਲ ਸੀ। ਫਿਰ ਦੂਜੇ ਟਿਕਾਣੇ ਤੇ ਪੁਚਾਉਣ ਦਾ ਜ਼ਿੰਮਾ ਪਹਿਲੇ ਟਿਕਾਣੇ ਵਾਲਿਆਂ ਦਾ ਬਣ ਜਾਂਦਾ ਏ। ਹਮਦਰਦ ਮਿੱਥੇ ਰਾਹ ਤੇ ਖੜੇ ਸਨ, ਇੰਤਜ਼ਾਰ ਕਰ ਰਹੇ ਸਨ। ਅਜੇ ਦਿੱਲੀ ਦੇ ਕਾਰਜ ਨੂੰ ਵੀ ਨੇਪਰੇ ਚੜ੍ਹਾਉਣਾ ਸੀ, ਉਥੇ ਉਦੇ ਸਿੰਘ ਰਾਠੌਰ ਦਾ ਹੋਣਾ ਵੀ ਬਹੁਤ ਜ਼ਰੂਰੀ ਸੀ। ਲੱਖੀ ਸ਼ਾਹ ਨੂੰ ਖ਼ਬਰ ਤੇ ਕਿਲ੍ਹੇ ਵਿਚ ਹੀ ਮਿਲ ਗਈ ਸੀ ਕਿ ਸਤਿਗੁਰੂ ਸ਼ਹੀਦ ਕਰ ਦਿੱਤੇ ਗਏ ਹਨ। ਸੀਸ ਟਿਕਾਣੇ ਲਗ ਗਿਆ ਏ; ਜੈਤਾ ਏਸੇ ਕੰਮ ਲਈ ਚੁਣਿਆ ਗਿਆ ਸੀ, ਉਹ ਤੇ ਆਪਣੇ ਰਾਹ ਪੈ ਗਿਆ ਏ। ਉਸ ਆਪਣੇ ਬੰਦਿਆਂ ਨੂੰ ਹਦਾਇਤ ਕੀਤੀ ਕਿ ਜਦ ਤਕ ਟਾਂਡਾ ਪੂਰਾ ਖ਼ਾਲੀ ਨਹੀਂ ਹੋ ਜਾਂਦਾ ਉਨਾ ਚਿਰ ਕਿਸੇ ਵੀ ਗੱਡੇ ਨੂੰ ਕਿਲ੍ਹੇ 'ਚੋਂ ਬਾਹਰ ਨਿਕਲਣ ਨਾ ਦਿੱਤਾ ਜਾਵੇ। ਇਕੋ ਵਾਰੇ ਸਾਰਾ ਟਾਂਡਾ ਇਕੱਠਾ ਕੱਢਿਆ ਜਾਵੇ। ਇਕ ਰੂੰ ਦਾ ਗੱਡਾ ਵੀ ਭਰਿਆ ਹੋਇਆ ਸੀ। ਜ਼ਰਾ ਕੁ ਤਕਰਾਰ ਹੋ ਗਈ। ਅਹਿਲਕਾਰ ਆਖ ਰਿਹਾ ਸੀ। ਰੂੰ ਹਲਕਾ ਏ ਟਾਂਡੇ ਵਾਲੇ ਨੇ ਆਖਿਆ ਕਿ ਇਹ ਦੂਜੇ ਰੂੰ ਤੋਂ ਵੀ ਵਧੀਆ ਏ। ਉਹ ਮੰਨੇ ਨਾ, ਤਕਰਾਰ ਵੱਧ ਗਈ। ਆਖ਼ਰਕਾਰ ਫੈਸਲਾ ਏਸ ਗੱਲ ਤੇ ਮੁਕਿਆ ਕਿ ਇਸ ਨੂੰ ਵਾਪਸ ਲੈ ਜਾਵੋ ਤੇ ਦੂਜਾ ਗੱਡਾ ਭਲਕੇ ਭਰ ਕੇ ਭੇਜ ਦਿਓ। ਅਹਿਲਕਾਰ ਤੁਹਾਡਾ ਤੇ ਸਾਡਾ ਰੋਜ਼ ਦਾ ਰਿਸ਼ਤਾ ਏ, ਝਗੜਾ ਕਰਨ ਦੀ ਕੀ ਲੋੜ ਏ। ਗਲਤੀ ਕਰ ਬੈਠਾ ਹੋਣਾ ਏ ਮੁੰਡਾ। ਮੁੰਡੇ ਰੋਲ, ਰੰਨਾਂ ਤੇ ਤਿੰਨੇ ਉਜਾੜ ਦੇ ਬੰਨਾ। ਇਨ੍ਹਾਂ ਮੁੰਡਿਆਂ ਦੇ ਮੂੰਹ ਥੋੜ੍ਹਾ ਲੱਗਣਾ ਏ, ਇਹ ਸਾਡੇ ਘਰ ਦਾ ਮਾਮਲਾ ਏ। ਸੌਹਰਾ ਹੁੰਦਾ ਏ ਰੂੰ ਦਾ ਗੱਡਾ, ਕੱਲ ਦੋ ਭੇਜ ਦੇਵਾਂਗਾ। ਸ਼ਾਹ ਜੀ ਜੇ ਤੁਸੀਂ ਏਨੇ ਹੀ ਦਿਆਲ ਹੋ ਗਏ ਓ ਤੇ ਕੀ ਮੈਂ ਕਿਸੇ ਕਮੀਨੇ ਘਰ ਦਾ ਪੁੱਤ ਹਾਂ? ਤੁਸੀਂ ਕੱਲ ਕੋਈ ਗੱਡਾ ਵੀ ਨਾ ਲਿਆਇਓ। ਦੋਹਾਂ ਦੀ ਰਕਮ ਮੈਂ ਅੱਜ ਹੀ ਗਿਣ ਲਵਾਂਗਾ। ਏਸ ਗੱਡੇ ਨੂੰ ਵੇਚ ਕੇ ਨੁਕਲ ਪਾਣੀ ਕਰ ਲੈਣ ਦਿਓ ਮੁੰਡੇ ਨੂੰ। ਮੁੰਡੇ ਕੀ ਯਾਦ ਕਰਨਗੇ ਕਿ ਕਿਸੇ ਰਈਸ ਨਾਲ ਵਾਹ ਪਿਆ ਏ। ਸਰਕਾਰੀ ਖਜ਼ਾਨਾ ਏ, ਮੇਰੇ ਕਿਹੜੇ ਪਿਓ ਦਾ ਮਾਲ ਏ। ਵਾਰਿਆ ਇਨ੍ਹਾਂ ਦੇ ਸਿਰ ਤੋਂ, ਜਾਓ ਓਏ, ਖਾਓ, ਪੀਓ, ਆਨੰਦ ਕਰੋ। ਝੱਟ ਹੀ ਮੁੰਡੇ ਹੱਥ ਜੋੜ ਕੇ ਆਣ ਖਲੋਤੇ, ਚਾਚਾ ਜੀ ਸਾਥੋਂ ਭੁੱਲ ਹੋ ਗਈ। ਖੁਸ਼ ਰਹੋ, ਖ਼ੁਸ਼ ਰਹੋ। ਭਰਿਆ ਗੱਡਾ ਰੂੰ ਦਾ ਉਹ ਟਾਂਡੇ ਦੇ ਨਾਲ ਹੀ ਲੈ ਆਏ। ਕੁਦਰਤ ਜਦ ਢੋਅ ਮੇਲਦੀ ਏ ਤਾਂ ਆਪੇ ਹੀ ਢੋਅ ਮਿਲ ਜਾਂਦੇ ਹਨ। ਭਾਵੇਂ ਮਸ਼ਾਲਾਂ ਜਲ ਰਹੀਆਂ ਸਨ, ਸ਼ਮਾਦਾਨ ਵੀ ਕਈ ਬਲ ਰਹੇ ਸਨ। ਪਰ ਹਨੇਰੀ, ਤੂਫਾਨ ਤੇ ਝੱਖੜ ਨੇ ਰੌਸ਼ਨੀ ਦੇ ਮੂੰਹ ਤੇ ਬੁਰਕਾ ਪਾਇਆ ਹੋਇਆ ਸੀ। ਕਿਤੇ ਹੱਥ ਨੂੰ ਹੱਥ ਨਹੀਂ ਸੀ ਸੁਝਾਈ ਦੇਂਦਾ। ਅੰਨ੍ਹਾ ਹਨੇਰੇ ਵਿਚ ਹੱਥ ਮਾਰ ਰਿਹਾ ਸੀ। ਲੱਖੀ ਸ਼ਾਹ ਨੇ ਅਜੇ ਵੀ ਇਜਾਜ਼ਤ ਨਹੀਂ ਸੀ ਦਿੱਤੀ, ਉਹ ਹੋਰ ਹਨੇਰਾ ਕਰਨਾ ਚਾਹੁੰਦਾ ਸੀ। ਦਿੱਲੀ ਦੀਆਂ ਸੜਕਾਂ, ਬਾਜ਼ਾਰਾਂ ਵਿਚੋਂ ਰੌਣਕ ਮੁੱਕ ਹੀ ਜਾਏ, ਨਾ ਕੋਈ ਬੰਦਾ ਲਭੇ ਤੇ ਨਾ ਬੰਦੇ ਦੀ ਜ਼ਾਤ। ਭੂਤਨੇ ਪਏ ਨੱਚਦੇ ਹੋਣ ਬਾਜ਼ਾਰਾਂ ਵਿਚ। ਦੇਓ ਫਿਰਿਆ ਹੋਵੇ, ਦਿੱਲੀ ਵਾਲੇ ਸਹਿਮੇ, ਡਰੇ ਹੋਏ ਸਨ। ਕੋਈ ਡਰਦਾ ਅੰਦਰੋਂ ਬਾਹਰ ਨਹੀਂ ਸੀ ਨਿਕਲਦਾ। ਤੇ ਫੇਰ ਹਨੇਰੀ ਲੋਕਾਂ ਦੇ ਓਦਾਂ ਹੀ ਦਰਵਾਜ਼ੇ ਬੰਦ ਕਰ ਦਿੱਤੇ।

ਕੋਤਵਾਲ ਨੇ ਕੋਤਵਾਲੀ ਛੱਡ ਕੇ ਕੀ ਜਾਣੀ ਸੀ। ਹਿਫਾਜ਼ਤੀ ਗਾਰਦ ਵੀ ਖੁੰਦਰਾਂ ਵਿਚ ਹੀ ਲੁਕੀ ਬੈਠੀ ਸੀ। ਕੋਤਵਾਲੀ ਦੇ ਸਿਪਾਹੀ ਕੈਦੀਆਂ ਦੀਆਂ ਖ਼ਾਲੀ ਕੋਠੜੀਆਂ ਵਿਚ ਬੈਠੇ ਹੋਏ ਸਨ, ਦਰਵਾਜ਼ੇ ਢੋਅ ਕੇ।

ਖੁਲ੍ਹੇ ਮੈਦਾਨ ਵਿਚ ਕੋਈ ਜੀਅ ਨਹੀ ਸੀ, ਕੋਈ ਜੰਤ ਨਹੀਂ। ਰੜਾ ਮੈਦਾਨ ਸੀ, ਸਾਂ ਸਾਂ ਦੀਆਂ ਆਵਾਜ਼ਾਂ ਆ ਰਹੀਆਂ ਸਨ।

—ਹੁਣ ਕੱਢੋ ਟਾਂਡਾ, ਯਾਦ ਰਹੇ ਕਿ ਟਾਂਡਾ ਆਪਣੇ ਜ਼ੋਰ ਨਾਲ ਚਲਾਇਆ ਜਾਏ। ਧੂੜ ਵੀ ਉਡੇ ਤੇ ਖੜਾਕ ਵੀ ਆਏ ਲੋਕ ਡਰਦੇ ਪਿੱਛੇ ਹੋ ਜਾਣ। ਬਲਦਾਂ ਤੇ ਪਰਾਣੀ ਦਾ ਜ਼ੋਰ ਰਖਿਆ ਜਾਏ। ਜਦੋਂ ਟਾਂਡਾ ਰੁਕੇ, ਸਾਰਾ ਟਾਂਡਾ ਹੀ ਰੋਕ ਲਿਆ ਜਾਏ। ਜਦੋਂ ਰਾਹ ਸਾਫ਼ ਨਜ਼ਰ ਆਏ ਤਾਂ ਫੇਰ ਟਾਂਡੇ ਨੂੰ ਚਲਣ ਦਿਓ। ਨਿਗਾਹੀਆ ਸੁਣ ਰਿਹਾ ਸੀ ਤੇ ਲੱਖੀ ਸ਼ਾਹ ਆਖ ਰਿਹਾ ਸੀ। ਰਾਤ ਹਨੇਰੀ ਏ, ਤੂਫ਼ਾਨ ਚੜ੍ਹਿਆ ਹੋਇਆ ਏ। ਝਖੜ ਆਪਣਾ ਜ਼ੋਰ ਲਾ ਰਿਹਾ ਏ। ਕੋਈ ਰਾਹੀ ਮੁਸਾਫਰ ਤੁਹਾਡੇ ਟਾਂਡੇ ਥੱਲੇ ਆ ਕੇ ਬੇਸ਼ਕ ਮਰ ਜਾਏ, ਰੁਕਣਾ ਨਹੀਂ। ਟਾਂਡੇ ਨੂੰ ਚਲਣ ਦੇਣਾ ਏ।

—ਫਿਕਰ ਨਾ ਕਰੋ, ਤੁਹਾਡੇ ਹੁਕਮ ਦੀ ਪਾਲਣਾ ਕੀਤੀ ਜਾਏਗੀ।

—ਖ਼ਾਲੀ ਟਾਂਡਾ ਤੇ ਮੱਛਰੇ ਬਲਦ ਕਦ ਕਿਸੇ ਦੇ ਕਾਬੂ ਆਉਂਦੇ ਨੇ।

—ਅੱਜ ਰਾਤ ਸਾਡੀ ਲਾਜ ਰਹਿ ਜਾਏ। ਸਤਿਗੁਰ ਤੇਰੇ ਹੱਥ ਈ ਸਾਡੀ ਲਾਜ ਏ, ਲੱਖੀ ਸ਼ਾਹ ਨੇ ਅਰਦਾਸ ਕੀਤੀ।

—ਨਿਗਾਹੀਆ ਜ਼ਰਾ ਕੱਢ ਖਾਂ ਘੋੜਾ ਤੇ ਜ਼ਰਾ ਆਪਣੀ ਜਗ੍ਹਾ ਨੂੰ ਵੇਖ, ਸਾਨੂੰ ਕਿੰਨੇ ਕੁ ਬੰਦਿਆਂ ਦੀ ਲੋੜ ਏ।

—ਬੰਦੇ ਚਾਰ ਪੰਜ ਹੀ ਚਾਹੀਦੇ ਨੇ, ਬਹੁਤੇ ਬੰਦਿਆਂ ਦੀ ਅਸਾਂ ਮੇੜ੍ਹ ਪਾਉਣੀ ਏ।

ਟਾਂਡਾ ਲੰਮਾ ਸੀ, ਇਕ ਸਿਰਾ ਫਤਿਹਪੁਰੀ ਮਸਜਿਦ ਤੱਕ ਪੁਜ ਚੁੱਕ ਸੀ ਤੇ ਦੂਜਾ ਸਿਰਾ ਅਜੇ ਕਿਲ੍ਹੇ ਦੇ ਵਿਚ ਹੀ ਸੀ। ਕਤਲਗਾਹ ਕੋਲ ਪੁਜ ਗਏ ਲੱਖੀ ਸ਼ਾਹ ਤੇ ਉਹਦੇ ਸਾਥੀ। ਆਸਾ ਪਾਸਾ ਵੇਖਿਆ, ਰੂੰ ਵਾਲਾ ਗੱਡਾ ਅੱਗੇ ਕੀਤਾ। ਚਹੁੰ ਬੰਦਿਆਂ ਨੇ ਸਤਿਗੁਰ ਦਾ ਸਰੀਰ ਚੁੱਕ ਕੇ ਗੱਡੇ ਵਿਚ ਪਾਇਆ ਅਤੇ ਰੂੰ ਨਾਲ ਢੱਕ ਦਿੱਤਾ। ਸਾਰਾ ਲਹੂ ਤੇ ਨੁੱਚੜ ਹੀ ਚੁੱਕਾ ਸੀ। ਪਰ ਫੇਰ ਵੀ ਥੋੜ੍ਹਾ ਬਹੁਤਾ ਲਹੂ ਜਿਹੜਾ ਵਗਿਆ ਉਹ ਰੂੰ ਨੇ ਚੂਸ ਲਿਆ।

—ਹੁਣ ਲੋੜ ਏ, ਹੁਸ਼ਿਆਰੀ ਦੀ। ਚਾਬਕ ਮਾਰੋ ਤੇ ਲੈ ਚਲੋ ਆਪਣੇ ਡੇਰੇ। ਇਹ ਗੱਡਾ ਸਾਡੇ ਮਕਾਨ ਦੇ ਸਾਹਮਣੇ ਖੜਾ ਹੋ ਜਾਣਾ ਚਾਹੀਦਾ ਏ। ਭਾਵੇਂ ਰਾਹ ਵਿਚ ਲੱਖ ਭੀੜ ਹੋਵੇ, ਕੋਈ ਰੋਕੇ ਤੁਸਾਂ ਰੁਕਣਾ ਨਹੀਂ। ਬਸ ਇਹੋ ਤੁਹਾਡੀ ਬਹਾਦਰੀ ਏ।

ਰਾਤ ਦੇ ਬਾਰਾਂ ਵਜ ਚੁਕੇ ਸਨ। ਸ਼ਾਹੀ ਗਜਰ ਵੱਜ ਚੁੱਕੀ ਸੀ। ਜ਼ਰਾ ਜਲਦੀ ਤੋਂ ਕੰਮ ਲਿਆ ਜਾਏ।

—ਰਕਾਬ ਗੰਜ ਪੁਜਣ ਤੇ ਕਿਹੜੀ ਦੇਰ ਲੱਗਣੀ ਏ। ਗੁਰੂ ਪੀਰਾਂ ਦੇ ਵੇਲੇ ਅਸੀਂ ਉਥੇ ਜ਼ਰੂਰ ਪੁਜ ਜਾਵਾਂਗੇ।

ਇਕ ਹਨੇਰੀ ਨੇ ਅੱਤ ਚੁੱਕੀ ਹੋਈ ਸੀ ਤੇ ਦੂਜੀ ਟਾਂਡੇ ਦੀ ਭੀੜ ਏਨੀ ਹੁੰਦੀ ਕਿ

ਲੋਕ ਰਾਹ ਪੈਂਡਾ ਭੁਲ ਜਾਂਦੇ। ਕੱਲੀ ਚੂਨੇ ਦੀ ਹਵਾੜ ਨੇ ਘਰਾਂ ਦੇ ਅੰਦਰ ਤੱਕ ਆਪਣਾ ਨਵਾਂ ਮਕਾਨ ਹੀ ਬਣਾਇਆ ਸੀ, ਅਜੇ ਚੱਠ ਨਹੀਂ ਸੀ ਕੀਤੀ।

ਬਲਦ ਖੋਹਲ ਦਿਓ, ਗੱਡਾ ਸਾਰੇ ਦਾ ਸਾਰਾ ਮਕਾਨ ਦੇ ਅੰਦਰ ਦਾਖ਼ਲ ਕਰ ਦਿਓ, ਵੇਖੋ ਖੜਾਕ ਘੱਟ ਹੋਵੇ, ਲੋਕ ਜਾਗਣ ਨਾ। ਟਾਂਡੇ ਦਾ ਖੜਾਕ ਤੇ ਲੋਕ ਸੁਣਨ ਦੇ ਆਦੀ ਹੋ ਚੁੱਕੇ ਹਨ।

ਨਿਗਾਹੀਆ, ਉਦੇ ਸਿੰਘ ਰਾਠੌਰ, ਗੁਰਦਿੱਤਾ, ਨੰਨੂਆ ਤੇ ਲੱਖੀ ਸ਼ਾਹ ਨੇ ਗੱਡਾ ਧੱਕ ਦਿੱਤਾ ਮਕਾਨ ਦੇ ਵਿਚ। ਕੁਝ ਲੱਕੜਾਂ ਪਈਆਂ ਹੋਈਆਂ ਸਨ ਮਕਾਨ ਦੇ ਅੰਦਰ, ਉਹ ਵੀ ਇਕੱਠੀਆਂ ਕਰ ਦਿੱਤੀਆਂ ਗਈਆਂ ਅਤੇ ਬਾਹਰੋਂ ਦਰਵਾਜ਼ਾ ਬੰਦ ਕਰ ਦਿੱਤਾ ਗਿਆ।

ਜਦ ਤਕ ਮਕਾਨ ਦੀ ਚੱਠ ਨਾ ਹੋਵੇ, ਘਰ ਵਿਚ ਪਰਵੇਸ਼ ਨਹੀਂ ਕੀਤਾ ਜਾਂਦਾ। ਗੁਰਾਂ ਦੇ ਹੱਥੋਂ ਚੱਠ ਕਰਵਾਉਣ ਦਾ ਨਿਸਚਾ ਕੀਤਾ ਹੋਇਆ ਸੀ। ਚੱਲੋ ਗੁਰਾਂ ਨੇ ਅੱਜ ਆਪ ਹੀ ਚੱਠ ਕਰ ਦਿੱਤੀ ਏ। ਸਾਮਾਨ ਕੱਢਣ ਦੀ ਲੋੜ ਨਹੀਂ। ਹੁਣ ਹੰਭਲਾ ਮਾਰੋ ਤੇ ਮਕਾਨ ਨੂੰ ਚਹੁੰ ਪਾਸਿਓਂ ਅੱਗ ਲਾ ਦਿਓ। ਤੁਹਾਡੀ ਫੁਰਤੀ ਵੇਖਣੀ ਏ। ਅੱਗ ਜਲਦੀ ਤੋਂ ਜਲਦੀ ਮੱਚ ਜਾਏ। ਰੌਲਾ ਓਦੋਂ ਪਾਉਣਾ ਏ ਜਦੋਂ ਮਕਾਨ ਅੱਧਾ ਸੜ ਕੇ ਸਵਾਹ ਹੋ ਜਾਏ। ਟਾਂਡਾ ਰੋਕਿਆ ਨਾ ਜਾਏ। ਟਾਂਡਾ ਚਲਦਾ ਹੀ ਜਾਏ। ਭਾਵੇਂ ਆਪਣੇ ਮਕਾਨ ਦੇ ਹੀ ਗੇੜੇ ਲਾਉਣੇ ਪੈਣ। ਬੋਲ ਲੱਖੀ ਸ਼ਾਹ ਦੇ ਸਨ।

ਲੱਖੀ ਸ਼ਾਹ, ਨਿਗਾਹੀਆ ਨੇ ਬਾਹਵਾਂ ਉਚੀਆਂ ਉਚੀਆਂ ਕਰਕੇ ਧਾਹਾਂ ਮਾਰਨੀਆਂ ਸ਼ੁਰੂ ਕਰ ਦਿੱਤੀਆਂ—ਹਾਏ ! ਓਏ ਮੈਂ ਮਰ ਗਿਆ, ਮੇਰਾ ਕੁਝ ਨਾ ਰਿਹਾ। ਮੇਰਾ ਮਕਾਨ ਕਿਸੇ ਦੁਸ਼ਮਣ ਨੇ ਸਾੜ ਦਿੱਤਾ। ਯਾਰੋ ਇਹ ਕੰਮ ਕਿਸੇ ਤੁਅੱਸਬੀ ਮੁਸਲਮਾਨ ਦਾ ਏ। ਲੋਕਾਂ ਤਸੱਲੀ ਦਿੱਤੀ, ਹੌਸਲਾ ਦਿੱਤਾ, ਰੱਬ ਦੇਊ, ਹੋਰ ਬਣ ਜਾਊ। ਦਿਨੇ ਸੜੇ ਮਕਾਨ ਦੇ ਕੋਲੇ ਹੀ ਨਜ਼ਰ ਆਏ। ਸਾਰੇ ਇਕੱਠੇ ਕੀਤੇ ਇਕ ਜਗ੍ਹਾ ਤੇ, ਢੇਰ ਲਾ ਦਿੱਤਾ। ਅਰਜ਼ੀ ਸਰਕਾਰੇ ਦਿੱਤੀ ਗਈ। ਮਕਾਨ ਦੀ ਪੂਰੀ ਰਕਮ ਸਰਕਾਰ ਨੂੰ ਭਰਨੀ ਪਈ। ਚੌਥੇ ਦਿਨ ਫੁੱਲ ਚੁਗੇ, ਤੇ ਗਾਗਰ ਵਿਚ ਪਾ ਕੇ ਉਥੇ ਹੀ ਦੱਬ ਦਿੱਤੇ। ਜ਼ੁਲਮ ਦੀ ਕਥਾ ਏਥੇ ਸਮਾਪਤ ਨਹੀਂ ਹੋਈ, ਸਗੋਂ ਇਥੋਂ ਸ਼ੁਰੂ ਹੋਈ ਏ।

ਚਲਾ ਚਲਾਈ ਹੋ ਰਹੀ ਗਢ ਗਢ ਉਖਰੇ ਮੇਖ।
ਲਖੀ ਨਗਾਹੀਆ ਲੈ ਗਏ, ਤੂੰ ਖੜਾ ਤਮਾਸ਼ਾ ਵੇਖ ॥

★

ਮੌਤ ਦੀ ਇਕ ਬੁਰਕੀ ਹੋਰ — ਪੜ

ਅਜ਼ਾਨ ਹੋਈ, ਖ਼ਲਕਤ ਜਾਗੀ ਨਿਮਾਜ਼ੀ ਮਸਜਿਦ ਨੂੰ ਚਲੇ। ਜਾਮਾ ਮਸਜਿਦ ਦੇ ਮੁਨਾਰਿਆਂ ਤੇ ਅਜੇ ਵੀ ਅਜ਼ਾਨ ਹੋ ਰਹੀ ਸੀ। ਰਾਤ ਦੀ ਰਜ਼ਾਈ ਦੀ ਬੁੱਕਲ ਵਿਚੋਂ ਦਿਨ ਨੇ ਮੂੰਹ ਕੱਢਿਆ। ਕਾਜ਼ੀ ਵੀ ਆ ਗਿਆ। ਆਪਣਾ ਗੁਨਾਹ ਬਖ਼ਸ਼ਾਉਣ। ਮਸਜਿਦ ਨੂੰ ਜਾਣ ਦੀ ਤਿਆਰੀ ਕਰ ਰਿਹਾ ਸੀ। ਏਨੇ ਚਿਰ ਨੂੰ ਕਿਸੇ ਨੇ ਹਵੇਲੀ ਦੀ ਕੁੰਡੀ ਆਣ

ਖੜਕਾਈ। ਕਾਜ਼ੀ ਜ਼ਰਾ ਘਬਰਾਇਆ। ਏਸ ਵੇਲੇ ਕੌਣ ਹੋ ਸਕਦਾ ਏ, ਬੂਹਾ ਖੜਕਾਉਣ ਵਾਲਾ। ਕਿਤੇ ਸਹੁਰਿਆਂ ਦੇ ਪਿੰਡੋਂ ਹੀ ਕੋਈ ਬੰਦਾ ਨਾ ਆਇਆ ਹੋਵੇ। ਸੱਸ ਲੈ ਕੇ ਹੀ ਨਾ ਆਈ ਹੋਵੇ ਧੀ ਨੂੰ। ਭਰਾ ਖੱਬੀ ਖ਼ਾਨ ਹਨ, ਉਹ ਕਦ ਬਰਦਾਸ਼ਤ ਕਰ ਸਕਦੇ ਹਨ ਕਿ ਭੈਣ ਰੁੱਸ ਕੇ ਆ ਜਾਏ ਮਾਪਿਆਂ ਦੇ ਘਰ। ਇਜ਼ਤ ਵਾਲੇ ਬੰਦੇ ਮੁੜਦੀ ਪੈਰੀਂ ਆਪਣੀ ਧੀ ਨੂੰ ਸਹੁਰਿਆਂ ਦੇ ਬੂਹੇ ਆਣ ਵਾੜਦੇ ਹਨ। ਉਨ੍ਹਾਂ ਤੋਂ ਬਗ਼ੈਰ ਹੋਰ ਕੌਣ ਹੋ ਸਕਦਾ ਏ। ਦਿੱਲੀ ਵਿਚ ਮੇਰੇ ਗੋਚਰਾ ਹੋਰ ਕਿਸੇ ਨੂੰ ਕੀ ਕੰਮ ਹੋ ਸਕਦਾ ਏ ? ਬਗ਼ੈਰ ਕਿਸੇ ਘਰ ਦੇ ਭੇਤੀ ਤੋਂ ਹੋਰ ਕਿਸ ਦੀ ਜੁਰੱਅਤ ਏ ਏਸ ਵੇਲੇ ਦਰਵਾਜ਼ਾ ਖੜਕਾਵੇ। ਦਿਨੇ ਭੁੱਲਿਆ ਜੇ ਰਾਤੀਂ ਘਰ ਮੁੜ ਆਵੇ ਤਾਂ ਉਹਨੂੰ ਭੁੱਲਿਆ ਨਹੀਂ ਆਖਦੇ। ਕਾਜ਼ੀ ਨੇ ਦੱਬੇ ਪੈਰ ਪਹਿਲਾਂ ਬਿੜਕ ਲਈ ਕਿ ਕੌਣ ਹੋ ਸਕਦਾ ਏ। ਆਵਾਜ਼ ਦਿੱਤੀ ਕਿ ਕੌਣ ਏ ?

ਮੈਂ ਹਜ਼ੂਰ ਕੋਤਵਾਲੀ ਦਾ ਥਾਣੇਦਾਰ ਹਾਂ। ਗਜ਼ਬ ਹੋ ਗਿਆ ਸਰਕਾਰ, ਆਫ਼ਤ ਆ ਗਈ, ਕਿਆਮਤ ਕੱਲ੍ਹ ਨਹੀਂ ਸੀ ਆਈ, ਅੱਜ ਆਈ ਏ। ਥਾਣੇਦਾਰ ਦੀ ਆਵਾਜ਼ ਸੀ।

—ਸੁੱਖ ਤੇ ਹੈ, ਏਨਾ ਘਬਰਾਇਆ ਹੋਇਆ ਕਿਉਂ ਏਂ। ਕਾਜ਼ੀ ਨੇ ਦਰਵਾਜ਼ਾ ਖੋਲ੍ਹਦਿਆਂ ਹੋਇਆਂ ਆਖਿਆ।

—ਜੇ ਖ਼ੈਰੀਅਤ ਹੁੰਦੀ ਤਾਂ ਏਸੇ ਵੇਲੇ ਆਉਣਾ ਸੀ ?

—ਕੋਈ ਬੰਦਾ ਤੇ ਨਹੀਂ ਨੱਸ ਗਿਆ ਕੋਤਵਾਲੀ ਵਿਚੋਂ।

—ਨਾ ਸਰਕਾਰ, ਬੰਦੇ ਨੇ ਕੀ ਨੱਸਣਾ ਏ। ਆਖ਼ਰਕਾਰ ਉਹ ਕਾਰਾ ਹੋ ਹੀ ਗਿਆ ਜਿਹਦੇ ਤੋਂ ਅਸੀਂ ਡਰਦੇ ਸਾਂ। ਨਾ ਸਿਰ ਤੇ ਨਾ ਧੜ, ਦੋਵੇਂ ਗ਼ਾਇਬ। ਕੋਈ ਕਰਾਮਾਤ ਹੋ ਗਈ ਏ।

—ਗਜ਼ਬ ਹੋ ਗਿਆ, ਤੁਸੀਂ ਕਿੱਥੇ ਮਰ ਗਏ ਸਉ, ਭੰਗ ਪੀ ਕੇ ਸੌਂ ਗਏ ਸਉ, ਜਾਂ ਸਾਰੇ ਦੇ ਸਾਰੇ ਸਹੁਰੇ ਚਲੇ ਗਏ ਸਉ। ਹਰਾਮਜ਼ਾਦਿਓ, ਹੁਣ ਕੀ ਬਣੂੰ, ਕੁੱਤਿਓ ਹੁਣ ਮੈਂ ਕੀ ਜਵਾਬ ਦੇਵਾਂਗਾ ?

—ਸਾਡੇ ਪਹਿਰੇ ਵਿਚੋਂ ਹੀ ਕੋਈ ਕਾਰਾ ਕਰ ਗਿਆ ਏ, ਸਿਰ ਵੀ ਉੱਡ ਗਿਆ ਏ ਅਤੇ ਧੜ ਵੀ। ਮੈਂ ਅਤੇ ਦਿੱਲੀ ਦੀ ਪੁਲਿਸ ਨੇ ਦਿੱਲੀ ਦਾ ਪੱਤਾ-ਪੱਤਾ ਛਾਣ ਮਾਰਿਆ ਏ, ਕਿਤੇ ਸੁਰਾਗ਼ ਨਹੀਂ ਮਿਲਿਆ। ਸਾਡੀ ਅਕਲ ਬੌਂ ਹੋ ਗਈ ਏ, ਬੋਲ ਥਾਣੇਦਾਰ ਦੇ ਸਨ।

—ਆਪ ਤੇ ਮੋਇਓਂ ਬਾਹਮਣਾ ਨਾਲ ਜਜਮ ਨ ਵੀ ਗਾਲੇ। ਬੱਚੂ ਹੁਣ ਆਪਣੀ ਸ਼ਹੀਦੀ ਦੇ ਕੇ ਵੀ ਇਹ ਬਲਾ ਗਲੋਂ ਨਹੀਂ ਲੱਥਣੀ। ਇਹ ਕੁੱਤੀ ਦੇ ਪੁੱਤ ਰਾਤੀਂ ਚੰਡੂ ਪੀ ਕੇ ਸੌਂ ਗਏ ਹੋਣੇ ਨੇ।

—ਸਰਕਾਰ ਸਿਰ ਤੇ ਧੜ ਚੁੱਕਣਾ ਕੋਈ ਮਖ਼ੌਲ ਥੋੜ੍ਹਾ ਏ। ਇਹ ਕੋਈ ਦਵਾਈ ਏ ਜਿਹੜੀ ਪੁੜੀ ਬੰਨ੍ਹ ਕੇ ਬੋਝੇ ਵਿਚ ਪਾ ਕੇ ਲੈ ਜਾਣੀ ਏ। ਇਹ ਕੋਈ ਖ਼ੁਦਾਈ ਕਰਿਸ਼ਮਾ ਜਾਪਦਾ ਏ। ਪੰਜ ਫ਼ੌਜੀ ਦਸਤੇ, ਚਾਰ ਟੁਕੜੀਆਂ ਸ਼ਾਹੀ ਫ਼ੌਜੀ ਦਸਤੇ, ਚਾਰ ਟੁਕੜੀਆਂ ਸ਼ਾਹੀ ਫ਼ੌਜ ਦੀਆਂ ਦਿੱਲੀ ਵਿਚ ਗਸ਼ਤ ਕਰ ਰਹੀਆਂ ਨੇ। ਕੋਈ ਦੱਸ ਧੁਖ ਨਹੀਂ ਪਈ।

—ਬਾਦਸ਼ਾਹ ਨੇ ਸਾਡਾ ਸਾਰਿਆਂ ਦਾ ਘਾਣ ਬੱਚਾ ਪੀੜ ਸੁੱਟਣਾ ਏ। ਆਸਮਾਨ

ਤੇ ਨਹੀਂ ਨਾ ਖਾ ਗਿਆ। ਜ਼ਮੀਨ ਤੇ ਨਹੀਂ ਨਾ ਨਿਗਲ ਗਈ। ਸੂਈ ਸੀ ਜਿਹੜੀ ਚੁੱਕ ਕੇ ਲੈ ਗਏ। ਕਿਸੇ ਨੇ ਵੇਖਿਆ ਨਹੀਂ, ਪੱਟੀ ਬੱਝੀ ਹੋਈ ਸਾਰੀ ਦਿੱਲੀ ਦੀਆਂ ਅੱਖਾਂ ਅੱਗੇ।

ਕਾਜ਼ੀ ਨੂੰ ਜ਼ਰਾ ਕੁ ਚੱਕਰ ਆਇਆ ਅਤੇ ਕਾਜ਼ੀ ਨੂੰ ਓਥੇ ਹੀ ਗਸ਼ ਪੈ ਗਈ। ਮੂੰਹ ਵਿਚ ਪਾਣੀ ਪਾਇਆ, ਛਿੱਟੇ ਮਾਰੇ ਤਾਂ ਜਾ ਕੇ ਮਸਾਂ ਅੱਖ ਪੁੱਟੀ ਕਾਜ਼ੀ ਨੇ। ਹੁਣ ਕੀ ਬਣੂੰ ਕਾਜ਼ੀ ਸੋਚ ਰਿਹਾ ਸੀ।

ਚੁਕ ਚੁਕਾ ਕੇ ਪਾਲਕੀ ਵਿਚ ਪਾਇਆ ਤੇ ਕੋਤਵਾਲੀ ਵਿਚ ਲੈ ਆਂਦਾ। ਏਧਰ ਦਿੱਲੀ ਦੀ ਹੱਦ ਵਿਚ ਸ਼ਾਹ ਆਲਮ ਪਹੁੰਚ ਚੁੱਕੇ ਸਨ, ਨਗਾਰੇ ਵੱਜ ਰਹੇ ਸਨ, ਘੋੜਿਆਂ ਦੀਆਂ ਟਾਪਾਂ ਦੂਰ ਤੱਕ ਸੁਣਾਈ ਦੇ ਰਹੀਆਂ ਸਨ।

—ਇਹ ਆਵਾਜ਼ਾਂ ਕਾਹਦੀਆਂ ਹਨ ? ਕਾਜ਼ੀ ਨੇ ਸਵਾਲ ਕੀਤਾ, ਕਾਜ਼ੀ ਆਪਣੀ ਹੋਸ਼ ਗੁਆ ਬੈਠਾ ਸੀ।

ਬਾਦਸ਼ਾਹ ਸਲਾਮਤ ਦਿੱਲੀ ਵਿਚ ਪੁੱਜ ਗਏ, ਤਾਂ ਤੇ ਹੋਰ ਵੀ ਗਜ਼ਬ ਹੋ ਗਿਆ। ਕਹਿਰ ਹੋ ਗਿਆ ਆਫ਼ਤ ਆ ਗਈ, ਹੁਣ ਖ਼ੈਰ ਨਹੀਂ, ਸਾਰੇ ਦੇ ਸਾਰਿਆਂ ਦੀ ਮੌਤ, ਕੀ ਦੱਸਾਂਗੇ ਕਿ ਅਸਾਂ ਕਿਹਨੂੰ ਕਤਲ ਕੀਤਾ ਸੀ। ਕਾਜ਼ੀ ਬੁੜਬੁੜਾ ਰਿਹਾ ਸੀ।

ਅੱਗੋਂ ਕੋਤਵਾਲ ਨੇ ਮੱਥੇ ਤੇ ਹੱਥ ਧਰ ਕੇ ਧਾਹ ਮਾਰੀ, ਸਾਡੇ ਆਖੇ ਕੇ ਕਿਸੇ ਨੇ ਕਰਾਮਾਤ ਵਿਖਾਈ ਨਹੀਂ ਹੈ ਸਾ। ਕਰਾਮਾਤ ਕਰ ਕੇ ਦੋਵੇਂ ਚੀਜ਼ਾਂ ਗ਼ਾਇਬ ਕਰ ਦਿੱਤੀਆਂ ਨੇ। ਸਾਨੂੰ ਸ਼ਕੰਜੇ ਵਿਚ ਕੱਸ ਗਏ ਹਨ, ਹੁਣ ਕੀ ਬਣੂੰ। ਕੋਤਵਾਲ ਏਸ ਤਰ੍ਹਾਂ ਆਖ ਰਿਹਾ ਸੀ।

ਸ਼ਾਮਤ ਆ ਗਈ ਤੇ ਇਹਦਾ ਕੋਈ ਹੱਲ ਵੀ ਹੈ। ਬਾਦਸ਼ਾਹ ਨੇ ਇਹ ਗੱਲ ਮੰਨਣੀ ਹੀ ਨਹੀਂ ਕਿ ਅਸਾਂ ਗੁਰੂ ਨੂੰ ਕਤਲ ਕਰ ਦਿੱਤਾ, ਸਾਰੇ ਦਰਬਾਰ ਨੇ ਆਖਣਾ ਏ ਕਿ ਅਸਾਂ ਸਾਰਿਆਂ ਜਣਿਆਂ ਨੇ ਰਲ ਕੇ ਰਿਸ਼ਵਤ ਖਾ ਲਈ ਏ ਅਤੇ ਗੁਰੂ ਨੂੰ ਨਸਾ ਦਿੱਤਾ ਏ, ਕਾਜ਼ੀ ਦੇ ਬੋਲ ਸਨ। ਦਿੱਲੀ ਦੇ ਗਲੀ ਬਾਜ਼ਾਰ, ਕੂਚੇ ਤੇ ਮੁਹੱਲੇ ਛਾਣ ਮਾਰੇ ਕੋਈ ਸੁਰਾਗ਼ ਨਹੀਂ ਮਿਲਿਆ। ਫ਼ੌਜ ਦੀ ਟੁਕੜੀ ਦਾ ਅਫ਼ਸਰ ਬੋਲਿਆ।

ਦਿੱਲੀ ਦੇ ਬਾਹਰ ਦਾ ਇਲਾਕਾ ਸਾਰਾ ਫੋਲ ਮਾਰਿਆ ਏ, ਪਰ ਕਿਸੇ ਦੇ ਕੰਨੀਂ ਭਿਣਕ ਕੰਨੀਂ ਨਹੀਂ ਪਾਈ। ਦਿੱਲੀ ਦੇ ਪੁਲਿਸ ਵਾਲੇ ਆਖਣ ਲੱਗੇ।

ਬਾਦਸ਼ਾਹ ਦੀ ਸਵਾਰੀ ਦਿੱਲੀ ਦੇ ਬਾਜ਼ਾਰਾਂ ਵਿਚੋਂ ਦੀ ਲੰਘ ਰਹੀ ਏ। ਇਕ ਸਿੱਖ ਨੇ ਬਾਦਸ਼ਾਹ ਸਲਾਮਤ ਦੀ ਪਾਲਕੀ ਤੇ ਦੋ ਇੱਟਾਂ ਮਾਰਨ ਦੀ ਜੁਰਅਤ ਕੀਤੀ, ਭਾਵੇਂ ਨਿਸ਼ਾਨਾ ਉੱਖੜ ਹੀ ਗਿਆ ਪਰ ਸ਼ਹਾਦਤ ਨੇ ਜੁਰਅਤ ਪੈਦਾ ਕਰ ਦਿੱਤੀ ਸੀ। ਬਾਦਸ਼ਾਹ ਦੀ ਜਾਨ ਤੇ ਬਚ ਗਈ ਪਰ ਸਿੱਖ ਨੂੰ ਕੋਤਵਾਲ ਦੇ ਹਵਾਲੇ ਕਰ ਦਿੱਤਾ। ਸਵਾਰੀ ਅੱਗੇ ਲੰਘ ਗਈ। ਸਿੱਖ ਨੂੰ ਕਤਲ ਕਰਨ ਸਿਪਾਹੀ ਲੈ ਗਏ।

ਬਾਦਸ਼ਾਹ ਦਾ ਪਾਰਾ ਹੁਣ ਬਹੁਤ ਗਰਮ ਹੋ ਗਿਆ ਏ। ਸਿੱਖ ਦੀ ਏਸ ਜੁਰਅੱਤ ਨੇ ਸਾਡਾ ਨਾਸ ਮਾਰ ਦਿੱਤਾ ਏ, ਹੁਣ ਖ਼ੈਰੀਅਤ ਵਾਲੀ ਕੋਈ ਗੱਲ ਨਹੀਂ।

—ਮੌਤ ਸਿਰ ਤੇ ਕੂਕਦੀ ਏ, ਮੌਤ ਤੋਂ ਬਚਿਆ ਨਹੀਂ ਜਾ ਸਕਦਾ।

—ਏਸ ਸ਼ਹਾਦਤ ਨੇ ਪੰਜਾਬ ਦੇ ਜੁੱਸੇ ਵਿਚ ਜਰਅੱਤ ਪੈਦਾ ਕਰ ਦਿੱਤੀ ਏ, ਇਹ

ਹਕੂਮਤ ਦਾ ਤਖ਼ਤਾ ਜ਼ਰੂਰ ਪਲਟਣਗੇ।

ਇਕ ਫ਼ੌਜੀ ਟੁਕੜੀ ਦੇ ਅਫ਼ਸਰ ਨੇ ਫੇਰ ਆਖਿਆ, ਸਾਨੂੰ ਕਿਤੇ ਲਹੂ ਦਾ ਤੁਪਕਾ ਡਿੱਗਿਆ ਨਜ਼ਰ ਵੀ ਨਹੀਂ ਆਇਆ।

ਕਾਜ਼ੀ ਨੇ ਵੱਟ ਕੇ ਚੁਪੇੜ ਮਾਈ ਓਸ ਅਫ਼ਸਰ ਦੇ ਮੂੰਹ ਤੇ ਅਤੇ ਆਖਣ ਲੱਗਾ— ਹਰਾਮਖ਼ੋਰੋ, ਸੂਰ ਦਿਓ ਪੁੱਤਰੋ, ਆਪਣਾ ਤੇ ਖ਼ਾਨਾ ਖ਼ਰਾਬ ਕੀਤਾ ਹੀ ਸੀ, ਸਾਡਾ ਵੀ ਝੁੱਗਾ ਉਜਾੜ ਦਿੱਤਾ ਜੇ, ਬੈਂਤ ਦੀ ਛੜੀ ਵਾਂਗੂੰ ਕੰਬ ਰਿਹਾ ਸੀ ਕਾਜ਼ੀ।

ਡਰ, ਖ਼ੌਫ਼, ਦਹਿਸ਼ਤ ਨੇ ਕਾਜ਼ੀ ਦਾ ਦਿਲ ਡੁਲਾ ਦਿੱਤਾ ਤੇ ਇਕ ਉੱਭੂ ਆਇਆ, ਸਾਹ ਉਥੇ ਦਾ ਉਥੇ ਰਹਿ ਗਿਆ, ਕੋਤਵਾਲੀ ਦੇ ਵਿਚ ਹੀ ਕਾਜ਼ੀ ਦੀ ਰੂਹ ਪਰਵਾਜ਼ ਕਰ ਗਈ, ਮੌਤ ਅਜੇ ਰੱਜੀ ਨਹੀਂ ਸੀ, ਅਜੇ ਉਹਦੇ ਢਿੱਡ ਵਿਚ ਭੁੱਖ ਬਾਕੀ ਸੀ, ਮੌਤ ਨੇ ਇਕ ਬੁਰਕੀ ਹੋਰ ਭਰੀ, ਦਿੱਲੀ ਦੀ ਪੁਲਿਸ ਰਾਹ ਜਾਂਦੇ ਮੁਸਾਫ਼ਰਾਂ ਦੀ ਤਲਾਸ਼ੀ ਲੈ ਰਹੀ ਸੀ। ਹਕੂਮਤ ਦੇ ਸਾਰੇ ਹਥਿਆਰ ਥੱਥੇ ਪੈ ਗਏ, ਨਾ ਸਿਰ ਦਾ ਹੀ ਪਤਾ ਲੱਗਾ ਤੇ ਨਾ ਹੀ ਧੜ ਦਾ।

★

ਸੂਰਮਤਾਈ ੫੪

ਮੈਂ ਜੈਤਾ ਫਿਰ ਤੁਹਾਡੇ ਵਿਚ ਆਣ ਖਲੋਤਾ ਹਾਂ, ਮੇਰੇ ਨਾਲ ਕੀ ਵਾਪਰੀ, ਮੈਂ ਕਿਦਾਂ ਇਥੇ ਪੁਜਾ ਹਾਂ, ਤੁਸਾਂ ਤੇ ਏਨੀ ਗੱਲ ਹੀ ਪੁੱਛਣੀ ਏ ਨਾ ਮੈਨੂੰ। ਜਦੋਂ ਸਤਿਗੁਰਾਂ ਦੀ ਸ਼ਹਾਦਤ ਹੋ ਗਈ ਤਾਂ ਬੜੀ ਦਹਿਸ਼ਤ ਛਾ ਗਈ ਸਾਰੀ ਦਿੱਲੀ ਵਿਚ, ਲੋਕ ਅਥਰੂ ਕੇਰ ਰਹੇ ਸਨ, ਧਾਹੀਂ ਮਾਰ ਰਹੇ ਸਨ, ਤਰਾਸ ਤਰਾਸ ਕਰ ਰਹੇ ਸਨ ਜਦੋਂ ਸਾਰੇ ਲੋਕ। ਭਾਜੜ ਪੈ ਗਈ, ਘੋੜ ਸਵਾਰ ਵੀ, ਬੇਰਹਿਮੀ ਨਾਲ ਲੋਕਾਂ ਨੂੰ ਕੁਚਲ ਰਹੇ ਸਨ। ਜਿਧਰ ਕਿਸੇ ਨੂੰ ਰਾਹ ਲੱਭਦਾ, ਜਿਧਰ ਕਿਸੇ ਦੇ ਸਿੰਙ ਸਮਾਉਂਦੇ ਉਹ ਉਧਰ ਨੂੰ ਹੀ ਭੱਜ ਜਾਂਦਾ। ਉਖੜੇ ਉਖੜੇ ਲੋਕ ਸਨ। ਹਫੜਾ-ਦਫੜੀ ਮੱਚੀ ਹੋਈ ਸੀ। ਹਾਹਾਕਾਰ ਮੱਚੀ ਹੋਈ ਸੀ ਚਾਰੋਂ ਤਰਫ। ਹਿੰਦੂਆਂ ਤੇ ਹਿੱਕ ਪਿੱਟਣੀ ਹੀ ਸੀ। ਮੁਸਲਮਾਨ ਵੀ ਛਾਤੀ ਪਿੱਟ ਰਹੇ ਸਨ ਪਰ ਬੇ-ਦਰਦ ਹਕੂਮਤ ਦਿੱਲੀ ਵਿਚ ਅਮਨ ਅਮਾਨ ਰੱਖਣ ਲਈ ਆਪਣੇ ਹੋਛੇ ਹਥਿਆਰਾਂ ਤੇ ਉਤਰ ਆਈ। ਸੰਧਿਆ ਹੋ ਚੁਕੀ ਸੀ, ਹਨੇਰੇ ਦੀ ਚਾਦਰ ਤਣ ਗਈ ਸੀ। ਕੁਝ ਹਨੇਰੀ ਤੇ ਕੁਝ ਝੱਖੜ ਤੇ ਕੁਝ ਤੂਫ਼ਾਨ ਨੇ ਵੀ ਭੜਥੂ ਪਾਇਆ ਹੋਇਆ ਸੀ। ਲੋਕਾਂ ਭਾਣੇ ਇਹ ਖ਼ੁਦਾਈ ਕਹਿਰ ਸੀ ਪਰ ਕੁਦਰਤ ਸਾਡੇ ਹੱਕ ਵਿਚ ਸੀ। ਸਾਡੀ ਕੌਮ ਦੀ ਇੱਜ਼ਤ ਦਾ ਸਵਾਲ ਸੀ। ਜੇ ਧੜ ਓਥੇ ਹੀ ਪਿਆ ਰਹਿੰਦਾ ਤੇ ਕੌਮ ਓਸੇ ਦਿਨ ਹੀ ਮਰ ਜਾਂਦੀ। ਇਸ ਭਾਜੜ ਵਿਚ ਲੋਕ ਤੇ ਆਪਣਾ ਬਚਾ ਕਰ ਰਹੇ ਸਨ ਪਰ ਅਸੀਂ ਚਾਰੇ ਜਣੇ ਆਪਣੇ ਕੰਮ ਵਿਚ ਰੁਝੇ ਹੋਏ ਸਾਂ। ਦਾਅ ਲਾਉਣਾ ਚਾਹੁੰਦੇ ਸਾਂ। ਭੀੜ ਘਟੀ, ਪੁਲਿਸ ਨੇ ਵੀ ਸੁਖ ਦਾ ਸਾਹ ਲਿਆ।

—ਇਨ੍ਹਾਂ ਹਰਾਮਜ਼ਾਦਿਆਂ ਨੇ ਸਾਡੀ ਨੌਕਰੀ ਖ਼ਤਰੇ ਵਿਚ ਪਾ ਦਿੱਤੀ ਏ।

—ਜ਼ੁਲਮ ਦੀ ਅੱਤ ਹੋ ਗਈ ਏ, ਇੰਤਹਾ ਹੋ ਗਈ ਏ, ਕਹਿਰ ਦਾ ਵੀ ਤੇ ਕਹਿਰ ਤੋੜ ਦਿੱਤਾ ਗਿਆ ਏ।

—ਕਿਸੇ ਜ਼ਾਲਮ ਨੂੰ ਸਜਾ ਮਿਲਦੀ ਤਾਂ ਲੋਕ ਖ਼ੁਸ਼ ਹੁੰਦੇ ਪਰ ਏਥੇ ਤੇ ਰੱਬ ਦੇ ਪਿਆਰਿਆਂ ਨੂੰ ਕਤਲ ਕੀਤਾ ਜਾ ਰਿਹਾ ਸੀ, ਖ਼ੁਦਾਈ ਕਹਿਰ ਨਾਂ ਟੁੱਟੇ ਤਾਂ ਹੋਰ ਕੀ ਹੋਵੇ।

—ਕੁਝ ਵੀ ਏ, ਪਰ ਅੰਤ ਭੈੜਾ ਏ।

ਪੁਲਿਸ ਵਾਲੇ ਗੱਲਾਂ ਕਰ ਰਹੇ ਸਨ ਤੇ ਅਸੀਂ ਸੁਣ ਰਹੇ ਸਾਂ। ਸਾਡੇ ਮਨ ਵਿਚੋਂ ਸ਼ਰਾਰਤ ਜਿਹੀ ਉੱਠੀ। ਇਕ ਬੰਦਾ ਅੱਗੇ ਵਧਿਆ ਤੇ ਆਖਣ ਲੱਗਾ—ਫਤਿਹਪੁਰੀ ਵਿਚ ਝਗੜਾ ਹੋ ਗਿਆ ਏ। ਦੁਕਾਨਾਂ ਲੁੱਟ ਲਈਆਂ ਨੇ ਬਦਮਾਸ਼ਾਂ ਨੇ। ਪੁਲਿਸ ਵਾਲਿਆਂ ਨਾ ਸੋਚਿਆ ਤੇ ਨਾ ਸਮਝਿਆ, ਘੋੜਿਆਂ ਦੇ ਮੂੰਹ ਓਧਰ ਨੂੰ ਕਰ ਲਏ।

ਅਜੇ ਅਜ਼ਾਨ ਖ਼ਤਮ ਨਹੀਂ ਸੀ ਹੋਈ। ਹਨੇਰੇ ਦੀ ਬੁੱਕਲ ਨੇ ਸਾਰੇ ਚਾਂਦਨੀ ਚੌਕ ਨੂੰ ਆਪਣੀ ਬੁੱਕਲ ਵਿਚ ਲੈ ਲਿਆ ਸੀ। ਕੋਤਵਾਲ ਆਪਣੇ ਕਮਰੇ ਵਿਚ ਬੈਠਾ ਕੁਦਰਤ ਦੇ ਰੰਗ ਵੇਖ ਰਿਹਾ ਸੀ।

ਉਦੇ ਸਿੰਘ ਰਾਠੌਰ, ਨੰਨੂਏ ਨੇ ਮੈਨੂੰ ਆਖਿਆ, ਹੁਣ ਦਾਅ ਲੱਗ ਸਕਦਾ ਈ, ਜਵਾਨ ਬਣ, ਬਿਧੀ ਚੰਦ ਵਾਂਗੂੰ ਦਿਲ ਕੱਢ। ਅਸੀਂ ਚਾਰੇ ਜਣੇ ਆਪਸ ਵਿਚ ਘਸੁੰਨ ਮੁੱਕੀ ਹੋਣ ਲੱਗ ਪਏ। ਇਹ ਝਗੜਾ ਅਸਾਂ ਸੀਸ ਵਾਲੀ ਜਗ੍ਹਾ ਤੇ ਹੀ ਜਾ ਕੀਤਾ ਤੇ ਮੈਂ ਭੂਰੇ ਵਿਚ ਸਿਰ ਨੂੰ ਲਪੇਟਿਆ, ਕੱਛੇ ਮਾਰਿਆ ਤੇ ਨੱਸ ਉੱਠਿਆ। ਮੇਰਾ ਨਿਸ਼ਾਨਾ ਦਿਲ ਵਾਲੀ ਗਲੀ ਵਿਚ ਸੀ। ਅਸੀਂ ਆਪਣਾ ਕਾਰਜ ਕਰ ਚੁੱਕੇ ਸਾਂ। ਏਥੋਂ ਅਸਾਂ ਜਮਨਾ ਵੱਲ ਮੂੰਹ ਕਰ ਲਿਆ ਤੇ ਜਮਨਾ ਟੱਪ ਕੇ ਅੱਗੇ ਘੋੜੇ ਤਿਆਰ ਸਨ।

ਅਸੀਂ ਹਨੇਰੀ ਚੀਰਦੇ, ਝਖੜ ਦਾ ਮੁਕਾਬਲਾ ਕਰਦੇ, ਤੂਫਾਨ ਨਾਲ ਟੱਕਰ ਲੈਂਦੇ, ਰਾਤੋਂ ਰਾਤੀਂ ਕਈ ਪਿੰਡ ਲੰਘਦੇ ਸਾਰੀ ਰਾਤ ਸਫ਼ਰ ਕੀਤਾ ਤੇ ਲੋਅ ਲੱਗਣ ਤੋਂ ਪਹਿਲਾਂ ਬਾਗ਼ ਹੱਟ ਪੁੱਜ ਗਏ। ਰਾਹ ਵਿਚ ਸਾਨੂੰ ਕਿਸੇ ਨੇ ਨਾ ਰੋਕਿਆ ਤੇ ਨਾ ਹੀ ਕਿਸੇ ਨੇ ਕੁਝ ਪੁੱਛਿਆ ਹੀ। ਸਾਨੂੰ ਤਕਲੀਫ਼ ਦਾ ਕੋਈ ਸਾਹਮਣਾ ਨਾ ਕਰਨਾ ਪਿਆ। ਦਿਨ ਚੜ੍ਹ ਚੁੱਕਾ ਸੀ। ਸੀਸ ਨੂੰ ਖਾਰੇ ਵਿਚ ਰੱਖ ਦਿੱਤਾ ਤੇ ਆਪ ਸੌਂ ਗਏ। ਸਾਡੇ ਸਾਥੀ ਪਹਿਰਾ ਦੇ ਰਹੇ ਸਨ। ਦਿਨ ਤੇ ਸੁਖ ਸੁਖਾਂ ਨਾਲ ਲੰਘ ਗਿਆ ਤੇ ਸ਼ਾਮੀਂ ਜਦ ਹਨੇਰਾ ਗਹਿਰਾ ਹੋਇਆ ਘੋੜੇ ਕੱਢੇ ਤੇ ਤਰਾਉੜੀ ਵੱਲ ਮੂੰਹ ਕਰ ਲਿਆ। ਘੋੜੇ ਸਰਪੱਟ ਦੌੜ ਉੱਠੇ। ਸਾਰੀ ਰਾਤ ਘੋੜੇ ਦੌੜਦੇ ਰਹੇ। ਰਾਹ ਵਿਚ ਦੋ ਵਾਰ ਘੋੜੇ ਬਦਲੇ, ਅਸਾਂ ਅਗਲੇ ਸੂਰਜ ਦੀ ਟਿੱਕੀ ਤਰਾਉੜੀ ਵਿਚ ਨਿਕਲਦੀ ਵੇਖੀ, ਇਥੋਂ ਤਕ ਮੇਰੀ ਕਿਸੇ ਨੇ ਵਾ ਵੱਲ ਨਾ ਵੇਖਿਆ। ਮੇਰੇ ਸਾਥੀ ਮੇਰੇ ਨਾਲ ਸਨ ਪਰ ਜ਼ਰਾ ਹਟ ਕੇ ਜਾ ਰਹੇ ਸਨ। ਏਥੇ ਵੀ ਓਸੇ ਤਰ੍ਹਾਂ ਹੀ ਸੁੱਤੇ ਤੇ ਪਹਿਰੇਦਾਰ ਪਹਿਰਾ ਦੇਂਦੇ ਰਹੇ। ਹੁਣ ਭਾਵੇਂ ਆਪਣਾ ਇਲਾਕਾ ਆ ਗਿਆ ਸੀ, ਪਰ ਖ਼ਤਰਾ ਓਸੇ ਤਰ੍ਹਾਂ ਹੀ ਬਣਿਆ ਹੋਇਆ ਸੀ। ਹਕੂਮਤ ਦੇ ਬੰਦੇ ਅੱਖਾਂ ਲਾਈ ਬੈਠੇ ਸਨ। ਪਰ ਅਸਾਂ ਕਿਸੇ ਨਾਲ ਅੱਖਾਂ ਨਾ ਰਲਾਈਆਂ। ਰਾਤੀਂ ਪਹਿਰਾਵਾ ਫ਼ੇਰ ਇਸਲਾਮੀ ਪਾ ਲਿਆ ਤੇ ਦਿਨੇ ਸਾਧਾਰਨ ਬੰਦਿਆਂ ਵਾਂਗੂੰ ਡੇਰੇ ਵਿਚ ਰਹਿੰਦੇ। ਬੜੀ ਸੇਵਾ ਕੀਤੀ ਪਿੰਡ ਵਾਲਿਆਂ, ਜਿਹੜੀ ਅਸੀਂ ਭੁੱਲ ਨਹੀਂ ਸਕਦੇ। ਇਥੋਂ ਦੋ ਬੰਦੇ ਸਾਡੇ ਨਾਲ ਹੋਰ ਰਲ ਗਏ। ਹੁਣ ਫੇਰ ਰਾਤ ਸਿਰ ਤੇ ਆ ਗਈ ਸੀ। ਸਰਹਿੰਦ ਵਾਲਿਆਂ ਦਾ ਜ਼ੋਰ ਦਾ ਇਲਾਕਾ ਆ ਗਿਆ ਸੀ। ਇਥੋਂ ਨਿਕਲ ਕੇ ਬਚ ਕੇ ਜਾਣਾ ਹੀ ਮੁਸ਼ਕਲ ਸੀ ਪਰ ਗੁਰਾਂ ਨੇ ਸਾਡੀ ਬਾਂਹ

ਫੜ ਲਈ। ਅਸਾਂ ਸਾਰੀ ਰਾਤ ਇਸੇ ਦੌੜ ਭੱਜ ਵਿਚ ਕੱਢੀ। ਘੋੜਿਆਂ ਵੀ ਸਾਡਾ ਪੂਰਾ ਸਾਥ ਦਿੱਤਾ। ਅਸਾਂ ਜੂਹਾਂ ਤੇ ਪਾਰ ਨਹੀਂ ਸਨ ਕੀਤੀਆਂ, ਪਰ ਟਿਕਾਣੇ ਜ਼ਰੂਰ ਪੁੱਜ ਗਏ ਸਾਂ। ਅਜੇ ਅਜ਼ਾਨ ਹੋ ਰਹੀ ਸੀ। ਮੈਂ ਤੇ ਮੇਰੇ ਸਾਥੀ ਅਨਾਜ ਮੰਡੀ ਅੰਬਾਲਾ ਵਿਚ ਆਣ ਪੁੱਜੇ ਤੇ ਸੀਸ ਨੂੰ ਫੇਰ ਖਾਰੇ ਵਿਚ ਰੱਖ ਦਿੱਤਾ। ਦਿਨੇ ਅਸੀਂ ਸੌਂ ਗਏ ਤੇ ਘੋੜਿਆਂ ਨੂੰ ਖੁਰਲੀਆਂ ਤੇ ਬੰਨ੍ਹ ਦਿੱਤਾ। ਇਹ ਗੁਰੂ ਸੇਵਕਾਂ ਦਾ ਧਾਮ ਸੀ। ਉਨ੍ਹਾਂ ਪੂਰੀ ਸ਼ਰਧਾ ਨਾਲ ਸਾਡੀ ਮਦਦ ਕੀਤੀ। ਹੁਣ ਜਿਹੜੀ ਰਾਤ ਸਾਡੇ ਸਿਰ ਤੇ ਆਉਣ ਵਾਲੀ ਸੀ ਉਹ ਬਘਿਆੜ ਜਿੱਡੀ ਖ਼ੌਫ਼ਨਾਕ ਸੀ। ਮੁਸਲਮਾਨੀ ਇਲਾਕਾ, ਹਕੂਮਤ ਦੇ ਖ਼ੁਸ਼ਾਮਦੀ, ਪਠਾਣਾਂ ਦਾ ਗੜ੍ਹ ਮਲੇਰਕੋਟਲੇ ਵਾਲੇ ਨਵਾਬ ਸਾਡੇ ਲਹੂ ਦੇ ਤਿਹਾਏ ਸਨ ਪਰ ਅਸਾਂ ਹੌਸਲਾ ਨਾ ਹਾਰਿਆ।

ਰਾਤੀਂ ਫੇਰ ਘੋੜਿਆਂ ਤੇ ਕਾਠੀਆਂ ਪਾਈਆਂ, ਪੂਰੀ ਪੁਸ਼ਾਕ ਮੁਗ਼ਲ ਸਿਪਾਹੀਆਂ ਵਾਲੀ ਸੀ। ਬੜੀ ਹਿੰਮਤ ਤੇ ਦਲੇਰੀ ਤੋਂ ਕੰਮ ਲੈ ਕੇ ਗੁਰਾਂ ਦਾ ਨਾਂ ਧਿਆਇਆ ਤੇ ਘੋੜਿਆਂ ਨੂੰ ਛੇੜਿਆ। ਘੋੜੇ ਕਈ ਵਾਰ ਦੁੜਕੀ ਵਿਚ ਆਏ। ਰਾਤ ਮੁੱਕਣ ਨ ਦਿੱਤੀ, ਅਸੀਂ ਨਾਭੇ ਪੁੱਜ ਗਏ। ਰਾਤੀਂ ਦੋ ਵਾਰ ਝੜਪਾਂ ਵੀ ਹੋਈਆਂ, ਤਲਵਾਰ ਵੀ ਚੱਲੀ ਪਰ ਮੈਂ ਉਨ੍ਹਾਂ ਸਾਰਿਆਂ ਤੋਂ ਅੱਡ ਸਾਂ, ਮੈਨੂੰ ਕਿਸੇ ਨਾਲ ਉਲਝਣਾ ਨਾ ਪਿਆ। ਮੇਰਾ ਘੋੜਾ ਆਪਣੀ ਰਫ਼ਤਾਰ ਵਿਚ ਜਾ ਰਿਹਾ ਸੀ। ਚਾਰ ਬੰਦੇ ਲੜਦੇ ਭਿੜਦੇ ਸਾਡੇ ਮਗਰ ਆ ਰਹੇ ਸਨ। ਪਿੰਡ ਦੇ ਚੌਧਰੀਆਂ ਦੀ ਚੰਗੀ ਖੁੰਬ ਠੱਪੀ ਗਈ ਅਤੇ ਉਹ ਹਾਰ ਹੁੱਟ ਕੇ ਆਪਣੇ ਪਿੰਡ ਵਿਚ ਹੀ ਬੈਠੇ ਰਹੇ। ਦਿਨੇ ਫੇਰ ਨਾਭੇ ਵਿਚ ਆਰਾਮ ਕੀਤਾ। ਬਾਣੀ ਪੜ੍ਹੀ ਤੇ ਸ਼ੁਕਰ ਕੀਤਾ।

ਹੁਣ ਇਲਾਕਾ ਵੀ ਖ਼ਤਰਨਾਕ ਸੀ, ਪਹਾੜੀ ਪਗਡੰਡੀਆਂ, ਸਿੱਧੇ ਰਾਹ ਤੇ ਅਸਾਂ ਚਲਣਾ ਨਹੀਂ ਸੀ। ਉਗੜ ਦੁਗੜੇ ਰਾਹ ਲੱਭ ਰਹੇ ਸਾਂ। ਅਸਾਂ ਆਪਣੇ ਨਾਲ ਉਹ ਚਾਰ ਬੰਦੇ ਹੋਰ ਲਏ ਜਿਹੜੇ ਰਾਹ ਖੇੜੇ ਦੇ ਜਾਣੂੰ ਸਨ। ਕੀਰਤਪੁਰ ਸੀਸ ਪੁੱਜ ਜਾਏ ਤੇ ਸਾਡੀ ਤਪੱਸਿਆ ਸੰਪੂਰਨ ਹੋਏ। ਇਕੋ ਹੀ ਸਾਡੀ ਅਰਦਾਸ ਸੀ।

ਮਸਾਂ-ਮਸਾਂ ਰਾਤ ਪਈ ਤੇ ਮਸਾਂ-ਮਸਾਂ ਹਨੇਰੇ ਦਾ ਮੂੰਹ ਵੇਖਿਆ ਦਿੱਲੀ ਵਿਚ ਅਜੇ ਤਕ ਸੀਸ ਤੇ ਧੜ ਦੇ ਬਾਰੇ ਕੋਈ ਦੱਸ-ਧੁਖ ਨਹੀਂ ਸੀ ਪਈ, ਐਵੇਂ ਅੰਦਾਜ਼ੇ ਹੀ ਲੱਗ ਰਹੇ ਸਨ। ਮੇਰੀ ਸ਼ਕਲ ਦਾ ਬੰਦਾ ਕੋਤਵਾਲੀ ਵਿਚ ਬੁੱਕਲ ਮਾਰ ਕੇ ਹਾਜ਼ਰ ਹੋਇਆ ਤੇ ਆਖਣ ਲੱਗਾ ਸਰਕਾਰ ਡੂਮਣਾ ਲੜ ਗਿਆ ਏ, ਮੂੰਹ ਸੁੱਜ ਗਿਆ ਏ। ਬੜੀ ਤਕਲੀਫ ਏ। ਕੋਤਵਾਲ ਨੇ ਮੁਸਕਰਾ ਕੇ ਆਖਿਆ, ਸ਼ਹਿਦ ਚੋਣ ਚੜ੍ਹਿਆ ਹੋਵੇਂਗਾ ਕਿਸੇ ਰੁੱਖ ਤੇ, ਜਾਹ ਜਾ ਕੇ ਛੁੱਟੀ ਮਨਾ।

ਅਸੀਂ ਹੁਣ ਪੰਦਰਾਂ ਜਣੇ ਸਾਂ। ਸਾਰੀ ਰਾਤ ਦਾ ਸਫ਼ਰ ਸੀ। ਅਸਾਂ ਜਦੋਂ ਰਕਾਬ ਤੇ ਪੈਰ ਧਰਿਆ, ਤਾਂ ਓਦੋਂ ਹੀ ਦਮ ਲਿਆ ਜਦੋਂ ਅਸੀਂ ਕੀਰਤਪੁਰ ਪੁੱਜ ਗਏ। ਹੁਣ ਕੋਈ ਖ਼ਤਰਾ ਨਹੀਂ ਸੀ। ਅੰਗੀਠਿਆਂ ਕੋਲ ਸੀਸ ਲਿਆ ਟਿਕਾਇਆ, ਗੁਰਾਂ ਮੇਰੀ ਪ੍ਰਤਿੱਗਿਆ ਪੂਰੀ ਕਰ ਦਿੱਤੀ।

ਕੀਰਤਪੁਰ ਪੁੱਜੇ ਤੇ ਆਸਾ ਦੀ ਵਾਰ ਦਾ ਪਾਠ ਹੋ ਰਿਹਾ ਸੀ। ਮੈਂ ਹੱਥ ਜੋੜੇ, ਮੱਥਾ ਟੇਕਿਆ ਤੇ ਗੁਰਾਂ ਦਾ ਸ਼ੁਕਰ ਮਨਾਇਆ। ਜੇਤਾ ਚੁਪ ਹੋ ਗਿਆ।

★

ਇਕ ਘੋੜਾ ਥੰਮ੍ਹਿਆਂ, ਗੁਰੂ ਦੀ ਨਗਰੀ ਆਨੰਦਪੁਰ ਦੀ ਹਵੇਲੀ ਦੇ ਸਾਹਮਣੇ। ਮੁਸਲਮਾਨੀ ਪਹਿਰਾਵਾ ਸੀ। ਲੱਬਾਂ ਕੱਟੀਆਂ ਹੋਈਆਂ ਸ਼ਰੱਈ ਦਾਹੜੀ, ਚਿਹਰੇ ਤੇ ਜਲਾਲ, ਜਵਾਨ ਜਹਾਨ ਗਭਰੂ ਉਮਰ ਸਿਆਣੀ ਸੀ। ਘੋੜੇ ਦੀਆਂ ਵਾਗਾਂ ਖਿੱਚੀਆਂ ਘੋੜਾ ਰੁਕਿਆ।

—ਕੀ ਆਨੰਦਪੁਰ ਇਹੋ ਈ ਏ ? ਜਾਂ ਅੱਗੇ ਜਾਣਾ ਪਊ, ਮੈਂ ਗੁਰਾਂ ਦੀ ਨਗਰੀ ਜਾਣਾ ਏ।

—ਗੁਰਾਂ ਦੀ ਨਗਰੀ ਆਨੰਦਪੁਰ ਤਾਂ ਇਹੋ ਈ ਹੈ, ਤੁਸਾਂ ਮਿਲਣਾ ਕਿਸ ਨੂੰ ਹੈ।

—ਮੈਂ ਦਿੱਲੀ ਤੋਂ ਆਇਆ ਹਾਂ ਅਤੇ ਸਾਹਿਬਜ਼ਾਦੇ ਗੋਬਿੰਦ ਰਾਏ ਦੇ ਦਰਸ਼ਨ ਕਰਨੇ ਹਨ।

ਦਿੱਲੀ ਦਾ ਨਾਂ ਸੁਣਦਿਆਂ ਹੀ ਆਨੰਦਪੁਰੀਏ ਚੌਂਕ ਉੱਠੇ, ਕੋਈ ਜ਼ਰੂਰ ਕੰਮ ਹੋਣਾ ਏ। ਪਰ ਫਿਰ ਇਕ ਬੰਦੇ ਨੇ ਸੋਚਿਆ, ਵਿਚਾਰਿਆ, ਵੇਖ ਤੇ ਲਵੋਂ, ਕੋਈ ਜਾਸੂਸ ਤੇ ਨਹੀਂ। ਕੋਈ ਅਹਿਦੀਆ ਹੀ ਨਾ ਹੋਵੇ, ਦਿੱਲੀ ਦੀ ਹਕੂਮਤ ਦਾ ਕੋਈ ਅਹਿਲਕਾਰ। ਐਵੇਂ ਭਰੱਪਣ ਪਾ ਕੇ ਸਾਹਿਬਜ਼ਾਦੇ ਨੂੰ ਗਰਿਫ਼ਤਾਰ ਕਰਨ ਈ ਨਾ ਆਇਆ ਹੋਵੇ। ਆਨੰਦਪੁਰ ਵਿਚ ਏਸ ਵੇਲੇ ਮੁਸੀਬਤ ਦੇ ਬੱਦਲ ਛਾਏ ਹੋਏ ਹਨ, ਜ਼ਰਾ ਫੂਕ-ਫੂਕ ਕੇ ਪੈਰ ਧਰਨਾ ਪਊ, ਜਦ ਤਕ ਤਸੱਲੀ ਨਾ ਹੋ ਜਾਏ। ਸਾਹਿਬਜ਼ਾਦੇ ਨੂੰ ਮਿਲਾਇਆ ਜਾਏ, ਇਕ ਸੇਵਕ ਨੇ ਦਿਲ ਵਿਚ ਹੀ ਸੋਚਿਆ।

—ਏਨਾ ਪੈਂਡਾ ਕਰ ਕੇ ਆਇਆ ਹਾਂ, ਜ਼ਰੂਰੀ ਕੰਮ ਤੋਂ ਬਗ਼ੈਰ ਕੌਣ ਆਉਂਦਾ ਹੈ। ਸੱਜਣੋਂ ਮੇਰੇ ਲਈ ਸਾਰਾ ਆਨੰਦਪੁਰ ਹੀ ਓਪਰਾ ਏ, ਮੈਂ ਸਿਰਫ਼ ਨਾਂ ਤੋਂ ਹੀ ਜਾਣੂੰ ਹਾਂ, ਇਸ ਤੋਂ ਬਿਨਾਂ ਮੈਨੂੰ ਹੋਰ ਕੋਈ ਜਾਣਕਾਰੀ ਨਹੀਂ। ਜਿਹੜੇ ਮੈਨੂੰ ਜਾਣਦੇ ਹਨ, ਸ਼ਾਇਦ ਅਜੇ ਇਥੇ ਨਹੀਂ ਪੁੱਜੇ। ਮੇਰੇ ਚੰਗੇ ਜਾਣਨ ਵਾਲੇ, ਊਦੇ ਸਿੰਘ ਰਾਠੌਰ, ਗੁਰਦਿੱਤਾ, ਨੰਨੂਆ ਤੇ ਇਕ ਹੋਰ ਜਿਹੜਾ ਮੇਰਾ ਜਿਗਰੀ ਦੋਸਤ ਏ ਇਸ ਨੇ ਮੇਰੇ ਕੋਲ ਛੇ ਮਹੀਨੇ ਨੌਕਰੀ ਵੀ ਕੀਤੀ ਏ, ਉਹ ਤੇ ਅਜੇ ਪੁੱਜਿਆ ਹੀ ਨਹੀਂ ਹੋਣਾ। ਕੋਤਵਾਲ ਦੇ ਬੋਲ ਸਨ।

ਮੈਂ ਇਹ ਨਹੀਂ ਜਾਣਦਾ ਕਿ ਉਹ ਕੌਣ ਏ, ਪਰ ਮੇਰੇ ਪਾਸ ਉਹ ਛੇ ਮਹੀਨੇ ਸਫ਼ਾਈ ਸੇਵਕ ਦਾ ਕੰਮ ਕਰਦਾ ਰਿਹਾ ਏ।

—ਤਾਂ ਤੇ ਫੇਰ ਤੁਸੀਂ ਸਾਰਿਆਂ ਨੂੰ ਜਾਣਦੇ ਹੋ। ਦਿੱਲੀ ਵਿਚ ਕੋਈ ਭਾਣਾ ਤੇ ਨਹੀਂ ਵਾਪਰਿਆ ?

—ਭਾਣਾ ਵਾਪਰੇ ਨੂੰ ਅੱਜ ਛੇ ਦਿਨ ਬੀਤ ਚੁੱਕੇ ਹਨ। ਮੇਰੇ ਸਾਹਮਣੇ, ਮੇਰੇ ਰੂਬਰੂ ਪਹਿਲੇ ਦਿਨ ਤਿੰਨ ਸੂਰਮੇ ਕਤਲ ਹੋਏ—ਮਤੀ ਦਾਸ, ਭਾਈ ਦਿਆਲਾ ਤੇ ਸਤੀ ਦਾਸ। ਵਿਚਾਰਿਆਂ ਸੀ ਨਹੀਂ ਕੀਤੀ। ਹੱਸ-ਹੱਸ ਮੌਤ ਨੂੰ ਜੱਫੀਆਂ ਪਾ ਲਈਆਂ ਤੇ ਦੂਜੇ ਦਿਨ ਸ਼ਰੇ-ਆਮ ਦਿੱਲੀ ਦੀ ਜਨਤਾ ਦੇ ਸਾਹਮਣੇ ਗੁਰੂ ਤੇਗ ਬਹਾਦਰ ਨੂੰ ਕਤਲ ਕਰ ਦਿੱਤਾ ਗਿਆ। ਧੜ ਇਕ ਪਾਸੇ ਤੇ ਸਿਰ ਇਕ ਪਾਸੇ। ਹਨੇਰੀ ਤੇ ਝੱਖੜ, ਤੂਫ਼ਾਨ ਦਾ ਕਹਿਰ ਸੀ। ਬੰਦਾ ਬੰਦੇ ਨੂੰ ਪਛਾਣ ਨਹੀਂ ਸੀ ਸਕਦਾ। ਸਾਰੀ ਰਾਤ ਪਹਿਰਾ ਰਿਹਾ ਤੇ ਤਰਾਸ-ਤਰਾਸ ਕਰਦੀ

ਰਹੀ ਦਿੱਲੀ ਸਾਰੀ ਰਾਤ। ਮੁਗਲ ਹਕੂਮਤ ਦੀਆਂ ਅੱਖਾਂ ਵਿਚ ਧੂੜ ਪਾ ਕੇ ਕੋਈ ਸੀਸ ਲੈ ਕੇ ਗੁੰਮ ਹੋ ਗਿਆ ਤੇ ਦੇਹ ਵੀ ਰਾਤੀਂ ਗ਼ਾਇਬ ਹੋ ਗਈ। ਨਾ ਉਥੇ ਸਿਰ ਏ ਤੇ ਨਾ ਉਥੇ ਧੜ, ਘਬਰਾਉਣ ਵਾਲੀ ਕੋਈ ਗੱਲ ਨਹੀਂ, ਮੈਨੂੰ ਸਭ ਪਤਾ ਏ, ਮੈਂ ਸਭ ਜਾਣਦਾ ਹਾਂ। ਧੜ ਤੇ ਟਿਕਾਣੇ ਲੱਗ ਗਿਆ ਓਸੇ ਰਾਤ ਬੜੇ ਸਤਿਕਾਰ, ਇਜ਼ਤ ਅਤੇ ਅਕੀਦਤ ਨਾਲ ਸਸਕਾਰ ਹੋਇਆ। ਇਹ ਵੀ ਗੱਲ ਕੋਈ ਨਹੀਂ ਜਾਣਦਾ, ਇਹ ਸਿਰਫ਼ ਮੈਨੂੰ ਹੀ ਪਤਾ ਏ ਪਰ ਸੀਸ, ਉਹਦੇ ਬਾਰੇ ਅਜੇ ਗ਼ਲਤ ਫ਼ਹਿਮੀ ਏ। ਪਰ ਮੈਂ ਉਹ ਵੀ ਨਿਸਚੇ ਨਾਲ ਆਖ ਸਕਦਾ ਹਾਂ, ਉਹ ਅੱਜ ਜਾਂ ਕੱਲ੍ਹ ਪੁੱਜ ਜਾਵੇਗਾ। ਜਿਸ ਸੂਰਮੇ ਚੁੱਕਿਆ ਏ, ਉਹ ਬੜਾ ਬਹਾਦਰ, ਦਲੇਰ ਤੇ ਨਿਧੜਕ, ਬੇਖ਼ੌਫ਼ ਏ। ਸਫ਼ਰ ਲੰਮਾ ਏ। ਰਾਹ ਵਿਚ ਕਈ ਖ਼ਤਰੇ ਹਨ ਪਰ ਜਾਪਦਾ ਏ ਓਸ ਸੂਰਮੇ ਨੇ ਸਾਰੇ ਖ਼ਤਰੇ ਪਾਰ ਕਰ ਲਏ ਹਨ। ਪਰ ਹੁਣ ਉਹ ਖ਼ਤਰਿਆਂ ਤੋਂ ਖ਼ਾਲੀ ਏ। ਕੋਤਵਾਲ ਨੇ ਆਖਿਆ।

—ਤੁਸਾਂ ਓਸ ਸੂਰਮੇ ਦਾ ਨਾਂ ਤੇ ਦੱਸਿਆ ਨਹੀਂ ?

—ਜਦੋਂ ਓਸ ਆਪ ਹੀ ਸਾਹਮਣੇ ਆ ਜਾਣਾ ਏ ਤਾਂ ਫੇਰ ਨਾਂ ਦੱਸਣ ਦੀ ਕੀ ਲੋੜ ਏ।

—ਦਿੱਲੀ ਤੋਂ ਖ਼ਬਰਾਂ ਅਜੇ ਤਕ ਤੇ ਆਈਆਂ ਨਹੀਂ, ਪਰ ਆਤਮਕ ਸ਼ਕਤੀ ਨਾਲ ਇਹ ਅੰਦਾਜ਼ਾ ਹੋ ਗਿਆ ਏ ਕਿ ਸਤਿਗੁਰਾਂ ਸ਼ਹੀਦੀ ਪਾ ਲਈ ਏ।

—ਤੁਸਾਂ ਠੀਕ ਅੰਦਾਜ਼ਾ ਲਾਇਆ ਏ ਅਤੇ ਮੈਂ ਵੀ ਕੋਈ ਝੂਠ ਨਹੀਂ ਬੋਲਿਆ।

—ਨਾਂ ਤੁਸਾਂ ਵੀ ਅਜੇ ਤਕ ਨਹੀਂ ਦੱਸਿਆ ? ਅਤੇ ਨਾ ਹੀ ਓਸ ਬਹਾਦਰ ਦਾ ਨਾਂ ਅਜੇ ਸਾਡੇ ਪੱਲੇ ਪਿਆ ਏ।

—ਮੇਰਾ ਕੀ ਨਾਂ ਹੋ ਸਕਦਾ ਏ। ਮੈਂ ਕੋਤਵਾਲ ਹਾਂ, ਦਿੱਲੀ ਦੀ ਕੋਤਵਾਲੀ ਦਾ। ਮੇਰੇ ਸਾਹਮਣੇ ਸਾਰਾ ਭਾਣਾ ਵਰਤਿਆ ਏ। ਮੈਂ ਨੌਕਰੀ ਛੱਡ ਦਿੱਤੀ ਏ, ਭੱਜ ਆਇਆ ਹਾਂ।

—ਨਾਨਕ ਦਾ ਦਰ ਹਰ ਬਸ਼ਰ ਲਈ ਖੁੱਲ੍ਹਾ ਏ, ਬੇਖ਼ੌਫ਼ ਆਓ, ਸਾਰਾ ਆਨੰਦਪੁਰ ਤੁਹਾਡਾ ਸੇਵਕ ਏ। ਆਰਾਮ ਕਰ। ਥਕਾਵਟ ਲਾਹ, ਸਾਹਿਬਜ਼ਾਦੇ ਦੇ ਤੁਹਾਨੂੰ ਦਰਸ਼ਨ ਕਰਵਾ ਦਿੰਦੇ ਹਾਂ।

—ਮੇਰੀ ਗੱਠੜੀ ਘੋੜੇ ਉੱਤੋਂ ਲਾਹ ਦਿਓ, ਜੈਤਾ ਗੁਰਾਂ ਦਾ ਸੀਸ ਲੈ ਕੇ ਆਉਣ ਹੀ ਵਾਲਾ ਏ। ਚਾਰ ਬੰਦੇ ਉਹਦੇ ਨਾਲ ਹਿਫ਼ਾਜ਼ਤੀ ਚਲ ਰਹੇ ਹਨ, ਕੋਈ ਖ਼ਤਰੇ ਦੀ ਗੱਲ ਨਹੀਂ ਹੁਣੇ ਆਇਆ ਕਿ ਆਇਆ, ਕੋਤਵਾਲ ਨੇ ਅਰਜ਼ ਕੀਤੀ। ਵੈਸੇ ਮੈਨੂੰ ਅਬਦੁੱਲਾ ਆਖਦੇ ਹਨ।

—ਏਨੀ ਵੱਡੀ ਨੌਕਰੀ ਨੂੰ ਲੱਤ ਮਾਰ ਕੇ ਆ ਗਏ ਓ ਤੇ ਬਾਦਸ਼ਾਹ ਦੇ ਕਹਿਰ ਤੋਂ ਵੀ ਨਾ ਡਰੇ।

—ਨੌਕਰੀ ਭਾਵੇਂ ਮੇਰੀ ਬਦਨਾਮ ਸੀ ਪਰ ਉਹਦਾ ਹੋਣਾ ਵੀ ਬਹੁਤ ਜ਼ਰੂਰੀ ਸੀ। ਕਿਸੇ ਨਾ ਕਿਸੇ ਨੂੰ ਤਾਂ ਏਸ ਅਹੁਦੇ ਤੇ ਰਹਿਣਾ ਹੀ ਪਵੇਗਾ ਮੇਰੀ ਨੌਕਰੀ ਆਮ ਲੋਕਾਂ ਲਈ ਬੜੀ ਇੱਜ਼ਤਦਾਰ ਸੀ ਪਰ ਜਦੋਂ ਜ਼ੁਲਮ ਹੀ ਜ਼ੁਲਮ ਹੋਣ ਲਗ ਪਏ ਤਾਂ ਬੰਦਾ ਤਾਂ ਆਖਰ ਮੱਟੀ ਦਾ ਹੀ ਬਣਿਆ ਹੋਇਆ ਏ ਕਿੰਨਾ ਚਿਰ ਬਰਦਾਸ਼ਤ ਕਰੇਗਾ। ਮੈਂ ਤੀਹ ਸਾਲ

ਦੁਸ਼ਮਣ ਵੇਖਿਆ, ਨਾ-ਇਨਸਾਫ਼ੀ ਦੀ ਕਹਾਣੀ ਸੁਣੀ ਅਤੇ ਰਖੀ ਇਹੀ ਜਿਹ ਬੰਦੇ ਮੇਰੇ ਸਾਹਮਣੇ ਕਤਲ ਹੋਏ ਜਿਹੜੇ ਲੋਕਾਂ ਦਾ ਝੁੱਗਾ ਉਜਾੜਦੇ ਰਹੇ ਜਿਨ੍ਹਾਂ ਕਈਆਂ ਬੇਦੋਸ਼ਿਆਂ ਦੇ ਘਰਾਂ ਦੇ ਚਿਰਾਗ਼ ਗੁੱਲ ਕੀਤੇ। ਹਕੂਮਤ ਜੇ ਗੁਨਾਹਗਾਰ ਨੂੰ ਸਜ਼ਾ ਵੀ ਨਾ ਦੇਵੇ ਤਾਂ ਹਕੂਮਤ ਇਕ ਦਿਨ ਵੀ ਨਾ ਚੱਲੇ ਪਰ ਜਦੋਂ ਦੇ ਕੋਤਵਾਲੀ ਵਿਚ ਰੱਬ ਦੇ ਪਿਆਰੇ ਕਤਲ ਹੋਣ ਲੱਗ ਪਏ ਹਨ ਓਦੋਂ ਤੋਂ ਮਨ ਉਚਾਟ ਹੋ ਗਿਆ ਏ ਗੁਰੂ ਦੇ ਕਤਲ ਦੇ ਵਕਤ ਮਨ ਨੇ ਬਰਦਾਸ਼ਤ ਨਹੀਂ ਕੀਤਾ ਰਿਜ਼ਕ ਨੂੰ ਲੱਤ ਮਾਰ ਆਇਆ ਹਾਂ ਤੇ ਘਰਦਿਆਂ ਨੂੰ ਅੱਲਾ ਦੇ ਆਸਰੇ ਛੱਡ ਆਇਆ ਹਾਂ। ਆਪ ਮੋਏ ਜਗ ਪਰਲੋ ਮੈਂ ਦਿੱਲੀ ਤੋਂ ਕੋਈ ਤੁਹਫਾ ਲਿਆਇਆ ਹਾਂ, ਉਹ ਸਿਰਫ ਸਾਹਿਬਜ਼ਾਦੇ ਦੀ ਹੀ ਨਜ਼ਰ ਕਰਨਾ ਏ। ਏਸ ਸ਼ਹਾਦਤ ਨੇ ਮੇਰੀ ਖੱਲੜੀ ਵਿਚੋਂ ਖ਼ੌਫ ਕੱਢ ਦਿਤਾ ਏ, ਕੋਤਵਾਲ ਦੀ ਆਵਾਜ਼ ਵਿਚ ਜ਼ਰਾ ਜੋਸ਼ ਸੀ।

ਖਬਰਾਂ ਉੱਡ ਗਈਆਂ, ਸਾਰੇ ਆਨੰਦਪੁਰ ਵਿਚ ਏਸ ਗੱਲ ਦਾ ਚਰਚਾ ਸ਼ੁਰੂ ਹੋ ਗਿਆ ਕਿ ਦਿੱਲੀ ਦਾ ਕੋਤਵਾਲ ਨੌਕਰੀ ਛੱਡ ਕੇ ਆ ਗਿਆ ਏ। ਓਸ ਆਪਣੀ ਅੱਖੀਂ ਪੂਰਾ ਸਾਕਾ ਵੇਖਿਆ ਏ। ਧੰਨ ਏ ਉਹ ਅਤੇ ਧੰਨ ਹਨ ਉਹਦੇ ਨੇਤਰ। ਇਹ ਸਾਰਾ ਵਾਰਤਾਲਾਪ ਮਾਮਾ ਕਿਰਪਾਲ ਚੰਦ ਨਾਲ ਹੀ ਹੋ ਰਿਹਾ ਸੀ।

—ਮੈਂ ਤੁਹਾਡੇ ਬਾਰੇ ਕੁਝ ਨਹੀਂ ਪੁੱਛਿਆ, ਕੋਤਵਾਲ ਨੇ ਅਰਜ਼ ਕੀਤੀ।

—ਮੈਨੂੰ ਸਾਰੇ ਆਨੰਦਪੁਰ ਵਾਲੇ ਮਾਮਾ ਕਿਰਪਾਲ ਚੰਦ ਆਖਦੇ ਹਨ।

—ਗੱਠੜੀ ਬੜੀ ਭਾਰੀ ਏ।

ਹਾਂ ਲੱਖਾਂ ਬੰਦਿਆਂ ਦੀਆਂ ਫ਼ਰਿਆਦਾਂ, ਆਂਸੂ, ਆਹਾਂ, ਇਹਦੇ ਵਿਚ ਛੁਪੀਆਂ ਨੇ। ਮੈਂ ਵੀਹਾਂ ਸਾਲਾਂ ਦਾ ਰਾਜ਼ ਆਪਣੇ ਸੀਨੇ ਵਿਚ ਲੁਕੋ ਕੇ ਰੱਖਿਆ ਹੋਇਆ ਏ। ਅੱਜ ਖੋਲ੍ਹਾਂਗਾ, ਭਰੇ ਦਰਬਾਰ ਵਿਚ। ਮੈਂ ਅੱਜ ਨੌਕਰ ਨਹੀਂ, ਸੁਤੰਤਰ ਹਾਂ, ਗੱਠੜੀ ਇਕ ਰਾਜ਼ ਏ। ਹਰ ਚੀਜ਼ ਵਕਤ ਤੇ ਚੰਗੀ ਲੱਗਦੀ ਏ, ਏਸ ਵੇਲੇ ਇਹਦਾ ਵਕਤ ਆ ਗਿਆ ਏ, ਗੱਠੜੀ ਪੂਰੇ ਹਿੰਦੁਸਤਾਨ ਦੀ ਤਾਰੀਖ਼ ਏ। ਇਤਿਹਾਸ ਬੱਝਿਆ ਹੋਇਆ ਏ ਏਸ ਗੱਠੜੀ ਵਿਚ। ਮੇਰੀ ਜਿੰਦ ਜਾਨ ਏ ਇਹ ਗੱਠੜੀ।

★

੫੬ ਚਾਦਰਾਂ

ਸਾਹਿਬਜ਼ਾਦਾ ਗੋਬਿੰਦ ਰਾਏ ਆਪ ਚਲ ਕੇ ਆਏ, ਜਿੱਥੇ ਕੋਤਵਾਲ ਠਹਿਰਿਆ ਹੋਇਆ ਸੀ।

—ਇਹ ਕੋਤਵਾਲ ਹਨ ਦਿੱਲੀ ਦੀ ਕੋਤਵਾਲੀ ਦੇ ਚਾਂਦਨੀ ਚੌਕ ਵਾਲੀ। ਸਾਰਾ ਭਾਣਾ ਇਨ੍ਹਾਂ ਨੇ ਆਪਣੀਆਂ ਅੱਖਾਂ ਸਾਹਮਣੇ ਵੇਖਿਆ ਤੇ ਮਹਾਰਾਜ ਇਨ੍ਹਾਂ ਕੋਲ ਹੀ ਕੈਦ ਰਹੇ ਹਨ ਕੋਤਵਾਲੀ ਵਿਚ ਇਹ ਦਿੱਲੀ ਤੋਂ ਨੌਕਰੀ ਛੱਡ ਕੇ ਆਏ ਹਨ। ਆਨੰਦਪੁਰ ਵਿਚ ਪਨਾਹ ਮੰਗਦੇ ਹਨ, ਮਾਮਾ ਕਿਰਪਾਲ ਚੰਦ ਸਾਹਿਬਜ਼ਾਦੇ ਨੂੰ ਸਮਝਾ ਰਿਹਾ ਸੀ।

—ਧੰਨ ਭਾਗ ਜਿਨ੍ਹਾਂ ਨੇਤਰਾਂ ਨੇ ਇਹ ਸਾਕਾ ਵੇਖਿਆ, ਜਿਨ੍ਹਾਂ ਦਰਸ਼ਨ ਕੀਤੇ ਸੱਚੇ ਪਾਤਸ਼ਾਹ ਦੇ। ਫਰਮਾਇਆ ਸਤਿਗੁਰਾਂ ਨੇ।

ਮੈਂ ਇਕ ਤੁਹਫ਼ਾ ਲਿਆਇਆ ਹਾਂ ਪੰਜਾਬ ਲਈ ਉਹ ਨਿਆਮਤ ਹੈ ਹੀ ਪਰ ਸਾਰੇ ਹਿੰਦੁਸਤਾਨ ਲਈ ਅਕੀਦਤ ਦਾ ਨਜ਼ਰਾਨਾ ਵੀ ਏ। ਹਜ਼ੂਰ ਮੈਨੂੰ ਚਾਦਰਾਂ ਇਕੱਠੀਆਂ ਕਰਨ ਦਾ ਸ਼ੌਕ ਏ, ਤੁਸੀਂ ਆਖੋਗੇ ਕਿ ਚਾਦਰਾਂ ਇਕੱਠੀਆਂ ਕਰਨ ਦਾ ਵੀ ਕੋਈ ਸ਼ੌਕ ਏ। ਆਦਤ ਏ ਜਿਹੜੀ ਲੱਗ ਜਾਏ, ਲੋਕ ਹੀਰੇ ਇਕੱਠੇ ਕਰਦੇ ਹਨ, ਸੋਨਾ ਇਕੱਠਾ ਕਰਦੇ ਮਰ ਜਾਂਦੇ ਹਨ। ਲੋਕ ਅਸ਼ਰਫ਼ੀਆਂ ਨਾਲ ਭੜੋਲੀਆਂ ਭਰਦੇ ਨਹੀਂ ਥੱਕਦੇ। ਮੈਂ ਇਨ੍ਹਾਂ ਸਾਰੀਆਂ ਚੀਜ਼ਾਂ ਨਾਲ ਕੋਈ ਦਿਲਚਸਪੀ ਨਹੀਂ ਰੱਖਦਾ, ਮੈਂ ਇਹਨਾਂ ਨੂੰ ਹੱਥ ਦੀ ਮੈਲ ਸਮਝਦਾ ਹਾਂ। ਖਾਣ ਪੀਣ ਜੋਗੇ ਰੁਪਈਏ ਹੋਣੇ ਚਾਹੀਦੇ ਹਨ, ਵਾਧੂ ਮਾਇਆ ਤੇ ਚੋਰਾਂ ਜੋਗੀ ਹੁੰਦੀ ਏ। ਸੱਪ ਵੀ ਤੇ ਮਾਇਆ ਉੱਤੇ ਹੀ ਬੈਠਦਾ ਏ, ਪਰ ਓਸ ਦੇ ਕਿਸ ਕੰਮ ਆਉਂਦੀ ਏ, ਇਹ ਦੌਲਤ ਜਿਹਦੀ ਉਹ ਰਾਖੀ ਕਰਦਾ ਏ। ਇਹ ਹਵਸ ਈ ਬੰਦੇ ਨੂੰ ਜੀਣ ਨਹੀਂ ਦਿੰਦੀ। ਹੀਰੇ ਕਿਸੇ ਨੇ ਚੱਟਣੇ ਹਨ ਪਰ ਲੋਭੀ ਹੀਰਿਆਂ ਨਾਲ ਹੀ ਪਿਆਰ ਕਰਦੇ ਹਨ। ਲੋਕ ਬਟੇਰੇ ਪਾਲਦੇ ਹਨ, ਤਿੱਤਰ ਰੱਖਦੇ ਹਨ। ਭੇਡਾਂ ਪਾਲ-ਪਾਲ ਕੇ ਜਵਾਨ ਕਰਦੇ ਹਨ। ਕਿਸੇ ਬੁਲਬੁਲ ਪਾਲ ਕੇ ਜੀਅ ਲਾ ਲਿਆ, ਕਿਸੇ ਨੇ ਤੋਤਾ ਰੱਖ ਲਿਆ ਏ ਕਿਸੇ ਨੇ ਮੈਨਾ। ਇਨ੍ਹਾਂ ਨੂੰ ਪੁੱਛੋ ਭਈ ਇਨ੍ਹਾਂ ਤੋਂ ਕੀ ਲਾਭ ਏ। ਜਵਾਬ ਵਿਚ ਸਿਰ ਹਿਲਾ ਦੇਣਗੇ ਇਕ ਘੜੀ ਦਾ। ਏਸੇ ਤਰ੍ਹਾਂ ਦਾ ਸ਼ੌਕ ਏ ਚਾਦਰਾਂ ਇਕੱਠੀਆਂ ਕਰਨ ਦਾ ਮੈਨੂੰ। ਚਾਦਰਾਂ ਤੇ ਬਾਜ਼ਾਰ ਵਿਚ ਬੜੀਆਂ ਮਿਲਦੀਆਂ ਹਨ। ਮੁੱਲ ਵਿਕਦੀਆਂ ਹਨ। ਨਹੀਂ ਹਜ਼ੂਰ ਮੈਂ ਉਹ ਚਾਦਰਾਂ ਇਕੱਠੀਆਂ ਨਹੀਂ ਕਰਦਾ ਜਿਹੜੀਆਂ ਬਾਜ਼ਾਰਾਂ ਦੀਆਂ ਪਟੜੀਆਂ ਤੇ ਵਿਕਣ। ਮੈਂ ਕੋਤਵਾਲ ਹਾਂ, ਮੇਰੇ ਕੋਲ ਆਮ ਤੌਰ ਤੇ ਉਹੋ ਹੀ ਬੰਦੇ ਆਉਂਦੇ ਹਨ ਜਿਨ੍ਹਾਂ ਨੇ ਕਤਲ ਹੋਣਾ ਹੁੰਦਾ ਏ। ਮੈਂ ਨਾਮੀ ਗਰਾਮੀ ਬੰਦਿਆਂ ਦੀਆਂ ਉਹ ਚਾਦਰਾਂ ਇਕੱਠੀਆਂ ਕਰਦਾ ਹਾਂ ਜਿਹੜੀਆਂ ਕਤਲ ਕਰਨ ਤੋਂ ਬਾਅਦ ਸਰਕਾਰ ਉਨ੍ਹਾਂ ਤੇ ਪਾਉਂਦੀ ਏ।

ਓਸ ਗੱਠੜੀ ਖੋਲ੍ਹੀ, ਇਕ ਚਾਦਰ ਕੱਢੀ, ਬਹੁਤ ਕੀਮਤੀ ਸ਼ਾਲ ਸੀ, ਕਸ਼ਮੀਰੀ, ਪਰ ਮੈਲੀ, ਸ਼ਾਇਦ ਧੋਣ ਦੀ ਫੁਰਸਤ ਵੀ ਨਾ ਮਿਲੀ ਹੋਵੇ ਓਸ ਨੂੰ। ਇਕ ਚਾਦਰ ਰੌਸ਼ਨਆਰਾ ਬੇਗਮ ਨੇ ਭੇਜੀ ਸੀ ਭਰਾ ਦੇ ਕੱਫ਼ਨ ਵਾਸਤੇ ਉਹ ਜੱਲਾਦ ਨਾਲ ਹੀ ਲੈ ਗਿਆ ਤੇ ਮੈਲੀ ਕੁਚੈਲੀ ਚਾਦਰ ਵਲੀ ਅਹਿਦ ਦਾਰਾ ਤੇ ਪਾ ਕੇ ਰਾਹੇ ਪੈ ਗਿਆ। ਮੈਂ ਵੀ ਲਾਲਚ ਕੀਤਾ, ਦਾਰਾ ਸ਼ਿਕੋਹ ਦੀ ਅਸਲੀ ਚਾਦਰ ਜਿਹੜੀ ਬਹੁਤ ਮੈਲੀ ਸੀ ਉਹ ਲਾਹ ਲਈ ਤੇ ਆਪਣੇ ਕੋਲੋਂ ਦੂਜੀ ਪਾ ਦਿੱਤੀ। ਭਰਾ ਦਾ ਸਿਰ ਵੱਢ ਕੇ ਪਿਓ ਦੇ ਹਜ਼ੂਰ ਪੇਸ਼ ਕਰ ਦਿੱਤਾ ਗਿਆ ਅਤੇ ਜਿਸਮ ਦੇ ਚਾਰ ਟੋਟੇ ਕਰ ਕੇ ਚਹੁੰ ਦਰਵਾਜ਼ਿਆਂ ਤੇ ਟੰਗੇ। ਇਹ ਚਾਦਰ ਤਾਰੀਖ਼ੀ ਯਾਦਗਾਰ ਏ, ਔਰੰਗਜ਼ੇਬ ਦੇ ਵੱਡੇ ਭਰਾ ਦੀ ਨਿਸ਼ਾਨੀ। ਇਹ ਔਰੰਗਜ਼ੇਬ ਦਾ ਪਹਿਲਾ ਕਤਲ ਸੀ।

ਭਾਵੇਂ ਸ਼ਾਹ ਜਹਾਨ ਨੇ ਕਿਲ੍ਹੇ ਵਿਚ ਹੀ ਪ੍ਰਾਣ ਦਿੱਤੇ, ਉਹਦੇ ਉੱਤੇ ਜਿਹੜੀ ਚਾਦਰ ਉਹਦੀ ਧੀ ਨੇ ਪਾਈ ਸੀ, ਮੈਂ ਉਹ ਵੀ ਲਾਹ ਲਈ, ਅੱਖ ਬਚਾ ਕੇ। ਇਸ ਚਾਦਰ ਨੂੰ ਹਾਸਲ ਕਰਨ ਵਾਸਤੇ ਮੈਂ ਵੀਹ ਮੁੱਠਾਂ ਅਸ਼ਰਫ਼ੀਆਂ ਦੀਆਂ ਖ਼ਰਚ ਕੀਤੀਆਂ ਸਨ। ਇਹ ਵੀ ਯਾਦਗਾਰ ਦੇ ਤੌਰ ਤੇ ਰੱਖੀ ਹੋਈ ਏ।

ਸੁਲੇਮਾਨ ਸ਼ਿਕੋਹ, ਦਾਰਾ ਦਾ ਪੁੱਤ ਦੇ ਮੁਰਾਦ ਦੀਆਂ ਚਾਦਰਾਂ ਮੈਂ ਗਵਾਲੀਅਰ

ਦੇ ਕਿਲ੍ਹੇਦਾਰ ਤੋਂ ਮੰਗਵਾਈਆਂ ਸਨ । ਇਕ ਬਾਦਸ਼ਾਹ ਦਾ ਭਰਾ ਤੇ ਦੂਜਾ ਭਤੀਜਾ । ਛੱਤਰ ਸਾਲ ਦੀ ਉਹ ਚਾਦਰ ਜਿਹੜੀ ਉਹਦੀ ਮਾਂ ਨੇ ਉਹਨੂੰ ਜੰਗ ਵਿਚ ਜਾਣ ਲੱਗਿਆ ਦਿੱਤੀ ਸੀ ਸਮੂਹ ਗੜ੍ਹ ਦੇ ਮੈਦਾਨ ਵਿਚ ਓਥੇ ਪਾਈ ਗਈ । ਮੈਂ ਵੀ ਓਸ ਜੰਗ ਵਿਚ ਸ਼ਾਮਲ ਸੀ । ਮੈਂ ਉਹ ਚਾਦਰ ਲਾਹ ਲਈ ਤੇ ਉਹਦੀ ਜਗ੍ਹਾ ਤੇ ਕੇਸਰੀ, ਰੇਸ਼ਮੀ ਚਾਦਰ ਪਾ ਕੇ ਸਸਕਾਰ ਕੀਤਾ । ਲੋਕ ਹੈਰਾਨ ਸਨ ਕਿ ਮੈਂ ਐਵੇਂ ਚਾਦਰਾਂ ਦੀ ਮੇੜ੍ਹ ਪਾਈ ਜਾ ਰਿਹਾ ਹਾਂ, ਪਰ ਮੈਂ ਬਹੁਤਿਆਂ ਦੀਆਂ ਗੱਲਾਂ ਸੁਣਦਿਆਂ ਹੋਇਆਂ ਵੀ ਚਾਦਰਾਂ ਇਕੱਠੀਆਂ ਕਰਦਾ ਜਾ ਰਿਹਾ ਸਾਂ। ਚਾਦਰਾਂ ਭਾਵੇਂ ਮੂੰਹੋਂ ਬੋਲਣ ਜਾਂ ਨਾ ਬੋਲਣ ਪਰ ਉਨ੍ਹਾਂ ਲੋਕਾਂ ਦੀ ਆਤਮਾ ਬੋਲਦੀ ਏ । ਇਨ੍ਹਾਂ ਚਾਦਰਾਂ ਵਿਚ ਇਤਿਹਾਸ ਲੁਕਿਆ ਹੋਇਆ ਏ । ਏਨੇ ਖ਼ੂਨੀ ਦਰਿਆ ਤਰ ਕੇ ਤਖ਼ਤ ਤੇ ਬੈਠਾ ।

ਹਜ਼ਰਤ ਸਰਮੱਦ ਜਿਹਦਾ ਸਿਰਫ਼ ਏਨਾਂ ਕਸੂਰ ਸੀ ਕਿ ਜਦ ਔਰੰਗਜ਼ੇਬ ਸ਼ਹਿਜ਼ਾਦਾ ਸੀ, ਇਕ ਵਾਰ ਜਾਮਾ ਮਸਜਿਦ ਵਿਚ ਨਿਮਾਜ਼ ਪੜ੍ਹਨ ਆਇਆ ਸੀ । ਉਹਦੇ ਨਾਲ ਉਹਦਾ ਵੱਡਾ ਭਰਾ ਦਾਰਾ ਸ਼ਿਕੋਹ ਸੀ । ਸਰਮਦ ਵਿਚਾਰਾ ਸੀੜ੍ਹੀਆਂ ਤੇ ਬੈਠਿਆ ਕਰਦਾ ਸੀ । ਓਸ ਵਿਚਾਰੇ ਸਲਾਮ ਤੇ ਕੀਤੀ, ਪਰ ਜਦ ਔਰੰਗਜ਼ੇਬ ਦੀ ਵਾਰੀ ਆਈ ਤਾਂ ਉਸ ਮੂੰਹ ਦੂਜੇ ਪਾਸੇ ਕਰ ਲਿਆ । ਫੱਕਰ ਸੀ, ਮੌਜ ਨਹੀਂ ਆਈ । ਜਦ ਸ਼ਹਿਜ਼ਾਦਾ ਬਾਦਸ਼ਾਹ ਬਣਿਆ ਤਾਂ ਓਸ ਇਸ ਗੱਲ ਦੀ ਕਿੜ ਕੱਢੀ ਤੇ ਉਹਨੂੰ ਮਸਜਿਦ ਦੀਆਂ ਸੀੜ੍ਹੀਆਂ ਤੇ ਹੀ ਕਤਲ ਕਰਵਾ ਦਿੱਤਾ । ਉਹ ਇਕ ਚਾਦਰ ਵਿਚ ਲਪੇਟਿਆ ਹੋਇਆ ਸੀ, ਲਹੂ ਵਿਚ ਲਿੱਬੜੀ ਹੋਈ ਉਹ ਚਾਦਰ ਮੈਂ ਲਾਹ ਲਈ ਤੇ ਉਹਦੇ ਉੱਤੇ ਨਵੀਂ ਨਕੋਰ ਚਾਦਰ ਪਾ ਦਿੱਤੀ । ਇਹ ਚਾਦਰ ਹਜ਼ਰਤ ਸਰਮੱਦ ਦੀ ਏ । ਕਿਉਂ ਇਤਿਹਾਸ ਦੱਸਦੀਆਂ ਹਨ ਨਾ ਚਾਦਰਾਂ ?

ਇਹ ਪੰਜ ਚਾਦਰਾਂ ਤੇ ਤੁਸਾਂ ਵੇਖ ਹੀ ਲਈਆਂ, ਇਹ ਚਾਦਰਾਂ ਹਿੰਦੁਸਤਾਨ ਦਾ ਨੰਗੇਜ ਢੱਕਣਾ ਚਾਹੁੰਦੀਆਂ ਸਨ. ਪਰ ਢੱਕਿਆ ਨਾ ਗਿਆ । ਹਿੰਦੁਸਤਾਨ ਅੱਜ ਵੀ ਨੰਗਾ ਏ । ਹੁਣ ਮੈਂ ਉਹ ਚਾਦਰਾਂ ਵਿਖਾਉਣ ਲੱਗਾ ਹਾਂ ਜਿਹੜੀਆਂ ਬਾਦਸ਼ਾਹ ਨੇ ਐਵੇਂ ਸ਼ੇਖ਼ੀ ਵਿਚ ਆ ਕੇ ਬੰਦੇ ਕਤਲ ਕਰਵਾ ਦਿੱਤੇ ਤੇ ਉਤੇ ਚਾਦਰਾਂ ਪੁਵਾ ਦਿੱਤੀਆਂ ਸਰਕਾਰੀ । ਇਕ ਇਕ ਦਾ ਵੇਰਵਾ ਇਉਂ ਹੈ ।

ਇਹ ਚਾਦਰ ਗੁਜਰਾਤ ਤੋਂ ਆਈ, ਬਰਾਹਮਣਾਂ ਤੋਂ ਮੁਸਲਮਾਨ ਹੋਏ ਉਹ ਲੋਕ ਜਿਨ੍ਹਾਂ ਨੂੰ ਵੋਹਰਾ ਆਖਿਆ ਜਾਂਦਾ ਏ। ਉਨ੍ਹਾਂ ਦੇ ਧਰਮ ਗੁਰੂ ਸ਼ਹੀਦ ਕੁਤਬੁਲਦੀਨ ਨੂੰ ਸਿਰਫ਼ ਇਸ ਲਈ ਕਤਲ ਕੀਤਾ ਗਿਆ ਕਿ ਉਹ ਸ਼ੀਆ ਕਿਉਂ ਏ । ਸੁਨੀਆਂ ਦੀ ਮਹਿਫਲ ਵਿਚ ਕਿਉਂ ਨਹੀਂ ਆਉਂਦਾ। ਉਹਦੇ ਨਾਲ ਵੀ ਗੁਰਾਂ ਵਰਗਾ ਸਲੂਕ ਹੋਇਆ। ਅਹਿਮਦਾਬਾਦ ਵਿਚ ਢੰਡੋਰਾ ਫਿਰਵਾ ਕੇ ਖ਼ਲਕਤ ਇਕੱਠੀ ਕੀਤੀ ਤੇ ਸਰੇ ਰਾਹ ਕਤਲ ਕੀਤਾ ਗਿਆ । ਧਰਮ ਦੇ ਰਾਖਿਆਂ ਨੇ ਉਹਦੇ ਉਤੇ ਚਾਦਰ ਪਾਈ, ਜਿਹੜੀ ਅਮਾਮ ਬਣਨ ਤੇ ਬਖਸ਼ੀ ਜਾਂਦੀ ਸੀ । ਜਦ ਦਫ਼ਨ ਦਾ ਵਕਤ ਆਇਆ ਤਾਂ ਮੇਰਾ ਇਕ ਬੰਦਾ ਓਥੇ ਸੀ, ਓਸ ਵਿਚ ਲੱਤ ਅੜਾ ਦਿੱਤੀ ਤੇ ਆਖਿਆ ਸ਼ਾਹੀ ਇਹਤਰਾਮ ਨਾਲ ਧਰਮ ਗੁਰੂ ਨੂੰ ਦਫਨਾਇਆ ਜਾਏਗਾ ਏਸ ਲਈ ਸਰਕਾਰੀ ਚਾਦਰ ਇਹਦੇ ਉਤੇ ਪਾਈ ਜਾਵੇਗੀ । ਤੇ ਇਹ ਚਾਦਰ ਲਾਹ ਕੇ ਮੈਨੂੰ ਦਿੱਲੀ ਭੇਜ ਦਿੱਤੀ ਗਈ । ਮੈਂ ਮੂੱਲ ਤਾਰਿਆ ਮੂੰਹੋਂ ਮੰਗਿਆ । ਏਸ

ਤਰ੍ਹਾਂ ਇਹ ਚਾਦਰ ਮੇਰੇ ਕੋਲ ਆਈ।

ਮਸਜਿਦ ਕਦਮ ਰਸੂਲ ਵਾਲੀ ਜਗਾ ਤੇ ੫੦੦ ਬੰਦੇ ਕਤਲ ਕਰ ਕੇ ਇਕ ਮੀਨਾਰ ਬਣਾਇਆ ਗਿਆ ; ਦਿੱਲੀ ਵਾਲਿਆਂ ਦਾ ਦਿਲ ਹਿਲਾ ਦਿੱਤਾ ਗਿਆ। ਏਸ ਮੀਨਾਰ ਤੇ ਚੰਦਾ ਇਕੱਠਾ ਕਰਕੇ ਇਕ ਚਾਦਰ ਪਾਈ ਗਈ, ਜਿਹਦੇ ਵਿਚ ਸਾਰੀ ਦਿੱਲੀ ਦਾ ਦਿਲ ਲੁਕਿਆ ਹੋਇਆ ਸੀ। ਮੈਂ ਉਹ ਲਾਹ ਲਈ। ਤੇ ਆਪਣੇ ਕੋਲੋਂ ਇਕ ਚਾਦਰ ਉਹਦੇ ਤੇ ਪਾ ਦਿੱਤੀ। ਗਿਰਝਾਂ ਨੇ ਚੁੰਝਾਂ ਮਾਰ ਮਾਰ ਕੇ ਸਾਰਿਆਂ ਸਿਰਾਂ ਨੂੰ ਠੁੰਗ ਲਿਆ ਤੇ ਨਾਲ ਚਾਦਰ ਵੀ ਫੀਤੀ ਫੀਤੀ ਕਰ ਦਿੱਤੀ। ਇਹ ਚਾਦਰ ਬਾਦਸ਼ਾਹ ਦੇ ਇਨਸਾਫ ਦੀ ਚਾਦਰ ਏ।

ਸ਼ਰਾਬ ਤੇ ਪਾਬੰਦੀ ਲਾਈ ਗਈ। ਸ਼ਰਾਬ ਕਾਜ਼ੀ ਲਈ ਹਲਾਲ ਏ, ਆਮ ਬੰਦਿਆਂ ਲਈ ਹਰਾਮ। ਬੇਦੋਸ਼ੇ ਮਾਰੇ ਗਏ ਤੇ ਕਾਜ਼ੀ ਸ਼ਰਾਬ ਵਿਚ ਗੁਟ ਰਹੇ। ਇਹ ਆਵਾਜ਼ ਜਿਨੇ ਉਠਾਈ ਸੀ, ਉਹ ਇਕ ਸੂਫੀ ਫਕੀਰ ਸੀ। ਚਾਦਰ ਓਸ ਖੁਦਾਈ ਬੰਦੇ ਦੀ ਏ।

ਰਾਗ ਇਸਲਾਮ ਵਿਚ ਹਰਾਮ ਮੰਨਿਆ ਜਾਂਦਾ ਹੈ। ਪਰ ਰਾਗ ਤੋਂ ਬਿਨਾਂ ਕਿਸੇ ਦਾ ਗੁਜ਼ਾਰਾ ਵੀ ਨਹੀਂ। ਪਾਬੰਦੀ ਰਾਗ ਤੇ ਪਰ ਹਰ ਰੋਜ਼ ਮਹਿਫਲਾਂ ਸਜਦੀਆਂ। ਉਸਤਾਦ ਲੋਕਾਂ ਨੇ ਇਕ ਜਨਾਜ਼ਾ ਕੱਢਿਆ ਝੂਠੀ ਮੂਠੀ ਦਾ, ਅਤੇ ਉਹਦੇ ਉਤੇ ਉਹ ਚਾਦਰ ਪਾਈ ਜਿਹਦੇ ਉਤੇ ਰਾਗ ਦੇ ਗੁਰ ਉਲੀਕ ਹੋਏ ਸਨ। ਉਹ ਚਾਦਰ ਬਹੁਤ ਕੀਮਤੀ ਸੀ ਖਾਸ ਤੌਰ ਤੇ ਰਾਗ ਸਿਖਣ ਵਾਲਿਆਂ ਲਈ। ਬਾਦਸ਼ਾਹ ਨੇ ਸਖਤੀ ਕੀਤੀ, ਤੇ ਕਈ ਕਤਲ ਹੋਏ। ਏਸ ਝੂਠੀ ਮੂਠੀ ਦੇ ਜਨਾਜ਼ੇ ਨੂੰ ਦਫਨ ਕਰਵਾ ਦਿੱਤਾ ਗਿਆ। ਪਰ ਉਹ ਚਾਦਰ ਮੈਂ ਆਪਣੇ ਜ਼ੋਰ ਨਾਲ ਲਾਹ ਲਈ ਤੇ ਆਪਣੇ ਪਲਿਓਂ ਦੂਜੀ ਚਾਦਰ ਪਾ ਕੇ ਦਫਨਾ ਦਿੱਤਾ ਸੀ ਜਨਾਜ਼ਾ। ਏਸ ਚਾਦਰ ਨੂੰ ਅੱਜ ਵੀ ਉਸਤਾਦ ਲੋਕ ਅਕੀਦਤ ਨਾਲ ਵੇਖਦੇ ਹਨ। ਨਜ਼ਰਾਨੇ ਦੇ ਕੇ ਦਰਸ਼ਨ ਕਰਦੇ ਹਨ। ਕੋਤਵਾਲ ਵਾਰੀ ਵਾਰੀ ਇਕ ਇਕ ਚਾਦਰ ਸਾਹਿਬਜ਼ਾਦੇ ਗੋਬਿੰਦਰਾਏ ਨੂੰ ਵਿਖਾ ਰਿਹਾ ਸੀ।

—ਇਹ ਚਾਦਰਾਂ ਬਹੁਤ ਕੀਮਤੀ ਹਨ, ਕੋਤਵਾਲ ਸਾਹਿਬ, ਧੰਨ ਹਨ ਚਾਦਰਾਂ ਅਤੇ ਧੰਨ ਹਨ ਚਾਦਰਾਂ ਦੇ ਪਾਉਣ ਵਾਲੇ ! ਸਾਹਿਬਜ਼ਾਦੇ ਨੇ ਫ਼ਰਮਾਇਆ।

ਕੋਤਵਾਲ ਫਿਰ ਬੋਲਿਆ, ਇਹ ਚਾਦਰ ਵੇਖੋ, ਇਹ ਸਭ ਤੋਂ ਵੱਡੀ ਚਾਦਰ ਏ, ਇਹ ਕਿਸੇ ਫ਼ਕੀਰ ਦੀ ਨਹੀਂ, ਔਰੰਗਜ਼ੇਬ ਨੇ ਬੰਦਿਆਂ ਨੂੰ ਤੇ ਬਖਸ਼ਿਆ ਈ ਨਹੀਂ ਓਸ ਜਾਨਵਰਾਂ ਤੇ ਵੀ ਰਹਿਮ ਨਹੀਂ ਕੀਤਾ। ਇਹ ਓਸ ਹਾਥੀ ਦੀ ਚਾਦਰ ਏ ਜਿਸਦਾ ਨਾਂ ਸੀ ਅਮਾਮ ਬਖਸ਼, ਜਿਹੜਾ ਸ਼ਾਹ ਜਹਾਨ ਦੀ ਸਵਾਰੀ ਲਈ ਮਖ਼ਸੂਸ ਸੀ। ਏਸ ਵਿਚਾਰੇ ਨੇ ਜ਼ਿੰਦਗੀ ਭਰ ਕਿਸੇ ਹੋਰ ਨੂੰ ਕਦੇ ਸਲਾਮ ਨਹੀਂ ਸੀ ਕੀਤੀ। ਉਹ ਸਿਰਫ਼ ਬਾਦਸ਼ਾਹ ਵਕਤ ਨੂੰ ਸਲਾਮ ਕਰਿਆ ਕਰਦਾ ਸੀ ! ਹਾਥੀਵਾਨ ਨੇ ਲੱਖ ਕੋਸ਼ਿਸ਼ ਕੀਤੀਂ ਪਰ ਹਾਥੀ ਨਾ ਮੰਨਿਆ। ਉਹਨੂੰ ਭੁਖਿਆਂ ਰਖਿਆ ਗਿਆ, ਗਰਮ ਪਾਣੀ ਵਿਚ ਨੁਹਾਇਆ ਗਿਆ ਪਰ ਓਸ ਅਣਖੀ ਹਾਥੀ ਨੇ ਇਰਾਦਾ ਨਾ ਬਦਲਿਆ। ਆਖ਼ਰਕਾਰ ਸ਼ਹਿਨਸ਼ਾਹ ਦੀ ਕਬਰ ਦੇ ਸਾਹਮਣੇ ਓਸ ਦਮ ਤੋੜ ਦਿੱਤਾ। ਇਹ ਚਾਦਰ ਓਸ ਬੇਜ਼ਬਾਨ ਦੀ ਏ।

ਰਾਜਾ ਕਰਨ ਸਿੰਘ ਨਰਾਜ਼ ਹੋ ਗਿਆ ਇਕ ਵਾਰ ਬਾਦਸ਼ਾਹ ਨਾਲ। ਰਾਜਿਸਥਾਨ

ਦਾ ਮੂੰਹ ਮੱਥਾ ਸੀ ਉਹ ਰਾਜਾ। ਅਣਖੀ ਸੀ, ਅਸੂਲ ਦਾ ਪੱਕਾ ਸੀ, ਦਰਬਾਰ ਵਿਚ ਤੌਹੀਨ ਬਰਦਾਸ਼ਤ ਨਾ ਕਰ ਸਕਿਆ। ਦਰਬਾਰ ਛੱਡ ਗਿਆ ਪਰ ਵਿਚੋਲੇ ਜੈ ਸਿੰਘ ਨੇ ਵਿਚ ਪੈ ਕੇ ਸੁਲਾਹ ਕਰਵਾ ਦਿੱਤੀ। ਪਰ ਬਾਦਸ਼ਾਹ ਦਾ ਗੁੱਸਾ ਠੰਡਾ ਨਾ ਹੋਇਆ। ਕਾਬਲ ਦੀ ਮੁਹਿੰਮ ਜਿੱਤੀ ਨਹੀਂ ਸੀ ਜਾਂਦੀ। ਰਾਜਾ ਕਰਨ ਸਿੰਘ ਨੇ ਜਿੱਤ ਕੇ ਦਿੱਤੀ ਤੇ ਉਹਦੇ ਬਦਲੇ ਜ਼ਹਿਰੀਲੀ ਖਿਲਅਤ ਭੇਜ ਦਿੱਤੀ। ਵਿਚਾਰਾ ਜ਼ਹਿਰ ਖਾ ਕੇ ਨੀਲਾ ਪੀਲਾ ਹੋ ਗਿਆ। ਘੜੀ ਵਿਚ ਹੀ ਭੌਰ ਉਡਾਰੀ ਮਾਰ ਗਿਆ। ਉਹਦੇ ਵਾਰਸਾਂ ਨੇ ਉਹ ਚਾਦਰ ਉਹਦੇ ਉਤੇ ਪਾਈ ਜਿਹੜੀ ਰਾਜਾ ਜੈ ਸਿੰਘ ਦੀ ਮਹਾਰਾਣੀ ਨੇ ਉਹਦੀ ਵਹੁਟੀ ਨੂੰ ਦਿੱਤੀ ਸੀ ਸ਼ਾਦੀ ਵੇਲੇ। ਇਹ ਚਾਦਰ ਮੈਨੂੰ ਕਾਬਲ ਤੋਂ ਆਈ ਏ। ਮੈਂ ਇਹਦੀ ਰਕਮ ਵੀ ਤਾਰੀ, ਇਹ ਵੀ ਅਹਿਸਾਨ ਦਾ ਬਦਲਾ ਸੀ।

ਨਜਾਬਤ ਖਾਂ, ਜਿਹਨੂੰ ਮੁਗ਼ਲ ਹਕੂਮਤ ਦਾ ਥੰਮ੍ਹ ਮੰਨਿਆ ਜਾਂਦਾ ਸੀ। ਸ਼ਾਹ ਜਹਾਨ ਉਹਦੀ ਸਲਾਹ ਤੋਂ ਬਗ਼ੈਰ ਇਕ ਕਦਮ ਨਹੀਂ ਸੀ ਪੁੱਟਦਾ। ਜਿਹਦੀ ਧਾਂਕ ਸੀ ਦੱਖਣ ਤੱਕ, ਉਹਦੀ ਅਣ ਬਣ ਹੋ ਗਈ। ਉਹ ਖ਼ੁਸ਼ਾਮਦੀ ਨਹੀਂ ਸੀ, ਏਸ ਲਈ ਉਹਦੀ ਸੁਰ ਨਾ ਮਿਲੀ। ਉਹ ਦਰਬਾਰ ਵਿਚ ਹਾਜ਼ਰੀ ਭਰਨ ਨਹੀਂ ਸੀ ਜਾਇਆ ਕਰਦਾ। ਜੁਰਮਾਨਾ ਕੀਤਾ, ਸਜ਼ਾ ਦਿੱਤੀ ਪਰ ਉਹ ਨਾ ਗਿਆ, ਜੀ ਹਜ਼ੂਰੀ ਕਰਨ। ਜ਼ਹਿਰ ਦੇ ਕੇ ਮਰਵਾ ਦਿੱਤਾ ਗਿਆ। ਉਹਦੇ ਤੇ ਜਿਹੜੀ ਚਾਦਰ ਪਾਈ ਗਈ ਸੀ, ਉਹ ਸ਼ਾਹ ਜਹਾਨ ਦਾ ਖਾਸ ਤੁਹਫਾ ਸੀ। ਮੈਂ ਉਹ ਵੀ ਚਾਦਰ ਹਾਸਲ ਕਰ ਲਈ। ਓਸ ਵਿਚਾਰੇ ਤੇ ਉਹ ਹੀ ਚਾਦਰ ਪਈ ਜਿਹੜੀ ਸਰਕਾਰੀ ਤੌਰ ਤੇ ਆਮ ਬੰਦਿਆਂ ਤੇ ਪਾਈ ਜਾਂਦੀ ਸੀ। ਏਸ ਚਾਦਰ ਵਿਚੋਂ ਅਣਖ ਬੋਲਦੀ ਏ। ਹੋਰ ਕਈ ਚਾਦਰਾਂ ਗਿਣੀਆਂ ਜਾ ਸਕਦੀਆਂ ਹਨ, ਮੈਨੂੰ ਸਿਰਫ਼ ਇਕ ਚਾਦਰ ਦਾ ਅਫਸੋਸ ਏ, ਬੜੀ ਰੀਝ ਸੀ ਕਿ ਉਹ ਚਾਦਰ ਮੈਂ ਹਾਸਲ ਕਰ ਲਵਾਂਗਾ, ਇਹ ਚਾਦਰ ਸੀ ਸ਼ਿਵਾ ਜੀ ਦੀ। ਜੀਜਾ ਬਾਈ ਨੇ ਖਾਸ ਤੌਰ ਤੇ ਬਣਵਾਈ ਸੀ ਉਹ ਚਾਦਰ, ਜਿਹਦੇ ਵਿਚ ਮਾਂ ਦਾ ਪਿਆਰ ਲੁਕਿਆ ਹੋਇਆ ਸੀ। ਸ਼ਿਵਾ ਜੀ ਕੈਦ ਤਾਂ ਹੋ ਗਿਆ ਪਰ ਚਲਾਕ ਸੀ ਉਹ ਨਿਕਲ ਗਿਆ ਤੇ ਉਹ ਚਾਦਰ ਨਾਲ ਹੀ ਲੈ ਗਿਆ। ਜੇ ਉਹ ਚਾਦਰ ਮੇਰੇ ਹੱਥ ਆ ਜਾਂਦੀ ਤਾਂ ਸਾਰਾ ਇਤਿਹਾਸ ਮੇਰੀ ਗੱਠੜੀ ਵਿਚ ਜਮ੍ਹਾ ਹੋ ਜਾਂਦਾ।

ਕਈ ਹੋਰ ਚਾਦਰਾਂ ਹਨ ਮੇਰੇ ਕੋਲ, ਸਤਿਨਾਮੀ ਸਾਧੂਆਂ ਦੀਆਂ ਜਿਹੜੇ ਕਤਲ ਹੋਏ ਚਾਂਦਨੀ ਚੌਕ ਵਿਚ। ਉਹ ਸੂਫੀ ਫ਼ਕੀਰ ਜਿਨ੍ਹਾਂ ਅਗੇ ਸੱਜਦੇ ਕਰਦੀ ਸੀ ਖ਼ੁਦਾਈ।

ਕੋਤਵਾਲ ਨੇ ਇਕ ਚਾਦਰ ਚੁੱਕੀ ਤੇ ਅਕੀਦਤ ਨਾਲ ਮੱਥੇ ਤੇ ਲਾਈ, ਬੋਸਾ ਦਿੱਤਾ ਤੇ ਆਖਣ ਲੱਗਾ ਹਜ਼ੂਰ! ਇਹ ਉਹ ਚਾਦਰ ਏ ਜਿਹੜੀ ਮੈਂ ਬੜੇ ਜੱਫਰ ਜਾਲ ਕੇ ਆਂਦੀ ਏ, ਪਸ਼ਮੀਨੇ ਦੀ ਚਾਦਰ, ਇਹ ਇਕ ਅਸੂਲ ਦੀ ਚਾਦਰ ਏ, ਇਹ ਇਕ ਧਰਮ ਦੇ ਰਖਵਾਲੇ ਦੀ ਉਹ ਚਾਦਰ ਏ ਜਿਹਦੇ ਉਤੇ ਸਾਰੇ ਹਿੰਦੁਸਤਾਨ ਨੂੰ ਮਾਣ ਏ।

—ਜਦੋਂ ਲੋਕਾਂ ਨੇ ਵੇਖੀ ਤੇ ਬੋਲ ਉਠੇ, ਇਹ ਚਾਦਰ ਤੇ ਬਕਾਲੇ ਵਿਖੇ ਮਾਤਾ ਗੁਜਰੀ ਬਣਾਇਆ ਕਰਦੀ ਸੀ। ਮਾਤਾ ਜੀ ਨੇ ਇਹ ਚਾਦਰ ਸਤਿਗੁਰਾਂ ਨੂੰ ਦਿੱਤੀ ਸੀ ਜਦੋਂ ਹਜ਼ੂਰ ਸ਼ਹਾਦਤ ਦੇਣ ਦਿੱਲੀ ਜਾ ਰਹੇ ਸਨ।

—ਦੇਹ ਤੇ ਲੱਖੀ ਸ਼ਾਹ ਲੁਬਾਣਾ ਲੈ ਗਿਆ ਤੇ ਚਾਦਰ ਮੈਂ ਲਾਹ ਲਈ। ਉਹਦੀ ਜਗ੍ਹਾ ਤੇ ਆਪਣੇ ਕੋਲੋਂ ਪਾਈ ਸੀ ਚਾਦਰ। ਇਹਦੇ ਵਿਚ ਕੁਝ ਕਾਗਜ਼ ਵੀ ਹਨ, ਜਿਹੜੇ ਮੈਂ ਵਿਚੇ ਹੀ ਲਪੇਟ ਲਏ ਹਨ ਤੁਹਾਡੇ ਕੰਮ ਦੇ ਹੋਣਗੇ। ਸ਼ਾਇਦ ਗੁਰਾਂ ਦੀ ਬਾਣੀ ਏ, ਮੈਨੂੰ ਏਸ ਚਾਦਰ ਨਾਲ ਬੜੀ ਅਕੀਦਤ ਏ। ਇਨ੍ਹਾਂ ਸਾਰੀਆਂ ਚਾਦਰਾਂ ਨੇ ਹਿੰਦੁਸਤਾਨ ਦਾ ਨੰਗੇਜ ਨਾ ਢਕਿਆ, ਪਰ ਇਹ ਇਕੱਲੀ ਸਾਰੇ ਹਿੰਦ ਨੂੰ ਢੱਕ ਲਵੇਗੀ। ਕੋਤਵਾਲ ਨੇ ਇਕ ਵਾਰ ਫੇਰ ਬੋਸਾ ਦਿੱਤਾ ਚਾਦਰ ਨੂੰ ਤੇ ਹਜ਼ੂਰ ਦੀ ਨਜ਼ਰ ਕਰ ਦਿੱਤੀ ਚਾਦਰ।

ਸਾਹਿਬਜ਼ਾਦੇ ਗੋਬਿੰਦ ਰਾਏ ਨੇ ਚਾਦਰ ਨੂੰ ਨਮਸਕਾਰ ਕੀਤੀ। ਆਨੰਦਪੁਰ ਵਾਲਿਆਂ ਵੀ ਸਿਰ ਝੁਕਾਏ, ਮਾਤਾ ਜੀ ਨੇ ਮੱਥਾ ਟੇਕਿਆ। ਏਸ ਚਾਦਰ ਨੇ ਸਾਡੀ ਲਾਜ ਰੱਖ ਲਈ ਏ।

ਸਾਹਿਬਜ਼ਾਦੇ ਗੋਬਿੰਦ ਰਾਏ ਨੇ ਕੋਤਵਾਲ ਨੂੰ ਛਾਤੀ ਨਾਲ ਲਾਇਆ ਤੇ ਵਰ ਦਿੱਤਾ।

ਤੁਸੀਂ ਵੀ ਏਸ ਪੰਜਾਬ ਦੇ ਹਿੱਸੇਦਾਰ ਬਣੋਗੇ। ਮਲੇਰਕੋਟਲਾ ਤੁਹਾਡੀ ਰਿਆਸਤ ਹੋਵੇਗੀ। ਇਹ ਅਕਾਲ ਪੁਰਖ ਦੀ ਇੱਛਾ ਏ। ਮੈਂ ਰਾਤੀਂ ਸਭ ਕੁਝ ਖ਼ਾਬ ਵਿਚ ਵੇਖਿਆ ਏ। ਵਕਤ ਆਉਣ ਦਿਓ, ਵਕਤ ਬੜਾ ਬਲਵਾਨ ਏ। ਗੁਰੂ ਦੇ ਦਰ ਵਾਲੇ ਸਦਾ ਤੁਹਾਨੂੰ ਇੱਜ਼ਤ ਦੀ ਨਿਗਾਹ ਨਾਲ ਵੇਖਿਆ ਕਰਨਗੇ। ਫ਼ਰਮਾਇਆ ਗੋਬਿੰਦ ਰਾਏ ਨੇ :

ਬਾਣੀ ਪੜ੍ਹੀ ਗਈ, ਸਲੋਕ ਸਨ—

ਬਿਰਧਿ ਭਇਓ ਸੂਝੈ ਨਹੀਂ ਕਾਲੁ ਪਹੁਚਿਓ ਆਨਿ।
ਕਹੋ ਨਾਨਕ ਨਰ ਬਾਵਰੇ ਕਿਉ ਨ ਭਜਹਿ ਭਗਵਾਨੁ॥
ਤਨੁ ਧਨੁ ਜਿਤ ਤੇ ਕਉ ਦੀਓ ਤਾਂ ਸਿਉ ਨੇਹ ਨ ਕੀਨ।
ਕਹੁ ਨਾਨਕ ਨਰ ਬਾਵਰੇ ਅਬ ਕਿਉ ਡੋਲਤ ਦੀਨ।
ਹਰਖ ਸੋਗੁ ਜਾ ਕੇ ਨਹੀਂ ਬੈਰੀ ਮੀਤ ਸਮਾਨਿ।
ਕਹੁ ਨਾਨਕ ਸੁਨ ਰੇ ਮਨਾ ਮੁਕਤਿ ਤਾਹਿ ਤੇ ਜਾਨ॥
ਭੈ ਕਾਹੂ ਕਉ ਦੇਤ ਨਹਿ ਨਹਿ ਭੈ ਮਾਨਤ ਆਨ।
ਕਹੁ ਨਾਨਕ ਸੁਨ ਰੇ ਮਨਾ ਗਿਆਨੀ ਤਾਹਿ ਬਖਾਨਿ॥
ਭੈ ਨਾਸਨ ਦੁਰਮਤਿ ਹਰਨ ਕਲਿ ਮਹਿ ਹਰਿ ਕੋ ਨਾਮੁ।
ਨਿਸ ਦਿਨੁ ਜੋ ਨਾਨਕ ਭਜੈ ਸਫਲ ਹੋਹਿ ਤਿਹ ਕਾਮ॥
ਜੈਸੇ ਜਲ ਤੇ ਬੁਦਬੁਦਾ ਉਪਜੈ ਬਿਨਸੈ ਨੀਤ।
ਜਗ ਰਚਨਾ ਤੈਸੇ ਰਚੀ ਕਹੁ ਨਾਨਕ ਸੁਨਿ ਮੀਤ॥
ਬਾਲ ਜੁਆਨੀ ਅਰੁ ਬਿਰਧਿ ਫੁਨਿ ਤੀਨ ਅਵਸਥਾ ਜਾਨਿ।
ਕਹੁ ਨਾਨਕ ਹਰਿ ਭਜਨ ਬਿਨ ਬਿਰਥਾ ਸਭ ਹੀ ਮਾਨ।
ਰਾਮ ਗਇਓ ਰਾਵਨੁ ਗਇਓ ਜਾ ਕਉ ਬਹੁ ਪਰਵਾਰੁ।
ਕਹੁ ਨਾਨਕ ਥਿਰੁ ਕਛੁ ਨਹੀਂ ਸੁਪਨੇ ਜਿਉਂ ਸੰਸਾਰ॥
ਚਿੰਤਾ ਤਾ ਕੀ ਕੀਜੀਐ ਜੋ ਅਨਹੋਣੀ ਹੋਇ।

ਇਹ ਮਾਰਗੁ ਸੰਸਾਰ ਕੋ ਨਾਨਕ ਥਿਰ ਨਹੀ ਕੋਇ ॥
ਬਲੁ ਛੁਟਕਿਓ ਬੰਧਨ ਪਰੇ ਕਛੂ ਨ ਹੋਤ ਉਪਾਇ ।
ਕਹੁ ਨਾਨਕ ਅਬ ਓਟ ਹਰਿ ਗਜ ਜਿਉ ਹੋਹੁ ਸਹਾਇ ।
ਬਲੁ ਹੋਆ ਬੰਧਨ ਛੁਟੇ ਸਭੁ ਕਿਛੁ ਹੋਤ ਉਪਾਇ ।
ਨਾਨਕ ਸਭੁ ਕਿਛੁ ਤੁਮਰੇ ਹਾਥ ਮਹਿ ਤੁਮ ਹੀ ਹੋਤ ਸਹਾਇ ।
ਸੰਗੁ ਸਖਾ ਸਭਿ ਤਜਿ ਗਏ ਕੋਊ ਨ ਨਿਬਹਿਓ ਸਾਥਿ ।
ਕਹੁ ਨਾਨਕ ਇਹ ਬਿਪਤਿ ਮਹਿ ਟੇਕ ਏਕ ਰਘੁਨਾਥ ॥

ਇਹ ਸਲੋਕ ਸਿਆਲਕੋਟੀ ਕਾਗਜ਼ ਤੇ ਲਿਖੇ ਹੋਏ ਸਨ । ਸਤਿਗੁਰਾਂ ਦੀ ਬਾਣੀ ਝੋਲੀ ਅੱਡ ਕੇ ਸਾਹਿਬਜ਼ਾਦੇ ਨੇ ਆਪਣੀ ਝੋਲੀ ਵਿਚ ਪੁਵਾ ਲਈ । ਇਕ ਸੇਵਕ ਦੌੜਿਆ ਦੌੜਿਆ ਆਇਆ ਤੇ ਹੱਥ ਜੋੜ ਕੇ ਅਰਜ਼ ਕਰਨ ਲੱਗਾ ।

—ਜੈਤਾ ਹਜ਼ੂਰ ਸੀਸ ਲੈ ਕੇ ਆ ਗਿਆ ਏ ਕੀਰਤਪੁਰ ਵਿਚ । ਅੰਗੀਠਿਆਂ ਕੋਲ ਟਿਕਿਆ ਹੋਇਆ ਏ । ਇੰਤਜ਼ਾਰ ਕਰ ਰਿਹਾ ਏ, ਕੀ ਆਨੰਦਪੁਰ ਲੈ ਆਈਏ ਜਾਂ ਓਥੇ ਹੀ ਠਹਿਰਨ ਲਈ ਆਖਿਆ ਜਾਵੇ ।

ਸੀਸ ਦਾ ਸਸਕਾਰ ਆਨੰਦਪੁਰ ਵਿਚ ਹੀ ਹੋਏਗਾ । ਸਾਹਿਬਜ਼ਾਦੇ ਨੇ ਆਖਿਆ, ਤੁਸੀਂ ਚਲੋ ਤੇ ਅਸੀਂ ਆਏ ।

ਮਾਮਾ ਕਿਰਪਾਲ ਚੰਦ ਦੇ ਬੋਲ ਸਨ—ਗੁਰੂ ਧਾਮ, ਗੁਰੂ ਨਗਰੀ, ਆਨੰਦਪੁਰ, ਕਾਂਸ਼ੀ ਬਣ ਜਾਏਗਾ, ਪਰਯਾਗ ਤੇ ਹਰਦੁਆਰ ਵਾਂਗ ਪੂਜਣਗੇ ਸਾਰੇ ਜੱਗ ਵਾਲੇ ਆਨੰਦਪੁਰ ਨੂੰ ।

★

ਰੰਘਰੇਟੇ ਗੁਰੂ ਕੇ ਬੇਟੇ ੫੭

ਨਾ ਪਾਲਕੀਆਂ ਨਾ ਘੋੜੇ, ਨਾ ਗਡ਼ਬੈਲਾਂ ਨਾ ਗੱਡੇ, ਆਨੰਦਪੁਰ ਤੋਂ ਸੰਗਤ ਚਲੀ ਨੰਗੀ ਨੰਗੀ ਪੈਰੀਂ । ਜੱਥਾ ਕੀ ਸੀ, ਸਾਰਾ ਆਨੰਦਪੁਰ ਹੀ ਤੁਰ ਪਿਆ । ਮਾਤਾ ਨਾਨਕੀ, ਮਾਤਾ ਗੁਜਰੀ ਤੇ ਹੋਰ ਗੋਲੀਆਂ, ਦਾਸੀਆਂ ਬਾਂਦੀਆਂ, ਸਾਰੀਆਂ ਹੀ ਨਾਲ ਚਲ ਪਈਆਂ । ਜਿੱਦਾਂ ਨੰਗੀ ਨੰਗੀ ਪੈਰੀਂ ਅਕਬਰ ਚਲਿਆ ਹੋਵੇ ਕਿਸੇ ਦੇਵਤੇ ਦੇ ਦਰਸ਼ਨ ਕਰਨ । ਦੇਵਤੇ ਨੂੰ ਲਿਆਉਣ ਆਨੰਦਪੁਰ ਵਿਚ । ਸਾਰਾ ਜੱਥਾ ਤੇ ਪੈਦਲ ਹੀ ਚਲ ਰਿਹਾ ਸੀ ਸਿਰਫ਼ ਮਾਮਾ ਕਿਰਪਾਲ ਚੰਦ ਹੀ ਘੋੜੇ ਤੇ ਸਵਾਰ ਸੀ । ਸਾਰੇ ਜੱਥੇ ਦੀ ਅਗਵਾਈ ਮਾਮਾ ਜੀ ਕਰ ਰਹੇ ਸਨ । ਸ਼ਬਦ ਪੜ੍ਹਦੀਆਂ, ਬਾਣੀ ਦਾ ਸਿਮਰਨ ਕਰਦੀਆਂ ਸੰਗਤਾਂ ਨੇ ਜੂਹ ਟੱਪੀ ਆਨੰਦਪੁਰ ਦੀ । ਇਕ ਵਾਰ ਪਹਿਲਾਂ ਵੀ ਸੰਗਤਾਂ ਛੱਡਣ ਆਈਆਂ ਸਨ ਸਤਿਗੁਰਾਂ ਨੂੰ । ਹੁਣ ਸੰਗਤਾਂ ਲੈਣ ਜਾ ਰਹੀਆਂ ਸਨ ਸਤਿਗੁਰਾਂ ਨੂੰ । ਜਿੱਦਾਂ ਸਾਰੀ ਅਯੁਧਿਆ ਨਗਰੀ ਭਗਵਾਨ ਰਾਮ ਨੂੰ ਲੈਣ ਜਾ ਰਹੀ ਹੋਵੇ ।

ਇਹ ਕਾਫਲਾ ਆਪਣੀ ਕਿਸਮ ਦਾ ਆਪ ਸੀ, ਇਹਦੇ ਵਿਚ ਸ਼ਰਧਾ ਸੀ, ਜੋਸ਼ ਸੀ, ਕੁਰਬਾਨੀ ਦਾ ਜਜ਼ਬਾ ਕੁਟ ਕੁਟ ਕੇ ਭਰਿਆ ਹੋਇਆ ਸੀ । ਇਕ ਚੁਣੌਤੀ ਸੀ, ਇਕ ਲਲਕਾਰ ਸੀ, ਇਕ ਸ਼ਹੀਦੀ ਦਾ ਜਜ਼ਬਾ ਸੀ, ਰੋਸ ਪ੍ਰਗਟ ਕਰ ਰਿਹਾ ਸੀ ਸਾਰਾ ਜਲੂਸ ।

ਅੱਜ ਤਕ ਕਦੇ ਇਹੋ ਜਿਹਾ ਜੱਥਾ ਕਿਸੇ ਨੇ ਵੇਖਿਆ ਨਹੀਂ ਸੀ ਤੇ ਨਾ ਹੀ ਸੁਣਿਆ ਸੀ। ਜੰਗ ਵਿਚ ਜਾਂਦੇ ਸੂਰਮੇ ਨੂੰ ਵਿਦਅ ਕਰਨ ਆਉਂਦੇ ਹਨ, ਬਜ਼ੁਰਗ ਤੇ ਕੰਜਕਾਂ। ਕਦੀ ਕਿਸੇ ਨੇ ਸੀਸ ਬਿਨਾਂ ਦੇਹ ਨਾਲੋਂ ਵਾਪਸ ਆਏ ਦਾ ਏਨਾ ਸਤਿਕਾਰ ਨਹੀਂ ਸੀ ਕੀਤਾ। ਇਹ ਨਵੀਂ ਲੀਹ ਪਾਈ ਜਾ ਰਹੀ ਸੀ। ਗ਼ਮ ਤਾਂ ਬਹੁਤ ਸੀ, ਪਰ ਬਾਣੀ ਦੇ ਰਸ ਨੇ ਸਾਰਿਆਂ ਦੇ ਹਿਰਦੇ ਸੀਤਲ ਕਰ ਦਿੱਤੇ ਹੋਏ ਸਨ। ਸਿਰਫ਼ ਇਕ ਵਾਰ ਕਰਬਲਾ ਦੇ ਮੈਦਾਨ ਵਿਚ ਹੁਸੈਨ ਦੇ ਖ਼ਾਲੀ ਘੋੜੇ ਦਾ ਏਨਾ ਸਤਿਕਾਰ ਹੋਇਆ ਸੀ।

ਕੀਰਤਪੁਰ ਬਾਗਾਂ ਦਾ ਪਿੰਡ, ਕੀਰਤਪੁਰ ਬਗ਼ਾਵਤ ਦਾ ਮੁੱਢ, ਇਥੋਂ ਬਗਾਵਤ ਦੀ ਕਹਾਣੀ ਦਾ ਮੁੱਢ ਬੱਝੇਗਾ, ਸਾਰੇ ਕਸ਼ਮੀਰੀ ਪੰਡਤ ਨਾਲ ਸਨ।

ਇਹ ਕੁਰਬਾਨੀ ਅਮਰ ਰਹੂ। ਇਹ ਕੁਰਬਾਨੀ ਕੌਮ ਦੇ ਜੁੱਸੇ ਵਿਚ ਬਲ ਬਖਸ਼ੇਗੀ, ਨਵੀਂ ਕੌਮ ਉਭਰ ਕੇ ਸਾਹਮਣੇ ਆਊ! ਮੁਗ਼ਲਾਂ ਨੇ ਭਾਜੀ ਪਾਈ ਏ, ਹੁਣ ਨਿਉਂਦਰਾ ਪਾਊ ਕੌਮ, ਵਿਚਾਰ ਸਨ ਪੰਡਤਾਂ ਦੇ।

ਕਾਫਲਾ ਆਪਣੀ ਰਫਤਾਰ ਚਲੀ ਜਾ ਰਿਹਾ ਸੀ। ਰਸਭਿੰਨੀ ਬਾਣੀ ਦਾ ਸਰੂਰ ਮਾਣ ਰਹੇ ਸਨ ਸਾਰੇ ਜੱਥੇ ਵਾਲੇ। ਬੜਾ ਉਤਸ਼ਾਹ ਸੀ ਸੰਗਤਾਂ ਵਿਚ। ਸਾਹਿਬਜ਼ਾਦਾ ਗੋਬਿੰਦ ਰਾਏ ਸਾਰਿਆਂ ਦਾ ਮੋਹਰੀ ਸੀ। ਪਿਤਾ ਦਾ ਸੀਸ ਆਨੰਦਪੁਰ ਦੀ ਨਗਰੀ ਨੂੰ ਪਵਿੱਤਰ ਕਰੇਗਾ। ਮਗਨ ਸੀ ਸੰਗਤ, ਆਨੰਦ ਹੀ ਆਨੰਦ ਛਾਇਆ ਹੋਇਆ ਸੀ ਆਨੰਦਪੁਰ ਦੀ ਜਨਤਾ ਤੇ ਮਨ ਉਤੇ। ਰਾਹ ਵਿਚ ਜਿਹੜਾ ਵੀ ਪਿੰਡ ਆਇਆ, ਉਹ ਵੀ ਨਾਲ ਹੀ ਤੁਰ ਪਿਆ। ਜੱਥੇ ਦੀ ਲੰਬਾਈ ਮਾਪੀ ਨਹੀਂ ਸੀ ਜਾ ਸਕਦੀ। ਰੋਸ ਵੱਧ ਰਿਹਾ ਸੀ।

ਇਕ ਜਣਾ ਆਖਣ ਲੱਗਾ—ਮੈਂ ਸੁਣਿਆ ਏ ਕਿ ਭਾਈ ਜੈਤਾ ਸੀਸ ਤੇ ਲੈ ਆਇਆ ਏ ਪਰ ਬਾਬੇ ਗੁਰਦਿੱਤੇ ਕੋਲੋਂ ਇਹ ਗੱਲ ਸਹਾਰੀ ਨਾ ਗਈ ਅਤੇ ਓਸ ਕਲਿਆਂਣੇ ਦੀ ਧਰਤੀ ਵਿਚ ਜਿਹੜੀ ਰਾਮ ਦਿਲ ਵਾਲੀ ਗਲੀ ਵਿਚ ਸੀ ਆਣ ਕੇ ਪਰਾਣ ਤਿਆਗ ਦਿੱਤੇ ਅਤੇ ਉਨ੍ਹਾਂ ਦਾ ਸਸਕਾਰ ਜਮਨਾ ਦੇ ਤੱਟ ਤੇ ਕਰ ਦਿੱਤਾ ਗਿਆ। ਇਹ ਸਿੰਘ ਗੜ੍ਹ ਤੋੜਨ ਵਾਲੀ ਗੱਲ ਸੀ। ਜੈਤਾ ਸਿੰਘ ਗੜ੍ਹ ਤੋੜ ਆਇਆ, ਪਰ ਇਕ ਸਿੱਖ ਤੋਂ ਹੱਥ ਧੋਣੇ ਪਏ।

—ਏਨਾ ਦਰਦਨਾਕ ਵਾਕਿਆ, ਹਰ ਆਦਮੀ ਬਰਦਾਸ਼ਤ ਵੀ ਨਹੀਂ ਕਰ ਸਕਦਾ, ਦੂਜਾ ਜਣਾ ਆਖਣ ਲੱਗਾ।

—ਚਲੋ ਤਾਂ ਵੀ ਸੌਦਾ ਸਸਤਾ ਰਿਹਾ। ਜੇ ਜੈਤਾ ਕਿਤੇ ਕਾਬੂ ਆ ਜਾਂਦਾ ਤਾਂ ਫੇਰ ਕੀ ਪਤਾ ਸੀ ਕਿੰਨੀਆਂ ਕੁ ਸ਼ਹੀਦੀਆਂ ਹੋਰ ਦੇਣੀਆਂ ਪੈਣੀਆਂ ਸਨ। ਗੁਰੂ ਜੋ ਕਰਦਾ ਏ ਚੰਗਾ ਹੀ ਕਰਦਾ ਏ, ਪਹਿਲੇ ਦੀ ਆਵਾਜ਼ ਸੀ।

—ਜੈਤੇ ਨੇ ਏਨਾ ਉਦਮ ਕਰਕੇ ਸਾਰੀ ਕੌਮ ਦੀ ਲਾਜ ਰੱਖ ਲਈ ਏ।

—ਗੁਰੂ ਦਾ ਸਿੱਖ ਸੀ, ਇਹ ਉਹਦਾ ਫਰਜ਼ ਬਣਦਾ ਸੀ।

—ਜੈਤੇ ਦੀ ਕਾਇਆ ਪਲਟ ਗਈ, ਜੂਨ ਸੌਰ ਗਈ, ਸਵਰਨ ਹਿੰਦੂਆਂ ਦੀ ਕਤਾਰ ਵਿਚ ਬੈਹਿਣ ਜੋਗਾ ਹੋ ਗਿਆ।

—ਇਹ ਵਿਤਕਰਾ ਤਾਂ ਗੁਰੂਆਂ ਨੇ ਬੜੇ ਚਿਰ ਦਾ ਤੋੜ ਦਿੱਤਾ ਸੀ।

—ਜ਼ਾਤ ਪਾਤ ਦਾ ਕਲੰਕ ਅਜੇ ਤਕ ਤੇ ਟੁਟਾ ਨਹੀਂ। ਜ਼ਬਾਨੀ ਕਲਾਮੀ, ਇਹ ਬਲਾ ਥੋੜ੍ਹੀ ਗਲੋਂ ਲੱਥਦੀ ਏ।

—ਏਡੀ ਵੱਡੀ ਬਹਾਦਰੀ, ਏਨਾ ਵੱਡਾ ਰਿਸਕ ਲੈਣਾ ਹਰ ਜਣੇ-ਖਣੇ ਦਾ ਕੰਮ ਨਹੀਂ। ਮੈਂ ਤੇ ਇਹ ਵੀ ਸੁਣਿਆ ਏ ਕਿ ਦਿੱਲੀ ਵਾਲੇ ਜਿਸ ਬੰਦੇ ਨੂੰ ਫੜਦੇ ਸਨ, ਜਦ ਉਹਨੂੰ ਪੁੱਛਿਆ ਜਾਂਦਾ ਤਾਂ ਉਹ ਪੈਰਾਂ ਤੇ ਪਾਣੀ ਨਹੀਂ ਸੀ ਪੈਣ ਦਿੰਦਾ ਤੇ ਝੱਟ ਹੀ ਮੁੱਕਰ ਜਾਂਦਾ ਕਿ ਮੈਂ ਸਿੱਖ ਨਹੀਂ ਹਾਂ, ਮੇਰਾ ਸਿੱਖ ਸੇਵਕਾਂ ਨਾਲ ਤੇ ਦੂਰ ਦਾ ਰਿਸ਼ਤਾ ਵੀ ਨਹੀਂ।

—ਜੁਰਅੱਤ ਵਾਲੇ ਬੰਦੇ ਘੱਟ ਹੁੰਦੇ ਹਨ, ਕੌਣ ਬਲਦੀ ਅੱਗ ਵਿਚ ਛਾਲ ਮਾਰੇ।

—ਸ਼ਹਾਦਤ ਨੇ ਇਹ ਜਜ਼ਬਾ ਪੈਦਾ ਕਰ ਦਿੱਤਾ ਏ ਤੇ ਹੁਣ ਇਹ ਆਖਣ ਵਾਲੇ ਬੰਦੇ ਪੈਦਾ ਹੋ ਜਾਣਗੇ। ਜਿਹੜੇ ਹੁਣ ਆਖਿਆ ਕਰਨਗੇ ਕਿ ਮੈਂ ਸੇਵਕ ਹਾਂ ਗੁਰੂ ਦਾ।

ਜੱਥਾ ਚਲ ਰਿਹਾ ਸੀ, ਲਾਗੇ ਚਾਗੇ ਦੇ ਪਿੰਡਾਂ ਦੇ ਲੋਕ ਸਾਰੇ ਰਲ ਗਏ, ਇਕ ਮੇਲਾ ਜੁੜ ਗਿਆ। ਕੀਰਤਪੁਰ ਵਿਚ ਤਾਂ ਲੋਕ ਪਹਿਲਾਂ ਹੀ ਇਕੱਠੇ ਹੋਏ ਬੈਠੇ ਸਨ। ਭਾਵੇਂ ਅੱਥਰੂਆਂ ਨਾਲ ਲੋਕਾਂ ਦੇ ਹੱਥ ਧੁਪਦੇ ਸਨ ਪਰ ਜੁਰਅੱਤ ਦਾ ਜਜ਼ਬਾ ਲੋਕਾਂ ਵਿਚ ਉਮਡ ਆਇਆ। ਆਖ਼ਰ ਜੱਥਾ ਪੁੱਜ ਗਿਆ ਅੰਗੀਠਿਆਂ ਦੇ ਕੋਲ।

ਸਭ ਤੋਂ ਪਹਿਲਾਂ ਸਾਹਿਬਜ਼ਾਦੇ ਗੋਬਿੰਦ ਰਾਇ ਨੇ ਦੋਵੇਂ ਹੱਥ ਜੋੜ ਕੇ ਨਮਸਕਾਰ ਕੀਤੀ ਸੀਸ ਨੂੰ ਤੇ ਆਖਿਆ—ਦਾਤਾ ਬਲ ਬਖ਼ਸ਼ੋ ਤੇ ਫੇਰ ਵਾਰੀ ਆਈ ਮਾਤਾ ਗੁਜਰੀ ਜੀ ਦੀ। ਭਾਵੇਂ ਅੱਖਾਂ ਅੱਥਰੂਆਂ ਨਾਲ ਭਿੱਜੀਆਂ ਹੋਈਆਂ ਸਨ, ਪਰ ਮਾਤਾ ਜੀ ਅੱਗੇ ਵਧੇ ਅਤੇ ਮੱਥਾ ਟੇਕਿਆ ਤੇ ਫ਼ਰਮਾਇਆ ਤੁਹਾਡੀ ਨਿਭ ਗਈ, ਮੇਰੀ ਵੀ ਨਿਭ ਆਵੇ। ਮਾਤਾ ਨਾਨਕੀ ਨੇ ਮੱਥਾ ਚੁੰਮਿਆ ਤੇ ਅਸੀਸ ਦਿੱਤੀ—ਮੇਰਾ ਤੇ ਜਨਮ ਸਫਲ ਹੋ ਗਿਆ ਏ। ਮੇਰੇ ਦੁੱਧ ਦੀ ਲਾਜ ਰੱਖ ਵਿਖਾਈ ਏ। ਜਾਣਾ ਮੈਂ ਸੀ ਪਰ ਤੂੰ ਸ਼ਤਾਬੀ ਵਿਖਾਈ ਏ। ਮੈਥੋਂ ਪਹਿਲਾਂ ਤੁਰ ਗਿਆ ਏਂ, ਰੀਤ ਤੋੜ ਦਿੱਤੀ ਊ, ਮੇਰੀ ਸੱਸ ਆਖਿਆ ਕਰਦੀ ਸੀ ਕਿ ਬੀਬੀ ਨੇ ਵਰ ਤੇ ਲੈ ਲਿਆ ਸੀ ਤੇ ਨਾਲੇ ਸ਼ਹੀਦੀਆਂ ਦੇਣ ਦੀ ਪ੍ਰਤਿੱਗਿਆ ਵੀ ਕੀਤੀ ਸੀ। ਚਲੋ ਦੋ ਸ਼ਹੀਦੀਆਂ ਦੇ ਕੇ ਕੁਝ ਭਾਰ ਤੇ ਸਿਰੋਂ ਉਤਰਿਆ।

ਸਾਰੀ ਸੰਗਤ ਨੇ ਵਾਰੀ-ਵਾਰੀ ਆਪਣੇ ਗੁਰੂ ਨੂੰ ਮੱਥਾ ਟੇਕਿਆ, ਸ਼ਰਧਾ ਦੇ ਬੱਦਲ ਉਮਡ ਆਏ। ਪਿਆਰ ਮੁਹੱਬਤ ਤੇ ਅਕੀਦਤ ਦੀ ਵਰਖਾ ਹੋਣੋਂ ਨਾ ਰੁਕੀ।

—ਜਦ ਜ਼ਰਾ ਕੁ ਭੀੜ ਮੱਠੀ ਪਈ ਤਾਂ ਭਾਈ ਜੈਤਾ ਅੱਗੇ ਵਧਿਆ, ਉਸ ਦੋਵੇਂ ਹੱਥ ਜੋੜੇ ਤੇ ਆਖਿਆ, ਹਜ਼ੂਰ ਤੁਹਾਡੀ ਅਮਾਨਤ ਸੀ, ਤੁਸੀਂ ਸੰਭਾਲੋ।

ਪਿਆਰ ਦੇ ਅੱਥਰੂ ਸਾਹਿਬਜ਼ਾਦੇ ਦੀਆਂ ਅੱਖਾਂ ਵਿਚ ਆ ਗਏ, ਘੁੱਟ ਕੇ ਸੀਨੇ ਨਾਲ ਲਾਇਆ, ਦੋਹਾਂ ਦੇ ਅੱਥਰੂ ਵਹਿ ਤੁਰੇ। ਪਿਆਰ ਦੇ ਅੱਥਰੂਆਂ ਨੇ ਬਸਤਰ ਗਿੱਲੇ ਕਰ ਦਿੱਤੇ ਸਾਹਿਬਜ਼ਾਦੇ ਦੇ।

—ਵਿਸ਼ਾਲ ਹਿਰਦੇ ਨਾਲ ਫਿਰ ਇਕ ਵਾਰ ਸੀਨੇ ਨਾਲ ਲਾਇਆ ਤੇ ਆਖਿਆ—ਧੰਨ ਏਂ ਭਾਈ ਜੈਤਿਆ ਤੂੰ ਤੇ ਧੰਨ ਏ ਤੇਰੀ ਕਮਾਈ, ਤੂੰ ਸਾਰੀ ਕੌਮ ਦੀ ਲਾਜ ਰੱਖ ਲਈ ਏ। ਹਵੇਲੀਆਂ ਬਖ਼ਸ਼ੀਆਂ ਜਾ ਸਕਦੀਆਂ ਸਨ, ਜਾਗੀਰਾਂ ਦਿੱਤੀਆਂ ਜਾ ਸਕਦੀਆਂ ਸਨ; ਦੌਲਤਾਂ ਨਜ਼ਰ ਕੀਤੀਆਂ ਜਾ ਸਕਦੀਆਂ ਸਨ, ਜੇ ਚਾਹੁੰਦਾ ਤਾਂ ਹੀਰਿਆਂ

ਨਾਲ ਤੋਲਿਆ ਜਾ ਸਕਦਾ ਸੀ, ਪਰ ਨਹੀਂ ਜੈਤਿਆ ਤੇਰਾ ਅਸੀਂ ਮੁੱਲ ਨਹੀਂ ਤਾਰ ਸਕਦੇ। ਇਕ ਵਾਰ ਫੇਰ ਸੀਨੇ ਨਾਲ ਲਾਇਆ ਤੇ ਫ਼ਰਮਾਇਆ—ਰੰਘਰੇਟੇ ਗੁਰੂ ਕੇ ਬੇਟੇ।

—ਸਤਿਗੁਰ ਇਹ ਤੁਹਾਡੀ ਬਖ਼ਸ਼ਸ਼ ਏ। ਤੁਸਾਂ ਏਨਾ ਮਾਣ ਦਿੱਤਾ ਏ, ਸਿਰ ਝੁਕਿਆ ਸੀ ਜੈਤੇ ਦਾ, ਸਾਰੀ ਸੰਗਤ ਆਖ ਰਹੀ ਸੀ—ਰੰਘਰੇਟੇ ਗੁਰੂ ਕੇ ਬੇਟੇ।

ਸਾਹਿਬਜ਼ਾਦੇ ਗੋਬਿੰਦ ਰਾਏ ਨੇ ਇਕ ਵਾਰ ਫੇਰ ਪਿਤਾ ਦੇ ਸੀਸ ਵੱਲ ਵੇਖਿਆ, ਗੁੱਸਾ ਉਨ੍ਹਾਂ ਦੇ ਸਰੀਰ ਵਿਚ ਹਰਕਤ ਕਰ ਰਿਹਾ ਸੀ। ਏਡੀ ਵੱਡੀ ਹਕੂਮਤ ਨਾਲ ਟੱਕਰ, ਪਰ ਏਸ ਤੋਂ ਬਗ਼ੈਰ ਹੋਰ ਕੋਈ ਚਾਰਾ ਵੀ ਤੇ ਨਹੀਂ।

—ਨੌਂ ਸਾਲ ਦਾ ਸਾਹਿਬਜ਼ਾਦਾ, ਮਲੂਕ, ਕੋਮਲ ਹੱਥ, ਮਾਸੂਮ ਚਿਹਰਾ, ਇਕਹਿਰਾ ਬਦਨ, ਪਰ ਮਨ ਬਲਵਾਨ, ਉਹਦਾ ਹੱਥ ਆਪਣੀ ਤਲਵਾਰ ਤੇ ਗਿਆ, ਧੂਹ ਲਈ ਰੋਹ ਵਿਚ ਆ ਕੇ, ਇਕ ਵਾਰ ਬੋਸਾ ਦਿੱਤਾ ਸ਼ਕਤੀ ਦੀ ਮਹਾਰਾਣੀ ਨੂੰ ਤੇ ਫੇਰ ਇਕ ਵਾਰ ਪਿਤਾ ਦੇ ਸੀਸ ਵੱਲ ਨਜ਼ਰ ਮਾਰੀ। ਪ੍ਰਤਿੱਗਿਆ, ਹੁਣ ਕੌਮ ਪ੍ਰਤਿੱਗਿਆ ਤੋਂ ਬਿਨਾਂ ਬਚ ਨਹੀਂ ਸਕਦੀ। ਹੁਣ ਮੇਰੀ ਕੌਮ ਵਿਚੋਂ ਹਰ ਬੰਦਾ ਜੈਤੇ ਵਰਗਾ ਪੈਦਾ ਹੋਵੇਗਾ। ਤੇ ਉਚਾਰਿਆ :

ਠੀਕਰਿ ਫੋਰਿ ਦਿਲੀਸ ਸਿਰਿ ਪ੍ਰਭ ਪੁਰ ਕੀਯਾ ਪਯਾਨ।
ਤੇਗ ਬਹਾਦਰ ਸੀ ਕ੍ਰਿਆ ਕਰੀ ਨ ਕਿਨਹੂੰ ਆਨ॥

ਇਕ ਵਾਰ ਅਰਦਾਸ ਕੀਤੀ ਗੁਰੂ ਨਾਨਕ ਦੇ ਦਰਬਾਰ ਵਿਚ, ਯਕਦਮ ਤਲਵਾਰ ਨੰਗੀ ਕਰ ਕੇ ਹਵਾ ਵਿਚ ਲਹਿਰਾਈ ਤੇ ਉੱਚੀ ਆਵਾਜ਼ ਵਿਚ ਫ਼ਰਮਾਇਆ, ਸਰਬ-ਸ਼ਕਤੀਮਾਨ, ਪਰਮਾਤਮਾ ਮੇਰੀ ਪ੍ਰਤਿੱਗਿਆ ਦੀ ਲਾਜ ਰੱਖਣਾ ਤੇ ਉਚਾਰਿਆ :

ਦੇਹ ਸ਼ਿਵਾ ਬਰ ਮੋਹਿ ਇਹੈ ਸ਼ੁਭ ਕਰਮਨ ਤੇ ਕਬਹੂੰ ਨਾ ਟਰੋਂ।
ਨ ਡਰੋਂ ਅਰਿ ਸੋਂ ਜਬ ਜਾਇ ਲਰੋਂ, ਨਿਸਚੈ ਕਰ ਅਪਨੀ ਜੀਤ ਕਰੋਂ।
ਅਰੁ ਸਿਖ ਹੋਂ ਆਪਨੇ ਹੀ ਮਨ ਕੋ, ਇਹ ਲਾਲਚ ਹਉ ਗੁਨ ਤਉ ਉਚਰੋਂ।
ਜਬ ਆਵ ਕੀ ਅਉਧ ਨਿਦਾਨ ਬਨੈ, ਅਤ ਹੀ ਰਨ ਮੈਂ ਤਬ ਜੂਝ ਮਰੋਂ॥
(ਚੰਡੀ ਚਰਿਤ੍ਰ)

ਤੇ ਫੇਰ ਸਾਹਿਬਜ਼ਾਦਾ ਗੋਬਿੰਦ ਰਾਏ ਆਪਣੇ ਦਿਲ ਦੇ ਉਬਾਲ ਨੂੰ ਰੋਕ ਨਾ ਸਕਿਆ ਤੇ ਆਪਣੇ ਜਜ਼ਬੇ ਨੂੰ ਪਰਗਟ ਕਰਨ ਦੀ ਕੋਸ਼ਿਸ਼ ਕੀਤੀ ਪਰ ਮੂੰਹੋਂ ਕੁਝ ਨਾ ਬੋਲਿਆ। ਇਕ ਵਾਰ ਫੇਰ ਸੀਸ ਝੁਕਾਇਆ ਪਿਤਾ ਦੇ ਸੀਸ ਵਲ ਤੇ ਇਕ ਵਾਰ ਸੰਗਤ ਵੱਲ ਵੇਖਿਆ ਅਤੇ ਸਹੁੰ ਚੁੱਕੀ ਤਲਵਾਰ ਨੂੰ ਹਵਾ ਵਿਚ ਲਹਿਰਾਇਆ।

ਸੰਗਤ ਨੇ ਜੈਕਾਰੇ ਛੱਡੇ ਅਤੇ ਕੌਮ ਵਿਚ ਜਾਗਰਤੀ ਪੈਦਾ ਹੋ ਗਈ। ਪੰਜਾਬ ਵਿਚੋਂ ਲਲਕਾਰ ਉੱਠੀ ਅਤੇ ਓਸ ਸਾਰੇ ਹਿੰਦੁਸਤਾਨ ਨੂੰ ਆਪਣੀ ਲਪੇਟ ਵਿਚ ਲੈ ਲਿਆ। ਦੇਗ ਤੇਗ ਫ਼ਤਹਿ॥

—ਸਮਾਪਤ—